ಏಕೋತ್ತರಶತಸ್ಥಲ ಸಾರಾಮೃತ

ಸಟೀಕು : ಮುಕ್ತಿ ಸೋಪಾನದ ನೂರೊಂದು ನಿಲುವುಗಳು

ಕಟ್ಟಿಗೆ ಹಳ್ಳಿ ಶ್ರೀ ಸಿದ್ಧಲಿಂಗ ಸ್ವಾಮಿಗಳ ಸಂಯೋಜನೆ

ಸಂಪಾದಕರು

ಗೋಸಲಶ್ರೀ

ಪ್ರೊ . ಸಿ. ಮಹಾದೇವಪ್ಪ. ಎಂ.ಎ.

ಪ್ರಕಾಶಕರು

ಪ್ರೊ . ಸಿ. ಮಹಾದೇವಪ್ಪ. ಎಂ.ಎ.

೧೯೭, ಐದನೇ ಮುಖ್ಯ ರಸ್ತೆ, ಮೊದಲನೆಯ ಮಹಡಿ,

ವೈಯಾಳಿಕಾವಲ್,

ಬೆಂಗಳೂರು ೫೬೦ ೦೦೩

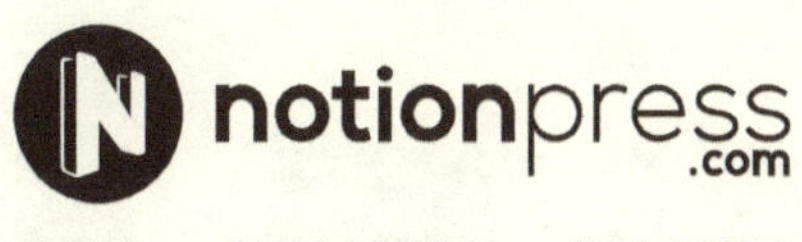

ISBN 979-8-89066-789-2

ಏಕೋತ್ತರಶತಸ್ಥಲಸಾರಾಮೃತ

ಪೀಠಿಕೆ

ಶಿವಶರಣರ ನೂರೊಂದು ಆಧ್ಯಾತ್ಮಿಕ ನಿಲವುಗಳ ಸ್ವರೂಪವನ್ನು ಕುರಿತ ಗ್ರಂಥ. ಪಿಂಡಸ್ಥಲ ಮೊದಲುಗೊಂಡು ಜ್ಞಾನಶೂನ್ಯಸ್ಥಲದಿಂದ ಮುಕ್ತಾಯಗೊಂಡದ್ದು. ಸ್ವಾನುಭವಸಿದ್ಧವಾದ ಮುನ್ನೂರತೊಂಬತ್ತಮೂರು ವಚನಗಳಿಂದ ಕೂಡಿದ ತಾಡೋಲೆ ಕಟ್ಟಿನ ಕೃತಿ. ಕಟ್ಟಿಗೆಹಳ್ಳಿ ಶ್ರೀ ಸಿದ್ಧಲಿಂಗಸ್ವಾಮಿಗಳು ಪ್ರಾಚೀನ ವಚನಕಾರರ ಅನುಭವೋಕ್ತಿಯ ಸಾರಸಂಪತ್ತನ್ನು ಒಂದೆಡೆ ಕೂಡಿಸಿಟ್ಟ ಅಮೂಲ್ಯ ಆಧ್ಯಾತ್ಮಿಕ ಗ್ರಂಥವಿದು. ಪಿಂಡಸ್ಥಲದಿಂದ ಪ್ರಾರಂಭವಾಗಿ ನೂರೊಂದನೆಯ ಜ್ಞಾನಶೂನ್ಯಸ್ಥಲದ ಮುನ್ನೂರತೊಂಬತ್ತಮೂರನೆ ವಚನದಿಂದ ಮುಕ್ತಾಯವಾದ ಶಿವಾನುಭವ ಗ್ರಂಥ. ಬೆಡಗಿನ ಗೂಢತಾತ್ವಿಕ ಚಿಂತನೆಯು ಟೀಕಾಕಾರನ ವಿವರಣಾತ್ಮಕ ಟೀಕೆಯಿಂದ ಕೂಡಿದೆ.

ಬೆಂಗಳೂರು ಸಂಶೋಧನ ಕೋಟಿಯ (Research Corner) ಈವರೆಗೆ ಬೆಳಕು ಕಾಣದೆಯಿದ್ದ **'ಪ್ರಭುಗೀತೆ'**ಯಂತಹ ಗ್ರಂಥದಂತೆ ಈ ಅನುಭಾವಿಕ ಕೃತಿಯು ಮುದ್ರಣಗೊಳ್ಳುತ್ತಿದೆ. ಈ ಕನ್ನಡ ವಚನಸಂಪತ್ತು ಭಾಷಾ ಬೆಳವಣಿಗೆಯ ಚರಿತ್ರೆಯ ಅಪರೂಪದ ಅಮೂಲ್ಯ ಸಾಧನವು. ಇದರಲ್ಲಿ ನಾಡಿನ ನಾನಾ ಪ್ರದೇಶಗಳ ಬಸವ, ಚೆನ್ನಬಸವಾದಿ ಶರಣರ ನೇರ ಹಾಗೂ ಜಾಣ್ಮೆಯ ನುಡಿಕಟ್ಟು ಮನಮುಟ್ಟುವ ಆತ್ಮಾವಲೋಕನದ ಚಿಂತನಕೃತಿಯು. ಶಿವಶರಣರು ನಡೆದು ನುಡಿದು ತೋರಿದ ಮಾರ್ಗದ ಬೆಡಗಿನ ವಚನ ಗೂಢಾರ್ಥ ಸ್ವರೂಪವಾದುದರಿಂದ ಟೀಕೆಯೊಂದು ಅಗತ್ಯವಾಯಿತು ಎಂಬುದಕ್ಕೆ ಈ ನೂರೊಂದು ಸ್ಥಲಗ್ರಂಥವು ಷಟ್ಸ್ಥಲ ಸಂಬಂಧವಾಗಿದೆ. ಈ ಏಕೋತ್ತರಶತಸ್ಥಲ ಗ್ರಂಥವು ಅಲ್ಲಮ ಪ್ರಭುದೇವರ ವಚನದಿಂದ ಪ್ರಾರಂಭವಾಗಿದೆ. ಪ್ರತಿಯೊಂದು ವಚನವೂ "ಗೋಹೇಶ್ವರಾ" ಇಲ್ಲವೆ "ಗೊಹೇಶ್ವರಾ" ಎಂಬ ಗುರು ಹೆಸರಿನ ಅಂಕಿತಗಳು ವಚನಧರ್ಮದ ಐತಿಹಾಸಿಕತೆಯ ಮಿಾಟು ಗೋಲುಗಳು. ಗವಿ, ಗುಹೆ ಎಂಬ ಅರ್ಥದ ಅಂಕಿತ "ಗೊಹೇಶ್ವರಾ" ಎಂಬುದು.

ಎರಡು ಸಾವಿರದ ಐದುನೂರು ವರ್ಷಗಳ ಹಿಂದಿನ ಶರಣಧರ್ಮ ಪ್ರವರ್ತಕ ಗೋಸಾಲ ಗುರುಸ್ಮರಣೆಯ "ಗೋಗೇಶ್ವರಾ" ಪರ್ಯಾಯನಾಮ "ಗೊಹೇಶ್ವರಾ." ಇದು ಗುರುವಿನ ಕೇವಲ ನಾಮಾಂಕಿತವಾಗದೆ "ಗುರು

ಬೋಧಾಂಕಿತ"ವಾಗಿರುವುದು ಅದರ ವೈಶಿಷ್ಟ್ಯ. ಬಯಲತತ್ತ್ವ ನಿರೂಪಣೆಯೆ ಶರಣಧರ್ಮದ ಮರ್ಮವೆಂಬುದರ ನಿರ್ದೇಶನ. ಅಲ್ಲಮಪ್ರಭುವು ತನ್ನನ್ನು ಗೋಗೇಶ್ವರಲ್ಲಯ್ಯನೆಂದು ಕರೆದುಕೊಂಡು ಆ ಶಿವ ಶರಣ ಸಂಬಂಧವನ್ನು ಎತ್ತಿ ಹಿಡಿದಿದ್ದಾನೆ. "ಗೋಹೇಶ್ವರನ ಶರಣ ಚೆನ್ನಬಸವಣ್ಣ"ನೆಂದಿದ್ದುದನ್ನು ಗಮನಿಸಬಹುದು. ಗವಿ, ಗುಹೆ (cave) ಎಂಬ ಅರ್ಥದ ಲಿಂಗವಂತ ಪಾಠಗಳಿಂದ ಶಿವಧರ್ಮವು ಐತಿಹಾಸಿಕವಾಗಿದೆ. ಅಲ್ಲಮ ಪ್ರಭುವಿನ ಬಳಿಕ ಬಸವಣ್ಣ, ಚೆನ್ನಬಸವಣ್ಣನವರಿಂದ ಮುಂದುವರಿದ ವಚನಕಾರರ ಬಳಗ ಈ ಗ್ರಂಥದಲ್ಲಿ ಕಂಡುಬರುವುದು ಹೀಗೆ:- ಅಂಬಿಗರ ಚೌಡಯ್ಯ, ಅಕ್ಕಮಹಾದೇವಿ, ಅಗ್ಗಣಿಹಂಪ, ಉರಿಲಿಂಗದೇವ, ಉರಿಲಿಂಗದೇವನ ನಲ್ಲನು, ಉರಿಲಿಂಗಪೆದ್ದಣ್ಣ, ಉರಿಲಿಂಗಪೆದ್ದಿಪ್ರಿಯ ವಿಶ್ವೇಶ್ವರಾ, ಉಳಿವುಮೇಶ್ವರ, ಕಪಿಲಸಿದ್ಧಮಲ್ಲಿನಾಥ, ಕಲಿದೇವಯ್ಯ ಗಜೇಶ್ವರ, ಘಟ್ಟಿವಾಳಯ್ಯ, ಚಿಕ್ಕಯ್ಯಪ್ರಿಯಸಿದ್ಧಲಿಂಗ, ಚಂದಿಮರಸ, ಜಿಗಣಿ ಮರುಳಾರ್ಯ ರಾಮನಾಥ, ನಮ್ಮ ಅಜಗಣ್ಣತಂದೆ, ಸಕಲೇಶ್ವರದೇವ, ಸಕಲೇಶಮಾದರಸ, ಸಿಮ್ಮಲಿಗೆಯ ಚೆನ್ನರಾಮ, ಶಂಭುಜಕ್ಕೇಶದೇವ, ಹಂಪೆಯ ವಿರುಪ, ರೇಕಣ್ಣ ಪ್ರಿಯನಾಗಿನಾಥ.

ಈ ನೂರೊಂದು ಸ್ಥಲಗ್ರಂಥವು ಇದುವರೆಗೂ ಬೆಳಕು ಕಾಣದೆ ಇದ್ದ ತಾಡೋಲೆ ಕಟ್ಟಿನ ಒಂದು ವಚನಸಂಗ್ರಹವು. ಲಿಂಗವಂತ ಶರಣರ ಷಟ್‌ಸ್ಥಲ ಸಂಬಂಧವಾದುದು. ಅಲ್ಲಮಪ್ರಭುದೇವರ ವಚನದಿಂದ ಪ್ರಾರಂಭವಾಗಿರುವುದು ಹೀಗೆ;

"ಶಿಲೆಯೊಳಗಣ ಪಾವಕನಂತೆ, ಉದಕದೊಳಗಣ ಪ್ರತಿಬಿಂಬದಂತೆ, ಬೀಜದೊಳಗಣ ವೃಕ್ಷದಂತೆ, ಶಬ್ದದೊಳಗಣ ನಿಶ್ಶಬ್ದದಂತೆ, ಗೋಹೇಶ್ವರಾ ನಿಮ್ಮ ಶರಣ ಸಂಬಂಧ. ವ.ನಂ.೧ ಬಿಡಿಸಲಾಗದ ಅವಿನಾಸಂಬಂಧದ ಸ್ವರೂಪವನ್ನುಳ್ಳದ್ದು. ಉದಾಹರಣೆಗೆ ಪ್ರಭುವಿನ ಮುಂದಿನ ವಚನವನ್ನು ಅವಲೋಕಿಸಬಹುದು.

"ಧರೆಯ ಮೇಲುಳ್ಳ ಆರು ಹಿರಿಯರೆಲ್ಲರನು ನೆರಹಿ ಪರಿಯಾಯ ಪರೀಕ್ಷೆಯ ನೊರೆದು, ಬಣ್ಣವ ನೋಡಿ ಸರವರದ ಪುಷ್ಪದೊಳು ಭರಿತ ಪರಿಮಳ ತುಂಬಿ ಪರಮಜ್ಞಾನಜ್ಯೋತಿ ಪರಬ್ರಹ್ಮವ ಮೀರಿ ಪುರುಷರತ್ನದೊಳಡಗಿ ಗೋಗೇಶ್ವರ ನಿಂದ ನಿಲವು ಮೇರು ಗಗನವ ನುಂಗಿತ್ತು." ಅಲ್ಲಮನ ವಚನ ಚಂದ್ರಿಕೆ ವ.ನಂ.೨೮೫

ಆರುಹಿರಿಯಗುರುವನ್ನು ಪರಮಜ್ಯೋತಿಯೆಂದೂ, ಪುರುಷರತ್ನವೆಂದೂ ಸ್ತುತಿಸಿರುವುದನ್ನು ಗಮನಿಸುವುದತ್ಯಗತ್ಯ.

ನಿಶ್ಚಿತಾರ್ಥದ 'ಹಕಾರ'ದಿಂದ ಕೂಡಿದ "ಗೋಹೇಶ್ವರ" ಅಂಕಿತವು ಆ ಗುರುವನ್ನು "ಆರು ಹಿರಿಯರು" ಎಂದು ಕರೆದಿದ್ದಾರೆ. ಆರು ಮೂಲದ ಉನ್ಮನಿ ಸ್ಥಾನದ ಗುರುವಿನ ಬಯಲ ಜ್ಯೋತಿರ್ಮಯ ವ್ಯಕ್ತಿತ್ವವನ್ನು "ಮರುಳುಗೊಂಡಾಡುವರು" ನೋಡಾ, ಸಂಜೀವಿನಿಯ ಬೇರ ಕಾಣದೆ "ಮರಣಕ್ಕೊಳಗಾದರು" ಎಂದು

ಮರುಗಿದುದನ್ನು ಅಲ್ಲಮನ ವಚನ ಪ್ರಕಟಿಸಿದೆ. ಅಂದಿನ ಸಮಾಜದ ಸ್ಥಿತಿಯ ಚಿತ್ರಣ ಈ ವಚನದಲ್ಲಿ ಸುವ್ಯಕ್ತವಾಗಿದೆ.

ಮಹಾವೀರ, ಗೌತಮಬುದ್ಧರ ಸಮಕಾಲೀನನಾದ ಗೋಸಲಗುರುವು ಆಜೀವನಾಮಾಕರ ಲಿಂಗಜೀವಿ "ಆತ್ಮಾ ಸ್ವಯಂ ಶಿವಃ" ಆತ್ಮವನತಿಗಳೆದು ಗೋಹೇಶ್ವರನೆಂಬ ಲಿಂಗವಿಲ್ಲ. ಜೀವನನ್ನು ಬಿಟ್ಟು ದೇವನಿಲ್ಲವೆಂಬುದನ್ನು ವಚನ ಸಾಹಿತ್ಯವು ಸಾರುತ್ತದೆ. ಆಜೀವನಾಮ ಲಿಂಗಜೀವಿ ಬೀದಿಗರು/ಬೀದಿಗಜುವೆಂದು ಅಲ್ಲಮನ ಬೆಡಗಿನ ವಚನವು ಮನಗಾಣಿಸಿದೆ. ವ.ಚಂ.ನಂ.೩೯೮ ಬತ್ತಲೆಯ ಪರಿವ್ರಾಜಕನೆಂದು ಹೆಸರಾಂತ ಅವರು ಪಾಪಿಗಳ ಅಕೃತ್ಯಗಳನ್ನು ಖಂಡತುಂಡಾಗಿ ಭೇದಿಸಿದ್ದುದಕ್ಕೆ ದಯವೇ ಧರ್ಮದ ಮೂಲವೆಂದು ಘೋಷಿಸಿದ ಅವರು ಪ್ರಾಣಸ್ಥಾನದಲ್ಲಿ ನಟ್ಟ ವಿಶ್ವಾತ್ಮಭಾವಿ ಅಜೀವರು. ಜೀವಕಾರುಣ್ಯ ಮೂರ್ತಿಗಳು. ಶಿವಕೋರಾರಣ್ಯ ಭಿಕ್ಷೆಯ ಸಾತ್ವಿಕಜೀವರು ಶಿವಸ್ಮರಣೆಯ ಗುರುಬೋಧಾಮೃತ ಭಿಕ್ಷಾಚರಣೆಯುಳ್ಳವರು. ಜನಸೇವೆಯೇ ಶಿವಪೂಜೆಯೆಂದು ವಿದ್ಯಾದಾನ ನಿರತರಾದುದಕ್ಕೆ ಗುರುಮಠಗಳೇ ಸಾಕ್ಷಿ. ತುಮಕೂರು ಜಿಲ್ಲೆಯ ಸಿದ್ಧಗಂಗೆಯ ಆಜೀವ ನಾಮಾಕರ ಶ್ರೀ ಸಿದ್ಧಲಿಂಗೇಶ್ವರಾದಿ ಗುರುಮಠಗಳು ಶರಣ ಸಮಾಜದ ಸೌಭಾಗ್ಯ. ಪರಮಜ್ಞಾನಜ್ಯೋತಿ, ಪರಮಬ್ರಹ್ಮವ ಮೀರಿದ ಪುರುಷರತ್ನ ಗೋಗೇಶ್ವರ ಗೋಸಾಲಗುರುವನ್ನು ಜ್ಯೋತಿರ್ಮಯ ವ್ಯಕ್ತಿತ್ವವನ್ನು ಕಂಡು ಸಹಿಸಲಾರದೆ ಹೋದ ಪರಧರ್ಮೀಯರು ಆ ಗುರುವನ್ನು ಹುಚ್ಚನೆಂದು ಕರೆಯುತ್ತಿದ್ದುದಕ್ಕೆ ಆ ಗುರುವಿನ ಭಕ್ತರು ತಮ್ಮ ಮಕ್ಕಳಿಗೆ ಹುಚ್ಚಪ್ಪ, ಹುಚ್ಚವೀರ, ಮರುಳಪ್ಪ, ಮರುಳೇಂದ್ರ , ಮರುಳಸಿದ್ಧ-ಹೀಗೆ ಈಗಲೂ ಆ ಗುರು ಸ್ಮರಣೆ ಮಾಡುತ್ತಲಿರುವುದು ಕಂಡು ಬರುವ ವಾಸ್ತವ ಸಂಗತಿ. ಅಲ್ಲಮ ಪ್ರಭುವಿನ ವಚನದ ಆರು ಹಿರಿಯರು ಹಾಗೂ ಪೂರ್ವೋಕ್ತ ಎರಡು ಬೋಧಾಂಕಿತಗಳು ಆರ್ಯಾಮಹಾಪುರುಷ ಮಹಾಗಣಾಚಾರ್ಯ ಗೋಸಾಲನ ಹಾಗೂ ಶರಣಧರ್ಮದ ಪ್ರಾಚೀನತೆಯ ಪ್ರತ್ಯಕ್ಷ ಸಾಕ್ಷಿಗಳು. ಕರ್ನಾಟದಲ್ಲಿ ಮಾತ್ರವಲ್ಲ ಆಂಧ್ರ ದೇಶದಲ್ಲಿಯೂ 'ಆಜುಗುರು' 'ಆರ್ಗುರು'ವಾಗಿ ಶರಣ ಸಾಹಿತ್ಯದ ಗದ್ದುಗೆಯ ಎರಡು ಆಧಾರಸ್ತಂಭಗಳಾಗಿವೆ.

'ಗೋಸಾಲ ಪ್ರವರ್ತಿತಾ ಆಜೀವಿಕಾ' ಎಂಬ ನಂದಿಸೂತ್ರವು ಆಜೀವಗುರು ಗೋಸಾಲನಿಗಿಂತ ಹಿಂದಿನಿಂದಲೂ ಶರಣಧರ್ಮವು ನಡೆದು ಬಂದದ್ದೆಂಬ ಸಂಗತಿ ಐತಿಹಾಸಿಕ ಸತ್ಯವಾಗಿದೆಯೆಂಬುದು ಇದರಿಂದ ತಿಳಿದು ಬರುತ್ತದೆ. (ಷಟ್ ಖಂಡಾಗಮ ಪು. ೧೪೭)

ಈ ಆಧ್ಯಾತ್ಮಿಕ ವಚನಸಂಯೋಜಕರೂ ಟೀಕಾಕಾರರೂ ಆದ ಸಿದ್ದಲಿಂಗಸ್ವಾಮಿ -ಯವರ ಬಗ್ಗೆ ನನ್ನ ಬಳಿ ಹೆಚ್ಚಿನ ಮಾಹಿತಿಯಿರಲಿಲ್ಲ. ಈ ಮಹನೀಯರನ್ನು

ಕುರಿತು ಲೇಖನವೊಂದನ್ನು ಬರೆದುಕೊಟ್ಟು ನನ್ನ ಕಿರಿಯ ಗೆಳೆಯ ಪ್ರೊ. ಬಿ. ರಾಜಶೇಖರಪ್ಪನವರು ನನ್ನ ಕೆಲಸವನ್ನು ಹಗುರ ಮಾಡಿಕೊಟ್ಟಿದ್ದಾರೆ. ಇದಕ್ಕಾಗಿ ಅವರಿಗೆ ನನ್ನ ಕೃತಜ್ಞತೆಗಳು.

ಅನುಬಂಧದಲ್ಲಿ ರಾಜಶೇಖರಪ್ಪನವರ ಲೇಖನವನ್ನು ಉಪಯೋಗಿಸಿ - ಕೊಳ್ಳಲಾಗಿದೆ. ಇದರೊಡನೆ, ಗ್ರಂಥಸಂಪಾದನೆಗೆ ಸಂಬಂಧಿಸಿದ ನನ್ನ ಎರಡು ಲೇಖನಗಳನ್ನು ಓದುಗರ ಅವಗಾಹನೆಗೆ ಸೇರಿಸಲಾಗಿದೆ.

ಇನ್ನೊಬ್ಬ ನನ್ನ ವಿದ್ಯಾರ್ಥಿಮಿತ್ರ ಹಾಗೂ ಆನೇಕಲ್ಲಿನ ವಿಧಾತ ವಿದ್ಯಾಲಯದ ಕಾರ್ಯದರ್ಶಿಗಳಾದ ಶ್ರೀ ಟಿ.ಎನ್. ಕುಮಾರಸ್ವಾಮಿಯವರು ಮತ್ತು ಅವರ ಸಹೋದ್ಯೋಗಿ ಪೂರ್ಣಿಮ ಹಸ್ತಪ್ರತಿಯಿಂದ ಡಿಟಿಪಿ ಮಾಡುವಲ್ಲಿ ಸಹಕಾರ ನೀಡಿದ್ದಾರೆ. ಈ ಕೃತಿಯನ್ನು ಮುದ್ರಣ ಮಾಡಿಸಬೇಕೆಂಬುದು ಮತ್ತೊಬ್ಬ ಪ್ರಿಯಮಿತ್ರ ಡಾ. ಬಿ. ನಂಜುಂಡಸ್ವಾಮಿಯವರ ಬಹುದಿನಗಳ ಒತ್ತಾಸೆ. ಹೀಗಾಗಿ ಈ ಕೃತಿ ಹೊರಬರಲು ಅವರು ಪರೋಕ್ಷವಾಗಿ ಕಾರಣರಾಗಿದ್ದಾರೆ. ಅವರಿಗೆ ನನ್ನ ಕೃತಜ್ಞತೆಗಳು. ಅದರಂತೆ ಕನ್ನಡ ಗಣಕ ಪರಿಷತ್ತಿನ ಜಿ.ಎನ್. ನರಸಿಂಹಮೂರ್ತಿಯವರು ಪುಸ್ತಕದ ಪುಟವಿನ್ಯಾಸದಲ್ಲಿ ಸಹಕಾರ ನೀಡಿದ್ದಾರೆ. ಇವರೆಲ್ಲರಿಗೂ ನನ್ನ ಹೃತ್ಪೂರ್ವಕ ವಂದನೆಗಳು.

ಶಿವಶರಣರ ರೇಖಾಚಿತ್ರವನ್ನು ಒದಗಿಸಿದ ಶ್ರೀ ಅಶೋಕ್ ದೊಮ್ಮಲೂರು ಅವರಿಗೆ ಕೃತಜ್ಞತೆಗಳು.

ಈ ತನಕ ನನ್ನ ಎಲ್ಲಾ ಪುಸ್ತಕಗಳನ್ನು ಬೆಂಗಳೂರು ಸಂಶೋಧನ ಕೋಟಿಯಿಂದ ಪ್ರಕಟಿಸುತ್ತಿದ್ದೆ. ನನ್ನ ವಯೋಧರ್ಮದ ಕಾರಣದಿಂದಾಗಿ ಮೊದಲಬಾರಿಗೆ ಮದರಾಸು ಮೂಲದ ನೋಷನ್ ಪಬ್ಲಿಷರ್ಸ್ ಅವರ ಸಹಾಯವನ್ನು ಪಡೆಯುತ್ತಿದ್ದೇನೆ. ಪ್ರಾಯಶಃ ಸಾಗರದಾಚೆಯ ಕನ್ನಡಿಗರಿಗೆ ತಲುಪಲು ಸಹಾಯವಾಗುವಂತೆ ಈ ಸಂಸ್ಥೆ e-ಬುಕ್ ರೂಪದಲ್ಲಿಯೂ ಈ ಕೃತಿಯನ್ನು ಹೊರತರಲು ನೆರವು ನೀಡಿದೆ. ಅಲ್ಲದೆ ಅವರು ಅಂತರಜಾಲದ ಮೂಲಕವೂ ಕೃತಿಯ ಮಾರಾಟಕ್ಕೆ ವ್ಯವಸ್ಥೆ ಮಾಡುತ್ತಾರೆ.

ಸಮಸ್ತ ಶರಣರ ಬೆಡಗಿನ ವಚನ ವಾಙ್ಮಯದ ಸಾರವು ಅಲ್ಲಮಪ್ರಭುದೇವರ ಪೂರ್ವೋಕ್ತ ಎರಡು ಬೋಧಾಂಕಿತ ವಚನಗಳಲ್ಲಿ ಹುದುಗಿದೆ, ಅವುಗಳು ಶಿವಶರಣ ಧರ್ಮದ ಜೀವಂತ ಸತ್ತ್ವ ಸಂಪನ್ನವೆಂದು ಹೇಳುತ್ತ ಈ ಪೀಠಿಕೆಯನ್ನು ಬೆಂಗಳೂರು ಬೇಲೀ ಮಠದ ಶ್ರೀಗಳಾದಿಯಾಗಿ ಸಮಸ್ತ ಶಿವಶರಣ ಗುರುಗಳ ಪಾದಸ್ಮರಣ ಪೂರ್ವಕ ನಮಿಸಿ ವಿರಮಿಸುವ ಧನ್ಯ.

ಸೋಸಲೆ ಸಿ. ಮಹಾದೇವಪ್ಪ.

ಏಕೋತ್ತರ ಶತಸ್ಥಲ ಸಾರಾಮೃತ ಸಟೀಕಾ

	ಸ್ಥಲನಾಮ	ವಚನ ಸಂಖ್ಯೆ
1	ಪಿಂಡಸ್ಥಲ	೧ - ೪
2	ಪಿಂಡಜ್ಞಾನಸ್ಥಲ	೫ - ೬
3	ಸಂಸಾರ ಹೇಯಸ್ಥಲ	೭ - ೧೧
4	ಗುರುಕರುಣಸ್ಥಲ	೧೨ - ೧೪
5	ಲಿಂಗಧಾರಣಸ್ಥಲ	೧೫ - ೧೭
6	ವಿಭೂತಿಯಸ್ಥಲ	೧೮
7	ರುದ್ರಾಕ್ಷೆಯಸ್ಥಲ	೧೯
8	ಪಂಚಾಕ್ಷರಿಯಸ್ಥಲ	೨೦ - ೨೩
9	ಭಕ್ತಿಸ್ಥಲ	೨೪ - ೨೮
10	ಉಭಯಸ್ಥಲ	೨೯ - ೩೧
11	ತ್ರಿವಿಧಸಂಪತ್ತಿಸ್ಥಲ	೩೨ - ೩೪
12	ಚತುರ್ವಿಧ ಸಾರಾಯಸ್ಥಲ	೩೫ - ೩೭
13	ಉಪಾಧಿಮಾಟಸ್ಥಲ	೩೮ - ೪೧
14	ನಿರುಪಾಧಿಮಾಟಸ್ಥಲ	೪೨ - ೪೩
15	ಸಹಜಮಾಟಸ್ಥಲ	೪೪ - ೪೮
16	ಮಾಹೇಶ್ವರಸ್ಥಲ	೪೯ - ೫೩
17	ಲಿಂಗನಿಷ್ಠಾಸ್ಥಲ	೫೪ - ೫೮
18	ಪೂರ್ವಾಶ್ರಯನಿರಸನಸ್ಥಲ	೫೯ - ೬೧
19	ವಾಗದ್ವೈತನಿರಸನಸ್ಥಲ	೬೨ - ೬೫
20	ಆಹ್ವಾನನಿರಸನಸ್ಥಲ	೬೬ - ೬೯
21	ಅಷ್ಟಮೂರ್ತಿನಿರಸನಸ್ಥಲ	೭೦ - ೭೧
22	ಸರ್ವಗತನಿರಸನಸ್ಥಲ	೭೨ - ೭೪
23	ಶಿವಜಗನ್ಮಯಸ್ಥಲ	೭೫ - ೭೭
24	ಭಕ್ತದೇಹಿಕಲಿಂಗಸ್ಥಲ	೭೮ - ೭೯
25	ಪ್ರಸಾದಿಸ್ಥಲ	೮೦ - ೮೩
26	ಗುರುಮಹಾತ್ಮೆಯಸ್ಥಲ	೮೪ - ೮೭

ಅಂತು ವಚನ ೩೯೩ ಕ್ಕಂ ಮಂಗಲ

ಮಹಾಶ್ರೀ

ಏಕೋತ್ತರಶತಸ್ಥಲ ಸಾರಾಮೃತ ಸಂಪೂರ್ಣಂ

ಸಂಕ್ಷಿಪ್ತಗಳ ಸೂಚಿ

ಏ– ಏಕೋತ್ತರಶತಸ್ಥಲ ಸಾರಾಮೃತ (ಓಲೆ)

ಏ[೧]– ಏಕೋತ್ತರಸಾರಾ (ಓಲೆ)ಕಟ್ಟಿಗೆಹಳ್ಳಿ ಸಿದ್ಧಲಿಂಗದೇವರು ಸೇರಿಸಿದ ತಾಡಪ್ರತಿ.

ಏ[೨] – ಇದೇ ಮೇಲ್ಕಂಡ ಕಾಗದದ ಪ್ರತಿ

ಏ[೩] – ಏಕೋತ್ತರಶತಸ್ಥಲ – ಮಹಾಲಿಂಗದೇವ

ಪ್ರ – ಪ್ರಭುದೇವರ ಟೀಕಿನ ವಚನ (ಓಲೆ) ಮಹಾಲಿಂಗದೇವರು ತಮ್ಮ ನಿಜಶಿಷ್ಯ ಜಕ್ಕಣಾರ್ಯರಿಗೆ ಬೋಧಿಸಿದುದು.

ಪ್ರ[೧] – ಪ್ರಭುದೇವರ ವಚನಗಳು :ಮುದ್ರಿತ. ಫ.ಗು. ಹಳಕಟ್ಟಿ ೧೯೩೧

ಬ – ಬಸವಣ್ಣನವರ ಷಟ್ಸ್ಥಲ ವಚನ (ಓಲೆ)

ಬ[೨] " " " – ಡಾ. ಎಲ್. ಬಸವರಾಜು ಅವರ ಮುದ್ರಿತ.

ಅಕ್ಕವ – ಅಕ್ಕಮಹಾದೇವಿ ವಚನ : – ಶ್ರೀ ಮಲ್ಲಿಕಾರ್ಜುನ.

ಶಿಶೂಸಂ– ಶಿವಗಣ ಪ್ರಸಾದಿ ಮಹಾದೇವಯ್ಯಗಳ ಶೂನ್ಯ–ಸಂಪಾದನೆ.

ಗೂಶೂಸಂ – ಗೂಳೂರ ಸಿದ್ಧವೀರಣಾರ್ಯರ ಶೂನ್ಯಸಂಪಾದನೆ.

ಲಿಂ[೧] – ಲಿಂಗಲೀಲಾವಿಲಾಸ (ಓಲೆ)

ಲಿಂ[೨] – ಲಿಂಗಲೀಲಾವಿಲಾಸ ಮುದ್ರಿತ

ಟೀ– ಟೀಕಾ

ಲುಪಾ. – ಲುಪ್ತಪಾಠ

ಮುಪಾ – ಮುದ್ರಿತಪಾಠ

ಮೂಲಿಪಾ – ಮೂಲಲಿಖಿತಪಾಠ

ಬಹೆವ – ಬಸವಣ್ಣನವರ ಹೆಚ್ಚಿನ ವಚನ

ಸಿಂಗಿಪು – ಸಿಂಗಿರಾಜಪುರಾಣ

ಸ್ವೀವಿಪಾ – ಸ್ವೀಕೃತ ವಿವಿಕ್ತಪಾಠ

ಸ್ವೀಪಾ – ಸ್ವೀಕೃತ ಟೀಕಾಪಾಠ

ಹೋನೋ – ಹೋಲಿಸಿ ನೋಡಿ ೧/೨೪

ಶ್ಲೋಪಾ – ಶ್ಲೋಕಪಾಠ

M – Meaning

Ms- Manuscripture - ತಾಡಪ್ರತಿಗ್ರಂಥ

Oms – Omission of a syllable - ಕೈಬಿಟ್ಟಪಾಠ (ಅಕ್ಷರ)

Scor (S) Scribe's Corrected reading. (P.45) - ಲಿಪಿಕಾರನ ತಿದ್ದಿದ ಪಾಠಗಳು

Delete - ಅಳಿಸು, ಕಾಟುಹಾಕು, ಹೊಡೆದುಹಾಕು.

* ನಕ್ಷತ್ರ ಚಿಹ್ನೆ ಬಳಸಿರುವುದರೊಡನೆ ಸಂಬಂಧಿ ಸೂಚಿ ಚಿಹ್ನೆ.

ಅನುಬಂಧ

ಪಿಂಡಜ್ಞಾನಸ್ಥಲ – "ಏಕೋತ್ತರ ಸಾರ"

"ಸರ್ಪನ ಮೇಲೆ ಪೃಥ್ವಿ ರಚಿಸದಂದು,
ಸಮುದ್ರಂಗಳೇಳು ಹಾಸದಂದು,
ಅಷ್ಟ ದಿಗುಪತಿಗಳು ಹುಟ್ಟದಂದು,
ಸಂಕು ಸಲಾಖೆಯಿಲ್ಲದಂದು,
ಗಂಗೆ–ಗೌರೀವಲ್ಲಭರಿಲ್ಲದಂದು,
ಬ್ರಹ್ಮ ವಿಷ್ಣು ರುದ್ರ ಈಶ್ವರ ಸದಾಶಿವ – ಈ ಐವರು ಹುಟ್ಟದಂದು,
ಈ ಐವರ ತಾಯಿ ತಂದೆಗಳಿಲ್ಲದಂದು,
"ನಿಜಗುರು ಸ್ವತಂತ್ರ ಕಪಿಲಸಿದ್ಧ ಮಲ್ಲೇಶ್ವರಾ,
ನಿಮ್ಮ ಹೆಸರೇನಯ್ಯಾ॥"

ಟೀಕು ॥ ಸಕಲಜಗತ್ತಿನ ಸೃಷ್ಟಿಕರ್ತ ಪಂಚಸಾದಾಖ್ಯಕವು, ಶಕ್ತಿಗಳು ಮೊದಲಾದ ಶಿವನ ಲೀಲಾಮೂರ್ತಿಗಳಿಲ್ಲದಂದು ನಿಷ್ಕಲವಾಗಿರ್ದ ವಸ್ತುವನು ಹೆಸರಿಸಬಾರ – ದೆಂಬುದೀ ವಚನದ ತಾತ್ಪರ್ಯಾರ್ಥ.

* ಏಕೋತ್ತರಸಾರ ಗರಿ ೫ಳ
ಪ್ರತಿಕಾರ ಸಿ. ಮಹಾದೇವಪ್ಪ ಎಂ.ಎ,
ಕ್ರಿ . ಶ. 2022

ಗಂಗೆ–ಗೌರೀವಲ್ಲಭರಿಲ್ಲದಂದು,
ಬ್ರಹ್ಮ ವಿಷ್ಣು ರುದ್ರ ಈಶ್ವರಸದಾಶಿವ – ಈ ಐವರು ಹುಟ್ಟದಂದು,
ಈ ಐವರ ತಾಯಿ ತಂದೆಗಳಿಲ್ಲದಂದು,
"ನಿಜಗುರು ಸ್ವತಂತ್ರ ಕಪಿಲಸಿದ್ಧ ಮಲ್ಲೇಶ್ವರಾ,
ನಿಮ್ಮ ಹೆಸರೇನಯ್ಯಾ॥"

ಟೀಕು ॥ ಸಕಲಜಗತ್ತಿನ ಸೃಷ್ಟಿಕರ್ತ ಪಂಚಸಾದಾಖ್ಯಕವು, ಶಕ್ತಿಗಳು ಮೊದಲಾದ ಶಿವನ ಲೀಲಾಮೂರ್ತಿಗಳಿಲ್ಲದಂದು ನಿಷ್ಕಲವಾಗಿರ್ದ ವಸ್ತುವನು ಹೆಸರಿಸಬಾರ–ದೆಂಬುದೀ ವಚನದ ತಾತ್ಪರ್ಯಾರ್ಥ.

* ಏಕೋತ್ತರಸಾರ ಗರಿ ೫ಳ
ಪ್ರತಿಕಾರ ಸಿ. ಮಹಾದೇವಪ್ಪ ಎಂ.ಎ,
ಕ್ರಿ . ಶ. 2022

ಏಕೋತ್ತರಶತಸ್ಥಲಸಾರಾಮೃತ

೧. ಪಿಂಡಸ್ಥಲ

೧

ಶಿಲೆಯೊಳಗಣ ಪಾವಕನಂತೆ, ಉದಕದೊಳಗಣ ಪ್ರತಿಬಿಂಬದಂತೆ, ಬೀಜದೊಳಗಣ ವೃಕ್ಷದಂತೆ, ಶಬ್ದದೊಳಗಣ ನಿಶ್ಶಬ್ದದಂತೆ, ಗೋಹೇಶ್ವರಾ ನಿಮ್ಮ ಶರಣಸಂಬಂಧ.

ಟೀ। ಶಿಲೆಯೊಳ್ಗಿಪ್ಪ ಅಗ್ನಿ ಮೈದೋಱುವ ಹಾಂಗೆ ಪರಬ್ರಹ್ಮವು ಪಿಂಡಸ್ಥವಾಗಿರ್ದು ಕಾಣಿಸಬಾರದೆಂಬುದೀಗ ಶಿಲೆಯೊಳಗಣ ಪಾವಕನಂತೆಯೆಂಬುದು ಶಬ್ದಕ್ಕರ್ಥ. ಆವುದಾನೊಂದು ಪ್ರತಿಬಿಂಬವು ಉದಕದೊಳಗಿರ್ದು ಆ ಉದಕದ–ಗುಣಧರ್ಮ ಕರ್ಮವ–ಹೊದ್ದದ–ಹಾಂಗೆ–ಆ–ಪರಬ್ರಹ್ಮವು ಪಿಂಡಸ್ಥವಾಗಿರ್ದು ಆ ಪಿಂಡದ ಗುಣಧರ್ಮಕರ್ಮವ ಹೊದ್ದದ ಹಾಂಗೆ ಆ ಪರಬ್ರಹ್ಮವು ಪಿಂಡಸ್ಥವಾಗಿರ್ದು ಆ ಪಿಂಡದ ಗುಣಧರ್ಮಕರ್ಮವ ಹೊದ್ದದಿಪ್ಪುದೀಗ, ಉದಕದೊಳಗಣ ಪ್ರತಿಬಿಂಬ––ದಂತೆಯೆಂಬ ಶಬ್ದಕ್ಕರ್ಥ ಬೀಜದೊಳಗಣ ವೃಕ್ಷದ ಹಾಂಗೆ, ಆ ಪರಬ್ರಹ್ಮವು ಪಿಂಡಸ್ಥವಾಗಿರ್ದು ಆ ಪಿಂಡಮಧ್ಯದಲ್ಲಿ ಗೂಢವಾಗಿಪ್ಪುದೆಂಬುದೀಗ ಬೀಜದೊಳಗಣ ವೃಕ್ಷದಂತೆ ಯೆಂಬ ಶಬ್ದಕ್ಕರ್ಥ. ಶಬ್ದದೊಳಗೆ ನಿಶ್ಶಬ್ದವಿದ್ದುದನು ಭೇದಿಸಬಾರದ ಹಾಂಗೆ ಆ ಪರಬ್ರಹ್ಮವು ಪಿಂಡಸ್ಥವಾಗಿರ್ದು ಅಭೇದ್ಯವಾಗಿಪ್ಪುದೆಂಬುದೀಗ ಶಬ್ದದೊಳಗಣ ನಿಶ್ಶಬ್ದಂತೆಯೆಂಬ ಶಬ್ದಕ್ಕರ್ಥ. ಇದು ಪಿಂಡಸಂಭವ ನಿರ್ವಚನ+.॥೧॥
೦೧

೨

ಉದಕದೋಳಗೆ ಬೈಚಿಟ್ಟ ಬಯಕೆಯ ಕಿಚ್ಚಿನಂತಿದ್ದಿತ್ತು. ಶಶಿಯೊಳಗಣ ರಸದ ರುಚಿಯಂತಿದ್ದಿತ್ತು. ನನೆಯೊಳಗಣ ಪರಿಮಳದಂತಿದ್ದಿತ್ತು. ಕೂಡಲ ಸಂಗಮದೇವಾ, ಕನ್ಯೆಯ ಸ್ನೇಹದಂತಿದ್ದಿತ್ತು.

ಟೀ। ಚಿತ್ಪರಮಲಿಂಗದ [1]ತದಾಂಶ[1]ವಾದಾತ್ಮನು ಶಿವಾಜ್ಞೆಯಿಂದ ಜಡಪಿಂಡಸಂಬಂಧಿ ಯಾಗಿ ತನ್ನ ನಿಜವ ಮಱೆದಿಪ್ಪಲ್ಲಿ ಆ ಆತ್ಮನು ನಿಜದ ನಿಲವಪ್ಪ ಚಿತ್ಪರಮಲಿಂಗವು ಆ

ಪಿಂಡರೂಪಾದ ಆತ್ಮಾಂತರ್ಗತವಾಗಿ ಜಡಪಿಂಡದಲ್ಲಿ ತದಾಕಾರವಾಗಿ ಗುಪ್ತದಲ್ಲಿಪ್ಪುದು. ಅದೆಂತೆಂದಡೆ ದೃಷ್ಟ:-

ಶಿವಾಜ್ಞೆಯಿಂದ ಸಮುದ್ರದಲ್ಲಿ ವಡಬಾಗ್ನಿಯಿರ್ದು ಆ ಸಮುದ್ರವ ಗ್ರಹಿಸುವ ದೀಪನದೋಱದೆ ಜಲದಲ್ಲಿ ತದಾಕಾರವಾಗಿಪ್ಪಂತೆ ಚಿದಗ್ನಿ ಸ್ವರೂಪಮಪ್ಪ ಪರಮಲಿಂಗವು ಜಲಬುದ್ಬುದಪಿಂಡದಲ್ಲಿರ್ದು ಪಿಂಡವ ದಹಿಸದೆ ತದಾಕಾರವಾಗಿರ್ದಿತ್ತೆಂಬುದೀಗ, ಉದಕದೊಳಗೆ ಬೈಚಿಟ್ಟ ಬಯಕೆಯ ಕಿಚ್ಚಿನಂತಿದ್ದಿತ್ತು ಎಂಬ ಶಬ್ದಕ್ಕರ್ಥ. ಚಂದ್ರಮ-ನೊಳಗಣ ಅಮೃತಕಿರಣವು ಅಮೃತದಿಂದ ಬೇರ್ಪಡಿಸಿ ತೋಱದಂತೆ ಪಿಂಡಮಧ್ಯ-ದಲ್ಲಿರ್ಪಾತ್ಮರಸವ ಬೇರ್ಪಡಿಸಿ ಚಿತ್ಪರಮ ಪ್ರಕಾಶಲಿಂಗವು ತೋಱದೆಂಬುದೀಗ ಶಶಿಯೊಳಗಣ ರಸದ ರುಚಿಯಂತಿದ್ದಿತ್ತು ಎಂಬ ಶಬ್ದಕ್ಕರ್ಥ. ಕಸುನನೆಯೊಳಗೆ ಸುವಾಸನೆದೋಱದಿರ್ದ ಸುಗಂಧದಂತೆ ಆ ಚಿತ್ಪರಮಲಿಂಗವು ಪಿಂಡಮಧ್ಯದಲ್ಲಿರ್ದು ತನ್ನ ಶಿವ ಸದ್ವಾಸನಾ ಜ್ಞಾನ ತಲೆದೋಱದೆ ಆ ಪಿಂಡಮಧ್ಯದಲ್ಲಿ ತದಾಕಾರವಾಗಿ ಅಡಗಿತ್ತೆಂಬುದೀಗ ನನೆಯೊಳಗಣ ಪರಿಮಳದಂತಿದ್ದಿತ್ತು ಎಂಬ ಶಬ್ದಕ್ಕರ್ಥ. ವಿಷಯಸಂಗಸುಖ ರುತುವಾಗದಿರ್ದ ಹಸುಳೆಯಲ್ಲಿ ಕಾಮ ಮೈಗಾಣಿಸದೆ ಅಡಗಿದ್ದಂತೆ ಚಿತ್ಪರಮಲಿಂಗದ ಸುಖಾನಂದವು ಪಿಂಡಸ್ಥವಾಗಿರ್ದು ಮೈಗಾಣಿಸದಿದ್ದಿತ್ತೆಂಬುದೀಗ ಕೂಡಲಸಂಗಮದೇವಾ, ಕನ್ನೆಯ ಸ್ನೇಹದಂತಿದ್ದಿತ್ತೆಂಬ ಶಬ್ದಕ್ಕರ್ಥ.॥೨॥ A_1

೩

ಮರೀಚಿಯೊಳಡಗಿದ ಬಿಸಿಲಿನಂತಿದ್ದಿತ್ತು. ಕ್ಷೀರದೊಳಗಣ ತುಪ್ಪದಂತಿದ್ದಿತ್ತು, ಚಿತ್ರಿಕನೊಳಡಗಿದ ಚಿತ್ರದಂತಿದ್ದಿತು. ಆಲಿಯೊಳಗಡಗಿದ ತೇಜದ ಗೋಪ್ಯದಂತಿದ್ದಿತ್ತು. ನುಡಿಯೊಳಡಗಿದ ಅರ್ಥದಂತಿದ್ದಿತ್ತು. ಕೂಡಲ ಚೆನ್ನ ಸಂಗಯ್ಯಾ, ನಿಮ್ಮ ನಿಲವು.

ಟೀ। ಪರಿಪೂರ್ಣವಾಗಿರ್ದ ಬಿಸಿಲಿನೊಳಗೆ ಮರೀಚಿಕಾಜಲ ಛಾಯೆದೋಱಲು ಆ ತೋಱಿದ ಮರೀಚಿಕದೊಳಗಾ ಪರಿಪೂರ್ಣವಾದ, ಬಿಸಿಲಿರ್ದು ಕಾಣಿಸದಿಪ್ಪಂತೆ, ಆ ಪರಬ್ರಹ್ಮದಖಂಡಚಿತ್ಪ್ರಕಾಶದೊಳಗೆ ತೋಱಿದ ಮಿಥ್ಯಾಮಾಯಾಛಾಯಾಜಲ--ರೂಪವಾದ ಪಿಂಡದೊಳಗಖಂಡ ಚಿಚ್ಚೈತನ್ಯಪ್ರಕಾಶವಿರ್ದು ಕಾಣಿಸದಿಪ್ಪುದೆಂ- -ಬುದೀಗ, ಮರೀಚಿಯೊಳಡಗಿದ ಬಿಸಿಲಿನಂತಿದ್ದಿತ್ತೆಂಬ ಶಬ್ದಕ್ಕರ್ಥ. ಹಾಲಿನೊಳಗೆ ತುಪ್ಪವಿದ್ದು ಪರಿಮಳದೋಱದಿಹ ಹಾಲಿನಂತೆ ತದಾಕಾರವಾಗಿರ್ದು ಬೇರ್ಪಡಿಸಿ ಕಾಣಬಾರದಿಪ್ಪಂತೆ ಪರಮಾತ್ಮಲಿಂಗವು ಪಿಂಡಸ್ವರೂಪದಲ್ಲಿ ತದಾಕಾರವಾಗಿಪ್ಪುದು. ಅಂತಿರ್ದು ತನ್ನ ಶಿವಸದ್ವಾಸನಾಜ್ಞಾನದೋಱದಡಗಿಪ್ಪುದೆಂಬುದೀಗ ಕ್ಷೀರದೊಳಗಣ ತುಪ್ಪದಂತಿದ್ದಿತ್ತು ಎಂಬ ಶಬ್ದಕ್ಕರ್ಥ. ಚಿತ್ರಿಕನ ಭಾವದಲ್ಲಿಪ್ಪ ಚಿತ್ರದ ರೂಹು ಕಾಣಿಸದಿಪ್ಪಂತೆ ಚಿತ್ಪ್ರಭಾಚೈತನ್ಯಲಿಂಗವು ಪಿಂಡಮಧ್ಯದಲ್ಲಿರ್ದು ತನ್ನ ರೂಹು ಕಾಣಿಸದಿಪ್ಪುದೆಂಬುದೀಗ

ಚಿತ್ರಕನೊಳಡಗಿದ ಚಿತ್ರದಂತಿದ್ದಿತ್ತೆಂಬ ಶಬ್ದಕ್ಕರ್ಥ, ಕಂಗಳ ಪಟಲದೊಳಗಿಪ್ಪ ಸೂಕ್ಷ್ಮ ಪ್ರಭೆ ಕುಱುಹಿಂಗೆ ಬಾರದಂತೆ ಚಿತ್ಪ್ರಭಾಲಿಂಗವು ಪಿಂಡಸ್ಥವಾಗಿರ್ದು ಕುಱುಹುದೋಱದೆಂಬುದೀಗ ಆಲಿಯೊಳಗಣ ತೇಜದ ಗೋಪ್ಯದಂತಿದ್ದಿತ್ತೆಂಬ ಶಬ್ದಕ್ಕರ್ಥ. ತತ್ತ್ವಾನುಭಾವದ ನುಡಿಯರ್ಥವು ಎಲ್ಲರಿಗೆ ಕಾಣಿಸದೆ ಗೋಪ್ಯವಾಗಿರ್ಪಂತೆ ಚಿದ್ಬೋಧಾಮೂರ್ತಿಯಪ್ಪ-ಚಿಲ್ಲಿಂಗವು-ಪಿಂಡಸ್ಥವಾಗಿರ್ದುದ ವಿವರಿಸಬಾರದೆಂ- -ಬುದೀಗ ನುಡಿಯೊಳಗಡಗಿದ ಅರ್ಥದಂತಿರ್ದಿತ್ತೆಂಬ ಶಬ್ದಕ್ಕರ್ಥ.॥೩॥ (A_1)

೪

ಕಲ್ಲೊಳಗಣ ಕಿಚ್ಚು ಉರಿಯಬಲ್ಲುದೆ? ಬೀಜದೊಳಗಣ ವೃಕ್ಷ ಉಲಿಯಬಲ್ಲುದೆ? ತೋಱಲಿಲ್ಲಾಗಿ ಬೀಱಲಿಲ್ಲಾರಿಗೆಯು; ಗೋಹೇಶ್ವರಾ, ನಿಮ್ಮ ನಿಲವ ಅನುಭವಸುಖಿ ಬಲ್ಲ.

ಟೀ। ಶಿಲೆಯೊಳಗಿಪ್ಪಗ್ನಿ ಸ್ಫುರಿಸದಂತೆ ಪರಬ್ರಹ್ಮವು ಪಿಂಡಸ್ಥವಾಗಿರ್ದು ಆ ಪಿಂಡದಿಂದ ವ್ಯತಿರಿಕ್ತವಾಗಿ ತೋಱಲಱಿಯದೆಂಬುದೀಗ ಕಲ್ಲೊಳಗಣ ಕಿಚ್ಚು ಉರಿಯಬಲ್ಲುದೆಯೆಂಬ ಶಬ್ದಕ್ಕರ್ಥ. ಬೀಜದೊಳಡಗಿಪ್ಪ ವೃಕ್ಷದಂತೆ ಆ ಪರಬ್ರಹ್ಮವು ಪಿಂಡಸ್ಥವಾಗಿರ್ದು ವ್ಯೈದೋಱದಿಪ್ಪುದೀಗ ಬೀಜದೊಳಗಣ ವೃಕ್ಷ ಉಲಿಯಬಲ್ಲುದೆಯೆಂಬ ಶಬ್ದಕ್ಕರ್ಥ. ಇಂತಪ್ಪ ಪರಬ್ರಹ್ಮವು ತಾನೊಂದಕ್ಕೆಯು ತೋಱ ಬೀಱಲಿಲ್ಲಾಗಿ, ತೋಱಲಿಲ್ಲಾಗಿ ಬೀಱಲಿಲ್ಲಾರಿಗೆಯು ಎಂಬ ಶಬ್ದಕ್ಕರ್ಥ. ಈ ನಿಲವನಾರು ಬಲ್ಲರೆಂದರೆ ಇದಂ-ಹಂ ಎಂಬುಭಯವಳಿದ ಮಹಾನುಭಾವಿ ಬಲ್ಲನೆಂಬುದೀಗ ಅನುಭವಸುಖಿ ಬಲ್ಲನೆಂಬ ಶಬ್ದಕ್ಕರ್ಥ.॥೪॥ A_1

೨ ಪಿಂಡಜ್ಞಾನಸ್ಥಲ

೫

ಅಯ್ಯಾ ನೀನು ನಿರಾಳ ನಿರ್ಮಾಯನಾಗಿಪ್ಪೆಯಾಗಿ, ಆಕಾಶ ಪ್ರಕಾಶವಿಲ್ಲದಂದು, ಸಾಕ್ಷಿ ಸಭೆಗಳಿಲ್ಲದಂದು, ಸಚರಾಚರಂಗಳೆಲ್ಲಾ ರಚನೆಗೆಬಾರದಂದು, ಆಧಾರದೊಳಗಣ ವಿಭೂತಿಯನೆ ತೆಗೆದು ಭೂಮಿಯ ನೆಲೆಗೊಳಿಸಿ ಪಂಚಾಶತ್ಕೋಟಿ ವಿಸ್ತೀರ್ಣ ಭೂಮಂಡಲಕ್ಕೆ ಸುತ್ತಿ ಹರಿದವು ಸಪ್ತಸಾಗರಂಗಳು. ಎಂಬತ್ತಾಱು ಕೋಟಿಯ ತೊಂಬತ್ತೇಳು ಲಕ್ಷಕಾಲ-ಭುವನ ಮಂಡಲಕ್ಕೆ ಉದಯ; ಬ್ರಹ್ಮಾಂಡವಱುವತ್ತಾಱು ಕೋಟಿ ತಾರಾಮಂಡಲವೆಂದರೆ ಬೆಳಗಿ ತೋಱಿದ

ಹನ್ನೆರಡು ಜ್ಯೋತಿಯ, ನಿಲಿಸಿ ತೋಜೆದ ಹದಿನಾಲ್ಕು ಭುವನವ. ಈ ಜಗದ ಜಂಗುಳಿಯ ಕಾವ [1]ಗೋವಾಳ[1] ತಾನಾಗಿ, [2]ಚೌರಾಸಿ[2] ಲಕ್ಷ ಜೀವರಾಶಿಗಳಿಗೆ, ರಾಶಿವಾಳ ತಾನಾಗಿ, ಸಕಲದಳಿವಿನುಳುವಿನ ನಿಂದ ನಿಲವ ನೋಡಿ ಕಂಡೆ ಗೋಹೇಶ್ವರಾ ನಿಮ್ಮ ಶ್ರೀಪಾದಕ್ಕೆ ನಮೋ ನಮೋ ಎನ್ನುತಿರ್ದೆನು.

ಟೀ। ನಿರಾಳ ನಿರ್ಮಾಯನಾಗುತ್ತಿಹ ಪರಶಿವನು ಆಕಾಶ ಪ್ರಕಾಶಿಸದಂದು ನಿಜವಾಗಿದ್ದಿತ್ತೆಂಬುದು ಕಾಣಬಂದರ್ಥ. ತನ್ನ ನಿಜವನುಸುರಿಹೆನೆಂದರೆ ತನ್ನಿಂದ–ನ್ಯವಾರೂಯಿಲ್ಲವೆಂಬುದುಸಾಕ್ಷಿ: ಸಭೆಗಳಿಲ್ಲದಂದುಯೆಂಬ ಶಬ್ದಕ್ಕರ್ಥ. ಸಚರಾಚರವೆಲ್ಲಾ ರಚನೆಗೆ ಬಾರದಂದು ನಿಜವಾಗಿದ್ದಿತೆಂಬುದು ಕಾಣಬಂದರ್ಥ. ಇಂತು ಇವಾವವೂ ಇಲ್ಲದಂದು ಜಗತ್ ಸೃಷ್ಟ್ಯರ್ಥಕಾರಣವಾಗಿ ತನ್ನ ಮಹದಹಂಕಾರಭೂಷಣಮಷ್ಟ ಚಿದ್ವಿಭೂತಿಯನು ಆತ್ಮಗತಸ್ಥಾನದಿಂದ ಬಹಿರ್ಗತವ ಮಾಡಲು ಅದೆ ಚಿಚ್ಛಕ್ತಿಸ್ವರೂಪವಾಗಿ 'ಚಿತ್ತಾಯತೇ ಧಾತುಬದ್ಧಂ ಶರೀರಸ್ಥಂ' ಎನಿಸಿಕೊಂಡಿತ್ತಾಗಿ, ಆಧಾರದೊಳಗಣ ವಿಭೂತಿಯನೆ ತೆಗೆದು ಭೂಮಿಯ ನೆಲೆಗೊಳಿಸಿದನು ಎಂಬ ಶಬ್ದಕ್ಕರ್ಥ. ಆ ಚಿತ್ತಿನಿಂದ ಪಂಚಸಾದಾಖ್ಯತತ್ತ್ವಂಗಳು ದಯಿಸಿದವು. ಆ ಸಾದಾಖ್ಯ ತತ್ತ್ವಂಗಳಿಂದಷ್ಟ –ತನುಗಳುದೈಸಿದವು. ಆ ಅಷ್ಟತನುಗಳಿಂದ ಬ್ರಹ್ಮಾಂಡವಾದಿಯಾದ ನಾನಾ ಪ್ರಪಂಚುಗಳುದೈಸಿದ ವೆಂಬುದಜೊಳಗೆ ಬ್ರಹಾಂಡವಳಯ ಸೂರ್ಯಮಂಡಲ ತಾರಾಮಂಡಲ ಚತುರ್ದಶ ಭುವನಕಾಲ–ಕಲ್ಪಿತಪ್ರಮಾಣಂಗಳೆಲ್ಲಾ ಅಡಗಿದವೆಂಬುದು ಕಾಣಬಂದರ್ಥ. [2]ಚೌರಾಸಿ[2] (84) ಲಕ್ಷ ಜೀವರಾಶಿಗಳಿಗೆ ಆ ಪರವಸ್ತುವೆ ಕರ್ತೃವೆಂಬುದೀಗ ಕಾಣಬಂದರ್ಥ. ಇಂತುದೈಸಿದ ಸಮಸ್ತ ಪ್ರಪಂಚುಗಳು ಎಲ್ಲಿ ಅಡಗಿದವೆಂದರೆ 'ಯದ್ದ್ರಷ್ಟಂ ತನ್ನಷ್ಟಂ' ಎಂದುದಾಗಿ ಆ ಮಹತ್ತಿನೊಳ ಗಡಗಿದವೆಂಬುದು ಸಕಲದಳಿವಿನುಳಿವೆಂಬ ಶಬ್ದಕ್ಕರ್ಥ. ಆ ಉಳುಮೆಯನು ಜ್ಞಾನದೀಪ್ತಿಯಿಂ ಕಂಡನೆಂಬುದು ನೋಡಿ ಕಂಡೆನೆಂಬ ಶಬ್ದಕ್ಕರ್ಥ.॥೫॥
A[1]

೬

ಅಯ್ಯಾ, ನೀನು ನಿರಾಕಾರವಾಗಿರ್ದಲ್ಲಿ ನಾ ಜ್ಞಾನವೆಂಬ ವಾಹನವಾಗಿರ್ದೆ, ಕಾಣಾ, ಅಯ್ಯಾ, ನೀನು [1]ಸಾಂಟ್ಯ[1]ಕ್ಕೆ ನಿಂದಲ್ಲಿ ನಾನು ಚೈತನ್ಯನೆಂಬ ವಾಹನವಾಗಿರ್ದೆ ಕಾಣಾ ಅಯ್ಯಾ, ನೀನು ಸಾಕಾರವಾಗಿರ್ದಲ್ಲಿ ನಾನು ವೃಷಭನೆಂಬ ವಾಹನವಾಗಿರ್ದೆ ಕಾಣಾ ಅಯ್ಯಾ, ನೀನೆನ್ನ ಭವವ ಕೊಂದೆಹೆನೆಂದು ಜಂಗಮಲಾಂಛನವಾಗಿ ಬಂದರೆ ನಾನು ಭಕ್ತನೆಂಬ ವಾಹನವಾಗಿರ್ದೆ ಕಾಣಾ, ಕೂಡಲಸಂಗಮದೇವಾ.

ಟೀ। ಬಸವೇಶ್ವರದೇವರು ತಮ್ಮ ಪೂರ್ವಾಪರಮಂ ಜ್ಞಾನೋದಯದಿಂದ ನಿರೂಪಿಸಿದ ನಿರೂಪನಿಷ್ಕಲವಾಗಿರ್ದ ಪರಬ್ರಹ್ಮಕ್ಕೆ ಅಖಂಡಜ್ಞಾನ ಪ್ರಕಾಶವೆ ಅಂಗ; ಆ ಅಂಗವೆಂಬುದೀಗ ಆಧಾರವೆನಿಸಿತ್ತು. ಅಂತು ಆಧಾರವೆನಿಸಿದ ಜ್ಞಾನಸ್ವರೂಪವೇ ಬಸವಣ್ಣನೆಂಬುದೀಗ, ಅಯ್ಯಾ, ನೀನು ನಿರಾಕಾರವಾಗಿರ್ದಲ್ಲಿ ನಾನು ಜ್ಞಾನವೆಂಬ ವಾಹನವಾಗಿರ್ದೆ, ಕಾಣಾ ಎಂಬ ಶಬ್ದಕ್ಕರ್ಥ. ಅಂತು ನಿಷ್ಕಲವಾಗಿರ್ದಲ್ಲಿ ಪರಶಿವಂಗೆ ತನ್ನ ಚಿತ್ತುವೆ ತನಗಂಗವಾಗಿರ್ದು ಆ ಚಿಚ್ಚೈತನ್ಯಪ್ರಭಾಂಗವನೆ ಮುಂದುಗೊಂಡು ತನ್ನ ಸ್ವಲೀಲೆಯಿಂದ ಲಿಂಗಮೂರ್ತಿಯಾಯಿತೆಂಬುದೀಗ ಅಯ್ಯಾ, ನೀನು [1]ನಾಂಟ್ಯ[1]ಕ್ಕೆ ನಿಂದಲ್ಲಿ ನಾನು 'ಚೈತನ್ಯ'ನೆಂಬ ವಾಹನವಾಗಿರ್ದೆ ಕಾಣಾ ಎಂಬ ಶಬ್ದಕ್ಕರ್ಥ. ಅಂತಿರ್ದ ಚಿಲ್ಲಿಂಗವು ತನ್ನ ಚಿಚ್ಚೈತನ್ಯವನೆ ಮುಂದುಗೊಂಡು ಸಾಕಾರವಾಗಿರ್ದಲ್ಲಿ ಆ ಚಿತ್ತುವೆ ವೃಷಭನೆಂಬ ವಾಹನವಾಯಿತ್ತೆಂಬುದೀಗ ಅಯ್ಯಾ, ನೀನು ಸಾಕಾರವಾಗಿರ್ದಲ್ಲಿ ನಾನು ವೃಷಭನೆಂಬ ವಾಹನವಾಗಿರ್ದೆ ಕಾಣಾಯೆಂಬ ಶಬ್ದಕ್ಕರ್ಥ. ಅಂತು ಸಾಕಾರವಾದ ಪರಶಿವಂಗೆ ವಾಹನವಾದ ಚಿಚ್ಚೈತನ್ಯದ [1]ಚಿದಾಂಶ[1]ವೆ ಆತ್ಮರುಗಳಾಗಲು ಆ ಆತ್ಮರುಗಳ ಭವವ ಛೇದನವ ಮಾಡಬೇಕೆಂದು ಶಿವ ತಾನೆ ಜಂಗಮಸ್ವರೂಪವಾಗಿ ಬಂದಲ್ಲಿ ಆ ಆತ್ಮರುಗಳ ನಿಜಸ್ವರೂಪಮಪ್ಪ ಚಿತ್ಸ್ವರೂಪವೆ ಪ್ರಭಾವಿಸಿ ಭಕ್ತಿಯ ತಾಳಿತ್ತೆಂಬುದೀಗ ಅಯ್ಯಾ, ನೀನೆನ್ನ ಭವವ ಕೊಂದೆಹೆನೆಂದು ಜಂಗಮವಾಗಿ ಬಂದರೆ ನಾನು ಭಕ್ತನೆಂಬ ವಾಹನವಾಗಿರ್ದೆ, ಕಾಣಾ ಎಂಬ ಶಬ್ದಕ್ಕರ್ಥ. ಇಂತು ಚತುರ್ವಿಧವಾದ ವಾಹನವು ಚಿತ್ತುವೆಯಾಯಿತ್ತಾಗಿ ಆ ಚಿತ್ಸ್ವರೂಪವೆ ಶರಣ ಬಸವಣ್ಣನೆಂಬುದೀ ವಚನದ ತಾತ್ಪರ್ಯಾರ್ಥ.॥೬॥ A[1]

೩. ಸಂಸಾರ [2]ಹೇಯ[2] ಸ್ಥಲ[+]

೭

ಚಂದ್ರಮನಂತೆ ಕಳೆ ಸಮನಿಸಿತ್ತೆನಗೆ. ಸಂಸಾರವೆಂಬ ರಾಹು-ಸರ್ವ[3]ಗ್ರಾಸಿ[3]ಯಾಗಿ ನುಂಗಿತಯ್ಯಾ! ಇಂದೆನ್ನ ದೇಹಕ್ಕೆ ಗ್ರಹಣವಾಯಿತ್ತು; ಇನ್ನೆಂದಿಂಗೆ ಮೋಕ್ಷವಹುದೋ ಕೂಡಲಸಂಗಮದೇವಾ?

ಟೀ। ಜ್ಞಾನಕಲಾತ್ಮನ ಮಾಯಾದೇಹ ಸಂಸಾರವವಗ್ರಹಿಸಿದಲ್ಲಿ ಜ್ಞಾನೋದಯದಿಂದಾ ತನ್ನ ನಿಜವ ತಿಳಿದುನೋಡಿ ಮೋಕ್ಷಾಪೇಕ್ಷನಾಗಿ ಸಂಸಾರದ ಬಿಡುಗಡೆಯ ಬಯಸಲು ಆ ಬಯಸಿದ ಮಾತ್ರದಲ್ಲಿಯೆ ಬಿಡದಿಪ್ಪುದ ಕಂಡು ಜ್ಞಾನಿಗಳು ಚಿಂತಿಸುತ್ತಿರ್ದ-ರೆಂಬುದೀಗ ವಚನಾರ್ಥ.॥೭॥ A[1]

೮

ಒಂದು ಯೋನಿಯಲ್ಲಿ ಬಂದ ದುಃಖವ [೧]ನಾನೆಂದಿಂಗೂ ಕಳೆಯಲಾಱೆ[೧]. ಎಂಬತ್ತೊನಾಲ್ಕು ಲಕ್ಷ [೨]ಯೋನಿ[೨]ಯೆಂದರೆ [೩]ಇನ್ನೇವೆ[೩]ನಯ್ಯಾ [೨]ನೊಂದೆನಯ್ಯಾ, ನೊಂದೆನಯ್ಯಾ[೨] [೪]ಮತ್ತೊಂದ[೪]ನಱಿಯದ ಶಿಶು, [೫]ಬೆಂ[೫]ದೆನಯ್ಯಾ [೨]ಶಿವಶಿವಾ! [೨] ಎನ್ನ ಕಂದ ನೀ ಬಾರೆಂದು ಕಂಬನಿಯ ತೊಡೆದೆತ್ತಿ ಆನಂದದಿಂದ ಕಂದೆಱೆ ಉಳಿಲುಮೇಶ್ವರಾ+?

ಟೀ। ಜ್ಞಾನೋದಯದಿಂದ ತಾನು ಶಿವಾಂಶಿಕನೆಂದಱಿದ ಶರಣನು ತನಗನಾದಿಯಲ್ಲಿ ದೇಹ, ಕರಣ, ಜನನ, ಮರಣವಿಲ್ಲದಿರ್ದು ಶಿವಾಜ್ಞೆಯಿಂದ ದೇಹಿಯಾಗಿ ಹುಟ್ಟಿ, ಭವದಲ್ಲಿ ನೊಂದು ಅಳಲುವ ಭುವದುಃಖವ ಬಿಡಿಸಿ, ಶಿವ, ನಿಮ್ಮ [6]ನಿಜಾತ್ಮಜ[6]ನೆಂದೆತ್ತಿಕೊಂಡು, ಆನಂದದಿಂದ ಪ್ರತ್ಯಕ್ಷವಾಗಿ ನಿಮ್ಮ ಮೂರ್ತಿಯ ತೋಱಿ ಕರುಣಿಸೆಂಬುದೀ ವಚನಾರ್ಥ.॥೮॥ A[1]

೯

ಭವಬಂಧನ, ಭವ[7]ಪಾಶಂಗಳೇತಱಿಂದಾಯಿತ್ತೆಂದರೆ:[7] ಹಿಂದಣ ಜನ್ಮದಲ್ಲಿ ಲಿಂಗವ ಮರಱೆದೆನಾಗಿ; ಹಿಂದಣ ಸಿರಿಯಲ್ಲಿ ಜಂಗಮವ ಮಱೆದೆನಾಗಿ. [7]ಅಱಿದಡೀ[7] ಸಂಸಾರವ ಹೊದ್ದಲೀವೆನೆ ಕೂಡಲ ಸಂಗಮದೇವಾ?+

ಟೀ। ಜ್ಞಾನೋದಯದಿಂದ ಶರಣ ತನ್ನ ಮುನ್ನಿನ ನಿಜವ ತಿಳಿದುನೋಡಿ: ಅನಾದಿಯಲ್ಲಿ ತಾನು ಪರಶಿವನ ಚಿತ್ತುವಾಗಿರ್ದಲ್ಲಿ, ಆ ಪರಶಿವನ ಚಿತ್ತುವಿಗೆ ಲೀಲೆದೋಱೆ [8]ಸಾಕಾರವ[8]ನಾವಲಂಬಿಸಿಕೊಂಡು[8] ತೋಱಿದ ತೋಱಿಕೆಯಿೊಗ, ಚಿತ್ತುವಿನ ಹಿಂದಣ ಪ್ರಥಮ ಜನನ. ಅಂತು [8]ಸಾಕಾರವ[8]ನಾವಲಂಬಿಸಿಕೊಂಡು[8] ಅಹಂಭಾವದಲ್ಲಿ ವಿಶ್ರಮಿಸಿ, ತಾನು ಲಿಂಗವೆಂಬುದ ಮಱೆದ ಮಱೆವೆಯೆ ಚಿತ್ಸ್ವರೂಪವಾದ ಶರಣಂಗೆ ದೇಹಸಂಸಾರದ ಭವಬಂಧನವಾಯಿತ್ತೆಂಬುದೀಗ, [A]ಭವಬಂಧನ, ಭವಪಾಶಂ –ಗಳೇತಱಿಂದಾಯಿತ್ತೆಂದರೆ![A] ಹಿಂದಣ ಜನ್ಮದಲ್ಲಿ ಲಿಂಗವ ಮಱೆದೆನಾಗಿ! ಹಿಂದಣ ಸಿರಿಯಲ್ಲಿ ಜಂಗಮವ ಮಱೆದೆನಾಗಿಯೆಂಬ ಶಬ್ದಕ್ಕರ್ಥ. ಅಂತು ಮಱೆದ ಮಱವೆಯಿಂದ ಜನ್ಮಜನ್ಮದ ದೇಹೇಂದ್ರಿಯ ವಿಷಯಭೋಗಂಗಳಲ್ಲಿ ಲಿಂಗವ ಮಱೆದು ಭೋಗಿಸಿ ಭವಬಂಧನಕ್ಕೊಳಗಾದರು ಜೀವರು. ಇಂತೆಂಬುದನಱಿದು ಸರ್ವಭೋಗಂಗಳ ಲಿಂಗಕ್ಕರ್ಪಿಸಿ ಲಿಂಗ –ಭೋಗೋಪಭೋಗಿಂಬಾದಾತಂಗೆ ಭವ, ಸಂಸಾರಬಂಧನವಿಲ್ಲವೆಂಬುದೀ ವಚನದ ತಾತ್ಪರ್ಯಾರ್ಥ.॥೯॥ A[1]

೧೦

ಶೂಲದ ಮೇಲಣ ವಿಭೋಗವೇನಾದರೇನೊ ? ನಾನಾವರ್ಣದ ಸಂಸಾರ ಹಾವು ಹಾವಾಡಿಗನ ಸ್ನೇಹದಂತೆ! ತನ್ನಾತ್ಮ ತನಗೆ ಹಗೆಯಾದ ಬಳಿಕ ಬಿನ್ನಾಣವುಂಟೇ ಕೂಡಲಸಂಗಮದೇವಾ?

ಟೀ। ಗಾರುಡಿಗನು ಹಾವಿನ ಸಂಗದಿಂದ ಸುಖವ ಪಡೆದೇನೆಂದು ಆ ಹಾವಿನ ಕೈಯಲಳಿವಂತೆ ಆತ್ಮನು ಅಲ್ಪದೇಹ ಸಂಸಾರಸುಖಕ್ಕೆ ಮಚ್ಚಿ ಸತ್ತು ಹುಟ್ಟುತ್ತಿಹನೆಂಬುದೀಗ ಶೂಲದ ಮೇಲಣ ವಿಭೋಗವೆನಾದರೇನೋ ನಾನಾವರ್ಣದ ಸಂಸಾರ ಹಾವು ಹಾವಾಡಿಗನ ಸ್ನೇಹದಂತೆಂಬ ಶಬ್ದಕ್ಕರ್ಥ. ಅಂತಪ್ಪ ದೇಹ ಸಂಸಾರ ಆತ್ಮಂಗೆ ಎಂತು ಬಂದಿತ್ತೆಂದರೆ ಶಿವನು ತನ್ನ ತದಾಂಶವನೆ ಆತ್ಮರ ಮಾಡಿ, ಆ ಆತ್ಮರುಗಳನು ಹುಸಿದೇಹ ಸಂಸಾರಸುಖಕ್ಕೆ ಮಚ್ಚಿಸಿ ಭವದುಃಖಕ್ಕೀಡುಮಾಡಿ ಶಿವ ತಾನೆ ವೈರಿಯಾಗಿ ನೋಡಿ ವಿನೋದಿಸುತ್ತಿರ್ದ ಬಳಿಕ ಬಿಡಿಸುವರಾರುಂಟು ಎಂಬುದೀಗ, ತನ್ನಾತ್ಮ ತನಗೆ ಹಗೆಯಾದ ಬಳಿಕ ಬಿನ್ನಾಣವುಂಟೆ? ಎಂಬ ಶಬ್ದಕ್ಕರ್ಥ. ಅಂತಿಪ್ಪಾತ್ಮರುಗಳಿಗೆ ಮರಳಿ ಶಿವ ತಾನೆ ತನ್ನ ಮಹದ ಸುಖವ ಕರುಣಿಸಿ ಕೊಟ್ಟಂದಿಗಹುದೆಂಬುದೀಗ, ಮಹಾದಾನಿ ಕೂಡಲಸಂಗಮದೇವಾ ಎಂಬ ಶಬ್ದಕ್ಕರ್ಥ.॥೧೦॥ A[1]೧೧ (ಬವ)

೧೧

ಎಂದೋ ಸಂಸಾರದ ದಂದುಗ ಹಿಂಗುವುದು? ಎಂದೋ ಮನದಲ್ಲಿ ಪರಿಣಾಮವಹುದೆನೆಗೆ; ಎಂದೋ ಎಂದೋ, ಕೂಡಲ ಸಂಗಮದೇವಾ, ಇನ್ನೆಂದೋ ಪರಮ ಸಂತೋಷದಲ್ಲಿಹುದೆನಗಿನ್ನೆಂದೋ?

ಟೀ। ಜ್ಞಾನೋದಯವಾದ ಶರಣನು ಸಂಸಾರಬಂಧನ ದುಃಖಕ್ಕಲಸಿ ಶಿವಾನಂದಸುಖ ದೊರಕಿ ಪರಿಣಾಮದಲ್ಲಿರ್ಪುದು ಎಂದಹುದೋ ಎಂದು, ಮೋಕ್ಷಾಪೇಕ್ಷೆಯ ಚಿಂತನೆಯಲ್ಲಿರ್ದನೆಂಬುದೀ ವಚನಾರ್ಥ.॥೧೧॥ A[1]

೪ ಗುರುಕರುಣಸ್ಥಲ

೧೨

ಎಂಬತ್ತನಾಲ್ಕು ಲಕ್ಷ ಜೀವರಾಶಿಯೊಳು ಜನಿಸುವುದೆ ಜನಿತವೆಲ್ಲರಿಗೆ. ಆ ಜನ್ಮಾಂತರಯೋನಿಯೊಳು ಜನಿಸದಾತನೆ ಶಿವಯೋಗಿ. ಆ ಯೋನಿಜನ್ಮಾಂತರವ ಕಳೆದನದು ಹೇಂಗೆಂದಡೆ ಶ್ರೀಗುರುಕಾರುಣ್ಯ ಕರಪಲ್ಲವದೊಳಗೆ ಬೆಸಲಾಯಿತ್ತಾಗಿ. ಅಂಥಾ ಯೋನಿಮುಖಜನ್ಮಾಂತರವ ಕಳೆದ ಶರಣಂಗೆ ಭವಮಾಲೆಯುಂಟೇ, ಉರಿಲಿಂಗಪೆದ್ದಿಪ್ರಿಯ ವಿಶ್ವೇಶ್ವರಾ?

ಟೀ। ಗುರುವಿನ ಕರುಣದಲ್ಲಿ ಜನಿಸಿದ ಶರಣನು ಲಿಂಗಸಂಬಂಧಿಯಾದನಾಗಿ, ಆ ಶರಣಂಗೆ ಜನನ ಮರಣವಿಲ್ಲವೆಂಬುದೀ ವಚನಾರ್ಥ.॥೧೨॥ A[1]

೧೩

ಘನವ ನೆನೆವ ಮನಕ್ಕೆ ತಕ್ಕ ಕಿವಿಯಾದವಾಗಿ ಗುರುವಚನರತಿಸುಖಸಾರಾಯ–ಸಂಬಂಧದನುಭಾವಿಯಾಗಿ ಶರಣಸತಿ ಗರ್ಭವಾದಳು. ಇರುಳಿಲ್ಲ [+]ಹಗಲಿಲ್ಲ[+], ನವಮಾಸಂಗಳನಱಿಯಳು ರೇಕಣ್ಣಪ್ರಿಯ ನಾಗಿನಾಥ ಅಯೋನಿಸಂಭವನಾಗಿ ಪ್ರಸೂತಿಕಾಯನಲ್ಲ.

ಟೀ। ಸಮ್ಯಜ್ಞಾನ ಉದಯವಾಗಿ ಸಕಲಮಾಯಾ ಪ್ರಪಂಚನತಿಗಳೆದು ಶ್ರೀಗುರುಕಾರುಣ್ಯದಿಂದ ಲಿಂಗಾಂಗ ಸಂಬಂಧಿಯಾದ ಶರಣನು ಶಿವೋऽಹಂ ಎಂಬ [1]ಶಿವಷಡಕ್ಷರವನು[1]ಚ್ಚರಿಸುತಿರ್ದನೆಂಬುದೀಗ ಘನವ ನೆನೆವ ಮನಕ್ಕೆ ತಕ್ಕಯೆಂಬ ಶಬ್ದಕ್ಕರ್ಥ. ಸೋऽಹಂಭಾವವ ಮುಂದುಗೊಂಡಿರ್ದ ಶರಣಂಗೆ ಅನಾಹತ ಕರ್ಣದ್ವಾರವೆಂಬ ನಿಜಾಶ್ರುತ ಉಂಟಾಯಿತ್ತೆಂಬುದೀಗ ಕಿವಿಯಾದ– –ವಾಗಿಯೆಂಬ ಶಬ್ದಕ್ಕರ್ಥ. ಅನಾಹತ ಕರ್ಣದ್ವಾರದಲ್ಲಿ ಶ್ರೀಗುರುವಿನ ಜ್ಞಾನಾನಂದಸುಖರಸಸ್ವರೂಪವಾದ ಮಹಾನುಭಾವ ವೇದ್ಯವಾಗಲು, ನಿಜಾಂತರಂಗದಲ್ಲಿ ಚಿಲ್ಲಿಂಗವೆಂಬ ಚಿದ್ಗರ್ಭ ಚಿಹ್ನಾಂಕಿತವಾಯಿತ್ತೆಂಬುದೀಗ ಗುರುವಚನರತಿಸುಖಸಾರಾಯ ಸಂಬಂಧ –ದನುಭಾವಿಯಾಗಿ ಶರಣಸತಿ ಗರ್ಭವಾದಳು ಎಂಬ ಶಬ್ದಕ್ಕರ್ಥ. ಆ ಚಿಲ್ಲಿಂಗಸಂಗಿಯಾದ ಶರಣಂಗೆ ಜ್ಞಾನಾಜ್ಞಾನಂಗಳೆಂಬ ವಿಕಲ್ಪಭ್ರಾಂತಿಲ್ಲವೆಂಬುದೀಗ ಇರುಳಿಲ್ಲ ಹಗಲಿಲ್ಲ ಎಂಬ ಶಬ್ದಕ್ಕರ್ಥ. ಭಿನ್ನಜ್ಞಾನವಳಿದು, ಅಭಿನ್ನಜ್ಞಾನಿಯಾದ ಶರಣನು ಕಾಲಕಲ್ಪಿತಂಗಳು ಮೊದಲಾದ ಇಂದ್ರಿಯ ಪ್ರಪಂಚನಿವೃತ್ತಿಯ ಮಾಡಿ ಅಜಾತಸ್ವಯಂಭುಲಿಂಗ 'ವಾಗಿರ್ದನಾಗಿ ಜನನ ಮರಣವಿಲ್ಲವೆಂಬುದೀಗ ನವಮಾಸಂಗಳನಱಿಯಳು ರೇಕಣ್ಣಪ್ರಿಯ ನಾಗಿನಾಥ ಅಯೋನಿಸಂಭವನಾಗಿ ಪ್ರಸೂತಿಕಾಯನಲ್ಲ ಎಂಬ ಶಬ್ದಕ್ಕರ್ಥ.॥೧೩॥ A[1]

೧೪

ಇನ್ನು ಮುಕ್ತ[೧]ನೆಂಬನ್ನಬರ[೧] [೨]ಮುನ್ನ[೨]ಲೇನು ಬದ್ದನೆ? ಮುನ್ನ ಮುನ್ನವೆ ಮುಕ್ತನು. ಒಂದು ಕಾರಣದಿಂದ ಬದ್ಧನಾದ[೩]ರೆ[೩] ಗುರುಕಾರುಣ್ಯದಿಂದ ಮುಕ್ತನು. [೪]ವಿಚ್ಛಿನ್ನಾಶೇಷಪಾಪಶ್ಚ ಪಾಶೋರಸ್ಯ ಹರೇತ್ವಯಾ ಬದ್ಧಕತ್ವೇನ ಸಂಸ್ಥೇಯಂ ಶಿವಾಜ್ಞಾಂ ಶ್ರಾವಯೇದಿತಿ.[೪] ಗುರುಕರುಣ[೫]ವಾದ ಬಳಿಕ ಬದ್ಧಮುಕ್ತ[೬]ನೆಂಬ ದಂದುಗದ ನುಡಿಯ ಹೊದ್ದಲುಂಟೆ[೬] ಉರಿಲಿಂಗಪೆದ್ದಿ ಪ್ರಿಯ ವಿಶ್ವೇಶ್ವರಾ?[೭]

ಟೀ। ಶಿವಾಂಶಿಕವಾದಾತ್ಮನು ತಾನು ಶಿವನೆಂಬುದ ಶಿವಾಜ್ಞೆಯಿಂದ ಮಱೆದು ದೇಹಸಂಬಂಧಿಯಾಗಿರ್ದಲ್ಲಿ [೮]ಜ್ಞಾನೋದಯದಿಂದ ತಾನು ಶಿವನಾದನೆಂಬುದನ್ನಕ್ಕ॥

ವಿಚ್ಛಿನ್ನಾಶೇಷಪಾಪಶ್ಚ ಪಾಶೋರಸ್ಯ ಹರೇತ್ತ್ವಯಾ।
ಬದ್ಧಕತ್ತ್ವೇನ ಸಂಸ್ಥೇಯಂ [9]ಶಿವಾಜ್ಞಾ[9]ಶ್ರಾವಯೇದಿತಿ॥

ಭೋ ವಿಶ್ವೇಶ್ವರಾ–ಎಲೆ ಪರಮೇಶ್ವರನೆ, [10]ತ್ವಯಾ–ನಿನ್ನಿಂದ[10] ಶ್ರಾವಯೇದಿತಿ–ಉಪದೇಶದ ಕೇಳಿಕೆ ದೊರಕೊಳ್ಳಲು, [11][ಯಸ್ಯ][11] ಆವನಾನೋರ್ವನ, ವಿಚ್ಛಿನ್ನ–ಭೇದಿಸಲ್ಪಟ್ಟ, ಅಶೇಷ ಪಾಪಶ್ಚ–ಬಹಳವಾದ ಪಾಪಂಗಗಳು, [12]ಶಿವಾಜ್ಞಾ[12]–ಶಿವಾಜ್ಞೆಯಿಂದ, ಬದ್ಧಕತ್ವ–ಉಂಟಾಗಿದ್ದ ಸಂಸ್ಥೇಯಂ–ದೇಹವು, ಅಸ್ಯ ಪಾಶ–ಈ ದೇಹ ಸಂಸಾರಪಾಶವು, ತೇನ–ಅದು ಕಾರಣ, ಹರೇತ್–ತೊಲಗಿ ಹೋಯಿತ್ತು[8] ಶಿವನೇ ಗುರುಮೂರ್ತಿಯಾಗಿ ಕರುಣಿಸಿ ಲಿಂಗಾಂಗ ಸಂಬಂಧವ ಮಾಡಿದ ಬಳಿಕ ಶಿವನಾದುದೆ ಸತ್ಯ, ಮರಳಿ ದೇಹಿಯಾಗಿ ಭವಕ್ಕೆ ಬಾರನೆಂಬುದೀ [13]ವಚನಾರ್ಥ[13].॥೧೪॥
A[1]

೫ ಲಿಂಗಧಾರಣಸ್ಥಲ

೧೫

ಹರನೇ ನೀನೆನಗೆ ಗಂಡನಾಗಬೇಕೆಂದು ಅನಂತಕಾಲ ತಪಸಿದ್ದೆ ನೋಡಾ!
ಹಸೆಯ ಮೇಲಣ ಮಾತ ಬೆಸಗೊಳಲಟ್ಟಿದರೆ ಶಶಿಧರನ ಹತ್ತಿರಕ್ಕೆ ಕಳುಹಿದರೆಮ್ಮವರು.
ಭಸ್ಮವನ ಪೂಸಿ ಕಂಕಣವನೆ ಕಟ್ಟಿದರು; ಚೆನ್ನಮಲ್ಲಿಕಾರ್ಜುನ ತನಗೆ ನಾನಾಗಬೇಕೆಂದು.
[ಅಕ್ಕಮಹಾದೇವಿ]

ಟೀ। ಶಿವಜ್ಞಾನಸಂಪನ್ನನಾದ ಶರಣ ಶಿವಲಿಂಗ ಸಂಬಂಧಿಯಾಗಬೇಕೆಂದು ತನ್ನಾತ್ಮನ ಕೂಡೆ ಅನಂತಕಾಲವಿರ್ದ ಸಕಲ ಕರಣಂಗಳ ನಿವೃತ್ತಿಯ ಮಾಡಿದನೆಂಬುದೀಗ, ಹರನೇ ನೀನೆನಗೆ ಗಂಡನಾಗಬೇಕೆಂದು ಅನಂತಕಾಲ ತಪಿಸಿರ್ದೆ ನೋಡಾ ಎಂಬ ಶಬ್ದಕ್ಕರ್ಥ.

ಹಸೆ ಎಂದರೆ ಸದಾಚಾರಸಂಪತ್ತು, ಮಾತೆಂದರೆ ಮಹಾಜ್ಞಾನವೆಂಬುದರ್ಥ. ಅಂತಪ್ಪ ಸದಾಚಾರ ಸಂಪತ್ತೆಂಬ ಸ್ಥಾಯಿಯ ಮೇಲೆ ಸ್ವಸ್ಥವಾಗಿ ನೆಲಸಿರ್ಪ ಮಹಾಜ್ಞಾನ ಅಂತರಂಗದಲ್ಲಿ ಉದ್ಭೈಸಿ ಪ್ರಭಾವಿಸಿ ಸಕಲ ಕರಣಂಗಳನಾವರ್ತಿಸಲು ಆ ಜ್ಞಾನ ಕರಣಂಗಳೆಲ್ಲವೂ ಲಿಂಗ ಸಂಬಂಧಕ್ಕನುಗುಣಿಗಳಾದಾಕ್ಷಣವೇ ಶರಣನಂಗದಲ್ಲಿ ಲಿಂಗಧಾರಣವಾಯಿತ್ತೆಂಬುದೀಗ, ಹಸೆಯ ಮೇಲಣ ಮಾತ ಬೆಸಗೊಳಲಟ್ಟಿದರೆ ಶಶಿಧರನ ಹತ್ತಿರಕ್ಕೆ ಕಳುಹಿದರೆಮ್ಮವರು ಎಂಬ ಶಬ್ದಕ್ಕರ್ಥ. ಅಂತು ಸುಜ್ಞಾನ ಕ್ರೀಯಿಂದ ಅಂಗಲಿಂಗ ಸಂಬಂಧವ ಮಾಡಿ, ವಿಭೂತಿಯ ಧರಿಸಿ ಕಂಕಣವ ಕಟ್ಟಿದ ಗುರುಕೃಪೆಯಿಂದ

ಮಹಾಲಿಂಗದಲ್ಲಿ ಅಭಿನ್ನನಾಗಿರ್ದ ಶರಣನೆಂಬುದೀಗ, ಭಸ್ಮವನೆ ಪೂಸಿ ಕಂಕಣವನೆ ಕಟ್ಟಿದರು ಚೆನ್ನಮಲ್ಲಿಕಾರ್ಜುನ ತನಗೆ ನಾನಾಗಬೇಕೆಂದು ಎಂಬ ಶಬ್ದಕ್ಕರ್ಥ.॥೧೫॥ A[1](ಅಕ್ಕನ ವಚನ ೩೨)

೧೬

ಕಂಗಳ ಮುಂದಣಿಂದ [3]ಶ್ರೀಗುರು[3]ಲಿಂಗ[2] ಹಿಂಗಿದರೆ ವ್ರತಕ್ಕೆ [1]ಭಂಗವಾದೂ--ದೆಂದು ತಂದು ಕೊಟ್ಟನಯ್ಯಾ [1]"ಶ್ರೀಗುರು ಕರಸ್ಥಲದಲ್ಲಿ ಪ್ರಾಣಲಿಂಗವ' ಆ [2]ಲಿಂಗವ[2] ಮುಟ್ಟಲೊಡನೆ [2]ತನುಪ್ರಸಾದ, ಮನಪ್ರಸಾದ, ಧನಪ್ರಸಾದವಾಯಿತ್ತು, ಇಂತು ಸರ್ವಾಂಗ ಪ್ರಸಾದವಾಯಿತ್ತು, [3]ಕೂಡಲಸಂಗಮದೇವಾ[3]

ಟೀ। ಪರಬ್ರಹ್ಮವೆ ಗುರುಮೂರ್ತಿಯಾಗಿ ಬಂದು ಶಿಷ್ಯಂಗೆ ಪ್ರತ್ಯಕ್ಷವಾಗಿ ಕಾಣಿಸಿ, ತನ್ನ ನಿಜಸ್ವರೂಪವ ಕಾಣದೆ ಮಱೆದಡೆ ಭವಿಯಾಗಿ ಭವಬಂಧನದಲ್ಲಿ ತೊಳಲುವನೆಂದು ಆ ಶಿಷ್ಯನ ನಿಜದ ನಿಲವಪ್ಪ ಪ್ರಾಣಕಳಾಲಿಂಗವ ಕರಸ್ಥಲಕ್ಕೆ ತಂದುಕೊಡಲು ಆ ಲಿಂಗದ ಕಳೆಯನು ಅನನ್ಯಭಾವದಿಂದ ಮುಟ್ಟಿ ಭಾವಿಸಲೊಡನೆ ತನು-ಮನ-ಪ್ರಾಣ ಇಂದ್ರಿಯ ವಿಷಯ ಪದಾರ್ಥಂಗಳೆಲ್ಲಾ ಲಿಂಗ ಸ್ವರೂಪವಾಯಿತ್ತು ಶಿಷ್ಯಂಗೆಂಬುದೀ ವಚನಾರ್ಥ.॥೧೬॥ A[1]

೧೭

ಗುರುಕರುಣವ [1]ಹಡೆ[1]ದುದಕ್ಕೆ ಚಿಹ್ನವಾವು[2]ದೆಂದರೆ[2] ಅಂಗದ ಮೇಲೆ ಲಿಂಗ ಸ್ವಾಯತವಾಗಿರಬೇಕು. ಅಂಗದ ಮೇಲೆ ಲಿಂಗ ಸ್ವಾಯತವಿಲ್ಲದೆ ಬಱಿದೆ ಗುರುಕಾರುಣ್ಯವಾಯಿತ್ತೆಂದರೆ ಅದೆಂತೋ! ಲಿಂಗಹೀನವಾಗಿ ಗುರುಕಾರುಣ್ಯವು-ಂಟೆ? ಇಲ್ಲ.

ಈ ಮಾತ ಕೇಳಲಾಗದು [1]ಅದು[1]ಕಾರಣ ಲಿಂಗಧಾರಣವುಳ್ಳುದೆ ಸದಾಚಾರ, [4]ಇಲ್ಲದಡೆ[4] ಅನಾಚಾರ[3]ವೆಂದೆನಯ್ಯಾ,[3] ತೆಲುಗೇಶ್ವರಾ.

ಟೀ। ಅಂಗದ ಮೇಲೆ ಲಿಂಗವಿಲ್ಲದೆ ಅಱಿವಾದುದೆ ಗುರುಕರುಣವೆಂದು ವಾಗದ್ವೈತವ ನುಡಿವವರು ಲಿಂಗಪಥಕ್ಕೆ ದೂರವೆಂಬುದೀ ವಚನಾರ್ಥ.॥೧೭॥ A[1]

೬ ವಿಭೂತಿಯ ಸ್ಥಲ

೧೮

ಹಿತವಿದೇ ಸಕಲ[1]ಲೋಕದ ಜನಕ್ಕೆ[1]: ಮತವಿದೇ; ಶ್ರುತಿ[2]ಪುರಾಣಾಗಮ[2]ದ ಗತಿಯಿದೇ; [3]ಭಕ್ತಿಯ[3] ಬೆಳಗಿನ ಉನ್ನತಿಯಿದೇ. ಶ್ರೀ ವಿಭೂತಿಯ [4]ಧರಿಸಿರೆ;[4]

ಭವವ "ಪಱಿವುದು;" ದುರಿತಸಂಕುಳವನೊರಸುವುದು. ಹರನ ಸಾಲೋಕ್ಯ, ಸಾಮಿಪ್ಯದಲ್ಲಿ+ರಿಸುವುದು ನಿರುತವಿದು, ನಂಬು ಮನುಜಾ! *ಜನನಭೀತಿ ಈ ವಿಭೂತಿ*. ಮರಣಭಯದಿಂದ ಅಗಸ್ತ್ಯ, ಕಶ್ಯಪ, ಜಮದಗ್ನಿ'ಗಳು ಧರಿಸಿದರಂದು, ನೋಡಾ! ಶ್ರೀ ಶೈಲ ಚೆನ್ನಮಲ್ಲಿಕಾರ್ಜುನನೊಲಿಸುವ ವಿಭೂತಿ.

ಟೀ। ಸಮಸ್ತ ದೇಹಿಗಳಿಗೆ ಸುಖವನೆ ಮಾಡುವುದು ವಿಭೂತಿ, ಸಕಲ ಶಾಸ್ತ್ರಂಗಳು ಹೇಳುವ ಆಚಾರಕ್ಕೆ ಮುಖ್ಯ ವಿಭೂತಿ. ^Aಭಕ್ತಿ^A ಎಂದರೆ ಶಕ್ತಿ. ಅಂತಪ್ಪ ಚಿಚ್ಛಕ್ತಿಯ ಅತ್ಯಂತ ಪ್ರಕಾಶವೆ ವಿಭೂತಿಯೆಂದಱಿದು ಧರಿಸಿದರೆ ಭವಪಾಶಕರ್ಮಂಗಳ ಸಂಹರಿಸುವುದು. ಶಿವಲೋಕ ಪದವಿಯ ಕೊಡುವುದು ನಿಜವೆಂದಱಿದು ವಿಶ್ವಾಸದಿಂದ ವಿಭೂತಿಯ ಧರಿಸಿ ಸಮಸ್ತ ಮುನಿಗಳು ಜನನ ಮರಣಭಯವ ಜಯಿಸಿ ನಿತ್ಯರಾದರೆಂಬುದೀ ವಚನಾರ್ಥ.॥೧೮॥ A[1](ಅಕ್ಕನ ವಚನ ೪೩)

೭ ರುದ್ರಾಕ್ಷೆಯ ಸ್ಥಲ

೧೯

ಶ್ರೀ ವಿಭೂತಿಯ "ಧರಿಸದವನ", ಶ್ರೀ ರುದ್ರಾಕ್ಷೆಯ ತೊಡದವನ, ನಿತ್ಯಲಿಂಗಾರ್ಚನೆಯ ಮಾಡದವನ, ಜಂಗಮವೆ ಲಿಂಗವೆಂದಱಿಯದವನ, ಸದ್ಭಕ್ತರ ಸಂಗದಲ್ಲಿರದವನ ^Fತೋಱದಿರು, ಕೂಡಲಸಂಗಮದೇವಾ, ಸೆಱಗೊಡ್ಡಿ ಬೇಡುವೆನು.

ಟೀ। ವಿಭೂತಿ ರುದ್ರಾಕ್ಷೆಯ ^Sಧರಿಸಿ, ತ್ರಿಕಾಲ ಲಿಂಗಾರ್ಚನೆಯ ಮಾಡಿ, ಜಂಗಮವೆ ಲಿಂಗವೆಂದಱಿದು ಶರಣುಹೊಕ್ಕು ಭಕ್ತಿಯ ಮಾಡುತ್ತ ಸದ್ಭಕ್ತರ ಸಂಗದಲ್ಲಿರ್ದು ಭಕ್ತಿಪದವ ಪಡೆದ ಭಕ್ತರೆ, ಮುಕ್ತರು. ಅಂತಪ್ಪವರ ಕಂಡಾತನೆ ಕೃತಾರ್ಥ. ಇಲ್ಲದ ಅಜ್ಞಾನಿಗಳ ಮುಖವ ನೋಡಾಲಾಗದೆಂಬುದೀ ವಚನಾರ್ಥ.॥೧೯॥ A[1]

೮ ಪಂಚಾಕ್ಷರಿಯ ಸ್ಥಲ

೨೦

ವಿಪುಳ ವೇದಾ ವೇದಾಂತಸಾರ, ಸಕಲಲೋಕಜನಹಿತಾಧಾರ, ಸಪ್ತಕೋಟಿ ಮಂತ್ರಗಳ ತವರ್ಮನೆ, ಭಕ್ತಜನ ಜೀವಾನಂದ, ಅಖಿಳಾಗಮ-ಸಂತಾನದ ಹರಣ, ಮುಕ್ತಿಯಾಗರದ ಸೋಪಾನ, ಪ್ರಣವಾಂಕುರಪಲ್ಲವ-ಫಲರೂಪು, ತ್ರಿಣಯನನೊಲಿಸುವ ಕರ್ಣಾಭರಣ, ಹರನ ನಾಮದ ಸಾಕಾರದ ನಿಲವು ಪರಮಪಂಚಬ್ರಹ್ಮಾನಂದ, ಪರತತ್ತ್ವದ ನೆಲೆ, ಹಂಪೆಯ ವಿರುಪನ ತೋಱುವ ಗುರು ಪಂಚಾಕ್ಷರಿ

ಟೀ। ವೇದೋಪನಿಷತ್ತುಗಳಿಗೆ ಪ್ರಣವವೇ ಮೊದಲು; ಸಮಸ್ತ ಜನರು ಬಯಸಿದ ಬಯಕೆಯ ಕೊಡುವುದು. ಸಪ್ತಕೋಟಿ ಮಹಾಮಂತ್ರಂಗಳು ಅನೇಕ ಕೋಟಿ

ಉಪಮಂತ್ರಗಳು ಹುಟ್ಟುವುದಕ್ಕೆ ಜನ್ಮಸ್ಥಾನ [4]ಮಂತ್ರಂ[4], ಭಕ್ತರ ಪ್ರಾಣವೆ ಮಂತ್ರ. ಸಮಸ್ತ ಶಿವಾಗಮಂಗಳು ಹುಟ್ಟುವುದಕ್ಕೆ ಪ್ರಾಣವಾದ ಮಂತ್ರ. ಮುಕ್ತಿಯುನೆಯ್ದುವ ಭಕ್ತರಿಗೆ ತಾನೆಯಾಧಾರವಾಗಿಹುದು. ಆ ಪ್ರಣವಮಂತ್ರ ಷಟ್ಕೃತಿ, ಷಡಕ್ಷರ ಷಡುಸಾದಾಖ್ಯ ಸ್ವರೂಪನೆಯ್ದಿಪ್ಪುದು. ಶಿವನ ಒಲಿಸುವ ಕರ್ಣಮಂತ್ರಸಾಕಾರವಾದ ಶಿವನ ನಾಮವೆ ಮಂತ್ರ. ಪಂಚಬ್ರಹ್ಮವಾದ ಪರಶಿವತತ್ತ್ವವಿಪ್ಪುದಕ್ಕೆ ಮನೆ. ಪರಶಿವನ ತೋಱಿಕೊಡುವ ಮಂತ್ರವೇ ಗುರುವೆಂಬುದೀ ವಚನಾರ್ಥ.॥೨೦॥ A[1]

೨೧

ಶ್ಲೋಕ। ಸಪ್ತಕೋಟಿ ಮಾಹಾಮಂತ್ರಾಂ ಉಪಮಂತ್ರಾಸ್ತ್ವನೇಕಧಾ।
ಪಂಚಾಕ್ಷರಿ ಪ್ರಲೀಯಂತೇ ಪುನಸ್ತತ್ರೈವ ನಿರ್ಗತಾಃ॥

ಟೀ। ನಿರ್ಗತಾಃ ಪಂಚಾಕ್ಷರಿ ಮಂತ್ರದ ದೆಸೆಯಿಂದ ಹುಟ್ಟಿದಂಥಾ ಸಪ್ತಕೋಟಿ ಮಾಹಾಮಂತ್ರಾ:- ಏಳು ಕೋಟಿ ಮಾಹಾ ಮಂತ್ರಗಳು, ಅನೇಕಧಾ ಹಲವು ಪ್ರಕಾರವಾದ, ಉಪಮಂತ್ರಾಸ್ತು – ಉಪಮಂತ್ರಂಗಳು, ಪುನಃ – ಮರಳಿ, ತತ್ರ – ಆಯಿೊ [1]ಪಂಚಾಕ್ಷರ ಏವ[1]– ಪಂಚಾಕ್ಷರ ಮಂತ್ರದಲ್ಲಿಯೇ ಪ್ರಲೀಯಂತೇ – ಅಡಗುತ್ತಿಹವು.॥೨೧॥ A[1]

೨೨

[2]ಭಕ್ತ್ಯಾ[2] ನಂದನವನದಲ್ಲಿ ಜ್ಞಾನಾಂಕುರವನೆ ಮೆಲಿದು ಆನಂದವೆಂಬ ಜಲವನೀಂಟಿ, ಸಮತೆಯೆಂಬ ನೆಳಲಲ್ಲಿಪ್ಪುದ ನೆನೆಯಾ ಮನವೆ. ಮಹಾಮಂತ್ರ ಶಿವಧ್ಯಾನವನೆ ಸವಿದು [3]ಮೆಲುಕೊತ್ತುತ್ತಿರ್ಪುದು. ಧರ್ಮಾರ್ಥಕಾಮಮೋಕ್ಷವೆಂಬ ಮೊಲೆ ತೊಱೆ[3]ಯಲು ಹಂಪೆಯ ವಿರುಪನ ಕಱೆವ ಕಾಮಧೇನು ಪಂಚಾಕ್ಷರಿ–ಯೆಂಬುದೂ.

ಟೀ। ಭಕ್ತಿಯೆಂಬ ಉದ್ಯಾನವನದಲ್ಲಿ ಜ್ಞಾನಾಂಕುರವ ಸವಿದು ಪರಮಾನಂದವೆಂಬ ಜಲವ ಕುಡಿದು ಚಿಚ್ಛಾಯದಲ್ಲಿರ್ಪ[4] ಮಂತ್ರದ ನೆನಹ ಮನದಲ್ಲಿ ಹಿಂಗದಿರಬೇಕು. ಮಹಾಮಂತ್ರವೆಂಬ ಸುರಧೇನು ಶಿವಜ್ಞಾನವನೆ ಸವಿದು ಪರಮಾನಂದದಲ್ಲಿ– –ರ್ಪುದು ಚತುರ್ವಿಧ ಫಲವ ಕೊಡುವುದು. ಅಂತಲ್ಲದೆ ಪರಶಿವನೆಂಬ ಅಮೃತವ ಕೊಡುವ ಕಾಮಧೇನು ತಾನೆ ಪಂಚಾಕ್ಷರಿಮಂತ್ರವೆಂಬುದೀ ವಚನಾರ್ಥ.॥೨೨॥ A[1]

೨೩

ವೃ। ಅಗಸ್ತ್ಯರಾಮಾದಿಭಿರಾದೃತತ್ವಾ
ದಮುಷ್ಯ ಮಂತ್ರಸ್ಯ ಚ ವೈದಿಕತ್ವಾತ್
ಪರಸ್ಯ ತತ್ತ್ವಸ್ಯ ಚ ವಾಚಕತ್ವಾ
ನಮಃ ಶಿವಾಯೇತಿ ಸದಾ ಜಪಧ್ವಂ।

ಟೀ। ಅಮುಷ್ಯ-ಮಂತ್ರಸ್ಯ – ಈ ಮಂತ್ರವು। ಅಗಸ್ತ್ಯ ರಾಮಾದಿಭಿಃ-ಅಗಸ್ತ್ಯನು ರಾಮಚಂದ್ರನು ಮೊದಲಾದವರುಗಳಿಂದ, ಆದೃತತ್ವಾತ್-ಆದರಿಸಲು[5]ಪಟ್ಟದ – ಹದಱಿಂದವು,[5] ಅಮುಷ್ಯ ಮಂತ್ರಸ್ಯ – ಈ ಮಂತ್ರವು, ವೈದಿಕತ್ವಾತ್-ವೇದೋಕ್ತವಹದಱಿಂದವು, ಪರಸ್ಯ-ಪರವಹಂಥಾ, ತತ್ತ್ವಸ್ಯ-ಶಿವತತ್ತ್ವಕ್ಕೆ, ವಾಚಕತ್ವಾಚ – ಹೇಳುವುದಾದ ಕಾರಣವು, ಎಲೆ ಶಿವ ಭಕ್ತರುಗಳಿರಾ, ನಮಃ ಶಿವಾಯೇತಿ – ನಮಃ ಶಿವಾಯಯೆಂದು, ಸದಾ – ಎಲ್ಲಾಗಳು ಜಪಧ್ವಂ – ಜಪಿಸಿ.॥೨೩॥ ಶ್ರೀ A[1]

೬ ಭಕ್ತಿಸ್ಥಲ

೨೪

ಅಂದಂದಿಂಗೆ ನೂಱು ತುಂಬಿತ್ತೆಂಬ ದಿಟವಿರಬೇಕು. ಸಂದ [1]ಪುರಾತನರ[1] [3]ನೆನವುತ್ತಿರಬೇಕು[3]. ಜಂಗಮ ಮನೆಗೆ ಬಂದರೆ ವಂಚನೆ[3]ಯಿಲ್ಲದಿರಬೇಕು[3]. ಎನಗಿದೇ ವರವನೀವುದು ಬಸವಪ್ರಿಯ ಕೂಡಲ ಚೆನ್ನ [4]ಸಂಗಯ್ಯಾ.

ಟೀ। ಇಂದು ನಾಳೆಯೆಂಬ ಸಂದೇಹವ ಬಿಟ್ಟು ಮುನ್ನ ಕೂಡಿದ ಪುರಾತನರ ನೆನೆವುತ್ತ, ಜಂಗಮ ಮನೆಗೆ ಬಂದರೆ ವಂಚನೆ[3]ಯಿಲ್ಲದೆ ಮಾಡಬೇಕೆಂಬುದೀ ವಚನಾರ್ಥ.॥೨೪॥ A[1]

೨೫

ಇಂದೆನ್ನ ಮನೆಗೆ ಪ್ರಮಥರು [5]ಬಂದಾರೆಂದು ಗುಡಿ ತೋರಣವ ಕಟ್ಟಿ, [6]ಪಡುಸಾಮಾರ್ಜನೆಯಂ ಮಾಡಿ ರಂಗವಾಲಿಯನಿಕ್ಕಿ, ಉಘೇ! ಚಾಂಗು ಭಲಾ! ಎಂಬೆ : ಕೂಡಲಸಂಗನ ಶರಣರು ತಮ್ಮೊಕ್ಕುದನಿಕ್ಕಿ ಸಲಹುವರಾಗಿ.

ಟೀ। ಹರುಷವೆಂಬ ಗುಡಿ ತೋರಣವ ಕಟ್ಟಿ, ಅರಿಷಡ್ವರ್ಗವ ತೊಡೆದು [6]ಸಾಮಾರ್ಜನೆಯಂ[6] ಮಾಡಿ ಶಿವಮಂತ್ರಂಗಳೆಂಬ ಶಬ್ದಂಗಳಿಂದ ಪ್ರಮಥರ ಬರವ ಹಾರಿದೆ. ಪರಿಣಾಮವೆಂಬ ಪ್ರಸಾದವನಿಕ್ಕಿ ಸಲಹಿದರೆಂಬುದೀ ವಚನಾರ್ಥ.॥೨೫॥ A[1]

೨೬

ಅಡಿಗಡಿಗೆ ನಿಮ್ಮ ಶರಣರಡಿಗೆಱಗಿ ಶರಣೆಂಬೆ ನುಡಿಯ ಬೋಧೆಯ ಮಾತು, ಅನ್ಯ ನುಡಿ ಸಮನಿಸದು. ಒಡೆದೆಲು ಶಿರಬಿಗಿದು ಮಡುಗಟ್ಟಿ ಕಂಬನಿಯ ಕಡಲೊಳಗೆ ತೇಗಾಡುತ್ತೆಂದಿಪ್ಪೆನೋ! ಮೃಡ, ಶರಣು-ಶರಣುವೆಂಬ ಶಬ್ದ ಒಡಲುಗೊಂಡು ಶಂಭು ಜಕ್ಕೇಶ್ವರದೇವಂಗೆ ಶರಣೆನುತ್ತ ಮೈಮಱೆದೆಂದಿಪ್ಪೆನೋ!

ಟೀ। ಮಾತಿನದ್ವೈತವು ಶರಣರಿಗಿಲ್ಲ. ಗುರುನಮಸ್ಕಾರ ಗುರುಪಾದಧ್ಯಾನ, ಗುರುಪದದಲ್ಲಿ ಮನವನಳಿವದು, ಗುರುವಿನಲ್ಲಿ [1]ಸಮರಸ[1]ವಾಗಿ ಮೈಮಱೆದ+– –ರೆಂಬುದೀ ವಚನಾರ್ಥ.॥೨೬॥ A[1]

೨೭

ಎನ್ನನು ಭಕ್ತನೆಂಬರು : ಎನ್ನ [೨]ಹೊಱಹೊಂಪು[೨] ಒಳಬೊಳ್ಳೆತನ ವನಱೆಯರಾಗಿ! ಎನ್ನ ಮಾನಾಪಮಾನವು ಶರಣರಲ್ಲಿ; ಜಾತಿ–ವಿಜಾತಿಯು ಶರಣರಲ್ಲಿ ತನು–ಮನ–ಧನವು ಶರಣರಲ್ಲಿ; ವಂಚನೆಯುಳ್ಳ ಡಂಬಕ ನಾನು : [೩]ಶಿವಶಿವಾ[೩]! ತಲೆಯೊಡಯಂಗೆ ಕಣ್ಣ ಬೈಚಿಡುವೆ; [೪]ಕೂಡಲಸಂಗನೆಂತೊಲಿವಾ[೪]?

ಟೀ। ತ್ರಿವಿಧಲಿಂಗಕ್ಕೆ ತ್ರಿವಿಧಪದಾರ್ಥವ ಕೊಡುವಾತ ಭಕ್ತನೆಂಬರು ಬಾಹ್ಯದ ಭಕ್ತಿಯಿದ್ದರೇನು? ಅಂತರಂಗದಲ್ಲಿ ವಿಶ್ವಾಸವಿಲ್ಲ. ಅದೆಂತೆಂದಡೆ ಜಂಗಮದಲ್ಲಿ ಪೂಜ್ಯಾಪೂಜ್ಯ, ಜಾತಿ–ವಿಜಾತಿಯ ನೋಡಿ ಪೂಜಿಸುತ್ತ ತನು ಮನ ಧನದಲ್ಲಿ ವಂಚಕರಾದ ಡಂಬಕ [5]ಸಟಕರು[5] ಭಕ್ತರಲ್ಲ. ಒಡೆಯಂಗೆ ತಲೆಯ ಕೊಟ್ಟು ಕಣ್ಣ ಕೊಡೆನೆಂಬ [6]ಹುಸಕ[6]ನಂತೆ ಆತ್ಮವಂಚಕನಾಗಿ ಎಲ್ಲವನೂ ಕೊಟ್ಟೆಯೆಂಬ ಮಾತು ಹುಸಿಯೆಂಬುದೀ ವಚನಾರ್ಥ.॥೨೭॥ A[1]

೨೮

ಆತ್ಮಸ್ತುತಿ ಪರನಿಂದೆಯ ಕೇಳಿಸದಿರಯ್ಯಾ, ನಿಮ್ಮ ಧರ್ಮ! 'ನಾನು ಭಕ್ತನೆನ್ನಲ್ಲಿ ಲೇಸುಂಟೆಂ'ದು ಪರಿಣಾಮಿಸಿದಡೆ ನಿಮಗಾನು [೭]ದ್ರೋಹಿ, ಅಯ್ಯಾ[೭] ಕೂಡಲ–ಸಂಗಮದೇವಾ ನಿಮ್ಮ ಶರಣರ ಲೇಸೇ ಎನ್ನ ಲೇಸಯ್ಯಾ?

ಟೀ। ನಾ ಭಕ್ತನೆಂಬುದು ಅಜ್ಞಾನ. ಇದಿರ ನಿಂದೆಯ ಕೇಳುವುದಜ್ಞಾನ. ಜಂಗಮದ ಸುಖವೆ ತನ್ನ ಸುಖವೆಂದಱೆಯದಿಪ್ಪುದಜ್ಞಾನವೆಂಬುದೀ ವಚನಾರ್ಥ.॥೨೮॥ A[1]

೧೦ ಉಭಯಸ್ಥಲ

೨೯

ಗತಿ ಪಥ ಮುಕ್ತಿಯ ಬಯಸಿ ಮಾಡುವಾತ ಭಕ್ತನಲ್ಲ. ಜೀವನೋಪಾಯಕ್ಕೆ ಬೇಡುವಾತ ಜಂಗಮವಲ್ಲ. ಗತಿ ಪಥ ಮುಕ್ತಿಸೂತಕವಿರಹಿತ ಭಕ್ತ. ಹಮ್ಮು ಬಿಮ್ಮು

ಗಮನ ನಾಸ್ತಿಯಾದಾತ ಜಂಗಮ ಮಾಡುವಡೆ ಭಕ್ತ ಮಾಟದೊಳಗಿಲ್ಲದಿರಬೇಕು. ಬೇಡುವಡೆ ಜಂಗಮ ಕೊಂಬುದಱೊಳಗಿಲ್ಲದಿರಬೇಕು. ಪ್ರಾಣವಿಲ್ಲದಾತ ಭಕ್ತ. ರೂಹಿಲ್ಲದಾತ ಜಂಗಮ. ಈ ಉಭಯ ಕುಳಸ್ಥಲ ಸಂದೊಂದಾಗಿ ನಿಂದ ನಿಲವು–ಕೂಡಲಚೆನ್ನ ಸಂಗಮದೇವರಲ್ಲಿ–ಭಕ್ತ, ಜಂಗಮವೆಂಬೆ.

ಟೀ। ಫಲ ಪದ [2]ಮುಕ್ತಿಗಳ[2] ಬಯಸಿ ಕರ್ಮಕ್ರೀಗಳನಾಚರಿಸಿ ಪೂಜೆಮಾಡಿ ಭವವನೆಯ್ದುವಾತ ಭಕ್ತನಲ್ಲವೆಂಬುದೀಗ ಗತಿ ಪಥ ಮುಕ್ತಿಯ ಬಯಸಿ ಮಾಡುವಾತ ಭಕ್ತನಲ್ಲವೆಂಬ ಶಬ್ದಕ್ಕರ್ಥ. ನಿಜವ ಮಱೆದು ಜೀವಭಾವದಿಂದ ಬೇಡಿ ಕೊಟ್ಟ ಪದಾರ್ಥವ ಕೈಕೊಂಡು ಭುಂಜಿಸಿ ಉದರವ ಹೊರೆವ ಆಸಕನಾದ ಅಜ್ಞಾನಿ ಜಂಗಮವಲ್ಲವೆಂಬು–ದೀಗ, ಜೀವನೋಪಾಯಕ್ಕೆ ಬೇಡುವಾತ ಜಂಗಮವಲ್ಲ ಎಂಬ ಶಬ್ದಕ್ಕರ್ಥ. ಫಲ, ಪದ–ಮುಕ್ತಿಯ ಬಯಸಿ ಮಾಡುವ ಭಿನ್ನ ಪೂಜಾಕರ್ಮಕ್ರೀಗಳ ತ್ಯಜಿಸಿ ಲಿಂಗದ ಅಭಿನ್ನ ಪೂಜಾ ಕ್ರೀಯನಾಚರಿಸುವಾತ ಭಕ್ತನೆಂಬುದೀಗ, ಗತಿ ಪಥ ಮುಕ್ತಿ ಸೂತಕವಿರಹಿತ ಭಕ್ತನೆಂಬ ಶಬ್ದಕ್ಕರ್ಥ. ಗರ್ವ ಅಹಂಕಾರ ದೇಹೇಂದ್ರಿಯಂಗಳು ಮೊದಲಾದ ಆಸೆಯಳಿದು ಸುಜ್ಞಾನ ಪರಿಪೂರ್ಣವಾಗಿ ಜಗತ್ಪಾವನವಾಗಿ ಸುಳಿವಾತನೆ ಜಂಗಮವೆಂಬುದೀಗ, ಹಮ್ಮು ಬಿಮ್ಮು ಗಮನ ನಾಸ್ತಿಯಾದದಾತನೆ ಜಂಗಮವೆಂಬ ಶಬ್ದಕ್ಕರ್ಥ. ಜಂಗಮಕ್ಕೆ ಅರ್ಥ ಪ್ರಾಣಾಭಿಮಾನವ ಸಮರ್ಪಿಸುವ ಭಕ್ತನು ನಾ ಮಾಡಿದೆನೆಂಬಹಂಕಾರವಳಿದಿರಬೇಕೆಂಬುದೀಗ, ಮಾಡುವಡೆ ಭಕ್ತ ಮಾಟದೊಳಗಿಲ್ಲ–ದಿರಬೇಕು ಎಂಬ ಶಬ್ದಕ್ಕರ್ಥ. ಆ ಭಕ್ತನ ಪಾದಾರ್ಥವ ಶಿವಭಾವದಿಂದ ಕೈಕೊಂಡು ಭಕ್ತಿಯ ತೋಱಿ ಮುಕ್ತನ ಮಾಡುವ ಜಂಗಮ ಜೀವಭಾವದಿಂದ ಭುಂಜಿಸದಿರಬೇಕು ಎಂಬುದೀಗ, ಬೇಡುವಡೆ ಜಂಗಮಕೊಂಬುದಱೊಳಗಿಲ್ಲದಿರಬೇಕು ಎಂಬ ಶಬ್ದಕ್ಕರ್ಥ. ಜಂಗಮವೇ ಪ್ರಾಣವಾದ ಭಕ್ತಂಗೆ ಬೇಱೆ ವಾಯುಪ್ರಾಣವಿಲ್ಲ. ಭಕ್ತನೇ ಒಡಲಾದ ಜಂಗಮಕ್ಕೆ ಬೇಱೆ ಒಡಲಿಲ್ಲೆಂಬುದೀಗ, ಪ್ರಾಣವಿಲ್ಲದಾತ ಭಕ್ತ, ರೂಹಿಲ್ಲದಾತ ಜಂಗಮವೆಂಬ ಶಬ್ದಕ್ಕರ್ಥ. ಭಕ್ತ – ಜಂಗಮವೆಂಬ ಭಿನ್ನವಳಿದು ತಮ್ಮಲ್ಲಿ ತಾವು ಸಾಮರಸ್ಯವಾಗಿ ಪರಬ್ರಹ್ಮವಾಗಿ ನಿಲ್ಲಲು, ಇದು ಉಭಯಸ್ಥಲದಾಚರಣ ಎನಿಸುವುದೆಂಬುದೀಗ, ಈ ಉಭಯ ಕುಳಸ್ಥಲ ಸಂದೊಂದಾಗಿ ನಿಂದ ನಿಲವು ಕೂಡಲ ಚೆನ್ನ ಸಂಗಮದೇವರಲ್ಲಿ ಭಕ್ತ : ಜಂಗಮವೆಂಬೆನೆಂಬ ಶಬ್ದಕ್ಕರ್ಥ.॥೨೯॥ A[1]

೩೦

ಒಡಲಿಲ್ಲದಾತ ಜಂಗಮ, ಪ್ರಾಣವಿಲ್ಲದಾತ ಭಕ್ತನಯ್ಯಾ, ಆಚಾರವೇ ಜಂಗಮ, ವಿಚಾರವೆ ಭಕ್ತನಯ್ಯಾ, ಆಚಾರವಿಚಾರವೆಂಬುದು ಸ್ವಾನುಭಾವಸಂಭಾಷಣೆ ಕೂಡಲ ಚೆನ್ನ ಸಂಗಮದೇವಾ.

ಟೀ। ಜಂಗಮವೆಂದರೆ ಗಮನಸ್ವರೂಪು. ಅಂತು ತನು–ಮನಧರ್ಮವಳಿದು. ತನು ಮನ ಧನವ ಗುರು ಲಿಂಗ ಜಂಗಮಕ್ಕೆ ವಂಚನೆಯಿಲ್ಲದೆ ಸಮರ್ಪಿಸುವ ಸತ್ತ್ರಿಯಾ –ಚಾರದಿಂದ ಚರಿಸುವಾತನೆ ಜಂಗಮವೆಂಬುದೀಗ ಒಡಲಿಲ್ಲದಾತ ಜಂಗಮವೆಂಬ ಶಬ್ದಕ್ಕರ್ಥ. ಅಂತಪ್ಪ ಸತ್ಕ್ರೀಯಿಂದ ತನುಮನಧರ್ಮವಳಿದು ಲಿಂಗದಲ್ಲಿ ಪ್ರಾಣವ ಸಮರಸೈಕ್ಯವ ಮಾಡಿ ಕೂಡಿಯೆರಡಿಲ್ಲದೆ ಲಿಂಗವಾಗಿಪ್ಪುದೆ ಭಕ್ತಿಯೆಂಬುದೀಗ,

ಪ್ರಾಣವಿಲ್ಲದಾತ ಭಕ್ತನಯ್ಯಾ ಎಂಬ ಶಬ್ದಕ್ಕರ್ಥ. ಅಂತು ಶಿವ ಕ್ರಿಯಾಚಾರವನಾಚರಿಸುವ ಚಾರಿತ್ರವೀಗ ಗಮನಸ್ವರೂಪಾದ ಕಾರಣ, ಆಚಾರವೇ ಜಮ್ಗಮವೆಂಬ ಶಬ್ದಕ್ಕರ್ಥ. ಅಂತು ಸತ್ಕ್ರೀಯಿಂದ ಪೂಜಿಸುವ ಶರಣನು–ಪೂಜಿಸಿಕೊಂಬ ಲಿಂಗವು ಒಂದೇ ವಸ್ತುವೆಂದಱಿದು ಭಿನ್ನಭಾವವಳಿ– –ದಿಪ್ಪುದೆ ಭಕ್ತಿಯೆಂಬುದೀಗ, ವಿಚಾರವೇ ಭಕ್ತನಯ್ಯ ಎಂಬ ಶಬ್ದಕ್ಕರ್ಥ. ಅಂತು ಎರಡಳಿದು ಆಚರಿಸುವ ಕ್ರಿಯಾಜ್ಞಾನವೇ ಸದ್ಭಕ್ತಿ. ಆ ಸದ್ಭಕ್ತಿಯೆ ಸಮ್ಯಗ್ ಜ್ಞಾನ, ಆ ಸಮ್ಯಗ್ ಜ್ಞಾನವೇ ಶಿವನ ನಿಜಾನುಭಾವದ ಸಮೇತ ಶಕ್ತಿಯೆಂಬುದೀಗ, ಆಚಾರ ವಿಚಾರವೆಂಬುದು ಸ್ವಾನುಭಾವ ಸಂಭಾಷಣೆಯೆಂಬ ಶಬ್ದಕ್ಕರ್ಥ.॥೩೦॥ A[1]

೩೧

ಭವವಿಲ್ಲದ ಭಕ್ತನ ಪರಿಯ ನೋಡಾ : [೧]ಮನ : ಪ್ರಾಣ ಮುಕ್ತಿಭಾವರಹಿತ![೧] ಒಡಲಿಲ್ಲದ ಜಂಗಮದ ಪರಿಯ ನೋಡಾ ಸಿಡಿಲು–ಮಿಂಚಿನ ಬೆಳಗನೊಂದೆಡೆ▯ ಯಲ್ಲಿ ಹಿಡಿಯಲುಂಟೆ? [೨]ಈ[೨] ಉಭಯ[೨]ವೂ[೨] ಒಂದಾದವರ ಕಂಡಡೆ ನೀನೆಂಬೆ[+] ಕೂಡಲಚೆನ್ನಸಂಗಯ್ಯಾ[೪].

ಟೀ। ಫಲ ಪದ ಮುಕ್ತಿಗಳೇನನೂ ಬಯಸದೆ ಗುರು ಲಿಂಗ ಜಂಗಮದಲ್ಲಿ ನಿರ್ವಂಚಕನಾಗಿ ಸತ್ಕ್ರೀಯನುಳ್ಳ ಭಕ್ತಂಗೆ ಭವವಿಲ್ಲ. ಬಯಲೊಳಗೆ ತೋಱಿಯಡಗುವ ಮಿಂಚಿನ ಬೆಳಗರೂಹಿಸಿ ಕುಱುಹಿಡಬಾರದಂತೆ, ತನುವಾಸನೆ[5]ಯಳಿದು[5]ಸಮ್ಯಗ್ ಜ್ಞಾನ ಸ್ವರೂಪನಾಗಿ, ಲಿಂಗವಿಡಿದಾಚರಿಸುತ್ತಿರ್ದು ಲಿಂಗದಲ್ಲಿ ಅಡುಗುವಾತನೆ ಜಂಗಮ. ಆ ಜಂಗಮವ ರೂಹಿಸಿ ಕುಱುಹಿಡಬಾ– –ರದು. ಅಂತಪ್ಪ ಭಕ್ತಿಜ್ಞಾನಯುಕ್ತನಾಗಿ ಆಚರಿಸುವ ಶರಣನೆ ಲಿಂಗವೆಂಬುದೀಗ ವಚನಾರ್ಥ.॥೩೧॥ A[1]

೧೧ ತ್ರಿವಿಧಸಂಪತ್ತಿ ಸ್ಥಲ

೩೨

ಹೊಲೆಯುಂಟೇ ಲಿಂಗವಿದ್ದೆಡೆಯಲ್ಲಿ? ಕುಲವುಂಟೇ ಜಂಗಮವಿದ್ದೆಡೆಯಲ್ಲಿ? [೧]ಎಂಜಲುಂಟೆ[೧] ಪ್ರಸಾದವಿದ್ದೆಡೆಯಲ್ಲಿ? [೨]ಅಪವಿತ್ರದ ನುಡಿಯ ನುಡಿವ ಸೂತಕವೆ[೨] ಪಾತಕ. [೩]ನಿಷ್ಕಳ[೩] ನಿಜೈಕ್ಯ ತ್ರಿವಿಧನಿರ್ಣಯವು ಕೂಡಲ ಚೆನ್ನಸಂಗಾ[೪] ನಿಮ್ಮ ಶರಣಂಗಲ್ಲದಿಲ್ಲ[೪]

ಟೀ। ಸಾಕಾರವಪ್ಪ ಜೀವಭಾವವಳಿದು ಅಂಗವೆಲ್ಲಾ ಲಿಂಗವೆಯಾದ ಶರಣಂಗೆ ಲಿಂಗ–ಜಂಗಮ ಪ್ರಸಾದ ಸಂಗಸಮರಸವಾಗಿರ್ದಕಾರಣ ಶರಣಂಗೆ ಕುಲಸೂತಕ ಹೊಲೆಸೂತಕ, [4]ಎಂಜಿಲು[4]ಸೂತಕ ಮೊದಲಾದ ಸೂತಕಂಗಳುಂಟೆಂದು ನುಡಿದರೆ ಪಂಚಮಹಾಪಾತಕವೆಂಬುದೀ ವಚನಾರ್ಥ.॥೩೨॥ A[1]

೩೩

ಲಿಂಗಕ್ಕಲ್ಲದೆ ಮಾಡೆನೀ ಮನವನು; ಜಂಗಮಕ್ಕಲ್ಲದೆ ಮಾಡೆನೀ ಧನವನು; ಪ್ರಸಾದಕ್ಕಲ್ಲದೆ ಮಾಡೆನೀ ತನುವನು. [೬]ಈ ತ್ರಿವಿಧವನು ತ್ರಿವಿಧಕ್ಕರ್ಪಿಸುವೆ. ಅನಾರ್ಪಿತವಾದಡೆ[೬] ತಪ್ಪೆನ್ನದು, ಮೂಗ ಕೊಯಿ, ಕೂಡಲಸಂಗಮದೇವಾ.

ಟೀ। ಸತ್ತು ಚಿತ್ತಾನಂದವಾದ ಗುರು ಲಿಂಗ ಜಂಗಮಕ್ಕೆ ತನು ಮನ ಧನವ ಕೊಡುವೆನೆಂಬುದೇ ವಚನಾರ್ಥ.॥೩೩॥ A[1]

೩೪

ಗುರುಪ್ರಸಾದ[೭], ಲಿಂಗಪ್ರಸಾದ[೭], ಜಂಗಮಪ್ರಸಾದ[೭] ತ್ರಿವಿಧಸಂಚಿತ ಲಿಂಗನಿಕ್ಷೇಪ. ಇದು ಕಾರಣ, ಕೂಡಲ ಚೆನ್ನಸಂಗಯ್ಯ ಲಿಂಗತ್ರಿವಿಧದಲ್ಲಿ.

ಟೀ। ಗುರು ಲಿಂಗ ಜಂಗಮದಿಂದುದಯವಾದ ತ್ರಿವಿಧಪ್ರಸಾದವ ಸೇವಿಸಿ ತಾನೆಲ್ಲಾ ಪ್ರಸಾದವೆಂಬಱಿವಿನ ವರ್ಮವನುಳ್ಳ ಭಕ್ತನ ಸರ್ವಾಂಗದಲ್ಲಿ ಲಿಂಗ ನಿಕ್ಷೇಪವಾಗಿಪ್ಪುದು. ಅಂತು ಸರ್ವಾಂಗ ಲಿಂಗವಾದ ಭಕ್ತನ ತನು ಮನ ಪ್ರಾಣಂಗಳಲ್ಲಿ ಗುರು ಲಿಂಗ ಜಂಗಮ ನೆಲೆಸಿಪ್ಪುದೆಂಬುದೀ ವಚನಾರ್ಥ.॥೩೪॥ A[1]

೧೨ ಚತುರ್ವಿಧಸಾರಾಯಸ್ಥಲ

೩೫

ತನುವಿಡಿದಿಹುದು: ಪ್ರಕೃತಿ, ಪ್ರಕೃತಿವಿಡಿದಿಹುದು ಪ್ರಾಣ. ಪ್ರಾಣವಿಡಿದಿಹುದು ಜ್ಞಾನ, ಜ್ಞಾನವಿಡಿದಿಹುದು ಗುರು. ಇಂತೀ ಗುರು, ಲಿಂಗ, ಜಂಗಮ ಪ್ರಸಾದವ ಸಗುಣವೆಂದು ಹಿಡಿದು, ನಿರ್ಗುಣವೆಂದು ಕಂಡ ಸಂದೇಹಿವ್ರತಗೇಡಿಗಳ–ನೇನೆಂಬೆ. ಅಂತವರ ಮುಖವ ತೋಱದಿರು ಕೂಡಲ ಸಂಗಮದೇವಾ. ಓ

ಟೀ। ಸಮ್ಯಗ್‌ಜ್ಞಾನಿಯಾದ ಶರಣನು ತನು ಮನ ಪ್ರಾಣ ಭಾವಂಗಳಲ್ಲಿ ಕಚ್ಚಿರ್ಪ ಮಾಯಿ ಮೊದಲಾದ ಸಕಲ ಪ್ರಪಂಚ ಸಂಸ್ಕರಿಸಿ, ಅಂಗ ಮನ ಪ್ರಾಣ ಭಾವಂಗಳಲ್ಲಿ ಶ್ರೀ ಗುರು ಲಿಂಗ ಜಂಗಮ ಪ್ರಸಾದವನಳವಡಿಸಿಕೊಂಡಿಪ್ಪ. ಇಂತಪ್ಪ ಪರವಸ್ತು ಸಕಲ–ನಿಷ್ಕಲವೆಂದಱಿಯದೆ ಸಾಕಾರವೆಂದು ಬಿಟ್ಟು, ನಿರಾಕಾರವೆಂದು ಹಿಡಿದು 'ಅಜ್ಞಾನಿ' ವ್ರತಕೇಡಿಗಳ ಮುಖವ ತೋಱದಿರೆಂದು ಲಿಂಗವ ಬೇಡಿದ ಶರಣನೆಂಬುದೀ ವಚನಾರ್ಥ.॥೩೫॥ A[1]

೩೬

ಸೋಹಮೆಂಬ ಸೋಹೆಗೊಂಡು ಹೋಗಿ ಗುರುವ ಕಂಡೆ, ಲಿಂಗವ ಕಂಡೆ, ಜಂಗಮವ ಕಂಡೆ, ಪ್ರಸಾದವ ಕಂಡೆ, ಇಂತೀ ಚತುರ್ವಿಧ ಸಂಪನ್ನನಾದೆನು, ಇಂತೀ ಚತುರ್ವಿಧ ಸಂಪನ್ನನಾದೆನು, ಕಾಣಾ, ಕೂಡಲಸಂಗಮದೇವಾ.

ಟೀ। ಭಕ್ತಿಯಿಂದ ಗುರುಲಿಂಗ ಜಂಗಮ ಪ್ರಸಾದವೆಂಬ ಚತುರ್ವಿಧ ಲಿಂಗವ ಕಂಡೆನೆಂಬುದೀ ವಚನಾರ್ಥ.॥೩೬॥ A[1]

೩೭

ಗುರುವಚನವ ತನ್ನೊಳಗಿಂಬಿಟ್ಟುಕೊಂಡ ಪ್ರಸಾದಿಯ ಪ್ರಸಾದಿಎಂಬೆ. ಲಿಂಗ ವಚನವ ತನ್ನೊಳಗಿಂಬಿಟ್ಟುಕೊಂಡ ಪ್ರಸಾದಿಯ ಪ್ರಸಾದಿಯೆಂಬೆ. ಜಂಗಮ ವಚನವ ತನ್ನೊಳಗಿಂಬಿಟ್ಟುಕೊಂಡ ಪ್ರಸಾದಿಯ ಪ್ರಸಾದಿಯೆಂಬೆ. ಪ್ರಸಾದ ವಚನವ ತನ್ನೊಳಗಿಂಬಿಟ್ಟುಕೊಂಡ ಪ್ರಸಾದಿಯ ಪ್ರಸಾದಿಯೆಂಬೆ. ಇಂತೀ ಚತುರ್ವಿಧವ ತನ್ನೊಳಗಿಂಬಿಟ್ಟುಕೊಂಡ ಪ್ರಸಾದಿ ಕೂಡಲಸಂಗಯ್ಯನಲ್ಲಿ ಚೆನ್ನಬಸವಣ್ಣನು. N

ಟೀ। ಸತ್ತುಚಿತ್ತಾನಂದ ನಿತ್ಯವೆ ಗುರುಲಿಂಗಜಂಗಮ ಪ್ರಸಾದವೆಂದಱಿದ ಅಱಿವೆ ಅಂಗವಾದ ಪ್ರಸಾದಿಯ ಗುರುಲಿಂಗ ಜಂಗಮ ಮುಖದಿಂದುದಯವಾದ ಪ್ರಸಾದವೆ ಪರವಸ್ತುವೆಂದಱಿದು ಸ್ವೀಕರಿಸುತ್ತಿರ್ಪ ತನ್ನ ತನು–ಮನ–ಪ್ರಾಣ ಅಱಿವಿನಲ್ಲಿ ಗುರು ಲಿಂಗ ಜಂಗಮಪ್ರಸಾದವ ಧರಿಸಿ ಲಿಂಗವಾಗಿಪ್ಪನೆಂಬುದೀ ವಚನಾರ್ಥ.॥೩೭॥ A[1]

೧೩. ಉಪಾಧಿಮಾಟಸ್ಥಲ

೩೮

ಗಾಳಿ [೧]ಹಡೆ[೧]ದಲ್ಲಿ ತೂಱಿ[೨]ಕೊಳ್ಳಯ್ಯ. ಗಾಳಿ ನಿನ್ನಾಧೀನವಲ್ಲ[೩]ವಯ್ಯಾ, ನಾಳೆ ತೂಱಿಹೆನೆಂದರೆಯಿಲ್ಲ[೪]ಯ್ಯಾ [೫]ಶಿವಶರಣೆಂಬ ಓದೆ–ಗಾಳಿಯ [೬]ಹಡೆದಲ್ಲಿ ಬೇಗ ತೂಱಿ[೭]ಂದನಂಬಿಗ ಚೌಡಯ್ಯ.

ಟೀ। ಗಾಳಿ ಬಂದಾಗವೆ ಬತ್ತದ ಹೊಟ್ಟ ತೂಱಿ ಘಟ್ಟಿಯನುಳುಹಿಕೊಂಬಂತೆ, ಹಲವು ದೇಹಂಗಳೊಳಗೆ ಅಪೂರ್ವದ ಮನುಜದೇಹವ ಪಡೆದಲ್ಲಿ ಶಿವನಿಗೆ ಶರಣುಹೊಕ್ಕು ಶಿವಭಕ್ತಿಯ ಮಾಡಿ, ಭವಕರ್ಮದ ಹೊಟ್ಟ ಕಳೆದು ಘಟ್ಟಿಯಪ್ಪ ಮುಕ್ತಿಯ ಪಡೆಯೆಂಬುದೀ ವಚನಾರ್ಥ.॥೩೮॥ A[1]

೩೯

ಅನ್ನವನ್ನಿಕ್ಕಿದರೆ ಪುಣ್ಯವಹುದು; ವಸ್ತ್ರವಕೊಟ್ಟಡೆ ಧರ್ಮವಹುದು; ಹಿರಣ್ಯವಕೊಟ್ಟಡೆ ಶ್ರೀಯಹುದು, ತ್ರಿಕರಣಶುದ್ಧವಾಗಿ ನೆನೆದಡೆ ಮುಕ್ತಿಯಹುದು, ಕೂಡಲಸಂಗಮದೇವಾ. N

ಟೀ। ಅನ್ನ ವಸ್ತ್ರ ಹಣವ ಕೊಟ್ಟರೆ ಸ್ತ್ರೀ ಪುತ್ರ ಧನದಿಂದ ಸುಖವಹುದು– ಮುಕ್ತಿಯಿಲ್ಲ. ಮನವು ಮಹಾಬ್ರಹ್ಮದಲ್ಲಡಗಿದರೆ ನಿತ್ಯನಹನೆಂಬುದೀ ವಚನಾರ್ಥ.॥೩೯॥ A[1]

೪೦

ಮಾಡುವ ಭಕ್ತಂಗೆಯೂ ಕೊಡುವ ದೇವಂಗೆಯೂ ಎಂದೆಂದಿಗೆಯೂ ಕೇಡಿಲ್ಲ. ಮಾಡಿಭೋ ಮಾಡಿಭೋ. [೧]ಎನಗೆ ಲೇಸಾಯಿತ್ತು[೧]. ಹೋಯಿತ್ತೆಂಬ ಚಿಂತೆ–[೨]ಇದ್ದಿತ್ತೆಂಬ ಸಂತಸ ಬೇಡಾ[೨], ಸಕಳೇಶ್ವರದೇವ[೩]ನವರ[೩] ನಚಿದು ಸಲಹುವನಾಗಿ.

ಟೀ। ನಿತ್ಯವಾದ ಶಿವಭಕ್ತಿಯ ಮಾಡಿದರೆ ನಿತ್ಯಪದವಪ್ಪುದು ತಪ್ಪದು. ಅದುಕಾರಣ ಶಿವನ ಭಕ್ತಿಯ ಬಿಡದೆ ಮಾಡಬೇಕು. ಆ ಶಿವ ಭಕ್ತಿಯ ಬಿಡದೆ ಮಾಡುವಾತಂಗೆ ದ್ರವ್ಯ ಪದಾರ್ಥ ಹೋಗಿ ದಾರಿದ್ರ್ಯವಾದೀತೆಂದು ಭಕ್ತಿಯ ಬಿಡದೆ ಮಾಡಿದರೆ ಶಿವನಚಿದು ನಿತ್ತ್ಯೈಶ್ವರ್ಯವ ಕೊಡುವನೆಂಬುದೀ ವಚನಾರ್ಥ.॥೪೦॥ A[1]

೪೧

ಜಂಗಮವಿಲ್ಲದ ಮಾಟ, ಕಂಗಳಿಲ್ಲದ ನೋಟ ಹಿಂಗಿತ್ತು. ಶಿವಲೋಕ ವಿ[೪]ನ್ನೆಲ್ಲಿಯದು?[೪] ಲಿಂಗಕ್ಕೆ ಮಾಡಿದ ಬೋನವ ಸಿಂಬಕ ತಿಂಬಂತೆ ಸಮಯೋ□ ಚಿತವನಚಿಯದೆ ಉದರವ [೫]ಹೊರೆವವರ ಅಘೋರ[೫] ನರಕ[೬]ದಲ್ಲಿಕ್ಕುವೆ[೬] ಕೂಡಲ ಸಂಗಮದೇವಾ.

ಟೀ। ಲಿಂಗದ ಕಳೆ ಜಂಗಮವಾದ ಕಾರಣ, ಜಂಗಮಕ್ಕೆ ಮಾಡುವುದೇ ಸದಾಚಾರ. ಆ ಜಂಗಮಕ್ಕೆ; ಮಾಡದೆ ಉದರವ ಹೊರೆವುದೆ ಅಜ್ಞಾನವೆಂಬುದೀ ವಚನಾರ್ಥ.॥೪೧॥ A[1]

೧೪ ನಿರುಪಾಧಿಮಾಟಸ್ಥಲ

೪೨

'ಮಾಟ–ಕೂಟ–ಫಲಪ್ರಾಪ್ತಿ' ಎಂಬ ಮಾತ ಕೇಳಲಾಗದು. ಶಿವ ಶಿವಾ! ನಿಮ್ಮ ಭಕ್ತರಿಗೆ 'ಮಾಡಿದೆ'ನೆನ್ನದಿರೆಂದು ಶ್ರೀ ಗುರುಲಿಂಗವು ಕೃಪೆ [೨]ಮಾಡಿದ ಕಾರಣ, ಅಲ್ಲಿ ಮಾಡುವ[೧]ರೂ[೧] ಮಾಡಿಸಿ[೨]ಕೊಂಬವರು ನೀವೇ[೨], ಕೂಡಲಸಂಗಮದೇವಾ.

ಟೀ। ಪರಶಿವನು ತನ್ನ ಸ್ವಲೀಲೆಯಿಂದ [2]ಲಿಂಗಾಂಗವೆರಡಾಗಿ ಭಕ್ತದೇವ[2]ನೆಂದೆನಿಸಿ ಮಾಡುವ ಮಾಡಿಸಿಕೊಳುತ್ತಿಹ ಶಿವನೊಬ್ಬನೆಯೆಂದು ಗುರುಕರುಣದಿಂದಚಿದು ಭಿನ್ನಭಾವವಳಿದ ಸದ್ಭಕ್ತರೇ ಮುಕ್ತರು. ಅಂತಲ್ಲದೆ ಅಜ್ಞಾನದಿಂದ ತನು–ಮನ–ಧನಂಗಳು ತನ್ನವೆಂದು ತಾನು ಗುರುಲಿಂಗಜಂಗಮಕ್ಕೆ ಕೊಟ್ಟು ಫಲಫದವ ಪಡೆದೆವೆಂಬವರೆಲ್ಲರೂ ಪರಿಭವಕ್ಕೆ ಬರುತ್ತಿಹರೆಂಬುದೀ ವಚನಾರ್ಥ.॥೪೨॥ A[1]

೪೩

ಕುಲದೈವ, ಮನೆದೈವಂ ಎನಗೆ ಜಂಗಮವಯ್ಯ ತನುಮೀಸಲು, ಮನಮೀಸಲು, ನಯನಮೀಸಲು ದೇವಾ, ಕೂಡಲ ಸಂಗಮದೇವಾ.

ಟೀ। ನಿಮ್ಮ ಶರಣರಿಗೆನ್ನ ಮನೋಮಧ್ಯದಲ್ಲಿದ್ದ ಪರಂಜ್ಯೋತಿಯು ನೀನೆ. ಮನ ಮೊದಲಾದ ಇಂದ್ರಿಯಂಗಳು ನೀನಾಗಿ ಕುಲದೈವ ನೀನು. ತನು ಮನ ನಯನ ನಿಮ್ಮನಲ್ಲದೆ ಅನ್ಯವನಱಿಯವಾಗಿ ಮಿಸಲೆಂಬುದೀ ವಚನಾರ್ಥ.॥೪೩॥ A[1]

೧೫ ಸಹಜ ಮಾಟಸ್ಥಲ

೪೪

ಮಾಟವಿಲ್ಲದ ಕೂಟವದೇಕೋ, ಕೂಟವಿಲ್ಲದ ಮಾಟವದೇಕೋ? ಮಾಟ–ಕೂಟ[1]ವೆಂಬೆ[2]ರಡಱ ಅನುವನಱಿಯಬೇಕು. ಸಟೆಯಿಲ್ಲದೆ ದಿಟ ಘಟಿಸಿ ಸ್ವಯವಾಗಬೇಕು. ಮಾಟ–ಕೂಟ[1]ವೆಂಬೆ[2]ರಡಱ ಅನುಮತ[3]ದಿಂದಲೆ ಭಕ್ತಿ . ಇದೆ[4] ಕೂಟವು ಕೂಡಲ ಚೆನ್ನಸಂಗಾ, ನಿಮ್ಮಲ್ಲಿ.

ಟೀ। ಕ್ರೀಯಿಲ್ಲದೆ ನಾನೆ ಬ್ರಹ್ಮವೆಂಬ ಬಱಿಯ ಜ್ಞಾನದಿಂದಲು ಪ್ರಯೋಜನವಿಲ್ಲ. ಜ್ಞಾನವಿಲ್ಲದ ಬಱಿಯ ಕ್ರೀಯಿಂದಲು ಪ್ರಯೋಜನವಿಲ್ಲ. ಜ್ಞಾನ–ಕ್ರೀ[3]ಯುಕ್ತ[3]ವಾದ ಸದ್ಭಕ್ತಿಯೇ ಶಿವನಲ್ಲಿ ಕೂಡಿದ ಮುಕ್ತಿಯೆಂಬುದೀ ವಚನಾರ್ಥ.॥೪೪॥ A[1]

೪೫

ಹರಿವ ನದಿಯತೆಱನ ಹೋಲಬಲ್ಲರೆ ಭಕ್ತಿ; ಕೂಡೆ "ಸಯಧಾನವ" ನೀಡಬಲ್ಲರೆ ಭಕ್ತಿ. "ನೀಡಿ ಒಕ್ಕು ಮಿಕ್ಕ ಪ್ರಸಾದವ" ಕಾಯ್ದುಕೊಂಡಿರಬಲ್ಲರೆ ಕೂಡಿಕೊಂಡಿಪ್ಪ ನಮ್ಮ ಕೂಡಲಸಂಗಮದೇವಾ.

ಟೀ। ಮನವೆಂಬುದೀಗ ಹರಿವ ನದಿಯೆಂಬ ಶಬ್ದ ಅಂತಪ್ಪ ಮನಸ್ಸು ಶಿವಭಕ್ತಿಯ ಮಾಡುವವರಿಗೆ ಫಲಪದಭೋಗಂಗಳ ಬಯಕೆಯ ಹುಟ್ಟಿಸಿ ಭವದತ್ತ ಕೆಡಹುತ್ತಿಹುದು. ಅಂತಪ್ಪ ಮನಸ್ಸೇ ಮಾಯೆಯೆಂದಱಿದು ಆ ಮನಸ್ಸಿನ ಬಯಕೆಯನಳಿದು, ತನ್ನ ನಿಜವೆ ಪರಮಲಿಂಗವೆಂದಱಿದು ಭಿನ್ನಬುದ್ಧಿ ತೋಱದಿಪ್ಪುದೆ ಭಕ್ತಿಯೆಂಬುದೀಗ, ಹರಿವ ನದಿಯತೆಱನ ಹೋಲಬಲ್ಲರೆ ಭಕ್ತಿಯೆಂಬ ಶಬ್ದಕ್ಕರ್ಥ. ಅಂತು ಪೂಜಿಸುವ ಪೂಹಿಸಿಕೊಂಬವೆರಡೂ ಒಂದೆಯೆಂಬ ಏಕಭಾವದಿಂದ ಲಿಂಗವು ತಾನೆಂಬ ಅದ್ವೈತ ಜ್ಞಾನದ ಕ್ರೀಯಿಂದ ಶಿವಾರ್ಪಿತವ ಮಾಡಿ ತಾನೆಯೆಂಬಱವಡಗಿರಬಲ್ಲರೆ ಭಕ್ತಿಯೆಂಬುದೀಗ, ಕೂಡೆ ಸಯಧಾನವ ನೀಡಬಲ್ಲರೆ ಭಕ್ತಿಯೆಂಬ ಶಬ್ದಕ್ಕರ್ಥ. ಅಂತು ತನು, ಕರಣ, ಜ್ಞಾನ, ಭಾವಂಗಳು ಮೊದಲಾದ ತನ್ನವೆಲ್ಲವ ಲಿಂಗಕ್ಕರ್ಪಿಸಿ ಲಿಂಗವೆ ಉಳಿದಿದ್ದ ಲಿಂಗದ ಉಳಿಮೆಯೊಳಗೆ ಅನ್ಯಭಾವದ ಅಜ್ಞಾನಂಗಳ ಬೇರ್ಪಡಿಸಿಕೊಂಡು ತನ್ನತ್ತ ಕೂಡಲೀಯದೆ ಲಿಂಗಸಾವಧಾನ ಹಿಂಗದಿರಬಲ್ಲ ಶರಣಂಗೆ ಲಿಂಗವು ಭಿನ್ನವಿಲ್ಲವೆಂಬುದೀಗ ನೀಡಿ ಮಿಕ್ಕ 'ಸಯಧಾನವ[6] ಕಾಯ್ದುಕೊಂಡಿರಬಲ್ಲರೆ ಕೂಡಿಕೊಂಡಿಪ್ಪ ನಮ್ಮ ಕೂಡಲಸಂಗಮದೇವಾ ಎಂಬ ಶಬ್ದಕ್ಕರ್ಥ.॥೪೫॥ A[1]

೪೬

ಮಾಡುವಂತಿರಬೇಕು, ಮಾಡದಂತಿರಬೇಕು. ಮಾಡುವ ಮಾಟದೊಳಗೆ ತಾನಿಲ್ಲ[೭]ದಂತಿ[೭]ರಬೇಕು. [೮]ಕೂಡಲ ಸಂಗಮದೇವರ [೯]ನೆನವುತ್ತ ನೆನವುತ್ತ ನೆನೆಯ ದಂತಿರ[೯]ಬೇಕು.

ಟೀ। ಗುರುಲಿಂಗಜಂಗಮಕ್ಕೆ ತ್ರಿವಿಧ ಪದಾರ್ಥಂಗಳ ಕ್ರೀಯಿಂದ ಸಮರ್ಪಿಸುವಲ್ಲಿ ಕರ್ತೃಭೃತ್ಯನಾಗಿ ಮಾಡುತ್ತಿರಬೇಕು ಭಕ್ತ. ಅಂತು ಮಾಡುವ ಭಕ್ತನು ತಾನೆಂಬ ಭಾವವಿಲ್ಲದೆ ಮಾಡುವ–ಮಾಡಿಸಿಕೊಂಬವೆರಡೂ ಒಂದೆ, ಲಿಂಗವೆಂದು ಕಾಣುತ್ತಿರ್ಪ ಜ್ಞಾನದೃಕ್ಕುಳ್ಳಾತನೆ ಭಕ್ತನೆಂಬುದೀ ವಚನಾರ್ಥ.॥೪೬॥ A[1]

೪೭

ತನುವ ಕೊಟ್ಟು ತನು ಬಯಲಾಯಿತ್ತು; ಮನವ ಕೊಟ್ಟು ಮನ ಬಯಲಾಯಿತ್ತು. ಧನವ ಕೊಟ್ಟು ಧನ ಬಯಲಾಯಿತ್ತು. ಈ ತ್ರಿವಿಧವನು ಕೊಟ್ಟ ಕಾರಣ, ಕೂಡಲಚೆನ್ನಸಂಗಯ್ಯನಲ್ಲಿ ಬಸವಣ್ಣಂಗೆ ಬಯಲ ಸಮಾಧಿಯಾಯಿತ್ತಯ್ಯಾ.

ಟೀ। ತನು ಮನ ಧನವ ಗುರುಲಿಂಗ ಜಂಗಮಕ್ಕೆ ಸಮರ್ಪಿಸಿದ ಕಾರಣ, ತಾನು ತನು ಲಿಂಗವಾದ ಬಸವಣ್ಣನೆಂಬುದೀ ವಚನಾರ್ಥ.॥೪೭॥ A[1]

೪೮

ಭಿತ್ತಿಯಿಲ್ಲದ [೧]ಚಿತ್ತಾರ[೧]ದಂತೆ ಭಕ್ತಿಯಿಲ್ಲದ ಪ್ರಮಥನಾಗಿ[೨]ರ್ದೆನಯ್ಯಾ[೨]; ಸತ್ಯವಿಲ್ಲ ದ ಶರಣನಾಗಿ[೨]ರ್ದೆನಯ್ಯಾ[೨]. [೩]ಗರೆಯಿಲ್ಲದ [೪]ಕೋಲಿ[೪]ನಲ್ಲಿ [೫]ಉದ್ದರೆ[೫]ಯನಿಕ್ಕಿದ [೬]ಭಂಡದ ಹರದನಂತಿರ್ದೆ[೬]ನಯ್ಯಾ, ಕೂಡಲಸಂಗಮದೇವಾ!

ಟೀ। ಭಿತ್ತಿಯಲ್ಲಿ ಬರೆಯಲಿಲ್ಲದೆ ಚಿತ್ರಿಕನು ತನ್ನ ಮನದಲ್ಲಿ ರೂಹಿಸಿದ ರೂಹು ರೂಪಿಂಗೆ ಬಾರದಂತೆ ತಾನೆಂಬ ಭಾವ[7]ಳಿದು[7] ಮಾಡುವ–ಮಾಡಿಸಿಕೊಂಬ– –ವೆರಡೂ ಶಿವನೆಯೆಂಬ ಶಿವಭಾವ ಘಟಿಸಿ ಮಾಡುವ ಸದ್ಭಕ್ತನ [8]ಕ್ರೀಗಳಿಂದ[8] ಫಲಭೋಗ ಶರೀರಿಯಾಗಿ ಭವಕ್ಕೆ ಬರಲಿಲ್ಲ. ಆ ಭಕ್ತನನಾದಿ ಶಿವನೆಯಾಗಿಪ್ಪ– –ನೆಂಬುದೀಗ, ಭಿತ್ತಿಯಿಲ್ಲದ ಚಿತ್ತಾರದಂತೆ ಭಕ್ತಿಯಿಲ್ಲದ ಪ್ರಮಥನಾಗಿರ್ದೆನಯ್ಯಾ ಎಂಬ ಶಬ್ದಕ್ಕರ್ಥ. ತೋಱುವ ತೋಱಿಕೆಯೆಲ್ಲವೂ ಸತ್ಯವಾಗಿ ಕಾಣಿಸುತ್ತಿಹುದು. ಜೀವರಿಗೆ ನಿರವಯವಾಗಿಪ್ಪ ಚಿತ್ಸ್ವರೂಪವಾರಿಂಗೆಯೂ ಕಾಣಿಸದೆ ಅಸತ್ಯವಾಗಿಹುದು. ಅಂತು ಆರಿಂಗೆಯೂ ಕಾಣಿಸದಿರ್ಪ ಚಿತ್ಸ್ವರೂಪವೇ ಶರಣನೆಂಬುದೀಗ, ಸತ್ಯವಿಲ್ಲದ ಶರಣನಾಗಿರ್ದೆನಯ್ಯಾ ಎಂಬ ಶಬ್ದಕ್ಕರ್ಥ. ಅಂತು ಶರಣ ಮಾಡಿದ ಕ್ರೀಗಳೆಲ್ಲಾ ನಿಷ್ಫಲವೆಂಬುದೀಗ, [3]ಗರೆ[3]ಯಿಲ್ಲದ ಕೋಲಿನಲ್ಲಿ ಉದ್ದರೆಯನಿಕ್ಕಿದ [9]ಭಂಡದ ಹರದನಂತಿರ್ದೆ[9]ನಯ್ಯಾ ಎಂಬ ಶಬ್ದಕ್ಕರ್ಥ.॥೪೮॥ A[1]

೧೬ ಮಾಹೇಶ್ವರಸ್ಥಲ

೪೯

ನಾಳೆ [೧]ಬಪ್ಪುದು[೧] ನಮಗಿಂದೆ ಬರಲಿ; ಇಂದು [೧]ಬಪ್ಪುದು[೧] ನಮಗೀಗಲೆ ಬರಲಿ; ಇದಕಾರಂಜುವರು, ಇದಕಾರ[೨]ಳುಕುವರಯ್ಯಾ 'ಜಾತಸ್ಯ ಮರಣಂ ಧ್ರುವಂ' ಎಂದುದಾಗಿ, ನಮ್ಮ ಕೂಡಲಸಂಗಮ[೩]ದೇವರು ತಪ್ಪಿಸುವರೆ ಹರಿಬ್ರಹ್ಮಾದಿ[೪]ಗಳಿ– –ಗಳವಲ್ಲಾ!

ಟೀ। ಪರಮೇಶ್ವರ ಮಾಡಿದ ಹಾಂಗುಹುದು. ಕೆಡಿಸಿದ ಹಾಂಗೆ ಕೆಡುವುದು. ಉಳಿದ ದೇವತೆಗಳ ಕಯ್ಯಲಾಗದು. ಇದಕ್ಕೆ ಅಂಜಲೇಕೆಯೆಂಬುದೀ ವಚನಾರ್ಥ.॥೧॥ A[1]

೫೦

ಸಜ್ಜನ ಸದ್ಭಾವಿ ಅನ್ಯರಲ್ಲಿ ಕೈಯಾಂತು ಬೇಡ; ಲಿಂಗವ [೪]ಮುಟ್ಟಿದ[೪]ಕೈ ಮೊಸಲು! [೫]ಕಂಗಳಲೊಸೆದು[೫] ನೋಡ ಪರವಧುವ; ಮನದಲ್ಲಿ ಅನ್ಯವ ನೆನೆಯ; ಮಾನವರ ಸೇವೆಯ ಮಾಡ. ಲಿಂಗವ [೬]ಬೇಡ[೬]. ಲಿಂಗದ ಹಂಗನೊಲ್ಲ. ಧನದಲ್ಲಿ ವಂಚನೆಯಿಲ್ಲ, [೭]ಕೂಡಲಚೆನ್ನಸಂಗಮದೇವಾ[೭], ನಿಮ್ಮ ಶರಣಾ.

ಟೀ। ಶರಣ ಪರಧನ ಪರಸ್ತ್ರೀಯರುಗಳಿಗಾಸೆಯ ಮಾಡುವವನಲ್ಲ. ಲಿಂಗವ ಪೂಜಿಸಿ ಫಲಪದಂಗಳ ಬೇಡುವವನಲ್ಲ. ಶರಣ ನಿಷ್ಕಾಮ್ಯನಾಗಿ ಲಿಂಗ ಭಕ್ತಿಯ ಮಾಡುತ್ತಿಹನೆಂಬುದೀ ವಚನಾರ್ಥ.॥೨॥ A[1]

೫೧

ನೀನಿರಿಸಿದ ಮನದಲ್ಲಿ ನಾನಂಜೆನಯ್ಯಾ : ಮನವು ಮಹಾಘನಕ್ಕೆ [೧]ಶರಣು[೧]ವೊಕ್ಕುದಾಗಿ. ನೀನಿರಿಸಿದ ಧನದಲ್ಲಿ ನಾನಂಜೆನಯ್ಯಾ: ಧನವು [೨]ಮಾತಾಪಿತ ಸತಿ ಸುತರಿಂಗೆ ಸವೆಯದಾಗಿ[೨]. ನೀನರಿಸಿದ ತನುವಿನಲ್ಲಿ ನಿಮಗಾನಂಜೆನಯ್ಯಾ : ತನುವು ಸರ್ವಾರ್ಪಿತದಲ್ಲಿ ನಿಯತ ಪ್ರಸಾದಭೋಗಿ– –ಯಾಗಿ. [೩]ಇಂತು[೩] ವೀರಧೀರ ಸಮಗ್ರಾಹಕನಾಗಿ, [೪]ಕೂಡಲಸಂಗಮದೇವಯ್ಯ, ನಿಮಗಾನಂಜೆನಯ್ಯಾ.

ಟೀ। ಮನವು ಮಹದಲ್ಲಿ ನಿಂದು, ಆ ಮಹವೆ ತನುವೊಳಕೊಂಡು ಆ ಮಹತ್ತಾದ ಜಂಗಮಕ್ಕೆ ಧನ ಸಂದಿತ್ತಾಗಿ, ನೀನಿರಿಸಿದ ತನು ಮನ ಧನದಲ್ಲಿ ಅಂಜೆನೆಂಬುದೀ ವಚನಾರ್ಥ.॥೩॥ A[1]

೫೨

ಹಲ್ಲು [೫]ಹತ್ತಿ ನಾಲಗೆ ಹೊರಳದಿರ್ದಲ್ಲಿ ಮನವೆರಡಾದರೆ ಆಣೆ, ನಿಮ್ಮಾಣೆ! ಮಾಡುವ ನೇಮಕ್ಕೆ ಛಲವಿಲ್ಲದಿರ್ದಡೆ ಆಣೆ ನಿಮ್ಮಾಣೆ! ಕೂಡಲಸಂಗಮದೇವಾ ಎನ್ನ ಮನವ ನೋಡ[೬]ಲ[೬]ಟ್ಟಿದರೆ, ಪ್ರಸಾದ[೬]ವ[೬]ಲ್ಲದೆ ಕೊಂಡಡೆ ಆಣೆ, ನಿಮ್ಮಾಣೆ!

ಟೀ। ದೇಹವಳಿದರೆಯು ಹಿಡಿದ ನೇಮ ವ್ರತವ ಬಿಡೆನೆಂಬುದೀ ವಚನಾರ್ಥ.॥೪॥ A[1]

೫೩

ಅರ್ಥವನನರ್ಥವ ಮಾಡಿ ಕೋಳಾಹಳಂಗೆಯ್ವುತ್ತಿರಲಿ, ಹುಟ್ಟಿದ ಮಕ್ಕಳ ನವಖಂಡವ ಮಾಡಿ ಕಡಿಯುತ್ತಿರಲಿ, ಮುಟ್ಟುವ ಸ್ತ್ರೀಯ ಕಣ್ಣಮುಂದೆ ಅಭಿಮಾನಂಗೊಂಡು ನೆರೆಯುತ್ತಿರಲಿ, ಇಂತಿವೆಲ್ಲವೂ ಹೊಱಗಣವು. ಇನ್ನೆನ್ನಂಗದ ಮೇಲೆ ಬರಲಿ, [೨]*ಇಕ್ಕುವ ಶೂಲ ಪ್ರಾಪ್ತಿಸಲಿ, ಹಿಡಿಖಂಡವ ಮಾಡಿ ಕಡಿವುತ್ತಿರಲಿ*[೨], ಹಾಕೊಂದೆಸೆ ಹನ್ನೊಂದೆಸೆಯಾಗಿ ಮಾಡುತ್ತಿರಲಿ ಮತ್ತೊಯೂ ಲಿಂಗಾರಾಧನೆಯ ಮಾಡುವೆ, ಜಂಗಮಾರಾಧನೆಯ ಮಾಡುವೆ, ಪ್ರಸಾದಕ್ಕೆ [೩]ತಪ್ಪೆ.[೩] ಇಂತಪ್ಪ ಭಾಷೆ ಕಿಂಚಿತ್ತು ಹುಸಿಯಾದರೆ [೪]ನೀನಿಂದೆ[೪] ಮೂಗ ಕೊಯಿ, ಕೂಡಲಸಂಗಮದೇವಾ.

ಟೀ। ತನುವಿಗೆ ತಪ್ಪಿದರೆ, ಧನಕ್ಕೆ ತಪ್ಪಿದರೆ ಸತಿಗೆ ತಪ್ಪಿದರೆ, ಸುತಗೆ ತಪ್ಪಿದರೆ ತಪ್ಪಲಿ, ಗುರುಲಿಂಗ ಜಂಗಮದಲ್ಲಿ, ಪ್ರಸಾದದಲ್ಲಿ ತಪ್ಪೆನು, ಈ ಭಾಷೆ ತಪ್ಪಿದರೆ ಮೂಗಕೊಯಿಯೆಂಬುದೀ ವಚನಾರ್ಥ.॥೫॥ A[1]

೧೭ ಲಿಂಗನಿಷ್ಠಾಸ್ಥಲ

೫೪

ಅಮೃತಸಾಗರ[೧]ದೊಳಗಿರ್ದು[೧] ಆಕಳ ಚಿಂತೆ[೨]ಯೇಕೆ? ಮೇರು ಮಂದಿರದೊಳ-ಗಿರ್ದು [೩]ಜಲಗ[೩] ತೊಳೆವ ಚಿಂತೆ[೪]ಯೇಕೆ? ಶ್ರೀ ಗುರುವಿನೊಳಗಿರ್ದು ತತ್ತ್ವ[೫]ವಿದ್ಯೆಯ[೫] ಚಿಂತೆ[೪]ಯೇಕೆ[೪]? ಪ್ರಸಾದದೊಳಗಿರ್ದು ಮುಕ್ತಿಯ ಚಿಂತೆ[೪]ಯೇಕೆ? ಕರಸ್ಥಲ[೬]ದೊಳಗೆ[೬] ಲಿಂಗವಿದ್ದ ಬಳಿಕ ಇನ್ನಾವ ಚಿಂತೆಯೇಕೆ ಹೇಳಾ ಗೋಹೇಶ್ವರಾ?

ಟೀ। ಹಾಲಸಮುದ್ರದೊಳಗಿರ್ದಾತಂಗೆ ಆಕಳ ಚಿಂತೆ[7]ಯಿಲ್ಲದಂತೆ,[7] ಹೇಮಗಿರಿಯ-ಲ್ಲಿರ್ದಾತಂಗೆ ಸುವರ್ಣದ ಚಿಂತೆಯಿಲ್ಲದಿರ್ದಂತೆ, ಪರಮಜ್ಞಾನ ಸ್ವರೂಪ ಗುರುಮೂರ್ತಿಯಾಗಿ ಕರುಣಿಸಿ ಬೋಧಿಸುತ್ತಿರ್ದ ಶಿಷ್ಯಂಗೆ ಬೇಱೆ ಆಗಮಶಾಸ್ತ್ರಂಗಳಿಂದ ತತ್ತ್ವಜ್ಞಾನವ, ಸಾಧಿಸಬೇಕೆಂಬ ಚಿಂತೆ ಮಾಡಲಿಲ್ಲ. ಗುರುಮುಖದಿಂದೊದಗಿದ ಪ್ರಸಾದಭೋಗವೆ ಪರಮಪದವೆಂದಱಿದಾತಂಗೆ ಬೇಱೆ ಮುಕ್ತಿಯ ಚಿಂತಿಸಲಿಲ್ಲ. ಸರ್ವಫಲ ಪದಂಗಳ ಕೊಡುವ ಮಹಾ ಘನಲಿಂಗವೆ ಕರಸ್ಥಲಕ್ಕೆ ಬಂದಿರ್ದಾತಂಗೆ ಭವಬಂಧನವುಂಟೆಂಬ, ಮೋಕ್ಷವಾಗಬೇಕೆಂಬ ಚಿಂತೆಯ ಮಾಡಬಾರದೆಂಬುದೀ ವಚನಾರ್ಥ.॥೬॥ A[1]

೫೫

ಎನಗೆ ನಿಮ್ಮ ನೆನಹಾ[೮]ದಾಗವೆ ಉದಯ : ಎನಗೆ ನಿಮ್ಮ ಮಱಹಾ[೮]ದಾಗವೆ ಅಸ್ತಮಾನ! ಎನಗೆ ನಿಮ್ಮ [೧]ನೆನಹವೆ ಜೀವ.[೧] ಎನಗೆ ನಿಮ್ಮ [೨]ನೆನಹವೆ[೨] ಪ್ರಾಣ, ಕಾಣಾ, ತಂದೆ! [೩]ಎಲೆ[೩]ಸ್ವಾಮಿ, ಎನ್ನ ಹೃದಯದಲ್ಲಿ ನಿಮ್ಮ ಚರಣದುಂಡಿಗೆಯ--ನೊತ್ತಯ್ಯ : ವದನದಲ್ಲಿ ಷಡಕ್ಷರಿಯ ಒರೆಯಯ್ಯಾ[೪], ಕೂಡಲಸಂಗಮ-ದೇವಯ್ಯಾ.

ಟೀ। [5]ಆತ್ಮನು ದೇಹಸಂಬಂಧದಿಂದ ಅಜ್ಞಾನಿಯಾಗಿರ್ದಲ್ಲಿ[5] ಜ್ಞಾನೋದಯದಿಂದ ಶಿವಾಪೇಕ್ಷೆಯ ಚಿಂತನೆವಿಡಿದು ಗುರೂಪಾವಸ್ಥೆಯ ಮಾಡಿ ಲಿಂಗವನಂಗದಲ್ಲಿ, ಶಿವಮಂತ್ರವ ಜಿಹ್ವೆಯಲ್ಲಿ ಕರುಣಿಸಿ ಸಲಹೆಂದು ಬಿನ್ನೈಸಿದ ಶಿಷ್ಯನ [6]ಬಿನ್ನಹ[7]ವೆಂಬುದೀ ವಚನಾರ್ಥ.॥೭॥ A[1]

೫೬

ನೆನಹಿನ ನಲ್ಲನು ಮನೆಗೆ ಬಂದರೆ ನೆನೆವುದಿನ್ನಾರನು ಹೇಳವ್ವಾ? ನೆರೆವ ಕ್ರೀಯಲ್ಲಿ ನೆರೆದು ಸುಖಿಯಹುದಲ್ಲದೆ, ನೆನೆವು[೮]ದಿನ್ನಾರನು? ಹೇಳವ್ವಾ! ನೆನಹಿನ ನಲ್ಲನುರಿಲಿಂಗದೇವನಂ ಕಂಡ ಬಳಿಕ, ನೆನೆವುದಿ[೮]ನ್ನಾರನು, ಹೇಳವ್ವಾ!

ಟೀ। ಅಱಿದು ನೆನೆದು ಭಾವಿಸಿಕೊಂಬ ಪರಬ್ರಹ್ಮವೆ ಇಷ್ಟಲಿಂಗವಾಗಿ ಕರಸ್ಥಲಕ್ಕೆ ಬಂದು ಕಣ್ಮನಂಗಳಿಗೆ ಪ್ರತ್ಯಕ್ಷವಾಗಿರಲು, ಮನೋರತಿಯಿಂದ ಲಿಂಗಾರ್ಚನೆಯ ಮಾಡಿ ಆ ಇಷ್ಟಲಿಂಗದಲ್ಲಿ ಅಭಿನ್ನಭಾವ ಘಟಿಸಿ ಶಿವಸುಖವ ಪಡೆಯಲಱಿಯದೆ ದೂರಸ್ಥವ ಮಾಡಿ ಭಿನ್ನವಿಟ್ಟು ನೆನೆಯಲಾಗದೆಂಬುದೀ ವಚನಾರ್ಥ.॥೮॥ A[1]

೫೭

ಕಂಡ ಕನಸು: ನಿಧಾನವ ಕಂಡೆನಯ್ಯ! [೧]ಕಂಡು ಕಂಡು[೧] ಬಿಡಲಾಱದ ನಿಧಾನವ ಕಂಡೆನಯ್ಯಾ!! ಕೂಡಲಸಂಗಯ್ಯನೆಂಬ [೧]ನಿಧಿ[೧]ನಿಧಾನವ ಕಂಡು [೧]ಕಂಡು[೧] ಬಿಡಲಾಱಿ[೩]ನಯ್ಯಾ!!!

ಟೀ। [2]ಶಿವಜ್ಞಾನ ಸಂಪನ್ನನಾದ ಶರಣ[2] ಕರಸ್ಥಲದ ಲಿಂಗದ ಕಳೆಯ ಭಾವಿಸಿ ನೋಡಲು ಒಳಹೊಱಗೆಲ್ಲಾ ಅಖಂಡ ಪರಿಪೂರ್ಣವಾಗಿ ಪರವಶನಾಗಿರ್ದೆನೆಂದು ಬಸವಣ್ಣ ನಿರೂಪಿಸಿದನೆಂಬುದೀ ವಚನಾರ್ಥ.॥೯॥ A[1]

೫೮

[೩]ಎಚ್ಚು[೩] ಅಚ್ಚುಗವಾಗಿ ಒಪ್ಪಿದ ಪರಿಯ ನೋಡಾ! ಎಚ್ಚರೆ [೪]ಗಱಿದೋಱದೆ[೪] ನಡಬೇಕು. ಅಪ್ಪಿದರೆ ಅಸ್ಥಿಗಳು ನುಗ್ಗುನುಸಿಯಾಗಬೇಕು. ಬೆಚ್ಚರೆ ಬೆಸುಗೆ[೫] ಅಱಿಯದಂತಿರಬೇಕು: [೬]ಮಚ್ಚು : ಒಪ್ಪಿತ್ತು [೭]ಚೆನ್ನ ಮಲ್ಲಿಕಾರ್ಜುನನ ಸ್ನೇಹ[೭].

ಟೀ। ದೇಹಭಾವವಳಿದು ಎರಡಿಲ್ಲದೆ ಕೂಡಬೇಕು ಬ್ರಹ್ಮದಲ್ಲಿ ಎಂಬದೀ ವಚನಾರ್ಥ.॥೧೦॥ (ಅಕ್ಕನ ವಚನ – ೧೨೪)

೧೮ ಪೂರ್ವಾಶ್ರಯನಿರಸನಸ್ಥಲ

೫೯

ಪಟ್ಟವ ಕಟ್ಟಿದ ಬಳಿಕ ಲಕ್ಷಣವನಱಿಸುವರೆ? ಲಿಂಗದೇವನ [೮]ಪೂಜಿಸಿ ಕುಲವನಱಿಸುವರೆ, [೯]ಕೂಡಲ ಸಂಗಮದೇವ 'ಭಕ್ತಕಾಯ ಮಮಕಾಯ'[೧೦]ವೆಂಬ[೧೦] –ನಾಗಿ!

ಟೀ। ಗುರು ಲಿಂಗ ಜಂಗಮ ಸಾಹಿತ್ಯವಾದವಂಗೆ ಜಾತಿಸೂತಕ ಮೊದಲಾದ ಆವ ಸೂತಕವೂ ಇಲ್ಲವೆಂಬುದೀ ವಚನಾರ್ಥ.॥೧೧॥

೬೦

೦ ಅಂಗದ ಮೇಲೆ [೧]ಲಿಂಗ ಪ್ರತಿಷ್ಠೆಯಾದ[೧] ಬಳಿಕ, ಮರಳಿ, ಭವಿಯ ನಂಟನೆಂದು ಬೆರಸಿದರೆ [೨]ಕೊಂಡಮಾಱಿಂಗೆ[೨] ಹೋಹುದು ತಪ್ಪದು. ತ್ರಿವಿಧನಾಶಕನು ಹಸಿಯ ಮಣ್ಣಿನಲ್ಲಿ ಮಾಡಿದ ಮಡಕೆ ಅಗ್ನಿಮುಖದಲ್ಲಿ ಶುದ್ಧವಾದ ಬಳಿಕ ಅದು ತನ್ನ ಪೂರ್ವಕುಲವ ಬೆರಸುವುದೆ? ೦

B ಅಗ್ನಿದಗ್ಧಘಟಂ ಪ್ರಾಹುರ್ನಭೂಯೋ ಮೃತ್ತಿಕಾಯತೇ।
[3]ತಚ್ಛಿವಾಚಾರ[3]ಸಂಪನ್ನೋ॥[3] ನ ಪುನ[2]ರ್ಮಾನುಷೋ[2]ಭವೇತ್॥
ಎಂದುದಾಗಿ, ಃ ಇದು ಕಾರಣ ಪೂರ್ವನಾಸ್ತಿಯಾದ ಭಕ್ತನಪೂರ್ವ ಕೂಡಲ [೪]ಚೆನ್ನ[೪]ಸಂಗಮದೇವಾ:

ಟೀ। ಮಱವೆಯೆಂಬ ಭವಿಯಳಿದು ಅಱಿವೆಂಬ ಭಕ್ತನಾದ ಬಳಿಕ, ತಿರಿಗಿ ಭಕ್ತ ಭವಿಯ ಬೆರಸ. ಅದು ಹೇಗೆಂದಡೆ ॥ಸಾಕ್ಷಿ॥

ಅಗ್ನಿದಗ್ಧಘಟಂ ಪ್ರಾಹುರ್ನಭೂಯೋ ಮೃತ್ತಿಕಾಯತೇ।
[5]ತಚ್ಛಿವಾರ್ಚನ[5] ಸಂಗೇನ॥[5] ನ ಪುನ[2]ರ್ಮಾನುಷೋ[2]ಭವೇತ್॥

ಅಗ್ನಿದಗ್ಧಘಟಂ ಪ್ರಾಹುಃ । ಅಗ್ನಿದಗ್ಧಂ, ಅಗ್ನಿ–ಅಗ್ನಿಯಿಂದ ದಗ್ಧಂ–ಸುಡಲ್ಪಟ್ಟ । ಘಟಂ–ಮಡಕೆಯು । ನ ಭೂಯೋ ಮೃತ್ತಿಕಾಯತೇ, ಭೂಯಃ–ಮರಳಿ, ನ ಮೃತ್ತಿಕಾಯತೆ–ಮಣ್ಣಾಗುತ್ತಿರದು, ಇತಿ–ಹೀಂಗೆಂದು, ಪ್ರಾಹುಃ–ಹೇಳುತ್ತಿಹರು. ತಚ್ಛಿವಾಚಾರಸಂಪನ್ನ । [ತಚ್ಛಿವಾರ್ಚನ ಸಂಗೇನ] [1]ತತ್–ಅದುಕಾರಣ, ಶಿವಾ–ರ್ಚನ–ಶಿವಪೂಜೆಯೊಡತಣ, ಸಂಗೇನ–ಸಂಗದಿಂದ, ನ ಪುನರ್ಮಾನುಷೋ ಭವೇತ್

। ಪುನಃ – ಮರಳಿ, ಮಾನುಷ–ಮನುಷ್ಯನು, ನ ಭವೇತ್–ಆಗನು, [1]ಅಗ್ನಿಯಲ್ಲಿ ಬೆಂದ ಮಡಕೆ ಮರಳಿ ಮಣ್ಣಾಗದೆಂಬುದೀ ವಚನಾರ್ಥ.॥೧೨॥

೬೧

ಮಣ್ಣಮಡಕೆ ಮಣ್ಣಾಗದು ಕ್ರೀಯಳಿದು; ಬೆಣ್ಣೆ ಕರಗಿ [೧]ತುಪ್ಪವಾದ ಬಳಿಕ ಮರಳಿ[೧] ಬೆಣ್ಣೆಯಾಗದು ಕ್ರೀಯಳಿದು; [೨]ಕಬ್ಬುನ ಪರುಷ ಮುಟ್ಟಿ ಹೊನ್ನಾದ ಬಳಿಕ, ಮರಳಿ[೨] ಕಬ್ಬುನವಾಗದು ಕ್ರೀಯಳಿದು; ಮುತ್ತು ನೀರಲ್ಲಿ ಹುಟ್ಟಿ ಮತ್ತೆ ನೀರಾಗದು ಕ್ರೀಯಳಿದು; ಕೂಡಲ ಸಂಗನ ಶರಣನಾಗಿ [೪]ಮತ್ತೆ[೪] ಮಾನವನಾಗನು [೫]ಶರಣಸ್ಥಲದ[೫] ಕ್ರೀಯಳಿದು.

ಟೀ। ದೇಹೇಂದ್ರಿಯದ ಗುಣವಳಿದು ಪರಬ್ರಹ್ಮವಾದ ಬಳಿಕ, ಮರಳಿ ಮನುಷ್ಯರಾಗರೆಂಬುದೀ ವಚನಾರ್ಥ.॥೧೩॥

೧೯ ವಾಗದ್ವೈತನಿರಸನಸ್ಥಲ

೬೨

ಹೊನ್ನ ತೂಗಿದ [೫]ತ್ರಾಸು ಕಟ್ಟಳೆ[೫] ಹೊನ್ನಿಂಗೆ ಸರಿಯಪ್ಪುದೆ? ಸನ್ನಹಿತರಾದೆವೆಂಬ ನುಡಿಗೆ ನಾಚರು ನೋಡಾ! ಕನ್ನದಲ್ಲಿ ಸವೆದ ಕಬ್ಬುನದಂತೆ ಮುನ್ನ ಹೋದ ಹಿರಿಯರು ಲಿಂಗದ ಸುದ್ದಿಯನಱಿಯರು. ಇನ್ನಾರು ಬಲ್ಲರು ಹೇಳಾ ಗೋಹೇಶ್ವರಾ?!

ಟೀ। ಲಿಂಗಾನುಭಾವದ ಮಾತ ಬಾಯ್ಗೆಬಂದಂತೆ ನುಡಿದು ನಾವು ನಮ್ಮಲ್ಲಿ ಸನ್ನಹಿತರಾದೆವೆಂಬ ವಾಗ್ಬ್ರಹ್ಮವಾದಿಗಳು ಲಿಂಗಸಂಬಂಧ ದೂರವೆಂಬುದೀ ವಚನಾರ್ಥ.॥೧೪॥

೬೩

[೧]ಕೆಱಿ[೩]ಯಲುಂಡು[೧]ತೊಱ[೩]ಯ ಹೊಗಳುವರು. ಅತಿ ಉತ್ಕಟದ ಪರಬ್ರಹ್ಮವನೆ ನುಡಿವರು. ಸಹಜ ಪಿನಾಕಿಯ ಬಲೆಯಲ್ಲಿ ಸಿಲ್ಕಿ ಭವವ ಹಱಿಯಲಱಿಯರು. ರುದ್ರನ ಛತ್ರವನುಂಡು ಇಲ್ಲವೆಯ ನುಡಿವ ಹಿರಿಯರಿಗೆ ಮಹದ ಮಾತೇಕೋ, ಗೋಹೇಶ್ವರಾ.

ಟೀ। ಅಂಗವಿಕಾರದ ಸಂಗಸುಖವನುಂಡು ಲಿಂಗೈಕ್ಯನಾದೆನೆಂದು ಪರಬ್ರಹ್ಮವ ನುಡಿವ ವಾಗದ್ವೈತಿಗಳೆಲ್ಲರೂ ಶಿವನಿಕ್ಕಿದ ಮಾಯಾ ಸೂತ್ರದಲ್ಲಿ ಮಗ್ನರಾಗಿ ಶಿವನ ಧರ್ಮದ ಕವಿಲೆಗಳಾಗಿಪ್ಪರಲ್ಲದೆ ಸಹಜ ಲಿಂಗೈಕ್ಯರಲ್ಲ. ಅದು ಕಾರಣ ಇಲ್ಲದ ವಾಗ್ಬ್ರಹ್ಮವ ನುಡಿಯಲಾಗದೆಂಬುದೀ ವಚನಾರ್ಥ.॥೧೫॥

೬೪

ಕೊಟ್ಟ ಕುದುರೆಯನೇಱಲಱಿಯದೆ ಮತ್ತೊಂದು ಕುದುರೆಯ [೨]ಬಯಸುವರು[೨] ವೀರರೂ ಅಲ್ಲ. ಧೀರರೂ ಅಲ್ಲ, ಇದು ಕಾರಣ ನೆಱೆ[೩] ಮೂಱು ಲೋಕವೆಲ್ಲವೂ ಹಲ್ಲಣವ ಹೊತ್ತುಕೊಂಡು [೪]ತೊಳಲು[೪]ತ್ತೈದಾರೆ. ಗೋಹೇಶ್ವರ[೪]ಲಿಂಗವನವರೆತ್ತ [೫]ಬಲ್ಲಿರೋ[೫]?

ಟೀ। ಶ್ರೀಗುರು ಕರಸ್ಥಲಕ್ಕೆ ಅನುಗ್ರಹಿಸಿಕೊಟ್ಟ ಲಿಂಗಸ್ಥಲದಲ್ಲಿ ನೆನೆಹು ನಿಲಲಱಿಯದೆ ಮತ್ತೆ ಬೇಱೆ ಲಿಂಗ[೬]ಪಥ[೬]ವನಱಸುವವರು ಲಿಂಗನಿಷ್ಠಾಪರರಲ್ಲ. ಇದು ಕಾರಣ ಸರ್ವರೂ ದೇಹಭಾರವ ಹೊತ್ತುಕೊಂಡು ಸುಳಿವ ಸಂಸಾರಿಗಳಾದರೆಂಬುದೀ ವಚನಾರ್ಥ.॥೧೬॥

೬೫

ಜಗವಂದ್ಯರೆಂದು [೧]ನುಡಿದು ನಡೆವರು[೧] ನೋಡಾ! [೨]ಭವಬಂಧನದ ಕುಣಿಕೆಯ ಕಳೆಯಲಱಿಯರು ನೋಡಾ। ಭವ ತಮ್ಮ ತುಳಿತುಳಿದು [೦]ಕೊಂದಿತ್ತು[೦] ನೋಡಾ. ಶಬ್ದವೇದಿಗಳೆಂದು ನುಡಿದು ನಡೆವರುನೋಡಾ![೨] ನಿಶ್ಶಬ್ದವೇದಿಸದಿರ್ದಡೆ ಇದ ಗೋಹೇಶ್ವರ ನೋಡಿ ನಗುತ್ತಿರ್ಪ ನೋಡಾ!

ಟೀ। ತಮ್ಮ ನಿಜವ ತಾವಱಿದು ನಿಶ್ಶಬ್ದವೇದಿಗಳಾದವರು ಜಗವೆಲ್ಲಕ್ಕೆಯೂ ಹಿರಿಯರು. ಈ ಭೇದವನಱಿಯದೆ ಹಿರಿಯರೆನಿಸಿಕೊಂಬವರೆಲ್ಲರೂ ಭವಭಾರಿಗಳೆಂಬುದೀ ವಚನಾರ್ಥ.॥೧೭॥

೨೦ ಆಹ್ವಾನ ನಿರಸನಸ್ಥಲ

೬೬

ಆಹ್ವಾನವಿಲ್ಲ: ಪ್ರಾಣಲಿಂಗವಿಲ್ಲಾಗಿ; ವಿಸರ್ಜನವಿಲ್ಲ: ಲಿಂಗ ನೆಲೆಗೊಂಡಿಪ್ಪುದಾಗಿ, ಇದುಕಾರಣ ಆಹ್ವಾನ ವಿಸರ್ಜನವಿಲ್ಲ[೧]ದ[೧] ಶರಣನ ಪರಿ ಬೇಱೆ[೩]! ಅಂಗಸಂಗವೆ ಲಿಂಗ, ಲಿಂಗಸಂಗವೆ ಮನ, ಕೂಡಲ ಸಂಗನ ಶರಣ ಸುಯಿಧಾನಿ.

ಟೀ। ಗುರುಕರುಣದಿಂದ ಲಿಂಗಾಂಗ ಸಂಬಂಧಿಯಾದ ಶರಣನ ತನು ಮನ ಪ್ರಾಣಂಗಳೆಲ್ಲಾ ಲಿಂಗವಾದವು. ಅಂತು ಲಿಂಗವಾದ ಶರಣಲಿಂಗವು ತಾನೆಂಬ ಎಚ್ಚಱುಗುಂದದಿಪ್ಪನು. ಅಂತಿರ್ಪ ಶರಣಂಗೆ ಲಿಂಗವ ಬೇಱಿಟ್ಟು ಕರೆಯಲಿಲ್ಲ. ಕಳುಹಲಿಲ್ಲವೆಂಬುದೀ ವಚನಾರ್ಥ.॥೧೮॥

೬೭

ಆಹ್ವಾನಿಸುವಲ್ಲಿ ಪ್ರಾಣಲಿಂಗವಿಲ್ಲ; ವಿಸರ್ಜಿಸುವಲ್ಲಿ ಲಿಂಗವಂತನೆಂತೆನ್ನ-ಬಹುದು? ಆಹ್ವಾನ ವಿಸರ್ಜನವಿಲ್ಲದ ಶರಣನ ಪರಿ ಬೇಱೆ. ಲಿಂಗಭೋಗೋಪ-ಭೋಗವಲ್ಲದೆ ಅನರ್ಪಿತವ ಭೋಗಿಸುವನಲ್ಲ. ಆಗಳೂ ಪ್ರಾಣಲಿಂಗದ ಸಂಗದಲ್ಲಿಪ್ಪನು. ಇದುಕಾರಣ ಕೂಡಲ ಚೆನ್ನಸಂಗಯ್ಯ ನಿಮ್ಮ ಶರಣಂಗೆ ನಮೋ ನಮೋ ಎಂಬೆನು.

ಟೀ। ಆತ್ಮನೆ ಅಂಗವಾಗಿ ಆ ಅಂಗದ ಚೈತನ್ಯ ಪ್ರಾಣಕಳೆಯೆ ಲಿಂಗವೆಂಬ ವರ್ಮವನಱಿದು ಭಿನ್ನಭಾವವಳಿದು ಅಂಗದಲ್ಲಿ ಲಿಂಗವ ಹಿಂಗದೆ ಧರಿಸಿ ಶರಣ ಅಂಗೇಂದ್ರಿಯಂಗಳೆಲ್ಲವ ಲಿಂಗಕ್ಕರ್ಪಿಸಲು ಸರ್ವಾಂಗ ಪ್ರಾಣಲಿಂಗವಾಗಿ ಶರಣಲಿಂಗ ಭೋಗೋಪಭೋಗಿಯಾಗಿರ್ಪನು. ಅದುಕಾರಣ ಶರಣ ತನ್ನ ಪ್ರಾಣಲಿಂಗದ ಸಂಧಾನ ಭಾವದೆಚ್ಚಱುಗುಂದದಿಪ್ಪನು ಅಂತಿಪ್ಪ ಶರಣಂಗೆ ಶರಣುವೊಕ್ಕು ಭಕ್ತಿಮಾಡಿದವರೆಲ್ಲಾ ಮುಕ್ತರೆಂಬುದೀ ವಚನಾರ್ಥ.॥೧೯॥

೬೮

ಆಹ್ವಾನಿಸುವಲ್ಲಿ ಪ್ರಸೂತಿಕಾಯ ಸ್ವತಂತ್ರನೆಂತೆಂಬೆ, ವಿಸರ್ಜಿಸುವಲ್ಲಿ ಸಂತುಷ್ಟ ನೆಂತೆಂಬೆ? ಆದಿಯಾಧಾರದ ಸುಳುಹಲ್ಲ. ಆಧಾರ ಆಧೇಯದ ಭಾವವಲ್ಲ. ಬಿಂದು ಕ್ರೀಯನುಂಡು ಬಿಂದು ನಾದವು ಪ್ರಾಣೋಽಪಾನದ ಅನುವಿನ ಅನುಸಂಧಾನದ ಅನುಮಾನದ 'ತಾಳೋಷ್ಠ್ಯ' ಶಬ್ದಸಾರಾಯ ಸಂಚಿತನಲ್ಲ. ಉಭಯ ಪ್ರಸೂತಿಕಾಯ ರಹಿತನು ಕೂಡಲ ಚೆನ್ನಸಂಗಾ, ನಿಮ್ಮ ಶರಣ.

ಟೀ। ಸರ್ವಾಂಗಲಿಂಗ ಸಂಬಂಧವೆಂದಱಿಯದೆ ಆಹ್ವಾನಿಸುತ್ತಿರ್ಪ ಅಜ್ಞಾನಿ ಶೈವನಂತರಂಗಭವಿಯಾದ ಕಾರಣ ಭವಭಾರಿಜೀವನು, ಸ್ವತಂತ್ರ ಬ್ರಹ್ಮವಲ್ಲವೆಂಬುದೀಗ ಆಹ್ವಾನಿಸುವಲ್ಲಿ ಪ್ರಸೂತಿಕಾಯ ಸ್ವತಂತ್ರನೆಂತೆಂಬೆನೆಂಬ ಶಬ್ದಕ್ಕರ್ಥ. ವಿಸರ್ಜಿಸುತ್ತಿರ್ಪ ಅಜ್ಞಾನಿಯ ಅಂಗದಲ್ಲಿ ಲಿಂಗವಿಲ್ಲವೆಂಬುದೀಗ ವಿಸರ್ಜಿಸುವಲ್ಲಿ ಸಂತುಷ್ಟನೆಂತೆಂಬೆನೆಂಬ ಶಬ್ದಕ್ಕರ್ಥ. ಅಹ್ವಾನ ವಿಸರ್ಜನೆಯ ಮಾಡುತಿರ್ಪ ಅಜ್ಞಾನಿಯ ಚರಿತ್ರವು ಸತ್ತು ಚಿತ್ತುವಿನ ಸಂಯೋಗವಪ್ಪ ಸುಜ್ಞಾನ-ಕ್ರೀಯ ಚರ್ಯವಲ್ಲವೆಂಬುದೀಗ ಆದಿ ಆಧಾರ ಸುಳುಹಲ್ಲವೆಂಬ ಶಬ್ದಕ್ಕರ್ಥ. ಜ್ಞಾನ ಕ್ರೀ ಬಾಹ್ಯವಾದ ಅಜ್ಞಾನಿಯ ಭಾವವು ಜ್ಞಾನಜ್ಞೇಯಂಗಳ ಸಮರಸವನುಳ್ಳ ಏಕೋಭಾವವಲ್ಲವೆಂಬುದೀಗ ಆಧಾರ-ಆಧೇಯದ ಭಾವವಲ್ಲವೆಂಬ ಶಬ್ದಕ್ಕರ್ಥ. ಅಂತಪ್ಪ ಭಿನ್ನಭಾವಿಗಳು ಮಾಂಸಬಿಂದುರೂಪವಾದ ದೇಹದ ಮಾಯಾಸಂಸಾ- -ರಸುಖವ ಭುಂಜಿಸಿ, ದೇಹಪ್ರಾಣಯುಕ್ತರಾಗಿ ವಾಯುಮಾರ್ಗವಿಡಿದ ರೇಚಕ ಪೂರಕಂಗಳ ತಡೆದು ಪಶ್ಚಿಮದ್ವಾರವ ಬಗೆದೆಗೆದು

ಬ್ರಹ್ಮರಂಧ್ರವನೆಯ್ದಿ ಬ್ರಹ್ಮದಲ್ಲಿ ಕೂಡಿ ಬ್ರಹ್ಮಾನುಸಂಧಾನವಾದೆನೆಂಬ ಮಾತು ಮಿಥ್ಯವೆಂಬುದೀಗ, ಬಿಂದು- -ಕ್ರೀಯನುಂಡು ಬಿಂದು ನಾದವು ಪ್ರಾಣೋಪಾನದ ಅನುವಿನ ಅನುಸಂಧಾನದ ಅನುಮಾನದಯೆಂಬ ಶಬ್ದಕ್ಕರ್ಥ. ಅಂತಪ್ಪ ಭಿನ್ನಜ್ಞಾನಿಗಳು ವೇದಾಗಮಂಗಳ ಸಾಧಿಸಿ ಶಬ್ದಜಾಲಂಗಳ ಕಲಿತು ತುಟಿ ಕಟವಾಯಿರಸನೆಗಳಿಂದ ಬ್ರಹ್ಮಸುಖವ ಪಡೆದು ಬ್ರಹ್ಮವಾದೆನೆಂಬ ಮಾತು ಪ್ರಯೋಜನವಲ್ಲವೆಂಬುದೀಗ, [1]ತಾಳೋಷ್ಠ್ಯ[1] ಶಬ್ದಸಾರಾಯ ಸಂಚಿತವಲ್ಲವೆಂಬ ಶಬ್ದಕ್ಕರ್ಥ. ಆ ಭಿನ್ನ ಶಬ್ದಜಾಲಂಗಳನಳಿದ ಶರಣನು ಜನನ ಮರಣಂಗಳಿಲ್ಲದೆ ನಿತ್ಯ ಪರಿಪೂರ್ಣಲಿಂಗವಾಗಿಪ್ಪನೆಂಬುದೀಗ, ಉಭಯ ಪ್ರಸೂತಿಕಾಯರಹಿತನು ಕೂಡಲಚೆನ್ನಸಂಗಾ, ನಿಮ್ಮ ಶರಣನೆಂಬ ಶಬ್ದಕ್ಕರ್ಥ.॥೨೦॥

೭೯

ಜ್ಞಾನವೇ ಪ್ರಸಾದಕಾಯ; ಜ್ಞೇಯವೆ ಚಿನ್ಮಯಲಿಂಗ; ಜ್ಞಾನಜ್ಞೇಯ ಸಂಪುಟದಿಂದ ಶರಣೆನಿಸಿಕೊಂಡ. ಆ ಜಂಗಮದ ಅಂತರಂಗದಲ್ಲಿ ನೀನೆ, ಬಹಿರಂಗದಲ್ಲಿ ನೀನೆ. ಎಂತು ನೋಡುವಡೆ ಶರಣನ ಕಣ್ಣ ಮೊದಲಲ್ಲಿ ನೀನೆ. ಶಿವಜ್ಞಾನಸಂಪನ್ನನಾದ ಶರಣಂಗೆ ಆಹ್ವಾನ ವಿಸರ್ಜನವೆಲ್ಲಿಯದು, ಉರಿಲಿಂಗಪೆದ್ದಿಪ್ರಿಯ ವಿಶ್ವೇಶ್ವರಾ.?

ಟೀ। ಚಿತ್ತುವೆ ಆತ್ಮನೆಂಬಂಗವಾಗಲು, ಸತ್ತುವೆ ಲಿಂಗವಾಗಿ, ಅಂತಪ್ಪ ಲಿಂಗಾಂಗಸಂಬಂಧದ ಕ್ರೀವಿಡಿದು ಶರಣನೆನಿಸಿಕೊಂಡು ಶಿವಜ್ಞಾನಸ್ವರೂಪನಾಗಿ ಆಚರಿಸುತ್ತಿರ್ಪ ಶರಣಂಗೆ ಸರ್ವಾಂಗವೆಲ್ಲಾ ಲಿಂಗವಾಗಿಪ್ಪುದಾಗಿ ಆ ಶರಣಂಗೆ ಆಹ್ವಾನ ವಿಸರ್ಜನವ ಮಾಡಲಿಲ್ಲವೆಂಬುದೀ ವಚನಾರ್ಥ.॥೨೧॥

೨೧ ಅಷ್ಟಮೂರ್ತಿನಿರಸನಸ್ಥಲ

೭೦

ಪಂಚಾಶತ್ಕೋಟಿವಿಸ್ತೀರ್ಣ ಭೂಮಂಡಲ, ಅಷ್ಟದಿಕ್ಕುಗಳೆಂಬವಱೊಳಗಿಲ್ಲವ- -ಣ್ಣಾ, ಗಗನಮಂಡಲದೊಳಗೆ ಬೆಳಗುವ ರವಿಶಶಿಗಳುದಯದ ಬಳಿವಿಡಿದು ಸುಳಿವವಱೊಳಗಲ್ಲ. ಅಂತಿಂತಾಗದ ಮುನ್ನ ಇನ್ನೇನೂ ಇಲ್ಲ. ಬೆಸಗೊಂಬಡೆ ಹೇಳುವೆ; ನಿನ್ನ ವಶಕ್ಕೆ ಬಾರದು ಕೇಳು, ಸಿಮ್ಮಲಿಗೆಯ ಚೆನ್ನರಾಮನೆಂಬ ಲಿಂಗವಿಲ್ಲ, ಬಱಿಯ ಮಾತೇನು?

ಟೀ। ಪಂಚಾಶತ್ಕೋಟಿವಿಸ್ತೀರ್ಣ ಭೂಮಂಡಲ ಅಷ್ಟದಿಕ್ಕುಗಳೆಂಬ ಜಗದೊಳಗೆಯೂ ಶಿವನಿಲ್ಲವೆಂಬುದೀಗ, ಪಂಚಾಶತ್ಕೋಟಿವಿಸ್ತೀರ್ಣ ಭೂಮಂಡಲ ಅಷ್ಟದಿಕ್ಕುಗಳೆಂಬ

–ವಱೊಳಗಿಲ್ಲವಣ್ಣಾ ಎಂಬ ಶಬ್ದಕ್ಕರ್ಥ. ಆಕಾಶಮಾರ್ಗದೊಳಗೆ ಬೆಳಗುವ ಸೂರ್ಯ–ಚಂದ್ರರ ಉದಯಾಸ್ತಮಾನದ ಬಳಿವಿಡಿದು ಸತ್ತು ಹುಟ್ಟುತ್ತಿಹ ದೇಹಿಗಳೊಳಗೆಯು ಶಿವನಿಲ್ಲವೆಂಬುದೀಗ ಗಗನಮಂಡಲದೊಳಗೆ ಬೆಳಗುವ ರವಿ ಶಶಿಗಳುದಯದ ಬಳಿವಿಡಿದು ಸುಳಿವವಱೊಳಗಿಲ್ಲವೆಂಬ ಶಬ್ದಕ್ಕರ್ಥ. ಸಕಲ–ನಿಷ್ಕಲತ್ವವಿಲ್ಲದ ನಿಜವನುಪಮಿಸಬಾರದೆಂಬುದೀಗ, ಆಂತಿಂತಾಗದ ಮುನ್ನ ಇನ್ನೇನೂ ಇಲ್ಲವೆಂಬ ಶಬ್ದಕ್ಕರ್ಥ. ವಾಙ್ಮನಕ್ಕಗೋಚರವಾಗಿಪ್ಪುದು ಬ್ರಹ್ಮವು. ಅದನಱಿಯದೆ ಅಷ್ಟತನುಗಳು ಶಿವನೆಂದು ನುಡಿವುದಜ್ಞಾನವೆಂಬುದೀಗ, ಬೆಸಗೊಂಬಡೆ ಹೇಳುವೆ ನಿನ್ನವಶಕ್ಕೆ ಬಾರದು ಕೇಳು, ಸಿಮ್ಮಲಿಗೆಯ ಚೆನ್ನರಾಮನೆಂಬ ಲಿಂಗವಿಲ್ಲ, ಬಱಿಯ ಮಾತೇನೂ ಎಂಬ ಶಬ್ದಕ್ಕರ್ಥ.॥೨೨॥

೭೧

ಹೊಱಗೆಂಟು ತನು, ಒಳಗೆ ನಿರಂಜನಜ್ಯೋತಿ. ತೆಱಹಿಲ್ಲದಿಪ್ಪವನನೆಲ್ಲರೂ ಬಲ್ಲವರಿಲ್ಲ, ಕೇಳಿರೇ! ಶಿವನಲ್ಲದೆ ಬೇಱೆ ದೈವವಿಲ್ಲ: ಹುಲಿಗೆಱೆಯ ವರದ ಸೋಮನಾಥನು 'ಏಕೋರುದ್ರ'ನೆಂದುದು ಶ್ರುತಿ.

ಟೀ। ಅಷ್ಟತನುಯುಕ್ತವಾದ ಬ್ರಹ್ಮಾಂಡವೆಂಬುದೀಗ, ಹೊಱಗೆಂಟು ತನುವೆಂಬ ಶಬ್ದಕ್ಕರ್ಥ. ಅಂತಪ್ಪ ಬ್ರಹ್ಮಾಂಡದೊಳಗೆ ನಿತ್ಯ ಪರಿಪೂರ್ಣವಾಗಿ ತೊಳಗಿ ಬೆಳಗುತ್ತಿರ್ದ ಪರಂಜ್ಯೋತಿಸ್ಸ್ವರೂಪವಾದ ಪರಶಿವನ ಆರೂ ಬಲ್ಲವರಿಲ್ಲವೆಂಬು□ ದೀಗ, ಒಳಗೆ ನಿರಂಜನಜ್ಯೋತಿ ತೆಱಹಿಲ್ಲದಿಪ್ಪವನನೆಲ್ಲರೂ ಬಲ್ಲವರಿಲ್ಲ, ಕೇಳಿರೇ ಯೆಂಬ ಶಬ್ದಕ್ಕರ್ಥ. ಪರಶಿವನೆ ದೇವರಲ್ಲದೆ ಮಿಕ್ಕಾದಷ್ಟತನುಗಳು ಮೊದಲಾದವರು ದೇವರಲ್ಲವೆಂಬುದೀಗ ಶಿವನಲ್ಲದೆ ಬೇಱೆ ದೈವವಿಲ್ಲವೆಂಬ ಶಬ್ದಕ್ಕರ್ಥ. ಅಂತು ಅಷ್ಟತನು ಮೊದಲಾದವೆಲ್ಲವೂ ಅನಿತ್ಯವು. ಶಿವನೆ ನಿತ್ಯನೆಂ– –ದುದು ವೇದವಾಕ್ಯವೆಂಬುದೀಗ, ಹುಲಿಗೆಱೆಯ ವರದ ಸೋಮನಾಥನು ಏಕೋರುದ್ರನೆಂದುದು ಶ್ರುತಿಯೆಂಬ ಶಬ್ದಕ್ಕರ್ಥ.॥೨೩॥

೨೨ ಸರ್ವಗತನಿರಸನಸ್ಥಲ

೭೨

'ಅಣೋರಣೀಯಾನ್ಮಹತೋಮಹೀಯಾನ್' ಎಂಬ ಶ್ರುತಿ ಹುಸಿ. ಲಿಂಗವಿದ್ದ ಠಾವಿಂಗೆ ಪ್ರಳಯವುಂಟೆ? ಭಕ್ತರ ಭಾವದಲ್ಲಿರ್ಪನಲ್ಲದೆ ಮತ್ತೆಲ್ಲಿಯೂ ಇಲ್ಲ, ಗೋಹೇಶ್ವರಾ.

ಟೀ। ಅಣುರೇಣು ತೃಣ ಕಾಷ್ಠದೊಳಗೆ ಶಿವನಿಪ್ಪನೆಂದರೆ ಆ ಮಾತು ಹುಸಿ. ಅದೇನು ಕಾರಣವೆಂದಡೆ ಆ ಶಿವನಿಪ್ಪ ಕಾಯಕ್ಕೆ ಮುಕ್ತಿಯುಂಟಾಗಬೇಕೆಂದರೆ ಅವಕ್ಕೆ ಮುಕ್ತಿಯಿಲ್ಲವಾಗಿ. ಆ ಶಿವನಿಪ್ಪ ಕಾಯಕ್ಕೆ ಜ್ಞಾನವುಂಟಾಗಬೇಕೆಂದರೆ ಅವಕ್ಕೆ ಜ್ಞಾನವಿಲ್ಲವಾಗಿ. ಆ ಶಿವನಿಪ್ಪ ಕಾಯ ನಿತ್ಯಕಾಯವಾಗಬೇಕೆಂದರೆ ಅವಕ್ಕೆ ನಿತ್ಯತ್ವವಿಲ್ಲಾಗಿ. ಅದುಕಾರಣ ಸದ್ಭಕ್ತರಲ್ಲಿ ಶಿವನಿಪ್ಪನಲ್ಲದೆ ಮತ್ತೆಲ್ಲಿಯೂ ಇಲ್ಲವೆಂಬುದೀ ವಚನಾರ್ಥ.॥೨೪॥

೭೩

ಪರುಷದ ಪುತ್ಥಳಿಗೆ ಕಬ್ಬುನದ ಆಭರಣಂಗಳುಂಟೆ? ಅಯ್ಯಾ ಲೋಕದೊಳಗೆ ಲಿಂಗ, ಲಿಂಗದೊಳಗೆ ಲೋಕವಾದಡೆ ಹಿಂದಣ ಪ್ರಳಯಂಗಳೇಕಾದವು? ಇನ್ನು ಮುಂದಣ ಪ್ರಳಯಂಗಳಿಗಿನ್ನೆಂತೋ? ಲೋಕವು ಲೋಕದಂತೆ, ಲಿಂಗವು ಲಿಂಗದಂತೆ. ಈ ಉಭಯದ ಭೇದವ, ಗೋಹೇಶ್ವರಾ, ನಿಮ್ಮ ಶರಣನೆ ಬಲ್ಲಾ.

ಟೀ। ಲಿಂಗಜಂಗಮಕ್ಕೆ ಮಾಡುವ ಭಕ್ತನೆ ಶಿವನಾದಕಾರಣ–ಶಿವಂಗೆ ಗುಣಂಗಳಿಲ್ಲವಾಗಿ–ಭಕ್ತಂಗೂ ಗುಣಂಗಳಿಲ್ಲ. ಪರುಷದ ಪರ್ವತದಲ್ಲಿ ಕಬ್ಬುನವುಂಟೆ ಎಂಬುದೀ ವಚನಾರ್ಥ.॥೨೫॥

೭೪

ಮಾಂಸಪಿಂಡವೆನಲೊಲ್ಲದೆ ಮಂತ್ರಪಿಂಡವೆಂದ ಬಸವಣ್ಣನು. ಪಂಚಭೂತ–ಕಾಯವೆನಲೊಲ್ಲದೆ ಪ್ರಸಾದಕಾಯವೆಂದ ಬಸವಣ್ಣ. ವಾಯುಪ್ರಾಣಿಯೆನಲೊಲ್ಲದೆ ಲಿಂಗಪ್ರಾಣಿಯೆಂದ ಬಸವಣ್ಣ. ಜಗಭರಿತನೆಂಬ ಶಬ್ದಕ್ಕಂಗವಿಸಲೊಲ್ಲದೆ ಶರಣ–ಭರಿತನಾದ ಕೂಡಲಚೆನ್ನಸಂಗಯ್ಯಾ.

ಟೀ। ಲಿಂಗಾಂಗ ಸಂಬಂಧಿಯಾಗಿಪ್ಪ ಶರಣನ ತನು ಮನ ಪ್ರಾಣಂಗಳೆಲ್ಲಾ ಲಿಂಗಮಯವಾಗಿಪ್ಪುದು. ಅಂತು ಶರಣನಲ್ಲಿ ಲಿಂಗಕಳಾಚೈತನ್ಯ ಪರಿಪೂರ್ಣ– –ವಾಗಿ ಪ್ರಕಾಶಿಸುತ್ತಿಹುದಲ್ಲದೆ ಮತ್ತೆ ಉಳಿದ ಜೀವರಲ್ಲಿ ಶಿವಕಳೆ ಪ್ರಕಟಿಸಿ ತೋಱದೆಂಬುದೀ ವಚನಾರ್ಥ.॥೨೬॥

೨೩. ಶಿವಜಗನ್ಮಯಸ್ಥಲ

೭೫

ಶಿವ ತನ್ನ ವಿನೋದಕ್ಕೆ ರಚಿಸಿದನನಂತ ವಿಶ್ವವನು; ರಚಿಸಿ ಏನು ವಿಶ್ವಕ್ಕೆ ಹೊಱಗಾಗಿದ್ದನೆ? ಇಲ್ಲ, ವಿಶ್ವಮಯ ತಾನಾದನು, ವಿಶ್ವವೆಲ್ಲವೂ ತಾನಾದನೆಂದಡೆ ವಿಶ್ವದ ಉತ್ಪತ್ತಿ, ಸ್ಥಿತಿ, ಲಯಕ್ಕೊಳಗಾದನೆ? ಇಲ್ಲ. ಅದೇನು ಕಾರಣವೆಂದೆಡೆ

ಅಜಾತನಾಗಿ ಉತ್ಪತ್ಯನಲ್ಲ. ಸ್ಥಿತಿಕರ್ಮರಹಿತನಾಗಿ ಸ್ಥಿತಿಗೊಳಗಲ್ಲ; ಮರಣ-ರಹಿತನಾಗಿ ಲಯಕ್ಕೊಳಗಲ್ಲ. ಇಂತೀ ಗುಣತ್ರಯಂಗಳ ಹೊದ್ದಲರಿಯ, ತಾನಿಲ್ಲದೆ ವಿಶ್ವಕ್ಕಾಧಾರವಿಲ್ಲಾಗಿ ದೂರಸ್ಥನಲ್ಲ. ತನ್ನಲ್ಲಿ ತಾನಲ್ಲದೆ ಅನ್ಯವು ತೋರಲರಿಯದಾಗಿ ಇದಿರಿಲ್ಲ. ಇದಿರಲ್ಲವಾಗಿ ವಿಶ್ವಮಯ ತಾನಾದುದೆ ಸತ್ಯ. ಅರಸು ಕಾಲಾಳಾಗಬಲ್ಲ ತನ್ನ ವಿನೋದಕ್ಕೆ; ಮರಳಿ ಅರಸಾಗಬಲ್ಲ ನಮ್ಮ ಉರಿಲಿಂಗಪಿದ್ದಿಪ್ರಿಯ ವಿಶ್ವೇಶ್ವರನು ಜಗವಾಗಬಲ್ಲ, ಜಗವಾಗದಿರಲೂ ಬಲ್ಲನು.

ಟೀ। ಅಖಂಡಾದ್ವಯ ನಿತ್ಯ ಪರಿಪೂರ್ಣ ವಸ್ತು ತಾನೊಂದೆಯಾಗಿರ್ದು ತನ್ನ ತಾನೆ ಸೇವ್ಯ ಸೇವಕನಾಗಿರಬೇಕೆಂಬ ಲೀಲಾ ವಿಲಾಸದಿಂದ ತಾನೆ ಲಿಂಗಸ್ವರೂಪಾಗಿ ತನ್ನ ತದಂಶವೊಂದ ಬೇರ್ಪಡಿಸಿ ನಾನಾತ್ವವನೆಯ್ದಿ ಪರಿಚ್ಛಿನ್ನಾತ್ಮರಾಗಿ ಅಂಗ ಸ್ವರೂಪದ ಜಗತ್ತಾಯಿತ್ತು. ಅಂತಾದ ಆತ್ಮರಿಗೆ ಸುಖ ದುಃಖ, ಬಂಧ ಮೋಕ್ಷ, ಜನನ ಮರಣಂಗಳಂ ಮಾಡಿ ತಾನೆ ನಿತ್ಯನಾಗಿ ವಿನೋದಿಸುತ್ತಿರ್ಪ ಎರಡಾಗಿ ಶಿವನು ಅಂತಿರ್ಪಾತ್ಮರುಗಳಿಗೆ ಸಮ್ಯಜ್ಞಾನಮಂ ಪ್ರಕಾಶಿಸೆ ಮೋಕ್ಷಾಪೇಕ್ಷನಂ ಮಾಡಿ, ಭಕ್ತಿರತಿಯನಿತ್ತು ತನ್ನ ಶಿವತತ್ವ ವನೆಯ್ದಿಸಿ ಎರಡಳಿದು ಒಂದೆಯಾಗಿರ್ಪನಾ ಶಿವನು. ಅಂತು ಒಂದೆ ವಸ್ತು ತನ್ನ ಲೀಲೆಯಿಂದ ತಾನೆ ಲಿಂಗವಾಗಿ ಪೂಜ್ಯನೆನಿಸಿದ. ತನ್ನ ಪೂಜಿಸುವ ಆತ್ಮರಿಲ್ಲದಲ್ಲಿ ತಾನೆ ಆತ್ಮರುಗಳಾಗಿ ತನ್ನ ತಾ ಪೂಜಿಸಿಕೊಂಬ ಭೇದದಿಂದ ಎರಡೆನಿಸಿದ ಶಿವಮಯ ಜಗತ್ತೆಂಬುದೀ ವಚನಾರ್ಥ.॥೨೭॥

೨೮

ಘನ ಗಂಭೀರವಾರಿಧಿಯಲ್ಲಿ ಫೇನ ತರಂಗ ಬುದ್ಬುದಂಗಳಾದವಲ್ಲದೆ ಬೇರಾಗಬಲ್ಲವೆ? ಆತ್ಮನೆಂಬಂಬುಧಿಯಲ್ಲಿ ಸಕಲ ಬ್ರಹ್ಮಾಂಡಕೋಟಿಗಳಾದವ--ಲ್ಲದೆ ಬೇರಾಗಬಲ್ಲುವೆ? ಇದ ಬೇರೆಂಬರೆ ಮರುಳುಗಳನೇನೆಂಬೆ! ವಿಶ್ವವನರಿದು ನೋಡಲು ಸಿಮ್ಮಲಿಗೆಯ ಚೆನ್ನರಾಮನೆಂಬ ಲಿಂಗವು ಬೇರಿಲ್ಲಾ।

ಟೀ। ಸಮುದ್ರದಲ್ಲಿ ತೋರುವ ತೆರೆ ಬುದ್ಬುದ ಫೇನ ತರಂಗ ತುಂತುರ್ವನಿಗಳು ಆ ಸಮುದ್ರದ ಉದಕವೆಯಲ್ಲದೆ ಬೇರೊಂದುದಕವೆ? ಅಲ್ಲಲ್ಲ, ಸಮುದ್ರದ ಉದಕವಾಗಿಯೂ ಆ ಸಮುದ್ರವನಗಲಿ ಬೇರಾದ ತುಂತುರ್ವನಿಗಳಿಗೆ ಆ ಸಮುದ್ರದ ಘನತೆಯು ಮಹತ್ವವಿಲ್ಲ. ಮತ್ತಾವ ತುಂತುರ್ವನಿಗಳಿಗೆ ಪಥಕ್ರೀಯಿಂದ ಸಮುದಯವನೆಯ್ದಿ ಬೆರೆದಂದು ಸಮುದ್ರವಪ್ಪಂತೆ, ಅಂತು ಅಖಂಡ ಚೈತನ್ಯಾನಂದರಸ ಪರಿಪೂರ್ಣವಾದ ಪರಶಿವ ಸಮುದ್ರವಪ್ಪ ಶಿವ ಚೈತನ್ಯವು ತನ್ನ ಲೀಲೆಯಿಂದ ವಿಕರಿಸಿ ಸಾಕಾರವಾಗಿ, ನಾನಾತ್ವವನೆಯ್ದಿಸಿ ಪರಿಚ್ಛಿನ್ನಾತ್ಮರಾಗಿ ಜಗತ್ತಾಯಿತ್ತು. ಅಂತಾದ ಆತ್ಮರು ಜ್ಞಾನಕ್ರೀಯಿಂದಲೆಯ್ದಿ ಮತ್ತಾ ಬ್ರಹ್ಮವೆಯಪ್ಪರು. ಅಂತು ಶಿವಾಂಶಿಕವಾದ ಶಿವಮಯವೀ ಜಗತ್ತೆಂಬುದೀ ವಚನಾರ್ಥ.॥೨೮॥

೭೭

ಶಿವ ಜಗವಾಗಬಲ್ಲ, ಜಗವಾಗದಿರಲೂ ಬಲ್ಲ. ಶಿವರೂಪಾಗ ಬಲ್ಲ, ಶಿವ ನಿರೂಪಾಗ ಬಲ್ಲ. ಶಿವನಜಾಂಡಕೋಟಿಗಳ ಮಾಡಬಲ್ಲ, ಮಾಡದಿರಲೂ ಬಲ್ಲ. ಶಿವ ಕೆಡಿಸಬಲ್ಲ, ಕೆಡಿಸದಿರಲೂ ಬಲ್ಲ, ಶಿವ ಜಂಗಮವಾಗಿ ಶಿವನ ಪೂಜಿಸ ಬಲ್ಲ; ಶಿವಲಿಂಗವಾಗಿ ತಾನೇ ಪೂಜೆಗೊಳಬಲ್ಲ, ಶಿವ ಹೊಜಿಗಾಗಿ ಮತ್ತನ್ಯವಿಲ್ಲೆಂಬ ವೇದವುಂಟೇ ಎಂದಡೆ: ಉಂಟು. ಅಥರ್ವಣವೇದ: 'ಶಿವೋ ವಾ ಉಮೇ ನ ಪಿತರೌಪಿತೃದೇವೋ ಭವತಿ ಪಿತರಾವಸ್ಯಾಮಹೇ' ಎಂದುದಾಗಿ, ಶಿವನು ಉರಿಲಿಂಗಪೆದ್ದಿಪ್ರಿಯ ವಿಶ್ವೇಶ್ವರನು ನಮಗೆಲ್ಲಾ ಮಾತಾಪಿತನು.

ಟೀ। ಪರಶಿವನು ತಾನೆ ತನ್ನ ಲೀಲಾ ಸ್ವತಂತ್ರತೆಯಿಂದ ಪೂಜ್ಯಪೂಜಕರಾಗಿರ-ಬೇಕೆಂದು ಸಾಕಾರಮೂರ್ತಿಯಾಗುತ್ತವೆ. ತನ್ನ ತದಂಶಕಲೆಯೊಂದ ಬೇರ್ಪಡಿಸೆ ಪರಿಚ್ಛಿನ್ನಾತ್ಮರಾಗಿ ನಾನಾತ್ವವನೆಯ್ದಿ ಜಗತ್ತಾಯಿತ್ತು. ಅಂತಾದ ಜಗತ್ತಿನ ಸ್ಥಿತಿ ಸಂಹಾರಂಗಳಿಗೆ ತಾನೆ ಕರ್ತೃವಾಗಿಪ್ಪ, ತಾನೆ ಪೂಜ್ಯನಾಗಿಪ್ಪ, ತನ್ನ ತದಂಶವಪ್ಪಾತ್ಮರೆ ಪೂಜಕರಾಗಿಪ್ಪರು, ಅಂತು ಪರಶಿವನು ತಾನೆ ಲಿಂಗವಾಗಿ ಪೂಜ್ಯನಾದ, ತಾನೆ ಆತ್ಮರಾಗಿ ಪೂಜಕರಾದ ಭೇದದಿಂದ ಒಂದೇ ವಸ್ತು ಎರಡೆನಿಸಿ ಶಿವ ಜಗವಾದನೆಂಬುದೀ ವಚನಾರ್ಥ.॥೨೯॥

೨೪ ಭಕ್ತದೇಹಿಕಲಿಂಗಸ್ಥಲ

೭೮

ಪ್ರಸಾದಕಾಯವಾದ ಬಳಿಕ ಸರ್ವಾಂಗ ಉತ್ತಮಾಂಗ ಪ್ರಾಣಲಿಂಗವಾದ ಬಳಿಕ, ಸದಾ ಸನ್ನಹಿತಲಿಂಗ. ಶರಣನಲ್ಲಿ ಭಾವಭೇದವಿಲ್ಲ, ನಿರಂತರ ಲಿಂಗಸಂಗಿ, 'ಅಕಾಯಂ ಭಕ್ತಕಾಯಸ್ತು' ಎಂದುದು ಕೂಡಲಚೆನ್ನ ಸಂಗನ ವಚನ.

ಟೀ। ಗುರುಕರುಣಿಸಿಕೊಟ್ಟ ಇಷ್ಟ-ಲಿಂಗವೆಂಬುದೀಗ ಪ್ರಸಾದಲಿಂಗ. ಅಂತಪ್ಪ ಪ್ರಸಾದಲಿಂಗ ಅಂಗದ ಮೇಲೆ ಸಾಹಿತ್ಯವಾದ ಬಳಿಕ ಆ ಶರಣನ ಕಾಯ, ಮನ, ಪ್ರಾಣಂಗಳೆಲ್ಲಾ ಲಿಂಗವೆ ಆಗಿ, ಲಿಂಗಕ್ಕೆಯೂ ಶರಣಂಗೆಯೂ ಭೇದವಿಲ್ಲದಿ- -ಪ್ಪುದು, ಅಂತಪ್ಪ ಶರಣ ಮುಂದೆ ದೇಹವಿಡಿದು ಹುಟ್ಟುವನಲ್ಲವಾಗಿ ಆ ಶರಣ ನಿರ್ದೇಹಿಯೆಂಬುದೀ ವಚನಾರ್ಥ.॥೩೦॥

೭೯

ಲಿಂಗವೆ ಪ್ರಾಣವಾಯಿತ್ತಾಗಿ ಆಚಾರವಿಚಾರವಿಲ್ಲಯ್ಯಾ, ಪ್ರಸಾದ-ಕಾಯವಾಯಿತ್ತಾಗಿ, ಸತ್ತ್ವ ರಜ ತಮ ಕ್ರೋಧವಿಲ್ಲಯ್ಯಾ, ಜಂಗಮಮುಖ ಲಿಂಗವಾದ

ಕಾರಣ, ಲಿಂಗದಲ್ಲಿ ಅನುಭವಿಸಿ ನೋಡುತಿರ್ದೆನಯ್ಯಾ, ಭಕ್ತಕಾಯ ಮಮಕಾಯವಾಗಿ ಕೂಡಲ ಚೆನ್ನಸಂಗನ ಬಸವನಲ್ಲಿ ಸುಖಿಯಾಗಿರ್ದೆನಯ್ಯಾ.

ಟೀ। ಸಮ್ಯಗ್‍ಜ್ಞಾನದಿಂದ ಗುರುಕರುಣಮಂ ಪಡೆದು ವಾಯುಪ್ರಾಣವಳಿದು ಲಿಂಗವೇ ಪ್ರಾಣವಾಯಿತ್ತಾಗಿ ಆ ಶರಣಂಗೆ ಲಿಂಗವ ಭಿನ್ನವಿಟ್ಟು ಮಾಡುವ ಭಿನ್ನ ಜ್ಞಾನ ಕ್ರಿಯಾಚಾರವಿಲ್ಲದೆ ಹೋಯಿತ್ತೆಂಬುದೀಗ ಲಿಂಗವೆ ಪ್ರಾಣವಾದ ಬಳಿಕ ಆಚಾರ ವಿಚಾರವಿಲ್ಲಯ್ಯಾ ಎಂಬ ಶಬ್ದಕ್ಕರ್ಥ. ಅಂತು ಪಂಚ ಭೌತಿಕಕಾಯ ಲಿಂಗಕಾಯವಾದ ಶರಣಂಗೆ ಉತ್ಪತ್ಯ ಸ್ಥಿತಿ ಲಯವಿಲ್ಲ. ಕಾಮಕ್ರೋಧಂಗಳೇನೂ ಇಲ್ಲವೆಂಬುದೀಗ ಪ್ರಸಾದಕಾಯವಾಯಿತ್ತಾಗಿ ಸತ್ತ್ವ ರಜ ತಮ ಕ್ರೋಧವಿಲ್ಲಯ್ಯಾ ಎಂಬ ಶಬ್ದಕ್ಕರ್ಥ. ಅಂತು ಅಂಗ ಪ್ರಾಣಂಗಳೆಲ್ಲಾ ಲಿಂಗವಾದುದು, ಜ್ಞಾನಮುಖದಿಂದ, ಅಂತಪ್ಪ ಜ್ಞಾನವೇ ಜಂಗಮ. ಅಂತು ಜ್ಞಾನವಪ್ಪ ಜಂಗಮಮುಖದಿಂದ ಶರಣ ಲಿಂಗವಾಗಿ ಲಿಂಗಸುಖವನನುಭವಿಸುತ್ತಿರ್ಪುದಾಗಿ ಜ್ಞಾನದಿಂದಲೆ ಕಾಣುತ್ತಿರ್ದ ಶರಣನೆಂಬುದೀಗ ಜಂಗಮಮುಖ ಲಿಂಗವಾದ ಕಾರಣ ಲಿಂಗದಲನುಭವಿಸಿ ನೋಡುತ್ತಿರ್ದೆನಯ್ಯಾ. ಎಂಬ ಶಬ್ದಕ್ಕರ್ಥ. ಅಂತು ಭಕ್ತನಂಗವೆ ಲಿಂಗದಂಗವಾದ ಕಾರಣ, ಲಿಂಗಾಂಗಸಂಯೋಗ ಘಟಿಸಿ ಲಿಂಗಸುಖಿಯಾದನೆಂಬುದೀಗ, ಭಕ್ತಕಾಯ ಮಮಕಾಯದಿಂದಿಪ್ಪೆನಾಗಿ ಕೂಡಲ ಚೆನ್ನಸಂಗಯ್ಯನಲ್ಲಿ ಸುಖಿಯಾದೆನಯ್ಯಾ ಎಂಬ ಶಬ್ದಕ್ಕರ್ಥ.॥೩೧॥

ಅಂತು ವಚನ ೭೯ ಕ್ಕಂ ಮಂಗಳ ಮಹಾಶ್ರೀ.

೨೫ ಪ್ರಸಾದಿಸ್ಥಲ

೮೦

ಲಿಂಗಪ್ರಸಾದಿಗಳಲ್ಲದವರ ಸಂಗ ಪಂಚಮಹಾಪಾತಕವೆಂದಿತ್ತು ಗುರುವಚನ. ಲಿಂಗಪ್ರಸಾದಿಗಳಲ್ಲದವರ ಸಂಗ ಭಂಗವೆಂದಿತ್ತು ಲಿಂಗವಚನ."ಆಸನೇ ಶಯನೇ ಯಾನೇ ಸಂಪರ್ಕೇ ಸಹಭೋಜನೇ ಸಂಚರಂತಿ ಮಹಾಘೋರೇ ನರಕೇ ಕಾಲಮಕ್ಷಯಂ"॥ ಎಂದುದಾಗಿ ಕೂಡಲಸಂಗಮದೇವಯ್ಯಾ, ನಿಮ್ಮ ಶರಣರಿಗೆ ಶರಣೆಂದು ಶುದ್ಧನಯ್ಯಾ.

ಟೀ। ಪರಂಜ್ಯೋತಿ ಲಿಂಗದ ಪ್ರಸಾದವ ಕೊಳ್ಳದವರ ಸಂಗಡ ಕುಳ್ಳಿರಲಾಗದು, ಮಾತನಾಡಲಾಗದು. ಅವರ ಕೂಡೆ ಉಣಲಾಗದು, ಉಂಡರೆ ಮಹಾಘೋರವೆ- -ಂದಿತ್ತು ಗುರುವಚನವೆಂಬುದೀ ವಚನಾರ್ಥ.॥೧॥

೮೧

ಕಿವಿಯ ಸೂತಕ ಹೋಯಿತ್ತು ಸದ್ಗುರುವಿನ ವಚನದಿಂದ. ಕಂಗಳ ಸೂತಕ ಹೋಯಿತ್ತು ಸದ್ಭಕ್ತರ ಕಂಡೆನಾಗಿ. 'ಕಾಯದ' ಸೂತಕ ಹೋಯಿತ್ತು ನಿಮ್ಮ ಶ್ರೀಚರಣವ ಮುಟ್ಟಿದೆನಾಗಿ. ಬಾಯ ಸೂತಕ ಹೋಯಿತ್ತು ನಿಮ್ಮ ಒಕ್ಕುದ ಕೊಂಡೆನಾಗಿ ನಾನಾ ಸೂತಕ ಹೋಯಿತ್ತು ನಿಮ್ಮ ಶರಣರನುಭಾವಿಯಾಗಿ, ಕೂಡಲಸಂಗಮದೇವಯ್ಯಾ ಎನ್ನ ಮನದ ಸೂತಕ ಹೋಯಿತ್ತು ನೀವಲ್ಲದಿಲ್ಲೆಂದ-ಱಿದೆನಾಗಿ.

ಟೀ। ಪಂಚಭೌತಿಕಂಗಳೆ ತನು ಮನ ಧನೇಂದ್ರಿಯಂಗಳಾದವು. ಆ ತನು ಮನ ಧನೇಂದ್ರಿಯಂಗಳ ವಾಸನೆಯ ಗುರು ಲಿಂಗ ಜಂಗಮ ದರ್ಶನ ಸ್ಪರ್ಶನದ, ಅವರ ಪ್ರಸಾದ, ಅವರನುಭಾವದಱಿವು ಮೊದಲಾದವಱಿಂದ ನೇತಿಮಾಡಿ ಕಳೆದು ಶರಣ ತಾನೆಲ್ಲಾ ಲಿಂಗವೆಂದಱಿದು ಮನದ ಸಂಕಲ್ಪ ಸಂಶಯ ಸೂತಕವ ಕಳೆದಿಪ್ಪನು ಶರಣನೆಂಬುದೀ ವಚನಾರ್ಥ.॥೨॥

೮೨

ಜಂಗಮವೆ ಲಿಂಗವೆನಗೆ. ಜಂಗಮವೆ ಪ್ರಾಣವೆನಗೆ. ಎನಗೆಯೂ ನಿನಗೆಯೂ ಜಂಗಮಪ್ರಸಾದವೆ ಪ್ರಾಣ ಕಾಣಾ, ಕೂಡಲಸಂಗಮದೇವಾ.

ಟೀ। ಅಂಗಕ್ಕೆ ಲಿಂಗಕ್ಕೆ ಪರಬ್ರಹ್ಮವೆ ಪ್ರಾಣವಾದ ಕಾರಣ ಆ ಪರಬ್ರಹ್ಮವೆ ಜಂಗಮವಾಗಿ, ಲಿಂಗಕ್ಕೂ ಅಂಗಕ್ಕೂ ಜಂಗಮಪ್ರಸಾದವೆ ಪ್ರಾಣವೆಂಬುದೀ ವಚನಾರ್ಥ.॥೩॥

೮೩

ಹಸಿಯ ಬಿಸಿಲನೆ ಕೊಯ್ದು ಪದಾರ್ಥವನೆ ಮಾಡಿ ಉಸುರ ಎಸರಲ್ಲಿ ಬಾಗುತ್ತಿಪ್ಪರಯ್ಯಾ. ಇಕ್ಕಲಿಲ್ಲಾರಿಗೆಯು ಎಱಿಯಲಿಲ್ಲಾರಿಗೆಯೂ. ಭಿಕ್ಷಾವೃತ್ತಿಗಳು ಬಂದು ಬೇಡುತ್ತಿರ್ಪರಯ್ಯಾ. ನಿಮ್ಮ ಒಕ್ಕುದ ಮಿಕ್ಕುದ ಉಡಿಯಲ್ಲಿ ಕಟ್ಟಿಕೊಂಡಿಪ್ಪರಯ್ಯಾ, ಗೋಹೇಶ್ವರಾ, ನಿಮ್ಮ ಶರಣರು.

ಟೀ। ಹಸಿಯ ಬಿಸಿಲೆಂದರೆ ಜ್ಞಾನಾಮೃತ ಪ್ರಭೆ. ಆ ಸುಜ್ಞಾನಾಮೃತಪ್ರಭೆಯ ರೇಚಕವೆಂಬ ಹಸ್ತದಿಂ ಕೊಯ್ದು, ಪೂರಕದಿಂದೋಸರಿಸಿ, ಕುಂಡಲಾಗ್ನಿಯಲ್ಲಿ ಸಮರಸ ಪಾಕವ ಮಾಡುತ್ತಿರಲು ಅದೀಗ ಹಸಿಯ ಬಿಸಿಲನೆ ಕೊಯ್ದು ಪದಾರ್ಥವ ಮಾಡಿ ಉಸುರ ಎಸರಲ್ಲಿ ಬಾಗುತ್ತಿರ್ಪರಯ್ಯ ಎಂಬ ಶಬ್ದಕ್ಕರ್ಥ. ಆ ಸಮರಸ ಪಾಕವಾದ ಜ್ಞಾನಾಮೃತ ಪದಾರ್ಥವನು ಭಿನ್ನಮುಖಕ್ಕಿಕ್ಕದಿರ್ಪುದೀಗ, ಇಕ್ಕಲಿಲ್ಲಾರಿಗೆಯೂ

ಎಚ್ಚೆಯಲಿಲ್ಲಾರಿಗೆಯೂ ಎಂಬ ಶಬ್ದಕ್ಕರ್ಥ. ಇಂತು ಭಿನ್ನಮುಖಕ್ಕೆ ಸಲಿಸದೆ ಆ ಸುಖವನು ಆಧಾರಸ್ಥಾನದಲ್ಲಿಪ್ಪ ಚಿಲ್ಲಿಂಗಕ್ಕೆ ಸಮರ್ಪಿಸು– –ತ್ತಿರ್ಪುದೀಗ ಒಕ್ಕುದ ಮಿಕ್ಕುದ ಉಡಿಯಲ್ಲಿ ಕಟ್ಟಿಕೊಂಡಿಪ್ಪರು ಗೋಹೇಶ್ವರಾ, ನಿಮ್ಮ ಶರಣರೆಂಬ ಶಬ್ದಕ್ಕರ್ಥ.॥೪॥

೨೬. ಗುರುಮಹಾತ್ಮೆಯ ಸ್ಥಲ

೮೪

ಶ್ರೀಗುರು ಮರ್ತ್ಯಕ್ಕೆ ಬಂದು ಅಷ್ಟಾದಶ ಜಾತಿಗಳೊಳಗಿರ್ದಡೇನು, ಮರ್ತ್ಯನೆ? ಅಲ್ಲ, ॥ಶ್ರುತಿ॥ "ಗುರುದೇವೋ ಮಹಾದೇವೋ ಗುರುದೇವೋ ಸದಾಶಿವಃ ಗುರುದೇವಾತ್ ಪರಂ ನಾಸ್ತಿ ತಸ್ಮೈಶ್ರೀ ಗುರವೇ ನಮಃ" ಎಂದುದಾಗಿ "ಲಲಾಟಲೋಚನಂ ಚಾಂದ್ರಿಕಲಾಮಪಿ ಚತುರ್ದ್ವಯಂ ಅಂತರ್ನಿಧಾಯ ವರ್ತೇಽಹಂ ಗುರುರೂಪೋ ಮಹೇಶ್ವರಿ"॥ ಎಂದುದಾಗಿ ಗುರುರೂಪಾಗಿ ವರ್ತಿಸುತ್ತಿರ್ದನು; ಪರಶಿವ ಗುರುಮೂರ್ತಿ, ಶಿಷ್ಯದೀಕ್ಷಾದಿ ಕಾರಣಾತ್; ಶಿಷ್ಯಂಗೆ ದೀಕ್ಷೆಯ ಮಾಡಿ ಕರುಣಿಸಬಂದ ಮಹಾ ಕರುಣಾಮೂರ್ತಿ ಪರಶಿವ ತಾನೆ ಉರಿಲಿಂಗಪೆದ್ದಿಪ್ರಿಯ ವಿಶ್ವೇಶ್ವರಾ.

ಟೀ॥ ಶ್ರೀ ಗುರುದೇವ: – ಶ್ರೀ ಗುರುಸ್ವಾಮಿಯೆ, ಮಹಾದೇವ: ಮಹೇಶ್ವರನು, ಗುರುದೇವ: ಶ್ರೀಗುರುಸ್ವಾಮಿಯೇ ಸದಾಶಿವ: – ಸದಾಶಿವನು. ಗುರುದೇವಾತ್– ಗುರುದೈವದಿಂದವು, ಪರಂ ನಾಸ್ತಿ–ವೆಗ್ಗಳವಿಲ್ಲ. ತಸ್ಮೈ–ಅಂಥ ಶ್ರೀಗುರವೇ– ಸದ್ಗುರುವಿಂಗೋಸ್ಕರ, ನಮಃ – ನಮಸ್ಕಾರವು, ಭೋ ಮಹೇಶ್ವರಿ – ಎಲೆ ಪಾರ್ವತಿದೇವಿಯೆ, ಅಹಂ – ನಾನು, ಲಲಾಟಲೋಚನ – ಹಣೆಗಣ್ಣನು, ಚಾಂದ್ರಿ –ಚಂದ್ರ ಸಂಬಂಧವಾದ ಕಲಾಂ–ಕಲೆಯನ್ನು, ದೋರ್ದ್ವಯಂ–ಭುಜದ್ವಯವನು, ಅಂತ–ಒಳಗೆ, ನಿಧಾಯ–ಇಟ್ಟುಕೊಂಡು, ಗುರುರೂಪ; ಗುರುರೂಪವುಳ್ಳವನಾಗಿ, ವರ್ತೇ–ವರ್ತಿಸುತ್ತಿದ್ದೇನೆ. ಶಿವತಾನೆ ಗುರುವಾಗಿ ಶಿಷ್ಯಂಗೆ ದೀಕ್ಷೆಯ ಮಾಡಿ, ಮುಕ್ತನ ಮಾಡಿದ ಮಹಾಕರುಣಿ ಶ್ರೀ ಗುರುವೆಂಬುದೀ ವಚನಾರ್ಥ.॥೫॥

೮೫

ಕಣ್ಗೆ ಸತ್ತ್ವ ರಜ ತಮ ತಿಮಿರ ಕವಿದವರು ಶ್ರೀ ಗುರುವನೆ ಉಪಧಾವಿಸಿ ಕಣ್ಗೆ ಔಷಧಿಯ ಬೇಡುವರಯ್ಯಾ.

"ಅಜ್ಞಾನತಿಮಿರಾಂಧಸ್ಯ । ಜ್ಞಾನಾಂಜನ ಶಲಾಕಯಾ ಚಕ್ಷುರುನ್ಮೀಲಿತಂ ಯೇನ ತಸ್ಮೈ ಶ್ರೀಗುರವೆ ನಮಃ" ಎಂದುದಾಗಿ ಶಿವಜ್ಞಾನವೆಂಬಂಜನವನೆಚ್ಚಿ ತೋಱುವ ಕಪಿಲಸಿದ್ಧ ಮಲ್ಲಿನಾಥ.

ಟೀ। ಶಿವಾಂಶಿಕವಾದಾತ್ಮನು ಶಿವಾಜ್ಞೆಯಿಂದ ದೇಹಸಂಬಂಧವಾದಲ್ಲಿ ಆ ದೇಹದ ವಿವರ: ಸ್ಥೂಲದೇಹವೇ ರಜೋಗುಣಸಂಬಂಧ, ಸೂಕ್ಷ್ಮದೇಹವೆ ಸತ್ವಗೂಣಸಂ--ಬಂಧ. ಕಾರಣದೇಹವೆ ತಮೋಗುಣಸಂಬಂಧ. ಅಂತು ಗುಣತ್ರಯಸಂಬಂಧ-ವಾದ ದೇಹವಾಸನೆಯ ಮಱವೆ ಕವಿದು ಆತ್ಮನ ಸುಜ್ಞಾನ ದೃಕ್ಕ ಮಱಸಿ ಅಜ್ಞಾನಸಂಬಂಧವಾದನೆಂಬುದಕ್ಕೆ ಸಾಕ್ಷಿ;

ಅಜ್ಞಾನತಿಮಿರಾಂಧಸ್ಯ ಜ್ಞಾನಾಂಜನ ಶಲಾಕಯಾ ಚಕ್ಷುರುನ್ಮೀಲಿತಂ ಯೇನ ತಸ್ಮೈಶ್ರೀ ಗುರವೇ ನಮಃ

ಅಜ್ಞಾನ–ಅಜ್ಞಾನವೆಂಬ, ತಿಮಿರ–ಕತ್ತಲೆಯಿಂದೆ, ಅಂಧಸ್ಯ–ಕಾಣಬಾರದಿರ್ದ, ಚಕ್ಷು: – ಕಣ್ಣನು, ಜ್ಞಾನಾಂಜನ–ಜ್ಞಾನಾಂಜನವೆಂಬ, ಶಲಾಕಯಾ–ಸಲಾಕೆಯಿಂದ, ಯೇನ–ಆವ ಶ್ರೀಗುರುವಿನಿಂ, ಉನ್ಮೀಲಿತಂ–ತೆಱೆದು ಪ್ರಕಾಶಿಸಲ್ಪಟಿತ್ತು, ತಸ್ಮೈ– ಆ ಶ್ರೀಗುರುವಿಂಗೋಸ್ಕರ, ನಮಃ ನಮಸ್ಕಾರವು, ಕಣ್ಗೆ ಸತ್ತ್ವ ರಜ ತಮವೆಂಬ ತಿಮಿರ ಕವಿದು ಅಜ್ಞಾನವಶವಾದನೆಂಬ ಶಬ್ದಕ್ಕರ್ಥ. ಅಂತು ಆತ್ಮನು ದೇಹಸಂಬಂಧದಿಂದ ಅಜ್ಞಾನಿಯಾಗಿ ತನ್ನ ನಿಜಶಿವತತ್ತ್ವವ ಕಾಣದೆ ಅಱಸು- -ತ್ತಿರ್ದು ತನ್ನ ಸ್ವರೂಪವನಱುಹಿಸಿಕೊಡುವ ಜ್ಞಾನಗುರುವ ಪೂಜೆಯಮಾಡಿ ಮತ್ತೇನನೂ ಬೇಡದೆ ತನ್ನ ನಿಜ ಶಿವತತ್ತ್ವವ ಕಾಬ ಶಿವಜ್ಞಾನ ವರಪ್ರಸಾದವ ಬೇಡಲೊಡನೆ ಗುರು ಕರುಣಿಸಿ ಅಜ್ಞಾನವನಳಿದು ಸಮ್ಯಜ್ಞಾನವನಿತ್ತು ತನ್ನ ನಿಜ ಶಿವಸ್ವರೂಪವನಱುಹಿಸಿದವ –ನೆಂಬುದೀ ವಚನಾರ್ಥದ ಅಪರಾರ್ಧದ ಅರ್ಥ.॥೬॥

೭

ಗುರುವಚನವಲ್ಲದೆ ಲಿಂಗವೆಂದೆನಿಸದು; ಗುರುವಚನವಲ್ಲದೆ ನಿತ್ಯವೆಂದೆನಿಸದು; ಗುರುವಚನವಲ್ಲದೆ ನೇಮವೆಂದೆನಿಸದು. ತಲೆಯಿಲ್ಲದಟ್ಟೆಗೆ ಪಟ್ಟವ ಕಟ್ಟುವ ಉಭಯಭ್ರಷ್ಟರ ಮೆಚ್ಚುವನೆ, ನಮ್ಮ ಕೂಡಲಸಂಗಮದೇವ.

ಟೀ। ಗುರುವಚನಪ್ರಮಾಣವಿಡಿದು ಲಿಂಗಾಂಗಸಂಬಂಧಿಯಾಗಿ ಸುಜ್ಞಾನಕ್ರೀಯಿಂದ ಲಿಂಗವನರ್ಚಿಸಿ, ಲಿಂಗವ ಬೆರೆದು ಲಿಂಗವ ಬೆರೆದು, ಲಿಂಗವಾಗಿಪ್ಪ ಭಕ್ತನೆ ಮಹಾಜ್ಞಾನಿ.

ಅಂತಲ್ಲದೆ ಜ್ಞಾನವಿಲ್ಲದ ಅಜ್ಞಾನಿಯ ಅಂಗಕ್ಕೆ ಲಿಂಗೋಪದೇಶವ ಮಾಡಿದ ಗುರು, ಆ ಶಿಷ್ಯನು ಉಭಯ ಲಿಂಗಾಚಾರಬಾಹ್ಯರೆಂಬುದೀ ವಚನಾರ್ಥ.॥೭॥

೮೭

ಸದ್ಗುರುವಿನಿಂದವೆ ಮಹತ್ತಪ್ಪ ಲಿಂಗೋತ್ಪತ್ತಿ; ಲಿಂಗದಿಂದವೆ ಮಹತ್ತಪ್ಪ ಜಂಗಮೋತ್ಪತ್ತಿ; ಜಂಗಮದಿಂದವೆ ಮಹತ್ತಪ್ಪ ಪ್ರಸಾದೋತ್ಪತ್ತಿ, ಪ್ರಸಾದದಿಂದವೆ ಮಹತ್ತಪ್ಪ ಭಕ್ತ್ಯೋತ್ಪತ್ತಿ; ಭಕ್ತಿಪ್ರಸಾದದಿಂದವೆ ಸಕಲೋತ್ಪತ್ತಿ; ಇದುಕಾರಣ ಭಕ್ತಿಯುಳ್ಳವಂಗೆ ಪ್ರಸಾದವುಂಟು. ಪ್ರಸಾದವುಳ್ಳವಂಗೆ ಜಂಗಮವುಂಟು. ಜಂಗಮವುಳ್ಳವಂಗೆ ಲಿಂಗವುಂಟು. ಲಿಂಗವುಳ್ಳವಂಗೆ ಸದ್ಗುರುವುಂಟು. ಇದು– – ಕಾರಣ ಸದ್ಗುರುವೆ ಕಾರಣವು.

॥ಶ್ರುತಿ॥ ಸದ್ಗುರುರ್ದೀಯತೇ ಲಿಂಗಂ॥ ಸದ್ಗುರುರ್ದೀಯತೇ ಕ್ರಿಯಾಂ ಸದ್ಗುರುರ್ದೀಯತೇ ಮಂತ್ರಂ॥ ಸದ್ಗುರು ಸರ್ವಕಾರಣಂ॥ ಎಂದುದಾಗಿ ಸದ್ಗುರುವೆ ಸರ್ವಕ್ಕೆ ಶ್ರೇಷ್ಠನು. ಸದ್ಗುರುವೆ ಸರ್ವಕ್ಕೆ ಪೂಜ್ಯನು. ಸದ್ಗುರುವೆ ಸರ್ವಕಾರಣವಯ್ಯಾ, ಉರಿಲಿಂಗಪೆದ್ದಿಪ್ರಿಯ ವಿಶ್ವೇಶ್ವರಾ.॥

ಟೀ। ಮುಕ್ತಿಪ್ರದನಪ್ಪ ಸದ್ಗುರುವಿನ ದೆಸೆಯಿಂದವೆ ಮಹತ್ತಪ್ಪ ಲಿಂಗಜಂಗಮ ಪ್ರಸಾದೋತ್ಪತ್ತಿ. ಲಿಂಗ ಜಂಗಮ ಪ್ರಸಾದದಿಂದ ಶಿವಾದ್ವೈತಭಕ್ತಿ ಶಿವತತ್ತ್ವೋತ್ಪತ್ತಿ–ಯಾಯಿತ್ತು. ಅಂತಪ್ಪ ಶಿವಶಕ್ತಿಗಳಿಂದ ಸ್ವಲೀಲಾನಂದ ಭಕ್ತಿಯುಕ್ತನಾಗಿ ಸರ್ವಾಚಾರ ಸಂಪನ್ನನಾದ ಶರಣನ ತನು ಮನ ಪ್ರಾಣ ಭಾವಂಗಳಲ್ಲಿ ಶ್ರೀ ಗುರುಲಿಂಗಜಂಗಮ ಪ್ರಸಾದ ಸಂಬಂಧವಾಗಿಹುದೆಂಬುದಕ್ಕೆ ಸಾಕ್ಷಿ.

ಸದ್ಗುರುರ್ದೀಯತೇ ಲಿಂಗಂ। ಸದ್ಗುರುರ್ದೀಯತೇ ಕ್ರಿಯಾಂ।
ಸದ್ಗುರುರ್ದೀಯತೇ ಮಂತ್ರಂ। ಸದ್ಗುರು : ಸರ್ವಕಾರಣಂ॥

ಸದ್ಗುರು :– ಶ್ರೀ ಗುರುಸ್ವಾಮಿಯು, ಲಿಂಗಂ–ಇಷ್ಟಲಿಂಗವನು, ದೀಯತೇ–ಕೊಡುತ್ತಿರ್ಪನು. ಸದ್ಗುರು :– ಶ್ರೀಗುರುಸ್ವಾಮಿಯು, ಕ್ರಿಯಾಂ–ಆಚಾರವನು, ದೀಯತೇ–ಕೊಡುತ್ತಿರ್ಪನು. ಸದ್ಗುರು : ಶ್ರೀ ಗುರುಸ್ವಾಮಿಯು, ಮಂತ್ರಂ–ಪಂಚಾಕ್ಷರಿ ಮಂತ್ರವನು, ದೀಯತೆ–ಕೊಡುತ್ತಿರ್ಪನು. ಸದ್ಗುರು : ಶ್ರೀ ಗುರುವೆ, ಸರ್ವಕಾರಣಂ–ಸಮಸ್ತಕಾರಣವು, ಸದ್ಗುರುವೆ ಸರ್ವಕ್ಕೆ ಶ್ರೇಷ್ಠನು, ಪೂಜ್ಯನು. ಮುಕ್ತಿ ಮುಂತಾದವಕ್ಕೆ ಕಾರಣವೆಂಬುದೀ ವಚನಾರ್ಥ.॥೮॥

೨೭ ಲಿಂಗಮಹಾತ್ಮೆಯ ಸ್ಥಲ

೮೮

ಮರನೊಳಗಣ ಪತ್ರೆಫಲಂಗಳು ಮರಕಾಲವಶದಲ್ಲಿ ತೋಱುವಂತೆ ಹರನೊಳಗಣ ಪ್ರಕೃತಿಸ್ವಭಾವಂಗಳು ಹರಭಾವದಿಚ್ಛೆಗೆ ತೋಱುವವು, ಲೀಲೆಯಾದಡೆ ಉಮಾಪತಿ, ಲೀಲೆ ತಪ್ಪಿದಡೆ ಸ್ವಯಂಭು, ಗೋಹೇಶ್ವರಾ.

ಟೀ। ಮರದಲ್ಲಿ ಕಾಣಿಸದಿರ್ದ ಪತ್ರೆಫಲಂಗಳು ಮರನ ಋತುಕಾಲದಲ್ಲಿ ಲೀಲೆಯಿಂದ ತೋಱಿ ಅಡಗುವುದು ಮರಕ್ಕೆ ಸ್ವಭಾವ. ಈ ದೃಷ್ಟದಂತೆ ಪ್ರಕೃತಿಯೆಂದಡೆ ಶಕ್ತಿ. ಅಂತು ಮಹಾಲಿಂಗದ ಚಿತ್ರಭಾಸಾಮರ್ಥ್ಯಶಕ್ತಿಯೊಳೊಂದಂಶಮಂ ಬೇರ್ಪಡಿಸೆ ಉಮಾಶಕ್ತಿಯೆಂದೆನಿಸಿತ್ತು. ತನ್ನ ಸ್ವಲೀಲೆಯಿಂದ ಉಮಾಪತಿಯಾಗಿಪ್ಪನು. ಅಂತು ಮಹಾಲಿಂಗವು ತನ್ನ ಚಿತ್ರಭಾಸಾಮರ್ಥ್ಯ ಶಕ್ತಿಯನುಳ್ಳ ತನುವು ಲೀಲೆಯಿಂದ ಶಕ್ತಿಸಮೇತನಪ್ಪ ಲಿಂಗದಲ್ಲಿ ಅದೆಂದೆಂದೂ ಉಳ್ಳ ಸ್ವಭಾವ. ಅದೆಂತೆಂದಡೆ ಶಿವನು ಸರ್ವಕಲಾ ಸಂಪೂರ್ಣನಾದ ಕಾರಣ ಸಾಕಾರದ ಕಲಾಭಿಜ್ಞತ್ವವು ಕಡಮೆಯಾಗಿರ-ಬಾರದೆಂಬ ಚದುರಿನಿಂದ ನಟಿಸುತ್ತಿಹುದು ಶಿವಂಗೆ ಸ್ವಭಾವವೆಂಬುದೀ ವಚನಾರ್ಥ.॥೯॥

೮೯

ರುದ್ರ ಮುಖದಲ್ಲಿ, ವಿಷ್ಣು ಭುಜದಲ್ಲಿ, ಜಂಘೆಯಲ್ಲಿ ಅಜ ಜನನವೋ! ಇಂದ್ರ ಪಾದದಲ್ಲಿ, ಚಂದ್ರ ಮನದಲ್ಲಿ, ಚಕ್ಷುವಿನಲ್ಲಿ ಸೂರ್ಯ ಜನನವೋ! ಮುಖದಲ್ಲಿ ಅಗ್ನಿ, ಘ್ರಾಣದಲ್ಲಿ ವಾಯು, ನಾಭಿಯಲ್ಲಿ ಅಂತರಿಕ್ಷ, ಶಿರದಲ್ಲುದಯ ತೆತ್ತೀಸ- -ಕೋಟಿದೇವತಾದಿಗಳು. ಪಾದತಳದಲ್ಲಿ ಭೂಮಿ ಜನನವು. ಶ್ರೋತ್ರದಲ್ಲಿ ದಶದಿಕ್ಕು, ಜಗವ ನಿಕ್ಷೇಪಿಸಿದ ಕುಕ್ಷಿಯಲ್ಲಿ ಅಕ್ಷಯನಗಣಿತ ಮಹಿಮನು.+

ಟೀ। ಶಿವನ ಅವಯವಂಗಳಲ್ಲಿ ಉತ್ಪತ್ತ್ಯವಾದ ದೇವತಾದಿಗಳೆಲ್ಲರೂ ಶಿವನ ಭೃತ್ಯರೆಂಬುದಕ್ಕೆ ಸಾಕ್ಷಿ॥ ಬ್ರಾಹ್ಮಣೋऽಸ್ಯ ಮುಖಮಾಸೀತ ಬಾಹೂರಾಜನ್ಯಃ ಕೃತಃ। ಊರೂ ತದಸ್ಯ ಯದ್ವೈಶ್ಯಃ ಪದ್ಭ್ಯಾಂ ಶೂದ್ರೋ ಅಜಾಯತ॥

ಬ್ರಾಹ್ಮಣಾಃ ಬ್ರಾಹ್ಮಣ..., ಅಸ್ಯ – ಈ ಪರಮೇಶ್ವರನ ಮುಖೇ–ಮುಖದಲ್ಲಿ, ತತಃ – ತದನಂತರದಲ್ಲಿ, ರಾಜನ್ಯಕಃ – ಕ್ಷತ್ರಿಯನು, ಬಾಹೋಃ – ತೋಳುಗಳಲ್ಲಿ, ವೈಶ್ಯಃ – ವೈಶ್ಯನು, ಊರುದೇಶೇ – ತೊಡೆಗಳಲ್ಲಿ, ಆಸೀತ್–ಆದನು. ಶೂದ್ರಃ – ಶೂದ್ರನು, ಪಾದಾತ್–ಪಾದಂಗಳಿಂದೆ, ಅಜಾಯತ–ಆದನು, ಚಂದ್ರಮಾಃ –ಚಂದ್ರಮನು ಮಾನಸೇ–ಮನಸ್ಸಿನಲ್ಲಿ, ಜಾತಃ –ಹುಟ್ಟಿದನು, ಸೂರ್ಯಃ – ಸೂರ್ಯನು, ಚಕ್ಷುಷಿ–ನೇತ್ರದಲ್ಲಿ, ಅಜಾಯತ–ಹುಟ್ಟಿದನು, ಅಗ್ನಿಃ – ಅಗ್ನಿಯು, ಮುಖಾತ್–ಮುಖದತ್ತಣಿಂದೆ,

ಸಂಭೂತಾಃ – ಹುಟ್ಟಿದನು, ವಾಯುಃ – ವಾಯುವು, ಪ್ರಾಣಾತ್–ಪ್ರಾಣದತ್ತಣಿಂದೆ, ಅಜಾಯತ–ಹುಟ್ಟಿದನು. ಅಂತರಿಕ್ಷಂ–ಆಕಾಶವು, ನಾಭ್ಯಾಂ–ನಾಭಿಯಲ್ಲಿ, ಆಸೀತ್–ಆಯಿತ್ತು. ಭೂಮಿಃ – ಭೂಮಿಯು, ಪದ್ಭ್ಯಾಃ –ಪಾದತಳಂಗಳಿಂದೆ, ಸ್ಯಾತ್–ಅಹುದು. ದಿಶಃ – ದಿಕ್ಕುಗಳು, ಶ್ರುತೌ–ಕರ್ಣದಲ್ಲಿ, ಆದವು. ತಥಾ – ಆ ಪ್ರಕಾರದಿಂದೆ, ಶ್ರೀರುದ್ರಃ ಪರಮೇಶ್ವರನು, ಲೀಲಯಾ–ವಿಲಾಸದಿಂದೆ, ಸರ್ವಾನ್–ಸಮಾಸ್ತವಾದ ಲೋಕಾನ್–ಲೋಕಂಗಳನ್ನು, ಅಕಲ್ಪಯತ್–ಕಲ್ಪಿಸಿದನು. ಪರಿಪೂರ್ಣ ಬ್ರಹ್ಮ ಪರಶಿವನೆಂದು ಬಸವಣ್ಣ ನುಡಿದನೆಂಬುದೀ ವಚನಾರ್ಥ.॥೧೦॥

೧೧

ಅಜ ಹರಿ ಸುರರೆಲ್ಲರೂ ಅಳಿಯದೆ ಉಳಿದವರಿಲ್ಲ. ಶಿವನೇ ನಿತ್ಯನೆಂದು ಹೊಡೆವಡುತ್ತಿದೆ ವೇದ.

ಉತ್ಯೆನಂ ವಿಶ್ವಭೂತಾನಿ ಸ ದೃಷ್ಟೋ ಮೃಡಯಾತಿ ನಃ 'ನಮೋಸ್ತು ನೀಲಗ್ರೀವಾಯ ಸಹಸ್ರಾಕ್ಷಾಯ ಮೀಡುಷೇ'॥ ಎಂಬ ಶ್ರುತಿ ಬಸವಪ್ರಿಯ ಕೂಡಲ –ಚೆನ್ನಸಂಗನೊಬ್ಬನೆ ನಿತ್ಯವೆಂದು ಹೊಗಳುತ್ತಿದೆ.

ಟೀ। ಬ್ರಹ್ಮ ವಿಷ್ಣು ಮೊದಲಾದ ದೇವತಾದಿಗಳಿಗೆಲ್ಲರ್ಗೆ ಲಯವುಂಟು. ಅವರಿಗೆ ನಿತ್ಯತ್ವವಿಲ್ಲ. ಶಿವನೇ ನಿತ್ಯನೆಂದು ನಮಸ್ಕಾರವ ಮಾಡುತ್ತಿದೆ ವೇದ। ಅದಕ್ಕೆ ಸಾಕ್ಷಿ ಶ್ರೀರುದ್ರೋಪನಿಷತ್ತುಃ

ಉತ್ತ್ಯೆನಂ ವಿಶ್ವಭೂತಾನಿ ಸದೃಷ್ಟೋ ಮೃಡಯಾತಿ ನಃ। ನಮೋಸ್ತು ನೀಲಗ್ರೀವಾಯ ಸಹಸ್ರಾಕ್ಷಾಯ ಮೀಡುಷೇ। ಉತ–ಮತ್ತೆ ಯೇನಂ – ಈ ಸೂರ್ಯನನು, ವಿಶ್ವಭೂತಾನಿ ಸಮಸ್ತ–ಜಗತ್ತು, ಸಮಸ್ತ–ಪ್ರಾಣಿಗಳು ಶ್ರುತಿ ಮೊದಲಾದವಱಿಂದೆ ಅಱಿಯಬಾರದ ದೇವನನು ಬಾಹ್ಯ ಚಕ್ಷುಸ್ಸಿನಿಂದೆ ಇಂತಾತನೆಂದು ಕಾಣುತ್ತಿಹರು. ಸಃ ಆ ಪರಮೇಶ್ವರನು, ದೃಷ್ಟಃ – ಸರ್ವರಿಂದಲೂ ಪ್ರತ್ಯಕ್ಷವಾಗಿ ಕಾಣಲುಪಡುವಂತಾತನು, ಅಂತಾ ದೇವನು। ನಃ –ನಮಗೆ, ಮೃಡಯಾತಿ–ಸುಖವ ಮಾಡಲಿ, ನೀಲಗ್ರೀವಾಯ–ಕಂಠದಲ್ಲಿ ಕಪ್ಪುಳ್ಳ, ಸಹಸ್ರಾಕ್ಷಾಯ–ಸಾವಿರ ಕಣ್ಣುಗಳನುಳ್ಳ, ಮೀಡುಷೇ–ಜಗತ್ತೆಂಬ ಯೋನಿಗೆ ತನ್ನ ವೀರ್ಯವ ತಳಿವುತಿರ್ದಂಥಾ ವೃಷ್ಟಿರೂಪದಿಂದೆ ಭೂಮಿಗೆ ಉದಕವ ತಳಿವುತ್ತಿ– –ರ್ದಂಥಾತನಾದರೂ ಆಗಲಿ ಅಂಥಾ ರುದ್ರನಿಗೋಸ್ಕರ, ನಮಃ – ನಮಸ್ಕಾರವು, ಅಸ್ತು–ಆಗಲಿ. ಹೀಗೆ ನಮಸ್ಕರಿಸಿ, ಶಿವನೊಬ್ಬನೆ ನಿತ್ಯನೆಂದು, ವೇದ ಹೇಳಿತ್ತೆಂದು ಹಡಪದಪ್ಪಣ್ಣಗಳು ನಿರೂಪಿಸಿದರೆಂಬುದರ್ಥ.॥೧೧॥

೯೧

ಶ್ರುತಿತತಿಯ ಶಿರದ ಮೇಲೆ ಅತ್ಯತಿಷ್ಠದ್ದಶಾಂಗುಲನ ನಾನೇನೆಂಬೆನಯ್ಯಾ. ಘನಕ್ಕೆ ಘನ ಮಹಿಮನ ಮನಕ್ಕಗೋಚರನ ಅಣೋರಣೀಯಾನ್ ಮಹತೋ ಮಹೀಯಾನ್ ಮಹಾದಾನಿ ಕೂಡಲಸಂಗಮದೇವಾ।

ಟೀ। ಸಮಸ್ತ ಶ್ರುತಿಯ ಮಸ್ತಕದಲ್ಲಿಪ್ಪವನು, ವಾಙ್ಮನಕ್ಕೆ ಬಾರದ ಮಹಾಮಹಿಮನು. ಸೂಕ್ಷ್ಮಕ್ಕೆ ಸೂಕ್ಷ್ಮ. ಸ್ಥೂಲಕ್ಕೆ ಸ್ಥೂಲ. ಶಿವನಲ್ಲದೆ ಮತ್ತಾರೂ ಇಲ್ಲವೆಂಬುದೀ ವಚನಾರ್ಥ.॥೧೨॥

೯೨

ಕಾಣಬಾರದ ಲಿಂಗ ಕರಸ್ಥಲಕ್ಕೆ ಬಂದರೆ ಎನಗಿದು ಸೋಜಿಗ; ಎನಗಿದು ಸೋಜಿಗ, ಅಹುದೆನಲಮ್ಮೆ, ಅಲ್ಲೆನಲಮ್ಮೆನು, ಗೋಹೇಶ್ವರನೆಂಬ ನಿರಾಕಾರ ಬಯಲು ಸಾಕಾರವಾದಡೆ ಅಹುದೆನಲಮ್ಮೆನು, ಅಲ್ಲೆನಲಮ್ಮೆನು.

ಟೀ। **ಅಗಮ್ಯ, ಅಗೋಚರ, ನಿರಾಳ ನಿರಾಕಾರನಪ್ಪ ಮಹಾಲಿಂಗವು, ಭಕ್ತಿ** ಕಾರಣದಿಂ ಸಾಕಾರರೂಪಾಗಿ ಕರಸ್ಥಲದಲ್ಲಿ ಮೂರ್ತಿಗೊಂಡಿರಲು ಎಂಬುದೀಗ, ಕಾಣಬಾರದ ಲಿಂಗ ಕರಸ್ಥಲಕ್ಕೆ ಬರಲು ಎಂಬ ಶಬ್ದಕ್ಕರ್ಥ. ಇಂತು ಕರಸ್ಥಲಕ್ಕೆ ಬಂದ ಲಿಂಗವ ಅಹುದೆಂಬರೆ ರೂಪಾಗಿ ಇದಿರಿಟ್ಟು ತೋಱಿಹುದಾಗಿ ಅಹುದೆನ- ಬಾರದು, ಅಲ್ಲವೆಂಬರೆ ಗುರು ತೋಱಿಸಿ ಕೊಟ್ಟನಾಗಿ, ಅಲ್ಲೆನಬಾರದು, ಇಂತಾದ ಕಾರಣ, ಅಹುದೆನಲಮ್ಮೆ, ಅಲ್ಲೆನಲಮ್ಮೆನೆಂಬುದು ಚೋದ್ಯಂಬಟ್ಟೆನೆಂಬ ಶಬ್ದಕ್ಕರ್ಥ. ಇಂತು ನಿರಾಳ ನಿರಾಕಾರ ಬಯಲು ಆಕಾರವಾಗಿ ಬಂದರೆ ಆ ಶರಣನು ಹರುಷಭಾವದಿಂ ಚೋದ್ಯಂಬಡುತಿರ್ದನೆಂಬುದೀ ವಚನಾರ್ಥ.॥೧೩॥

೨೮ ಜಂಗಮಮಹಾತ್ಮೆಯ ಸ್ಥಲ

೯೩

ನಾನಾಸ್ಥಾನದಲ್ಲಿ ಬಂದು ಕುಳ್ಳಿರ್ದುದು ತೆರಳುವುದೆ ಅಯ್ಯಾ? ಉಭಯ- -ಕುಳಕ್ಕಲ್ಲದೆ ತೆರಳದು. ಬೀದಿಯಲ್ಲಿ ಬಿದ್ದ ಶಿಶುವನು ಹೆತ್ತ ತಾಯಿ ಬಂದು ಎತ್ತುವಂತೆ, ಎನ್ನನಾಱು ಜನ್ಮಕ್ಕೆ ತಂದು ಘೋರ ನರಕದಲ್ಲಿಕ್ಕಿದುದ ನಾ ಬಲ್ಲೆನು, ಕೂಡಲಸಂಗಮದೇವಾ ನಿಮ್ಮ ಹಂಗೇನು, ಹಱಿಯೇನು? ನಾನುಭಯ ಲಿಂಗ- -ಜಂಗಮದ ಮಱಹೊಕ್ಕು ಬದುಕಿದೆನಯ್ಯಾ.

ಟೀ। ಹಲವು ಜನ್ಮಂಗಳಲ್ಲಿ ಮಾಡಿದ ಪುಣ್ಯಪಾಪಂಗಳು ಬಱಿದೆ ಅಳಿಯವು. ಸುಜ್ಞಾನ–ಕ್ರೀಯಿಂದಳಿವುದು. ಜೀವಾತ್ಮರು ಮನುಷ್ಯ ಜನ್ಮ ಮೊದಲಾದ ಏಳು ಜನ್ಮಂಗಳಲ್ಲಿ ಪುಣ್ಯಪಾಪವನುಣುತ್ತಿಪ್ಪರು. ಶಿವಾಜ್ಞೆಯಿಂದಲೆಂದಱಿದು, ನಿವೃತ್ತಿಯ ಮಾಡಿದ ಶರಣನು ಲಿಂಗದಿಂದಾದ ಹಂಗಿನ ಫಲಪದವ ಹಱಿದ ಶರಣನು ಲಿಂಗ ಜಂಗಮವೆರಡಱ ಮಱೆಯು ಹೊಕ್ಕು ಭವವ ಹಱಿದು ನಿತ್ಯನಾದನೆಂಬುದೀ ವಚನದ ಉಪದೃಷ್ಟಂಗಳಿಗೇಕಾರ್ಥ ನಿರ್ವಚನ.॥೧೪॥

೯೪

ಅಯ್ಯಾ, ನಿಮ್ಮ ದೇವರೆಂದು ನಂಬಿ ಪೂಜಿಸಲಾಗದಯ್ಯಾ; ನವಕೋಟಿ ಬ್ರಹ್ಮರಿಗೆ ಪ್ರಳಯವ ಮಾಡವುದ ನಾಬಲ್ಲೆನಾಗಿ. ಅಯ್ಯಾ, ನಿಮ್ಮ ದೇವರೆಂದು ನಂಬಿ ಪೂಜಿಸಲಾಗದಯ್ಯ; ದಶಕೋಟಿ ನಾರಾಯಣರಿಗೆ ಮರಣವ ಮಾಡುವುದ ನಾಬಲ್ಲೆನಾಗಿ. ಅಯ್ಯಾ, ನಿಮ್ಮ ದೇವರೆಂದು ನಂಬಿ ಪೂಜಿಸಲಾಗದಯ್ಯ, ಅನಂತಕೋಟಿ ರುದ್ರರ ಲಯವ ಮಾಡುವುದ ನಾ ಬಲ್ಲೆನಾಗಿ. ಅಯ್ಯಾ, ನಿಮ್ಮ ದೇವರೆಂದು ನಂಬಿ ಪೂಜಿಸಲಾಗದಯ್ಯ, ಮಿೂನಜ ರೋಮಜ ಮಹಾಮುನಿಗಳ ಸಂಹಾರವ ಮಾಡುವುದ ನಾ ಬಲ್ಲೆನಾಗಿ. ಅಯ್ಯಾ, ನಿಮ್ಮ ದೇವರೆಂದು ನಂಬಿ ಪೂಜಿಸಲಾಗದಯ್ಯ! ಎನ್ನನೇಳೇಳು 'ಜನ್ಮಭವಕ್ಕೆ' ತಂದಲ್ಲಿ ನಾನುಭಯಲಿಂಗ –ಜಂಗಮದ ಮಱೆಹೊಕ್ಕು ಭವಂ ನಾಸ್ತಿಯಾಗಿ ಬದುಕಿದೆನು ಕಾಣಾ ಕೂಡಲಸಂಗಮದೇವಾ.

ಟೀ। ಬ್ರಹ್ಮ ವಿಷ್ಣು ರುದ್ರ ಮೊದಲಾದ ದೇವತೆಗಳು ಮಿೂನಜ ರೋಮಜ ಮೊದಲಾದ ರುಷಿಯರುಗಳು ಸತ್ತಾದ ಲಿಂಗವನೆ ಪೂಜಿಸಿ ಜನನ ಮರಣಕ್ಕೆ ಒಳಗಾದರು. ಸತ್ತು ಚಿತ್ತಾದ ಲಿಂಗಜಂಗಮವ ಪೂಜಿಸಿ ನಿತ್ಯನಾದೆನೆಂಬುದೀ ವಚನಾರ್ಥ.॥೧೫॥

೯೫

ಜಂಗಮದನುವನಱಿಯದಿರ್ದಡೆ ಲಿಂಗ ತಮತಮಗೆಲ್ಲಿಯದೋ, ಲಿಂಗವಿಪ್ಪ ಸೆಜ್ಜೆಯಲ್ಲಾ ಜಂಗಮ, ಲಿಂಗದ ಪ್ರಾಣವಲ್ಲವೆ ಜಂಗಮ, ರೇಕಣ್ಣ ಪ್ರಿಯ ನಾಗಿನಾಥ ಜಂಗಮದ ಕಾಯವ ತೊಟ್ಟುಕೊಂಡು ಸುಳಿದನಾಗಿ,

ಟೀ। ಜಂಗಮವೆ ಲಿಂಗವೆಂದಱಿಯದಾತನಂಗದಲ್ಲಿ ಲಿಂಗವಿಲ್ಲ. ಲಿಂಗವಿಪ್ಪ ತನುವಿನಲ್ಲಿ ಜಂಗಮಲಿಂಗ ತುಂಬಿ ಬೆಳಗುತ್ತಿರ್ಪನು. ಲಿಂಗದ ಚೈತನ್ಯ ಕಳಾಸ್ವರೂಪವೆ ಜಂಗಮವೆಂದಱಿದು ಶಿವನೆ ಜಂಗಮರೂಪಾಗಿ ಜಗತ್ಪಾವನವಾಗಿ ಸುಳಿವನೆಂಬುದೀ ವಚನಾರ್ಥ.॥೧೬॥

೨೯ ಭಕ್ತ ಮಹಾತ್ಮೆಯ ಸ್ಥಲ

೯೩

ಕಟ್ಟಿದಿರಿನಲ್ಲಿ ಶಿವಭಕ್ತರ ಕಂಡು ದಿಟ್ಟವಾರೆ ಶರಣೆಂದರೆ ಹುಟ್ಟಿದೇಳು ಜನ್ಮದ ಪಾಪ ಬಿಟ್ಟು ಹಿಂಗುವುದಯ್ಯ. ಮುಟ್ಟಿ ಚರಣಕ್ಕೆಱಗಿದರೆ ತನು ಒಪ್ಪಿದಂತೆ ಪರುಷವಾಯಿತ್ತು. ಕರ್ತೃ ಕೂಡಲಸಂಗಮದೇವಾ ನಿಮ್ಮ ನಚ್ಚಿನ ಶರಣರ ಸಂಗ ಮತ್ತೆ ಭವಮಾಲೆಗೆ ಹೊದ್ದಲೀಯದು ನೋಡಾ!

ಟೀ। ಶಿವಭಕ್ತನ ದರ್ಶನ ಸ್ಪರ್ಶನದಿಂದ ಜನನ ಮರಣಂಗಳಳಿದು ನಿತ್ಯನಹ ನೆಂಬುದೀ ವಚನಾರ್ಥ.॥೧೭॥

೯೭

ಶಿವಭಕ್ತರ ಕಂಡಲ್ಲಿ ಪಾಪ ಕೆಡುವುದು ಸಾಕ್ಷಿ॥

ಉಪಪಾತಕಕೋಟೀನಾಂ ಬ್ರಹ್ಮಹತ್ಯಾ೯ಯುತಾನಿ೯ ಚ ದಹಂತಿ ಶೇಷಪಾಪಾನಿ ಶಿವಭಕ್ತಸ್ಯ ದರ್ಶನಾತ್। ಎಂದುದಾಗಿ, ಪ್ರಿಯಸಂಭಾಷಣೆಯಿಂ೯ದ೯ ಕಾಮಿತಫಲ ತಪ್ಪದು. ಆ ಮಹಾಮಹಿಮರ ಪ್ರಸಾದದಿಂದ ಕೇವಲ ಮುಕ್ತಿಯಪ್ಪುದು ತಪ್ಪದು. ಇದು ಸತ್ಯ, ಶಿವನಾಣೆ ಉರಿಲಿಂಗಪೆದ್ದಿಪ್ರಿಯ ವಿಶ್ವೇಶ್ವರಾ.

ಟೀ। ಶಿವಶರಣರ ಕಂಡಲ್ಲಿ ಸಕಲ ಪಾಪಕ್ಷಯವಾಗಿ ಮುಕ್ತಿಯಹುದಕ್ಕೆ ಸಾಕ್ಷಿ. ಶಿವಭಕ್ತಸ್ಯ + ದರ್ಶನಾತ್–ಶಿವಭಕ್ತನ ದರ್ಶನವು, ಉಪಪಾತಕಕೋಟೀನಾಂ–ಉಪಪಾತಕಕೋಟಿಗಳನು, ಬ್ರಹ್ಮಹತ್ಯಾಯುತಾನಿ ಚ–ಬ್ರಹ್ಮಹತ್ಯ ಹತ್ತುಸಾವಿರ– –ವನು, ಅಶೇಷಪಾಪಾನಿ–ಸಮಸ್ತಪಾಪಂಗಳನು, ದಹಂತಿ–ಸುಡುತ್ತಿಹುದು ಎಂದುದಾಗಿ ಸದ್ಭಕ್ತರ ಪ್ರಿಯ ಸಂಭಾಷಣೆಯಿಂದ ಇಚ್ಛಾಫಲ ತಪ್ಪದು, ಆ ಮಹಾತ್ಮರ ಪ್ರಸಾದ ಬೋಧೆಯ ಕೇಳಿದವರಿಗೆ ನಿಜಮೋಕ್ಷ ತಪ್ಪದು. ಇದು ಸತ್ಯ –ವೆಂದು ಉರಿಲಿಂಗಪೆದ್ದಣ್ಣಂಗಳು ಸಾಜಿ ನುಡಿದರೆಂಬುದೀ ವಚನಾರ್ಥ.॥೧೮॥

೯೮

ಭಕ್ತರಲ್ಲದವರನಾಸೆಗೆಯ್ದರೆ ಕಕ್ಕುಲಿತೆಯೆಯ್ದುವುದಲ್ಲದೆ ಕಾರ್ಯವಿಲ್ಲ. ಆಸೆಗೆಯ್ದರೆ ಆಸೆಗೆಯ್ವುದು ಶಿವಭಕ್ತರನು. ಆಸೆಗೆಯ್ದು ಬಂದ ಶಿವಂಗೆ ಸತಿಯ ಕೊಟ್ಟರು, ಸುತನ ಕೊಟ್ಟರು, ಧನವ ಕೊಟ್ಟರು, ಮನವ ಕೊಟ್ಟರು, ಅಸುವ ಕೊಟ್ಟರು, ಶರಣರ ಪರಿ ಆವ ಲೋಕದೊಳಗೂ ಇಲ್ಲ. ಶರಣಭರಿತ ಲಿಂಗವಾಗಿ ಬೇಡಿತ್ತ ಕೊಡುವರಯ್ಯಾ ಶರಣರು ಉರಿಲಿಂಗಪೆದ್ದಿಪ್ರಿಯ ವಿಶ್ವೇಶ್ವರಾ.

ಟೀ। ನಿರಾಕಾರವಾಗಿರ್ದ ಪರಬ್ರಹ್ಮವು ಭಕ್ತಿಯ ಕುಱಿತು ಸಾಕಾರವಾಗಿ ಬಂದು ಭಕ್ತರ ಅರ್ಥಪ್ರಾಣಾಭಿಮಾನಂಗಳು ಮೊದಲಾದ ಪದಾರ್ಥಗಳಿಗೆ ಇಚ್ಛೈಸಿ ಏನಬೇಡಿದಡಿತ್ತು. ಮಹಾಘನಲಿಂಗವ ತನ್ನೊಳಗಿಂಬಿಟ್ಟುಕೊಂಬರ ಭಕ್ತರು. ಅಂತಪ್ಪ ಸದ್ಭಕ್ತರನಾಶ್ರಯಿಸಿದವರಿಗೆ ಬಯಸಿದ ಬಯಕೆಯಹುದೆಂಬುದೀ ವಚನಾರ್ಥ. ॥೧೯॥

೯೯

ದೇವಲೋಕ ಮರ್ತ್ಯಲೋಕವೆಂಬುದು ಬೇಱಿ ಮತ್ತುಂಟೆ? ಈ ಲೋಕದೊಳಗೆ ಮತ್ತನಂತಲೋಕ! ಶಿವಲೋಕ ಶಿವಾಚಾರವಯ್ಯಾ.

ಶಿವಭಕ್ತನಿದ್ದ ಠಾವೆ ದೇವಲೋಕ, ಶಿವಭಕ್ತನಂಗಳವೆ ವಾರಣಾಸಿ, ಶಿವಭಕ್ತನ ಕಾಯವೆ ಕೈಲಾಸ. ಇದು ಸತ್ಯ ಕೂಡಲ ಸಂಗಮದೇವ.

ಟೀ। ಅಜ್ಞಾನವೆ ಮನುಷ್ಯಲೋಕ. ಶಿವಜ್ಞಾನವೇ ದೇವಲೋಕ. ಶಿವಜ್ಞಾನವೆ ಶಿವನಾದ ಕಾರಣ ಶಿವನಿದ್ದುದೆ ಕೈಲಾಸವೆಂಬುದೀ ವಚನಾರ್ಥ.॥೨೦॥

೧೦೦

ತನುವಿಲ್ಲದ ಭಕ್ತ, ಮನವಿಲ್ಲದ ಭಕ್ತ, ಧನವಿಲ್ಲದ ಭಕ್ತ, ಪಂಚೇಂದ್ರಿಯ ಸುಖವಿಲ್ಲದ ಭಕ್ತ, ಕಾಯವಿಲ್ಲದ ಭಕ್ತ, ಕರ್ಮವಿಲ್ಲದ ಭಕ್ತ, ಕಲ್ಪಿತವೆಂಬುದನಱಿಯದಿಹ ಭಕ್ತ, ಅಶನವನಱಿಯನು ಭಕ್ತ, ವ್ಯಸನಕ್ಕೆಳಸನು ಭಕ್ತ. ಹುಸಿನುಸುಳರಿಷಡುವರ್ಗವನಱಿಯದಿಹ ಭಕ್ತ, ಲಿಂಗಕ್ಕಾಧಾರ ಭಕ್ತ, ಜಂಗಮಕ್ಕಾಧಾರ ಭಕ್ತ, ಪ್ರಸಾದಕ್ಕಾಧಾರ ಭಕ್ತ, ಕೂಡಲಚೆನ್ನಸಂಗಯ್ಯನಲ್ಲಿ ಎನ್ನ ಮಾತಾಪಿತನೀ ಸದ್ಭಕ್ತನು.

ಟೀ। ದೇಹೇಂದ್ರಿಯಂಗಳು ಮೊದಲಾದ ಆವ ವಿಕಾರಂಗಳು ಇಲ್ಲದ ಬ್ರಹ್ಮವು. ಆ ಬ್ರಹ್ಮವೆ ಸತ್ತು ಚಿತ್ತಾನಂದ ನಿತ್ಯವಾದ ಗುರುಲಿಂಗ ಜಂಗಮ ಪ್ರಸಾದಕ್ಕಾಧಾರ- -ವಾಗಿಹುದು. ಇಂಥಾ ಪರಬ್ರಹ್ಮವೆ ಭಕ್ತನೆಂಬುದೀ ವಚನಾರ್ಥ.॥೨೧।

ಶ್ರೀ

೩೦ ಶರಣಮಹಾತ್ಮೆಯ ಸ್ಥಲ

೧೦೧

ಪರುಷಕ್ಕೆ ಬೆಲೆಯಿಲ್ಲ. ಪ್ರಾಣಕ್ಕೆ ನಿರ್ಮಾಲ್ಯವಿಲ್ಲ. ರುಚಿಗೆ ಎಂಜಲಿಲ್ಲ. ಸುಖಕ್ಕರೋಚಕವಿಲ್ಲ ಗೋಹೇಶ್ವರ ನಿಮ್ಮ ಶರಣಂಗೆ ಭವವಿಲ್ಲ, ಬಂಧನವಿಲ್ಲ.

ಟೀ। ತನ್ನ ಪಾವನವ ಮಾಡಿದ ಗುರೂಪದೇಶವೆಂಬ ಪರುಷಕ್ಕೆ ತಾನೊಂದ ಕೊಟ್ಟು ತೃಪ್ತಿಬಡಿಸಿಹೆನೆಂಬುದಿಲ್ಲವೆಂಬುದೀಗ ಪರುಷಕ್ಕೆ ಬೆಲೆಯಿಲ್ಲವೆಂಬ ಶಬ್ದಕ್ಕರ್ಥ.

ಪ್ರಾಣವೆ ಲಿಂಗಕ್ಕರ್ಪಿತವಾದ ಬಳಿಕ, ಆ ಪ್ರಾಣವೆ ಲಿಂಗ, ಲಿಂಗವೇ ಪ್ರಾಣವಾದ ಕಾರಣ, ಆ ಪ್ರಾಣಲಿಂಗಕ್ಕೆ ಪೂಜಿಸಿಹೆನೆನಲಿಲ್ಲ. ನಿರ್ಮಾಲ್ಯವ ಕಳೆದೆಹೆನೆಂದರೆ ತೆಱಹಿಲ್ಲವೆಂಬುದೀಗ ಪ್ರಾಣಕ್ಕೆ ನಿರ್ಮಾಲ್ಯವಿಲ್ಲವೆಂಬ ಶಬ್ದಕ್ಕರ್ಥ. ಶಿವಸುಖಪ್ರಸನ್ನ-ವೆಡೆಗೊಂಡು ಪರಿಣಾಮವೆ ತಾನಾದ ಬಳಿಕ ಅಲ್ಲಿ ಉಚ್ಛಿಷ್ಟವೆಂಬ ಭಾವಸೂತಕ-ವಿಲ್ಲವೆಂಬುದೀಗ ರುಚಿಗೆ ಎಂಜಿಲಿಲ್ಲವೆಂಬ ಶಬ್ದಕ್ಕರ್ಥ. ಪರಮಾ- -ನಂದವೆಡೆಗೊಂಡು ತಾನು ತಾನಾದ ಬಳಿಕ ಸಂಸಾರವನಱಿದು ಹೇಸಿಹೆನೆಂಬ ಭಿನ್ನಬುದ್ಧಿಯಿಲ್ಲವೆಂಬುದೀಗ, ಸುಖಕ್ಕರೋಚಕವಿಲ್ಲವೆಂಬ ಶಬ್ದಕ್ಕರ್ಥ. ಇಂತಪ್ಪ ನಿರ್ಣಯವನಱಿದ ನಿಜಶರಣಂಗೆ ಭವಬಂಧನವಿಲ್ಲವೆಂಬುದೀಗ ಗೋಹೇಶ್ವರಾ ನಿಮ್ಮ ಶರಣಂಗೆ ಭವವಿಲ್ಲ. ಬಂಧನವಿಲ್ಲವೆಂಬ ಶಬ್ದಕ್ಕರ್ಥ.॥೨೨॥

೧೦೨

ಶರಣ ನಿದ್ರೆಗೆಯ್ದಡೆ ಜಪವೋ, ಶರಣನೆದ್ದು ಕುಳ್ಳಿರ್ದಡೆ ಶಿವರಾತ್ರಿ ಜಾಗರ ಕಾಣಿಭೋ! ಶರಣ ನಡೆದಡೆ ಪಾವನವೋ, ಶರಣ ನುಡಿದಡೆ ಶಿವತತ್ತ್ವವೋ, ಕೂಡಲಸಂಗನ ಶರಣನ ಕಾಯವೆ ಕೈಲಾಸವೋ!

ಟೀ। ತಾನೆ ಪರಂಜ್ಯೋತಿ ಸ್ವರೂಪನಾಗಿ ನಡೆನುಡಿ ನಿದ್ರೆ ಎಚ್ಚಱಿಕೆ ಮೊದಲಾಗಿ ಇವೆಲ್ಲವೂ ಶಿವಚರಿತೆಯೆಂಬುದೀ ವಚನಾರ್ಥ.॥೨೩॥

೧೦೩

ಶಿವಯೋಗಿ ನಿರ್ಭ್ರಾಂತನೆ ಶರಣ ಕರ್ಮಕಾಯನು ಅಲ್ಲ, ಕಾಲ ಕಲ್ಪಿತನಲ್ಲ. ಶರಣನು ಸಂಕಲ್ಪವಿರಹಿತನು, ಅವರವರ ಬೆರಸಿರ್ಪ ತನ್ನ ಪರಿ ಬೇಱೆ, ಶರಣ ನಿರಂತರಸುಖಿ. ಕೂಡಲಚೆನ್ನಸಂಗಾ, ಪ್ರಪಂಚಿನೊಳಗಿಪ್ಪ ತನ್ನ ಪರಿ ಬೇಱೆ.

ಟೀ। ದೇಹೇಂದ್ರಿಯ ಪ್ರಾಣವಾಗಿರ್ದು ತಾನವ ಹೊದ್ದದೆ, ತಾನಖಂಡ-ಬ್ರಹ್ಮವಾಗಿ- -ಹನೆಂಬುದೀ ವಚನಾರ್ಥ.॥೨೪॥

೧೦೪

ಮನ ವಚನ ಕಾಯದಲ್ಲಿ ಆಸೆಯಿಲ್ಲದ ಶರಣನು ಅರ್ಥ ಪ್ರಾಣ ಅಭಿಮಾನದಲ್ಲಿ ಲೋಭವಿಲ್ಲದ ಶರಣ, ವಾಕು ಪಾಣಿ ಪಾದ ಪಾಯು ಗುಹ್ಯವೆಂಬ ಕರ್ಮೇಂದ್ರಿಯಂಗಳ ಹೊದ್ದಲೀಯದ ಶರಣ, ಸಾಕ್ಷಿ॥

ಸ್ವಲಿಂಗಿ ಪ್ರಾಣಮುಕ್ತಶ್ಚ ಮನೋಮುಕ್ತಶ್ಚ ಜಂಗಮ ಪ್ರಸಾದಿಕಾಯಮುಕ್ತಶ್ಚ ತ್ರಿವಿಧಂ ತತ್ತ್ವನಿಶ್ಚಯಂ॥ ಎಂದುದಾಗಿ ಲಿಂಗ ಜಂಗಮ। ಪ್ರಸಾದಸಾರಾಯ ಶರಣ ಕೂಡಲ ಚೆನ್ನಸಂಗ ಅನುಭವಸಾರಾಯ ಶರಣ.

ಟೀ। ದುಶ್ಚಿಂತೆ, ದುರ್ವಚನ, ದುಷ್ಕ್ರಿಯಾ ಪ್ರವರ್ತನೆಯಳಿದು, ಶಿವಚಿಂತೆ ಶಿವಸೂತ್ರ ಶಿವಪೂಜಾಕ್ರೀಗಳಿಂದ ಆಸೆಯಳಿದಿಹ ಶರಣ. ಅರ್ಥಪ್ರಾಣ ಅಭಿಮಾನದಲ್ಲಿ ವಂಚನೆಯಿಲ್ಲದ ಶರಣ. ಕರ್ಮೇಂದ್ರಿಯಂಗಳ ವ್ಯಾಪಾರವಳಿದ- -ಹ ಶರಣನೆಂಬುದಕ್ಕೆ ಸಾಕ್ಷಿ.

ಸ್ವಲಿಂಗಿ ಪ್ರಾಣಮುಕ್ತಶ್ಚ ಮನೋಮುಕ್ತಶ್ಚ ಜಂಗಮ ಪ್ರಸಾದಿಕಾಯಮುಕ್ತಶ್ಚ ತ್ರಿವಿಧಂ ತತ್ತ್ವನಿರ್ಣಯಂ. ಲಿಂಗಧಾರಿಯಾದ ಪುರುಷನು, ಪ್ರಾಣಮುಕ್ತಶ್ಚ ಪ್ರಾಣಂಗಳಿಂದ ಬಿಡಲ್ಪಟ್ಟಾತನೆಂದೆನಿಸಿಕೊಂಬನು. ಜಂಗಮಶ್ಚ-ಜಂಗಮವು, ಮನೋಮುಕ್ತ-ಮನಸಿನಿಂದ ಬಿಡಲ್ಪಟ್ಟವನು. ಪ್ರಸಾದಿ-ಗುರುಲಿಂಗಪ್ರಸಾದಿಯಾದಾತನು, ಕಾಯಮುಕ್ತಶ್ವ-ಶರೀರದಿಂದ ಬಿಡಲ್ಪಟ್ಟಾತನೆಂದೆನಿಸಿಕೊಂಬಾತನು, ತತ್ತ್ವನಿರ್ಣಯಃ-ತತ್ತ್ವನಿರ್ಣಯವು. ತ್ರಿವಿಧಂ, ಮೂಱುಪ್ರಕಾರಮಾದುದು. ತ್ರಿವಿಧಲಿಂಗದ ಭಕ್ತಿಯಲ್ಲಿ ಸಾರಾಯವಾದ ಶರಣನು ತ್ರಿವಿಧಲಿಂಗಾನುಭಾವಿಗಳ, ಮಹಾನುಭಾವವ ಬೆಸಗೊಂಬಲ್ಲಿ ಶ್ರೇಷ್ಠನಾಗಿಹನೆಂಬುದೀ ವಚನಾರ್ಥ.॥೨೫॥

೧೦೫

ಭವಕ್ಕೆ ಹುಟ್ಟುವನಲ್ಲ, ಸಂದೇಹಿ ಸೂತಕಿಯಲ್ಲ. ಆಕಾರ ನಿರಾಕಾರ"ನಲ್ಲ" ನೋಡಯ್ಯಾ, ಕಾಯವಂಚಕನಲ್ಲ, ಜೀವವಂಚಕನಲ್ಲ ನೋಡಯ್ಯಾ, ಶಂಕೆಯಿಲ್ಲದ ಮಹಾಮಹಿಮ ನೋಡಯ್ಯಾ, ಕೂಡಲಸಂಗನ ಶರಣನುಪಮಾತೀತ ನೋಡಯ್ಯಾ

ಟೀ। ದೇಹ ಪ್ರಾಣ ಜನನ ಸೂತಕ ಸಂದೇಹ, ಕಾಯವಂಚನೆ ಜೀವವಂಚನೆ ಇವು ಮೊದಲಾದ ಆವ ಗುಣವೂ ಇಲ್ಲದೆ ಪರಬ್ರಹ್ಮವೆಯಾಗಿಪ್ಪರು ಶರಣರೆಂಬುದೀ ವಚನಾರ್ಥ.॥೨೬॥

೧೦೬

ಸಮುದ್ರ ಘನವೆಂಬೆನೆ? ಧರೆಯಮೇಲಡಗಿತ್ತು. ಆ ಧರೆ ಘನವೆಂಬೆನೆ? ನಾಗೇಂದ್ರನ ಫಣಾಮಣಿಯ ಮೇಲಡಗಿತ್ತು. ಆ ನಾಗೇಂದ್ರ ಘನವೆಂಬೆನೆ? ದೇವಿಯರ ಕಿಱುಕುಣಿಕೆಗೆ ಮುದ್ರಿಕೆಯಾದತ್ತು. ಆ ದೇವಿಯರು ಘನವೆಂಬೆನೆ? ಪರಮೇಶ್ವರನ ಅರ್ಧಾಂಗಿಯಾದಳು. ಇಂತಪ್ಪ ಪರಮೇಶ್ವರ ಘನವೆಂಬೆನೆ? ನಮ್ಮ ಕೂಡಲಸಂಗನ ಶರಣರ ಮನದ ಕೊನೆಯ ಮೊನೆಯ ಮೇಲೆ ಅಡಗಿದನಯ್ಯಾ.

ಟೀ। ಅಜೀವಿನ ಮಧ್ಯದಲ್ಲಿ ಅಖಂಡ ಲಿಂಗವಡಗಿದ ಕಾರಣ ಅಂಥಾ ಶರಣರೆ ಘನಲಿಂಗವೆಂಬುದೀ ವಚನಾರ್ಥ.॥೨೭॥

೩೧ ಪ್ರಸಾದ ಮಹಾತ್ಮೆಯ ಸ್ಥಲ

೧೦೭

ಹುತ್ತದ ಮೇಲಣ ರಜ್ಜು ಮುಟ್ಟಿದರೆ ಸಾವರು ಶಂಕಿತರಾದವರು. ಸರ್ಪದಷ್ಟವಾ--ದರೆಯೂ ಸಾಯರು ನಿಶ್ಶಂಕಿತರಾದವರು. ಕೂಡಲ ಸಂಗಮದೇವಯ್ಯ ಶಂಕಿತಂಗೆ ಪ್ರಸಾದ ಸಿಂಗಿಕಾಳಕೂಟ ವಿಷವು.

ಟೀ। ನಂಬಿದರೆ ಪ್ರಸಾದ ಪರಮಾಮೃತ. ನಂಬದಿದ್ದರೆ ಪ್ರಸಾದ ಮಹಾವಿಷವೆಂಬುದೀ ವಚನಾರ್ಥ.॥೨೮॥

೧೦೮

ನಂಬಿದರೆ ಪ್ರಸಾದ–ನಂಬದಿದ್ದರೆ ವಿಷವೊ! ತುಡುಕಲಾಗದು ನೋಡಾ, ಲಿಂಗನ ಪ್ರಸಾದವ ಸಂಗನ ಪ್ರಸಾದವ! ಕೂಡಲಸಂಗನ ಪ್ರಸಾದ: ಸಿಂಗಿ, ಕಾಳಕೂಟ ವಿಷವು!

ಟೀ। ಸಂದೇಹಿಗೆ ವಿಷವು, ಪ್ರಸಾದವು. ನಿಸ್ಸಂದೇಹಿಗೆ ಪರಬ್ರಹ್ಮವಾಗಿಹುದು ಪ್ರಸಾದವೆಂಬುದೀ ವಚನಾರ್ಥ.॥೨೯॥

೧೦೯

ಲಿಂಗಪ್ರಸಾದ ಸೋಕಿನಿಂದ ಇಱುಹೆಗೆ ರುದ್ರತ್ವವಾಯಿತ್ತು. ಲಿಂಗಪ್ರಸಾದ ಸೋಂಕಿನಿಂದ ಬಿಬ್ಬಿಬಾಚಯ್ಯ ಸ್ವಯ ಲಿಂಗವಾದ, ಲಿಂಗಪ್ರಸಾದ ಸೋಂಕಿನಿಂದ ವಿಷವನಮೃತವ ಮಾಡಿ ಬಸವಣ್ಣ ಮೆಱೆದ ॥ಸಾಕ್ಷಿ॥

ಲಿಂಗಪ್ರಸಾದ ಗ್ರಾಹ್ಯತ್ವಾತ್ ಸರ್ವದೇವಾಯನುಚೇಷಿತಃ
ತೇನ ಪ್ರಸಾದಮಪ್ರಾಪ್ತ ಭವಾನ್ಮುಕ್ತಿಃ ಕಥಂ ಭವೇತ್ ॥
ಎಂದುದಾಗಿ ಇದು ಕಾರಣ ಕೂಡಲಚೆನ್ನಸಂಗಯ್ಯ ನಿಮ್ಮ ಪ್ರಸಾದದ ಮಹಿಮೆ । ದೇವ । ಕ್ರೀಯ ಮೀಱಿದುದು ನಾನೇನೆಂಬೆ

ಟೀ। ಶಿವಪ್ರಸಾದ ಸೇವನೆಯಿಂದ ಇಱುಹೆಗೆ ಶಿವಪದವಾಯಿತು. ಗಣಪ್ರಸಾದ ಸೇವನೆಯಿಂದ ಬಿಬ್ಬಿಬಾಚಯ್ಯ ಶಿವನಾದ. ತ್ರಿಪುರಾಂತಕ ಲಿಂಗಕ್ಕೆ ಅಭಿಷೇಕವ ಮಾಡಿದ ಅಮೃತವ ಚಂಡೇಶ ಮೊದಲಾದ ವಾದಿಗಳು ತಮ್ಮದೆಂದು ವಾದಿಸಿದಲ್ಲಿ ವಿಷವ

ಮಾಡಿದ. ಆ ವಾದಿಗಳು ಬಂದು ಬಿಜ್ಜಳಂಗೆ ಮೊಜೆಯಿಡಲು ಬಿಜ್ಜಳ ಕರಸಿ ವಿಷವನಮೃತವ ಮಾಡಿ ಸೇವಿಸಿರೆ ಎಂದೊಡೆ ಅಹಾ ಎಂದು ಲಕ್ಷದ ಮೇಲೆ ತೊಂಬತ್ತಾಱು ಸಾವಿರ ಚರಮೂರ್ತಿ ಮೊದಲಾದ ಚರಾಚರವೆಲ್ಲಕ್ಕು ತೃಪ್ತಿವಡಿಸಿ ಬಸವಣ್ಣ ಮೇಜೆದನೆಂಬುದಕ್ಕೆ ಸಾಕ್ಷಿ॥ ಲಿಂಗಪ್ರಸಾದ ಗ್ರಾಹ್ಯತ್ವಾತ್-ಶಿವಪ್ರಸಾದ ಸ್ವೀಕಾರದ ದೆಸೆಯಿಂದ, ಪಿಪೀಲಿಕಾದಿ ಬ್ರಹ್ಮಾಂತವಾದ ಸಕಲ ಜಂತು, ದೇವಂ-ದೇವಗಣತ್ವವನು, ಅನುಚೇಷ್ಟಿತಂ ಎಯ್ದಲ್ಪಟ್ಟಿತ್ತು. ತೇನ-ಅದುಕಾರಣ, ಉಚ್ಛಿಷ್ಟಾನ್ನಂ-ಪ್ರಸಾದಾನ್ನವನು, ಸಂಪ್ರಾಪ್ಯ -ಚೆನ್ನಾಗಿ ಸ್ವೀಕರಿಸಿ, ಸರ್ವ-ಸಕಲ ಜಂತುಸ್ತಥಾ ಭವೇತ್. ಆ ಪ್ರಸಾದ ಸ್ವರೂಪೆ ಅಹುದು. ತೇನ - ಆ ಪ್ರಸಾದಭೋಗದಿಂದ, ಮುಕ್ತಿಃ - ಮೋಕ್ಷವು, ಭವೇತ್-ಅಹುದು. ಇಂತಪ್ಪ ಶಿವಪ್ರಸಾದ ಮಹಿಮೆ ಬ್ರಹ್ಮವಿಷ್ಣ್ವಾದಿ ದೇವತೆಗಳಱಿವಿಂಗೆ ಅಗೋಚರವಾಗಿಹುದೆಂಬುದೀ ವಚನಾರ್ಥ.॥೩೦॥

೧೧೦

ಲಿಂಗದಲ್ಲಿ ಕೊಡಲುಂಟು, ಕೊಳಲುಂಟಾಗಿ ಅರ್ಪಿತ, ಜಂಗಮದಲ್ಲಿ ಕೊಟ್ಟು ಕೊಳಲಿಲ್ಲಾಗಿ ಅನರ್ಪಿತ, ಪ್ರಸಾದದಲ್ಲಿ ಕೊಡಲೂ ಕೊಳಲೂ ಇಲ್ಲವಾಗಿ ಉಭಯ ನಾಸ್ತಿ. ಇಂತೀ ತ್ರಿವಿಧ ಸಂಚ ಸನ್ಮತವ ಕೊಡಲು ಚೆನ್ನಸಂಗಾ, ನಿಮ್ಮ ಶರಣನೆ ಬಲ್ಲಾ॥

ಟೀ॥ ಲಿಂಗವ ಪೂಜಿಸಿದರೆ ಫಲಪದವ ಕೊಡುವುದಾಗಿ ಅದ ಜನ್ಮಾಂತರದಲ್ಲಿ ಬಂದು ಅನುಭವಿಸಬೇಕೆಂಬುದೀಗ, ಲಿಂಗದಲ್ಲಿ ಕೂಡಲುಂಟು ಕೊಳಲುಂಟಾಗಿ ಅರ್ಪಿತವೆಂಬ ಶಬ್ದಕ್ಕರ್ಥ. ಜಂಗಮವ ಪೂಜೆಯ ಮಾಡಿದರೆ ಫಲಪದಂಗಳಿಲ್ಲ- -ವಾಗಿ ತಿರಿಗಿ ಬಂದು ಅನುಭವಿಸಲಿಲ್ಲವೆಂಬುದೀಗ ಜಂಗಮದಲ್ಲಿ ಕೊಟ್ಟು ಕೊಳಲಿಲ್ಲಾಗಿ ಅನರ್ಪಿತವೆಂಬ ಶಬ್ದಕ್ಕರ್ಥ. ಅಂತಪ್ಪ ಲಿಂಗ ಜಂಗಮದ ಪ್ರಸಾದವೆ ಪರವಸ್ತುವೆಂದಱಿದು ಪ್ರಸಾದವ ಕೊಂಡಾತನು, ಪ್ರಸಾದವೆಯಪ್ಪನು. ಅಂತು ಪ್ರಸಾದ ಪ್ರಸಾದವನೆ ಮಾಳ್ಪುದಲ್ಲದೆ ಪ್ರಸಾದದಲ್ಲಿ ಕೊಟ್ಟುಕೊಂಬ ಪೂಜಾಫಲ- -ವೆರಡಿಲ್ಲವೆಂಬುದೀಗ ಪ್ರಸಾದದಲ್ಲಿ ಕೊಡಲೂ ಕೊಳಲೂ ಇಲ್ಲವಾಗಿ ಉಭಯ ನಾಸ್ತಿಯೆಂಬ ಶಬ್ದಕ್ಕರ್ಥ. ಅಂತು ಲಿಂಗ ಜಂಗಮ ಪ್ರಸಾದವೆಂಬ ಮೂಱು ವರ್ಮವ ತಿಳಿದು ಪ್ರಸಾದವೆ ಪರವೆಂದಱಿದು ಪ್ರಸಾದಿಯಾದ ಶರಣಂಗೆ ತ್ರಿವಿಧವೂ ಭಿನ್ನವಿಲ್ಲವೆಂಬುದೀಗ ಇಂತೀ ತ್ರಿವಿಧದ ಸಂಚದ ಸನುಮತವ ನಿಮ್ಮ ಶರಣಬಲ್ಲನೆಂಬ ಶಬ್ದಕ್ಕರ್ಥ.॥೩೧॥

೧೧೧

ಅಗ್ನಿ ಮುಟ್ಟಲು ತೃಣವಗ್ನಿಯಪ್ಪುದು ತಪ್ಪದಯ್ಯಾ, ಗುರುಪ್ರಸಾದವಂಗಸೋಂ- -ಕಾದಲ್ಲಿ ಸರ್ವಾಂಗ ಗುರುವಪ್ಪುದು ತಪ್ಪದಯ್ಯಾ. ಲಿಂಗಪ್ರಸಾದ ಮನಸೋಂಕಾದಲ್ಲಿ

ಮನ ಲಿಂಗವಪ್ಪುದು ತಪ್ಪದಯ್ಯಾ. ಜಂಗಮಪ್ರಸಾದ ಅಱಿವು ಸೋಂಕಾದಲ್ಲಿ ಅಖಂಡಿತ ಪ್ರಸನ್ನ ಪ್ರಸಾದಿಯಪ್ಪುದು ತಪ್ಪದಯ್ಯಾ. ಶಿವಶಿವಾ ಪ್ರಸಾದದ ಮಹಿಮೆಯನೇನೆಂದುಪಮಿಸುವೆ. ಪ್ರಸಾದವೆ ಗುರು, ಪ್ರಸಾದವೆ ಲಿಂಗ, ಪ್ರಸಾದವೆ ಜಂಗಮ, ಪ್ರಸಾದವೆ ಪರಾಪರ, ಪ್ರಸಾದವೆ ಪರಮಾನಂದ, ಪ್ರಸಾದವೆ ಪರಮಾಮೃತ, ಪ್ರಸಾದವೆ ಪರಮಜ್ಞಾನ. ಪ್ರಸಾದವೆ ವಾಙ್ಮನಾತೀತ, ಪ್ರಸಾದವೆ ನಿತ್ಯ ಪರಿಪೂರ್ಣ. ಇಂತಪ್ಪ ಪ್ರಸಾದವ ಕೊಂಡು ನಾನು ಬದುಕಿದೆನಯ್ಯಾ, ಉರಿಲಿಂಗಪೆದ್ದಿಪ್ರಿಯ ವಿಶ್ವೇಶ್ವರಾ.

ಟೀ। ಪ್ರಸಾದವೆಂದಡೆ ಪರವಸ್ತು, ಅಂತಪ್ಪ ಪರವಸ್ತುವೆ ಗುರುಲಿಂಗಜಂಗಮ--ವಾಗಿಪ್ಪ ಕಾರಣ ಆ ಗುರು ಲಿಂಗ ಜಂಗಮಕ್ಕೆ ಅರ್ಪಿತವಾದ ಪದಾರ್ಥಂಗಳೆಲ್ಲಾ ಪ್ರಸಾದಸ್ವರೂಪಮಪ್ಪ ಪರವಸ್ತುವೆಂದಱಿದು ಪ್ರಸಾದಿಯಾದಾತನು ಪರಬ್ರಹ್ಮವೆಂ--ಬುದೀ ವಚನಾರ್ಥ.॥೩೨॥

ಅಂತು ವಚನ ೧೧೧ಕ್ಕಂ ಮಂಗಳಮಹಾಶ್ರೀ

೩೨ ಪ್ರಾಣಲಿಂಗಿಯ ಸ್ಥಲ

೧೧೨

ಹೊಱಗಿದ್ದಾನೆಂದು ನಾನು ಮಱೆದು ಮಾತನಾಡಿದೆ. ಅಱಿಯಲೀಯದೆ ಬಂದೆನ್ನಂತರಂಗದೊಳಿಪ್ಪ ತೆಱಹಿಲ್ಲದಭವನು. ನುಡಿಗೆಡೆಗೊಡನು. ಆತನ ಬಯಲಿಂಗೆ ಬೇಟಗೊಂಡೆನವ್ವ. ನಾನೇನ ಮಾಡುವೆನೆಲೆ ತಾಯೆ? ಮಱೆದಡೆಚ್ಚರಿಸುವ ಕುಱುಹಿಲ್ಲದಭವನು ತನ್ನನಱಿದಡೊಳ್ಳಿದ, ನಮ್ಮ ಶಂಭು ಜಕ್ಕೇಶ್ವರಾ.

ಟೀ। ಅಂಗದೊಳಹೊಱಗೆ ಪರಿಪೂರ್ಣವಾಗಿ ಭಿನ್ನವಿಲ್ಲದಿಪ್ಪ ಮಹಾಘನಲಿಂಗವ ಭಿನ್ನವಿಟ್ಟು ಕೂಡಿ[ಹೆ]ನೆಂಬುದೆ ಅಜ್ಞಾನ. ಅಂತಪ್ಪ ಅಜ್ಞಾನ ಭ್ರಾಂತನಳಿದು ಶಿವಕೃಪೆಯಿಂದ ಶಿವಜ್ಞಾನಿಯಾಗಿ ಅಂಗಕ್ಕೂ ಲಿಂಗಕ್ಕೂ ಭೇದವಿಲ್ಲೆಂದಱಿದ ಶರಣನೆಲ್ಲಾ ಲಿಂಗವೆಯಾಗಿಪ್ಪನೆಂಬುದೀ ವಚನಾರ್ಥ.॥೧॥

೧೧೩

ಪ್ರಾಣಲಿಂಗ ಸಂಬಂಧಿಯಾದ ಬಳಿಕ ತನುವಿನ ಗುಣವಿರಲಾಗದಯ್ಯಾ. ಕೈ ಸಿಂಹಾಸನವಾದ ಬಳಿಕ ಸಂದಾನಿಯಾಗಿರಬೇಕಯ್ಯಾ, ಕೂಡಲ ಚೆನ್ನಸಂಗಯ್ಯನಲ್ಲಿ ಈ ಅನುವನಲ್ಲಮ ಬಲ್ಲಾ.

ಟೀ। ಶ್ರೀಗುರು ಶಿಷ್ಯನಂಗದೊಳಗಿರ್ದ ಚಿತ್ಕಲಾಲಿಂಗವ ತಂದು ಅಂಗಪ್ರಾಣಂಗಳಿಗೆ ಸಾಹಿತ್ಯವ ಮಾಡಿದಾಕ್ಷಣವೆ ಅಂಗ ಪ್ರಾಣಂಗಳೆಲ್ಲಾ ಲಿಂಗವಾದವು. ಅಂತು ಲಿಂಗವಾದ ಲಿಂಗತನುವ ಮರಳಿ ಭೌತಿಕತನುವೆಂದು ಕಾಬ ಅಜ್ಞಾನಗುಣವಿರ–ಲಾಗದೆಂಬುದೀಗ ಪ್ರಾಣಲಿಂಗ ಸಂಬಂಧಿಯಾದ ಬಳಿಕ ತನುಗುಣವಿರಲಾಗ–ದಯ್ಯ ಎಂಬ ಶಬ್ದಕ್ಕರ್ಥ. ಅಂತು ಕರಸ್ಥಲದಲ್ಲಿ ಸಾಹಿತ್ಯವಾಗಿರ್ದ ಇಷ್ಟಲಿಂಗವ ಭಿನ್ನವಿಟ್ಟು ಭಾವಿಸಿ ಪೂಜಿಸಲಾಗದು. ಆ ಇಷ್ಟಲಿಂಗವೆ ತನ್ನ ನಿಜವೆಂದಱಿದು ಅಭಿನ್ನಭಾವ ಘಟಿಸಿರಬೇಕೆಂಬುದೀಗ ಕೈ ಸಿಂಹಾಸನವಾದ ಬಳಿಕ ಸಂದಾನಿಯಾಗಿರ –ಬೇಕಯ್ಯ ಎಂಬ ಶಬ್ದಕ್ಕರ್ಥ. ಅಂತಪ್ಪ ಲಿಂಗಾಂಗ ಸಂಬಂಧದ ಅಭಿನ್ನಜ್ಞಾನ ಕ್ರಿಯಾಭೇದದ ಅನುವ ಶರಣನೆ ಬಲ್ಲನೆಂಬುದೀಗ ಈ ಅನುವನಲ್ಲಮ ಬಲ್ಲನೆಂಬುದೀಗ ಈ ಅನುವನಲ್ಲಮ ಬಲ್ಲನೆಂಬ ಶಬ್ದಕ್ಕರ್ಥ.॥೨॥

೧೧೪

ಕಾಲೇ ಕಂಭಂಗಳಾದವಯ್ಯಾ; ಎನ್ನ ದೇಹವೇ ದೇಗುಲವಾಯಿತ್ತಯ್ಯಾ; ನಾಲಗೆ ಘಂಟೆ, ಶಿರಸ್ಸೇ ಸುವರ್ಣದ ಕಳಶವಯ್ಯಾ, ಸರವೆ ಲಿಂಗಕ್ಕೆ ಸಿಂಹಾಸನ–ವಾಗಿರ್ದಿತ್ತಯ್ಯಾ. ಗೋಹೇಶ್ವರಾ, ನಿಮ್ಮ ಪ್ರಾಣಲಿಂಗಪ್ರತಿಷ್ಠೆ ಪಲ್ಲಟವಾಗ–ದಿರ್ದೆನಯ್ಯಾ,

ಟೀ। ಪ್ರಾಣಲಿಂಗಕ್ಕೆ ಶರಣನ ದೇಹವೇ ದೇವಾಲಯವಾಗಿ ತನುಗುಣಂಗಳೆಲ್ಲಾ ಪರಿಚಾರಕರಾಗಿರ್ದ ಕಾರಣ ಲಿಂಗಸಂಬಂಧವಳವಟ್ಟಿತ್ತೆಂಬುದೀ ವಚನಾರ್ಥ.॥೩॥

೧೧೫

ತೆರೆಯ ಮಱಿಯ ಕುಱುಹೆಂಬುದೇನೋ! ಒಳಗೆ ಲಿಂಗವನನುವಿಡಿದ ಬಳಿಕ ಪೂಜೆಗೊಂಬ ದೇವನಾರು? ಪೂಜಿಸುವ ಭಕ್ತನಾರು? ಹಿಂದು ಮುಂದು ಮುಂದು ಹಿಂದಾಯಿತ್ತು, ಗೋಹೇಶ್ವರಾ, ನಾನು ನೀನು, ನೀನು ನಾನಾದರೆ!

ಟೀ। ದೇಹವೆಂಬ ಜವನಿಕೆಯ ಮಱೆಯಲ್ಲಿಪ್ಪುದು ದೃಶ್ಯವಪ್ಪ ಜೀವಾತ್ಮನು. ಅಂತಪ್ಪ ಜೀವಾತ್ಮನೆ ಲಿಂಗದ ಅಂಗವೆಂದಱಿದು, ಆ ಲಿಂಗಾಂಗವೆರಡೂ ಒಂದೆ ವಸ್ತುವೆಂಬನುವ ತನ್ನೊಳಗೆ ತಾನೆ ತಿಳಿದು ಲಿಂಗಾಂಗ ಸಂಬಂಧ ಘಟಿಸಿದ ಬಳಿಕ ಶರಣನೆಂಬಂಗವೆಲ್ಲಾ ಲಿಂಗವಾಗಿ, ಲಿಂಗವೆಲ್ಲಾ ಅಂಗವಾಗಿ ಅಂಗ ಲಿಂಗವೆಂಬ ಭೇದವಿಲ್ಲದೆ ಶರಣನೆಲ್ಲಾ ಲಿಂಗವೆ ಆಗಿರ್ದಲ್ಲಿ ಪೂಜಿಸುವನು ಪೂಜಿಸಿಕೊಂಬವೆರಡೂ ಲಿಂಗವೆಂಬುದೀ ವಚನಾರ್ಥ.॥೪॥

೧೧೬

ತುಂಬಿ ಪರಿಮಳವನುಂಡಿತ್ತೊ, ಪರಿಮಳ ತುಂಬಿಯನುಂಡಿತ್ತೊ! ಲಿಂಗ ಪ್ರಾಣವಾಯಿತ್ತೊ, ಪ್ರಾಣ ಲಿಂಗವಾಯಿತ್ತೊ, ಗೋಹೇಶ್ವರಾ, ಈ ಉಭಯದ ಭೇದವ ನೀನೇ ಬಲ್ಲೆ!

ಟೀ। ತುಂಬಿ ಎಂದರೆ ಪರಿಪೂರ್ಣವಾಗಿಪ್ಪ ಲಿಂಗಕ್ಕೆ ಹೆಸರು, ಪರಿಮಳವೆಂದರೆ ಸ್ವಾನುಭಾವ ವಾಸನೆಗೆ ಹೆಸರು, ಅಂತು ಪರಿಪೂರ್ಣಲಿಂಗವು ತಾನೆಂದಱಿದ ಶರಣನ ಸ್ವಾನುಭಾವದೊಳಗೆ ಭೇದವಿಲ್ಲದೆ ಲಿಂಗವು ಲೀಯವಾಗಿ, ಲಿಂಗದೊಳಗೆ ಭಾವ ಲೀಯವಾಗಲು, ಲಿಂಗವು ಪ್ರಾಣದೊಳೈಕ್ಯವಾಗಿ, ಪ್ರಾಣವೆ ಲಿಂಗದೊಳೈಕ್ಯವಾಗಿ, ಭೇದವಿಲ್ಲದೆ ಲಿಂಗೈಕ್ಯನಾದ ಶರಣನ ನಿಲವ ಲಿಂಗವೆ ಬಲ್ಲನಲ್ಲದೆ ಮತ್ತಾರೂ ಅಱಿಯರೆಂಬುದೀ ವಚನಾರ್ಥ.॥೫॥

೧೧೭

ಪ್ರಾಣಲಿಂಗವೆಂದಱಿದ ಬಳಿಕ, ಪ್ರಾಣ ಪ್ರಸಾದವಾಯಿತ್ತು. ಲಿಂಗ ಪ್ರಾಣವೆಂದಱಿದ ಬಳಿಕ ಅಂಗದಾಸೆ ಹಿಂಗಿತ್ತು. ಅಂಗಸೋಂಕು ಸಂಗಿಗೆ ಕಂಗಳೇ ಕರುವಾಗಿರ್ದವಯ್ಯಾ, ಚೆನ್ನಮಲ್ಲಿಕಾರ್ಜುನಯ್ಯನ ಹಿಂಗದೆ ಅನಿಮಿಷನಾಗಿಹ ಶರಣಂಗೆ.

ಟೀ। ಆತ್ಮನೆ ಅಂಗ, ಪ್ರಾಣವೆ ಲಿಂಗವೆಂದಱಿದು ಬಳಿಕ ಪ್ರಾಣ ಪ್ರಸಾದವಾಯಿತ್ತು ಎಂಬ ಶಬ್ದಕ್ಕರ್ಥ. ಲಿಂಗಾಂಗ ಸಂಬಂಧಿಯಾದ ಶರಣನ ವಾಯುಪ್ರಾಣವೆಲ್ಲಾ ಲಿಂಗವಾಯಿತ್ತೆಂಬುದೀಗ ಪ್ರಾಣಲಿಂಗವೆಂದಱಿದ ಬಳಿಕ ಪ್ರಾಣ ಪ್ರಸಾದವಾಯಿತ್ತು ಎಂಬ ಶಬ್ದಕ್ಕರ್ಥ. ಅಂತು ಲಿಂಗಾಂಗ ಸಂಬಂಧಿಯಾದ ಶರಣನು ತನ್ನ ಸರ್ವಾಂಗಕ್ಕೆ ಲಿಂಗವೆ ಪ್ರಾಣವೆಂದಱಿದು ತನ್ನಂಗವೆಂಬಾಸೆ ಹಿಂಗಿತ್ತು ಶರಣಂಗೆಂಬುದೀಗ ಲಿಂಗ ಪ್ರಾಣವೆಂದಱಿದ ಬಳಿಕ ಅಂಗದಾಸೆ ಹಿಂಗಿತ್ತುಯೆಂಬ ಶಬ್ದಕ್ಕರ್ಥ. ಅಂತು ಲಿಂಗಾಂಗ ಸಂಬಂಧದಿಂದ ಸರ್ವಾಂಗ ಲಿಂಗವಾಗಿ ಭಿನ್ನವಿಲ್ಲದಿರ್ದು ಅಭಿನ್ನ ಜ್ಞಾನದೃಕ್ಷಿನಿಂದ ಅನುಮಿಷನಾಗಿ ನೋಡುತ್ತಿಹ ಶರಣಂಗೆ ನೋಡುವ ಕೇಳುವ ವಾಸಿಸುವ ಇಂದ್ರಿಯಂಗಳೆಲ್ಲಾ ಲಿಂಗವೆಯಾಗಿರ್ದನೆಂಬುದೀಗ ಲಿಂಗಸೋಂಕಿನ ಸಂಗಿಗೆ ಕಂಗಳೆ ಕರುವಾಗಿರ್ದನಯ್ಯಾ ಚೆನ್ನಮಲ್ಲಿಕಾರ್ಜುನನ. ಹಿಂಗದೆ ಅನುಮಿಷನಾಗಿಹ ಶರಣಂಗೆಯೆಂಬ ಶಬ್ದಕ್ಕರ್ಥ.॥೬॥

೧೧೮

ತುಂಬಿದುದು ತುಳುಕದು ನೋಡಾ! ನಂಬಿದುದು ಸಂದೇಹಿಸದು ನೋಡಾ! ಒಲಿದುದು ಓಸರಿಸದು ನೋಡಾ! ನೆಱೆಯಱಿದುದು ಮಱೆಯದು ನೋಡಾ! ಚೆನ್ನಮಲ್ಲಿಕಾರ್ಜುನಯ್ಯ ನೀನಱಿದ ಶರಣಂಗೆ ನಿಸ್ಸೀಮಸುಖವಯ್ಯಾ.

ಟೀ। ಲಿಂಗಾಂಗಸಂಬಂಧಿಯಾದ ಶರಣನ ಸರ್ವಾಂಗದಲ್ಲಿ ಲಿಂಗವು ಪರಿಪೂರ್ಣ–ವಾಗಿ ಭಿನ್ನವಳಿದಿರ್ದ ಶರಣಂಗೆ ಲಿಂಗವ ಬೇಱಿಟ್ಟು ಕೂಡಿಹೆನೆಂಬ ಖಂಡಿತಭಾವ ಸಂಚಾರವಿಲ್ಲವೆಂಬುದೀಗ, ತುಂಬಿದುದು ತುಳುಕದು ನೋಡಾ ಎಂಬ ಶಬ್ದಕ್ಕರ್ಥ. ಅಂತು ಲಿಂಗಾಂಗಸಂಬಂಧಿಯಾದಾ ಕ್ಷಣವೆ ತಾನೆಲ್ಲಾ ಲಿಂಗವೆಯಾದೆನೆಂಬ ವಿಶ್ವಾಸ ಘಟಿಸಿದ ಶರಣಂಗೆ ಸಂದೇಹಭಾವವಿಲ್ಲವೆಂಬುದೀಗ, ನಂಬಿದುದು ಸಂದೇಹಿಸದು ನೋಡಾ ಎಂಬ ಶಬ್ದಕ್ಕರ್ಥ. ಅಂತು ಅಖಂಡ ಪರಿಪೂರ್ಣ ಲಿಂಗವು ತಾನೆಯಾಗಿರ್ದುದನಱಿದು ಲಿಂಗಸುಖಾನಂದವ ಮಚ್ಚಿದ ಶರಣಂಗೆ ಪೊಲುಮೆ ಹಿಂಗದುಯೆಂಬುದೀಗ ಒಲಿದುದು ಓಸರಿಸದು ನೋಡಾ ಎಂಬ ಶಬ್ದಕ್ಕರ್ಥ. ಅಂತು ತಾನೆಲ್ಲಾ ಮಹಾಘನಲಿಂಗವೆಯಾಗಿ ತನ್ನ ಕಂಡು ಮಚ್ಚಿಪ್ಪ ಶರಣನ ಮಹಾಜ್ಞಾನದಱಿವಿಂಗೆ ಮಱವೆಯಿಲ್ಲವೆಂಬುದೀಗ ನೆಱೆಯಱಿದುದು ಮಱೆಯದು ನೋಡಾ ಎಂಬ ಶಬ್ದಕ್ಕರ್ಥ. ಅಂತು ಶಿವಕೃಪೆಯಿಂದ ಇಹಪರಂಗಳ ಸೀಮೆಯ ದಾಂಟಿ, ಮಹಾಘನಲಿಂಗಸುಖವ ಪಡೆದ ಶರಣನೆಂಬುದೀಗ, ಚೆನ್ನಮಲ್ಲಿಕಾರ್ಜುನಯ್ಯ ನೀನೊಲಿದ ಶರಣಂಗೆ ನಿಸ್ಸೀಮಸುಖವಯ್ಯಾ ಎಂಬ ಶಬ್ದಕ್ಕರ್ಥ.॥೭॥

೧೧೯

ಕಾಯವೆಂಬ ಶಿವಾಲಯಕ್ಕೆ ಕಮಲಮಧ್ಯಮಂಟಪವು ಸುಖಾಸೀನ, ನೋಡಯ್ಯಾ, ಜ್ಞಾನಾರೂಢ ಪ್ರಾಣೇಶ್ವರನೆಂಬಾತನಲ್ಲಿಯ ಲಿಂಗವು; ಒಂಬತ್ತು ಮಾನಸ ತಾಂಡಾಲಯರು; ಇಂಬಿನ ಮಠಪತಿ ಹಂಸ, ಜೀಯ, ತನ್ನ ದಳವಳಯವನೊಲ್ಲದೆ ಲಿಂಗವೆ ಗೂಡಾದ ಕೂಡಲ ಚೆನ್ನಸಂಗನೆಂಬ ನಿಶ್ಚಿಂತ ನಿಜೈಕ್ಯವು.

ಟೀ। ಅಂತರಂಗ ಮಧ್ಯದ ಬ್ರಹ್ಮರಂಧ್ರದ ಸುಖಾಸೀನ ಜ್ಞಾನ ಅಲ್ಲಿಯ ಲಿಂಗ, ನವದ್ವಾರಂಗಳೇ ಸೇವಕರು. ಪ್ರಾಣ ತನ್ನ ಇಂದ್ರಿಯಂಗಳ ಕೂಡಿಕೊಂಡು ಲಿಂಗದಲಡಗಿದನೆಂಬುದೀ ವಚನಾರ್ಥ.॥೮॥

೧೨೦

ಕಳೆಯೇಱಿದ ಲಿಂಗದ ತೆಱನನಱಿದು, ಕಳೆಯದ ವಳಯದ ಸೀಮೆಯಿಂದತ್ತಲು ವೇಧಿಸಿದ ಮುಗ್ಧೆಯ ನೋಡಾ! ಪಂಚಭೌತಿಕದ ಗಡಣೆ ಭಾವವನೆ ಮನದಲ್ಲಿ ಭಾವಿಸದ ಮುಗ್ಧೆಯ ನೋಡಾ! ಇರುಳು–ಹಗಲೆಂಬ ಬೆಳಗು–ಕತ್ತಲೆಯ ನಱಿಯದ ಮುಗ್ಧೆಯ ನೋಡಾ! ಆಕಾರ–ನಿರಾಕಾರ, ಪುಣ್ಯ–ಪಾಪದ ಅಱಿವಿನ ಮಱಹಿನ

ಅಷ್ಟದಳ ಕಮಲದ ಮಧುಪಾನಿಯಾಗದೆ ಕೂಡಲಚೆನ್ನಸಂಗನೆಂಬ ಮಹಾಲಿಂಗವನು ಮನದಲ್ಲಿ ಅಳವಡಿಸಿದ ಮುಗ್ಧೆಯ ನೋಡಾ!.

ಟೀ। ಪ್ರಾಣನ ಗುಣವೆ ಪರಂಜ್ಯೋತಿಯಲ್ಲಿ ಕೂಡಿ, ಪಂಚಭೂತವೆಂಬುದ ಮಱೆದು, ಅಱಿವು–ಮಱವೆಯಿಲ್ಲದೆ, ಆಕಾರ–ನಿರಾಕಾರವೆನ್ನದೆ ಕರಣಂಗಳ ಸುಖವನಱಿಯದೆ ನಿಶ್ಶಬ್ದವಾಯಿತ್ತೆಂಬುದೀ ವಚನಾರ್ಥ.॥೯॥

೧೨೧

ಅರ್ಕನ ಅದ್ಭುತದಲ್ಲಿ ಕೆಟ್ಟರು ಹಲಬರು. ತಪ್ಪುಕರಾದರು ಹಲಬರು. ಬಿಂದು [1]ಬಿಂದುವನೆ[1] ಕೂಡಿ ಲಿಂಗಲೀಯವಾಯಿತ್ತು. ನಿಂದನು ಗೋಹೇಶ್ವರ ನೆನ್ನೊಳಗೆ ಭರಿತನಾಗಿ.

ಟೀ। ಸೂರ್ಯಗ್ರಹಣ, ಚಂದ್ರಗ್ರಹಣವೆಂಬೆರಡೂ ಶಿವಶಕ್ತಿಗ್ರಹಣದಿಂದೆಲ್ಲರೂ ಮುಂದುಗೆಡುತ್ತಿಹರು. ಈ ಎರಡನೂ ನೀಕರಿಸಿ ತನ್ನ ಬಿಂದು ಲಿಂಗಬಿಂದುವಾಗ–ಲೊಡನೆ ಸರ್ವಾಂಗ ಪ್ರಾಣಲಿಂಗವೆಂಬುದೀ ವಚನಾರ್ಥ.॥೧೦॥

೧೨೨

ಲಿಂಗಮಧ್ಯದಲ್ಲಿ ಜಗವಿದ್ದರೇನೋ, ಜಗವ ಹೊಱಗಿಕ್ಕಿ ಲಿಂಗವನೊಳಗಿಟ್ಟು–ಕೊಂಡ ಆ ಘನಕ್ಕೆ ಶರಣೆಂಬೆ. ಆ ಮಹಾಘನದಾಯತಕ್ಕೊಳಗು, ಪ್ರಳಯಕ್ಕೆ ಹೊಱಗು ಕೂಡಲ ಚೆನ್ನಸಂಗಯ್ಯಾ.

ಟೀ। ಮಾಯಾದೇಹ ತೋಱಿಕೆಯ ಜಗತ್ಪ್ರಪಂಚೆಲ್ಲವೂ ತನ್ನಿಂದನ್ಯವಪ್ಪ ಬಾಹ್ಯವೆಂದಱಿದು ಕಳೆದು ಜಗವನೊಳಕೊಂದಿಪ್ಪ ಮಹಾಘನಲಿಂಗವೆ ತನ್ನ ನಿಜವೆಂದಱಿದು ಆ ಮಹಾಘನ ಪರಿಪೂರ್ಣ ಲಿಂಗವ ತನ್ನಱಿವಿನೊಳಗಿಂಬಿಟ್ಟು–ಕೊಂಡ ಶರಣನ ಘನದಱಿವನುಪಮಿಸಬಾರದು. ಆ ಶರಣನು ಆ ಮಹಾಘನ ಲಿಂಗದೊಳಗೆ ಕೂಡಿ ಲಿಂಗವೆಯಾಗಿರ್ದ ಕಾರಣ ಆ ಶರಣಂಗೆ ಜನನ ಮರಣಂಗಳಿಲ್ಲವೆಂಬುದೀ [1]ವಚನದ ತಾತ್ಪರ್ಯಾರ್ಥ[1].॥೧೧॥

೧೨೩

ಗುರುದ್ರವ್ಯವ ಗುರು[2]ವಿಂಗೊಪ್ಪಿಸಿ[2]ದೆವೆಂಬರು : ಗುರುದ್ರವ್ಯವಾವುದೆಂದಱಿಯರು. ದೇಹದ್ರವ್ಯ, ದೇಹಿಕದ್ರವ್ಯ, ಭೌತಿಕದ್ರವ್ಯ, ಆತ್ಮದ್ರವ್ಯ, ಜ್ಞಾನದ್ರವ್ಯವೆಂಬ ಪಂಚದ್ರವ್ಯವನು

ಉಭಯವಳಿದು ಷೋಡಶೋಪಚರಿಯದಲ್ಲಿ ಉಪಚರಿಸಬಲ್ಲ ಕೂಡಲಚೆನ್ನ-ಸಂಗನಲ್ಲಿ ಬಸವಣ್ಣನೂ.

ಟೀ। ದೇಹ ಭೌತಿಕಂಗಳು ಆತ್ಮ ಜ್ಞಾನ ಭಾವ ಇಂತೀ ಐದನು ಲಿಂಗದಲ್ಲಿ ಪೂಜೆ, [3]ನೆನಹಿನಿಂದ[3] ಕೂಡಬಲ್ಲಾತ ಬಸವಣ್ಣನೆಂಬುದೀ ವಚನಾರ್ಥ.॥೧೨॥

ಶ್ರೀ

೩೩. ಪ್ರಾಣಲಿಂಗಾರ್ಚನೆಯ ಸ್ಥಲ

೧೨೪

ಶರಣ ಲಿಂಗಾರ್ಚನೆಯ ಮಾಡಲೆಂದು ಪುಷ್ಪಕ್ಕೆ ಕರವ ನೀಡಿದರೆ, ಆ ಪುಷ್ಪ ನೋಡ ನೋಡ ಕರದೊಳಗಡಗಿತ್ತಲ್ಲಾ! ಅದು ಓಗರದ ಗೊಬ್ಬರವನುಣ್ಣದು. ಕಾಮದಗಣ್ಣಿಜಿಯದು. ನಿದ್ರೆಯ ಕಪ್ಪೊತ್ತದು. ಅದು ಅರುಣಚಂದ್ರರ ತೆರೆಯಲ್ಲಿ ಬೆಳೆಯದು. ಲಿಂಗವೇದಿಯಾಗಿ ಬೆಳೆದ ಪುಷ್ಪವ, ಗೋಹೇಶ್ವರಾ, ನಿಮ್ಮ ಶರಣ ಪ್ರಾಣಲಿಂಗಕ್ಕೆ ಪೂಜೆಯ ಮಾಡಿದನು.

ಟೀ। ಶಿವಜ್ಞಾನ ಸಂಪನ್ನನಾದ ಶರಣನು ತನ್ನ ಪ್ರಾಣಲಿಂಗಕ್ಕೆ ಪೂಜೆಯ ಮಾಡಿಹೆನೆಂದು ಸದ್ವಾಸನೆಯೆಂಬ ಪುಷ್ಪವನು ಸುಜ್ಞಾನ ಹಸ್ತದಲ್ಲಿ ಪಿಡಿಯಲೊಡನೆ ಆ ಸದ್ವಾಸನೆ ಆ ಸುಜ್ಞಾನದೊಳಗಡಗಿತ್ತೆಂಬುದೀಗ ಶರಣ ಲಿಂಗಾರ್ಚನೆಯ ಮಾಡಲೆಂದು ಪುಷ್ಪಕ್ಕೆ ಕರವ ನೀಡಿದರೆ ಆ ಪುಷ್ಪ ನೋಡ ನೋಡ ಕರದೊಳಗಡಗಿತ್ತಲ್ಲಾ ಎಂಬ ಶಬ್ದಕ್ಕರ್ಥ. ಅಂತಪ್ಪ ಸದ್ವಾಸನಾ ಪುಷ್ಪ ಪರಿಪೂರ್ಣ ವಾಸನೆಯನ್ನೈದಿಪ್ಪುದಾಗಿ ಆ ಪುಷ್ಪ ಅನ್ನ ಉದಕದ ರಸದಲ್ಲಿ ಬೆಳೆಯದು. ಕಾಮಾದಿವರ್ಗದಲ್ಲಿರದು. ಅಜ್ಞಾನ[ವೆಂಬ] ಕತ್ತಲೆಯಲ್ಲಿ ಸಿಲುಕದು. ಚಂದ್ರಸೂರ್ಯರ ಪ್ರಭೆಗೆ ಸಾಧ್ಯವಾಗದೆಂಬುದೀಗ ಆ ಪುಷ್ಪ ಓಗರದ ಗೊಬ್ಬರವನುಣ್ಣದು. ಕಾಮದ ಗಣ್ಣಿಜಿಯದು, ನಿದ್ರೆಯ ಕಪ್ಪೊತ್ತದು. ಅರುಣ ಚಂದ್ರರ ತೆರೆಯಲ್ಲಿ ಬೆಳೆಯದೆಂಬ ಶಬ್ದಕ್ಕರ್ಥ. ಅಲ್ಲಿ ಆ ಪುಷ್ಪ ಪ್ರಸನ್ನ ಪರಿಣಾಮೋದಕವನುಂಡು ಲಿಂಗಪ್ರಕಾಶದಲ್ಲಿ ವಿಕಸಿತವಾಗಿರ್ಪುದೆಂಬುದೀಗ ಲಿಂಗವೇದಿಯಾಗಿ ಬೆಳೆವುದೆಂಬ ಶಬ್ದಕ್ಕರ್ಥ. ಅಂತಪ್ಪ ಪುಷ್ಪವನು ಆ ಶರಣ ನಿರಂತರ ಲಿಂಗಪೂಜೆಯ ಮಾಡುತ್ತಿಹನೆಂಬುದೀಗ, ಗೋಹೇಶ್ವರಾ ನಿಮ್ಮ ಶರಣ ಪ್ರಾಣಲಿಂಗಪೂಜೆಯ ಮಾಡಿದನೆಂಬ ಶಬ್ದಕ್ಕರ್ಥ.॥೧೩॥

೧೨೫

ಪ್ರಾಣಲಿಂಗಕ್ಕೆ [1]ಕಾಯವೇ[1] ಸೆಜ್ಜೆ, ಆಕಾಶಗಂಗೆಯಲ್ಲಿ ಮಜ್ಜನಕ್ಕೆಱೆದು ಹೂವಿಲ್ಲದ ಪರಿಮಳದಲ್ಲಿ ಪೂಜೆಯ ಮಾಡಿ ಹೃದಯದಲ್ಲಿ ಶಿವಶಿವಾ ಎಂಬ ಶಬ್ದ ಮುಗ್ಧವಾದ ಕಾರಣ, ಇದು ಅದ್ವೈತ ಕಾಣಾ ಗೋಹೇಶ್ವರಾ.

ಟೀ। ಕಾಯವೆಂಬ ಸೆಜ್ಜೆಯೊಳಗಿಪ್ಪ ಪ್ರಾಣಲಿಂಗಕ್ಕೆ ಬ್ರಹ್ಮರಂಧ್ರದ ಅಮೃತ-ಗಂಗೋದಕವೆ ಮಜ್ಜನ; ದಿವ್ಯ ಸದ್ವಾಸನೆಯ ಪುಷ್ಪವೇ ಪೂಜೆ. ಹೃದಯಕಮಲದಲ್ಲಿ ಸೋऽಹಂ ಎಂಬ ಶಬ್ದವೇ ಸ್ತೋತ್ರ. ಇಂತಾದ [=ಮುಗ್ಧವಾದ] ಕಾರಣ ಪ್ರಾಣಲಿಂಗವದ್ವೈತವಾಯಿತ್ತೆಂಬುದೀ ವಚನಾರ್ಥ.॥೧೪॥

೧೨೬

ಗಗನವೇ ಗುಂಡಿಗೆ, ಆಕಾಶಗಂಗೆಯೆ ಅಗ್ಘವಣಿ, ಚಂದ್ರಸೂರ್ಯರಿಬ್ಬರು ಪುಷ್ಪ ನೋಡಾ! ಬ್ರಹ್ಮ ಧೂಪ, ವಿಷ್ಣು ದೀಪ, ರುದ್ರನೋಗರ. ಅತಿಶಯ ನೋಡಾ, ಗೋಹೇಶ್ವರಲಿಂಗಕ್ಕೆ ಪೂಜೆ ನೋಡಾ.

ಟೀ। ಆತ್ಮಾಕಾಶವೆಂಬ ಬಿಂದಿಗೆಯೊಳಗೆ ಚಿದಾಕಾಶವೆಂಬ ನಿರ್ಮಲ ಪರಮಾ-ಮೃತವ ತುಂಬಿದನೆಂಬುದೀಗ, ಗಗನವೇ ಗುಂಡಿಗೆ, ಆಕಾಶವೆ ಅಗ್ಘವಣಿ ಎಂಬ ಶಬ್ದಕ್ಕರ್ಥ. ಆ ಅಗ್ಘವಣಿಯನು ಮಹಾಜ್ಞಾನಲಿಂಗಕ್ಕೆ ಮಜ್ಜನಕ್ಕೆಱೆದು ಶಾಂತಿ- -ದಾಂತಿಯೆಂಬ ಪುಷ್ಪದ ಪೂಜೆಯ ಮಾಡುತ್ತಿರಲು ಅದೀಗ ಚಂದ್ರ ಸೂರ್ಯರಿಬ್ಬರು ಪುಷ್ಪ ನೋಡಾ ಎಂಬ ಶಬ್ದಕ್ಕರ್ಥ. ರಜೋಗುಣ ಸಂಬಂಧವಪ್ಪ ಬ್ರಹ್ಮತತ್ತ್ವವನೆ ಆ ಸುಜ್ಞಾನಾಗ್ನಿಯಲ್ಲಿಕ್ಕಿ ಧೂಪವ ಮಾಡಿ ಸತ್ತ್ವಗುಣಸಂಬಂಧವಪ್ಪ ವಿಷ್ಣುತತ್ತ್ವವನೆ ಆ ಸುಜ್ಞಾನಾಗ್ನಿಯಲ್ಲಿ ಉರುಹಿ ಆರತಿಯ ಬೆಳಗಿದನೆಂಬುದೀಗ ಬ್ರಹ್ಮ ಧೂಪ, ವಿಷ್ಣು ದೀಪವೆಂಬ ಶಬ್ದಕ್ಕರ್ಥ. ತಮೋಗುಣಸಂಬಂಧವಪ್ಪ ರುದ್ರತತ್ತ್ವವನೆ ಆ ಸುಜ್ಞಾನಾಗ್ನಿಯಲ್ಲಿ ಪಾಕವಮಾಡಿ ಸವೆದ ಪರಮಾನಂದವೆಂಬ ನೈವೇದ್ಯವನೆ ಸಮರ್ಪಿತವ ಮಾಡಿದನೆಂಬುದೀಗ ರುದ್ರನೋಗರ ಸಯಧಾನ ನೋಡಾ ಎಂಬ ಶಬ್ದಕ್ಕರ್ಥ॥ ಇಂತು ಶಿವಶರಣನು ಸುಜ್ಞಾನ ಲಿಂಗಾರ್ಚನೆಯ ಮಾಡಿದನೆಂಬುದೀ ವಚನದ ತಾತ್ಪರ್ಯಾರ್ಥ.॥೧೫॥

೧೨೭

ಭುವರ್ಲೋಕದ ಸ್ಥಾವರಕ್ಕೆ ಸತ್ಯಲೋಕದ ಅಗ್ಘವಣಿಯಲ್ಲಿ ಮಜ್ಜನಕ್ಕೆಱೆದು, ದೇವಲೋಕದ ಪುಷ್ಪದಲ್ಲಿ ಪೂಜೆಯ ಮಾಡಿದಡೆ ಹತ್ತುಲೋಕದಾಚಾರ [2]ಕೆಟ್ಟು ಹೋಯಿತ್ತು[2]. ಮೂಱುಲೋಕದರಸುಗಳು ಮುಗ್ಧರಾದರು. ಗೋಹೇಶ್ವರ-ಲಿಂಗವು ಸ್ಥಾವರಕ್ಕೆ ಸ್ಥಾವರವಾದನು.॥

ಟೀ। ಆಧಾರ ಬ್ರಹ್ಮರಂಧ್ರಾಂತರದೊಳಗೆ ಜ್ಯೋತಿರ್ಲಿಂಗ ಪ್ರತಿಷ್ಠೆಯಾಗಿರುತ್ತಿರಲು[3] ಬ್ರಹ್ಮರಂಧ್ರದ ಅಮೃತವೆ ಆ ಲಿಂಗಕ್ಕೆ ಅಭಿಷೇಕವಾಗಲು ಸಹಸ್ರದಳಕಮಲವೆ ಪೂಜೆಯಾಗಲು ದಶವಾಯುಗಳಡಗಿದವು. ಅವಸ್ಥಾ[4]ತ್ರಯದಲಧಿದೇವತೆಗಳು[4] ನಿಶ್ಶಬ್ದವಾದರು. ಇಂತಾಗಲು ಆ ಸುಜ್ಞಾನಲಿಂಗವು ನಿಜಸ್ಥಾವರವಾಯಿತ್ತೆಂಬುದೀ ವಚನಾರ್ಥ.॥೧೬॥

೧೨೮

ಆಯುತವಾಯಿತ್ತು ಅನುಭಾವ, ಸ್ವಾಯುತವಾಯಿತ್ತು ಶಿವಜ್ಞಾನ, ಸಮಾಧಾನವಾಯಿತ್ತು ಸದಾಚಾರ. [1]ಇಂತೀ ತ್ರಿವಿಧವೂ ಏಕಾರ್ಥವಾಗಿ[1], ಅಜೀವಿನ ಹೃದಯ ಕಂದೆಜಿೞು, ಅನಂತಲೋಕಾಲೋಕದ ಅಸಂಖ್ಯಾತ ಮಹಾಗಣಂಗಳೆಲ್ಲರು ಉಪದೇಶಕ್ಕೆ ಬಂದು ಭಕ್ತಿರಾಜ್ಯವನೆ ಹೊಕ್ಕು, ನಿಜಲಿಂಗ ಸುಕ್ಷೇತ್ರವನೆ ಕಂಡು, ಅಮೃತಸರೋವರದೊಳಗಣ ವಿವೇಕವೃಕ್ಷ ಪಲ್ಲೈಸಲು ವಿರಕ್ತಿಯೆಂಬ ಪುಷ್ಪ ವಿಕಸಿತವಾಗಲು ಪರಮಾನಂದದ ಮಠದೊಳಗೆ ಪರಿಣಾಮ ಪಶ್ಚಿಮಜ್ಯೋತಿಯ ಬೆಳಗಿನಲ್ಲಿ ಪರುಷದ ಸಿಂಹಾಸನವನಿಕ್ಕಿ, ಪ್ರಾಣಲಿಂಗ ಮೂರ್ತಿಗೊಂಡಿರಲು, ದಕ್ಷಿಣವ ದಾಂಟಿ, ಉತ್ತರಾಬ್ಧಿಯಲ್ಲಿ ನಿಂದು ಅಖಂಡ ಪರಿಪೂರ್ಣ ಪೂಜೆಯ ಮಾಡುವವರಿಗೆ ನಮೋ ನಮೋ ಎಂಬೆ ಗೋಹೇಶ್ವರಾ.

ಟೀ। ಅಂತರಂಗದಲ್ಲಿ ಅನುಭಾವ ಆಯತವಾಗಿ ಅಳವಡಲು ಅದೀಗ ಆಯತ-ವಾಯಿತ್ತು ಅನುಭಾವ ಎಂಬ ಶಬ್ದಕ್ಕರ್ಥ. ಅಂತು ಅನುಭಾವವಳವಡಲು ಸುಜ್ಞಾನ ಸನ್ನಹಿತವಾಯಿತ್ತೆಂಬುದೀಗ ಸ್ವಾಯತವಾಯಿತ್ತು ಶಿವಜ್ಞಾನವೆಂಬ ಶಬ್ದಕ್ಕರ್ಥ. ಅಂತು ಶಿವಜ್ಞಾನ ಸನ್ನಹಿತವಾದಲ್ಲಿ ಸತ್ಕ್ರಿಗಳೆಲ್ಲವೂ ನಿಷ್ಪತಿಯನೆಯ್ದಿದವೆಂಬುದೀಗ ಸಮಾಧಾನವಾಯಿತ್ತು ಸದಾಚಾರವೆಂಬ ಶಬ್ದಕ್ಕರ್ಥ. ಅಂತು ಆಯತ, ಸ್ವಾಯತ, ಸದಾಚಾರ-ತ್ರಿವಿಧವೂ ಏಕರಸವಾಗಿ ಆ ಸುಜ್ಞಾನವೆ ಮಹಾಪ್ರಕಾಶವಾಯಿತ್ತೆಂಬುದೀಗ, ಇಂತೀ ತ್ರಿವಿಧವೂ ಏಕಾರ್ಥವಾಗಿ ಅಜೀವಿನ ಹೃದಯ ಕಂದೆಜೆದು ಎಂಬ ಶಬ್ದಕ್ಕರ್ಥ. ಅಂತು ಸುಜ್ಞಾನ ಪ್ರಕಾಶವಾದ ಶಿವಜ್ಞಾನಿಯ ಸಕಲ ಕರಣಂಗಳೆಲ್ಲವೂ ಅನಂತ ಲೋಕಂಗಳನು ಆಲೋಕನವ ಮಾಡಿ ಸಂಖ್ಯೆಯಿಲ್ಲದ ಶಿವಗಣತ್ವವಂ ಧರಿಸಿ ಲಿಂಗಭಾವದಲ್ಲಿ ಪರಿಪೂರ್ಣ-ಕರಣಂಗಳಾದವೆಂಬುದೀಗ ಅನಂತ ಲೋಕಾಲೋಕದ ಅಸಂಖ್ಯಾತ ಮಹಾಗಣಂಗಳೆಲ್ಲರೂ ಲಿಂಗಭಾವದಲ್ಲಿ ಭರಿತರಾಗಿಯೆಂಬ ಶಬ್ದಕ್ಕರ್ಥ. ಗಗನವೆಂದರೆ ಆತ್ಮತತ್ತ್ವ, ಆ ಆತ್ಮತತ್ತ್ವವಿದ್ಯೆಯಲ್ಲಿ ಸನ್ನದ್ಧವಾಗಿ ಭಕ್ತಿಸಾಮ್ರಾಜ್ಯ ಸಂಪತ್ತ ಹಡೆದು, ಆ ಸದ್ಭಕ್ತಿಜ್ಞಾನದಿಂದ ಲಿಂಗಕ್ಷೇತ್ರವೆಂಬ ಪ್ರಾಣಲಿಂಗಿಸ್ಥಲವ ಕಂಡು ಲಿಂಗಸುಖಿಯಾದನೆಂಬುದೀಗ ಭಕ್ತಿರಾಜ್ಯವನೆ ಹೊಕ್ಕು ನಿಜಲಿಂಗಸುಕ್ಷೇತ್ರವನೆ ಕಂಡು

ಎಂಬ ಶಬ್ದಕ್ಕರ್ಥ. ಆ ಸುಖಮಯವೆಂಬ ಅಮೃತಸರೋವರದೊಳಗಿಪ್ಪ ಸದುಹೃದಯಕಮಲ ವಿಕಸಿತವಾಗಿ ಮಹಾವಿಚಾರವೆಂಬ ವಿವೇಕವೃಕ್ಷ [1]ಪಲ್ಲೈಸಿ[1] ವಿರಕ್ತಿವಾಸನೆ ಸಂಪೂರ್ಣವಾಗಿದ್ದಿತೆಂಬುದೀಗ, ಅಮೃತಸರೋವರದೊಳಗಣ ವಿವೇಕವೃಕ್ಷ [2]ಪಲ್ಲವಿಸಲು। ವಿರಕ್ತಿಯೆಂಬ ಪುಷ್ಪ ವಿಕಸಿತವಾಗಲು ಯೆಂಬ ಶಬ್ದಕ್ಕರ್ಥ. ಅಂತು ವಿರಕ್ತಿವಾಸನೆ ಸಂಪೂರ್ಣ ಭಾವವನೆಯ್ದಿದ ಪರಮಾನಂದ ಪಿಂಡದೊಳಗೆ ಸುಷುಮ್ನನಾಳದಲ್ಲಿ ಪರಮ ರಾಜಯೋಗದಲ್ಲಿ ಸಂಯೋಗಿಯಾಗಿ ಆ ಸುಖ ಪ್ರಕಾಶದೊಳು ಬ್ರಹ್ಮರಂಧ್ರವೆಂಬ ಪರುಷದ ಪೀಠದ ಮೇಲೆ ಸ್ವಯಂಜ್ಯೋತಿ ಲಿಂಗವನು ಮೂರ್ತಿಗೊಳಿಸುತ್ತಿರಲು ಅದೀಗ ಪರಮಾನಂದದ ಮಠದೊಳಗೆ ಪರಿಣಾಮ ಪಶ್ಚಿಮಜ್ಯೋತಿಯ ಬೆಳಗಿನಲ್ಲಿ ಪರುಷದ ಸಿಂಹಾಸನದ ಮೇಲೆ ಪ್ರಾಣಲಿಂಗ ಮೂರ್ತಿಗೊಂಡಿರಲು ಎಂಬ ಶಬ್ದಕ್ಕರ್ಥ. ಪೂರ್ವಕಕ್ಷೆ ಯೋಗವಳಿದು, ಉತ್ತರಕಕ್ಷೆ ಯೋಗದಲ್ಲಿ ನಿಜವನೆಯ್ದಿ ಅಖಂಡ ಪರಿಪೂರ್ಣ ಪೂಜೆಯ ಮಾಡುತ್ತಿಪ್ಪಾತನೆ [1]ದಿವ್ಯ[1]ಶಿವಯೋಗಿಯೆಂಬುದೀಗ, ದಕ್ಷಿಣವ ದಾಂಟಿ ಉತ್ತರಾಬ್ಧಿಯಲ್ಲಿ ನಿಂದು ಅಖಂಡ ಪರಿಪೂರ್ಣಪೂಜೆಯ ಮಾಡುವವರಿಗೆ ನಮೋ ನಮೋ ಎಂಬೆನೆಂಬ ಶಬ್ದಕ್ಕರ್ಥ.॥೧೮॥

೩೪ ಶಿವಯೋಗ ಸಮಾಧಿಸ್ಥಲ

೧೯

ಹರಿಯ ಬಾಯ ಹಾಲು, ಉರಿಯ ಕೈಯ ಬೆಣ್ಣೆ, ಗಿರಿಯ ಮೇಲಣ ಶಿಶು [೨]ಹರಿದಾಡುತ್ತಲಿದೆ[೨] ಕರೆಯಿಂಭೋ, ಹಾಲಗುಡಿಯ, ಸುರಪತಿಯ [೩]ಗಜವನೇಱಿ[೩] ಮರಳಿ ಹೋಹನ ಕಂಡು ಕರೆಯಿಂಭೋ! ಹರನ ಮಂಥಣಿಯ ಶೂಲದಲ್ಲಿ [೨] ಶಿರದಲುಂಗುಟ ಊಜಿ ನೆರೆವುತ್ತಿರ್ದುದನೇನೆಂಬೆ [೨] ಗೋಹೇಶ್ವರಾ.

ಟೀ। ಹರಿ ಎಂದಡೆ ವಾಯು. ಅಂತಪ್ಪ ಪ್ರಾಣವಾಯು ಶಿವಯೋಗ ಸಾಧನದಿಂ ಸುಷುಮ್ನ ನಾಳದಲ್ಲಿ, ಬ್ರಹ್ಮರಂಧ್ರವನೆಯ್ದಿ ಅಲ್ಲಿಪ್ಪ ಅಮೃತವನು ಸುವಿವೇಕವೆಂಬ ಮುಖದ್ವಾರದೊಳು ತುಂಬಿಕೊಂಡಿರುತ್ತಿರಲು ಹರಿಯ ಬಾಯ ಹಾಲೆಂಬ ಶಬ್ದಕ್ಕರ್ಥ. ಆ ಲಿಂಗಸಂಬಂಧ ಪ್ರಾಣಾನಿಲನ ಮುಖದ್ವಾರದೊಳಿಪ್ಪ ಶಿವಯೋಗಾಮೃತವನು, ಉರಿ ಎಂದರೆ ಶಿವಜ್ಞಾನಸ್ವರೂಪಮಪ್ಪ ಕುಂಡಲಾಗ್ನಿಪ್ರಭೆ. ಆ ಶಿವಜ್ಞಾನಾಗ್ನಿ ಪ್ರಭೆಯೊಳಿಪ್ಪ ಪರಿಪೂರ್ಣ ಶಿವತತ್ತ್ವವು ಸಕಲ ಕ್ರಿಯಾಸಾಧನಂಗಳಳಿದುಳಿದ ಘೃತದಂತೆ, ಸಕಲ ಕ್ರೀಗಳೆಲ್ಲವೂ ಅಳಿದುಳಿದು, ಘೃತಕಾಠಿನ್ಯವನ್ಮೂರ್ತಿ ಸಚ್ಚಿದಾನಂದ ಲಕ್ಷಣವೆಂಬ ಶ್ರುತಿ [4]ಪ್ರಮಾಣದಿಂದವಶೇಷಿತ[4]ನಾಗಿರಲು ಅದೀಗ, ಉರಿಯ ಕೈಯ ಬೆಣ್ಣೆಯೆಂಬ ಶಬ್ದಕ್ಕರ್ಥ. ಇಂತಪ್ಪ ಶಿವಯೋಗ ಸಾಧನಾಮೃತವನು ತಚ್ಛಿವತತ್ತ್ವವೆಂಬ ಘೃತವನು ಧ್ಯಾನವೆಂಬ ಹಸ್ತದೊಳ್ಪಿಡಿದು, ಗಿರಿಯೆಂದರೆ ನಾಸಿಕಾಗ್ರವೆಂಬ ಶಿಖರಿಯ ಮೇಲೆ ಸೋಽಹಂ ಎಂಬ ಮದಗಜವನೇಱಿ ಈಡಾ ಪಿಂಗಳವೆಂಬ ದ್ವಾರದೊಳು ಹೋಗುತ್ತ

ಬರುತ್ತಿರ್ಪ ಜೀವನೆಂಬ ಶಿಶುವಿಂಗೆ ಸದ್ಬೋಧೆಯಿಂದುಣಿಸಲು ಅದೀಗ, ಗಿರಿಯ ಮೇಲಣ ಶಿಶು ಹರಿದಾಡುತ್ತಿದೆ, ಕರೆಯಿಂಬೋ! ಹಾಲುಗುಡಿಯ ಸುರಪತಿಯ ಗಜವನೇಜಿ ಮರಳಿಹೋಹನ ಕಂಡು ಕರೆಯಿಂಭೋ ಎಂಬ ಶಬ್ದಕ್ಕರ್ಥ. ಇಂತು ಜೀವರಿಗೆ ಸದ್ಬೋಧೆಯಿಂದ ಹಾಲು ತುಪ್ಪವನುಣಕಲಿಸಲು ಜೀವಧರ್ಮವಳಿದು ಶಿವತತ್ತ್ವ ವಿವೇಕಿಯಾಗಿ ಹರನ ಮಂಥಣಿಯ ಶೂಲವೆಂಬ ತಲೆಗುಣದ ಮಸ್ತಕವ ಮೆಟ್ಟಿ ಆ ಪರಶಿವತತ್ತ್ವದಲ್ಲಿ ಅವಿರಳ ಸಂಬಂಧವನೆಯ್ದುತ್ತಿದ್ದಿತ್ತೆಂಬುದೀಗ, ಹರನ ಮಂಥಣಿಯ ಶೂಲದಲ್ಲಿ ಶಿರದಲುಂಗುಟವೂಜಿ ನೆರವುತ್ತಿರ್ದುದ ನಾನೇನೆಂಬೆನೆಂಬ ಶಬ್ದಕ್ಕರ್ಥ.॥೧೮॥

೧೩೦

ಜಗದಗಲದ ಮಂಟಪಕ್ಕೆ ಮುಗಿಲಗಲದ ಮೇಲುಕಟ್ಟಿನಲ್ಲಿ ಚಿತ್ರವಿಚಿತ್ರವ ನೋಡುತ್ತ, ಧ್ಯಾನವಿಶ್ರಾಮದಲ್ಲಿ ದಿಟದಿಟವೆಂಬುದೊಂದು ದರ್ಶನವ ನೋಡುತ್ತ ನೋಡುತ್ತ, ಗಗನ ಗಂಭೀರದಲ್ಲಿ ಉದಯವಾಯಿತ್ತ ಕಂಡೆ ಗೋಹೇಶ್ವರನೆಂಬ ಲಿಂಗವು ತಾನೆಯಾಗಿ.

ಟೀ। ಜಗವೆಲ್ಲವ ತನ್ನೊಳಗಿಂಬಿಟ್ಟುಕೊಂಡಿಪ್ಪ ಚಿತ್ತೆ ಶರಣನಂಗವಾಗಿ. ಅಂತಪ್ಪ ಚಿದಾಕಾಶವೆಂಬ ಶರೀರಮಂಟಪಕ್ಕೆ ಮಹದಾಕಾಶವೆಂಬ ಮೇಲುಕಟ್ಟ ಕಟ್ಟಿ, ಆ ಮಂಟಪದೊಳಗೆ ಸ್ವಸ್ಥವಾಗಿ ಕುಳ್ಳಿರ್ದು ಪರಬ್ರಹ್ಮವೆಂಬುದೊಂದು ವಿಚಿತ್ರವ ಹರುಷದಿಂದ ನೋಡುತ್ತ, ಶಿವಧ್ಯಾನ ಪರಾಯಣನಾಗಿರ್ದನೆಂಬುದೀಗ, ಜಗದಗಲದ ಮಂಟಪಕ್ಕೆ ಮುಗಿಲಗಲದ ಮೇಲುಕಟ್ಟಿನಲ್ಲಿ ಚಿತ್ರವಿಚಿತ್ರವ ನೋಡುತ್ತ ನೋಡುತ್ತ ಧ್ಯಾನ ವಿಶ್ರಾಂತಿಯಲ್ಲಿ ನಿಂದುತ್ತೆಂಬ ಶಬ್ದಕ್ಕರ್ಥ. ಆ ಶಿವಧ್ಯಾನದ ನಿರೀಕ್ಷಣೆಯಿಂದ ಅದ್ವಯವೆಂಬ ವಸ್ತು ತಾನೆಯಾಗಿ ಗಗನವೆಂಬ ಪರಮಾತ್ಮ ತತ್ತ್ವಸ್ವರೂಪದಲ್ಲಿ ಉದೈಸಿ ಸ್ವತಃ ಸಿದ್ಧವಾಗಿರ್ದುತ್ತೆಂಬುದೀಗ ದಿಟದಿಟವೆಂಬುದೊಂದು ದರ್ಶನವ ನೋಡುತ್ತ ನೋಡುತ್ತ ಗಗನ ಗಂಭೀರದಲ್ಲಿ ಉದಯವಾಯಿತ್ತ ಕಂಡೆ ಗೋಹೇಶ್ವರನೆಂಬ ಲಿಂಗ ತಾನೆಯಾಗಿಯೆಂಬ ಶಬ್ದಕ್ಕರ್ಥ.॥೧೯॥

೧೩೧

ಸ್ವಸ್ಥಾನ ಸ್ವಸ್ಥಿರದ ಸುಮನ ಮಂಟಪದೊಳಗೆ ನಿತ್ಯನಿರಂಜನದ ಪ್ರಭೆಯ ಬೆಳಗು, ಶಿವಯೋಗದನುಭಾವವೇಕಾರ್ಥವಾಗಿ, ಗೋಹೇಶ್ವರಾ, ನಿಮ್ಮ ಶರಣನನುಪಮ ಸುಖಿಯಾಗಿರ್ದನು.

ಟೀ। ಮನಕ್ಕೆ ಸದ್ವಿವೇಕದೋಜಿ ತನ್ನ ನಿಜಸ್ಥಲವೆ ಪರಬ್ರಹ್ಮವೆಂದಜಿದು ಮನಸು ದುರ್ವಿಕಾರದ ಸಂಚಲವನಳಿದು ಶಿವಭಾವದಲ್ಲಿ ನೆಲೆಗೊಂಡು ಸ್ವಸ್ಥವಾಗಿ ನಿಂದ

ಮನವೀಗ ಸುಮನ. ಅಂತಪ್ಪ ಸುಮನವೆ ಮನೆಯಾಗಿ ನಿತ್ಯ ನಿರಂಜನ ಪ್ರಭೆಯ ಬೆಳಗು ಪ್ರಜ್ವಲಿಸುತ್ತ ಪರಶಿವಲಿಂಗವು ನೆಲೆಗೊಂಡು ವಿಶ್ರಮಿಸಿ ಆ ಶರಣನಂಗವೆಲ್ಲವ ಲಿಂಗವೆ ಅಂಗೀಕರಿಸಿ ಲಿಂಗಾಂಗ ಸಂಯೋಗವಾದಲ್ಲಿ ಅಂಗ ಲಿಂಗವೆಂಬ ಭೇದವಳಿದು ಮಹಾಘನ ಲಿಂಗವೆಯಾಗಿರ್ದ ಶರಣನ ಪರಮ ಸುಖವನುಪಮಿಸಬಾರದೆಂಬುದೀ ವಚನದ ತಾತ್ಪರ್ಯಾರ್ಥ.॥೨೦॥

೧೩೨

ಪಂಚಬ್ರಹ್ಮದ ಮೇಲೆ ಪ್ರಣವಮಂತ್ರವಪ್ಪ ಪಂಚಮುಖ ದಶಭುಜ ಫಣಿಯ ಮಣಿಯ ಮೇಲೆ ನೋಡುತ್ತೈದಾನೆ. ಈರೇಳು ಲೋಕವ ಸಮತೆ ಸಮಾಧಿಯೆಂಬ ಸಮರಸ ಸಾರಾಯದೊಳಗೆ ಚಂದ್ರಕಾಂತದ ಕೊಡನಲ್ಲಿ ಬಿಂದುವಿನಮೃತವ ತುಂಬಿಕೊಂಡು ಕೊಡನೊಡೆಯದೆ ಬೆಳಗುತ್ತದೆ ಗೋಹೇಶ್ವರಾ।

ಟೀ। ಪಂಚಭೂತಂಗಳಳಿದು ಪಂಚಬ್ರಹ್ಮವೆ ತನುವಾಯಿತ್ತೆಂಬುದೀಗ ಪಂಚಬ್ರಹ್ಮ ಮೂರ್ತಿಯೆಂಬ ಶಬ್ದಕ್ಕರ್ಥ. ಪ್ರಣಮ ಮಂತ್ರವೆ ಪ್ರಾಣಪ್ರತಿಷ್ಠೆಯಾಗಿದ್ದನೆಂಬು-ದೀಗ ಪ್ರಣವ ಮಂತ್ರರೂಪನೆಂಬ ಶಬ್ದಕ್ಕರ್ಥ. ಶ್ರೋತ್ರಸ್ಪರ್ಶಚಕ್ಷು ರಸನ ಘ್ರಾಣ-ವೆಂಬ ಪಂಚಮುಖವಾಗಿ, ದಶವಾಯುಗಳೆ ದಶಭುಜಂಗಳಾಗಿರ್ದನೆಂಬುದೀಗ, ಪಂಚಮುಖ, ದಶಭುಜವೆಂಬ ಶಬ್ದಕ್ಕರ್ಥ. ಇಂತಪ್ಪ ಶರಣನು ಕುಂಡಲಿಸ್ಥಾನ-ದೊಳಿಪ್ಪ ಸುಪ್ತಭುಜಂಗನೆಂಬ ಸುಜ್ಞಾನಪ್ರಭೆಯ ಮೇಲೆ ಏಕಾಗ್ರಚಿತ್ತನಾಗಿ ತನ್ನ ತಾ ನೋಡುತ್ತಿರ್ದನೆಂಬುದೀಗ ಫಣಿಯ ಮಣಿಯ ಮೇಲೆ ನೋಡುತ್ತೈದಾನೆ ಎಂಬ ಶಬ್ದಕ್ಕರ್ಥ. ಇಂತು ತನ್ನ ತಾ ನೋಡುತ್ತ ಸಮರಸ ಸಮಾಧಿಯಲ್ಲಿ ಸನ್ನಹಿತನಾಗಿಪ್ಪ ಆ ಶಿವಯೋಗಿಯ ಕಾಯವೆ ಚಂದ್ರಕಾಂತದ ಘಟ. ಆ ಕಾಯದಲ್ಲಿಪ್ಪ ಸುಖರಸವೆ ಅಮೃತರಸವಾದ ಕಾರಣ ತನ್ನ ಸರ್ವಾಂಗದಲ್ಲಿ ಪರಮಾಮೃತವ ಪರಿಪೂರ್ಣವಾಗಿ ವೇದಿಸಿಕೊಂಡು ಆ ಕಾಯ ಭಿನ್ನವಾಗದೆ ಮಹಾಜ್ಞಾನ ಪ್ರಕಾಶದೊಳಗೆ ತೊಳಗಿ ಬೆಳಗುತ್ತಿರ್ದಿತ್ತೆಂಬುದೀಗ ಚಂದ್ರಕಾಂತದ ಕೊಡದಲ್ಲಿ ಅಮೃತವ ತುಂಬಿ ಕೊಡನೊಡೆಯದೆ ಬೆಳಗುತ್ತದೆ ಗೋಹೇಶ್ವರಾ ಎಂಬ ಶಬ್ದಕ್ಕರ್ಥ.॥೨೧॥

೧೩೩

ವಾಯು ನಿದ್ರೆಗೆಯ್ದರೆ ಆಕಾಶ ಜೋಗುಳವಾಡಿತ್ತು. ಬಯಲು ಬಳಲಿದೆನೆಂದರೆ ನಿರಾಳ ಮೊಲೆಯನೂಡಿತ್ತಲ್ಲಾ. ಆಕಾಶವಡಗಿತ್ತು ಜೋಗುಳ ನಿಂದಿತ್ತು. ಗೋಹೇಶ್ವರನೈದಾನೆ, ಇಲ್ಲದಂತೆ.

ಟೀ। ಸ್ವಾನುಭಾವ ಸನ್ನಹಿತವಾದ ಶರಣನ ಪ್ರಾಣವಾಯುವಳಿದು ಪರಮ ಚೈತನ್ಯಾತ್ಮನಲ್ಲಿ ವಿಶ್ರಮಿಸಲು ಆಕಾಶವೆಂಬ ಆತ್ಮತತ್ತ್ವ ಶಿವೋऽಹಂ ಶಿವೋऽಹಂ ಎನುತ್ತಿರ್ದುತ್ತೆಂಬುದೀಗ ವಾಯು ನಿದ್ರೆಗೆಯ್ದರೆ ಆಕಾಶ [1]ಜೋಗುಳವಾಡಿತ್ತೆಂಬ[1] ಶಬ್ದಕ್ಕರ್ಥ. ಆ ಶಿವೋऽಹಂ ಶಿವೋऽಹಂ ಎಂಬ ಪದವು ನಿಶ್ಶಬ್ದವೇದಿಸದೆಂಬ ಬಯಕೆಯಲ್ಲಿರಲು ಅಲ್ಲಿ ಪರಮಾಮೃತವೆಂಬ ನಿತ್ಯತೃಪ್ತಿ ಸಾಧ್ಯವಾಯಿತ್ತೆಂಬುದೀಗ ಬಯಲು ಬಳಲಿದೆನೆಂದರೆ ನಿರಾಳ [2]ಮೊಲೆಗೊಟ್ಟುತ್ತು[2]ಯೆಂಬ ಶಬ್ದಕ್ಕರ್ಥ. ಇಂತು ತನ್ನಲ್ಲಿ ತಾನು ನಿತ್ಯತೃಪ್ತಿಯನೆಯ್ದಲು ಆತ್ಮತತ್ತ್ವಭಾವವು ಸೋऽಹಂ ಸೋऽಹಂ ಎಂಬ ಧ್ವನಿಯು ಅಳಿದು ನಿಶ್ಶಬ್ದ ಬ್ರಹ್ಮವಾಯಿತ್ತಾಗಿ ನಿರ್ವಯಲೆಯಾಯಿತ್ತೆಂಬುದೀಗ ಆಕಾಶವಡಗಿತ್ತು, ಜೋಗುಳ ನಿಂದಿತ್ತು ಗೋಹೇಶ್ವರನ್ನೈದಾನೆ ಇಲ್ಲದಂತೆಯೆಂಬ ಶಬ್ದಕ್ಕರ್ಥ.॥೨೨॥

೧೩೪

ಜಲದೊಳಗೆ ಜಲ ಹುಟ್ಟಿ ಹಲವು ಬಣ್ಣದ ವೃಕ್ಷ ಕೊಂಬಿಲ್ಲದೆ ಹೂವಾಯಿತ್ತು. ಇಂಬಿನಲ್ಲಿ ಫಲದೋಜೆ ಜಂಬೂದ್ವೀಪದ ಮುಗ್ಧೆ ಅಂಗೈಯ ಅರಳುದಲೆ ಇಂದ್ರನ ವಾಹನವ ನುಂಗಿ, ಬ್ರಹ್ಮರಂಧ್ರದೊಳಗೆ ಆಸನದ ಪವನ ದೃಢ ಸೂಸಿ ಬೀಸರವೋಗದ ಶಿವಯೋಗ. ಸಾಕ್ಷೀಭೂತಾತ್ಮದ ಮಾತು ಮಥನವ ನುಂಗಿ ಜ್ಯೋತಿಯೊಳಗಣ ಕರ್ಪೂರದ ಬೆಳಗಿನಂತಿದ್ದಿತ್ತು ಗೋಹೇಶ್ವರ ಲಿಂಗದ ಯೋಗಾ॥

ಟೀ। ಸಂಸಾರ ವಿಷಯರಸ ಮಧ್ಯದಲ್ಲಿ ಸಾಂಚಲ್ಯರೂಪವಾದ ಮನೋಜಲ ಹುಟ್ಟಿತ್ತೆಂಬುದೀಗ ಜಲದೊಳಗೆ ಜಲ ಹುಟ್ಟಿತ್ತೆಂಬ ಶಬ್ದಕ್ಕರ್ಥ. ಆ ಮನಸ್ಸಿನ ಮಱವೆಯಿಂದ ಷಡುವರ್ಣರೂಪಾದ ದೇಹವೆಂಬ ವೃಕ್ಷ ಹುಟ್ಟಿತ್ತೆಂಬುದೀಗ ಹಲವು ಬಣ್ಣದ ವೃಕ್ಷವೆಂಬ ಶಬ್ದಕ್ಕರ್ಥ. ಆ ದೇಹ ಸಂಬಂಧಿಯಾದಾತ್ಮಂಗೆ ತತ್ತ್ವಂಗಳೆಂಬ ಶಾಖೆಯಿಲ್ಲದೆ ಸಮ್ಯಜ್ಞಾನ ವಿಕಸಿತವಾಯಿತ್ತೆಂಬುದೀಗ ಕೊಂಬಿಲ್ಲದೆ ಹೂವಾಯಿತ್ತೆಂಬ ಶಬ್ದಕ್ಕರ್ಥ. ಆ ಸಮ್ಯಜ್ಞಾನಿಯಾದ ಶರಣನ ನಿಜಾಂತರಂಗದಲ್ಲಿ ಚಿತ್ಪರಮ ಪ್ರಕಾಶವಾದ ಚಿತ್ಫಳವಿಹುದೆಂಬುದೀಗ, ಇಂಬಿನಲ್ಲಿ ಫಲದೋಜೆಯೆಂಬ ಶಬ್ದಕ್ಕರ್ಥ. ಜಂಬುದ್ವೀಪ -ವೆಂದರೆ ಸ್ಥೂಲತನು. ಆ ದೇಹಪ್ರಪಂಚನಜೆಯದ ಚಿಚ್ಛಕ್ತಿಯ ಸದ್ಭಾವದಲ್ಲಿ ಪರಿಪೂರ್ಣವಾದ ಇಷ್ಟಲಿಂಗವಿಹುದೆಂಬುದೀಗ, ಜಂಬೂದ್ವೀಪದ ಮುಗ್ಧೆ ಅಂಗಯ್ಯ ಅರಳುದಲೆಯೆಂಬ ಶಬ್ದಕ್ಕರ್ಥ. ಸ್ವಸ್ಥ ಪದ್ಮಾಸನದಲ್ಲಿ ಕುಳ್ಳಿರ್ದು ಚಿತ್ತ್ರಣಮಜ್ಞಾನವಿಡಿದು ಸ್ಥೂಲಬ್ರಹ್ಮದ ಸಗುಣಯೋಗವ ನಿರ್ಬಂಧಿಸಿ ಪಶ್ಚಿಮದ್ವಾರವ ಬಗೆದೆಗೆದು ಬ್ರಹ್ಮರಂಧ್ರವನೆಯ್ದಿ ವ್ಯೋಮಾಮೃತವ ಸ್ವೀಕರಿಸಿ ಪರಬ್ರಹ್ಮವಾದನೆಂಬುದೀಗ ಇಂದ್ರನ ವಾಹನವ ನುಂಗಿ ಬ್ರಹ್ಮರಂಧ್ರದೊಳಗೆ ಆಸನದ ಪವನ ದೃಢಸೂಸಿ ಬೀಸರವೋಗದ

ಶಿವಯೋಗವೆಂಬ ಶಬ್ದಕ್ಕರ್ಥ. ಆ ಶಿವಯೋಗಿಯಾದ ಶರಣನು ಶ್ರುತಜ್ಞಾನದ ಶಬ್ದಜಾಲಂಗಳನಳಿದು, ಉರಿಕರ್ಪೂರದಂತೆ ಪರಬ್ರಹ್ಮವೆಯಾದ-ನೆಂಬುದೀಗ, ಸಾಕ್ಷೀಭೂತಾತ್ಮದ ಮಾತು ಮಥನವ ನುಂಗಿ ಜ್ಯೋತಿಯೊಳಗಣ ಕರ್ಪುರದಂ- -ತಿದ್ದಿತ್ತು ಗೋಹೇಶ್ವರಲಿಂಗದ ಯೋಗವೆಂಬ ಶಬ್ದಕ್ಕರ್ಥ.॥೭೩॥

೧೩೫

ಬಂದೂ ಬಾರದು, ಹೊಂದಿಯೂ ಹೊಂದದದು, ನಿಂದೂ ನಿಲ್ಲದ ಪರಿಯ ನೋಡಾ! [೧]ಬಿಂದು ನಾದವ ನುಂಗಿತ್ತು[೧] ಮತ್ತೊಂದಧಿಕವುಂಟೆ? ನವಖಂಡ ಪೃಥ್ವಿಯನೊಳಕೊಂಡ ಬಯಲು ಅಗಮ್ಯ [೨]ಸನ್ಮತಸುಖವಿರಲು ಗೋಹೇಶ್ವರನ ಬೇಱಱಿಸಲುಂಟೆ?

ಟೀ। ಅಂಗದಲ್ಲಿ ಸರ್ವಚೈತನ್ಯವಾಗಿಪ್ಪ ಪರಬ್ರಹ್ಮವು ಜ್ಞಾನಿಗಳ ಜ್ಞಾನದೃಕ್ಕಿಂಗೆ ಕಾಣಬಹುದಲ್ಲದೆ ಅದು ಕುಱುಹಿಂಗೆ ಬಾರದೆಂಬುದೀಗ ಬಂದೂ ಬಾರದುಯೆಂಬ ಶಬ್ದಕ್ಕರ್ಥ. ಅಂತು ಪರಬ್ರಹ್ಮವು ದೇಹೇಂದ್ರಿಯಂಗಳೊಳಗೆ ಪರಿಪೂರ್ಣವಾಗಿ ಹೊಂದಿದ್ದೂ ಆ ದೇಹೇಂದ್ರಿಯಂಗಳ ತಾಗು ನಿರೋಧಂಗಳ ಹೊದ್ದದೆ ಇಹುದೆಂಬುದೀಗ, ಹೊಂದಿಯೂ ಹೊಂದದೆಂಬ ಶಬ್ದಕ್ಕರ್ಥ. ಅಂತು ಪರಬ್ರಹ್ಮವು ಸರ್ವದೇಹಿಗಳಿಗೆ ತಾನೇ ಆಶ್ರಯವಾಗಿರ್ದು ತಾನು ಸುಖದುಃಖಂಗಳಿಗೆ ಅನಾಶ್ರಯವಾಗಿಹನೆಂಬುದೀಗ ನಿಂದೂ ನಿಲ್ಲದ ಪರಿಯ ನೋಡಾ ಎಂಬ ಶಬ್ದಕ್ಕರ್ಥ. ಅಂತೂ ಸರ್ವದೇಹಿಗಳೊಳಗಿದ್ದೂ ಹೊಂದಿಯೂ ಹೊಂದದಿಪ್ಪ ಪರಿಪೂರ್ಣ ಚೈತನ್ಯಲಿಂಗವೆ ನಾದಸ್ವರೂಪು. ಆ ನಾದಚೈತನ್ಯ- -ಲಿಂಗವ ಜ್ಞಾನಮುಖದಿಂದ ಅವಗ್ರಹಿಸಿದ ಶರಣನೆ ಚಿದಂಗಸ್ವರೂಪನಪ್ಪ ಚಿದ್ಬಿಂದುವಾದ ಕಾರಣ, ಬಿಂದು ನಾದವ ನುಂಗಿ ಎಂಬ ಶಬ್ದಕ್ಕರ್ಥ. ಅಂತು ಅಖಂಡಚೈತನ್ಯ ಲಿಂಗವನವಗ್ರಹಿಸಿದ ಶರಣನೆಲ್ಲಾ ಲಿಂಗವಾದ ಬಳಿಕ ಲಿಂಗದಿಂದ ಮೇಲೆ ಪರವಾದ ವಸ್ತುವೊಂದಿಲ್ಲವೆಂಬುದೀಗ ಮತ್ತೊಂದು ಅಧಿಕವುಂಟೇ ಎಂಬ ಶಬ್ದಕ್ಕರ್ಥ. ಅಂತು ಅನಂತ ಬ್ರಹ್ಮಾಂಡಂಗಳ - ನೊಳಕೊಂಡಿಪ್ಪ ಅಖಂಡ ಪರಿಪೂರ್ಣವಸ್ತು ತಾನೆಯಾಗಿರಲು ಬೇಱೆ ಪರಬ್ರಹ್ಮವನಱಿಸಲಿಲ್ಲವೆಂಬುದೀಗ ನವಖಂಡ ಪೃಥ್ವಿಯನೊಳಕೊಂಡ ಅಗಮ್ಯ ಸನ್ಮತ ಸುಖವಿರಲು ಗೋಹೇಶ್ವರನ ಬೇಱಱಿಸಲುಂಟೆ ಎಂಬ ಶಬ್ದಕ್ಕರ್ಥ.॥೭೪॥

೩೫ ಲಿಂಗನಿಜಸ್ಥಲ

೧೩೬

ಲಿಂಗವೆಂಬುದು ಪರಶಕ್ತಿಯುತ ಪರಶಿವನ ನಿಜದೇಹ; ಲಿಂಗವೆಂಬುದು ಪರಶಿವನ ಘನತೇಜ; ಲಿಂಗವೆಂಬುದು ಪರಶಿವನ ನಿರತಿಶಯಾನಂದ ಸುಖವು;

ಲಿಂಗವೆಂಬುದು ಪರಶಿವನ ಪರಮಜ್ಞಾನ; ಲಿಂಗವೆಂಬುದು ಷಡಧ್ವಮಯ ಜಗಜ್ಜನ್ಮಭೂಮಿ; ಲಿಂಗವೆಂಬುದು ಅಖಂಡಿತ ವೇದ; ಪಂಚಸಂಜ್ಞೆ ತಾ; ಲಿಂಗವೆಂಬುದು ಹರಿ ಬ್ರಹ್ಮರ ನಡುವೆ ನೆಗಳ್ದ ಜ್ಯೋತಿರ್ಲಿಂಗ.

ಅಖಿಳಾರ್ಣವ ಲಯಾನಾಂ ಲಿಂಗಮುಖ್ಯ ಪರಂ ತಥಾ
ಪರಂ ಗೂಢಂ ಶರೀರಸ್ಥಂ ಲಿಂಗಕ್ಷೇತ್ರಮನಾದಿವತ್।
ಯಥಾದಿಮೀಶ್ವರಂ ತೇಜಂ ತಲ್ಲಿಂಗ ಪಂಚ ಸೌಂಜ್ಞಕಂ।

ಇದು ಲಿಂಗದ ವರ್ಮ. ಉರಿಲಿಂಗಪೆದ್ದಿಪ್ರಿಯ ವಿಶ್ವೇಶ್ವರಾ ಲಿಂಗದೊಳಿದ ಬಲ್ಲವನೆ ಬಲ್ಲನು.

ಟೀ। ನಿಷ್ಕಲ ಪರಶಿವಲಿಂಗವು ತನ್ನ ಲೀಲೆಯಿಂದ ತನ್ನ ನಿಜಾಂಗವನು ತನ್ನ ಮಹಾಪ್ರಕಾಶವನು ತನ್ನ ಮಹಾಜ್ಞಾನವನು ತನ್ನ ಸ್ವಯಾನಂದ ಸುಖ ಮೊದಲಾದ ತನ್ನ ಸ್ವಧರ್ಮವೆಲ್ಲಾ ಸಹವಾಗಿ ಅಖಂಡ ತೇಜೋಮೂರ್ತಿಯಾದ ಮಹಾಲಿಂಗಾಕಾರವಾಯಿತ್ತು. ಅಂತಾದ ಮಹಾಲಿಂಗವು ಪಂಚಮುಖವನೆಯ್ದಿ ಪಂಚಕಲಾಶಕ್ತಿಯುಕ್ತವಾದ ಪಂಚ ಸಾದಾಖ್ಯಲಿಂಗಮೂರ್ತಿಯಾಯಿತ್ತು. ಅಂತಾದ ಮಹಾಲಿಂಗವೆ ಹರಿಬ್ರಹ್ಮರ ನಡುವೆ ನೆಗಳ್ದು ಮಹಾತೇಜೋಮೂರ್ತಿಯಾದ ಲಿಂಗವಾದುದು. ತಾನೆ ಅಖಂಡಿತವಾಗಿ ಸರ್ವತೋಮುಖವಾಗಿ ಸಕಲ ನಿಷ್ಕಲವಾಗಿ ಪಂಚಸಂಜ್ಞೆಯನುಳ್ಳುದ್ದಾಗಿ ತನ್ನ ಸ್ವಲೀಲಾ ಸ್ವತಂತ್ರತೆಯಿಂದಿರ್ಪ ಆ ಮಹಾಲಿಂಗವೆ ಭುವನಾಧ್ವ, ತತ್ವಾಧ್ವ, ವರ್ಣಾಧ್ವ, ಮಂತ್ರಾಧ್ವ, ಪದಾಧ್ವ, ಕಲಾಧ್ವ ಮೊದಲಾದ ಚರಾಚರಾತ್ಮರುಗಳಿಗೆ ತಾನೆ ಜನ್ಮಸ್ಥಾನವಾದುದಾಗಿ ಅಂತು ಸರ್ವತತ್ತ್ವಂಗಳು ಲಿಂಗಮಧ್ಯದಲ್ಲಿಯೇ ಹುಟ್ಟಿ ಅಡಗುತ್ತಿಹವೆಂದಱಿದು ಲಿಂಗವಾಗಿರ್ಪ ಶರಣನೆ ಬಲ್ಲಾತ. ಆ ಬಲ್ಲ ಶರಣನಿಂದ ಆ ಮಹಾಘನಲಿಂಗದ ಘನವ ಕಾಣಲಾಯಿತ್ತೆಂಬುದೀ ವಚನಾರ್ಥ.॥೨೫॥

೧೩೭

ದ್ವೀಪಾದ್ವೀಪವಿಲ್ಲದಲ್ಲಿಂದತ್ತತ್ತ, ಕಾಲಕರ್ಮವಿಲ್ಲದಲ್ಲಿಂದತ್ತತ್ತ, ಮಾಯಾಮೋಹವಿಲ್ಲದಲ್ಲಿಂದತ್ತತ್ತ ಏನೂ ಏನೂ ಇಲ್ಲದಲ್ಲಿಂದತ್ತತ್ತ, ಆದಿ ಮೂವರಿಲ್ಲದಲ್ಲಿಂದತ್ತತ್ತ, ಸಿಮ್ಮಲಿಗೆಯ ಚೆನ್ನರಾಮನೆಂಬ ಲಿಂಗವಿಲ್ಲದಲ್ಲಿಂದತ್ತತ್ತ.

ಟೀ। ಶಿವನ ಲೀಲಾಮೂರ್ತಿಗಳು, ತತ್ತ್ವಾತತ್ತ್ವಂಗಳು ಏನೂ ಇಲ್ಲದಂದು ನಿಷ್ಕಲವಾಗಿದ್ದಿತ್ತು ಪರವಸ್ತುವೆಂಬುದೀ ವಚನಾರ್ಥ.॥೨೬॥

ಮೂಱಱಲ್ಲಿ ಮುಟ್ಟಲಿಲ್ಲ ಆಱಱಲ್ಲಿ ತೋಱಲಿಲ್ಲ, ಎಂಟಱಲ್ಲಿ ಕಂಡುದಿಲ್ಲ, ಒಂದಱಲ್ಲಿ ನಿಂದುದಿಲ್ಲ. ಏನೆಂದೆಂಬೆ, ಎಂತೆಂದೆಂಬೆ. ಕಾಯದಲ್ಲಿ ಅಳಿದುದಿಲ್ಲ ಜೀವದಲ್ಲಿ ಉಳಿದುದಿಲ್ಲ ಗೋಹೇಶ್ವರನೆಂಬ ಲಿಂಗವು ಶಬ್ದಕ್ಕೆ ಬಂದುದಿಲ್ಲ.

ಟೀ। ಭಿನ್ನಭಾವವಳಿದು ನಿರ್ಭಾವಿಯಾದ ಲಿಂಗೈಕ್ಯನ ನಿಲವು ಅಂಗತ್ರಯದ ಹಂಗ ಮುಟ್ಟದೆಂಬುದೀಗ ಮೂಱಱಲ್ಲಿ ಮುಟ್ಟಲಿಲ್ಲವೆಂಬ ಶಬ್ದಕ್ಕರ್ಥ. ಆ ನಿಲವು ಷಡುವರ್ಣಂಗಳೊಳಗೆ ತೋಱಿಕೆಯಾಗಿ ತೋಱದೆಂಬುದೀಗ ಆಱಱಲ್ಲಿ ತೋಱಲಿಲ್ಲವೆಂಬ ಶಬ್ದಕ್ಕರ್ಥ. ಅನಿಲವು ಅಷ್ಟಮದಂಗಳಲ್ಲಿ ಸಿಕ್ಕಿ ದೃಶ್ಯವಾಗದೆಂಬುದೀಗ ಎಂಟಱಲ್ಲಿ ಕಂಡುದಿಲ್ಲವೆಂಬ ಶಬ್ದಕ್ಕರ್ಥ. ಆ ನಿಲವು 'ಏಕ ಏವಾ ನ ದ್ವಿತೀಯಂ ಬ್ರಹ್ಮ' ವೆಂಬ ವಾಕ್ಯದಲ್ಲಿ ಸಿಲ್ಕಿ ಎಣಿಕೆಗೆ ಬಾರದೆಂಬುದೀಗ ಒಂದಱಲ್ಲಿ ನಿಂದುದಿಲ್ಲವೆಂಬ ಶಬ್ದಕ್ಕರ್ಥ. ಆ ಕಾಯದ ನಿಲವು ಕಾಯಜೀವ ಭ್ರಾಂತಿನೊಳಗಿರ್ದು ಉತ್ಪತ್ತಿ ಸ್ಥಿತಿ ಲಯಕ್ಕೊಳಗಾಗದೆ ನಿಶ್ಶಬ್ದವೇದಿಯಾಗಿರ್ದಿತೆಂಬುದೀಗ ಕಾಯದಲ್ಲಿ ಅಳಿದುದಿಲ್ಲ ಜೀವದಲ್ಲಿ ಉಳಿದುದಿಲ್ಲ ಗೋಹೇಶ್ವರನೆಂಬ ಲಿಂಗವು ಶಬ್ದಕ್ಕೆ ಬಂದುದಿಲ್ಲವೆಂಬ ಶಬ್ದಕ್ಕರ್ಥ.॥೨೮॥

ಶ್ರೀ

೩೬ ಅಂಗಲಿಂಗಸ್ಥಲ

೧೪೦

ಅಂಗದ ಕಳೆಯಲ್ಲಿ ಒಂದು ಲಿಂಗವ ಕಂಡೆ. ಲಿಂಗದ ಕಳೆಯಲ್ಲಿ ಒಂದು ಅಂಗವ ಕಂಡೆ. ಅಂಗ–ಲಿಂಗವೆಂಬ ಸಂದಳಿಯದೆ ಅಱಿಸಿ ಕಂಡೆ ನೋಡಿರೆ! ಇಲ್ಲಿ

ಲಯಕ್ಕೊಳಗಾಗದೆ ನಿಶ್ಶಬ್ದವೇದಿಯಾಗಿರ್ದಿತೆಂಬುದೀಗ ಕಾಯದಲ್ಲಿ ಅಳಿದುದಿಲ್ಲ ಜೀವದಲ್ಲಿ ಉಳಿದುದಿಲ್ಲ ಗೋಹೇಶ್ವರನೆಂಬ ಲಿಂಗವು ಶಬ್ದಕ್ಕೆ ಬಂದುದಿಲ್ಲವೆಂಬ ಶಬ್ದಕ್ಕರ್ಥ.॥೨೮॥

ಶ್ರೀ

೩೬ ಅಂಗಲಿಂಗಸ್ಥಲ

೧೪೦

ಅಂಗದ ಕಳೆಯಲ್ಲಿ ಒಂದು ಲಿಂಗವ ಕಂಡೆ. ಲಿಂಗದ ಕಳೆಯಲ್ಲಿ ಒಂದು ಅಂಗವ ಕಂಡೆ. ಅಂಗ–ಲಿಂಗವೆಂಬ ಸಂದಳಿಯದೆ ಅಱಿಸಿ ಕಂಡೆ ನೋಡಿರೆ! ಇಲ್ಲಿ

ಐದಾನೆ ನೋಡಿರೆ ಶಿವದೇವನು. ಇಲ್ಲಿ ಐದಾನೆ ನೋಡಿರೆ ಮಹಾದೇವನು. ಬಲ್ಲಡೆ ಇರಿಸಿಕೊಳ್ಳಿರೆ, ಕಾಯವಳಿಯದ ಮುನ್ನ ನೋಡಬಲ್ಲರೆ ಇಲ್ಲಿ. ಗೋಹೇಶ್ವರನೆಂಬ ಲಿಂಗಕ್ಕೆ ಬೇಱೊಂದು ಕಡೆಯುಂಟೆ?

ಟೀ। ತನ್ನಾತ್ಮಾಂಗದ ಪರಮಕಳೆಯೆ ಇಷ್ಟಲಿಂಗವಾಯಿತ್ತೆಂದಱಿದು ಆ ಇಷ್ಟಲಿಂಗದ ಪರಮಕಳೆಯ ಅಂಗವೆ ಆತ್ಮನೆಂದಱಿದು ಲಿಂಗಾಂಗ ಸಂಬಂಧದ ಭೇದವ ತನ್ನಲ್ಲಿಯೆ ಅಱಿಸಿ ಸಮ್ಯಜ್ಞಾನದಿಂದ ಕಂಡು ಲಿಂಗವಾದ ಶರಣನು ತಾನು ಲಿಂಗವಾದ ವರ್ಮವ ಶಿವಾಪೇಕ್ಷರಾಗಿರ್ದ ಭಕ್ತಜನಂಗಳಿಗೆ ನಿರೂಪಿಸುತ್ತಿದ್ದರೆಂಬುದೀಗ ಅಂಗದ ಕಳೆಯಲೊಂದು ಲಿಂಗವ ಕಂಡೆ, ಲಿಂಗದ ಕಳೆಯಲೊಂದು ಅಂಗವ ಕಂಡೆ, ಅಂಗಲಿಂಗ ಸಂದಣಿಯನಱಿಸಿ ಕಂಡೆ ನೋಡಿರೆ ಎಂಬ ಶಬ್ದಕ್ಕರ್ಥ. ಅಂತು ಲಿಂಗವಾದ ಶರಣನು ನಿರೂಪಿಸಿದ ಬೋಧೆ ಮತ್ತೆಂತೆಂದಡೆ ದೇಹವಳಿಯದ ಮುನ್ನ ತನ್ನಂಗದೊಳಗೆ ಲಿಂಗವು ಅನನ್ಯವಾಗಿಪ್ಪುದು. ಅದ ಸಮ್ಯಜ್ಞಾನದಿಂದ ಕಂಡಱಿದು ಲಿಂಗವನಂಗದಲ್ಲಿ ಧರಿಸಿ ಭಿನ್ನವಳಿದಿರಬಲ್ಲ ಶರಣನೆಲ್ಲಾ ಲಿಂಗವೆಯಾಗಿರ್ಪನು. ಅಂತಪ್ಪ ಶರಣನಲ್ಲಿಯಲ್ಲದೆ ಲಿಂಗವು ಮತ್ತೆಲ್ಲಿಯೂ ಇಲ್ಲವೆಂದು ನಿರೂಪಿದರೆಂಬುದೀಗ ಇಲ್ಲಿ ಐದಾನೆ ಶಿವನು ಬಲ್ಲರೆ ಇರಿಸಿಕೊಳ್ಳಿರೆ ಕಾಯವಳಿಯದ ಮುನ್ನ. ನೋಡಬಲ್ಲರೆ ಗೋಹೇಶ್ವರಲಿಂಗಕ್ಕೆ ಬೇಱೆ ಠಾವುಂಟೆ ಹೇಳಿರೆಯೆಂಬ ಶಬ್ದಕ್ಕರ್ಥ.॥೨೯॥

೧೪೧

ಅಂಗದಲಳವಟ್ಟ ಲಿಂಗೈಕ್ಯನ ನಿಲವ ಭಾವಭ್ರಮಿತರೆತ್ತ ಬಲ್ಲರು? ಬಲ್ಲವರು ಬಲ್ಲರು, ಎಲ್ಲರೂ ಎತ್ತ ಬಲ್ಲರು? ಕೂಡಲ ಚೆನ್ನಸಂಗಯ್ಯನಲ್ಲಿ ಶಬ್ದಸೂತಕಿಗಳ––ವರೆತ್ತ ಬಲ್ಲರು?

ಟೀ। ದೇಹಭಾವವಡಗಿ ಬ್ರಹ್ಮವೆಯಾಗಿ ನಿಂದ ನಿಲವ ಬಲ್ಲವರೆ ಬಲ್ಲರು. ವಾಗ್ಬ್ರಹ್ಮವ ನುಡಿವ ಶಬ್ದಸೂತಕಿಗಳು ಅಱಿಯರೆಂಬುದೀಗ ವಚನಾರ್ಥ.॥೩೦॥

೧೪೨

ಅಂಗದಿಂದ ಲಿಂಗಸುಖ, ಲಿಂಗದಿಂದ ಅಂಗಸುಖ, ಅಂಗ ಲಿಂಗ ಸಂಗದಿಂದ ಪರಮಸುಖ ನೋಡಾ! ಅಯ್ಯಾ ಅಂಗ ಲಿಂಗ ಸಂಗ ಸುಖವನು ಕೂಡಲ ಚೆನ್ನಸಂಗಯ್ಯನಲ್ಲಿ ಲಿಂಗೈಕ್ಯನೆ ಬಲ್ಲಾ!

ಟೀ। ಅಱಿವಿನಿಂದ ಅಱುಹಿಸಿಕೊಂಬ ಲಿಂಗಸುಖ, ಅಱುಹಿಸಿಕೊಂಬ ಲಿಂಗದಿಂದ ಅಱಿವ ಅಂಗಸುಖ ಈ ಎರಡೊಂದಾದುದೆ ವಾಙ್ಮನಕ್ಕೆ ಬಾರದ ಬ್ರಹ್ಮವು ನೋಡಾ. ಇದ ಲಿಂಗೈಕ್ಯನೇ ಬಲ್ಲನೆಂಬುದೀ ವಚನಾರ್ಥ.॥೩೧॥ A 20, $A_{12,}$

೧೪೩

ಅಂಗದುದಯ ಲಿಂಗಸುಖವು; ಲಿಂಗದುದಯ ಅಂಗಸುಖವು. ಅಂಗ ಲಿಂಗ ಸಂಗಸುಖದಿಂದ ಮಿಕ್ಕು ಮೀಱೆ ನಿಂದ ಪರಮ ಸುಖವನೇನೆಂಬೆನಯ್ಯಾ; ಕೂಡಲ ಚೆನ್ನಸಂಗನ ಶರಣನನೇನೆಂಬೆನಯ್ಯಾ!

ಟೀ। ಮಹಾಲಿಂಗದಿಂದುದ್ಭೈಸಿದ ಆತ್ಮನೆಂಬ ಅಂಗದಲ್ಲಿ ಮಹಾಲಿಂಗವು ಪ್ರಾಣಚೈತನ್ಯವಾಗಿರ್ದು ಆ ಅಂಗದ ಸುಖಂಗಳನೆಲ್ಲವ ಸುಖಿಸುತ್ತಿಹನು. ಅಂತು ಅಂಗದೊಳಗಿರ್ದು ಲಿಂಗವು ಬಹಿಷ್ಕರಿಸಿ ಲಿಂಗಾಂಗಸಂಬಂಧವಾದಲ್ಲಿ ಆ ಲಿಂಗದ ಸುಖವೆಲ್ಲಾ ಅಂಗಕ್ಕೆಯಾಗಿ ಅಂಗ ಲಿಂಗವೆಂಬ ಭೇದವಳಿದು ಮಹಾಘನಲಿಂಗವೆ -ಯಾಗಿರ್ಪ ಶರಣ. ಅಂತಾದ ಶರಣನನುಪಮಿಸಬಾರದೆಂಬುದೀ ವಚನಾರ್ಥ.॥೩೨॥

೧೪೪

ಅಂಗವೇ ಲಿಂಗವಾಗಿ ಲಿಂಗವೇ ಅಂಗವಾದ ಬಳಿಕ ಅಲ್ಲಿಯೇ ಕಾಣಿಭೋ. ಉಂಟೆಂದು ಅಱಿಸಲಿಲ್ಲ, ಬೇಱಿ ತೋಱಿಲಿಲ್ಲ ಅಲ್ಲಿಯೇ ಕಾಣಿಭೋ. ಸಾಕ್ಷಿ॥ 'ಸರ್ವಾಂಗಲಿಂಗ ವೇದ್ಯ ಸ್ಯಾತ್ ಅಂಗಪಾತ್ರ ತಥಾರ್ಪಿತಂ। ಪ್ರಸಾದಂ ತೃಪ್ತಿರೂಪತ್ವಾತ್ ಸರ್ವಲಿಂಗಮಯಂ ಭವೇತ್' ಎಂದುದಾಗಿ ಅಲ್ಲಿಯೆ ಕಾಣಿಭೋ ಕೂಡಲ ಚೆನ್ನಸಂಗಮದೇವಾ ಲಿಂಗನಿರಂತರ ಅಲ್ಲಿಯೇ ಕಾಣಿಭೋ. (೦ ೩೩. ೦ ೩೪)

ಟೀ। ಲಿಂಗಾಂಗವೆರಡಾದುದು ಒಂದೆ. ಲಿಂಗವೆಂದಱಿದು ಲಿಂಗಾಂಗ ಸಂಬಂಧದ ಅಭಿನ್ನ ಜ್ಞಾನ-ಕ್ರೀ ತನ್ನಲ್ಲಿ ಅಳವಟ್ಟರೆ ಆ ಲಿಂಗವು ತನಗೆ ಬೇಱಿಲ್ಲ. ಆ ಶರಣನಲ್ಲಿಯೇ ಲಿಂಗ ನೆಲೆಗೊಂಡಿಹುದೆಂಬುದಕ್ಕೆ ಸಾಕ್ಷಿ॥

"ಸರ್ವಾಂಗಲಿಂಗಮೇವ ಸ್ಯಾದನ್ನಪಾನಾದ್ಯಮರ್ಪಿತಂ।
ಪ್ರಸಾದಂ ತೃಪ್ತಿರೇವ ಸ್ಯಾತ್ ಸರ್ವಲಿಂಗಮಯಂ ಭವೇತ್"॥.

ಸರ್ವಾಂಗಂ-ಸರ್ವವಾದ ಅಂಗವು, ಲಿಂಗಮೇವ-ಲಿಂಗವೆ, ಸ್ಯಾತ್-ಅಹುದು. ಅರ್ಪಿತಂ-ಸಮರ್ಪಿಸಲ್ಪಟ್ಟ ಅನ್ನಪಾನಾದ್ಯಂ-ಅನ್ನಪಾನಂಗಳು ಮೊದಲಾದ ವಸ್ತುವುಂ, ಪ್ರಸಾದಂ-ಪ್ರಸಾದವು, ತೃಪ್ತಿರೇವ-ತೃಪ್ತಿಯೆ, ಸ್ಯಾತ್-ಅಹುದು ಸರ್ವಂ-ಸಮಸ್ತವು, ಲಿಂಗಮಯಂ-ಲಿಂಗಸ್ವರೂಪವಾದುದು, ಭವೇತ್-ಅಹುದು. ಜ್ಞಾನಕ್ರಿಯಾ ಸಂಪನ್ನನಾದ ಶರಣನಲ್ಲಿ ಎಲ್ಲಾಗಳು ಲಿಂಗವಿಹುದೆಂಬುದೀಗ ವಚನಾರ್ಥ.॥೩೩॥

ಅಂತು ವಚನ ೧೪೪ ಕ್ಕಂ ಶ್ರೀ (A) A 120

೩೭ ಶರಣಸ್ಥಲ

೧೪೫

ತ್ರಿವಿಧಕ್ಕೆ ರತಿಯಾಗಿ, ತ್ರಿವಿಧದ ಜನಿತವ ತಿಳಿದು, ತ್ರಿವಿಧ ಕಂದೆಱಿದು, ತ್ರಿವಿಧ ತ್ರಿವಿಧವನನುಗ್ರಹಿಸಿ, ತ್ರಿವಿಧಪಥವ ಮೀಱಿ, ತ್ರಿವಿಧನಿರ್ಣಯ ನಿಷ್ಪತಿ, ಕೂಡಲ ಚೆನ್ನಸಂಗಾ, ನಿಮ್ಮ ಶರಣ.

ಟೀ| ಲಿಂಗತ್ರಯದಲ್ಲಿ ಅಂಗ-ಪ್ರಾಣ-ಭಾವವೆಂಬ ತ್ರಿವಿಧವೂ ಕೂಡಿ, ಸಮರಸವಾಗಿ ಜಾಗ್ರ-ಸ್ವಪ್ನ-ಸುಷುಪ್ತಿಯೆಂಬ ತ್ರಿವಿಧದ ಆದಿ-ಅಂತ್ಯವನಱಿತು, ಸತ್ತು ಚಿತ್ತಾನಂದವ ಅಱಿವಂದೆ ಕಂಡು ಆದಿ-ಮಧ್ಯ-ಅಂತ್ಯವೆಂಬ ತ್ರಿವಿಧ ತ್ರಿವಿಧದಲ್ಲಿಯೆ ಅಡಗಿ ನಿಂದ ನಿಲವೇ ಶರಣನೆಂಬುದೀ ವಚನಾರ್ಥ.॥೧॥

೧೪೬

ಪ್ರಾಣ ಪ್ರಾರಂಭ ಪ್ರಾರಬ್ಧವಿಲ್ಲಾಗಿ, ಪರಚಿಂತೆ, ಪರಬೋಧೆ ಪರಿಚಿತನಲ್ಲವು. ಉಸುರ ಬೀಜದ ಹಸಿಯ ಬಣ್ಣದವ ಸವಿದನಾಗಿ, ವಶಗತನಲ್ಲ. ನಿರಂತರ ಸ್ವತಂತ್ರ ಶರಣನು ಸಿಮ್ಮಲಿಗೆಯ ಚೆನ್ನರಾಮನೆಂಬ ಲಿಂಗದಲ್ಲಿ ಶಬ್ದಮುಗ್ಧವಾಗಿ,

ಟೀ| ಶಿವಕೃಪೆಯಿಂದ ಸುಜ್ಞಾನೋದಯವಾದ ಶರಣ. ಅಂಗದ ಮೇಲೆ ಲಿಂಗವ ಧರಿಸಿ, ಅಱಿವ ಅಱಿಹಿಸಿಕೊಂಬ ಲಿಂಗಾಂಗವೆರಡನು ಭಿನ್ನವಿಟ್ಟು ಪೂಜೋಪ-ಚಾರಂಗಳ ಮಾಡಿ ಫಲಪದಂಗಳಂ ಪಡೆದು, ಆ ಫಲ ಪದಂಗಳಿಂದ ಸಂಚಿತ ಪ್ರಾರಬ್ಧ ಆಗಾಮಿಗಳೆಂಬ ಕರ್ಮ-ಕಲ್ಪಿತಕ್ಕೊಳಗಾಗುವನಲ್ಲವೆಂಬುದೀಗ ಪ್ರಾಣ ಪ್ರಾರಂಭ ಪ್ರಾರಬ್ಧವಿಲ್ಲಾಗಿಯೆಂಬ ಶಬ್ದಕ್ಕರ್ಥ. ಆ ಸಂಚಿತಾದಿ ಕರ್ಮರಹಿತವಾದ ಶರಣನು ವೇದಾಗಮ ಶಾಸ್ತ್ರಂಗಳ ಸಾಧಿಸಿ[A1]ಕಲಿತು ಹೇಳಿಹೆನೆಂಬ ಕರ್ಕಸವಿಲ್ಲವೆಂಬುದೀಗ ಪರಚಿಂತೆ, ಪರಬೋಧೆ ಪರಿಚಿತನಲ್ಲವೆಂಬ ಶಬ್ದಕ್ಕರ್ಥ. ಆ ಭಿನ್ನಜ್ಞಾನವಿರಹಿತವಾದ ಶರಣನ ಉಸುರೆಂದರೆ ಪ್ರಾಣವಾಯು, ಬೀಜವೆಂದಡೆ 'ಮೂಲಾಹಂಕಾರ'. ಹಸಿಯ ಬಣ್ಣವೆಂದರೆ ಸಪ್ತಧಾತು ಸಂಬಂಧವಾದ ದೇಹ; ಆ ದೇಹ ಸಂಬಂಧಿಯಾದ ಶರಣನು ನಿವೃತ್ತಿ ಮಾರ್ಗವೆಂತೆಂದಡೆ ವಾಯುಪ್ರಾಣವಳಿದು ಲಿಂಗಪ್ರಾಣವಾಗಿಹುದು. ಮೂಲಾಹಂಕಾರವಳಿದು ಚಿದಹಂಕಾರ ಸ್ವರೂಪವಾಗಿಹುದು. ಸಪ್ತಧಾತು ಸಂಬಂಧ-ವಾದ ದೇಹವೆಲ್ಲಾ ಮಂತ್ರಕಾಯ ಸಂಬಂಧವಾಗಿಹುದು. ಆ ಮಂತ್ರಕಾಯ ಸಂಬಂಧಿ-ಯಾದ ಶರಣನು ಎಲ್ಲಾ ಕಾಲದಲ್ಲಿಯೂ ಅನ್ಯವಪ್ಪ ಮಾಯಾತಂತ್ರವಿಲ್ಲದೆ, ಮಾಯಾದೇಹ ಶಬ್ದಕರಣೇಂದ್ರಿಯಂಗಳೆಂಬ ಶಬ್ದಜಾಲಂಗಳಿಲ್ಲದೆ ನಿಶ್ಶಬ್ದಲಿಂಗ- -ವಾಗಿಪ್ಪನೆಂಬುದೀಗ ಉಸುರ ಬೀಜದ ಹಸಿಯ ಬಣ್ಣದವ ಸವಿದನಾಗಿ ವಶಗತನಲ್ಲ, ನಿರಂತರ ಸ್ವತಂತ್ರಶರಣನು, ಸಿಮ್ಮಲಿಗೆಯ ಚೆನ್ನರಾಮನೆಂಬ ಲಿಂಗದಲ್ಲಿ ಶಬ್ದಮುಗ್ಧವಾಗಿ ಯೆಂಬ ಶಬ್ದಕ್ಕರ್ಥ.॥೨॥

೧೪೭

ಅರಸನಾಳುವ ಗ್ರಾಮ ಪುರ ಪಟ್ಟಣದೊಳಗೆ ತಾನಿದ್ದು ಸೀಮೆ ನಿಸ್ಸೀಮೆಯೆಂಬು-ದೇನಯ್ಯಾ? ಬಂಧ-ನಿರ್ಬಂಧವಿಲ್ಲಾಗಿ ಶರಣಂಗೆ ಸಂದು ಸಂಶಯವುಂಟೆ? ಎಡೆ ಕಡೆಯುಂಟೆ? ಶರಣನಗುಸೆಯಲ್ಲಿ ಹೊಗುವನೆ? ಚೋರಕಂಡಿಯಲ್ಲಿ

ನುಸುಳುವನೆ? ಇದು ಕಾರಣ ಕೂಡಲ ಚೆನ್ನಸಂಗಯ್ಯಾ, ಅನಿತ್ಯ ಮಿಥ್ಯವ ಕಳೆದು ನಿತ್ಯನಾದ ಶರಣ.

ಟೀ। ಆತ್ಮ ಮೊದಲಾದ ತನುತ್ರಯ ದೇಹೇಂದ್ರಿಯಂಗಳಿಗೆ ತಾನೆ ಒಡೆಯನಾಗಿ ತನಗೆ ಖಂಡಿತಾಖಂಡಿತವೆಂಬುದಿಲ್ಲ. ಹಿಡಿವ ಬಿಡುವದಿಲ್ಲ. ಕಡೆ–ನಡು–ಮೊದಲಿಲ್ಲ. ಮಿಥ್ಯವಾದ ಬ್ರಹ್ಮದ್ವಾರದಲ್ಲಿ ನುಸುಳಬೇಕೆಂಬುದೂ ಇಲ್ಲವೆಂಬುದೀ ವಚನಾರ್ಥ.॥೩॥

೧೪೮

ಶರಣನು ದೃಷ್ಟಾದೃಷ್ಟವನರಿಯನು; ಸಾವಯವ ನಿರವಯನೇನೆಂದೂ ವಿವರಿಸ ಶರಣನು. ತಾನು ಸ್ವತಂತ್ರನು; ಭಾವರಹಿತನು, ವಿಕೃತ ವೇಷದಿಂದ ಸುಕೃತವ ಜೋಡಿಪನಲ್ಲ ಶರಣನು. ಪ್ರಕೃತಿಗುಣವಿಡಿದು ಮೂರ್ತಿಯಾದ ಉಪಜೀವಿತ ತಾನಲ್ಲ, ಕೂಡಲ ಚೆನ್ನಸಂಗನ ಶರಣನು ಸಾರಾಯ ಸನ್ಮತನು.

ಟೀ। ಶರಣನು ಇಷ್ಟಲಿಂಗ ಪ್ರಾಣಲಿಂಗವೆಂದು ಲಿಂಗವ ಭಿನ್ನವಿಟ್ಟು ಅರಿತವನಲ್ಲ. ಶರಣ ತಾನೆಲ್ಲಾ ಲಿಂಗವೆಯಾಗಿರ್ಪನೆಂಬುದೀಗ, ಶರಣನು ದೃಷ್ಟಾದೃಷ್ಟವನರಿಯನು ಎಂಬ ಶಬ್ದಕ್ಕರ್ಥ. ಸಾವಯವೆಂದರೆ ಜೀವಾತ್ಮನು ನಿರವಯವೆಂದರೆ ಪರಮಾತ್ಮನು. ಅಂತಪ್ಪ ಜೀವ–ಪರಮರ ಯೋಗದ ಎಣಿಕೆಯ ಲೆಕ್ಕಿಸುವನಲ್ಲ ಶರಣ. ತಾನೆಲ್ಲಾ ಚಿತ್ಪರಮಲಿಂಗವೆಯಾಗಿಪ್ಪನೆಂಬು– –ದೀಗ ಸಾವಯ ನಿರವಯವನೇನೆಂದುಪಮಿಸನು ಎಂಬ ಶಬ್ದಕ್ಕರ್ಥ. ಶರಣನು ತಾನೆ ಸ್ವತಂತ್ರಲಿಂಗವೆಯಾಗಿಪ್ಪನಾಗಿ ಶರಣಂಗೆ ಲಿಂಗವ ಭಿನ್ನವಿಟ್ಟು ಭಾವಿಸೇನೆಂಬ ಭಾವವಿಲ್ಲವೆಂಬುದೀಗ ಶರಣನು ತಾನು ಸ್ವತಂತ್ರನಾಗಿ ಭಾವರಹಿತನು ಎಂಬ ಶಬ್ದಕ್ಕರ್ಥ. ತಮೋವೇಷ ಮೊದಲಾದ ವೇಷಂಗಳ ತಾಳಿ ಮೋಕ್ಷವ ಸಾಧಿಸೀನೆಂಬ ಬದ್ಧನಲ್ಲ. ಶರಣ ತಾನೆ ಮುಕ್ತಿಸ್ವರೂಪನೆಂಬುದೀಗ ವಿಕೃತವೇಷದಿಂದ ಸುಕೃತವ ಜೋಡಿಸುವನಲ್ಲ ಶರಣನೆಂಬ ಶಬ್ದಕ್ಕರ್ಥ. ಪ್ರಕೃತಿಯೆಂದರೆ ಮಾಯಾಶಕ್ತಿ. ಅಂತಪ್ಪ ಮಾಯಾ ಮರವೆಯಿಂದ ತನ್ನ ನಿಜವ ಮರೆದು ದೇಹಿಯಾಗಿ ಹುಟ್ಟಿ ಹುಟ್ಟಿ ಬರುತ್ತಿಹ ಜೀವನಲ್ಲ ಶರಣನು. ಮತ್ತೆಂತೆಂದಡೆ ಮಾಯವಿರಹಿತವಾಗಿಪ್ಪ ಬಚ್ಚ ಬರಿಯ ಅಖಂಡಜ್ಞಾನಾನಂದ ಸಾರಾಯ ಸ್ವರೂಪಾದ ಲಿಂಗವೆ ಶರಣನಾದನೆಂಬುದೀಗ, ಪ್ರಕೃತಿಗುಣವಿಡಿದು ಮೂರ್ತಿಯಾದ ಉಪಜೀವಿತನಲ್ಲ, ಕೂಡಲ ಚೆನ್ನಸಂಗನ ಶರಣನು ಸಾರಾಯ ಸನ್ಮತನು ಎಂಬ ಶಬ್ದಕ್ಕರ್ಥ.॥೪॥

೧೪೯

ಶಿವಯೋಗಿ ನಿರ್ಭ್ರಾಂತನೇ ಶರಣ. ಕರ್ಮಕಾಯನುವಲ್ಲ. ಕಾಲಕಲ್ಪಿತನಲ್ಲ. ಶರಣನು ಸಂಕಲ್ಪ ವಿಕಲ್ಪವಿರಹಿತನವರವರ ಬೆರಸಿಪ್ಪ ಪರಿ ಬೇಱೆ. ಶರಣನು ನಿರಂತರ ಸುಖಿ. ಕೂಡಲ ಚೆನ್ನಸಂಗ ಪ್ರಪಂಚಿನೊಳಗಿಪ್ಪ ತನ್ನ ಪರಿ ಬೇಱೆ.

ಟೀ। ದೇಹೇಂದ್ರಿಯ ಪ್ರಾಣವಾಗಿರ್ದು ತಾನವ ಹೊದ್ದದೆ, ತಾನಖಂಡಬ್ರಹ್ಮವಾಗಿಹ –ನೆಂಬುದೀ ವಚನಾರ್ಥ.॥೫॥

೧೫೦

ಅನಾಯಾಸದಿಂದ ಮನೆಯ ಮಾಡಿ, ನಿರಾಯಾಸದಿಂದ ಪರಮಸುಖಿ. ರೂಹಿಸುವಲ್ಲಿ ರೂಪಾಧಿಕ, ನೋಡುವಲ್ಲಿ ನೋಟ ಘನ, ಇಂಥಾ ಸಹಜಸಂಗಿಯ ನಿಲವಿನ ಪರಿ–ಉದಕದೊಳಗಣ ಬಿಂದು. ಉದಯರತ್ನದಂತೆ ಕೂಡಲಸಂಗನ ನಿಲವು.

ಟೀ। ಮಹಾಘನಲಿಂಗವು ತನ್ನ ತಾನರ್ಚಿಸಿಕೊಂಬ ಲೀಲಾ ವಿಲಾಸದಿಂದ ದೇಹವೆಂಬ ಮನೆಯ ಮಾಡಿಕೊಂಡು ಶರಣರೂಪಾಗಿ ತನ್ನ ನಿಜಸ್ವರೂಪವನೆ ಸಾಕಾರವ ಮಾಡಿ ಕರಸ್ಥಲದಲ್ಲಿ ಮೂರ್ತಿಗೊಳಿಸಿ ತನ್ನ ತಾನರ್ಚಿಸಿಕೊಳುತ್ತ ಆ ಇಷ್ಟಲಿಂಗವ ಭಿನ್ನವಿಡದೆ ಅಖಂಡಜ್ಞಾನದೃಷ್ಟಿಯ ನೋಡುತ್ತ ತನ್ನ ಶಿವತತ್ತ್ವದ ಘನಸುಖವ ಹಿಂಗದೆ ಸುಖಿಸುತ್ತಿರ್ಪ ಶರಣನು. ಅಂತಿರ್ಪ ಶರಣನ ಇರವಿನ ಪರಿ ಎಂತೆಂದಡೆ ಉದಯಕಾಲದ ಸೂರ್ಯನ ತೇಜ ಜಲಬಿಂದುಗಳಲ್ಲಿ ಪ್ರತಿಬಿಂಬಿಸಿ ಬೆಳಗಿ ತೋಱುತ್ತಿರ್ದು ಆ ಜಲಬಿಂದುಗಳಲ್ಲಿ ಆ ತೇಜ ನಿರ್ಲೇಪವಾಗಿಪ್ಪಂತೆ ಶರಣ. ದೇಹವಿಡಿದಿರ್ದು ದೇಹಿಯಲ್ಲದೆ ನಿರ್ಲೇಪವಾಗಿಪ್ಪ ಶರಣನೆಂಬುದೀ ವಚನದ ತಾತ್ಪರ್ಯಾರ್ಥ. ॥೬॥

೧೫೧

ತನುವೆ ನಾಗವತ್ತಿಗೆಯಾದಡೆ ಅರ್ಪಿತವ ಮಾಡಬೇಕು; ತನು ಸೆಜ್ಜೆಯಾದಡೆ ಅರ್ಪಿತವಿಲ್ಲ ಕಂಡಯ್ಯಾ. ತನು ಸಿಂಹಾಸನವಾದಡೆ ಸುಳಿವುದೆ ಭಂಗ. ಪ್ರಾಣಲಿಂಗ ಸಂಬಂಧಿಯಾದಡೆ ಅದನು ಎರಡು ಮಾಡಿಕೊಂಡು ಭೃತ್ಯಾಚಾರವೆಲ್ಲ ಒಂದೆಯೆಂದು ನುಡಿವ ಸೋಹದವನಲ್ಲ. ಬಾಹ ಪದಾರ್ಥದ ಲಾಭದವನಲ್ಲ. ಹೋಹ ಪದಾರ್ಥದ ಚೇಗೆಯವನಲ್ಲ. ಪ್ರಪಂಚವ ಹೊತ್ತುಕೊಂಬ ಭಾರದವನಲ್ಲ ಕೂಡಲ ಚೆನ್ನಸಂಗನ ಶರಣನುಪಮಾತೀತ ನೋಡಯ್ಯಾ.

ಟೀ। ತನುವೆಂಬ ಪೀಠದಲ್ಲಿ ಇಷ್ಟಲಿಂಗವನಳವಡಿಸಿಕೊಂಡು ಅಂಗಲಿಂಗ ಸಂಬಂಧಿಯಾಗಿ ಸಕಲ ಪದಾರ್ಥವ ಲಿಂಗಕ್ಕರ್ಪಿತವ ಮಾಡಬೇಕೆಂಬುದೀಗ ತನುವೆ ನಾಗವತ್ತಿಗೆಯಾದಡೆ ಅರ್ಪಿತವ ಮಾಡಬೇಕೆಂಬ ಶಬ್ದಕ್ಕರ್ಥ. ಸೂಕ್ಷ್ಮತನುವೆಂಬ ಸೆಜ್ಜೆಯಲ್ಲಿ ಪ್ರಾಣಲಿಂಗವನಳವಡಿಸಿಕೊಂಡು ಒಳಹೊಱಗೆನ್ನದೆ ಸರ್ವಾಂಗಲಿಂಗವಾಗಿ ತನಗೆ ತಾನೆ ಅರ್ಪಿತವಾಗುತ್ತಿಹುದಾಗಿ ಅರ್ಪಿಸುವ ಅರ್ಪಿಸಿಕೊಂಬವೆರಡಿಲ್ಲ–

ವೆಂಬುದೀಗ, ತನು ಸೆಜ್ಜೆಯಾದಡೆ ಅರ್ಪಿತವಿಲ್ಲ ಕಂಡಯ್ಯ ಎಂಬ ಶಬ್ದಕ್ಕರ್ಥ. ಕಾರಣತನುವೆಂಬ ಪೀಠದಲ್ಲಿ ಭಾವಲಿಂಗವನಳ- -ವಡಿಸಿಕೊಂಡು ಅಖಂಡ ಚಿತ್ಪ್ರಭಾಲಿಂಗವೆಯಾದ ಶರಣಂಗೆ ಭಿನ್ನ ಪೂಜಾಕ್ರೀ- ಗಳಿಲ್ಲವೆಂಬುದೀಗ, ತನು ಸಿಂಹಾಸನವಾದಡೆ ಸುಳಿವುದೆ ಭಂಗವೆಂಬ ಶಬ್ದಕ್ಕರ್ಥ. ಆ ಚಿತ್ಪ್ರಭಾಲಿಂಗವೆಯಾದ ಶರಣನು ಲಿಂಗಾಂಗವೆಂಬೆರಡ ಮಾಡಿಕೊಂಡು ಭಕ್ತಿಬಾಹ್ಯನಾಗಿ ಬ್ರಹ್ಮತಾನೆಂದು ವಾಗದ್ವೈತವ ನುಡಿವನಲ್ಲ ಶರಣನೆಂಬುದೀಗ ಪ್ರಾಣಲಿಂಗಸಂಬಂಧಿಯಾದಡೆ ಅದನು ಎರಡ ಮಾಡಿಕೊಂಡು ಭೃತ್ಯಾಚಾರವೆಲ್ಲ ಒಂದೆಯೆಂದು ನುಡಿವ ಸೋಹದವನಲ್ಲ ಎಂಬ ಶಬ್ದಕ್ಕರ್ಥ. ಫಲಪದಂಗಳ ಬಯಸಿ ಸತ್ತು ಹುಟ್ಟುವ ಸಂದೇಹಿಯಲ್ಲ. ತನು ದಂಡಣೆ ಕರ್ಮಂಗಳಿಂದ ದೇಹೇಂದ್ರಿಯ ಕರಣಂಗಳ ನಿಗ್ರಹಿಸುವನಲ್ಲ ಶರಣನೆಂಬುದೀಗ ಬಹ ಪದಾರ್ಥದ ಲಾಭದವನಲ್ಲ, ಹೋಹ ಪದಾರ್ಥದ ಛೇಗೆಯವನಲ್ಲಯೆಂಬ ಶಬ್ದಕ್ಕರ್ಥ. ಅಂತು ದೇಹ ಪ್ರಪಂಚಿನ ಭಾರಕ್ಕೆ ಹೊಱಗಾದ ಶರಣನೆಲ್ಲಾ ನಿಷ್ಕಲಲಿಂಗವೆಯಾದನೆಂಬುದೀಗ ಪ್ರಪಂಚುವ ಹೊತ್ತುಕೊಂಬ ಭಾರದವನಲ್ಲ, ಕೂಡಲ ಚೆನ್ನಸಂಗನ ಶರಣನುಪಮಾತೀತ ನೋಡಯ್ಯ ಎಂಬ ಶಬ್ದಕ್ಕರ್ಥ.॥೭॥

೧೫೨

ಕಿಚ್ಚಿನೊಡನೆ ಹೋರಿದ ಹುಳ್ಳಿಯಂತಾಯಿತ್ತಯ್ಯ. ಬೆಂದ ನುಲಿಯ ಸಂದಿಕ್ಕಿ ಮತ್ತೊಂದ ಮಾಡಬಾರದಯ್ಯ. ಗೋಹೇಶ್ವರಾ, ನಿಮ್ಮ ಶರಣನ ನಿಲವಿಂತುಟಯ್ಯ.

ಟೀ। ಜ್ಞಾನಾಗ್ನಿಯಲ್ಲಿ ಸರ್ವಾಂಗವು ದಗ್ಧವಾದ ಶರಣನ ತನುಗುಣಾದಿಗಳೆಲ್ಲವೂ ಅಳಿದು ದಗ್ಧಪಟನ್ಯಾಯದಂತಿರ್ದನೆಂಬುದೀ ವಚನಾರ್ಥ.॥೮॥

೩೮ ತಾಮಸನಿರಸನ ಸ್ಥಲ

೧೫೩

ಶಿಖಿಯನೆ ಕಟ್ಟಿ ಮಾಹೇಶ್ವರಿಕೆಯನೆ ಕೊಡುವರೆ ಆತನ ವೃತ್ತಿಗಳ ತಿಳಿಯ- ಬೇಕಯ್ಯ. ಜಾತಿಸೂತಕವನು ನೇತಿಗಳೆದಾತಂಗೆ ದೀಕ್ಷೆಯ ಕೊಟ್ಟಡೆ ಸುಸರ- ನೋಡಾ! ಈಸುವನತಿಗಳೆಯದೆ ಉಪದೇಶವ ಮಾಡಿದ ಆಚಾರ್ಯಂಗೆ ಮಾರಿಯೆಂದಾತನಂಬಿಗ ಚೌಡಯ್ಯ.

ಟೀ। ಜಾತಿವರ್ತನೆಯನತಿಗಳೆದು ಬಂದಾತನೆ ಶಿಷ್ಯನೆಂದಱಿದು ಶಿವದೀಕ್ಷೆಯಂ ಮಾಡಿ ಜಂಗಮಸ್ಥಲವ ಕೊಡುವುದು. ಜಾತಿಸೂತಕವ ನೇತಿಗಳೆಯದೆ ದೀಕ್ಷೆಯ ಮಾಡುವ ಗುರು ಅಜ್ಞಾನಿಯೆಂಬುಂದೀ ವಚನದ ತಾತ್ಪರ್ಯಾರ್ಥ.॥೯॥

೧೫೪

ಒಡನೆ ಹುಟ್ಟಿದುದಲ್ಲ, ಒಡನೆ ಬೆಳೆದುದಲ್ಲ, ಎಡೆಯಲಾದ ಒಂದುಡಿಗೆಯನುಟ್ಟು ಸಡಿಲಿದಡೆ ಲಜ್ಜೆ. ನಾಚಿಕೆಯಾಯಿತ್ತೆಂಬ ನುಡಿ ದಿಟವಾಯಿತ್ತು. ಲೌಕಿಕದಲ್ಲಿ! ಹಡೆದ ಗುರುಕರುಣದೊಡನೆ ಹುಟ್ಟಿದ ನೇಮವ ಬಿಡದಿರೆಲವೋ, ಬಿಟ್ಟರೆ ಕರಕಷ್ಟ ಕೂಡಲ ಸಂಗಮದೇವನಡಸಿ ಕೆಡಹುವ ನಾಯಕನರಕದಲ್ಲಿ!

ಟೀ। ಆದಿ ಅಂತ್ಯದಲಿಲ್ಲ, ಮಧ್ಯದಲಾದ ಮಾಯೆಯನು ಮನುಷ್ಯರು ಬಿಡದೆ ನಡಸುವರು. ಆದಿ ಅಂತ್ಯದಲುಳ್ಳ [1]ಸತ್ಯವಾದ ಆಚಾರವ[1] ಬಿಟ್ಟರೆ ನಾಯಕನರ- -ಕವೆಂಬುದೀ ವಚನಾರ್ಥ.॥೧೦॥

೩೯ ನಿರ್ದೇಶಸ್ಥಲ

೧೫೫

ತಪವೆಂಬುದು ಬಂಧನ, ನೇಮವೆಂಬುದು ತಗಹು, ಶೀಲವೆಂಬುದು ಸೂತಕ, ಭಾಷೆಯೆಂಬುದು ಪ್ರಾಣಘಾತಕ. ಇಂತೀ ಚತುರ್ವಿಧದೊಳಗಿಲ್ಲ, ಕೂಡಲ [2]ಚೆನ್ನಸಂಗಾ[2], ಲಿಂಗೈಕ್ಯವು.

ಟೀ। ಅಱಿವು ಬ್ರಹ್ಮದಲ್ಲಿ ಕೂಡದೆ ತಪ, ನೇಮ, ಶೀಲ, ಭಾಷೆಯೆಂಬುದು ಬಂಧನ, ತಗಹು, ಸೂತಕ, ಪ್ರಾಣಘಾತಕ, ಇಂತೀ ಚತುರ್ವಿಧವಲ್ಲವೆಂಬುದೀ ವಚನಾರ್ಥ.॥೧೧॥

೧೫೬

ಘಟಸಂಸ್ಕಾರದಲ್ಲಿ ಪಟಲ ಹಱೆವುದೆ, ಜೀವಸಂಸ್ಕಾರವಿಲ್ಲದನ್ನಕ್ಕ; ವೇಷಧಾರಿ- -ತನದಲ್ಲಿ ಗ್ರಾಸವಹುದಲ್ಲದೆ-ಜ್ಞಾನಸಂಸ್ಕಾರವಿಲ್ಲದನ್ನಕ್ಕ-ಭವವೆಂತು ಹಱೆವುದು? ಅಂಗಭವಿ-ಲಿಂಗಭವಿಯ ಕಳೆದುಳಿದಲ್ಲದೆ, ಕೂಡಲ ಚೆನ್ನ ಸಂಗಯ್ಯನ ಹೊದ್ದಬಾರದು.

ಟೀ। ಶಿವಜ್ಞಾನವಿಲ್ಲದ ಜೀವರು ಅಂಗದ ಮೇಲೆ ಲಿಂಗವ ಧರಿಸಿದ ಮಾತ್ರದಲ್ಲಿಯೆ ಜೀವರ ಮಾಯಾಕರ್ಮ, ಭವಪಾಶಂಗಳು ಹಱೆಯವೆಂಬುದೀಗ ಘಟಸಂಸ್ಕಾರದಲ್ಲಿ ಪಟಲ ಹಱೆವುದೆ, ಜೀವಸಂಸ್ಕಾರವಿಲ್ಲದನ್ನಕ್ಕರ ಭವವೆಂತು ಹಱೆವುದು ಎಂಬ ಶಬ್ದಕ್ಕರ್ಥ. ಅಂಗವೆಂದರೆ ಜೀವಾತ್ಮನು. ಅಂತಪ್ಪ ಜೀವಾತ್ಮಂಗೆ ಜ್ಞಾನೋದಯವಾಗಿ ಇಷ್ಟಲಿಂಗದ ಕಳಾಸ್ವರೂಪೆಲ್ಲಾ ತಾನೆಯೆಂದಱಿದು ಅನನ್ಯಭಾವದಿಂದ ಲಿಂಗವನಾತ್ಮಸಂಬಂಧವ ಮಾಡಿಕೊಂಡು ಜೀವಭಾವವಳಿ- -ದಲ್ಲದೆ ಅಂಗದ ಭವಿತ್ವ ಹೋಗದು. ಅಂತು ಇಷ್ಟಲಿಂಗದ ಶಿಲಾಮೂರ್ತಿಯಲ್ಲಿ ಶ್ರೀಗುರು ಶಿವಕಳೆಯ ತುಂಬಿ ಶಿಲಾ ಭಾವವನಳಿದಲ್ಲದೆ, ಇಷ್ಟಲಿಂಗದ ಭವಿತ್ವ

ಹೋಗದು. ಅದುಕಾರಣ ಅಂಗದ ಸ್ವರೂಪ, ಲಿಂಗದ ಸ್ವರೂಪ–ಈ ಉಭಯದ ಸ್ವರೂಪವನಱಿದು ಜ್ಞಾನ–ಕ್ರೀಯಿಂದ ಲಿಂಗಾಂಗ–ಸಂಬಂಧವಾಗಿ ಭವಿತ್ವವನಳಿ––ದಾತನಲ್ಲದೆ ಲಿಂಗವಾಗಬಾರದೆಂಬುದೀಗ, ಅಂಗಭವಿ–ಲಿಂಗಭವಿಯ ಕಳೆದುಳಿದಲ್ಲದೆ ಕೂಡಲ ಚೆನ್ನಸಂಗನ ಹೊದ್ದಬಾರದುಯೆಂಬ ಶಬ್ದಕ್ಕರ್ಥ.॥೧೨॥

೧೫೭

ತನು ಬತ್ತಲೆಯಿದ್ದಡೇನು, ಮನ ಶುಚಿಯಾಗದನ್ನಕ್ಕ? ಮಂಡೆ ಬೋಳಾದಡೇನು, ಭಾವ ಬಯಲಾಗದನ್ನಕ್ಕ? ಭಸ್ಮವ ಪೂಸಿದಡೇನು, ಕರಣಾದಿ ಗುಣಂಗಳನೊತ್ತಿ ಮೆಟ್ಟಿ ಸುಡದನ್ನಕ್ಕ? ಇಂತೀ ಆಸೆಯ ವೇಷದ ಭಾಷೆಗೆ–ಗೋಹೇಶ್ವರಾ, ನೀ ಸಾಕ್ಷಿಯಾಗಿ–ಛೀಯೆಂಬೆನು.

ಟೀ। ಅಂಗವಿಕಾರ, ಮನವಿಕಾರ ಕರಣವಿಕಾರಂಗಳೆಲ್ಲವನು ಹಿಂಗಿಸಿ, ಲಿಂಗದಲ್ಲಿ ಅವಿರಳ ಜ್ಞಾನಿಯಾದಾತನೆ ಅಚ್ಚಶರಣ. ಇದನಱಿಯದೆ ಆವ ವೇಷಲಾಂಛನವ ಧರಿಸಿದಡೆಯು ಆತ ಸುಜ್ಞಾನಿಯಲ್ಲವೆಂಬುದೀ ವಚನಾರ್ಥ.॥೧೩॥

೪೦ ಶೀಲಸಂಪಾದನೆಯ ಸ್ಥಲ

೧೫೮

ಶೀಲವಂತನಾದಡೆ ತಾ ಸವೆದು ಶೀಲವ ಮಾಡಬೇಕಯ್ಯಾ. ತಾನಿದ್ದೆಡೆಯಲ್ಲಿ ಸುಳಿದು ಮಾಡುವ ಶೀಲ, ಕೊಟ್ಟು ಪೂಜಿಸುವ ಕೈ–ಕೂಲಿ ತನಗಿಲ್ಲ, ಪೂಜೆಯ ಫಲ ಕೊಡವಾಲ ಕಱೆವ ಸುರಭಿಯಂತೆ. ಅಟ್ಟಿ–ದರಟ್ಟುವರ ಬೇಡಿ ಮಱುಗುವ ದಾಸಿಯ ಪಥದಂತೆ ತನ್ನುದರನಿಮಿತ್ತವಿಡಿದು ಶೀಲ ಬೇಕೆಂಬ ದುಶ್ಶೀಲರ ಮೆಚ್ಚುವನೆ ಸಕಳೇಶ್ವರಾ.

ಟೀ। ತನು ಮನ ಬಳಲಿ ಕಾಯಕವ ಮಾಡಿ ಲಿಂಗ ಜಂಗಮವ ಪೂಜಿಸುವುದೆ ಶೀಲವು. ಅಂತಲ್ಲದೆ ತಾನಿರ್ದೆಡೆಗೆ ಪರಾಧೀನಮುಖದಿಂದ ಬಂದ ಪದಾರ್ಥವ– –ನೀಸಿಕೊಂಡು ಲಿಂಗಜಂಗಮಕ್ಕೆ ಕೊಟ್ಟೆವೆಂದು, ಪ್ರಸಾದವಾಯಿತ್ತೆಂದು ತಮ್ಮ ಒಡಲ ಹೊರೆವ ಅಜ್ಞಾನಿಗೆ ಶಿವನೊಲಿದು ಮುಕ್ತಿಯ ಕೊಡನೆಂಬುದೀ ವಚನದ ಉಪದೃಷ್ಟಂಗಳಿಗೇಕಾರ್ಥ ನಿರ್ವಚನ.॥೧೪॥

೧೫೯

ಹೊನ್ನು ಭಕ್ತನೆಂಬೆನೆ: ಹೊನ್ನಿನೊಳಗಣ ಮುದ್ರೆ ಭವಿ! ಹೆಣ್ಣು ಭಕ್ತನೆಂಬೆನೆ: ಹೆಣ್ಣಿನೊಳಗಣ ವಿರಹ ಭವಿ! ಮಣ್ಣು ಭಕ್ತನೆಂಬೆನೆ: ಮಣ್ಣಿನೊಳಗಣ ಬೆಳಸು ಭವಿ!

ಇಂತೀ ತ್ರಿವಿಧದೊಳಗಣ ಭವಿಯ ಕಳೆದು ಪ್ರಸಾದವ ಮಾಡಿಕೊಳಬಲ್ಲರೆ, ಕೂಡಲ ಚೆನ್ನಸಂಗಯ್ಯನಲ್ಲಿ ಅಚ್ಚ ಶೀಲವಂತರೆಂಬೆ.

ಟೀ। ತನು ಮನ ಪ್ರಾಣೇಂದ್ರಿಯಂಗಳೆಲ್ಲಾ ಲಿಂಗವಾಗಿಪ್ಪ ಶರಣನು ಒಲಿದು ನೋಡಿದ ಹೊನ್ನು, ಹೆಣ್ಣು, ಮಣ್ಣು ಮೊದಲಾದ ಪದಾರ್ಥಂಗಳೆಲ್ಲಾ ಲಿಂಗರೂಪಪ್ಪವಾಗಿ ಅವರ ಭವಿತನ ಹೋಹುದು. ಅಂತು ಭವಿತನ ಹೋಗಿ ಲಿಂಗರೂಪಾದ ಪದಾರ್ಥವ ಲಿಂಗಕ್ಕರ್ಪಿಸಿದಡೆ ಪ್ರಸಾದವಪ್ಪುದು. ಅಂತಪ್ಪ ಪ್ರಸಾದವ ಕೊಂಬಾತನೀಗ ಮಹಾಪ್ರಸಾದಿ –ಯೆನಿಸಿಕೊಂಬನೆಂಬುದೀ ವಚನಾರ್ಥ.॥೧೫॥

೧೬೦

ಆಸೆಯೆಂಬ ಕೂಸನೆತ್ತಲು ರೋಷವೆಂಬ ತಾಯಿ ಮುಂದೆ ಬಂದಿರ್ಪಳು ನೋಡಾ! ಇಂತೀ ಎರಡಿಲ್ಲದ ಕೂಸನೆತ್ತಬಲ್ಲರೆ ಅವರನಚ್ಚ ಶೀಲವಂತರೆಂಬೆ ಕಾಣಾ ಗೋಹೇಶ್ವರಾ.

ಟೀ। ಲಿಂಗವನಱಿಯಬೇಕೆಂಬಾಸೆ ಉಳ್ಳನ್ನಕರ ಅಱಿಯೆನೆಂಬ ವೈರಾಗ್ಯ ಮುಂದುಗೊಂಡಿರ್ಪುದು. ಅಱಿವಿನ ಆಸೆ, ಅಱಿಯೆನೆಂಬ ವೈರಾಗ್ಯವೆರಡನೂ ಅತಿಗಳೆದು ನಿಂದ ನಿಲವು ನಿಜ ಸ್ವಾನುಭಾವದುದಯ. ಆ ಸ್ವಾನುಭಾವವ ಸರ್ವಾಂಗದಲ್ಲಿ ಧರಿಸಲು ಅದೆ ಲಿಂಗೈಕ್ಯವೆಂಬುದೀ ವಚನದ ಬಹು ಶಬ್ದಕ್ಕೇಕಾರ್ಥ ನಿರ್ವಚನ.॥೧೬॥

ಅಂತು ವಚನ ೧೬೦ ಕ್ಕಂ ಶ್ರೀ

೪೧ ಐಕ್ಯಸ್ಥಲ

೧೬೧

ಸ್ಥಲವಿಡಿದು ಸರ್ವದಲಾಯತ¹ವಾಗಿ ಸಮ ಉದಯವಿದೆಂದು ಸಹಜ–ವಳವಟ್ಟಲ್ಲಿ ಇದು ಅದು ಎಂದೆನಲುಂಟೆ? ಭಾವವಳಿದು ನಿರ್ಭಾವವುಳಿದಲ್ಲಿ ಇದು ಅದು ಎಂದೆನಲುಂಟೆ? ಕದಂಬಕಳಾಸ: ಕೂಡಲಚೆನ್ನಸಂಗ ಸರ್ವಾಂಗಮಯ²ವಾಗಿರ್ದಲ್ಲಿ!

ಟೀ। ಅಂಗಸ್ಥಲವನೂ, ಲಿಂಗಸ್ಥಲವನೂ, ಸಂಬಂಧವ ಮಾಡಿ ಬಿಡದೆಯಿರ್ಪ ಅಭಿನ್ನ ಜ್ಞಾನ–ಕ್ರಿಯಾಚಾರ ಆಯತವಾಗಿ ಭಿನ್ನ ಭಾವವಳಿದು ಸಹಜಭಕ್ತಿ ನೆಲೆಗೊಂಡ ಶರಣನ ಅಂಗಪ್ರಾಣಂಗಳೆಲ್ಲಾ ಲಿಂಗವೆಯಾಗಿ ಭಿನ್ನವಿಲ್ಲದೆಯಿರ್ದ ನಿಜಶರಣನು ಲಿಂಗವ ಭಿನ್ನವಿಟ್ಟು ನುಡಿದು ಹೇಳಬಾರದೆಂಬುದೀ ವಚನಾರ್ಥ.॥೧॥

೧೬೨

ತನು ಸೋಂಕಿ ತನು ನಷ್ಟವಾಯಿತ್ತು, ಮನ ಸೋಂಕಿ ಮನ ನಷ್ಟವಾಯಿತ್ತು, ಧನಸೋಂಕಿ ಧನ ನಷ್ಟವಾಯಿತ್ತು; ಭಾವ ಸೋಂಕಿ ಭಾವ ನಷ್ಟವಾಯಿತ್ತು. ಇದು ಕಾರಣ ಕೂಡಲ ಚೆನ್ನಸಂಗಯ್ಯಾ, ಲಿಂಗಸೋಂಕಿ ಶರಣನ ಸಂದು ನಷ್ಟವಾಯಿತ್ತು.

ಟೀ। ಶರಣನ ತನು–ಮನ–ಧನ–ಭಾವಂಗಳೆಲ್ಲವೂ ಲಿಂಗಸೋಂಕಿ ಲಿಂಗವೆಯಾಗಿ ಶರಣ–ಲಿಂಗವೆಂಬ ಭೇದವಿಲ್ಲದೆ ಶರಣ ಲಿಂಗೈಕ್ಯನೆಂಬುದೀ [1]ವಚನಾರ್ಥ[×*].॥೨॥

೧೬೩

ತನ್ನನಱಿದಂಗೆ[೨] ಇದಿರೆಂಬುದಿಲ್ಲ ತನ್ನನಱಿಯ[೩]ದಂಗೆ[೩] ಇದಿರೆಂಬುದುಂಟು. ಅಱಿವು, ಮಱಹು ಕುಱುಹಳಿಯಿತ್ತು, ಬೆಱಗಾಯಿತ್ತು. ಬೆಱಗು ಬೆಱಗಿನೊಳಗೆ ಕಱಗೊಂಡಿತ್ತಿದೇನೋ! ಭ್ರಾಂತು ಭ್ರಾಂತ ನುಂಗಿತ್ತಿದೇನೋ, ಗೋಹೇಶ್ವರಾ, ಭವಿಯ ಬೆಂಬತ್ತಿ ಭವಿಯಾದ ಕಾರಣ.

ಟೀ। ಸಮ್ಯಜ್ಞಾನೋದಯದಿಂದ ತಾನು ಮಹಾಘನಲಿಂಗವೆಂದು ತನ್ನ ನಿಜವನಱಿದ ಶರಣಂಗೆ ಲಿಂಗ ಅನ್ಯವಿಲ್ಲವೆಂಬುದೀಗ, ತನ್ನನಱಿದವಂಗೆ ಇದಿರಿಲ್ಲವೆಂಬ ಶಬ್ದಕ್ಕರ್ಥ. ತನ್ನ ನಿಜವನಱಿಯದವಂಗೆ ಲಿಂಗವು ಅನ್ಯವಾಗಿಪ್ಪುದೆಂಬುದೀಗ ತನ್ನನಱಿಯದವಂಗೆ ಇದಿರೆಂಬುದುಂಟು ಎಂಬ ಶಬ್ದಕ್ಕರ್ಥ. ಅಂತು ತನ್ನಿಂದ ಲಿಂಗವ ಅನ್ಯವಿಟ್ಟಱಿದು ಕೂಡಿಹೆನೆಂಬ ಭಿನ್ನಜ್ಞಾನದಱಿವು ಮಱವೆ ಕುಱುಹುಗಳನೆಲ್ಲವನಳಿದು ತನ್ನನೆಲ್ಲಾ ಲಿಂಗವೆಯಾಗಿ ಕಂಡು ನೋಡುತ್ತಿರ್ಪ ಬೆಱಗಿನಲ್ಲಿರ್ದ ಶರಣನೆಂಬುದೀಗ, ಅಱಿವು, ಮಱಹು ಕುಱುಹಳಿಯಿತ್ತು, ಬೆಱಗು ಹತ್ತಿತ್ತು ಎಂಬ ಶಬ್ದಕ್ಕರ್ಥ. ಅಂತು ಖಂಡಿತಜ್ಞಾನವಳಿದು ಅಖಂಡಿತ ಜ್ಞಾನದಿಂದ ತನ್ನನೆಲ್ಲಾ ಲಿಂಗವೆಯಾಗಿ ಕಂಡು ಬೆಱಗು ಹತ್ತಿದ ಆ ಲಿಂಗದ ಬೆಱಗು ಹಾಂಗೆ ಘಟ್ಟಿಗೊಂಡು ನಿಂದು, ಲಿಂಗವೆಯಾದ ಶರಣ. ಅಂತಾದುದು ಆಶ್ಚರ್ಯರ್ಯವೆಂ- ಬುದೀಗ, ಬೆಱಗು ಬೆಱಗಿನೊಳಗೆ ಕಱಗೊಂಡಿತ್ತು ಇದೇನೋ ಎಂಬ ಶಬ್ದಕ್ಕರ್ಥ. ಅಂತು ಲಿಂಗಭ್ರಾಂತಿಯಿಂದ ಶರಣನು ಮಹದಾನಂದದ ಭ್ರಾಂತಿಯೊಳಿರ್ದ ಅಖಂಡ ಚಿಲ್ಲಿಂಗವನವಗ್ರಹಿಸಿ ಲಿಂಗವೆಯಾದ ಶರಣನೆಂಬುದೀಗ, ಭ್ರಾಂತಿ ಭ್ರಾಂತಿಯ ನುಂಗಿಯೆಂಬ ಶಬ್ದಕ್ಕರ್ಥ. ಭವಿಯೆಂದಡೆ ಲಿಂಗ. ಅಂತಪ್ಪ ಲಿಂಗವ ಅಭಿನ್ನಜ್ಞಾನ ಕ್ರೀಯಿಂದ ಬೆಂಬತ್ತಿ ಲಿಂಗವೆಯಾದ ಶರಣನೆಂಬುದೀಗ ಭವಿಯ ಬೆಂಬತ್ತಿ ಭವಿಯಾದ ಕಾರಣ ಎಂಬ ಶಬ್ದಕ್ಕರ್ಥ.॥೩॥

೧೬೪

ಮನದ ಕಾಲತ್ತಲು, ತನುವಿನ ಕಾಲಿತ್ತಲು "ಅನುಭಾವದ" ಅನುವನು ನೆನೆವುತ್ತ ನೆನೆವುತ್ತ ಗಮನಗೆಟ್ಟುದೋ ಲಿಂಗಮುಖದಲಾದ ಸೂಚನೆಯ ಸುಖವ ಕಂಡು ಗಮನಗೆಟ್ಟುದೋ. ಅನುವಾಯಿತ್ತು, ಅನುವಾಯಿತ್ತು, ಅಲ್ಲಿಯೇ ತಲ್ಲೀಯವಾಯಿತ್ತು ಗೋಹೇಶ್ವರನೆಂಬ ಲಿಂಗೈಕ್ಯಂಗೆ.

ಟೀ। ಅಂತರಂಗದಲ್ಲಿ ಶರಣನ ಮನದಱಿವು ಲಿಂಗಾಂಗ ಸಂಯೋಗಾನುಭಾವದ ಅನುಸಂಧಾನದ ನೆನಹೆಯಾಗಿದ್ದಿತ್ತು, ಬಾಹ್ಯದಲ್ಲಿ ತನುವಿನ ಚಾರಿತ್ರವೆಲ್ಲಾ ಕ್ರಿಯಾಚಾರಿತ್ರವಾಗಿದ್ದಿತ್ತೆಂಬುದೀಗ ಮನದ ಕಾಲತ್ತಲು, ತನುವಿನ ಕಾಲಿತ್ತಲು ಎಂಬ ಶಬ್ದಕ್ಕರ್ಥ. ಅಂತು ಶರಣ ತನ್ನ ನಿಜವಪ್ಪ ಮಹಾಘನ ಲಿಂಗದತ್ತಲು ಅಭಿಮುಖವಾಗಿ ಲಿಂಗವ ನೆನೆವುತ್ತ ಜ್ಞಾನಕ್ರೀಯನಾಚರಿಸುತ್ತಿರ್ಪ ಶರಣನತ್ತಲು ಮಹಾಘನಲಿಂಗವು ಅಭಿಮುಖವಾಗಿ ಮನಕ್ಕೆ ಸನ್ನಿಧಾನವಾಗಲು ಆ ಕ್ಷಣವೆ ಸನ್ನಿಧಾನ ಸುಖದೊಳಗೆ ಮನದ ಬಯಕೆಯಳಿದು ಹೋಯಿತ್ತೆಂಬುದೀಗ ಅನುಭಾವದನುವ ನೆನೆವುತ್ತ ಗಮನಗೆಟ್ಟಿತ್ತು. ಲಿಂಗಮುಖದಲಾದ ಸೂಚನೆಯ ಸುಖವ ಕಂಡು ಗಮನಗೆಟ್ಟಿತ್ತುಯೆಂಬ ಶಬ್ದಕ್ಕರ್ಥ. ಅನುವೆಂದರೆ ಪರಬ್ರಹ್ಮವಪ್ಪ ಲಿಂಗವು. ಅಂತು ಲಿಂಗವು ಶರಣನಂಗವನೊಳಕೊಂಡಿತ್ತು. ಅಂಗ–ಲಿಂಗವೇಕ –ವಾಗಿ ಲಿಂಗವೆಯಾದ ಶರಣನೆಂಬುದೀಗ, ಅನುವಾಯಿತ್ತು, ಅನುವಾಯಿತ್ತು, ಅಲ್ಲಿಯೇ ತಲ್ಲೀಯವಾಯಿತ್ತು ಗೋಹೇಶ್ವರನೆಂಬ ಲಿಂಗೈಕ್ಯಂಗೆ ಎಂಬ ಶಬ್ದಕ್ಕರ್ಥ.॥೪॥

೧೬೫

ನೆನಹು "ಸತ್ತಿತ್ತು", ಭ್ರಾಂತು "ಬೆಂದಿತ್ತು" ಅಱಿವು ಮಱೆಯಿತ್ತು, ಕುಱುಹು "ಗೆಟ್ಟಿತ್ತು ಗತಿಯನ"ಱಿಸುವರೆ, ಅವರಲ್ಲಿ "ಮತಿಯನ"ಱಿಸುವರೆ"? ಅಂಗವೆಲ್ಲಾ ನಷ್ಟವಾಗಿ ಲಿಂಗ ಲೀಯ"ವಾಗಿರ್ದವರಲ್ಲಿ" ಕಂಗಳಂಗದ ಕಳೆಯ ಬೆಳಗಿನ ಭಂಗ ಹಿಂಗಿತ್ತು, ಗೋಹೇಶ್ವರಾ.

ಟೀ। ಮನ ಘನವ ವೇದಿಸಿ, ಆ ಘನ ಮನವ ವೇದಿಸಿ ಮನೋಲಯವಾದ ಕಾರಣ, ಆ ಮನದ ಬಯಕೆ ಭ್ರಾಂತು ಜ್ಞಾನಾಗ್ನಿಯಲ್ಲಿ ದಗ್ಧವಾಗಿ ಪರವಶಂಬೋಗಿ ತನ್ನ ತಾ ಮಱೆಯಿತ್ತೆಂಬುದೀಗ, ನೆನಹು ಸತ್ತಿತ್ತು, ಭ್ರಾಂತು ಬೆಂದಿತ್ತು ಅಱಿವು ಮಱೆಯಿತ್ತು ಎಂಬ ಶಬ್ದಕ್ಕರ್ಥ. ತಾನೆಂಬುದೆಲ್ಲಿಯೂ ಇಲ್ಲದೆ, ನೀನೆಂಬುದು ಮುನ್ನವೆ ಇಲ್ಲದೆ ಪರವಿದು ಇರವಿದೆಂಬ ವಿವೇಕವಿಲ್ಲದೆ ಅಂಗದೊಳಗೆ ಲಿಂಗ ವೇದಿಸಿ ಅಂಗವಿಲ್ಲದೆ, ಆ ಲಿಂಗದೊಳಗೆ ಅಂಗ ವೇದಿಸಿ ಲಿಂಗವಿಲ್ಲದೆ ಇರ್ದುತ್ತಾಗಿ ಅದೀಗ

ಕುಱುಹುಗೆಟ್ಟುತ್ತು. ಗತಿಯನಱಿಸಲುಂಟೆ? ಮತಿಯನಱಿಸಲುಂಟೆ? ಅಂಗವೆಲ್ಲಾ ನಷ್ಟವಾಗಿ ಲಿಂಗಲೀಯವಾಯಿತ್ತೆಂಬ ಶಬ್ದಕ್ಕರ್ಥ. ಜ್ಞಾನದೃಷ್ಟಿಯ ಪ್ರಭೆಯ ಮಹವು ತಾನೆಯಾಗಿ ಭಿನ್ನವಿಟ್ಟು ನೋಡುವಡೇನೂ ಬೇಜಿಲ್ಲವಾಗಿ ಕಂಗಳಂಗದ ಕಳೆಯ ಬೆಳಗಿನ ಭಂಗ ಹಿಂಗಿತ್ತು ಗೋಹೇಶ್ವರಾ ಎಂಬ ಶಬ್ದಕ್ಕರ್ಥ.॥೫॥

೧೬೭

ಮಾಡಿ ಮಾಟವ ಮಱೆದು, ಕೂಡಿ ಕೂಟವ ಮಱೆದು ಬಯಲ ಸಮರಸಕ್ಕೆ ಮರುಳಾಯಿತ್ತಲ್ಲಾ. ಜೀವ ಪ್ರಾಣನ ಭೇದವ ತಿಳಿದು ನಿಜವದಕ್ಕಾಯಿತ್ತಲ್ಲಾ. ಅನ್ಯಚಿಹ್ನವಡಗಿ ತನ್ನ ತಾ ಮಱೆಯಿತ್ತು ಕೂಡಲ ಚೆನ್ನಸಂಗಾ, ನೀನೆಂದೇ ಜೀವ ಪ್ರಾಣನ ನಿಂದುದಲ್ಲಾ![+]

ಟೀ॥ ಬಯಲೆಂದರೆ ಮಹಾಘನಲಿಂಗವು. ಅಂತು ಮಹಾಘನಲಿಂಗವೆಂಬ ಪತಿಗೆ ಶರಣನೆಂಬ ಸತಿ ಅತಿ ಭಕ್ತಿರತಿಯಿಂದ ಮರುಳಾಗಿ ಅಭಿನ್ನ ಜ್ಞಾನ–ಕ್ರೀಯಿಂದ ಲಿಂಗವ ನೋಡಿ ಕೂಡಿ ಬೆರೆದು ಜೀವಭಾವವಳಿದು ಮಹಾಘನಲಿಂಗವೆ ತಾನಾದ ಶರಣನು ಲಿಂಗವ ನೋಡಿ ಕೂಡಿಹೆನೆಂಬ ಅವಸ್ಥೆಗಳೆಲ್ಲವ ಮಱೆದು ಲಿಂಗವೆಯಾಗಿರ್ದನೆಂಬುದೀ ವಚನಾರ್ಥ.॥೬॥

೧೬೮

ಉಪಾಧಿಕ ಮನವು ಉಪಾಧಿ[೧]ರಹಿತ ಮನ ನಿಂದಲ್ಲಿಯೇ[೧] ನಿವಾತವಾಯಿತ್ತು. ಆನಂದದ ಭಾವವು ಬಿಂದು [೨]ತಾನುಳಿದು ನಿಂದಲ್ಲಿಯೇ[೨] ನಿವಾತವಾಯಿತ್ತು. [೩]ಲಿಂಗೋದಯ[೩] ಪ್ರಜ್ಜ್ವಲಿಸುತ್ತಿದೆ, ಗೋಹೇಶ್ವರ[೪] ಲಿಂಗವು ತಾನೆಯಾಗಿ.

ಟೀ॥ [5]ಮನ ಉಪಾಧಿಯನಳಿದು ನಿರೂಪಾಧಿಯನೆಯ್ದಿ ಸಕಲೇಂದ್ರಿಯ ಕರಣಂಗಳ ವ್ಯಾಕುಳವಡಗಿತ್ತು. ಆ ನಿರುಪಾಧಿಕ ಮನವು ಮನೋಲಯವಾಗಲು ಅಲ್ಲಿ ನಿಂದುದೆ ನಿವಾತವಾಯಿತ್ತೆಂಬುದೀಗ, ಉಪಾಧಿಕ ಮನವು ಉಪಾಧಿರಹಿತವು ನಿಂದಲ್ಲಿಯೇ ನಿವಾತವಾಯಿತ್ತೆಂಬ ಶಬ್ದಕ್ಕರ್ಥ. ಅಂತು ನಿಂದಲ್ಲಿ ನಿವಾತವಾದ ಪರಮಾನಂದ ಭಾವವು ನಿರ್ಭಾವವಾಗಿ ಚಿದ್ಬಿಂದುವೆ ಪರಿಪೂರ್ಣ ಪ್ರಕಾಶವಾ– –ಯಿತ್ತೆಂಬುದೀಗ, [6]ಆನಂದ ಭಾವವು ಬಿಂದು ತಾನುಳಿದು ನಿಂದಲ್ಲಿಯೇ[6] ನಿವಾತವಾಯಿತ್ತೆಂಬ ಶಬ್ದಕ್ಕರ್ಥ. ಇಂತಾಗಲು ಮಹಾಲಿಂಗಪ್ರಭೆ ಆ ಶರಣನ ಸರ್ವಾಂಗದಲ್ಲಿ ತಾನೆಯಾಗಿ ತೊಳಗಿ ಬೆಳಗಿ ಪ್ರಕಾಶಿಸುತ್ತಿದ್ದುತ್ತೆಂಬುದೀಗ, ಲಿಂಗ ಉದಯದಲ್ಲಿ ಪ್ರಜ್ಜ್ವಲಿಸುತ್ತಿದೆ ಗೋಹೇಶ್ವರಲಿಂಗವು ತಾನೆಯಾಗಿ ಎಂಬ ಶಬ್ದಕ್ಕರ್ಥ.॥೭॥

೧೬೮

ಅಱಿಯಲಿಲ್ಲದ ಅಱಿವು, ಮಱಿಯಲಿಲ್ಲದ ಮಱಹು, ನೋಡಲಿಲ್ಲದ ನೋಟ, ಬೆಱಿಸಲಿಲ್ಲದ ಬೆಱಗು ನಿಂದುದು, ಕೂಡಲ ಚೆನ್ನಸಂಗಾ, ಲಿಂಗೈಕ್ಯಂಗೆ.

ಟೀ। ಮಹಾಘನಲಿಂಗವ ತನ್ನಿಂದ ಭಿನ್ನವಿಟ್ಟಱಿಯದೆ ಮಱಿಯದೆ, ನೋಡದೆ ಕೂಡದೆ, ಬೆರೆಯದೆ ಬೆಱಗುವಡೆಯದೆ ಮಹಾಘನಲಿಂಗವು ತಾನೆಂದೆ ಅಭಿನ್ನ-ಜ್ಞಾನದಿಂದಲಱಿದು ದೇಹಭಾವವ ಮಱಿದು ಲಿಂಗವ ನೋಡಿ ಕೂಡಿ, ಬೆರೆದು ಬೇಱಿಲ್ಲದೆ, ಬೆಱಗುವಟ್ಟು ನಿಂದ ನಿಜವೀಗ, ಲಿಂಗೈಕ್ಯನ ನಿಲವೆಂಬುದೀ ವಚನಾರ್ಥ.॥೮॥

೧೬೯

ಇದ್ದು ಬದ್ಧನಲ್ಲ, ಸುಳಿದು ಸೂತಕಿಯಲ್ಲ, ಆವ ಅಂಗಸಂಗವೂ ಇಲ್ಲದ ನಿಜೈಕ್ಯನು. ಬೇಕು ಬೇಡೆನ್ನದೆ ಅಳಿದುಳಿದು, ಕರ್ಪುರದ ಗಿರಿಯನುರಿತಾಗಿದಂತೆ ಕೂಡಲ ಚೆನ್ನಸಂಗನಲ್ಲಿ ಲಿಂಗೈಕ್ಯವು.

ಟೀ। ಅಂಗವಿಡಿದು ಬದ್ಧನಲ್ಲ; ಅಂಗವ ಬಿಟ್ಟು ಮುಕ್ತನಲ್ಲ, ಉಭಯವೂ ಇಲ್ಲದೆ ಅಖಂಡ ಪರಿಪೂರ್ಣ ತಾನಾಗಿ, ಅಖಂಡ ಪರಿಪೂರ್ಣ ತಾನೆಂಬ ಅಱಿವು ಉರಿ ಕರ್ಪೂರವ ಕೂಡಿದಂತಾಯಿತ್ತೆಂಬುದೀ ವಚನಾರ್ಥ.॥೯॥

೪೨ ಸರ್ವಾಚಾರ ಸಂಪತ್ತು ಸ್ಥಲ

೧೭೦

ಹೊಸ ಮದುವೆಯ ಹಸೆಯುಡುಗದ ಮುನ್ನ ಹೂಸಿದರಿಸಿನ ಬಿಸಿಲಿಗೆ ಹರೆಯದ ಮುನ್ನ ತನು ಸಂಚಲವಾಗದೆ ಮನ ಗುರುಕಾರುಣ್ಯವ ಹಡೆದು ಹುಸಿಯಿಲ್ಲದಿರ್ದಡೆ ಭಕ್ತನೆಂಬೆ; ಹಿಡಿ [1]ಹಿಡಿಹಿಲ್ಲ[1]ದಿರ್ದಡೆ ಮಹೇಶ್ವರನೆಂಬೆ; ತನುವಿಲ್ಲದಿರ್ದಡೆ ಪ್ರಸಾದಿಯೆಂಬೆ; ಜೀವವಿಲ್ಲದಿರ್ದಡೆ ಪ್ರಾಣಲಿಂಗಿಯೆಂಬೆ ಆಸೆಯಿಲ್ಲದಿರ್ದಡೆ ಶರಣನೆಂಬೆ. ಈ ಐದಱ ಸಂಪರ್ಕ[2]ನಿರ್ಭೋಗ[2]ವಾದಡೆ ಐಕ್ಯನೆಂಬೆ, ಐಕ್ಯದ ಸಂತೋಷ ಹಿಂಗಿದಡೆ ಜ್ಯೋತಿರ್ಮಯನೆಂಬೆ. [3]ಇ ಹಿಂಗಾದ[3] ದೇಹ ಇಱಿದಡಱಿಯದು, ತಱಿದಡಱಿಯದು, ಬಯಿದಡಱಿಯದು, ಹೊಯ್ದಡಱಿಯದು, ನಿಂದಿಸಿದಡಱಿಯದು, ಸ್ತುತಿಯಿಸಿದಡಱಿಯದು, ಸುಖವನಱಿಯದು, ದುಃಖವನಱಿಯದು. ಇಂತಿವರ ತಾಗು ನಿರೋಧವನಱಿಯ- -ದಿರ್ದಡೆ ಅವರ ಮಹಾಲಿಂಗ ಗಜೇಶ್ವರನೆಂಬೆ.

ಟೀ। ಶರಣನೆಂಬ ಸತಿಗೆ ಮಹಾಲಿಂಗವೆಂಬ ಪತಿಗೆ ಸಮರಸಸಂಗವೆಂಬ ವಿವಾಹವ ಮಾಡುವ ಕಾಲದಲ್ಲಿ ಶುದ್ಧವಾಗಿ ನೆಲೆಗೊಳಿಸಿದ ಸದಾಚಾರ ಸಂಪತ್ತು ಭಿನ್ನವಾಗದೆ

ಇದ್ದಿತ್ತೆಂಬುದೀಗ, ಹೊಸ ಮದುವೆಯ ಹಸೆಯುಡುಗದ ಮುನ್ನಯೆಂಬ ಶಬ್ದಕ್ಕರ್ಥ. ಆತ್ಮಾಂಗದಲ್ಲಿ ನೆಲೆಗೊಳಿಸಿದ ಸುಜ್ಞಾನಪ್ರಭೆ ತಾಪತ್ರಂಯಾಗ್ನಿ ತಿಗ್ಮಕ್ಕೆ ಅಳಿಯಲಿಲ್ಲವೆಂಬುದೀಗ, ಹೂಸಿದರಿಸಿನ ಬಿಸಿಲಿಗೆ ಹರೆಯದ ಮುನ್ನವೆಂಬ ಶಬ್ದಕ್ಕರ್ಥ. ಇಂತು ಕ್ರೀ ಜ್ಞಾನದಿಂದ ತನು–ಮನವನಾವರಿಸಿಕೊಂಡಿರ್ಪ ಅಜ್ಞಾನಮಾಯಾ–ಸಂಚಲವಳಿದು ಗುರುಕಾರುಣ್ಯವ ಪಡೆದ ಷಡುಸ್ಥಲ ಭಕ್ತರ ಆಚರಣೆಯೆಂತೆಂದಡೆ ಲಿಂಗ ಜಂಗಮದಲ್ಲಿ ಹುಸಿಯಿಲ್ಲದಿರ್ದಡೆ ಭಕ್ತನು, ಪರಧನ ಪರ–ಸ್ತ್ರೀಯರ ಹಿಡಿಯದಿರ್ದಡೆ ಮಹೇಶ್ವರನು, ತನುಧರ್ಮವಳಿದರೆ ಪ್ರಸಾದಿ, ಜೀವತ್ವವಳಿದರೆ ಪ್ರಾಣಲಿಂಗಿ, ಆಸೆಯಳಿದರೆ ಶರಣ, ಈ ಐದು ಸ್ಥಲದಾಚರಣೆ ನಿಷ್ಪತಿಯಾದರೆ ಐಕ್ಯನು. ಲಿಂಗ ತಾನೆಂಬ ಅಱಿವು ನಿಷ್ಪತಿಯಾಗಿ ಜ್ಯೋತಿರ್ಮಯ ಲಿಂಗವಾದ ಶರಣ ಆವ ದುಃಖವನೂ ಅಱಿಯನೆಂಬುದೀ ವಚನದ ತಾತ್ಪರ್ಯಾರ್ಥ.॥೧೦॥

೪೩. ಏಕಭಾಜನ ಸ್ಥಲ

೧೭೧

ಅಂದಂದಿಂಗೆ ಬಂದ ಪದಾರ್ಥವನೆಂದೆಂದೂ ತಾನುಂಬ ಕೈಯಲ್ಲಿ ಎಂತೋ ಲಿಂಗಕ್ಕೆ ನೀಡುವರು? ಲಿಂಗಕ್ಕೆ ಕೊಡುವರೆಂತೋ? ಲಿಂಗಕ್ಕೆ ಸಲುವದದೆಂತೋ! ಮಂಚವೊಂದೆ ಕಂಚು ಬೇಱೆಂಬ ಪ್ರಪಂಚಿಯನೊಲ್ಲ ಕೂಡಲಸಂಗಮ ದೇವಾ.

ಟೀ॥ ಅಂಗದ ಮೇಲೆ ಲಿಂಗವಿರ್ದು ಅಭಿನ್ನಭಾವ ಘಟಿಸದೆ, ಭಾಜನವೆರಡ ಮಾಡಿಕೊಂಡು ಸಕಲ ಪದಾರ್ಥವ ಕೈಯಲ್ಲಿ ಹಿಡಿದು ಲಿಂಗಕ್ಕರ್ಪಿಸಿ ಭುಂಜಿಸಿಹೆನೆಂಬ ಅಜ್ಞಾನಿಯ ಮುಖದಲ್ಲಿ ಲಿಂಗಾರ್ಪಿತವಿಲ್ಲವೆಂಬುದೀ ವಚನದ ತಾತ್ಪರ್ಯಾರ್ಥ.॥೧೧॥

೪೪ ಸಹಭೋಜನ ಸ್ಥಲ

೧೭೨

ಅಚ್ಚಪ್ರಸಾದವೆಂದು ನಿಚ್ಚ ನಿಚ್ಚ ಹುಸಿದು ವಾಯು ಬೀಸುವಲ್ಲಿ, ಬಯಲ ಬೆರಸುವಲ್ಲಿ, ಭಾಜನಸಹಿತ ಭೋಜನವೆ ಲಿಂಗಕ್ಕೆ ಬಂದ ಸುಖವು ಲಿಂಗವಿರಹಿತವಾದಡೆ ಸ್ವಯವಚನಕ್ಕೆ ವಿರೋಧ. ಸಕಳೇಶ್ವರದೇವನಾಳಿಗೊಂಡು ಕಾಡುವ.

ಟೀ॥ ವೃಥಾ ಪ್ರಸಾದಿಗಳೆಂದರೆ ಅದು ಹುಸಿ ಮಾತು. ಪ್ರಾಣವಿಕಾರ, ಜೀವವಿಕಾರ ಹಿಂಗದೆ ಲಿಂಗಭಾಜನದಲ್ಲಿ ಭೋಜನವ ಮಾಡಬಾರದು. ಅಂಗಮುಖದಲ್ಲಿ ಬಂದ

ಪದಾರ್ಥ ಅನಾರ್ಪಿತವಾದರೆ ಅಚ್ಚಪ್ರಸಾದಿಗಳು ನಾವು ಎಂಬ ಮಾತು ಮಿಥ್ಯೆಯೆಂಬುದೀ ವಚನದ ತಾತ್ಪರ್ಯಾರ್ಥ.॥೧೨॥

೧೭೩

ಕ್ರಮವಜೆದು, ಭ್ರಮೆ ತಿಳಿದು ಅಮಳಸಂಯೋಗದಲ್ಲಿ ಸಮನಿಸುವುದು. 'ಏಕಮೇವ ನ ದ್ವಿತೀಯ' ಎಂಬುದನಜೆದು ಸಮನಿಸುವುದು.

[1] ಲಿಂಗದೇಹೀ ಶಿವಾತ್ಮಾಯಂ ಲಿಂಗಾಚಾರೀ ನ ಲೌಕಿಕಃ । ಸರ್ವಂ ಲಿಂಗಮಯಂ ರೂಪಂ ಲಿಂಗೇನ ಸಹಮಶ್ನುತೇ । ಎಂದುದಾಗಿ, ಇದು

ಕಾರಣ ಕೂಡಲ ಚೆನ್ನಸಂಗಯ್ಯನಲ್ಲಿ ಸಹಭೋಜನ ಸಮನಿಸುವುದು.

ಟೀ। ಏಕಮೇವ ನ ದ್ವಿತೀಯನಪ್ಪ ಪರವಸ್ತು ತನ್ನ ಸ್ವಲೀಲೆಯಿಂದ ಲಿಂಗಾಂಗ-ವೆರಡಾಯಿತ್ತೆಂಬ ಸಮ್ಯಜ್ಞಾನವನಜೆದು ಜೀವ ಭಾವಭ್ರಾಂತಳಿದು ನಿರ್ಮಲ ಲಿಂಗದಲ್ಲಿ ಜ್ಞಾನಕ್ರೀಯಿಂದಾಚರಿಸಿ ಲಿಂಗವಾದನೆಂಬುದಕ್ಕೆ ಸಾಕ್ಷಿ||

×* ಲಿಂಗದೇಹೀ ಶಿವಾತ್ಮಾಯಂ ಲಿಂಗಾಚಾರೀ ನ ಲೌಕಿಕಃ
ಸರ್ವ ಲಿಂಗಮಯಂ ರೂಪಂ ಲಿಂಗೇನ ಸಹಮಶ್ನುತೇ॥

ಲಿಂಗದೇಹೀ-ಲಿಂಗಮೂರ್ತಿಯಾಗಿ, ಶಿವಾತ್ಮಾ-ಶಿವಸ್ವರೂಪವಾಗಿ, ಅಯಂ-ಈ ಆತ್ಮನು ಲಿಂಗಾಚಾರೀ-ಲಿಂಗ ವಿಷಯವಾದ ಆಚಾರವುಳ್ಳಾತನು, ಲೌಕಿಕಃ, ಲೋಕದ ಬಳಕೆಯವನು, ನ-ಅಲ್ಲ, ಲಿಂಗಮಯಂ-ಲಿಂಗಮಯವಾದ ಸರ್ವರೂಪಂ-ಸಮಸ್ತವಾದ ರೂಪವನು, ಲಿಂಗೇನ ಸಹ-ಲಿಂಗದೊಡನೆ ಕೂಡುವ ಹಾಂಗೆ, ಅಶ್ನುತೇ-ಅನುಭವಿಸುತ್ತಿಹನು. ಸರ್ವಾಂಗಲಿಂಗ ಸಂಬಂಧಿಯಾದ ಶರಣನು ಸಕಲದ್ರವ್ಯ ಪದಾರ್ಥಂಗಳ ಲಿಂಗಕ್ಕರ್ಪಿಸಿ ಲಿಂಗವಾದನೆಂಬುದೀ ವಚನಾರ್ಥ.॥೧೩॥

೧೭೪

ಅರ್ಪಿತ ರೌರವನರಕವೆಂದುದು [1]ಗುರುವಚನ. ಅನರ್ಪಿತ ರೌರವನರಕ - ವೆಂದುದು ಶ್ರುತಿವಚನ. ಭುಂಜನೆಯ ಮಾಡಿದ ರುಚಿಯ ಲಿಂಗಕ್ಕೆಂಬ ಕರ್ಮಿಯ ತಾಗಿದ ಸುಖವು ಲಿಂಗಕ್ಕೆಂಬ ಗುರುದ್ರೋಹಿಯ

ಸರ್ವಾವಸ್ಥೇ ಗತಂ ಪ್ರಾಣಂ ಭಾಜನಂ [2]ಭೋಜನಸ್ತಥಾ।
ಹಸ್ತೇ ಲಿಂಗಂ ಪ್ರತಿಗ್ರಾಹ್ಯಂ ನರಕೇ ಕಾಲಮಕ್ಷಯಂ॥
ಸಂಕಲ್ಪಂ ಚ ವಿಕಲ್ಪಂ ಚ ಭಾವಾಭಾವ ವಿವರ್ಜಿತಂ।
ನಾಸ್ತೀಂದ್ರಿಯಾಂತಃಕರಣೇ ತೇನೈವ ಸಹಭೋಜನೇ॥

ಎಂದುದಾಗಿ. ಇದುಕಾರಣ ಲಿಂಗಭಾಜನದಲ್ಲಿ ಸಹಭೋಜನವ ಮಾಡಿದರೆ ಇಹಪರವಿಲ್ಲೆಂದ ಕೂಡಲ ಚೆನ್ನ ಸಂಗಯ್ಯಾ॥

ಟೀ। ಭಿನ್ನಜ್ಞಾನದಿಂದ ಲಿಂಗವ ಭಿನ್ನವಿಟ್ಟು ಪದಾರ್ಥವನರ್ಪಿಸಿದರೆ ಫಲ ಪದಭೋಗವುಂಟು. ಆ ಫಲ ಪದಭೋಗ ತೀರಿದಡೆ ಮರಳಿ ಭವಹೇತುವಪ್ಪ ನರಕ ಉಂಟೆಂಬುದು ಗುರುವಚನ ಪ್ರಮಾಣವೆಂಬುದೀಗ, ಅರ್ಪಿತ ರೌರವ– –ನರಕವೆಂದಿತ್ತು ಗುರುವಚನವೆಂಬ ಶಬ್ದಕ್ಕರ್ಥ. ಅಂತು ಲಿಂಗಕ್ಕರ್ಪಿಸದೆಯಿದ್ದ ಜೀವನು ಎಂದೆಂದೂ ನರಕಿಯೆಂಬುದು ಶ್ರುತಿವಚನಪ್ರಮಾಣವೆಂಬುದೀಗ, ಅನರ್ಪಿತ ರೌರವನರಕವೆಂದಿತ್ತು ಶ್ರುತಿವಚನವೆಂಬ ಶಬ್ದಕ್ಕರ್ಥ. ಅಂತು ಲಿಂಗಕ್ಕರ್ಪಿಸಿ ಜೀವಭಾವದಿಂದ ದೇಹೇಂದ್ರಿಯ ವಿಷಯಸುಖಂಗಳನಱಿದು ಭುಂಜಿಸಿದ ಬಳಿಕ ಆ ಎಂಜಲಾದ ಸುಖವ ಲಿಂಗಕ್ಕರ್ಪಿತ –ವೆಂಬಾತನಿಗೆ ಭವದುಃಖಕರ್ಮ ಬಿಡದು. ಆತ ಗುರುಮತಕ್ಕೆ ದೂರವೆಂಬುದೀಗ ಭುಂಜನೆಯ ಮಾಡಿದ ರುಚಿಯ ಲಿಂಗಕ್ಕೆಂಬ ಕರ್ಮಿಯ ತಾಗಿದ ಸೋಂಕಿದ ಸುಖವ ಲಿಂಗಕ್ಕೆಂಬ ಗುರುದ್ರೋಹಿಯಯೆಂಬ ಶಬ್ದಕ್ಕರ್ಥ. ಅಂತಪ್ಪ ಭಿನ್ನಕ್ರೀಯನಳಿದು ಗುರುಲಿಂಗಾಂಗ ಸಂಬಂಧವ ಮಾಡಿದ ಭೇದವನಱಿದು ಲಿಂಗದಲ್ಲಿ ಭಿನ್ನವಳಿದಿಪ್ಪ ಶರಣನ ಸರ್ವಾಂಗವೆಲ್ಲಾ ಲಿಂಗಕಾಯವಾಗಿ, ಆ ಕಾಯದ ಸುಖಭೋಗಂಗಳ–ನೆಲ್ಲಾ ಲಿಂಗ ಮುಂತಾಗಿಯೇ ಭೋಗಿಸುತ್ತಿರ್ಪನಾಗಿ ಶರಣ ಲಿಂಗಭೋಗೋ–ಪಭೋಗಿಯೆಂಬುದೀಗ, ಲಿಂಗಭಾಜನದಲ್ಲಿ ಶರಣ ಸಹಭೋಜನವ ಮಾಡಿದ–ನೆಂಬ ಶಬ್ದಕ್ಕರ್ಥ. ಅಂತು ಲಿಂಗದಲ್ಲಿ ಭೇದವಳಿದು ಲಿಂಗಭೋಗೋಪಭೋ–ಗಿಯಾಗಿಪ್ಪ ಶರಣಂಗೆ ಇಹದ ಬಂಧನವಿಲ್ಲ, ಪರದ ಮೋಕ್ಷವಿಲ್ಲ. ಆ ಶರಣ ಪರಬ್ರಹ್ಮವೆ[2]ಯಪ್ಪನೆಂಬುದೀಗ ಸಹಭೋಜನವ ಮಾಡಿದಡೆ ಇಹಪರವಿಲ್ಲವೆಂಬ ಶಬ್ದಕ್ಕರ್ಥ.॥೧೪॥

ಅಂತು ವಚನ ೧೭೪ ಕ್ಕಂ ಮಂಗಳ ಮಹಾಶ್ರೀ

ಹಾ ೮೮ ಅಂತು ವಚನ ೧೭೪ ಕ್ಕಂ ಮಂಗಳ ಮಹಾಶ್ರೀ (ಸಾರ) A[1]

೪೫ ದೀಕ್ಷಾಗುರುಸ್ಥಲ

೧೭೫

ಹಸ್ತಾಬ್ಜಮಥನದಿಂದೊತ್ತಿ ಭಸ್ಮವ ಮಾಡಿ ಮತ್ತೆ ಪಂಚಾಕ್ಷರಿಯ ಮಱುಜವಣೆ– –ಯಂ ಚಿತ್ತಶ್ರೋತ್ರದೊಳು ಮತ್ತೆ ಧಾರೆಯ ನೆಱಿ[1]ಯೆ–ಸತ್ಯವಿದು–ನಿನ್ನಂತೆ ರಾಮನಾಥಾ.

ಟೀ। ಶ್ರೀಗುರು ಶಿಷ್ಯನ ಮಸ್ತಕದಲ್ಲಿ ಹಸ್ತವನಿರಿಸಿ ಚಿತ್ಕಲೆಯ ಪ್ರಭಾವಿಸಿ ತೆಗೆದು, ಆ ಕಲೆಯ ಪ್ರಣವಮಂತ್ರ ಸ್ವರೂಪವ ಮಾಡಿ ಶ್ರೋತ್ರಮುಖದಿಂದ ಆತ್ಮನ ಚಿತ್ತದೊಳು

ಕೂಡಿಸಲು ಆ ಕ್ಷಣವೇ ಶಿಷ್ಯ ಲಿಂಗವಾದನು. ಇದು ಸತ್ಯವೆಂಬುದೀಗ ವಚನದ ತಾತ್ಪರ್ಯಾರ್ಥ.॥೧॥

೪೬ ಶಿಕ್ಷಾಗುರುಸ್ಥಲ

೧೭೬

ಎಡದ ಕೈಯ್ಯಲ್ಲಿ ಹಾಲ ಬಟ್ಟಲು, ಬಲದ ಕೈಯ್ಯಲ್ಲಿ ಓಜುಗಟ್ಟಿಗೆ. ಆವಾಗ ಬಂದಾನೋ, ನಮ್ಮಯ್ಯ; ಬಡಿದು ಹಾಲ ಕುಡಿಸುವ ತಂದೆ, ಆವಾಗ ಬಂದಾನೋ? ದಂಡಕ್ಷೀರದ್ವಯಹಸ್ತಂ ಜಂಗಮಂ ಭಕ್ತಿಮಂದಿರಂ. ಅತಿಭಕ್ತಿ ಲಿಂಗಸಂತುಷ್ಟಂ ಅಪಹಾಸ್ಯಂ ಯಮದಂಡನಂ. ಇದು ಕಾರಣ ಕೂಡಲ ಸಂಗಮದೇವಯ್ಯ ಭಕ್ತಿಯ ಪಥವ ತೋಱುವ ತಂದೆ.

ಟೀ। ದೇಹೇಂದ್ರಿಯಂಗಳ ಗುಣವ ಬಿಡಿಸಿ ಶಿಕ್ಷಾ ಗುರುವಾಗಿ, ಜ್ಞಾನಾಮೃತವನೆಱೆದು ಮೋಕ್ಷಗುರುವಾಗಿ, ಇಂತಪ್ಪ ಜಂಗಮದಲ್ಲಿ ವಿಶ್ವಾಸವಿಲ್ಲದಿರ್ದಡೆ ಯಮದಂಡನೆ ಎಂಬುದಕ್ಕೆ ಸಾಕ್ಷಿ॥

ದಂಡಕ್ಷೀರದ್ವಯಾಹಸ್ತಂ ಜಂಗಮಂ ಭಕ್ತಿಮಂದಿರಂ।
ಅತಿ ಭಕ್ತಿ ಲಿಂಗಸಂತುಷ್ಟಂ ಅಪಹಾಸ್ಯಂ ಯಮದಂಡನಂ॥

ಎಂದುದಾಗಿ ಜಂಗಮವು ಭಕ್ತನ ಮನೆಗೆ ಬಹರೆ ಒಂದು ಕೈಯ್ಯಲ್ಲಿ ಪ್ರಸಾದವು, ಒಂದು ಕೈಯ್ಯಲ್ಲಿ ಶಾಸ್ತಿ– ಈ ಎರಡನು ಹಿಡಿದುಕೊಂಡು ಬಹನು. ಅತಿಭಕ್ತಿಯಂ ಮಾಡಿದಡೆ ಪ್ರಸಾದಮಂ ಕೊಡುವನು. ಅಪಹಾಸ್ಯವನಾಡಿದಡೆ ಯಮ–ದಂಡಣತಿಗಿಕ್ಕುವನು. ತ್ರಿವಿಧ ಪದಾರ್ಥವ ಕೈಕೊಂಡು ಪ್ರಸಾದವ ಕರುಣಿಸಿ ಮುಕ್ತಿಯ ಕೊಡುವ [1]ಅವಾಂಚ[1] ಆವಾಗ ಬಂದಾನೋ ಎಂಬ ಮೋಕ್ಷಾಪೇಕ್ಷೆಯ ಚಿಂತೆಯ ನೆನಹಿನಲ್ಲಿರ್ದ ಬಸವಣ್ಣನೆಂಬುದೀ ವಚನಾರ್ಥ.॥೨॥

೧೭೭

ಆತ್ಮಶುದ್ಧಿ ಗುರು ಕರ ಮಸ್ತಕದಲ್ಲಿ ನ್ಯಸ್ತ[2]ವಾದಂದೆ. ಸ್ಥಾನಶುದ್ಧಿ ಶಿವಲಿಂಗವಿರ್ದು[3] ಅವಿಮುಕ್ತ[4]ಕ್ಷೇತ್ರವಾಗಿ; ದ್ರವ್ಯಶುದ್ಧಿ ಶಿವಲಿಂಗ ಸನ್ನಿಧಿಮಾತ್ರ ಪವಿತ್ರಾಮೃತವಾಗಿ; ಮಂತ್ರಶುದ್ಧಿ ಹರಮಂತ್ರಮಯವಾಗಿ; ಲಿಂಗಶುದ್ಧಿ ಲಿಂಗವು ನಿರ್ಮಳ ನಿರುಪಮ ನಿತ್ಯಸತ್ಯವಾಗಿ; ಪಂಚಶುದ್ಧಿಯಿದೆಂದಱಿದು ಪ್ರಾಣಲಿಂಗ ಸಂಬಂಧಿಯಪ್ಪುದೆ ಆಗಮ; ಬೇಱಾಗಮವಿಲ್ಲ ಉರಿಲಿಂಗಪೆದ್ದಿಪ್ರಿಯ ವಿಶ್ವೇಶ್ವರಾ.

ಟೀ। ಶ್ರೀಗುರು ಹಸ್ತವ ಮಸ್ತಕದಲ್ಲಿರಿಸಿದಾಗವೆ ಆತ್ಮಶುದ್ಧಿ; ಲಿಂಗವಿದ್ದುದೆ ಮುಕ್ತಿಕ್ಷೇತ್ರ; ಲಿಂಗ ನಿರೀಕ್ಷಣೆಯಿಂದವೆ ದ್ರವ್ಯಶುದ್ಧಿ. ಗುರು ಪೇಳಿದ ಕರ್ಣಮಂತ್ರದಿಂದವೆ

ಮಂತ್ರಕಾಯವಾಯಿತ್ತು. ಗುರುಮುಟ್ಟಿ ಶಿಲಾಭಾವವಳಿದು ಶಿವಕಳೆಯ ಭಾವಿಸಿ ಕರಸ್ಥಲದಲ್ಲಿ ಕೊಟ್ಟುದೆ ಪ್ರಾಣಲಿಂಗ. ಇಂತಪ್ಪ ಗುರು[3]ಮಂತ್ರ[3]ಕ್ರೀಯಿಂದಾದ ಪ್ರಾಣಲಿಂಗ ಸಂಬಂಧವಪ್ಪ ವೀರಶೈವನ ಪಂಚಶುದ್ಧಿಯಿದಲ್ಲದೆ ಬೇಱೆ ಆಗಮ ಶ್ರುತಿಮತವಿಡಿದು ಬೇಱೆ ಪಂಚಶುದ್ಧಿಯ ಮಾಡಲಿಲ್ಲ ವೀರಶೈವಂಗೆಂಬುದೀ ವಚನಾರ್ಥ.॥೩॥

೧೭೮

ಅಂಗದ ಮೇಲಣ ಲಿಂಗ ಹಿಂಗಿದಡೆ ಪ್ರಥಮಪಾತಕ. [1]ಭವಿಪಾಕವನುಂಡರೆ ಎರಡನೆಯ ಪಾತಕ. [1][ಪ್ರತಿಮಾ]ದಿಗಳಿಗೆ ಎಱಗಿದರೆ ಮೂಱನೆಯ ಪಾತಕ[1]. ಪ್ರಸಾದ ಸಂಬಂಧವನಱಿಯದಿದ್ದರೆ ನಾಲ್ಕನೆಯ ಪಾತಕ. ಕಾಯದ ಜೀವದ ಸಂದು ಬಿಚ್ಚುವಲ್ಲಿ ಪ್ರಾಣವಲಿಂಗದಲ್ಲಿ ನಿಕ್ಷೇಪವ ಮಾಡದಿರ್ದಡೆ ಐದನೆಯ ಪಾತಕ. ಇದು ಕಾರಣ ಕೂಡಲ ಚೆನ್ನಸಂಗಮದೇವಾ, ಪಂಚ ಮಹಾಪಾತಕವ ಕಳೆದಲ್ಲದೆ ಶರಣನಲ್ಲಾ.

ಟೀ। ದೇಹಭಾವವಳಿದು ಬ್ರಹ್ಮದಲ್ಲಿ ಕೂಡದೆ, ಪ್ರಸಾದವೇ ಪರವೆಂದಱಿಯದೆ [2][ಪ್ರತಿಮಾ]ದಿ[2]ಗಳಿಗೆಱಗಿದರೆ, ಭವಿಪಾಕಕ್ಕೆಳಸಿದರೆ, ಅಂಗದ ಮೇಲಣ ಲಿಂಗ ಹಿಂಗಿದರೆ ಪಂಚಮಹಾಪಾತಕ. ಇವ ತಿಳಿಯಬೇಕೆಂಬುದೀ ವಚನಾರ್ಥ.॥೪॥

೧೭೯

ನಿಮ್ಮ ಭಕ್ತರ ಕಂಡು ಉದಾಸೀನವ ಮಾಡಿದರೆ ಒಂದನೆಯ ಪಾತಕ. ನಿಮ್ಮ ಭಕ್ತರ ಸಮಯೋಚಿತವನಱಿದಿರ್ದಡೆ ಎರಡನೆಯ ಪಾತಕ. ನಿಮ್ಮ ಭಕ್ತರ ಸಕಲ ರತಿಗೆ ಸಲ್ಲದಿರ್ದಡೆ ಮೂಱನೆಯ ಪಾತಕ. ನಿಮ್ಮ ಭಕ್ತರೊಡನೆ ಮಾಱುತ್ತರವ ಕೊಟ್ಟಡೆ ನಾಲ್ಕನೆಯ ಪಾತಕ. ನಿಮ್ಮ ಭಕ್ತರಿಗೆ ಮಾಡಿದೆನೆಂದು ಮನದಲ್ಲಿ ಹೊಳೆದರೆ ಐದನೆಯ ಪಾತಕ. ಇಂತೀ ಪಂಚಮಹಾಪಾತಕವ ಕಳೆದಲ್ಲದೆ ನಮ್ಮ ಕೂಡಲ ಚೆನ್ನಸಂಗನ ಹೊದ್ದಬಾರದು.

ಟೀ। ನಿಮ್ಮ ಭಕ್ತರಿಗೆ ಉದಾಸೀನವ ಮಾಡಿದರೆ, ಸಮಯೋಚಿತವ ನಡಸದಿರ್ದಡೆ, ಮಾಱುತ್ತರವ ಕೊಟ್ಟರೆ, ಅವರ ಪ್ರಿಯ್ಯವ ಸಲಿಸದಿರ್ದರೆ, ಮಾಡಿದೆನೆಂಬುದು ಮನದಲ್ಲಿ ಹೊಳೆದರೆ-ಇಂತೀ ಗುಣವಿರ್ದರೆ ಪಂಚಮಹಾಪಾತಕ. ಇಂತೀ ಪಂಚಮಹಾಪಾತಕವ ಮೀಱಿದ ಶರಣನೆಂಬುದೀ ವಚನಾರ್ಥ.॥೫॥

೧೮೦

ಅಜ್ಞಾನವೆಂಬ ಕಾಳಿಕೆವಿಡಿದ ಮನದವಲೋಹಕ್ಕೆ ಗುರು [1] ಕಾರಕ [1] ನಾದ ಪರಿಯ ನೋಡಿರೇ, ಒಮ್ಮೆ ಕರಗಿ, ಒಮ್ಮೆ ಕಾಸಿ, ಒಮ್ಮೆ ಬಣ್ಣವಿಟ್ಟು ಎನ್ನ ಮನದ ವಲೋಹವ ಕಳೆದನಯ್ಯಾ, ಕೂಡಲ ಚೆನ್ನಸಂಗಯ್ಯಾ, ನಿಮ್ಮ ಶರಣ ಬಸವಣ್ಣನು.

ಟೀ। ಶ್ರೀ ಗುರು ಶಿವದೀಕ್ಷೆಯಿಂದ ಮನದ ಅಜ್ಞಾನವ ಕಳೆದು ಅಂಗದ ಮೇಲೆ ಲಿಂಗ[1]ಸಾಹಿತ್ಯವ ಮಾಡಿ ಶರಣನೆನಿಸಿದನೆಂಬುದೀ ವಚನಾರ್ಥ.॥೬॥

೪೭ ಜ್ಞಾನಗುರುಸ್ಥಲ

೧೮೧

ತಡಿನೆಲೆಯಿಲ್ಲದ ಮಹಾನದಿಯಲ್ಲಿ ಒಡಲಿಲ್ಲದ ಅಂಬಿಗ ಬಂದಿದಾನೆ. ಹಿಡಿವ ಬಿಡುವ ಮನವ ಬೆಲೆಗೊಟ್ಟರೆ ಗಡಣವಿಲ್ಲದೆ ಹಾಯಿಸುವೆ ಹೊಳೆಯನು. ನುಡಿಯಿಲ್ಲದ ನಿಸ್ಸೀಮ ಗ್ರಾಮದಲ್ಲಿರಿಸುವೆನೆಂದಾತನಂಬಿಗ ಚೌಡಯ್ಯಾ.

ಟೀ। ಬ್ರಹ್ಮ, ವಿಷ್ಣು ಮೊದಲಾದ ಮನುಮುನಿದೇವತಾದಿಗಳಾರೂ ಎಯ್ದಬಾರದೆ -ಯಿರ್ದಂಥಾ ಭವವೆಂಬ ಸಮುದ್ರದಲ್ಲಿ ಆಳುತ್ತ ಏಳುತ್ತ ಬೇಕು ಬೇಡವೆಂದು ಹಿಡಿವುತ್ತ ಬಿಡುತ್ತಿರ್ಪ ಜೀವರ ಮನದ ಅಜ್ಞಾನವನತಿಗಳೆದ ಆಯಾಸವಿಲ್ಲದೆ, ಕಾಯವಿಲ್ಲದ ಅಕಾಯ ಚೈತನ್ಯನಪ್ಪ ಶ್ರೀಗುರು, ಆನು–ನೀನೆಂಬ ಮೋಹಭ್ರಾಂತಿಯ ಪುಟ್ಟಿಸುವ ಶಬ್ದಸಂದಣಿಯ ಹಂಗ ಹಱಿದು ಅಖಂಡ ಬ್ರಹ್ಮಸ್ವರೂಪನ ಮಾಡಿದನೆಂಬುದೀ ವಚನಾರ್ಥ.॥೭॥

೧೮೨

ಅಂದಾದಿಬಿಂದುವಿನೊಳೊಂದಿದ ಹುಟ್ಟನು, ಆ ಹುಟ್ಟನೆ ಹಿಡಿದು ಅಂದಭಂದದಲ್ಲಿ ತೊಳಸಿಯಾಡುತ್ತೈದಾರೆ ಜಗವೆಲ್ಲ. ಅಂದಗೆಟ್ಟವರೆಲ್ಲ ಬಂದೇಱಿ ಹಱುಗೋಲ ಒಂದೆ ಹುಟ್ಟಿನಲ್ಲಿ ಇಳುಹುವೆನೆಂದಾತನಂಬಿಗ ಚೌಡಯ್ಯ

ಟೀ। ಅಂದಾದಿಬಿಂದುವೆಂದರೆ ಮಹಾಲಿಂಗವೆಂಬ ಪರಿ. ಅಂತು ಮಹಾಲಿಂಗವು ತನ್ನ ಲೀಲೆಯಿಂದ ತನ್ನ ತದಾಂಶವಾದ ಆತ್ಮನ ಬೇರ್ಪಡಿಸಿ ನಾನಾತ್ವವನೆಯ್ದಿಸಿ ಪರಿಚ್ಛಿನ್ನಾತ್ಮನ ಮಾಡಿ ಭವದಲ್ಲಿ ಹುಟ್ಟಿಸಲು, ಅಂತಪ್ಪ ಆತ್ಮರು ತಮ್ಮ ನಿಜವ ಮಱೆದು ಅಜ್ಞಾನವೆಡೆಗೊಂಡು ದೇಹೋऽಹಂ ಎಂದು ದೇಹೇಂದ್ರಿಯ ಕರಣಂಗಳ ಸುಖವ ಮಚ್ಚಿ, ಸತ್ತುಹುಟ್ಟುತ್ತಿಹ ದೇಹಿಗಳೊಳಗೆ, ಸಮ್ಯಜ್ಞಾನ ಉದಯವಾಗಿ ತನ್ನ ನಿಜವನಱಿದು ಜೀವಭಾವವಳಿದು ಶಿವಭಾವಕ್ರೀಯ ಮುಂದುಗೊಂಡಿರ್ದ ಶರಣನ ಅಂತರ್ಗತವಾಗಿರ್ದ ಚಿಲ್ಲಿಂಗವ ಬಹಿಷ್ಕರಿಸಿ ಅಂಗದ ಮೇಲೆಯಿರಿಸಿ, ಮುಕ್ತನ ಮಾಡಿದ ಶ್ರೀ ಗುರುವೆಂಬುದೀ ವಚನಾರ್ಥ.॥೮॥

೧೮೩

ಸಾವಜೀವಕ್ಕೆ ಗುರು ಬೇಡ. ಸಾಯದ ಜೀವಕ್ಕೆ ಗುರು ಬೇಡ. ಗುರುವಿಲ್ಲದೆ ಕೂಡಲೂಬಾರದು. ಇನ್ನಾವ ಠಾವಿಂಗೆ ಗುರುಬೇಕು. ಸಾವ-ಜೀವ ಸಂಬಂಧದ ಠಾವ ತೋಱಬಲ್ಲಡಾತನೆ ಗುರು, ಗೋಹೇಶ್ವರಾ.

ಟೀ। ಸತ್ತು ಹುಟ್ಟುತ್ತಿಹ ದೇಹಿಗಳಿಗೆ ಗುರುಕರುಣವೆಡೆಗೊಳ್ಳದು. ಮತ್ತೆ ಗುರುಕರುಣವೆಂತೆಂದಡೆ ಜನನ ಮರಣವ ತ್ಯಜಿಸಿ ಜೀವಾತ್ಮನೆಂಬ ಅಂಗದಲ್ಲಿ ಚೈತನ್ಯವಾಗಿರ್ಪ ಪರಮ ಕಳೆಯಂ ತೆಗೆದು ಅಂಗದ ಮೇಲೆ ಸಾಹಿತ್ಯವ ಮಾಡಿ ಜೀವನ ಅಖಂಡ ಚಿತ್ಪ್ರಭಾ ಲಿಂಗವ ಮಾಡಿ ತೋಱಿದ ಗುರುವೆಂಬುದೀ ವಚನದ ತಾತ್ಪರ್ಯಾರ್ಥ.॥೯॥

೧೮೪

ಎಸವಿನ ಗುರು ಹೋಗಿ ಶಿಶುವೇಧೆಯ ಮಾಡಿದ, ಶಿಶು ಹೋಗಿ ಮರಳಿ ಗುರುವ ಕೊಂದೆಡೆಯ ಹೆಸರುಗೊಂಬ ಅಣ್ಣಗಳು ನೀವು ಹೇಳಿರೇ : ಇವರಿಬ್ಬರೂ ಸತ್ತ ಠಾವನೊಬ್ಬರೂ ಅಱಿಯರು, ಎರಡೂ ನಿರ್ವಯಲೆಂದಾತನಂಬಿಗ ಚೌಡಯ್ಯಾ.

ಟೀ। ದಿಗ್ದೆಸೆಗಳನೊಳಕೊಂಡಿಪ್ಪ ಅಖಂಡ ಚಿತ್ಪ್ರಕಾಶವೇ ಗುರುಮೂರ್ತಿಯಾಗಿ ಬಂದ ಶಿಷ್ಯ ಕಾರಣ ಎಂಬುದೀಗ, ಎಸವಿನ ಗುರು ಹೋಗಿಯೆಂಬ ಶಬ್ದಕ್ಕರ್ಥ. ಅಂತು ಗುರು ಕರುಣಿಸಿ ಶಿಷ್ಯನ ಜೀವತ್ವವನಳಿದು ಆ ಶಿವತತ್ತ್ವವ ಮಾಡಿದನೆಂಬುದೀಗ, ಎಸವಿನ ಗುರು ಹೋಗಿ ಶಿಶುವೇಧೆಯ ಮಾಡಿದನೆಂಬ ಶಬ್ದಕ್ಕರ್ಥ. ಅಂತು ಜೀವನ ಧರ್ಮವಳಿದು ಶಿವ ತಾನೆಂದಱಿದ ಶಿಷ್ಯನು ಗುರುವೆಂಬ ಲಕ್ಷ್ಯದ ಭಿನ್ನವಳಿದು ಅಭಿನ್ನಜ್ಞಾನಿಯಾಗಿರ್ದನೆಂಬುದೀಗ, ಶಿಶು ಹೋಗಿ ಮರಳಿ ಗುರುವ ಕೊಂದೆಡೆಯ ಎಂಬ ಶಬ್ದಕ್ಕರ್ಥ. ಇಂತಪ್ಪ ಗುರು-ಶಿಷ್ಯರಿಬ್ಬರೂ ಸತ್ತುವಪ್ಪ ಪರಬ್ರಹ್ಮವೆಯಾಗಿಪ್ಪರು. ಅಂತಪ್ಪ ಪರಬ್ರಹ್ಮದ ನಿಲವ ಗುರು-ಶಿಷ್ಯರೆಂಬ ನಾಮರೂಪುವಿಡಿದಱಸುವ ಭಿನ್ನಜ್ಞಾನಿಗಳಱಿಯರೆಂಬುದೀಗ, ಹೆಸರುಗೊಂಬ ಅಣ್ಣಗಳು, ನೀವು ಹೇಳಿರೇ; ಇವರಿಬ್ಬರೂ ಸತ್ತ ಠಾವ ಒಬ್ಬರೂ ಅಱಿಯರು, ಎರಡೂ ನಿರ್ವಯಲೆಂದಾತನಂಬಿಗ -ಚೌಡಯ್ಯ ಎಂಬ ಶಬ್ದಕ್ಕರ್ಥ.॥೧೦॥

೧೮೫

ಭಾವಕ್ಕೆ ಇಂಬಿಲ್ಲ, ಶಬ್ದ ಮಿಾಸಲು ನೋಡಾ! ನುಡಿಗೆ ಎಡೆಯಿಲ್ಲ, ಎಡೆಗೆ ಕಡೆಯಿಲ್ಲ, ಗೋಹೇಶ್ವರನೆಂಬ ಲಿಂಗ ವೇದಿಸಲೊಡನೆ!

ಟೀ। ಲಿಂಗಾಂಗ ಸಂಬಂಧಿಯಾದಾ ಕ್ಷಣವೆ ಶರಣನಂಗ ಮನ ಭಾವಂಗಳೊಳ ಹೊಱಗೆ ಪರಿಪೂರ್ಣವಾಗಿ ಮಹಾಘನಲಿಂಗವಿಂಬುಗೊಂಡು, ಲಿಂಗಾಂಗವೆಂಬ

ಭೇದವಳಿದು, ಕಡೆ ಮೊದಲಿಲ್ಲದ ಮಹಾಘನಲಿಂಗವೆಯಾದ ಶರಣನು ತನ್ನ ನಿಜವ ಕುಱುಹಿಟ್ಟು ನುಡಿದು ಹೇಳಬಾರದಾಗಿ ನಿಶ್ಶಬ್ದಬ್ರಹ್ಮವೆಯಾಗಿರ್ದ ಶರಣನೆಂಬುದೀಗ ತಾತ್ಪರ್ಯಾರ್ಥ.॥೧೧॥

೧೮೬

ಗುರುವನು ಶಿಷ್ಯನಱಸಲೆಂದು ಹೋದರೆ ತಾನೆ ಗುರುವಾದ, ತಾನೆ ಶಿಷ್ಯನಾದ, ತಾನೆ ಲಿಂಗವಾದ. ಗೋಹೇಶ್ವರಾ, ನಿಮ್ಮ ಶರಣನ ಕಾಯದ ಕೈಯ್ಯಲ್ಲಿ ಲಿಂಗವ ಕೊಟ್ಟಡೆ ಭಾವ ಬತ್ತಲೆಯಾಯಿತ್ತು.

ಟೀ। ಶ್ರೀಗುರುತತ್ತ್ವದೊಳಗೆ ತನ್ನ ಮಱೆದು ವಿಶ್ರಾಂತಿಯನೆಯ್ದಿದ ಶಿಷ್ಯನು ತಾನೆ ಗುರುವಾಗಿ, ಆ ಶಿಷ್ಯನ ಭಾವದೊಳಗೆ ಆ ಗುರು ತನ್ನ ಮಱೆದು ವಿಶ್ರಾಂತಿಯನೆಯ್ದಿದ -ನಾಗಿ ಆ ಗುರು ತಾನೆ ಶಿಷ್ಯನಾದನೆಂಬುದೀಗ, ಗುರು-ಶಿಷ್ಯ ಸಂಬಂಧವನಱಸಲೆಂದು ಹೋದರೆ ತಾನೆ ಗುರುವಾದ ತಾನೆ ಶಿಷ್ಯನಾದನೆಂಬ ಶಬ್ದಕ್ಕರ್ಥ. ಆ ಗುರುತತ್ತ್ವವು, ಆ ಶಿಷ್ಯನು ತಮ್ಮೊಳಗೇಕರಸವಾಗಿ ಲಿಂಗದೊಳಗೆ ಸಾಮರಸ್ಯವದೆಯ್ದಿದ ಕಾರಣದಿಂ ತಾನೆ ಲಿಂಗವಾದನೆಂಬ ಶಬ್ದಕ್ಕರ್ಥ. ಇಂತಪ್ಪ ಶರಣನ ಕರಸ್ಥಲಕ್ಕೆ ಲಿಂಗವು ಬರಲು ಆನು ಶರಣನು, ಇದು ಲಿಂಗವೆಂಬು- -ಭಯಭಾವ ಲಜ್ಜೆಯುಳಿದು ನಿರ್ಭಾವವಾಯಿತ್ತೆಂಬುದೀಗ, ಗೋಹೇಶ್ವರಾ, ನಿಮ್ಮ ಶರಣನ ಕಾಯದ ಕೈಯಲ್ಲಿ ಲಿಂಗವ ಕೊಟ್ಟಡೆ ಭಾವ ಬತ್ತಲೆಯಾಯಿತ್ತೆಂಬ ಶಬ್ದಕ್ಕರ್ಥ.॥೧೨॥

೪೮ ಕ್ರಿಯಾಲಿಂಗಸ್ಥಲ

೧೮೭

ಪ್ರಣವಮಂತ್ರವ ಕರ್ಣದಲ್ಲಿ ಹೇಳಿ, ಶ್ರೀಗುರು ಅಂಗದ ಮೇಲೆ ಲಿಂಗಪ್ರತಿಷ್ಠೆಯ ಮಾಡಿದ ಬಳಿಕ, ಒಳಗೆ ಲಿಂಗವಿಪ್ಪುದೆಂಬ ಪಂಚಮಹಾಪಾತಕರ ನುಡಿಯ ಕೇಳಲಾಗದು ಒಳಗಿಪ್ಪನೇ ಲಿಂಗದೇವನು? ಮಲಮೂತ್ರದ ಮಾಂಸದ ಹೇಸಿಕೆಯೊಳಗೆ ಪ್ರಾಣವಿಪ್ಪುದಲ್ಲದೆ ಲಿಂಗವಿಪ್ಪುದೆ? ಆ ಪ್ರಾಣವ ತಂದು ತನ್ನ ಇಷ್ಟಲಿಂಗದಲ್ಲಿರಿಸಿ ನೆರೆಯಬಲ್ಲಾತನೆ ಪ್ರಾಣಲಿಂಗ ಸಂಬಂಧಿ. ತನ್ನ ಇಷ್ಟಲಿಂಗದಲ್ಲಿ ದಾಸೋಹವ ಮಾಡಲಱಿಯದೆ ಹಲವು ಬಳಕೆಯ ಬಳಸುವ ಮಿಟ್ಟೆಯ ಭಂಡರನೆನಗೆ ತೋಱದಿರು ಕೂಡಲ ಚೆನ್ನಸಂಗಯ್ಯಾ.

ಟೀ। ಶ್ರೀಗುರುಕರುಣವ ಪಡೆದು ಅಂಗದ ಮೇಲೆ ಲಿಂಗಸಂಬಂಧವಾಗಿ ಆ ಲಿಂಗದಲ್ಲಿ ಪ್ರಾಣ ಸಮರಸವಾದಡೆ ಅದೇ ಪ್ರಾಣಲಿಂಗ ಸಂಬಂಧ. ಇದಲ್ಲದೆ

ಲಿಂಗಧಾರಣಮಾತ್ರದಿಂದ ಪ್ರಾಣಲಿಂಗಸಂಬಂಧಿಗಳೆಂಬ ನುಡಿ ಮಿಥ್ಯೆಯೆಂಬುದೀ ವಚನಾರ್ಥ.॥೧೩॥

೧೮೮

ಸಾಕಾರವಿಡಿದು ಅರ್ಚನೆ ಪೂಜನೆಯ ಮಾಡುವುದಲ್ಲದೆ ನಿರಾಕಾರವ ನಂಬಲಾಗದು. ಶ್ರೀಗುರುಲಿಂಗವು ಪ್ರಾಣಲಿಂಗವನು ಕರಸ್ಥಲದಲ್ಲಿ ಬಿಜಯಂಗೆಯ್ಸಿ ಕೊಟ್ಟ ಬಳಿಕ ವಜ್ರದಲ್ಲಿ ಬಯಲನಱಸಲುಂಟೆ, ಉರಿಲಿಂಗ ಪೆದ್ದಿ ಪ್ರಿಯ ವಿಶ್ವೇಶ್ವರಾ.

ಟೀ॥ ಶ್ರೀಗುರು ಪ್ರಾಣಲಿಂಗವ ಇಷ್ಟಲಿಂಗವ ಮಾಡಿ ಕರಸ್ಥಲಕ್ಕೆ ತಂದು ಕೊಡಲು, ಆ ಲಿಂಗದಲ್ಲಿ ಅಭಿನ್ನಭಾವ ಘಟಿಸಿ ಲಿಂಗಾರ್ಚನೆಯ ಮಾಡುವ ಶರಣನ ಪ್ರಾಣವೆಲ್ಲಾ ಲಿಂಗವಾಯಿತ್ತಾಗಿ ಬೇಱೆ ಲಿಂಗವನಱಸಲಿಲ್ಲವೆಂಬುದೀ ವಚನಾರ್ಥ.॥೧೪॥

೧೮೯

ಕಾಣದುದನಱಸುವರಲ್ಲದೆ ಕಂಡುದನಱಸುವರೇ ಹೇಳಾ! ಘನಕ್ಕೆ ಘನವಾದ ವಸ್ತು ತಾನೆ ಶ್ರೀ ಗುರುವಾದ, ತಾನೆ ಲಿಂಗವಾದ, ತಾನೆ ಜಂಗಮವಾದ, ತಾನೆ ಪ್ರಸಾದವಾದ, ತಾನೆ ಮಂತ್ರವಾದ, ತಾನೆ ಯಂತ್ರವಾದ, ತಾನೆ ಸಕಲ ವಿದ್ಯಾಸ್ವರೂಪನಾದ. ಇಂತಿವೆಲ್ಲವನೊಳಕೊಂಡು ಲಿಂಗವಾಗಿ ಎನ್ನ ಕರಸ್ಥಲಕ್ಕೆ ಬಂದ ಇನ್ನು ನಿರ್ವಿಕಾರ ಗೋಹೇಶ್ವರಾ.

ಟೀ॥ ಕಾಣಬಾರದುದನಱಸಿ ಕಾಣೆನೆಂದು ಬಳಲಬೇಡ. ಕಾಣಬಂದ ಶ್ರೀಗುರು ಮುಂದೆ ಪ್ರತ್ಯಕ್ಷವಾಗಿರುತ್ತಿರಲು ಅಲ್ಲಿಯೇ ಕಾಣದುದ ಕಂಡುಕೊಂಬುದೀಗ, ಕಾಣದುದ ನಱಸುವರಲ್ಲದೆ ಕಂಡುದನಱಸುವರೇ ಹೇಳಾ! ಎಂಬ ಶಬ್ದಕ್ಕರ್ಥ. ಅಂತಪ್ಪ ಶ್ರೀಗುರು ತಾನೆ ಶಿಷ್ಯನ ಮೇಲಣ ಕರುಣದಿಂದ ಗುರುವಾಗಿ ದೀಕ್ಷೆಯ ಕೊಟ್ಟು, ಲಿಂಗವಾಗಿ ಪೂಜೆಗೊಂಡು, ಜಂಗಮವಾಗಿ ಬಂದು ಬೋಧಿಸಿ, ಪ್ರಸಾದವಾಗಿ ಬಂದು ಪರಿಣಾಮವ ತೋಱಿ, ಮಂತ್ರರೂಪಿಂದ ಷಡಕ್ಷರಿಸ್ವರೂಪನಾಗಿ ಬಂದು, ಅಂತರಂಗದಲ್ಲಿ ನೆಲೆಗೊಂಡು ಯಂತ್ರವಾಗಿ ಸಕಲಕ್ರೀಗಳಲ್ಲಿ ನೆಲಸಿ, ಸಕಲವಿದ್ಯಾಸ್ವರೂಪನಾಗಿ ಬಂದು ಮಹಾನುಭಾವದೊಳಗೆ ನೆಲೆಗೊಂಡು, ಇಂತು ಸರ್ವಾಂಗ ಲಿಂಗಸ್ವಾಯತವಾಗಿ, ಸರ್ವಾಂಗವಿಕಾರವಳಿದು ನಿರ್ವಿಕಾರವಾಯಿತ್ತೆಂಬುದೀ ವಚನದ ತಾತ್ಪರ್ಯಾರ್ಥ.॥೧೫॥

೪೯ ಭಾವಲಿಂಗಸ್ಥಲ

೧೯೦

ತಮ್ಮ ತಮ್ಮ ಭಾವಕ್ಕೆ ಕೊರಳಲ್ಲಿ ಕಟ್ಟಿ ಕೊಂಬರು. ತಮ್ಮ ತಮ್ಮ ಭಾವಕ್ಕೆ ಉಡಿಯಲ್ಲಿ ಕಟ್ಟಿ ಕೊಂಬರು. 'ನಾ ನನ್ನ ಭಾವಕ್ಕೆ ಪೂಜಿಸಹೋದರೆ ಕೈ ತಪ್ಪಿ ಮನದಲ್ಲಿ 'ಸಿಲುಕಿತ್ತು' ಎನ್ನ ಲಿಂಗವು, ಸಾಧಕನಲ್ಲ, ಭೇದಕನಲ್ಲ, ಗೋಹೇಶ್ವರಲ್ಲಯ್ಯಾ ತಾನೆ ಬಲ್ಲಾ.

ಟೀ। ಎಲ್ಲರೂ ಲಿಂಗವ ಧರಿಸಿಕೊಂಡು ಲಿಂಗಾರ್ಚನೆಯ ಮಾಡುವ ಪರಿಯಲ್ಲ–ಶಿವಯೋಗಿಯ ಪರಿ. ಮತ್ತೆಂತೆಂದಡೆ ಮನಮುಟ್ಟಿ ಪೂಜಿಸಹೋಗಿ ಆ ಮನವೇ ಲಿಂಗವೆಂದಱಿದು ಅಸಾಧ್ಯ ಸಾಧಕನಾಗಿಪ್ಪ ಕಾರಣ ನಾ ನನ್ನ ಭಾವಕ್ಕೆ ಪೂಜಿಸಹೋದರೆ ಕೈತಪ್ಪಿ ಮನದಲ್ಲಿ ಸಿಲುಕಿತ್ತೆನ್ನ ಲಿಂಗವೆಂಬ ಶಬ್ದಕ್ಕರ್ಥ. ಇಂತಪ್ಪ ಶಿವಯೋಗಿ ಅಭ್ಯಾಸಿಯಲ್ಲದೆ ನಿಜಯೋಗಿಯಾದ ಕಾರಣ ಸಾಧಕನಲ್ಲ, ಭೇದಕನಲ್ಲವೆಂಬುದೀ ವಚನದ ತಾತ್ಪರ್ಯಾರ್ಥ.॥೧೬॥

೧೯೧

ಎನ್ನ ಮನದ ಕೊನೆಯ ಮೊನೆಯ ಮೇಲೆ ಅಂಗವಿಲ್ಲದ ಲಿಂಗವ ಕಂಡೆ. ಕಂಡು ಬೆಱಗಾದೆ. ಆತನ ಕಂಡು ಬೆಱಗಾದೆ. ಅಂತರಂಗದ ಆತ್ಮನಲ್ಲಿ ಅನಿಮಿಷ ನಿಜೈಕ್ಯ ಗೋಹೇಶ್ವರಾ.

ಟೀ। ಮನ ಸನ್ನಹಿತವಾಗಿ ನಿಶ್ಚಲಭಾವದ ಅಗ್ರದೊಳಗೆ ಅಕಾಯಚೈತನ್ಯಲಿಂಗವನು ಜ್ಞಾನದೃಷ್ಟಿಯಿಂದ ಕಂಡು ನೋಡಿದ ನೋಟ ಎವೆ ಹೊಯ್ಯದೆ ಅನಿಮಿಷವಾಗಿ ಅಂತರಂಗದಲ್ಲಿ ಆ ಸುಖ ವಿಶ್ರಾಂತಿಯನೈದುತ್ತಿರಲು ಪ್ರಾಣಲಿಂಗಸಂಬಂಧ ಸನ್ನಹಿತವಾಯಿತ್ತೆಂಬುದೀ ವಚನಾರ್ಥ.॥೧೬॥

೧೯೨

ಎನ್ನ ಮನವು ನಿಮ್ಮಲ್ಲಿ ನಟ್ಟು ತೆಗೆಯಬಾರದ [1]ಬೆಱಗು ನೋಡಯ್ಯಾ ಇಹವೆಂಬುದನಱಿಯೆ, ಪರವೆಂಬುದನಱಿಯೆ, ಪರಮಾನಂದದಲ್ಲಿರ್ದೆ ನೋಡಯ್ಯಾ! ಪರಮಾ, ನಿನ್ನ ನೆನಹೇ ನೆನಹಾಗಿರ್ದೆ; ಪರಮಸುಖದಲ್ಲಿ ಸುಖಿಸುತ್ತಿರ್ದೆ ನೋಡಯ್ಯಾ! ಅಪ್ರತಿಮ ಕೂಡಲ ಚೆನ್ನಸಂಗಯ್ಯ ಎನ್ನ ಬೆಱಗಿನ ಭೇದವ ನೀನೆ ಬಲ್ಲೆಯಯ್ಯಾ.

ಟೀ। ಶರಣ ತನ್ನಂತರಂಗದೊಳಹೊಱಗೆ ಪರಿಪೂರ್ಣವಾಗಿಪ್ಪ ಅಖಂಡ ಚಿತ್ಪರಮ ಲಿಂಗವ ಶರಣನ ಮನವಱಿದು ಭಕ್ತಿರತಿಯಿಂದ ಬೆರೆದು ಭೇದವಳಿದು ಶರಣನೆಲ್ಲಾ ಲಿಂಗವೆಯಾಗಿ ಲಿಂಗಸುಖವ ಸುಖಿಸುತ್ತಿರ್ಪನು. ತಾನೆಲ್ಲಾ ಲಿಂಗವೆಂಬ ನೆನಹ ಮಱೆಯದೆ ಅಂತು ಶರಣ ಲಿಂಗವಾಗಿಪ್ಪುದ ಲಿಂಗವೇ ಬಲ್ಲನಲ್ಲದೆ ಮತ್ತಾರೂ ಅಱಿಯರು. ಅಂತು ಲಿಂಗವಾಗಿಪ್ಪ ಶರಣನಿರ್ದುದೆ ಕೈಲಾಸವಾದ ಕಾರಣ, ಆ ಶರಣನಿಹಪರವೆಂಬುದನಱಿಯನೆಂಬುದೀ ವಚನದ ತಾತ್ಪರ್ಯಾರ್ಥ.॥೧೮॥

೧೯೩

ಅರ್ಚನೆ ಆವರಿಸಿತ್ತಯ್ಯಾ; ಪೂಜನೆ ಪೂರಿತವಾಯಿತ್ತಯ್ಯಾ; ಅಜಪೆ ಅಕ್ಕಾಡಿತ್ತು. ಸಮತೆ ಪರಿಣಾಮಿಸಿತ್ತು. ನಿರ್ವಿಕಲ್ಪ ಸಂಧಾನವಾಯಿತ್ತು, ಮಹಾಲಿಂಗ ಕಲ್ಲೇಶ್ವರನ ನೆನವ ಭಾವಕ್ಕೆ.

ಟೀ। ಸಕಲ ಕ್ರೀಗಳು ಅಡಗಿ ಸೋಹಂ ಭಾವ ವಿಶ್ರಮಿಸಿ, ಅಱಿವು ಸಮರಸವಾಗಿ, ಮಹಾಲಿಂಗವಾಗಿ, ಆ ಲಿಂಗವ ನೆನೆವುತ್ತಿರ್ದ ಶರಣನ ಭಾವವು ಲಿಂಗವಾಯಿ-ತ್ತೆಂಬುದೀ ವಚನಾರ್ಥ.॥೧೯॥

೫೦ ಜ್ಞಾನಲಿಂಗಸ್ಥಲ

೧೯೪

ಸಂಜೆಯ ಮಂಜಿನ ಕಪ್ಪು, ಅಂಜಿದಡೆ ಶಂಕೆ [೧]ತದ್ರೂಪಾಗಿ [೨]ನಿಂದುತ್ತು[೨]. ಅದು ತನ್ನ ಭಾವದ ನಟನೆ ನಡೆವ[೩]ನ್ನಕ್ಕ ನಡೆಯಿತ್ತು. ಅದು ನಿಂದಲ್ಲಿಯೇ [೨]ನಿಂದುತ್ತು.[೨] ಅದಱಿಂತುವನಱಿದಡೆ ಹಿಂದೆ ಹುಸಿ; ಮುಂದೆ ಕೂಡಲ [ಚೆನ್ನ][+] ಸಂಗಮದೇವರ ನಿಲವು ತಾನೆ! [+]

ಟೀ। ಹಗಲಿನ ಇರುಳಿನ ಸಂದಿ ಸಂಜೆಯೆನಿಸಿದಂತೆ, ಆತ್ಮನ ಅಱಿವು, ಆ ದೇಹದ ಮಱವೆ–ಎರಡಱ ಸಂಗದ ಸಂದಿಯಲ್ಲಿ ಮನವೆಂಬ ಅಜ್ಞಾನ ಹುಟ್ಟಿತ್ತೆಂಬುದೀಗ, ಸಂಜೆಯ ಮಂಜಿನ ಕಪ್ಪುಯೆಂಬ ಶಬ್ದಕ್ಕರ್ಥ. ಅಂತಪ್ಪ ಮನದಿಂದ ದೇಹೋಽಹಂ ಎಂದು ಭವಭೀತಿಯ ಶಂಕೆದೋಱೆ, ಆ ದೇಹ ಶಂಕಾರೂಪವಾಗಿ ಜೀವನೆನಿಸಿ ದೃಶ್ಯವಾದನೆಂಬುದೀಗ, ಅಂಜಿದಡೆ ಶಂಕೆ ತದ್ರೂಪಾಗಿ ನಿಂದಿತ್ತೆಂಬ ಶಬ್ದಕ್ಕರ್ಥ. ಅಂತು ಆತ್ಮನ ಭಾವ, ದೇಹಭ್ರಾಂತಿಯನೆಯ್ದಿ ಚರಿಸುವನ್ನಕ್ಕ ದೇಹಿಯಾಗಿ ಭವದಲ್ಲಿ ಬರುತ್ತಿರ್ದನೆಂಬುದೀಗ, ತನ್ನ ಭಾವದ ನಟನೆ ನಡೆವನ್ನಕ್ಕ ನಡೆಯಿತ್ತೆಂಬ ಶಬ್ದಕ್ಕರ್ಥ. ಅಂತು ದೇಹಿಯಾಗಿರ್ದ ಆತ್ಮಂಗೆ ಜ್ಞಾನೋದಯ– ವಾಗಲೊಡನೆ ಆ ದೇಹೋಽಹಂ

ಎಂಬ ಭಾವಭ್ರಾಂತಿಯಳಿಯಿತ್ತು. ಆ ದೇಹದ ಭ್ರಾಂತಿಯಳಿದಲ್ಲಿಯೆ ದೇಹ: ತೋಱಿಕೆಯ ಹುಸಿ ನಿಂದುಹೋಯಿತ್ತು. ಅಂತು ತನ್ನಲ್ಲಿ ತೋಱಿದ ಹುಸಿ ದೇಹವಾಸನೆ–ಯನಡಗಿಸುವ ಕ್ರಿಯಾಭೇದವನಱಿದಡೆ ಹಿಂದಣ ಜನನ ಮರಣವಿಲ್ಲ. ಮುಂದೆ ಶಿವ ತಾನೆಂಬುದೀಗ ಅದು ನಿಂದಲ್ಲಿಯೇ ನಿಂದಿತ್ತು. ಅದಱಿಂತುವನಱಿದರೆ ಹಿಂದೆ ಹುಸಿ, ಮುಂದೆ ಕೂಡಲ [ಚೆನ್ನ] ಸಂಗಮದೇವರ ನಿಲವು ಎಂಬ ಶಬ್ದಕ್ಕರ್ಥ.॥೨೦॥

೧೯೫

ಚಿತ್ತದ ಸ್ನೇಹವ ಸಜ್ಜನಕ್ಕರ್ಪಿತವ ಮಾಡಿ ನಟ್ಟಿದ್ದ ಬೇಟಕ್ಕೆ ತಾಗುತಡೆಯುಂಟೆ? ಎಲೆ ಮರುಳೆ? ಆತುರದಲ್ಲಿ ಕಳವಳಿಸಿ, ವ್ಯಾಕುಳದಲ್ಲಿ ಡಾವರಿಸುತ್ತಿರ್ಪುದು ಮನವು, ಆ ಮನವು ಚಿಹ್ನದೋಱಿದ ಘನಕ್ಕೆ ಬೆಂಬತ್ತಿ ಬಿಡದಿರಬಲ್ಲಡೆ ತನ್ಮೂರ್ತಿ ತನ್ನಲ್ಲಿ ಗೋಹೇಶ್ವರಲಿಂಗವು.+

ಟೀ। ಶಿವಜ್ಞಾನಪ್ರಕಾಶವಾದ ಶರಣನು ಮಹಾಲಿಂಗದೊಳಗೆ ಬೆರೆದು ಭೇದವಳಿದು ತಾನು ಮಹಾಘನಲಿಂಗವೆಂಬ ವಿಶ್ವಾಸದಿಂದ ಮನವ ಲಿಂಗಕ್ಕರ್ಪಿತವ ಮಾಡಿದ –ನೆಂಬುದೀಗ, ಚಿತ್ತದಲ್ಲಿ ಸ್ನೇಹವ ಸಜ್ಜನಕ್ಕರ್ಪಿತವ ಮಾಡಿದನೆಂಬ ಶಬ್ದಕ್ಕರ್ಥ. ಮನವ ಲಿಂಗಕ್ಕರ್ಪಿತವ ಮಾಡಿ ವಿಶ್ವಾಸದಿಂದ ತಾನೆಲ್ಲಾ ಲಿಂಗವೆಂದಱಿದು ಭಿನ್ನವಳಿದು ಮಹಾಘನಲಿಂಗವಾದ ಶರಣಂಗೆ ಭವಹೇತುವಪ್ಪ ಸುಖದುঃಖ, ಜನನ ಮರಣವಿಲ್ಲ –ವೆಂಬುದೀಗ, ನಟ್ಟಿರ್ದ ಬೇಟಕ್ಕೆ ತಾಗು ತಡೆಯುಂಟೆ ಎಲೆ ಮರುಳೆ? ಎಂಬ ಶಬ್ದಕ್ಕರ್ಥ. ಮನದಲ್ಲಿ ಆಸೆ ತಲೆದೋಱಿ, ವಿಕಾರವೆಡೆಗೊಂಡು ಸಕಲೇಂದ್ರಿಯ ಕರಣವಿಷಯಂಗಳ ಬಯಸುತ್ತಿರ್ಪುದು ಮನಸ್ಸು. ಆ ಮನೋಪ್ರಪಂಚಳಿದು ಲಿಂಗದಲ್ಲಿ ಮನೋಲೀಯವಾಗಿ ಅಭಿನ್ನಜ್ಞಾನಕ್ರೀಯಲ್ಲಿ ಲಿಂಗವನಳವಡಿಸಿಕೊಂಡಾಚರಿಸುವ ಶರಣನಲ್ಲಿ ಲಿಂಗ ಭಿನ್ನವಿಲ್ಲದಿಹುದೆಂಬುದೀಗ, ಆತುರದಲ್ಲಿ ಕಳವಳಿಸಿ, ವ್ಯಾಕುಳದಲ್ಲಿ ಡಾವರಿಸುತ್ತಿ– –ರ್ಪುದು ಮನವು, ಆ ಮನವು ಚಿಹ್ನದೋಱಿದ ಘನಕ್ಕೆ ಬೆಂಬತ್ತಿ ಬಿಡದಿರಬಲ್ಲರೆ ತನ್ಮೂರ್ತಿ ತನ್ನಲ್ಲಿ ಗೋಹೇಶ್ವರ ಲಿಂಗವು ಎಂಬ ಶಬ್ದಕ್ಕರ್ಥ.॥೨೧॥

೧೯೬

ನೋಡುವುದ ನೋಡಲಱಿಯದೆ ಕೆಟ್ಟಿತ್ತೀ ಲೋಕವೆಲ್ಲ. ನೋಡುವುದ ನೋಡಬಲ್ಲಡೆ ಕೂಡಲಿಲ್ಲ, ಅಗಲಲಿಲ್ಲ. ನೋಟದ, ಕೂಟದ ಅಗಲದ ಸುಖವನು, ಗೋಹೇಶ್ವರ, ನಿಮ್ಮ ಶರಣ ಬಲ್ಲಾ.

ಟೀ। ಜ್ಞಾನೋದಯದಿಂದ ಬ್ರಹ್ಮವನಾಲೋಕಿಸುತ್ತಿರ್ಪರು. ಆ ನೋಡುವ ತಾನೆಲ್ಲಾ ಪರಬ್ರಹ್ಮವೆಂಬುದ ತಿಳಿದು ನೋಡಲಱಿಯದೆ ಬ್ರಹ್ಮವ ಭಿನ್ನವಿಟ್ಟು ನೋಡಿಹೆ– –ನೆಂದು ಜಗವೆಲ್ಲಾ ಕೆಟ್ಟುಹೋದವೆಂಬುದೀಗ, ನೋಡುವುದ ನೋಡಲಱಿಯದೆ

ಕೆಟ್ಟಿತ್ತೀ ಲೋಕವೆಲ್ಲ ಎಂಬ ಶಬ್ದಕ್ಕರ್ಥ. ಅಂತು ಜ್ಞಾನದೃಕ್ಕಿನಿಂದ ನೋಡುವಾತ– –ನೆಲ್ಲಾ ಬ್ರಹ್ಮವಾಗಿ ತನ್ನ ತಾ ಕಾಣಬಲ್ಲರೆ ತಾನೆಲ್ಲಾ ಪರಬ್ರಹ್ಮವೆಯಾಗಿಪ್ಪನಾಗಿ ಬ್ರಹ್ಮವ ಭಿನ್ನವಿಟ್ಟು ಕೂಡಲಿಲ್ಲ, ಅಗಲಲಿಲ್ಲವೆಂಬುದೀಗ, ನೋಡುವುದ ನೋಡಬಲ್ಲರೆ ಕೂಡಲಿಲ್ಲ, ಅಗಲಲಿಲ್ಲವೆಂಬ ಶಬ್ದಕ್ಕರ್ಥ. ಅಂತು ಜ್ಞಾನದಿಂದ ತನ್ನನೆ ನೋಡಿ ಕಂಡು, ತಾನೆ ಬ್ರಹ್ಮವೆಂದು ತನ್ನ ನಿಜವನಱಿದ ಅಱಿವ ಮಱೆದು ವಿಯೋಗಿಯಾಗದೆ ಬ್ರಹ್ಮವೆಯಾಗಿಪ್ಪ ಭಕ್ತಿಯೋಗವ ಶರಣನೆ ಬಲ್ಲನಲ್ಲದೆ ಮತ್ತಾರೂ ಅಱಿಯರೆಂಬುದೀಗ, ನಿಮ್ಮ ನೋಟದ ಕೂಟದ ಅಗಲದ ಸುಖವನು ಗೋಹೇಶ್ವರ ನಿಮ್ಮ ಶರಣನೆ ಬಲ್ಲನೆಂಬ ಶಬ್ದಕ್ಕರ್ಥ.॥೨೨॥

೧೯೭

ಬಲ್ಲನಿತ ಬಲ್ಲರಲ್ಲದೆ ಅಱಿಯದುದನೆಂತು ಬಲ್ಲರಯ್ಯಾ. ಅಱಿವು ಸಾಮಾನ್ಯವೆ ಅಯ್ಯಾ! ಅಱಿಯದುದನಾರಿಗೂ ಅಱಿಯಬಾರದು. ಗೋಹೇಶ್ವರನೆಂಬ ಲಿಂಗವನಱಿಯದಡೆರಡು, ಅಱಿದಡೊಂದೆ.

ಟೀ। ವೇದ ಶಾಸ್ತ್ರಂಗಳು ಪ್ರಮಾಣಿಸಿ ಅಱಿದು ಹೇಳಿದ ಅಱಿವನಱಿದು ನುಡಿವ ಜ್ಞಾನಿಗಳ ವಾಙ್ಮನಸ್ಸಿಂಗೆ ಅಗೋಚರವಾಗಿಹುದು, ಪರಬ್ರಹ್ಮವು ಕಾಣಿಸದೆ, ಮತ್ತೆಂತೆಂದರೆ ತಾನು ಶಿವನೆಂಬುದ ಮಱೆದು ಎರಡಾಗಿರ್ದಲ್ಲಿ ಸಮ್ಯಜ್ಞಾನೋದಯವಾಗಿ ತಿಳಿದು ನೋಡಲು ಶರಣ ತಾನೆಲ್ಲಾ ಲಿಂಗವೆಯಾಗಿ ದ್ವೈತವಿಲ್ಲದೆಯಿದ್ದನೆಂಬುದೀ ವಚನಾರ್ಥ.॥೨೩॥

೧೯೮

ಎನ್ನ ಕಂಗಳೊಳಗಣ ರೂಹಿಂಗೆ ಆನು ಬೇಟಗೊಂಡು ಬಳಲುವಂತೆ ಹಿಡಿದು ನೆರೆಯಲಿಲ್ಲಯ್ಯಾ, ತುರೀಯದ ತವಕವನೇನೆಂಬೆ! ಸಂಗ ಸಂಯೋಗವಿಲ್ಲದ ರತಿಸುಖವನಱಿಸಲುಂಟೆ? ಗೋಹೇಶ್ವರ ಲಿಂಗದ ಕೃತಕ ದಾಳಿಯನೇನೆಂಬೆ!

ಟೀ। ತನ್ನ ಜ್ಞಾನವೆಂಬ ದೃಷ್ಟಿಯ ಮುಂದೆ ಇದಿರಿಟ್ಟು ತೋಱುವ ವಸ್ತು ತಾನೆಂದಱಿಯದೆ ತನ್ನನನ್ಯವ ಮಾಡಿ ಹಿಡಿದು ನೆರೆದೆಹೆನೆಂಬ ತುರೀಯದ ತವಕ ಭಿನ್ನಬುದ್ಧಿಯೆಂಬುದೀಗ, ಎನ್ನ ಕಂಗಳೊಳಗಣ ರೂಹಿಂಗೆ ಆನು ಬೇಟಗೊಂಡು ಬಳಲುವಂತೆ ತುರೀಯದ ತವಕವನೇನೆಂಬೆನೆಂಬ ಶಬ್ದಕ್ಕರ್ಥ. ಇಂತು ಸಂಗ ಸಂಯೋಗವಿಲ್ಲದ ಘನದಲ್ಲಿ ಸಂಗಸಮರತಿಯನಱಿಸಿಹೆನೆಂಬುದು ಭಿನ್ನಭಾವವೆಂಬುದೀಗ, ಸಂಗ ಸಂಯೋಗವಿಲ್ಲದ ಸಮರತಿಯನಱಿಸಲುಂಟೆಯೆಂಬ ಶಬ್ದಕ್ಕರ್ಥ. ಅದು ಕಾರಣ ಮಹಾಘನವಸ್ತುವಿನ ನಿಲವು ಆರಿಗೂ ಅಱಿಯಲೀಸದೆ ಕಾಡುತ್ತಿರ್ದುತ್ತೆಂಬುದೀಗ, ಗೋಹೇಶ್ವರ ಲಿಂಗದ ಕೃತಕದಾಳಿ– –ಯನೇನೆಂಬೆ ನೆಂಬ ಶಬ್ದಕ್ಕರ್ಥ. ॥೨೪॥

೧೯೯

ಅಗ್ನಿ ಮುಟ್ಟಲು ತೃಣ ಭಸ್ಮವಾದುದನೆಲ್ಲರೂ ಬಲ್ಲರು. ತೃಣದೊಳಗೆ ಅಗ್ನಿಯುಂಟೆಂದು ತಿಳಿದು ನೋಡಿರೇ. ಅಗ್ನಿ[೧]ಯನೆ ಜಲ[೧] ನುಂಗಿತ್ತು. ಜಲ[೨]ವನೆ ಅಗ್ನಿ[೨] ನುಂಗಿತ್ತು, [೩]ರೂಪ ನಿರೂಪುವನೆರಡುವ ನುಂಗಿತ್ತು[೩]. ಪೃಥ್ವಿ ಎಲ್ಲವ ನುಂಗಿತ್ತು, ಆಕಾಶವನೆಯ್ದೆ ನುಂಗಿತ್ತು. ಇದನಱಿದೆನೆಂಬ ಜಡರುಗಳು ನೀವು ತಿಳಿದು ನೋಡಿರೇ. ತಿಳಿಯ ಬಲ್ಲರೆ ಗೋಹೇಶ್ವರನ ನಿಲವು ತಾನೆ!

ಟೀ। ಅಗ್ನಿ ಮುಟ್ಟದ ಮುನ್ನ ತೃಣದೊಳಗೆ ಅಗ್ನಿ ಮಂದಾಗ್ನಿಯಾಗಿ ವಿಶ್ರಮಿಸಿಪ್ಪು-ದೆಂಬ ಹಾಂಗೆ ಲಿಂಗ ಮುಟ್ಟಲು ಅಂಗ, ಲಿಂಗವೆಂಬುದು ಮಾತಲ್ಲ: ಅದೇನು ಕಾರಣವೆಂದಡೆ, ಲಿಂಗ ಮುಟ್ಟದ ಮುನ್ನವೆ ಅಂಗದೊಳಗೆ ಲಿಂಗ ನಿಶ್ಚಯವಾಗಿರ್ದು-ದಾಗಿ, ಲಿಂಗ[1]ಸೋಂಕಿದ[1]ಂಗ ಲಿಂಗವೆಯಾಯಿತ್ತು. ಇಂತಾದ ಬಳಿಕ ಅಗ್ನಿಯೆಂದರೆ ಜ್ಞಾನಾಗ್ನಿ, ಜಲವೆಂದರೆ ಮನ. ಆ ಸುಜ್ಞಾನಾಗ್ನಿ ಮನವನವಗ್ರಹಿಸಿ ಆ ಮನವೆ ಜ್ಞಾನಾಗ್ನಿಯನವಗ್ರಹಿಸಿತ್ತೆಂಬುದೀಗ, ಅಗ್ನಿ [1]ಜಲವ[1] ನುಂಗಿತ್ತು, ಜಲ [2]ಅಗ್ನಿಯ[2] ನುಂಗಿತ್ತು ಎಂಬ ಶಬ್ದಕ್ಕರ್ಥ. ಆ ನಿಜದ ನಿಲವು ಪೃಥ್ವಿಯೆಂಬ ತನುತ್ರಯವನು ಅವಗ್ರಹಿಸಿತ್ತೆಂಬುದೀಗ, ಪೃಥ್ವಿ ಎಲ್ಲವ ನುಂಗಿತ್ತೆಂಬ ಶಬ್ದಕ್ಕರ್ಥ. ಆ ನಿಜವು ಆಕಾಶವೆಂಬ ಆತ್ಮತತ್ತ್ವವನವಗ್ರಹಿಸಿತ್ತೆಂಬುದೀಗ, ಆಕಾಶವನೆಲ್ಲವ ನುಂಗಿತ್ತೆಂಬ ಶಬ್ದಕ್ಕರ್ಥ. ಇದನಱಿದೆಹೆನೆಂಬುದು ಜಡಬುದ್ಧಿಯುಳ್ಳವರಿಗೆ ಘಟಿಸದೆಂಬುದೀಗ, ಅಱಿದೆನೆಂಬ ಜಡರು ನೀವು ಕೇಳಿ ಎಂಬ ಶಬ್ದಕ್ಕರ್ಥ. ಈ ನಿಜವನಱಿದಡೆ ಆತನೆ ಅಚ್ಚ ಶರಣ. ಅದೇ ನಿಜತತ್ತ್ವವೆಂ- ಬುದೀಗ, ಅಱಿಯ ಬಲ್ಲರೆ ಗೋಹೇಶ್ವರನ ನಿಲವು ತಾನೆ ಎಂಬ ಶಬ್ದಕ್ಕರ್ಥ.॥೨೫॥

೨೦೦

ತನುವಿಲ್ಲದೆ ಕಂಡು ಕಂಡು ನಿಂದೆ. ಬೆಱಗಿಲ್ಲದೆ ಕಂಡು ಕಂಡು ಬೆಱಗಾದೆ. ರೂಹಿಲ್ಲದೆ ಕಂಡಱಿತೆ ಗೋಹೇಶ್ವರನೆಂಬ ಲಿಂಗವಾ.

ಟೀ। ನಿಜವನಱಿದ ಶರಣನ ಸರ್ವಾಂಗವು ಲಿಂಗವಾಗಿ ನಿಜದಲ್ಲಿ ನಿಂದನೆಂಬುದೀಗ, ತನುವಿಲ್ಲದೆ ಕಂಡು ಕಂಡು ನಿಂದೆನೆಂಬ ಶಬ್ದಕ್ಕರ್ಥ. ಇಂತು ತನ್ನ ತಾನಱಿದ ಭಾವಕ್ಕೆ ತಾನೆ ಬೆಱಗಾಗಿ ಚೋದ್ಯಂಬಡದೆ ನಿಬ್ಬೆಱಗಿನಿಂ ಪರಮಕಾಷ್ಠೆಯನೆಯ್ದಿದನೆಂಬುದೀಗ, ಬೆಱಗಿಲ್ಲದೆ ಕಂಡು ಕಂಡು ಬೆಱಗಾದೆನೆಂಬ ಶಬ್ದಕ್ಕರ್ಥ. ಇಂತು ಪರಮಕಾಷ್ಠೆಯನೆಯ್ದಿದ ಲಿಂಗೈಕ್ಯನು ಕುಱುಹಳಿದು ನಿರ್ವಯಲಾಗಿ ತಾನೆ ನಿಜದಱಿವಾಗಿರ್ದನೆಂಬುದೀಗ, ರೂಹಿಲ್ಲದೆ ಕಂಡಱಿದೆ ಗೋಹೇಶ್ವರನೆಂಬ ಲಿಂಗವನೆಂಬ ಶಬ್ದಕ್ಕರ್ಥ.॥೨೬॥

೫೧ ಸ್ವಯಸ್ಥಲ

೨೦೧

ಅದು ಬೇಕು, ಇದು ಬೇಕು ಎಂಬ ಎದೆಗುದಿಹತನ ಬೇಡ. ಸದೈವನಾಗಿರ್ದಡೆ ಸಾಕು. ಪಡಿಪದಾರ್ಥ ತಾವಿದ್ದೆಡೆಗೆ ಬಹದು. ನಿಧಿ ನಿಕ್ಷೇಪಂಗಳಿರ್ದೆಡೆಗೆ ಬಹವಯ್ಯಾ, ಸದುಹೃದಯ ಶುದ್ಧನಾಗಿ ಸಕಳೇಶ್ವರದೇವಾ, ಶರಣೆಂದಡೆ ನಿಜಪದವಿಯನೀವನು.

ಟೀ। ಲಿಂಗಮುಖದಲ್ಲಿ ಬಂದ ಪದಾರ್ಥವ ಕೈಕೊಂಡು ಮನದಲ್ಲಿ ತೃಪ್ತಿಯನೆಯ್ದಿ ಬಂದಿತ್ತು–ಬಾರದೆಂಬ ದುಃಖವಿಲ್ಲದೆ ಅಂತರಂಗದೊಳಗೆ ಪ್ರಾಣಲಿಂಗ ಸಂಬಂಧವ ತಿಳಿದು ತನುಧರ್ಮವಳಿದು ಪರಬ್ರಹ್ಮವಾಗಿಪ್ಪ ಶರಣರ ತೋಜಿ ಅವರ ಸಂಗದಲ್ಲಿಪ್ಪ ಶಿವಪದವ ಕರುಣಿಸೆಂದು ಲಿಂಗವ ಬೇಡಿದ ಶರಣನೆಂಬುದೀ ವಚನಾರ್ಥ.॥೨೭॥

೨೦೨

ಲಿಂಗದೊಳಗಣ ಬೀಜ ಜಂಗಮದ ಉತ್ಪತ್ತಿ. ಕಾಯಗುಣವಿಲ್ಲಾಗಿ ಸಂಸಾರಭಯವಿಲ್ಲ. ಅಂತರಂಗ ಶುದ್ಧಾತ್ಮ[1][ನಾಗಿ][1] ನಿಸ್ಸಂಗಿ ಜಂಗಮ ಕೂಡಲ ಚೆನ್ನಸಂಗಮದೇವಾ.

ಟೀ। ಜ್ಞಾನಕಲಾಸ್ವರೂಪನಾಗಿಪ್ಪ ಶರಣನೇ ಜಂಗಮ. ಅಂತಪ್ಪ ಜಂಗಮವು ತನ್ನ ಚಿತ್ಪ್ರಾಣವ ಚೈತನ್ಯ ಕಲೆಯನು ತನ್ನ ಭಾವದ ಮುಖದಲ್ಲಿಯೇ ಉದ್ಭವವ ಮಾಡಿ ಇಷ್ಟಲಿಂಗವಾಗಿ ಪಡೆದು ತನ್ನ ನಿಜವ ನೋಡಿ ಸುಖಿಸುತ್ತಿರ್ಪ ಕಾರಣ, ಲಿಂಗದೊಳಗಣ ಬೀಜ ಜಂಗಮದೊಳಗಣ ಉತ್ಪತ್ತಿಯೆಂಬ ಶಬ್ದಕ್ಕರ್ಥ. ಅಂತು ಅಂತರಂಗ ಬಹಿರಂಗವೆಲ್ಲ ಲಿಂಗವೆಯಾಗಿಪ್ಪ ಕಾರಣ, ಜಂಗಮಕ್ಕೆ ದೇಹವಾಸನಾ ಗುಣಧರ್ಮಕರ್ಮ ಸಂಸಾರಭಾವ ಭಯಂಗಳೇನೂ ಇಲ್ಲದೆ ದೇಹ ಸಂಸಾರ ಸಂಗದಲ್ಲಿರ್ದು ನಿಸ್ಸಂಗಿಯಾಗಿಪ್ಪನು ಜಂಗಮವೆಂಬುದೀಗ, ಕಾಯಗುಣವಿಲ್ಲಾಗಿ ಸಂಸಾರಭಯವಿಲ್ಲ. ಅಂತರಂಗ ಶುದ್ಧಾತ್ಮ[2]ನಾಗಿ[2] ನಿಸ್ಸಂಗಿ ಜಂಗಮವೆಂಬ ಶಬ್ದಕ್ಕರ್ಥ.॥೨೮॥

೫೨ ಚರಸ್ಥಲ

೨೦೩

ಹಸಿವಿಲ್ಲದೆ ಉಣಬಲ್ಲಡೆ, ಉಪಾಧಿಯಿಲ್ಲದೆ ಬೇಡಬಲ್ಲಡೆ ಅದು ವರ್ಮ, ಅದು ಸಂಬಂಧ. [3]ಗಮನವಿಲ್ಲದೆ ಸುಳಿದು ನಿರ್ಗಮನಿಯಾಗಿರಬಲ್ಲಡೆ[3] ಅದು

ವರ್ಮ, ಅದು ಸಂಬಂಧ. ಅವರ ನಡೆ ಪಾವನ, ನುಡಿ ತತ್ತ್ವ. ಅವರ ಜಗದಾರಾಧ್ಯರೆಂಬೆ ಕಾಣಾ, ಗೋಹೇಶ್ವರಾ.

ಟೀ॥ ಅಂಗದಾಪ್ಯಾಯನವಳಿದು ಲಿಂಗದಾಪ್ಯಾಯನಿಯಾದ ಶರಣ ನಿತ್ಯತೃಪ್ತ-ನಾಗಿಯೂ, ಮತ್ತೆಯೂ ಲಿಂಗಭೋಗೋಪಭೋಗಂಗಳ ಭೋಗಿಸು-ತ್ತಿರ್ಪನೆಂಬುದೀಗ ಹಸಿವಿಲ್ಲದೆ ಉಣಬಲ್ಲಡೆಯೆಂಬ ಶಬ್ದಕ್ಕರ್ಥ. ಲಿಂಗಮುಖದಲ್ಲಿ ನಿಷ್ಕಾಮಿಯಾಗಿ ಕಾಮಿಸಿ ಬೇಡಿದಡೆಯೂ ನಿರ್ದೋಷಿಯಾದ ಕಾರಣ, ಅದೀಗ ಉಪಾಧಿಯಿಲ್ಲದೆ ಬೇಡಬಲ್ಲಡೆ ಅದು ವರ್ಮ, ಅದು ಸಂಬಂಧಮೆಂಬ ಶಬ್ದಕ್ಕರ್ಥ. ಪರಿಪೂರ್ಣ ತಾನೆಂದಱಿದು ನಿರ್ಗಮನಿಯಾಗಿಪ್ಪ ಕಾರಣ ಆ ಶರಣ ಸುಳಿದಡೂ ಗಮನಿಯಲ್ಲವೆಂಬುದೀಗ, ಗಮನವಿಲ್ಲದೆ ಸುಳಿಯ ಬಲ್ಲಡೆ, ನಿರ್ಗಮನಿಯಾಗಿ ನಿಲಬಲ್ಲಡೆ ಅದು ವರ್ಮ, ಅದು ಸಂಬಂಧವೆಂಬ ಶಬ್ದಕ್ಕರ್ಥ. ಇಂತಪ್ಪ ಶರಣರೆ ಜಗಕ್ಕೆ ಗುರುಸ್ವರೂಪವೆಂಬುದೀಗ, ಅವರ ಜಗದಾರಾಧ್ಯರೆಂಬೆ ಗೋಹೇಶ್ವರಾ ಎಂಬ ಶಬ್ದಕ್ಕರ್ಥ.॥೨೯॥

೨೦೪

ಕಂಗಳ ಕರುಳ ಕೊಯ್ದವರ, ಮನದ ತಿರುಳ ಹುರಿದವರ, ಮಾತಿನ ಮೊದಲ ಬಲ್ಲವರನೆನಗೊಮ್ಮೆ ತೋಱಾ, ಗೋಹೇಶ್ವರಾ.

ಟೀ॥ ಕಂಗಳೊಳಗೆ ಇದಿರಿಟ್ಟು ತೋಱುವ ಭಿನ್ನರೂಪಾದಿ ವಿಷಯಂಗಳೆಲ್ಲವನೂ ಭೇದಿಸಿ ಜ್ಞಾನದೃಷ್ಟಿಯ ಅಳವಡಿಸಿಕೊಂಡಿರಲು ಅದೀಗ, ಕಂಗಳ ಕರುಳ ಕೊಯ್ದವರಯೆಂಬ ಶಬ್ದಕ್ಕರ್ಥ. ಮನದೊಳಗೆ ತೋಱುವ ಸಂಕಲ್ಪವಿಕಲ್ಪ ಮುಖ್ಯವಾದ ಸಂಶಯಪದಂಗಳೆಲ್ಲವನೂ ಜ್ಞಾನಾಗ್ನಿಯಲ್ಲಿ ದಹನವಂ ಮಾಡಿ ಮನೋಮೂರ್ತಿ ಲಿಂಗವೆಂದಱಿವುತ್ತಿರಲು, ಅದೀಗ ಮನದ ತಿರುಳ ಹುರಿದವರ ಎಂಬ ಶಬ್ದಕ್ಕರ್ಥ. ವಾಗ್ವ್ಯವಹಾರದಿಂದೊದಗುವ ಭಿನ್ನಸುಖಂಗಳೆಲ್ಲವನೂ ಕೆಡಸಿ, ನಾದ ಬಿಂದು ಕಳೆಗಳ ಸಂಚವ ನಿವೃತ್ತಿಮಾಡಿ ಶಬ್ದ ಮುಗ್ಧವಾದರೆಂಬುದೀಗ, ಮಾತಿನ ಮೊದಲ ಬಲ್ಲವರ ಎಂಬ ಶಬ್ದಕ್ಕರ್ಥ. ಇಂತಪ್ಪ ನಿಜಬುದ್ಧಿಯುಳ್ಳಾತನೆ ಅಚ್ಚ ಶರಣ. ಆ ಶರಣನ ಕಂಡಾತನೇ॥ ಕೃತಾರ್ಥನೆಂಬುದೀಗ, ಎನಗೊಮ್ಮೆ ತೋಱಾ ಗೋಹೇಶ್ವರಾ ಎಂಬ ಶಬ್ದಕ್ಕರ್ಥ.॥೩೦॥

೨೦೫

ಕಣ್ಣೆ ಕಟ್ಟಿಗೆಯಾಗಿ, ಕೈಯೆ ಖರ್ಪರವಾಗಿ ಕಿವಿಯೆ ಸಕಲ ಪುರಾತನರ ಕಾರುಣ್ಯವೆನುತ, ಮನದ ಭಿಕ್ಷವನುಂಡು ತನು ಪರಿಣಾಮವನೆಯ್ದಿಹ ಘನಮಹಿಮರ ತೋಱಾ ಗೋಹೇಶ್ವರಾ.

ಟೀ। ಕಂಗಳೊಳಗಿರ್ಪ ರೂಪು ಗ್ರಹಣವೆಂಬ ಹಸ್ತದೊಳಗೆ ಸುಜ್ಞಾನವೆಂಬ ಲಾಕುಳವ ಪಿಡಿದು ಕರಸ್ಥಲದೊಳಗೆ ಸರ್ವಾಚಾರ ಸಂಪತ್ತಿನ ಪಾತ್ರಸ್ವರೂಪಮಪ್ಪ ಲಿಂಗವ ಹಿಡಿದುಕೊಂಡು ಇರುತ್ತಿಪ್ಪುದೀಗ, ಕಣ್ಣೆ ಕಟ್ಟಿಗೆಯಾಗಿ, ಕೈಯೆ ಖರ್ಪರವಾಗಿ--ಯೆಂಬ ಶಬ್ದಕ್ಕರ್ಥ. ಅಂತು ಆ ಲಿಂಗವ ಧರಿಸಿಕೊಂಡು ಕರ್ಣದೊಳಗೆ ಮಹಾನುಭಾವಿಗಳ ಉಪದೇಶಾಮೃತ ಹಡೆದು ಮನದಲ್ಲಿ ಲಿಂಗರತಿಭಿಕ್ಷವ- -ನುಂಡು ಆ ತನು ಲಿಂಗಪ್ರಸಾದ ಪರಿಣಾಮದಲ್ಲಿ ಸುಖವನೆಯ್ದಿರ್ಪಾತನೆ ಅಚ್ಚ ಶರಣನೆಂಬುದೀಗ, ಕಿವಿಯೆ ಸಕಲ ಪುರಾತನರ ಕಾರುಣ್ಯವೆನುತ್ತ ಮನದ ಭಿಕ್ಷವನುಂಡು ತನು ಪರಿಣಾಮವನೆಯ್ದಿರ್ಪಾ ಘನ ಮಹಿಮರ ತೋಱಾ ಎಂಬ ಶಬ್ದಕ್ಕರ್ಥ.॥೩೧॥

೨೦೬

ಲಿಂಗಾಭಿಮಾನಿಗೆ ಅಂಗಾಶ್ರಯಯವಿಲ್ಲ ನೋಡಾ! ಬಂದುದೆ ಪರಿಣಾಮ; ನಿಂದುದೆ ನಿವಾಸ. ಅದು ಇದುಯೆಂಬುದಿಲ್ಲ ಕೂಡಲ ಚೆನ್ನಸಂಗನ ಶರಣಂಗೆ.

ಟೀ। ಪೂಜ್ಯ-ಪೂಜಕನೆಂಬೆರಡಾದುದು ಒಂದೆ ವಸ್ತುವೆಂದಱಿದು ಭಿನ್ನಭಾವವಿಲ್ಲದೆ ಶಿವೋऽಹಂ ಎಂಬ ಶಿವಭಾವ ಘಟಿಸಿ ದಾಸೋಹವ ಮಾಡುತ್ತಿರ್ಪ ಸದ್ಭಕ್ತನು ದೇಹಸಂಬಂಧಿಯಲ್ಲ. ಆತ ದೇಹವಿಡಿದಿರ್ದಡೆಯೂ ಪರಮ ಪರಿಣಾಮಿ. ಆತನಿರ್ದುದೆ ಕೈಲಾಸ. ಆತಂಗೆ ಇಹಪರವೆಂಬ ಸಂಶಯವಿಲ್ಲ. ಆ ಶರಣನೆ ಲಿಂಗವೆಂಬುದೀಗ [1]ವಚನದ ತಾತ್ಪರ್ಯಾರ್ಥ[1].॥೩೨॥

೫೩ ಪರಸ್ಥಲ

೨೦೭

ಕುಲವಳಿದು ಛಲವಳಿದು ಮದವಳಿದು ಮತ್ಸರವಳಿದು ಆತ್ಮತೇಜವಳಿದು ಸರ್ವಾಹಂಕಾರವಳಿದು ನಿಜವುಳಿದು ಲಿಂಗಜಂಗಮವೆಂಬ ಶಬ್ದವಿಡಿದು ಸಾಧ್ಯವಾಯಿತ್ತು ನೋಡಾ. ತಾನಳಿದು, ತಾನುಳಿದು ಸಹಜ ನಿಜಪದವಿಯಲ್ಲಿ ಕೂಡಲ ಚೆನ್ನಸಂಗನಲ್ಲಿ ತಾನು ತಾನಾದ.

ಟೀ। ಸತ್ತು ಚಿತ್ತಾನಂದವಪ್ಪ ಪರಬ್ರಹ್ಮವೆ ಗುರು, ಲಿಂಗ, ಜಂಗಮ ರೂಪಾಯಿತ್ತು. ಅಂತಪ್ಪ ಗುರು ಲಿಂಗ ಜಂಗಮವೆ ಇಷ್ಟ ಪ್ರಾಣ ಭಾವಂಗಳೆಂಬ ಲಿಂಗತ್ರಯವಾಗಿ ಭಕ್ತನ ತನು ಮನ ಪ್ರಾಣಂಗಳನೊಳಕೊಂಡು ನೆಲಸಲು ಆ ಭಕ್ತನ ತನುವೆ ಗುರು, ಮನವೆ ಲಿಂಗ, ಪ್ರಾಣವೆ ಜಂಗಮವಾಯಿತ್ತಾಗಿ, ಆ ಭಕ್ತಂಗೆ ಕುಲಾಭಿಮಾನ ಮೊದಲಾದ ಅಷ್ಟಮದಂಗಳೆಲ್ಲಾ ನಷ್ಟವಾಗಿ ಭಕ್ತನು ದೇಹಕರ್ಮವರ್ಮವನುಳ್ಳ ಜೀವತ್ವವಳಿದು ಲಿಂಗವೆಯಾಗಿರ್ಪ ಶರಣನೆಂಬುದೀ ವಚನಾರ್ಥ.॥೩೩॥

೨೦೮

ವಾಯುವನುಟ್ಟನೇಕವ್ವಾ, ಅಗ್ನಿಗೆ ಆಧಾರವಾಗಿ? ಆಕಾಶವ ಹೊದ್ದದ ವೈರಾಗ್ಯದಿಂದ ಬಂದು ಅರಣ್ಯವ ಹೊಕ್ಕು ಕದಳಿಯು ಹೊಕ್ಕನೆಂದು ಕುಥಾಕುಳಿಗೊಳು-ತ್ತಿದ್ದೇಹದುಳಿವೇ –ಕವ್ವಾ? ಎಮ್ಮ ಸೋದರಕ್ಕೆ ಬಾಳಿಲ್ಲ. ಬಾಣಸ ಕೂರಲಗಾಗಿ ಅವನಾಳಿಗೊಂಬ ಶಿವಯೋಗಿ ಅದಕ್ಕೇಳಿಗೆಯಾಗಿ ಹೊಕ್ಕನವ್ವಾ ನಮ್ಮ ಅಜಗಣ್ಣ ತಂದೆ.

ಟೀ। ಅಜ್ಞಾನ ಮಾಯಾಪ್ರಪಂಚ ನಿವೃತ್ತಿಮಾಡಿ ಸಮ್ಯಜ್ಞಾನಿಯಾದ ಶರಣನು ಚಿದಾಗ್ನಿ ಸ್ವರೂಪಾದ ಚಿತ್ಕಲಾ ಲಿಂಗಕ್ಕೆ ಚಿದಂಗವಾಗಬೇಕೆಂದು ಚಿತ್ಕಾಯ- -ಸಂಬಂಧಿಯಾದನೆಂಬುದೀಗ, ವಾಯುವನುಟ್ಟನೇಕವ್ವಾ, ಅಗ್ನಿಗೆ ಆಧಾರವಾಗಿ ಎಂಬ ಶಬ್ದಕ್ಕರ್ಥ. ಆ ಜ್ಞಾನಕಾಯ ಸಂಬಂಧಿಯಾದ ಶರಣನು ಆ ಪರಿಪೂರ್ಣ- -ಜ್ಞಾನಚಿತ್ತವನೆ ಆವರಣವ ಮಾಡಿಕೊಂಡು ಪರಮವೈರಾಗ್ಯದಿಂದಾಚರಿಸಿ ಚಿದಾರಣ್ಯದಲ್ಲಿರ್ಪ ಚಿದ್ಘನಲಿಂಗ ವೇದಿಯಾಗಿ ಶಿವೋಽಹಂ ಎಂಬ ಶಿವಭಾವವ ಮುಂದುಗೊಂಡು ಲಿಂಗಸುಖದಲ್ಲಿರ್ದನೆಂಬುದೀಗ, ಆಕಾಶವ ಹೊದ್ದದ ವೈರಾಗ್ಯದಿಂದ ಬಂದು ಅರಣ್ಯವ ಹೊಕ್ಕು ಕದಳಿಯು ಹೊಕ್ಕನೆಂದು ಕುಥಾಕುಳಿಗೊಳುತ್ತಿದ್ದೇಹದುಳಿವೇಕವ್ವಾ? ಎಂಬ ಶಬ್ದಕ್ಕರ್ಥ. ಆ ಶಿವೋಽಹಂ ಭಾವಿಯಾಗಿ ಸತ್ಕ್ರೀಯನಾಚರಿಸಿದ ಶರಣಂಗೆ ಪುನರ್ಭವವಿಲ್ಲ ವೆಂಬುದೀಗ, ಎಮ್ಮ ಸೋದರಕ್ಕೆ ಬಾಳಿಲ್ಲವೆಂಬ ಶಬ್ದಕ್ಕರ್ಥ. ಅಂತಪ್ಪ ಶರಣನು ಸಮ್ಯಜ್ಞಾನದಿಂದ ಸಕಲ ತತ್ತ್ವಕರಣಂಗಳೆಂಬ ಪದಾರ್ಥವ ಲಿಂಗಕ್ಕರ್ಪಿತವ ಮಾಡಿ, ಆ ಲಿಂಗಪ್ರಸಾದವ ಸ್ವೀಕರಿಸಿ ಲಿಂಗವಾದನೆಂಬುದೀಗ ಬಾಣಸ ಕೂರಲಗಾಗಿ ಅವನಾಳಿಗೊಂಬ ಶಿವಯೋಗಿ ಅದಕ್ಕೆ ಏಳಿಗೆಯಾಗಿ ಹೊಕ್ಕನವ್ವಾ ನಮ್ಮ ಅಜಗಣ್ಣ ತಂದೆ ಎಂಬ ಶಬ್ದಕ್ಕರ್ಥ.॥೩೪॥

೨೦೯

ಕಾಲಿಲ್ಲದ ಗಮನಿ, ಕೈಯಿಲ್ಲದ ಸೋಂಕು, ಬಾಯಿಲ್ಲದ ರುಚಿ, ಭಾವವೇ ಖರ್ಪರವಾಗಿ, ಪರಮದೇಹಿಯೆಂದು ಬೇಡುವ ಪರಮನ ತೋಱಯ್ಯಾ, ಗೋಹೇಶ್ವರಾ.

ಟೀ। ಸರ್ವಾಂಗಲಿಂಗ ಸಂಬಂಧಿಯಾದ ಶರಣನು ಲಿಂಗದೊಳಗೆ ತಾನಳಿದು ಆ ಲಿಂಗವೇ ಉಳಿದ ಬಳಿಕ ಆ ಲಿಂಗಪಿಂಡದ ನಡೆ ನುಡಿ ಸರ್ವ ತನುಗುಣ ಭಾವಂಗಳೆಲ್ಲವೂ ಲಿಂಗದ ಗುಣಂಗಳಲ್ಲದೆ ಆತಂಗಿಲ್ಲವೆಂಬುದೀ ವಚನಾರ್ಥ.॥೩೫॥

೨೧೦

ನಿಜವನಱಿದ ನಿಶ್ಚಿಂತನೆ, ಮರಣವ ಗೆಲಿದ ಮಹಂತನೆ, ಘನವ ಕಂಡ ಮಹಿಮನೆ, ಪರವನೊಳಕೊಂಡ ಪರಿಣಾಮಿಯೆ, ಬಯಲಲೊದಗಿದ ಭರಿತನೆ, ಗೋಹೇಶ್ವರಾ, ನಿರಾಳವನೊಳಕೊಂಡ ಸಹಜನೆ.

ಟೀ। ತನ್ನ ನಿಜವ ತಾನಱಿದು ನಿಶ್ಚಿಂತನಾಗಿ ಉತ್ಪತ್ಯಸ್ಥಿತಿಲಯಂಗಳಡಗಿ, ಮಹಾಘನದಲ್ಲಿ ಪರವಶನಾಗಿ, ಪರಮ ಪರಿಣಾಮಿಯಾಗಿ, ಪರಿಪೂರ್ಣತತ್ತ್ವ- - ರೂಪನಾಗಿ ನಿಜದಲ್ಲಿ ನಿಂದಾತನೆ ಮಹಾಲಿಂಗೈಕ್ಯನೆಂಬುದೀ ವಚನದ ತಾತ್ಪರ್ಯಾರ್ಥ.॥೩೬॥

A ಅಂತು ವಚನ ೨೧೦ಕ್ಕಂ ಶ್ರೀ A

೫೪ ಕ್ರಿಯಾಗಮಸ್ಥಲ

೨೧೧

ಹೊತ್ತಾಱಿ ಎದ್ದು ಲಿಂಗದೇವನ ದೃಷ್ಟಿಯಾರೆ ನೋಡದವನ ಸಂಸಾರವೇನವನ? ⁽ಅರೆ⁾ವೆಣನ ಬಾಳುವೆಣನ ಸಂಸಾರವೇನವನ? ನಡೆವೆಣನ ನುಡಿವೆಣನ ಸಂಸಾರವೇನವನ, ಕೂಡಲಸಂಗಮ ದೇವರನೊಲ್ಲದ ಪಾಪಿಯಾ?+

ಟೀ। ತ್ರಿಸಂಧ್ಯಾಕಾಲದಲ್ಲಿ ಲಿಂಗವ ಪೂಜಿಸಿ, ಲಿಂಗದಲ್ಲಿ ಮನವಡಗಿದ್ದೆ ಸತ್ಯ. ಉಳಿದವನು ಹೆಣನು ಎಂಬುದೀ ವಚನಾರ್ಥ.॥೧॥+

೨೧೨

ಉದಯಮುಖದಲ್ಲಿ ಲಿಂಗದರ್ಶನ, ಹಗಲಿನ ಮುಖದಲ್ಲಿ ಜಂಗಮದರ್ಶನ ಲೇಸು, ಲೇಸು ಲಿಂಗವಂತಂಗೆ. ಇದೆ ಪಥವು ಸದ್ಭಕ್ತಂಗೆ. ಇದೆ ಪಥವು ಲೇಸು, ಲೇಸು ಕೂಡಲ ಚೆನ್ನಸಂಗಯ್ಯನಲ್ಲಿ ಅಚ್ಚ ಲಿಂಗೈಕ್ಯಂಗೆ.

ಟೀ। ಗುರುವಿನಲ್ಲಿ ಜನನವಾದ ಕಾಲದಲ್ಲಿ ಲಿಂಗದ ನೋಟ. ಜ್ಞಾನಪ್ರಕಾಶವಾದ ಬಳಿಕ ಗುರುಲಿಂಗಕ್ಕೆ ಪ್ರಾಣವಾದ ಜಂಗಮದ ನೋಟ. ಈ ಪಥವು ಅಚ್ಚ ಶರಣಂಗಲ್ಲದಿಲ್ಲವೆಂಬುದು ಈ ವಚನಾರ್ಥ.॥೨॥

೨೧೩

ಶಿವಾಚಾರವೆಂಬುದೊಂದು ಬಾಳ ಬಾಯಿಧಾರೆ. ಲಿಂಗ ಮೆಚ್ಚಬೇಕು, ಜಂಗಮ ಮೆಚ್ಚಬೇಕು. ಪ್ರಸಾದ ಮೆಚ್ಚಿ ತನ್ನಲ್ಲಿ ಸ್ವಾಯತವಾಗಿರಬೇಕು. ಬಿಚ್ಚಿ ಬೇಱಾದರೆ ಮೆಚ್ಚುವನೇ ನಮ್ಮ ಕೂಡಲಸಂಗಮದೇವಾ?

ಟೀ। ಮನ, ಜ್ಞಾನವೆರಡೂ ಪರಬ್ರಹ್ಮದಲ್ಲಿ ಅಡಗಿ ಎರಡಿಲ್ಲದಿರಬೇಕೆಂಬುದೀ ವಚನಾರ್ಥ.॥೩॥

೫೫ ಭಾವಾಗಮಸ್ಥಲ

೨೧೪

ಸುತ್ತಿ ಸುತ್ತಿ ಬಂದಡಿಲ್ಲ, ಲಕ್ಷಗಂಗೆಯ ಮಿಂದಡಿಲ್ಲ. ಮೇರು ಗಿರಿಯ ತುಟ್ಟ ತುದಿಯ ಮೆಟ್ಟಿ ಕೂಗಿದಡಿಲ್ಲಯ್ಯಾ. ನಿತ್ಯ ನೇಮದಿಂದ ತನುವ ಮುಟ್ಟಿ ಮುಟ್ಟಿಕೊಂಡಡಿಲ್ಲಯ್ಯಾ. ನಿಚ್ಚ ನಿಚ್ಚ ನೆನೆವ ಮನವಂದಂದಿಂಗೆ. ಅತ್ತಲಿತ್ತ ಹರಿವ ಮನವ ಚಿತ್ತದಲ್ಲಿ ನಿಲಿಸಬಲ್ಲಡೆ ಬಚ್ಚ ಬಱಿಯ ಬೆಳಗು ಗೋಹೇಶ್ವರಾ, ನಿಮ್ಮ ಶರಣ.

ಟೀ। ಅನೇಕ ಗಂಗೆಯ ಮಿಂದು ಜಪತಪ, ನಿತ್ಯ ನೇಮಂಗಳ ಮಾಡಿದಡೆ ಅಗೋಚರ ಬ್ರಹ್ಮವು ಕಾಣಬಾರದು. ಮತ್ತೆಂತ್ತು ಕಾಣಬೇಕೆಂದಡೆ ಮನದ ವ್ಯಾಕುಲ ಮಾದು ನಿಜದಱಿವು ಸಾಧ್ಯವಾದಡೆ ಆತನೆ ಶಿವಶರಣನೆಂಬುದೀ ವಚನಾರ್ಥ.॥೪॥

೨೧೫

ವಾರಿಕಲ್ಲ ಹರಳಿನಂತೆ, ಅರಗಿನ ಪುತ್ಥಳಿಯಂತೆ ತನು ಕರಗಿ, ಮನ ಬೆರಸಿ ನೆರೆವ ಸುಖವನೇನೆಂಬೆ: ಕಡೆಗೋಡಿವರಿದವೆನಗಯ್ಯ. ನಯನದ ಸುಖಜಲಂಗಳು ನಮ್ಮ ಕೂಡಲ ಸಂಗಮದೇವರ ಮುಟ್ಟಿ ನೆರೆವ ಸುಖವ ನಾನೇನೆಂಬೆ.

ಟೀ। ಮನವಳಿದು ಲಿಂಗದಲ್ಲಿ ಕೂಡುವ ಸುಖವನುಪಮಿಸಬಾರದೆಂಬುದೀ ವಚನಾರ್ಥ.॥೫॥

೫೬ ಜ್ಞಾನಾಗಮಸ್ಥಲ

೨೧೬

ನಾದದಿಂದಾದ ಸಂಗ ವಿನೋದಸಂಗ; ಬಿಂದುವಿನಿಂದಾದ ಸಂಗ ಬದ್ಧಕ್ರೀ. ತ್ರಿಮೂರ್ತಿಯಿಂದಾದ ಸಂಗ ಶರೀರಸಂಗ. ದ್ವಯ ಅದ್ವಯದಿಂದಾದ ಸಂಗ ಪರಿಭಾವಸಂಗ. ಗಮಿಸುವುದೆ ನಿರವಯವು. ಬಯಸದಿರಾ ಬೇಱೆ ಮತ್ತಿಲ್ಲ.

ಅನುಭಾವವೆಂಬ ಘನಮಹಿಮೆಯ ನೆಮ್ಮಿತ್ತೆ ಆಯಿತ್ತು. ಆ ನಾದದ ನಿಶ್ಚಿಂತದ ನಿಲವನರಿಯಿತ್ತೆ ಆಯಿತ್ತು. ಬಿಂದುವಿನ ಸಂಗಭಾವ ಸಂದಿರ್ದ ಭೇದವ ತಿಳಿಯಿತ್ತೆ ಆಯಿತ್ತು: ಇದು ನಿಮ್ಮ ಕಲ್ಪನೆ. ಆದಿ ಅಂತ್ಯವ ಬಲ್ಲರೆ 'ಬಲ್ಲ'. ಅವಚಿತ್ತದ ಅವಧಾನದ ಅಹುದೆಂಬ ಅಲ್ಲೆಂಬ, ಉಂಟೆಂಬ ಇಲ್ಲೆಂಬ – ಈ ಎರಡಱ ಶಬ್ದೋಪ್ಪ್ಯ ಮಥನವಲ್ಲ ಕೇಳಿರಯ್ಯ. ಬೇಗ ಮಾಡಿತ್ತಿಳಿಯಿ. 'ಕಂತುಕ' ಛಂದಗೆಡದ ಮುನ್ನ ಬೇಗಮಾಡಿ ತಿಳಿದಿರಾದರೆ ಬಸವನಂತೆ ಭಾವ, ಬಸವನಂತೆ ಗಮನ. ಬಸವನ ಪದವಿಡಿವರೆ ಇದೆ ಪಥಕಾಣಾ ಕೂಡಲ ಚೆನ್ನಸಂಗಮದೇವಾ.

ಟೀ। ಉಪನಿಷದ್ವಾಕ್ಯಂಗಳಲ್ಲಿ ಹೇಳಲ್ಪಟ್ಟ ವೇದಾಂತ ಜ್ಞಾನವಿಡಿದು ಆಚರಿಸುವ ವಾಗದ್ವೈತಿಗಳೆಲ್ಲ ದೇಹ ಕರಣ ಇಂದ್ರಿಯ ವಿಷಯಂಗಳು ಮೊದಲಾದ ಮಾಯಾಸಂಗಸುಖದೊಡನೆ ಕೂಡಿ ವಿಷಯಾನಂದಿಗಳಾಗಿಪ್ಪರೆಂಬುದೀಗ, ನಾದದಿಂದಾದ ಸಂಗ ವಿನೋದ ಸಂಗವೆಂಬ ಶಬ್ದಕ್ಕರ್ಥ. ಮಾಂಸ ಬಿಂದುರೂಪವಾದ ದೇಹವಿಡಿದು ಚರಿಸುವ ದ್ವೈತಭಾವದ ಶೈವ ಸಿದ್ಧಾಂತಿಗಳೆಲ್ಲರೂ ಭಿನ್ನಕ್ರೀಯನಾಚರಿಸಿ ಫಲಪದಂಗಳ ಪಡೆದು ಬದ್ಧ ಜೀವಿಗಳಾದರೆಂಬುದೀಗ, ಬಿಂದುವಿನಿಂದಾದ ಸಂಗ ಬದ್ಧಕ್ರೀ ಎಂಬ ಶಬ್ದಕ್ಕರ್ಥ. ದೇಹವಿಡಿದಿಪ್ಪ ದೇಹಿಗಳೆಲ್ಲರೂ ಉತ್ಪತ್ಯ, ಸ್ಥಿತಿ ಲಯಕ್ಕೊಳಗಾಗಿಪ್ಪರೆಂಬುದೀಗ, ತ್ರಿಮೂರ್ತಿಯಿಂದಾದ ಸಂಗ ಶರೀರಸಂಗವೆಂಬ ಶಬ್ದಕ್ಕರ್ಥ. ದ್ವೈತಾದ್ವೈತವನಾಚರಿಸಿದವರೆಲ್ಲಾ ಭವಕ್ಕೆ ಭಾಜನವಾದರೆಂಬುದೀಗ, ದ್ವಯ ಅದ್ವಯದಿಂದಾದ ಸಂಗ ಪರಿಭಾವ ಸಂಗವೆಂಬ ಶಬ್ದಕ್ಕರ್ಥ. ಅಂತಪ್ಪ ವಾಗದ್ವೈತಿಗಳಿಗೆ ನಿರವಯಪರಬ್ರಹ್ಮ ಸಾಧ್ಯವಾಗದೆಂಬುದೀಗ, ಗಮಿಸುವದೆ ನಿರವಯವು ಎಂಬ ಶಬ್ದಕ್ಕರ್ಥ. ಭಿನ್ನವಳಿದ ಅಭಿನ್ನಜ್ಞಾನಿಗೆ ಭಿನ್ನವಿಲ್ಲ ಪರಬ್ರಹ್ಮವೆಂಬುದೀಗ, ಬಯಸದಿರಾ ಬೇಜಿ ಮತ್ತಿಲ್ಲವೆಂಬ ಶಬ್ದಕ್ಕರ್ಥ. ಲಿಂಗಾಂಗ ಸಂಬಂಧಿಯಾದ ಶರಣಂಗೆ ನಿಜಮುಕ್ತಿ ಘಟಿಸಿತ್ತೆಂಬುದೀಗ, ಅನುಭಾವವೆಂಬ ಘನ ಮಹಿಮೆಯ ನೆಮ್ಮಿತ್ತೆ ಆಯಿತ್ತೆಂಬ ಶಬ್ದಕ್ಕರ್ಥ. ಅಂಗ ಮನ ಇಂದ್ರಿಯಂಗಳು ನಾದಬ್ರಹ್ಮ– –ಲಿಂಗವೆ ತಾನೆಂದು ನಿಶ್ಚೈಸಿದ ಶರಣಂಗೆ ನಿಜಮುಕ್ತಿ ಘಟಿಸಿತ್ತೆಂಬುದೀಗ, ಅನುಭಾವದ ನಿಶ್ಚಿಂತದ ನಿಲವನಱಿಯಿತ್ತೆ ಆಯಿತ್ತೆಂಬ ಶಬ್ದಕ್ಕರ್ಥ. ಅಂಗ ಮನ, ಇಂದ್ರಿಯಂಗಳು ಲಿಂಗಸಂನದ್ಧವಾದ ಶರಣಂಗೆ ಲಿಂಗಸಂಗ ಘಟಿಸಿತ್ತೆಂಬುದೀಗ, ಬಿಂದುವಿನ ಸಂಗಭಾವ ಸಂದಿರ್ದ ಭೇದವ ತಿಳಿಯಿತ್ತೆ ಆಯಿತ್ತೆಂಬ ಶಬ್ದಕ್ಕರ್ಥ. ಲಿಂಗವಿಡಿದಾಚರಿಸುವ ಚರ್ಯವೆಲ್ಲವೂ ಶರಣಕಲ್ಪನೆಯೆಂಬುದೀಗ, ಇದು ನಿಮ್ಮ ಕಲ್ಪನೆಯೆಂಬ ಶಬ್ದಕ್ಕರ್ಥ. ಲಿಂಗಾಂಗಸಂಗದ ಸುಜ್ಞಾನಭೇದವ ಶರಣ ಬಲ್ಲನೆಂಬುದೀಗ, ಆದಿ ಅಂತ್ಯವ ಬಲ್ಲರೆ

ಬಲ್ಲನೆಂಬ ಶಬ್ದಕ್ಕರ್ಥ. ಸ್ವಸ್ಥಿರ ಚಿತ್ತವಲ್ಲದ ಸಂಕಲ್ಪ ಮನವೆಂಬುದೀಗ, ಅವಚಿತ್ತದಯೆಂಬ ಶಬ್ದಕ್ಕರ್ಥ. ಸದ್ಭಕ್ತಿ ಕ್ರೀಯಲ್ಲದ ಭಿನ್ನಕ್ರಿಯಾಚಾರವೆಂಬುದೀಗ, ಅವಧಾನದ ಎಂಬ ಶಬ್ದಕ್ಕರ್ಥ. ಆತ್ಮಂಗೆ ಪಾಶಬದ್ಧತ್ವವುಂಟು ಇಲ್ಲವೆಂಬ, ಮುಕ್ತಿಉಂಟಿಲ್ಲೆಂಬ ತುಟಿ ಕಟವಾಯಿ ರಸನೆಗಳಿಂದ ನುಡಿಯಲ್ಪಟ್ಟ ವಾಗದ್ವೈತದ ಉಲುಹಲ್ಲವೆಂಬುದೀಗ, ಅಹುದೆಂಬ ಅಲ್ಲೆಂಬ ಉಂಟೆಂಬ ಇಲ್ಲೆಂಬ – ಈ ಎರಡಱ ಶಬ್ದೋಷ್ಠ್ಯಮಥನವಲ್ಲ ಕೇಳಿರಯ್ಯ ಎಂಬ ಶಬ್ದಕ್ಕರ್ಥ. ದೇಹಭಾವವಳಿಯದ ಮುನ್ನ, ಭಕ್ತಿಯ ಮಾಡಿ ಮುಕ್ತನಾಗಬೇಕೆಂಬುದೀಗ,[1]ಕಂತುಕ[1] ಛಂದಗೆಡದ ಮುನ್ನ ಬೇಗ ಮಾಡಿ ತಿಳಿದಿರಾದರೆ ಎಂಬ ಶಬ್ದಕ್ಕರ್ಥ. ಬಸವೇಶ್ವರನಾಚರಿಸಿದರೆ, ಸದ್ಭಕ್ತಿಕ್ರೀಲಿಂಗವಿಡಿದು ಮುಕ್ತರಾದರು ಶರಣರೆಂಬುದೀ ವಚನದ ತಾತ್ಪರ್ಯಾರ್ಥ.॥೬॥

೨೧೭

ಅಱಿದೇ[3]ನಱಿದೇನೆಂದಡೆ ಅದೇಕೋ ಮುಂದೆ ಮಱಿವೆ? ಅಱಿದೇ[3]ನೆಂಬುದು[3] ನಿನ್ನಲ್ಲಿ ಲೇಸಾಗಿ ಉಳ್ಳಡೆ ನಿನ್ನಱಿವೆಲ್ಲವ ಹಱಿಹಂಚುಮಾಡಿ ನೀನಱಿ ಮರುಳೆ! ಸ್ವತಂತ್ರ ಘನದೊಳಗಿರ್ದು ನಿಜವನಱಿದೇನೆಂದಡೆ ಮೂರ್ತಿ ಕಿಱಿದಲ್ಲ–ನಿಲ್ಲು, ಮಾಣು. ಗೋಹೇಶ್ವರನೆಂಬ ಲಿಂಗದ ಘನಘಟ್ಟಿಯನಱಿವಡೆ ನಿನ್ನಱಿವೆಲ್ಲವ ಹಱಿಹಂಚುಮಾಡಿ, ಬಱಿದೆಂದು ನೀನಱಿ ಮರುಳೇ, ನೀನು [3]ನಿರ್ಭಾವಿಯಾದಡೆ![3]

ಟೀ। ಅಱಿದೆಹೆನೆಂಬುದು ಅಜ್ಞಾನ; ಅದೇನು ಕಾರಣವೆಂದಡೆ ಇನ್ನು ಆವುದಾನೊಂದು ವಸ್ತುವನಱಿದೆಹೆನೆಂಬ ಅರ್ಥವಿದ್ದುಹುದಾಗಿ. ಅಱಿವೆಂಬ ವಸ್ತುವನಱಿವುದುಳ್ಳಡೆ ಆ ಅಱಿದೆಹೆನೆಂಬಾತ ತಾನೆ ವಸ್ತುವೆಂದಱಿದು ಭಿನ್ನವಿವೇಕವೆಲ್ಲವನೂ ತ್ಯಜಿಸಬೇಕೆಂಬುದೀಗ, ಅಱಿದೆಹೆನಱಿದೆಹೆನೆಂದಡೆ ಅದೇಕೋ ಮುಂದೆ ಮಱಿವೆ? ನೀನಱಿದೆಹೆ[4]ನೆಂಬುದು[4] ನಿನ್ನಲ್ಲಿ ಲೇಸಾಗಿ ಉಳ್ಳಡೆ ನಿನ್ನಱಿವೆಲ್ಲವ ಹಱಿಹಂಚುಮಾಡಿ[5]ನೀನಱಿ ಮರುಳೇ ಎಂಬ ಶಬ್ದಕ್ಕರ್ಥ. ಈ ಭೇದವನಱಿಯದೆ ಪರಿಪೂರ್ಣ ಘನದೊಳಗೆ ತಾನಿರ್ದು ತೆಱಹು ಮಾಡಿಕೊಂಡು ನಿಜವನಱಿದೆಹೆನೆಂದರೆ, ಅದು ಖಂಡಿತವಾಗಿಹುದಾಗಿ, ಅದೆ ಕಲ್ಪಿತವೆಂದಿನಿಸುವು– –ದೆಂದಱಿದು ತಾನೆ ಪರಶಿವತತ್ತ್ವ ಸ್ವರೂಪನಾಗಿರಬೇಕೆಂಬುದೀಗ, ಸ್ವತಂತ್ರ ಘನದೊಳಗಿರ್ದು ನಿಜವನಱಿದೆಹೆನೆಂದಡೆ, ಮೂರ್ತಿ ಕಿಱಿದಲ್ಲ ನಿಲ್ಲು, ಮಾಣು ಗೋಹೇಶ್ವರನೆಂಬ ಲಿಂಗದ ಘನ ಘಟ್ಟಿಯನಱಿವಡೆ ನಿನ್ನಱಿವೆಲ್ಲವ [1]ಹಱಿಹಂಚ[1] ಮಾಡಿ ಬಱಿದೆಂದು ನೀನಱಿ ಮರುಳೆ, ನಿರ್ಭಾವಿಯಾದಡೆ ಎಂಬ ಶಬ್ದಕ್ಕರ್ಥ.॥೭॥

೨೧೮

ತನುವಿಂಗೆ ತನುವಾಗಿ, ಮನಕ್ಕೆ ಮನವಾಗಿ, ಜೀವಕ್ಕೆ ಜೀವವಾಗಿ ಇರ್ದುದನಾರು ಬಲ್ಲರು? ಅದು ದೂರವೆಂದು, ಸಮೀಪವೆಂದು ಮಹಂತ ಗೋಹೇಶ್ವರ ನೊಳಗೆಂದು ಹೊಱಗೆಂದು ಬಱು ಸೂಱೆವೋದರು.

ಟೀ। ಶರಣನೊಳಗೆ ಲಿಂಗವಿಪ್ಪ ಭೇದವೆಂತೆಂದಡೆ ತನುವಿನೊಳಗೆ ತನುರೂಪಾಗಿ, ಮನದೊಳಗೆ ಮನರೂಪಾಗಿ ಜೀವದೊಳಗೆ ಜೀವರೂಪಾಗಿಪ್ಪನು. ಈ ಭೇದವನಱಿಯದೆ ಲಿಂಗ ಅಂತರಂಗವೆಂದು–ಬಹಿರಂಗವೆಂದು, ದೂರವೆಂದು–ಹತ್ತಿರೆಂದು ಅಱಿಸುವವರು ಅಜ್ಞಾನಿಗಳೆಂಬುದೀ ವಚನಾರ್ಥ.॥೮॥

೨೧೯

ದೇವಪ್ರಭೆಯೊಳಗಿಹರಲ್ಲದೆ ದೇವಗಹನವ ಮಾಡಬಾರದಾರಿಗೆಯೂ. ದೇವ ಸಕೀಲದೊಳಗೆ ಬೆಳೆಯಬಹುದಲ್ಲದೆ ದೇವನಷ್ಟದೊಳಗೆ ಉತ್ಪತ್ಯವಾಗಬಾರದಾರಿ ಗೆಯೂ, ಉತ್ಪತ್ಯದ ಗತಿಯನಾರೋಗಣೆಯ ಮಾಡಬಾರದಾರಿಗೆಯೂ, ಸಚರಾಚರವೆಲ್ಲಾ ಈ ಪರಿಯಲೇ ಸಂಭ್ರಮಿಸುತ್ತಿದ್ದರಲ್ಲಾ. ಇದು ಕಾರಣ ಕೂಡಲ ಚೆನ್ನಸಂಗಯ್ಯನಲ್ಲಿ ಇದ್ದ ಭಾವವಳಿದರೆ ಲಿಂಗೈಕ್ಯವು.

ಟೀ। ಅಖಂಡ ಚಿತ್ತ್ರಭಾಲಿಂಗದೊಳಗೆ ಸಕಲಜೀವರು ಇಪ್ಪರು. ಅಂತಿರ್ದ ಚಿದ್ಘನ–ಲಿಂಗವು ತಮ್ಮ ನಿಜವೆಂದಱಿದು ತಮ್ಮನಾ ಚಿದ್ಘನಲಿಂಗವ ಮಾಡಬಾರದಾರಿಗೂ ಎಂಬುದೀಗ, ದೇವಪ್ರಭೆಯೊಳಗೆಯಿಹರಲ್ಲದೆ ದೇವಗಹನವ ಮಾಡಬಾರದಾರಿಗೆಯೂ ಎಂಬ ಶಬ್ದಕ್ಕರ್ಥ. ಅಂತಪ್ಪ ಮಹಾಲಿಂಗವ ಸಕೀಲಮಾತ್ರವಾಗಿ ಶ್ರುತಜ್ಞಾನಂಗಳಿಂದ ಅಱಿದು, ಧ್ಯಾನಿಸಿ, ಪೂಜಿಸಿ ಫಲಪದಂಗಳ ಸುಖದ ಬೆಳಸ ಬೆಳೆಯಬಹುದೆಂಬುದೀಗ ದೇವಸಕೀಲದೊಳಗೆ ಬೆಳೆಯಬಹುದಲ್ಲದೆಯೆಂಬ ಶಬ್ದಕ್ಕರ್ಥ. ಅಂತಪ್ಪ ಚಿತ್ಪ್ರಭಾ ಲಿಂಗವು ತನ್ನಾತ್ಮಾಂತರ್ಗತವಾಗಿರ್ದುದನಱಿದು ಗುರುಮುಖದಿಂದ ಉತ್ಪತ್ಯಮಾಡಿ, ಇಷ್ಟ–ಪ್ರಾಣ–ಭಾವಲಿಂಗವಾಗಿ ಮೂರ್ತಿಗೊಳಿಸಿ ಸರ್ವಾಂಗವನರ್ಪಿಸಿ ಅಂಗವೆಲ್ಲಾ ಲಿಂಗವೆಯಾಗಿಪ್ಪ ಲಿಂಗದುತ್ಪತವಾರಿಗೆಯೂ ಆಗದೆಂಬುದೀಗ, ದೇವನಷ್ಟದೊಳಗೆ ಉತ್ಪತ್ಯವಾಗಬಾರದಾರಿಗೆಯೂ ಎಂಬ ಶಬ್ದಕ್ಕರ್ಥ. ಅಂತು ಲಿಂಗೋದ್ಭವವಾಗಿ ಸರ್ವಾಂಗವನೊಳಕೊಂಡು ಅಂಗವೆಲ್ಲಾ ಲಿಂಗವೆಯಾದುದೀಗ, ಮುಕ್ತಿಗತಿ. ಅಂತು ಮುಕ್ತಿಗತಿಸ್ವರೂಪನಪ್ಪ ಲಿಂಗವೆ ತಾನೆಯಾಗಿಪ್ಪುದನಱಿದು ತನ್ನ ಲಿಂಗಲಕ್ಷಣವನೇ ಗ್ರಹಿಸಿ, ಶಿವೋಽಂಭಾವವಳವಟ್ಟು ಶಿವಸುಖವನನುಭವಿಸುತ್ತಿರ್ಪ ದಾರಿಗೆಯೂ

ಬಾರದೆಂಬುದೀಗ, ಉತ್ಪತ್ತಿಯಗತಿಯನಾರೋಗಣೆಯ ಮಾಡಬಾರದಾರಿಗೆಯೂ ಎಂಬ ಶಬ್ದಕ್ಕರ್ಥ. ಅಂತು ಶಿವ ತಾನೆಂದು ಶಿವೋऽಹಂಭಾವ ಘಟಿಸಿಪ್ಪಲ್ಲಿ, ಆ ಶಿವೋऽಹಂಭಾವವಡಗಿ ನಿಂದು ಲಿಂಗವೆಯಾಗಿರ್ದಲ್ಲದೆ ಲಿಂಗೈಕ್ಯನಲ್ಲವೆಂಬುದೀಗ, ಇದ್ದ ಭಾವವಳಿದರೆ ಲಿಂಗೈಕ್ಯವು ಎಂಬ ಶಬ್ದಕ್ಕರ್ಥ. ಅಂತಪ್ಪ ಲಿಂಗೈಕ್ಯನನಱಿಯದೆ ದೇಹೇಂದ್ರಿಯ ವಿಷಯ ಸುಖಭೋಗದಲ್ಲಿ ಸಂಭ್ರಮಿಸುತ್ತಿರ್ದರು ಸಕಲ ಜೀವರೆಂಬುದೀಗ, ಸಚರಾಚರವೆಲ್ಲವೂ ಈ ಪರಿಯಲೇ ಸಂಭ್ರಮಿಸುತ್ತಿರ್ದರಲ್ಲಾ ಎಂಬ ಶಬ್ದಕ್ಕರ್ಥ.॥೯॥

೨೨೦

ಜೀವಾತ್ಮ – ಅಂತರಾತ್ಮನ ಸುದ್ದಿಯ ಬೆಸಗೊಂಬರೆ ಹೇಳಿಹೆ, 'ಕೇಳಿಭೋ' ಹಸೆಯ ಸಂಕಲೆಯಾಗಿರ್ದಲ್ಲಿ ಕಾದುಕೊಂಡಿರ್ದನೊಬ್ಬ. 'ಕಥೆ' ಕನಸಮಾಡಿ ಹೇಳುತ್ತಿರ್ದನೊಬ್ಬ. ಪರಾಪರಕ್ಕೆ ಹೋಗಿ ಪರಮನ ಸುದ್ದಿಯಕೊಂಡು ಬರುತ್ತಿಪ್ಪನೊಬ್ಬ. ಅವರಿಬ್ಬರನೂ ಕೆಡೆಮೆಟ್ಟಿ ಹೋಹಾಗ ಲೋಕ ನಿರ್ಬುದ್ಧಿಗೊಂಡಿತ್ತು ಕೂಡಲಸಂಗಮದೇವಾ.

ಟೀ। ಅಂಗವಿಡಿದಿರ್ಪುದು ಜೀವ, ಶಬ್ದವಿಡಿದಿಪ್ಪುದು ಪ್ರಾಣ. ಅಱಿವುವಿಡಿದಿಪ್ಪುದು ಪರಮ. ಇಂತೀ ಜೀವಾತ್ಮ, ಅಂತರಾತ್ಮ, ಪರಮಾತ್ಮನಾದ ಅಱಿವು. ಈ ತ್ರಿವಿಧವು ಅಳಿದಲ್ಲದೆ ಐಕ್ಯನಾಗಬಾರದೆಂಬುದೀ ವಚನದಾರ್ಥ.॥೧೦॥

೨೨೧

ಸಂಗವಿಡಿದಂತೆ ಸಂಗವಿಡಿದು ನೋಡದಿರಾ! ಶರಣ ಸಂಗಸೂತಕಿಯಲ್ಲ. ಲಿಂಗಪರಿಚಿತ ಸಂಗವಂತನೆಂದೆನ್ನದಿರು. ಶರಣ ಮನಬಂದಂತೆ ಮಾಡುವ. ಅಱಿಸಿ ಸಕಲಾಗಮಾಚಾರ್ಯನಪ್ಪ ಅಹುದಾಗದೆಂಬವರಿಲ್ಲ ನೋಡಾ! ಕೂಡಲ ಚೆನ್ನಸಂಗನ ಶರಣ ಸಂಗಿಯಲ್ಲ, ನಿಸ್ಸಂಗಿಯಲ್ಲ.

ಟೀ। ಆದಿ ಅಂತ್ಯವಿಲ್ಲದ ಲಿಂಗವೆಯಾಗಿ ಅಹುದು–ಆಗದೆಂಬುದೂ ಇಲ್ಲ; ಬೇಕು–ಬೇಡ ಎಂಬುದೂ ಇಲ್ಲ, ಲಿಂಗ ಮಾಡಿತ್ತೇ ಪ್ರಮಾಣಾಗಿ ಲಿಂಗವೇ ಶರಣನಾಗಿ, ಶರಣ ಮಾಡಿತ್ತೇ ಪ್ರಮಾಣವೆಂಬುದೀ ವಚನಾರ್ಥ.॥೧೧॥

೫೭. ಸಕಾಯಸ್ಥಲ

೨೨೨

ಪೂರ್ವಿಕ ಪೂಜಕ, ಅಪೂರ್ವಿಕ ಭಕ್ತ; ಕರ್ಮಿ ಪೂಜಕ, ನಿಷ್ಕರ್ಮಿ ಭಕ್ತ : ಲಿಂಗ ಪೂಜಕ, ಜಂಗಮಭಕ್ತ, ತನುಗುಣ ಪೂರ್ವಸೂತಕವಿರಹಿತ ನಮ್ಮ ಕೂಡಲ ಚೆನ್ನಸಂಗನಲ್ಲಿ ಆತನೇ ಅಚ್ಚ ಶರಣ.

ಟೀ। ಲಿಂಗವ ಪೂಜಿಸುವರೆಲ್ಲರೂ ಲಿಂಗಪೂಜಕರೆಂಬ ಶಬ್ದಕ್ಕರ್ಥ. ಜಂಗಮ ಭಕ್ತಿ ಮಾಡುವರೆಲ್ಲರೂ ಜಂಗಮಭಕ್ತರೆಂಬ ಶಬ್ದಕ್ಕರ್ಥ. ಅಂತು ಲಿಂಗವ ಪೂಜಿಸಿದಾತಂಗೆ ತನುವಿನ ಪೂರ್ವವಾಸನೆಯಳಿಯದೆ ಆ ಲಿಂಗಪೂಜಾ-ಕರ್ಮಫಲವನನುಭವಿಸಿ ಭವಕ್ಕೆ ಬರುತ್ತಿಹರು. ಜಂಗಮಕ್ಕೆ ತನು ಮನ ಧನವ ಸಮರ್ಪಿಸಿದ ಭಕ್ತಂಗೆ ತನುವಿನ ಪೂರ್ವ ವಾಸನೆಯಳಿದು ಭವಕರ್ಮವಿರಹಿತನಾಗಿ ಮುಕ್ತಿಯಪ್ಪುದೆಂಬುದೀಗ, ಪೂರ್ವಿಕ ಪೂಜಕ, ಅಪೂರ್ವಿಕ ಭಕ್ತ; ಕರ್ಮಿ ಪೂಜಕ, ನಿಷ್ಕರ್ಮಿ ಭಕ್ತನೆಂಬ ಶಬ್ದಕ್ಕರ್ಥ. ಅಂತು ಜಂಗಮಭಕ್ತನಾದಾತಂಗೆ ತನುವಿನ ಪೂರ್ವವಾಸನೆಯಳಿದು ಶಿವಶರಣನೆನಿಸಿಕೊಂಡು ಮುಕ್ತನಪ್ಪನೆಂಬುದೀಗ, ತನುಗುಣಪೂರ್ವಸೂತಕವಿರಹಿತ, ಆತನೇ ಅಚ್ಚ ಶರಣನೆಂಬ ಶಬ್ದಕ್ಕರ್ಥ.॥೧೨॥

೨೨೩

ಅಯ್ಯಾ ಸಜ್ಜನ ಸದ್ಭಾವರ ಸಂಗದಿಂದ ಮಹಾನುಭಾವರ ಕಾಣಬಹುದು. ಮಹಾನುಭಾವರ ಸಂಗದಿಂದ ಶ್ರೀಗುರುವ ಕಾಣಬಹುದು. ಶ್ರೀಗುರುವಿನ ಸಂಗದಿಂದ ಲಿಂಗವ ಕಾಣಬಹುದು. ಲಿಂಗದ ಸಂಗದಿಂದ ಜಂಗಮವ ಕಾಣಬಹುದು. ಜಂಗಮದ ಸಂಗದಿಂದ ಪ್ರಸಾದವ ಕಾಣಬಹುದು. ಪ್ರಸಾದದ ಸಂಗದಿಂದ ಆಚಾರವ ಕಾಣಬಹುದು. ಆಚಾರದ ಸಂಗದಿಂದ ತನ್ನ ತಾ ಕಾಣಬಹುದು. ಇದು ಕಾರಣ ಕೂಡಲ ಚೆನ್ನ ಸಂಗಮದೇವಯ್ಯಾ ನಿಮ್ಮ ಮಹಾನುಭಾವರ ಸಂಗವನೆ ಕರುಣಿಸಯ್ಯಾ+

ಟೀ। ಸತ್ಯವಾದ ಅನುಭಾವದಿಂದ ಸತ್ತಾದ ಗುರುವ ಕಾಣಬಹುದು. ಆ ಗುರು[1]ವಿನಿಂದ[1] ಚಿತ್ತಾದ ಲಿಂಗವ ಕಾಣಬಹುದು. ಆ ಚಿತ್ತಾದ ಲಿಂಗದಿಂದ ಆನಂದವಾದ ಜಂಗಮವ ಕಾಣಬಹುದು. ಆನಂದವಾದ ಜಂಗಮದಿಂದ ಸತ್ತು ಚಿತ್ತಾನಂದವನೊಳಕೊಂಡ ಅಖಂಡಿತವಾದ ಪ್ರಸಾದವ ಕಾಣಬಹುದು. ಆ ಅಖಂಡಿತವಾದ ಪ್ರಸಾದ ಪರಿಣಾಮದಿಂದ [2]ತಾ ಪರ[2]ಬ್ರಹ್ಮವೆಂದಱಿಯಬಹು-ದೆಂಬುದೀ ವಚನಾರ್ಥ.॥೧೩॥

೨೨೪

ನಚ್ಚು ಮಚ್ಚಿನ ಲಿಂಗವನುಗ್ರಹಿಸುವಲ್ಲಿ ಮಚ್ಚು ಒಳ[3]ಕೊಂಡುತ್ತು[3]. ಕರ್ಪುರದ ಕರಡಗೆಯ ಘಾಸಿ ಮಾಡಿದಂತಾಯಿತ್ತು. ಲಿಂಗಾನುಭಾವಿಗಳ ಸಂಗದಿಂದ ನಾನು [4]ಕಣ್ದೆಱೆದೆನು[4] ಕಾಣಾ ಗೋಹೇಶ್ವರಾ.

ಟೀ। ಅಂಗದ ಮೇಲೆ ಲಿಂಗವ ಧರಿಸಿ ಆ ಲಿಂಗವನು ಲೋಲುಪ್ತಿಯಿಂದ ಗ್ರಹಿಸಿರುತ್ತಿರಲು ಶರಣರ ಸಂಸರ್ಗದಿಂದ ಲಿಂಗವು ಪ್ರಾಣವು ಒಂದಹ ಅನುಭಾವ

ಗ್ರಾಹಕವಾಗಲು ಆ ಮಹಾ ವಿವೇಕದೊಳಗೆ ಹೃದಯ ಮಥನವಾಗಿ ಪ್ರಾಣಲಿಂಗ ಸಂಬಂಧ ಕಣ್ದೆಱವಾಯಿತ್ತು ಯೆಂಬುದೀಗ ವಚನದ ಬಹು ಶಬ್ದಕ್ಕೇಕಾರ್ಥ ನಿರ್ವಚನ.॥೧೪॥

೨೨೫

ಧರೆಯಗಲದ ಜಲಕ್ಕೆ ಕರಿಯ ನೂಲಿನಜಾಲ. ಕರಿಯ ಕಬ್ಬಿಲ ಹೊಕ್ಕು ಸೇದುತ್ತಿರಲು ಕರದ ಕೈಯ್ಯಲ್ಲಿ ಗಾಣ. ಸೂಕ್ಷ್ಮ ವಿಚಾರದಿಂದಱಿದುಕೊಂಡಡೆ ಗಾಣಕ್ಕೆ ಹೊಱಗಾಯಿತ್ತು. ಹರಿವ ಜಲಂಗಳು ಬತ್ತಿ ಬೇಸಗೆಯ ಊಷ್ಣ ತೋಱೆ ಬಿಳಿಯ ಮಳಲಲ್ಲಿಗೆ ಕಾಣಬರುತ್ತಿರಲು ಕರಿಯ ಕಬ್ಬಿಲ ಬಂದು ಏರಿಯ ಮೆಟ್ಟಿ ನೋಡಿ ಕಾಣದೆ, ಮರಳಿ ಜಾಲವ ಹೊತ್ತುಕೊಂಡು ಹೋಹಾಗ, ಹೊಂಗಱೆಯ ಬಿಲ್ಲು ಕೋಲನೊಂದು ಕೈಯ್ಯಲ್ಲಿ ಹಿಡಿದು, ಒಂದು ಕೈಯ್ಯಲ್ಲಿ ಬಿದಿರಕ್ಕಿಯ ಹಿಡಿದು, ದಂಗಟನ ಪುಣಿಜೆಯರು ಮುಂದೆ ಬಂದಾಡಲು, ಕಂಗಳ ಮುತ್ತು ಸಡಿಲಿ, ಪಾದದ ಮೇಲೆ ಬೀಳಲು, ಅಂಗಯ್ಯೊಳಗೊಂದು ಅರಿದ ತಲೆ ಮೂಡಲು, ದಂಗಟನ ಹೊತ್ತು ಕೊಂಡಾಡುತ್ತಿರಲು ಶೃಂಗಾರ 'ಸಯ'ವಾಯಿತ್ತು, ಕೂಡಲ ಚೆನ್ನಸಂಗಯ್ಯನಲ್ಲಿ ಭಕ್ತ್ಯಂಗನೆಯ ನಾವಿಂದು ಕಂಡೆವಯ್ಯಾ,

ಟೀ॥ ದೇಹವೆಂಬುದೀಗ 'ಧರೆ'ಯೆಂಬ ಶಬ್ದಕ್ಕರ್ಥ. ಅಂತಪ್ಪ ದೇಹವೆಲ್ಲಾ ಸಂಸಾರ ರಸವೆಯಾಗಿರ್ಪುದೆಂಬುದೀಗ, 'ಧರೆಯಗಲದ ಜಲವೆಂಬ' ಶಬ್ದಕ್ಕರ್ಥ. ಅಂತಪ್ಪ ದೇಹೇಂದ್ರಿಯ ವಿಷಯಜಲದಲ್ಲಿ ಅಜ್ಞಾನ ಮಾಯಾಸೂತ್ರದ ಬಲೆಯೆ ಬೀಸಿಹುದೆಂಬುದೀಗ, ಕರಿಯ ನೂಲಿನ ಜಾಲವೆಂಬ ಶಬ್ದಕ್ಕರ್ಥ. ಕಾಮನೆಂಬವನೀಗ, ಕರಿಯ ಕಬ್ಬಿಲನೆಂಬ ಶಬ್ದಕ್ಕರ್ಥ. ಆ ದೇಹೇಂದ್ರಿಯ ವಿಷಯಜಲದಲ್ಲಿ ಕಾಮ ನೆಲೆಗೊಂಡು ವಿಷಯಾತುರದ ಬಯಕೆಯ ಹೆಚ್ಚಿಸಿ **ಅಜ್ಞಾನಸೂತ್ರದ ಮಾಯಾ ಬಲೆಯ ಬೀಸಿ ಜೀವರ ಸೆಳೆದು ಕೆಡಹುತ್ತಿಹ ಭವದತ್ತಲೆಂಬುದೀಗ, ಕರಿಯ ಕಬ್ಬಿಲ ಹೊಕ್ಕು ಸೇದುತ್ತಿರಲು** ಯೆಂಬ ಶಬ್ದಕ್ಕರ್ಥ. ಕರಣಂಗಳೆಂಬವೀಗ, ಕರದ ಕೈಯೆಂಬ ಶಬ್ದಕ್ಕರ್ಥ. ಮಚ್ಚಿನ ಮೋಹವೆಂಬು- -ದೀಗ, ಗಾಣವೆಂಬ ಶಬ್ದಕ್ಕರ್ಥ. ಅಂತಪ್ಪ ಕರಣಂಗಳೆಲ್ಲಾ ಕಾಮನ ಕೈಗಳಾಗಿ ಆ ಕೈಗಳಿಂದ ಮಚ್ಚಿನ ಮೋಹದ ಗಾಣದಲ್ಲಿ ಜೀವರ ಸಿಕ್ಕಿಸಿ ಜನನ ಮರಣಕ್ಕೆ ತರುತ್ತಿಹ ಕಾಮನೆಂಬುದೀಗ, ಕರದ ಕೈಯ್ಯಲ್ಲಿ ಗಾಣವೆಂಬ ಶಬ್ದಕ್ಕರ್ಥ. ಅಂತು ಕಾಮವಿಕಾರದಿಂದ ಭವಕ್ಕೆ ಬರುತ್ತಿಹ ಜೀವನು ಸಮ್ಯಜ್ಞಾನದಿಂದ ತನ್ನ ನಿಜವು ಪರಬ್ರಹ್ಮವೆಂದಱಿದಡೆ ಆ ದೇಹ ಮೋಹವಳಿದು, ಜನನ ಮರಣಕ್ಕೆ ಬಾರದೆಂಬುದೀಗ, ಸೂಕ್ಷ್ಮವಿಚಾರದಲ್ಲಿ ಅಱಿದುಕೊಂಡಡೆ ಗಾಣಕ್ಕೆ ಹೊಱಗಾಯಿತ್ತೆಂಬ ಶಬ್ದಕ್ಕರ್ಥ. ಅಂತಪ್ಪ ಜ್ಞಾನಪ್ರಕಾಶದ ಹೆಚ್ಚುಗೆಯ ಬಲದಿಂದ ದೇಹೇಂದ್ರಿಯ ವಿಷಯ ರಸಂಗಳೆಲ್ಲಾ ನೀರಸವಾಗಿ ಹೋಗಿ ಆ ಶರಣನಂಗದೊಳಿರ್ದ

ಚಿತ್ಪರಮ ಪ್ರಕಾಶಲಿಂಗವು ಪ್ರತ್ಯಕ್ಷವಾಗಿ ತೋಱುತ್ತಿರ್ದಿತ್ತೆಂಬುದೀಗ ಹರಿವ ಜಲಂಗಳು ಬತ್ತಿ ಬೇಸಗೆಯ ಊಷ್ಣದೋಱಿ ಬಿಳಿಯ ಮಳಲಲ್ಲಿಗೆ ಕಾಣಬರುತ್ತಿರಲು ಎಂಬ ಶಬ್ದಕ್ಕರ್ಥ. **ಅಂತು ಲಿಂಗಭಾವ ಘಟಿಸಿದ ಶರಣನ ಅಂತರಂಗವನಱಿದು ಕಾಮ ತನ್ನ ಅಜ್ಞಾನ ಮಾಯಾ ಬಲೆ ಸಹವಾಗಿ ಹೋದನೆಂಬುದೀಗ** ಏರಿಯ ಮೆಟ್ಟಿ ನೋಡಿ ಕಾಣದೆ ಜಾಲವ ಹೊತ್ತುಕೊಂಡು ಹೋಗೆ ಎಂಬ ಶಬ್ದಕ್ಕರ್ಥ. ತನ್ನ ಶರೀರವೆಂಬುದೀಗ, ದಂಗಟನೆಂಬ ಶಬ್ದಕ್ಕರ್ಥ. ಅಂತಪ್ಪ ಶರಣನ **ಸ್ವದೇಹಲ್ಲಿರ್ದ ಷಡ್ವಿಧ ಶಕ್ತಿಯರೆಂಬವರು ಪುಣ್ಯಾಂಗನೆಯರೆಂಬುದೀಗ, ದಂಗಟನ ಪುಣಿಜೆಯರು ಎಂಬ ಶಬ್ದಕ್ಕರ್ಥ. ಅಂತಪ್ಪ ಷಡ್ವಿಧ ಶಕ್ತಿಯರೆಲ್ಲರೂ ಏಕಾಗ್ರಚಿತ್ತವೆಂಬುದೊಂದು ಹಸ್ತದಲ್ಲಿ ಸದ್ಭಾವವೆಂಬ ಬಿಲ್ಲಿಗೆ** ಸುಜ್ಞಾನವೆಂಬ ಅಂಬ ತೊಡಚಿ ಹಿಡಿದುಕೊಂಡಿರ್ದರೆಂಬುದೀಗ, ಹೊಂಗಱಿಯ ಬಿಲ್ಲು ಕೋಲನೊಂದು ಕೈಯ್ಯಲ್ಲಿ ಪಿಡಿದು ಎಂಬ ಶಬ್ದಕ್ಕರ್ಥ. ತನ್ನ ಭಕ್ತರಿಗೆ ತನ್ನನೆ ಸೂಱೆಗೊಡುವ ನಿಜದ ನಿಧಿಯಪ್ಪ ನಿರ್ಮಲ ಶಿವತತ್ತ್ವವೆಂಬ ತಂಡುಲವ ಮಹದಱಿವಿನ ಹಸ್ತದಲ್ಲಿ ಪಿಡಿದಿರ್ದರೆಂಬುದೀಗ, ಒಂದು ಕೈಯ್ಯಲ್ಲಿ ಬಿದಿರಕ್ಕಿಯ ಹಿಡಿದು ಎಂಬ ಶಬ್ದಕ್ಕರ್ಥ. ಅಂತು ಷಡ್ವಿಧ ಶಕ್ತಿಯರೆಲ್ಲರೂ ಶಿವಜ್ಞಾನಾನಂದ ಲೀಲೆವಿಡಿದು ನಲಿದಾಡುತ್ತ ಶರಣನ ಸರ್ವಾಂಗದಲ್ಲಿ ಚಿತ್ಪ್ರಕಾಶಮಯುವಾಗಿ ಕಾಣಿಸುತ್ತ ಶರಣಂಗೆ ಜ್ಞಾನಬಲವಾಗಿರ್ದರೆಂಬುದೀಗ, ದಂಗಟನ ಪುಣಿಜೆಯರು ಮುಂದೆ ಬಂದಾಡಲು ಎಂಬ ಶಬ್ದಕ್ಕರ್ಥ. ಕಂಗಳೆಂದರೆ ಜ್ಞಾನದೃಕ್ಕು. ಮುತ್ತೆಂದರೆ ಮುಕ್ತಿಸ್ವರೂಪನಪ್ಪ ಲಿಂಗ, ಪಾದವೆಂದರೆ ಕ್ರಿಯಾಚಾರ. ಅಂತು ಶರಣನ ಜ್ಞಾನದೃಕ್ಕಿನಲ್ಲಿ ಭಿನ್ನವಿಲ್ಲದಿರ್ದ ಮುಕ್ತಿಸ್ವರೂಪನಪ್ಪ ಚಿತ್ಕಲಾಲಿಂಗವು ಬಹಿಷ್ಕರಿಸಿ ಇಷ್ಟಲಿಂಗವಾಗಿ ಬಂದು ಕ್ರಿಯಾಚಾರದಲ್ಲಿ ನೆಲೆಗೊಂಡಿತ್ತೆಂಬುದೀಗ, ಕಂಗಳ ಮುತ್ತು ಸಡಿಲಿ ಪಾದದ ಮೇಲೆ ಬೀಳಲು ಎಂಬ ಶಬ್ದಕ್ಕರ್ಥ. ಅಂತು ಭಕ್ತಿಗೊಲಿದು ಅಖಂಡ ಜ್ಞಾನಲಿಂಗವು ಖಂಡಿತವನೆಯ್ದಿ ಸೂಕ್ಷ್ಮರೂಪಿಂದ ಇಷ್ಟಲಿಂಗವಾಗಿ ಕರಸ್ಥಲಕ್ಕೆ ಬಂದಿತ್ತೆಂಬುದೀಗ, ಅಂಗೈಯೊಳಗೊಂದು ಅರಿದ ತಲೆ ಮೂಡಲು ಎಂಬ ಶಬ್ದಕ್ಕರ್ಥ. ಅಂತು ತನ್ನ ದೇಹವಪ್ಪ ತನ್ನಾತ್ಮಸ್ವರೂಪೇ ಇಷ್ಟಲಿಂಗವಾಗಿ ಕರಸ್ಥಲದಲ್ಲಿ ಧರಿಸಿಕೊಂಡು ಕ್ರಿಯಾನುಭಾವದಿಂದಾಚರಿಸುತ್ತಿರ್ದ ಶರಣಂಗೆ ಒಳಹೊಱಗೆನ್ನದೆ ಸರ್ವಾಂಗಲಿಂಗವಾಯಿತ್ತೆಂಬುದೀಗ, ದಂಗಟನ ಹೊತ್ತುಕೊಂಡು ಆಡುತ್ತಿರಲು ಶೃಂಗಾರ ಸಯವಾಯಿತ್ತೆಂಬ ಶಬ್ದಕ್ಕರ್ಥ. ಇಂತು ಜ್ಞಾನಕ್ರೀಯಿಂದ ಸರ್ವಾಂಗ ಲಿಂಗವಾಗಿ ಭಿನ್ನವಿಲ್ಲದೆ ಕೂಡಿಪ್ಪುದೇ ಭಕ್ತಿ. ಅಂತಪ್ಪ ಭಕ್ತಿಯೆಂಬುದು ಎಂದೆಂದೂ ಶಿವನಲ್ಲಿ ಸಮೇತವಾಗಿಪ್ಪ ಶಕ್ತಿ. ಅಂತು ಶಕ್ತಿಯೇ ಭಕ್ತಿಯಾಯಿತ್ತೆಂಬುದು ಶಿವನ ಕೃಪೆಯಿಂದ ಶರಣನಱಿದನೆಂಬುದೀಗ, ಕೂಡಲ ಚೆನ್ನಸಂಗಯ್ಯನಲ್ಲಿ ಭಕ್ತ್ಯಂಗನೆಯ ನಾವಿಂದು ಕಂಡೆವಯ್ಯಾ ಎಂಬ ಶಬ್ದಕ್ಕರ್ಥ.॥೧೫॥

೫೮ ಅಕಾಯಸ್ಥಲ

೨೨೬

ದೇಹ ನಿರ್ದೇಹವೆಂದೆನುತ್ತಿರ್ಪರಯ್ಯ. ದೇಹ ನಿರ್ದೇಹವೆಂಬ ವರ್ಮವನರಿ–ಯರು. ಅಹಂ ಎಂಬುದೆ ದೇಹ ನೋಡಾ. ದಾಸೋಹಮೆಂಬುದೆ ನಿರ್ದೇಹ ನೋಡಾ! 'ಅಕಾಯಂ ಭಕ್ತಕಾಯಂ ವಾ' – ಎಂದುದಾಗಿ ಅಹಂಭಾವವಳಿದುಳಿದು ದಾಸೋಹಿಗಳಾದವರ ಕೂಡಲ ಚೆನ್ನಸಂಗಯ್ಯನಲ್ಲಿ ನಿರ್ದೇಹಿಗಳೆಂಬೆ.

ಟೀ। ವಾಗದ್ವೈತದಿಂದ ತಾವೆ ಬ್ರಹ್ಮವೆಂದು ನುಡಿದವರಿಗೆ ಎಂದೆಂದು ದೇಹವಾಸನೆ ಬಿಡದೆ ದೇಹಿಗಳಪ್ಪರು. ತಾವೆಂಬಹಂಭಾವವಳಿದುಳಿದು ದಾಸೋಹಂಭಾವದಿಂದ ಶಿವಂಗೆ ಭಕ್ತಿಯ ಮಾಡಿದವರೆಲ್ಲರು ಮುಕ್ತರೆಂಬುದೀ ವಚನಾರ್ಥ.॥೧೬॥

೨೨೭

ಕುಲಮದವೆಂಬುದಿಲ್ಲ: ಅಯೋನಿಸಂಭವನಾಗಿ; ಛಲಮದವೆಂಬುದಿಲ್ಲ: ಪ್ರತಿ––ದೋಱದಾಗಿ; ಧನಮದವೆಂಬುದಿಲ್ಲ: ತ್ರಿಕರಣಶುದ್ಧನಾಗಿ; ವಿದ್ಯಾಮದವೆಂಬು–ದಿಲ್ಲ: ಅಸಾಧ್ಯವ ಸಾಧಿಸಿದನಾಗಿ ಮತ್ತಾವ ಮದವಿಲ್ಲ: ನೀನವಗ್ರಹಿಸಿದ ಕಾರಣ; ಚೆನ್ನಮಲ್ಲಿಕಾರ್ಜುನಯ್ಯ, ನಿಮ್ಮ ಶರಣ ಅಕಾಯಚರಿತ್ರನಾಗಿ.

ಟೀ। ಕುಲಾಶ್ರಮಧರ್ಮವನುಳ್ಳ ಮಾತಾಪಿತೃಗಳಲ್ಲಿ ಜನಿಸಿದ ಜನನಸ್ಥಲವನಳಿದು ಗುರುಕರಜಾತನಾದ ಶರಣಂಗೆ ಕುಲಾಭಿಮಾನದ ಅಹಂಕಾರವಿಲ್ಲವೆಂಬುದೀಗ, ಕುಲಮದವೆಂಬುದಿಲ್ಲ: ಅಯೋನಿಸಂಭವನಾಗಿ ಎಂಬ ಶಬ್ದಕ್ಕರ್ಥ. ಅಂತು ಗುರುಕಾರುಣ್ಯದಿಂದ ಲಿಂಗಾಂಗ ಸಂಬಂಧಿಯಾದ ಶರಣಂಗೆ ಲಿಂಗವು ಭಿನ್ನವಿಲ್ಲವಾಗಿ ಲಿಂಗವ ಭಿನ್ನವಿಟ್ಟು ಸಾಧಿಸಿ ಕಂಡೆನೆಂಬ ಛಲಪದವೆಂಬುದಿಲ್ಲ– –ವೆಂಬುದೀಗ, ಛಲಮದವೆಂಬುದಿಲ್ಲ: ಪ್ರತಿದೋಱದಾಗಿ ಎಂಬ ಶಬ್ದಕ್ಕರ್ಥ. ನಿತ್ಯವಸ್ತುವೆಂಬ ಪರಬ್ರಹ್ಮವೆ ತಾನಾಗಿರ್ದನಾಗಿ ಶರಣ! ಅನಿತ್ಯವಪ್ಪ ಹೊನ್ನು, ಹೆಣ್ಣು, ಮಣ್ಣುಗಳ ತನ್ನವೆಂದು ಅಭಿಮಾನಿಸಿಕೊಂಡು ಅಹಂಕರಿಸುವ ಗುಣ ಮನ, ವಚನ, ಕಾಯದಲ್ಲಿಲ್ಲ, ಶರಣಂಗೆ ಎಂಬುದೀಗ, ಧನಮದವೆಂಬುದಿಲ್ಲ: ತ್ರಿಕರಣಶುದ್ಧನಾಗಿ ಎಂಬ ಶಬ್ದಕ್ಕರ್ಥ. ಅಂತು ಆರೂ ಸಾಧಿಸಬಾರದ ತುರ್ಯಾತೀತವಾದ ಪರಬ್ರಹ್ಮವು ಶರಣನ ಭಕ್ತಿಗೆ ಸಾಧ್ಯವಾಗಿ ಶರಣ ತಾನೆ ಲಿಂಗವಾದನಾಗಿ, ಶರಣಂಗೆ ಇನ್ನು ಜ್ಞಾನದಿಂದ ಮುಕ್ತನಾಗಬೇಕೆಂಬ ಜ್ಞಾನವನಭಿಮಾನಿಸಿಕೊಂಡಿಪ್ಪ ಅಹಂಕಾರವಿಲ್ಲದೆ ಹೋಯಿತ್ತೆಂಬುದೀಗ, ವಿದ್ಯಾಮದವೆಂಬುದಿಲ್ಲ, ಅಸಾಧ್ಯವ ಸಾಧಿಸಿದನಾಗಿ ಎಂಬ ಶಬ್ದಕ್ಕರ್ಥ. ಅಂಗ–ಲಿಂಗವು ಅಂಗವನವಗ್ರಹಿಸಿ ಅಷ್ಟಮದಂಗಳು ನಷ್ಟವಾಗಿ ಅಂಗೇಂದ್ರಿಯಂಗಳೆಲ್ಲಾ ಲಿಂಗವಾದ ಶರಣನು ದೇಹಿಯಲ್ಲವೆಂಬುದೀಗ, ಆವ ಮದವೆಂಬುದೂ ಇಲ್ಲ: ನೀನವಗ್ರಹಿಸಿದ ಕಾರಣ; ನಿಮ್ಮ ಶರಣನು ಅಕಾಯಚರಿತ್ರನಾಗಿ ಎಂಬ ಶಬ್ದಕ್ಕರ್ಥ.॥೧೭॥

೨೨೮

ಪ್ರಸಾದಕಾಯವಾದ ಬಳಿಕ ಸರ್ವಾಂಗ, ಉತ್ತಮಾಂಗ ಪ್ರಾಣಲಿಂಗವಾದ ಬಳಿಕ ಸದಾ ಸನ್ನಹಿತಲಿಂಗ ಶರಣನಲ್ಲಿ ಭಾವಭೇದವಿಲ್ಲ. ನಿರಂತರ ಲಿಂಗಸಂಗಿ. 'ಅಕಾಯಂ ಭಕ್ತಕಾಯಸ್ತು' ಎಂದುದು ಕೂಡಲ ಚೆನ್ನಸಂಗನ ವಚನ.

ಟೀ। ಗುರು ಕರುಣಿಸಿಕೊಟ್ಟ ಲಿಂಗವೆಂಬುದೀಗ, ಪ್ರಸಾದಲಿಂಗ, ಅಂತಪ್ಪ ಪ್ರಸಾದಲಿಂಗ ಅಂಗದ ಮೇಲೆ ಸಾಹಿತ್ಯವಾದ ಬಳಿಕ ಆ ಶರಣನ ಕಾಯ ಮನ ಪ್ರಾಣಂಗಳೆಲ್ಲಾ ಲಿಂಗವೆಯಾಗಿ ಲಿಂಗಕ್ಕೆಯೂ, ಶರಣಂಗೆಯೂ ಭೇದವಿಲ್ಲದೆಯಿಪ್ಪುದು. ಅಂತಪ್ಪ ಶರಣ ಮುಂದೆ ದೇಹವಿಡಿದು ಹುಟ್ಟುವನಲ್ಲವಾಗಿ ಆ ಶರಣ ನಿರ್ದೇಹಿ ಎಂಬುದೀ ವಚನಾರ್ಥ.॥೧೮॥

೨೨೯

ಲಿಂಗವೆ ಪ್ರಾಣವಾಯಿತ್ತಾಗಿ [೧]ಆಚಾರವಿಚಾರ[೧]ವಿಲ್ಲಯ್ಯ. ಪ್ರಸಾದಕಾಯವಾಯಿ-ತ್ತಾಗಿ ಸತ್ತ್ವರಜತಮಕ್ರೋಧವಿಲ್ಲಯ್ಯ. ಜಂಗಮಮುಖ ಲಿಂಗವಾದ ಕಾರಣ ಲಿಂಗದಲ[೨]ನುಭಾವಿಸಿ[೨] ನೋಡುತ್ತಿರ್ದೆನಯ್ಯಾ. ಭಕ್ತಕಾಯ ಮಮಕಾಯ[೫]ವಾಗಿ[೫] ಕೂಡಲ [೬]ಚೆನ್ನಸಂಗನ ಬಸವನಲ್ಲಿ ಸುಖಿಯಾಗಿರ್ದೆನಯ್ಯಾ.

ಟೀ। ಸಮ್ಯಗ್‌ಜ್ಞಾನದಿಂದ ಗುರುಕರುಣವಂ ಪಡೆದು ವಾಯುಪ್ರಾಣವಳಿದು ಲಿಂಗವೆ ಪ್ರಾಣವಾಯಿತ್ತಾಗಿ ಶರಣಂಗೆ ಲಿಂಗವ ಭಿನ್ನವಿಟ್ಟು ಮಾಡುವ ಭಿನ್ನಕ್ರಿಯಾಚಾರವಿಲ್ಲದೆ ಹೋಯಿತ್ತೆಂಬುದೀಗ 'ಲಿಂಗವೆ ಪ್ರಾಣವಾದ ಬಳಿಕ ಆಚಾರವಿಚಾರವಿಲ್ಲಯ್ಯ' ಎಂಬ ಶಬ್ದಕ್ಕರ್ಥ. ಅಂತು ಪಂಚ ಭೌತಿಕಕಾಯವಳಿದು ಲಿಂಗಕಾಯವಾದ ಶರಣಂಗೆ ಉತ್ಪತ್ತಿ-ಸ್ಥಿತಿ-ಲಯವಿಲ್ಲ; ಕಾಮ ಕ್ರೋಧಂಗಳೇನೂ ಇಲ್ಲವೆಂಬುದೀಗ 'ಪ್ರಸಾದಕಾಯವಾಯಿತ್ತಾಗಿ ಸತ್ತ್ವ ರಜ ತಮ ಕ್ರೋಧವಿಲ್ಲಯ್ಯ' ಎಂಬ ಶಬ್ದಕ್ಕರ್ಥ. ಅಂತು ಅಂಗ ಪ್ರಾಣಂಗಳೆಲ್ಲಾ ಲಿಂಗವಾದುದು ಜ್ಞಾನಮುಖದಿಂದ. ಅಂತಪ್ಪ ಜ್ಞಾನವೆ ಜಂಗಮ. ಅಂತು ಜ್ಞಾನವಪ್ಪ ಜಂಗಮಮುಖದಿಂದ ಶರಣ ಲಿಂಗವಾಗಿ ಲಿಂಗಸುಖವನನುಭವಿ- –ಸುತ್ತಿರ್ಪುದ ಜ್ಞಾನದಿಂದಲೆ ಕಾಣುತ್ತಿರ್ದ ಶರಣನೆಂಬುದೀಗ. [6]ಜಂಗಮಮುಖ ಲಿಂಗವಾದ ಕಾರಣ ಲಿಂಗದಲನುಭವಿಸಿ ನೋಡುತ್ತಿರ್ದೆನಯ್ಯಾ[6] ಎಂಬ ಶಬ್ದಕ್ಕರ್ಥ. ಅಂತು ಭಕ್ತನಂಗವೆ ಲಿಂಗದಂಗವಾದ ಕಾರಣ ಲಿಂಗಾಂಗ ಸಂಯೋಗ ಘಟಿಸಿ ಶರಣ ಲಿಂಗಸುಖಿಯಾದನೆಂಬುದೀಗ [6]ಭಕ್ತಕಾಯ ಮಮಕಾಯ'[5]ವೆಂದಿಪ್ಪ[5]ನಾಗಿ [6]ಕೂಡಲಚೆನ್ನಸಂಗಯ್ಯನಲ್ಲಿ ಸುಖಿಯಾದೆನೆಂಬ[6] ಶಬ್ದಕ್ಕರ್ಥ.॥೧೯॥

೫೯ ಪರಕಾಯಸ್ಥಲ

೨೩೦

ಕಕ್ಷೆಯಲ್ಲಿ ಲಿಂಗವ ಧರಿಸಿಕೊಂಡಾತ ಬ್ರಹ್ಮನು, ಕರಸ್ಥಲದಲ್ಲಿ ಲಿಂಗವ ಧರಿಸಿಕೊಂಡಾತ ವಿಷ್ಣು, ಉತ್ತಮಾಂಗದಲ್ಲಿ ಲಿಂಗವ ಧರಿಸಿಕೊಂಡಾತ ರುದ್ರನು, ಅಮಳೋಕ್ಯದಲ್ಲಿ ಲಿಂಗವ ಧರಿಸಿಕೊಂಡಾತ ಈಶ್ವರನು, ಮುಖಸೆಜ್ಜೆಯಲ್ಲಿ ಲಿಂಗವನು ಧರಿಸಿಕೊಂಡಾತ ಸದಾಶಿವನು, ಅಂಗಸೆಜ್ಜೆಯಲ್ಲಿ ಲಿಂಗವ ಧರಿಸಿಕೊಂಡಾತ ಉಪಮಾತೀತನು. ಇವರೆಲ್ಲರೂ ಬಯಲನೆ ಪೂಜಿಸಿ ಬಯಲಾಗಿ ಹೋದರು. ನಾನು ನಿತ್ಯವ ಪೂಜಿಸಿ ಮಿಥ್ಯವನಳಿಯದ ಇರವಿನಲ್ಲಿ ಸುಖಿಯಾದೆ ಗೋಹೇಶ್ವರಾ।

ಟೀ। ಬ್ರಹ್ಮತತ್ತ್ವದ ಸುಚಿತ್ತವೆಂಬ ಕಕ್ಷೆಯಲ್ಲಿ ಆಚಾರಲಿಂಗ ಗ್ರಹಣವಾಯಿತ್ತೆಂಬುದೀಗ ಕಕ್ಷೆಯಲ್ಲಿ ಲಿಂಗವ ಧರಿಸಿಕೊಂಡಾತ ಬ್ರಹ್ಮನು ಎಂಬ ಶಬ್ದಕ್ಕರ್ಥ.ವಿಷ್ಣುತತ್ತ್ವದ ಬುದ್ಧಿಯೆಂಬ ಕೃತ ನಿಶ್ಚಯಹಸ್ತದಲ್ಲಿ ಗುರುಲಿಂಗ ಗ್ರಹಣವಾಯಿತ್ತೆಂಬುದೀಗ ಕರಸ್ಥಲದಲ್ಲಿ ಲಿಂಗವ ಧರಿಸಿಕೊಂಡಾತನು ವಿಷ್ಣುವೆಂಬ ಶಬ್ದಕ್ಕರ್ಥ. ರುದ್ರತತ್ತ್ವದ ಅಹಂಕಾರವೆಂಬುದರ ಮಸ್ತಕದ ಮೇಲೆ ಶಿವಲಿಂಗ ಗ್ರಹಣವಾಯಿತ್ತೆಂಬುದೀಗ, ಉತ್ತಮಾಂಗದಲ್ಲಿ ಲಿಂಗವ ಧರಿಸಿಕೊಂಡಾತನು ರುದ್ರನೆಂಬ ಶಬ್ದಕ್ಕರ್ಥ. ಈಶ್ವರ ತತ್ತ್ವದ ಅಂತರಂಗದಲ್ಲಿ ಜಂಗಮಲಿಂಗ ಗ್ರಹಣವಾಯಿತ್ತೆಂಬುದೀಗ ಅಮಳೋಕ್ಯದಲ್ಲಿ ಲಿಂಗವ ಧರಿಸಿಕೊಂಡಾತನು ಈಶ್ವರನು ಎಂಬ ಶಬ್ದಕ್ಕರ್ಥ. ಸದಾಶಿವ ತತ್ತ್ವದ ಮುಖಸೆಜ್ಜೆಯೊಳಗೆ ಪ್ರಸಾದಲಿಂಗ ಗ್ರಹಣವಾಯಿತ್ತೆಂಬುದೀಗ ಮುಖಸೆಜ್ಜೆಯಲ್ಲಿ ಲಿಂಗವ ಧರಿಸಿಕೊಂಡಾತನು ಸದಾಶಿವನು ಎಂಬ ಶಬ್ದಕ್ಕರ್ಥ.ಉಪಮಾತೀತತತ್ತ್ವದ ಸರ್ವಾಂಗದಲ್ಲಿ ಮಹಾಲಿಂಗ ಗ್ರಹಣವಾಯಿತ್ತೆಂಬುದೀಗ ಅಂಗಸೆಜ್ಜೆಯಲ್ಲಿ ಲಿಂಗವ ಧರಿಸಿಕೊಂಡಾತನು ಉಪಮಾತೀತ ಎಂಬ ಶಬ್ದಕ್ಕರ್ಥ. ಈ ಆಱು ತತ್ತ್ವಗಳೊಳಗೆ ಷಡುಲಿಂಗಸ್ಥಲಂಗಳು ಐಕ್ಯವಾಗಿ ನಿರ್ವಯಲಾಗಲು ಅಲ್ಲಿ ಶರಣನು ನಿತ್ಯ ಪರಿಪೂರ್ಣ ತಾನಾಗಿ ಮಾಯಾಮಿಥ್ಯೆಯಳಿದುಳಿದು ಇರ್ದುದೆಂಬುದೀಗ ಇವರೆಲ್ಲರೂ ಬಯಲ ಪೂಜಿಸಿ ಬಯಲಾಗಿ ಹೋದರು. ನಾನು ನಿತ್ಯವ ಪೂಜಿಸಿ ಮಿಥ್ಯವನಳಿದ ಇರವಿನಲ್ಲಿ ಸುಖಿಯಾದೆನು ಗೋಹೇಶ್ವರಾ ಎಂಬ ಶಬ್ದಕ್ಕರ್ಥ.॥೨೦॥

೨೩೧

ನಾ – ನೀನೆಂಬ ಭೇದವಂದೂ ಇಲ್ಲ, ಇಂದೂ ಇಲ್ಲ. ಸಾಲೋಕ್ಯನಲ್ಲ, ಸಾಮಿಪ್ಯನಲ್ಲ?, ಸಾರೂಪ್ಯನಲ್ಲ, ಸಾಯುಜ್ಯನಲ್ಲ ಶರಣ–ಸಕಾಯನಲ್ಲ, ಅಕಾಯನಲ್ಲ–ಗೋಹೇಶ್ವರಲಿಂಗ ತಾನಾಗಿ.

ಟೀ। ನಾ–ನೀನೆಂಬ ದ್ವೈತವಿಲ್ಲದೆ ಒಂದೆಯಾಗಿರ್ದ ಪರವಸ್ತು ತಾನೇ, ತನ್ನ ಲೀಲಾವಿಲಾಸದಿಂದ ಶರಣರೂಪಾಗಿ, ತನ್ನ ತಾನರ್ಚಿಸಿಕೊಳುತ್ತಿರ್ಪನು. ಅಂತು ವಸ್ತು ಶರಣರೂಪಾಗಿ ತನ್ನ ತಾನರ್ಚಿಸಿ ಪೂಜಿಸಿಕೊಂಬಲ್ಲಿಯೂ [2]ದ್ವೈತವಿಲ್ಲದೆ[2], [3]ಅಂತು ದ್ವೈತ[3]ವಂದೂ ಇಂದೂ ಎಂದೂ ಇಲ್ಲದೆ ಒಂದೇ ವಸ್ತುವಾಗಿಪ್ಪನಾಗಿ ಶರಣನು ಚತುರ್ವಿಧ ಪದಂಗಳ ಪಡೆದಿಪ್ಪ ಭಿನ್ನ ಮುಕ್ತರುಗಳೊಳಗಲ್ಲ. ಅದುಕಾರಣ ದೇಹಿಯಾಗಿಪ್ಪ ಬದ್ಧನಲ್ಲ; ನಿರ್ದೇಹಿಯಾಗಿಪ್ಪ ಶೂನ್ಯನಲ್ಲ. ಸ್ವತಂತ್ರ ಶಿವ ತಾನೇ ಶರಣನೆಂಬುದೀ ವಚನಾರ್ಥ.॥೨೧॥

೨೩೨

ತಪ್ಪಿ ನೋಡಿದಡೆ ಮನದಲ್ಲಿ ಅಚ್ಚೊತ್ತಿದಂತಿದ್ದಿತ್ತು. ಇಪ್ಪೆಡೆಯ ವಿಚಾರಿಸಿದಡೆ ಇಲ್ಲದಂತಾಯಿತ್ತು. [೨]ಲೆಪ್ಪದ[೨] ಜಲದ ಪಾದಘಾತದಂತೆ ಕರ್ತೃತ್ವವೆಲ್ಲಿಯದೋ ಗೋಹೇಶ್ವರಾ?

ಟೀ। ಜ್ಞಾನೋದಯವಾದ ಶರಣನು ತನ್ನ ತನುಗುಣಾದಿ ಪ್ರಪಂಚ ಇದಿರಿಟ್ಟುಕೊಂಡು ನೋಡಲು ಅದು ಮನದ ಸಂಕಲ್ಪವಾದುದಾಗಿ ಆ ಮನದೊಳಗೆ ಅಚ್ಚೊತ್ತಿದಂತೆ ಕಾಣಬರುತ್ತಿದ್ದಿತೆಂಬುದೀಗ, ತಪ್ಪಿ ನೋಡಿದರೆ ಮನದಲ್ಲಿ ಅಚ್ಚೊತ್ತಿದಂತೆ ಇದ್ದುತ್ತು ಎಂಬ ಶಬ್ದಕ್ಕರ್ಥ. ಆ ಪ್ರಪಂಚಿನ ಮೂಲವನು ವಿಚಾರಿಸಿ ನೋಡಿದರೆ ಇಲ್ಲದಂತಾಯಿತ್ತು ಎಂಬ ಶಬ್ದಕ್ಕರ್ಥ. ಆ ಮಿಥ್ಯೆಯ ಆಳವ ನೋಡಿಹೆನೆಂದರೆ ಲೆಪ್ಪದಲ್ಲಿ ಬರೆದ ಜಲದ ಪಾದಘಾತದಂತೆ ಇಲ್ಲವೆಯಾಗಿದ್ದುದಾಗಿ ಅಲ್ಲಿ ಸುಜ್ಞಾನಮಪ್ಪ ಕರ್ತೃಭಾವವಿಲ್ಲವೆಂಬುದೀಗ ಲೆಪ್ಪದ ಜಲದ ಪಾದಘಾತದಂತೆ–ಕರ್ತೃತ್ವವೆಲ್ಲಿಯದೋ ಗೋಹೇಶ್ವರಾ ಎಂಬ ಶಬ್ದಕ್ಕರ್ಥ.॥೨೨॥

೨೩೩

ಮೂರ್ತನಲ್ಲ, ಅಮೂರ್ತನಲ್ಲ, ಲಿಂಗದಲ್ಲಿ ಪ್ರಾಣ ಸಂಚಿತ; ಪ್ರಾಣದಲ್ಲಿ ಪ್ರಸಾದ ಸಂವರಣೆ; ಪ್ರಸಾದದಲ್ಲಿ ಕಾಯಾಶ್ರಿತನು, ಲೋಕ ಲೌಕಿಕ ಪ್ರಕಾರದುದಯನಲ್ಲ, ಕೂಡಲ ಚೆನ್ನಸಂಗಾ, ನಿಮ್ಮ ಶರಣನು.

ಟೀ। ಸಾಕಾರವಾಗಿಪ್ಪ ಬದ್ಧಜೀವನಲ್ಲ ಶರಣನು. ಏನೂ ಇಲ್ಲದ ನಿರಾಕಾರನಾಗಿಪ್ಪ ಶೂನ್ಯನಲ್ಲ ಶರಣ. ಅಖಂಡ ಚೈತನ್ಯನಪ್ಪ ಲಿಂಗದ ತದಾಂಶವೇ ಪ್ರಾಣವಾಗಿ ಉದ್ಭೈಸಿದ ಶರಣನೆಂಬುದೀಗ, ಶರಣ ಮೂರ್ತನಲ್ಲ, ಅಮೂರ್ತನಲ್ಲ, ಲಿಂಗದಲ್ಲಿ ಪ್ರಾಣ ಸಂಚಿತವೆಂಬ ಶಬ್ದಕ್ಕರ್ಥ. ಅಂತು ಶಿವಾಂಶಿಕವಾದ ಶರಣನ ಪ್ರಾಣವು ತನ್ನ ನಿಜವಪ್ಪ ಲಿಂಗಸ್ವರೂಪವ ಬಿಡದೆ ಧರಿಸಿಕೊಂಡು ದೇಹವನಾಶ್ರೈಸಿ ಶರಣರೂಪಾಯಿತ್ತೆಂಬುದೀಗ

ಪ್ರಾಣದಲ್ಲಿ ಪ್ರಸಾದ ಸಂವರಣೆಯೆಂಬ ಶಬ್ದಕ್ಕರ್ಥ. ಅಂತು ಶರಣ ತನ್ನ ಲಿಂಗ ಸ್ವರೂಪವ ಬಿಡದೆ ಧರಿಸಿಕೊಂಡು ದೇಹವನಾಶ್ರೈಸಿ ತನ್ನ ತಾನರ್ಚಿಸಿಕೊಳ್ಳುತ್ತ ಲಿಂಗವೆಯಾಗಿಪ್ಪ ಶರಣನೆಂಬುದೀಗ, ಪ್ರಸಾದದಲ್ಲಿ ಕಾಯಾಶ್ರಿತನು ಎಂಬ ಶಬ್ದಕ್ಕರ್ಥ. ಅಂತು ಶಿವನ ಸಂಕಲ್ಪದಿಂದಾದ ಜಗದುತ್ಪತ್ಯದಂತಲ್ಲ ಶರಣನ ಉತ್ಪತ್ಯವೆಂಬುದೀಗ, ಲೋಕ ಲೌಕಿಕ ಪ್ರಕಾರದುದಯನಲ್ಲ, ಕೂಡಲ ಚೆನ್ನಸಂಗಾ, ನಿಮ್ಮ ಶರಣನೆಂಬ ಶಬ್ದಕ್ಕರ್ಥ.॥೨೩॥

೨೩೪

ತೆಱಹಿಲ್ಲದ ನಡೆ, ತೆಱಹಿಲ್ಲದ ನುಡಿ, ತೆಱಹಿಲ್ಲದ ಸಂಭಾಷಣೆ, ತೆಱಹಿಲ್ಲದ ವಿಶ್ರಾಮಸ್ಥಾನಸುಖದ ಸುಖಿ, ತೆಱಹಿಲ್ಲದ ಗಂಭೀರಸುಖಿ, ತೆಱಹಿಲ್ಲದೆ ನಂಬಿದ ಸ್ವಾನುಭಾವಸುಖಿ, ತೆಱಹಿಲ್ಲದ ಮಹಾಮಹಿಮೆ, ತೆಱಹಿಲ್ಲದ ವಿಚಾರ, ಕೂಡಲ ಚೆನ್ನಸಂಗಾ, ನಿಮ್ಮ ಶರಣಂಗೆ.

ಟೀ। ಅಖಂಡ ಪರಿಪೂರ್ಣವಾಗಿಪ್ಪ ಮಹಾಘನಲಿಂಗವು ತನಗನನ್ಯವೆಂದು ಅಭಿನ್ನಜ್ಞಾನದಿಂದ ಕಂಡಱಿದು ನಂಬಿದ ಶರಣನು ಲಿಂಗವ ಭಿನ್ನವಿಡದೆ ಕ್ರೀಯನಾಚರಿಸುವ ಲಿಂಗವ ಭಿನ್ನವಿಡದೆ ಲಿಂಗಾನುಭಾವದ ವರ್ತನೆಯ ನುಡಿದು ಸುಖಿಸುವ ಲಿಂಗವ ಭಿನ್ನವಿಡದೆ ಲಿಂಗಾಂಗ ಸಂಯೋಗಿಯಾಗಿ ಲಿಂಗಸುಖವ ಸುಖಿಸುತ್ತಿರ್ಪನು. ಅಂತು ಸ್ವಾನುಭಾವದಿಂದ ತನ್ನ ನಿಜವೆ ಮಹಾಘನಲಿಂಗವೆಂದು ಕಂಡು ನಂಬಿ ಲಿಂಗವೆಯಾಗಿ ನಿತ್ಯ ಸುಖಿಯಾಗಿಪ್ಪ ಮಹತ್ತ್ವವು. ಅಭಿನ್ನಜ್ಞಾನಾಚಾರವಳವಟ್ಟ ಶರಣಂಗಲ್ಲದೆ ಮತ್ತಾರಿಗೂ ಇಲ್ಲವೆಂಬುದೀಗ ಈ ವಚನಾರ್ಥ.॥೨೪॥

೬೦ ಧರ್ಮಾಚಾರಸ್ಥಲ

೨೩೫

ori

ಕೆಡೆನಡೆಯದೆ, ಕೆಡೆನುಡಿಯದೆ, ಅನ್ಯವ ಪ್ರತಿಪಾದಿಸದೆಯಿದ್ದರೆ ಏನ ಮಾಡನಯ್ಯಾ ಲಿಂಗವು, ಏನ ಕೊಡನಯ್ಯಾ ಲಿಂಗವು? ತಾನೇನ ಬೇಡಿದುದ--ನೀವನಾಗಿ ನಂಬುಗೆಯುಳ್ಳ ಭಕ್ತಂಗಿದೇ ದಿಬ್ಯ ಕೂಡಲ ಸಂಗಮದೇವಾ

ಟೀ। ಆದ್ಯರು ನಡೆದ ಪಥದಲ್ಲಿಯೆ ನಡೆದು ಸತ್ಯವ ನುಡಿದರೆ ಬೇಡಿದ ಪದವಿಯ ಶಿವ ಕೊಡುವನೆಂಬುದೀ ವಚನಾರ್ಥ.॥೨೫॥

೨೩೬

ದೇವಲೋಕ ಮರ್ತ್ಯಲೋಕವೆಂಬುದು ಬೇಱಿಲ್ಲ ಕಾಣಿರೇ! ಸತ್ಯವ ನುಡಿವುದೆ ದೇವಲೋಕ ಮಿಥ್ಯವ ನುಡಿವುದೆ ಮರ್ತ್ಯಲೋಕ! ಆಚಾರವೆ ಸ್ವರ್ಗ, ಅನಾಚಾರವೇ ನರಕ. ನೀವೇ ಪ್ರಮಾಣು, ಕೂಡಲ ಸಂಗಮದೇವಾ.

ಟೀ। ಅಜ್ಞಾನವೇ ಮನುಷ್ಯಲೋಕ ಶಿವಜ್ಞಾನವೇ ದೇವಲೋಕ. ಶಿವಜ್ಞಾನ ಶಿವನಾದ ಕಾರಣ ಶಿವನಿದ್ದುದೆ ಕೈಲಾಸವೆಂಬುದೀ ವಚನಾರ್ಥ.॥೨೬॥

೨೩೭

ಭಕ್ತನು ಶಾಂತನಾಗಿರಬೇಕು. ತನ್ನ ಕುಱಿತು ಬಂದ ಶಾವಿನಲ್ಲಿ ಸತ್ಯನಾಗಿರಬೇಕು. ಭೂತಹಿತವಹ ವಚನವ ನುಡಿಯುಬೇಕು. ಲಿಂಗ ಜಂಗಮುದಲ್ಲಿ ನಿಂದೆಯದಿಲ್ಲದಿರಬೇಕು. ಸಕಲ ಪ್ರಾಣಿಗಳ ತನ್ನಂತೆ ಭಾವಿಸುವುದು. ತನು ಮನ ಧನವ ಗುರುಲಿಂಗ ಜಂಗಮಕ್ಕೆ ಸವೆಸಬೇಕು. ಅಪಾತ್ರದಾನವ ಮಾಡಲಾಗದು. ಸಕಲೇಂದ್ರಿಯಂಗಳ ತನ್ನ ವಶವ ಮಾಡುವುದು. ಇದೇ ಮೊದಲಲ್ಲಿ ಬೇಹ ಶೌಚ ನೋಡಾ! ಲಿಂಗವ ಪೂಜಿಸಿ ಪ್ರಸಾದವ ಪಡೆವಡೆ ಎನಗಿದೇ ಸಾಧನ, ಕೂಡಲ [1]ಚೆನ್ನ[1]ಸಂಗಮದೇವಾ.

ಟೀ। ಶಾಂತಿ ಸತ್ಯ ಭೂತಹಿತ ಇಂದ್ರಿಯನಿಗ್ರಹವಂ ಮಾಡಬೇಕು. ಲಿಂಗವಿಲ್ಲದವರಿಗೆ ಮಾಡಲಾಗದು. ತನು ಮನ ಧನವ ಗುರು ಲಿಂಗ ಜಂಗಮಕ್ಕೆ ಮಾಡಿ ಅಖಂಡಿತ ಪ್ರಸಾದವ [2]ಪಡೆವೆ[2]ನೆಂಬುದೀ ವಚನಾರ್ಥ॥೨೭॥

೨೩೮

ಲೋಕವೊಂದನೆಂದರೆ ತಾನೊಂದನೆನಬೇಡ, [1]ಮತ್ತಾರೊಂದನೆಂದಡೆ[1] ತನ್ನನೆಂದರೆನಬೇಡ. ಭೈತ್ರಕ್ಕೆ ಬೆಂಗುಂಡನಿಕ್ಕಿದಂತಿರಬೇಕು ಹಿರಿಯರು ಗೋಹೇಶ್ವರಾ.

ಟೀ। ತಾನು ಶಿವಜ್ಞಾನಸಂಪನ್ನನಾದರೆ ಲೋಕದ ಅಜ್ಞಾನಿಗಳು ತನ್ನನೇನೆಂದಡೆಯೂ ತಾನದನೇನೆಂದೂ ಅಱಿಯದೆ ಮಹಾ[3]ಘನ[3]ಗಂಭೀರನಾಗಿರಬೇಕೆಂಬುದೀ ವಚನಾರ್ಥ.॥೨೮॥

೬೧ ಭಾವಾಚಾರಸ್ಥಲ

೨೩೯

ಗುರು ಕೊಟ್ಟ ಲಿಂಗ: ತನ್ನ ನಚ್ಚಿನ ಲಿಂಗ: ೧ ಆಯತವಾಯಿತ್ತಯ್ಯಾ. [1]ಪ್ರಾಣ[1]– ನಚ್ಚಿನಿಂದ ೨ ಸ್ವಾಯತವಾಯಿತ್ತಯ್ಯಾ. [1]ಉಭಯ[1]–ನಚ್ಚಿನಿಂದ ಸಂಗವಾಯಿತ್ತು– ಕೂಡಲ ಚೆನ್ನಸಂಗಯ್ಯಾ – ನಿಮ್ಮಲ್ಲಿ

ಟೀ। ಶಿಷ್ಯನಂತರಂಗದ ನಿಜ ಚಿತ್ಕಲೆಯನೆ ಇಷ್ಟಲಿಂಗವ ಮಾಡಿ ಗುರು ಕರಸ್ಥಲಕ್ಕೆ ತಂದು ಕೊಟ್ಟಲ್ಲಿ, ಗುರು ಕೊಟ್ಟುದೆ ಲಿಂಗವೆಂಬ ವಿಶ್ವಾಸವೊಂದು ; ತನ್ನ[2] ಪ್ರಾಣಕಳೆಯೆಲ್ಲಾ ಇಷ್ಟಲಿಂಗವಾಯಿತ್ತೆಂಬ ವಿಶ್ವಾಸವೊಂದು, ಇಂತು ಉಭಯ ವಿಶ್ವಾಸ ಘಟಿಸಿ ನಚ್ಚಿದ ನಿಶ್ಚಯಭಾವದಿಂದ ಆತ್ಮನೆಂಬಂಗಕ್ಕೆ ಲಿಂಗದಲ್ಲಿ ಹಿಂಗದ ಕೂಟವಾಯಿತ್ತೆಂಬುದೀ ವಚನಾರ್ಥ.॥೨೯॥

೨೪೦

ರೂಪನೆ ಕಂಡರು, ನಿರೂಪನೆ ಕಾಣರು. ತನುವನೆ [1]ಕಂಡರು[1], ಅನುವನೆ ಕಾಣರು. ಆಚಾರವನೆ ಕಂಡರು, ವಿಚಾರವನೆ ಕಾಣರು. ಗೋಹೇಶ್ವರಾ, ನಿಮ್ಮ ಕುಱುಹನೆ ಕಂಡರು, ಕೂಡಲಱಿಯದೆ ಕೆಟ್ಟರು!

ಟೀ। ಇಷ್ಟಲಿಂಗದ ರೂಪನೆ ಕಂಡು ಪೂಜಿಸುತ್ತಿಹರಲ್ಲದೆ ಆ ರೂಪಿನೊಳಿಗೆ ನಿರೂಪಾಗಿಪ್ಪ ಪರಮ ಚಿತ್ಕಲಾವಸ್ತುವ ಕಾಣರು, ಜ್ಞಾನದೃಷ್ಟಿಯಿಲ್ಲದ ಕಾರಣವೆಂಬುದೀಗ, ರೂಪನೆ ಕಂಡರು ನಿರೂಪನೆ ಕಾಣರು ಯೆಂಬ ಶಬ್ದಕ್ಕರ್ಥ. ತನ್ನನು ತನುರೂಪಾಗಿ ಕಾಣುತ್ತಿಹರಲ್ಲದೆ ತಾನು ಪರಬ್ರಹ್ಮಾಂಶಿಕನೆಂದು ತನ್ನ ಕಾಬ ಜ್ಞಾನ ತನಗಿಲ್ಲವೆಂಬುದೀಗ, ತನುವನೆ ಕಂಡರು, ಅನುವನೇ ಕಾಣರು ಎಂಬ ಶಬ್ದಕ್ಕರ್ಥ. ಅಂತು ಲಿಂಗಾಂಗವೆರಡಱ ಸ್ವರೂಪವನಱಿವ ಜ್ಞಾನವಿಚಾರವಿಲ್ಲದೆ ಬಾಹ್ಯಕ್ರೀಯನೆ ಆಚರಿಸಿ ಕೆಟ್ಟರು ಕೆಲಬರು ಎಂಬುದೀಗ, ಆಚಾರವನೆ [1]ಕಂಡರು[1] ವಿಚಾರವನೆ ಕಾಣರು ಎಂಬ ಶಬ್ದಕ್ಕರ್ಥ. ವೇದಾಂತಜ್ಞಾನದಿಂದ ಕೆಲಬರು ಬ್ರಹ್ಮವ ಕುಱುಹಿಟ್ಟರಲ್ಲದೆ ಆ ಕುಱುಹಿಟ್ಟ ಪರಬ್ರಹ್ಮವ ಕೂಡುವ ಭಕ್ತಿಯೋಗವನಱಿಯದೆ ಕೆಟ್ಟರು ವೇದಾಂತಜ್ಞಾನಿಗಳು ಎಂಬುದೀಗ, ಗೋಹೇಶ್ವರಾ ನಿಮ್ಮ ಕುಱುಹನೆ ಕಂಡು ಕೂಡಲಱಿಯದೆ ಕೆಟ್ಟರು ಎಂಬ ಶಬ್ದಕ್ಕರ್ಥ.॥೩೦॥

೨೪೧

ಬಿಸಿಲೆಂಬ ಗುರುವಿಂಗೆ ನೆಳಲೆಂಬ ಶಿಷ್ಯ. ನಿರಾಳಲಿಂಗಕ್ಕೆ ಬಯಲೆ ಸೆಜ್ಜೆ, ವಾಯುವೆ ಶಿವದಾರ. ಬೆಳಗೆ ಸಿಂಹಾಸನ. [2]ಅತ್ತಲಿತ್ತ[2] ಚಿತ್ತವ ಹರಿಯಲೀಯದೆ ಮಜ್ಜನಕ್ಕೆಱೆದು ಸುಖಿಯಾದೆನು ಗೋಹೇಶ್ವರಾ.

ಟೀ। ಬಿಸಿಲೆಂದರೆ ಸುಜ್ಞಾನಪ್ರಕಾಶ, ಆ ಸುಜ್ಞಾನಪ್ರಕಾಶವೆಂಬ ಗುರುವಿಂಗೆ ನೆಳಲೆಂಬ ಶಬ್ದವನುಳ್ಳ ಸುಶಾಂತನೆಂಬ ಶಿಷ್ಯನೆಂಬುದೀಗ, ಬಿಸಿಲೆಂಬ ಗುರುವಿಂಗೆ ನೆಳಲೆಂಬ ಶಿಷ್ಯನೆಂಬ ಶಬ್ದಕ್ಕರ್ಥ. ಇಂತಪ್ಪ ಸುಜ್ಞಾನಪ್ರಕಾಶ ಗುರುವಿಂಗೂ, ಆ ಪರಮಶಾಂತನೆಂಬ ಶಿಷ್ಯಂಗೂ ಭೇದವೇನೆಂದರೆ ಅಲ್ಲಿ ಸದ್ಭಾವವೇ ಛಾಯಾಮಾತ್ರವಾಗಿಪ್ಪುದಾಗಿ ಆ ಸದ್ಭಾವಕ್ಕೆ ಆ ಸುಜ್ಞಾನವೆ ಕರ್ತೃವಾದ ಕಾರಣ ಇಂತು ಗುರು-ಶಿಷ್ಯ ಸಂಬಂಧವಾಯಿತ್ತು.

ಇಂತಪ್ಪ ಸದ್ಭಾವಶಿಷ್ಯಂಗೆ ಸುಜ್ಞಾನವೆಂಬ ಗುರು ನಿರ್ವಯಲೆಂಬ ಲಿಂಗವ ಸಂಬಂಧವ ಮಾಡಲು ನಿರ್ಲೇಪಾಂಗವೆಂಬ ಸೆಜ್ಜೆಯಲ್ಲಿ ಸ್ವಾನುಭಾವವೆಂಬ ಶಿವದಾರದಲ್ಲಿ ಧರಿಸಿಕೊಂಡನೆಂಬುದೀಗ ನಿರಾಳವೆಂಬ ಲಿಂಗಕ್ಕೆ ಬಯಲೆ ಸೆಜ್ಜೆ, ವಾಯುವೆ ಶಿವದಾರವೆಂಬ ಶಬ್ದಕ್ಕರ್ಥ. ಆ ಲಿಂಗಕ್ಕೆ ಮಹಾಪ್ರಕಾಶವೇ ಸಿಂಹಾಸನವಾಗಿ ಸ್ಥಿತನಾದ ಬಳಿಕ ಚಿತ್ತ ಸಮಾಧಾನದಲ್ಲಿ ಲೀನವಾಗಿರಲು ಅದೇ ಲಿಂಗಾರ್ಚನೆ ಎಂಬುದೀಗ, ಬೆಳಗೆ ಸಿಂಹಾಸನ. ಅತ್ತಲಿತ್ತ ಚಿತ್ತವ ಹರಿಯಲೀಯದೆ ಮಜ್ಜನಕ್ಕೆರೆದು ಸುಖಿಯಾದೆನೆಂಬ ಶಬ್ದಕ್ಕರ್ಥ.॥೩೧॥

೬೨ ಜ್ಞಾನಾಚಾರಸ್ಥಲ

೨೪೨

ಕೋಣನನು ಕುದುರೆಯನು, ಹಾವನು ಹದ್ದನು, ಮೊಲನನು ನಾಯನು, ಇಲಿಯನು ಬೆಕ್ಕನು, ಹುಲಿಯನು ಹುಲ್ಲೆಯನು ಮೇಳವಿಸುವಂತೆ ಮೇಳವಿಲ್ಲದವನ [1]ಒಗತನ,[1] ಆಳಿಯ ಬಾಳುವೆ. ಕಾಡ ಬೆಕ್ಕಿಂಗೆ ತುಯ್ಯಲ[2]ನಿಕ್ಕುವಂತೆ[2] ಕೇಳು, ಗೋಹೇಶ್ವರಾ, ನಿರಾಳ ಬೋಳಿಂಗೆ ತೊಂಡಿಲ ಮುಡಿಸುವಂತೆ!

ಟೀ। ನಿರಾಳ ಲಿಂಗದಲ್ಲಿ ಭಾವ ನಿರ್ಭಾವವಾಗಿ ಲಿಂಗೈಕ್ಯವಾಗಲರಿಯದೆ ಲಿಂಗದಲ್ಲಿ ಭಿನ್ನವಾಗಿದ್ದು, ಮತ್ತೆ ಲಿಂಗೈಕ್ಯವಾದೆಹೆನೆಂಬವನ ಮಾತು, ಮಹಾಲಿಂಗದಲ್ಲಿ ಸಂಬಂಧ ಸಮನಿಸದೆ, ಒಂದನೊಂದು ಹೊದ್ದದೆ ಅಸಂಗತವಾಗಿಪ್ಪುದೆಂಬುದೀ ವಚನಾರ್ಥ.॥೩೨॥

೨೪೩

ಅಂಗದಾಪ್ಯಾಯನವಳಿಯದ ಕಾರಣ [3]ಲಿಂಗಾ ಲಿಂಗಾ[3] ಎನುತ್ತಿರ್ದರು. ಸಂಗದಾಪ್ಯಾಯನವಳಿಯದ ಕಾರಣ [4]ಜಂಗಮಾ ಜಂಗಮಾ[4] ಎನುತ್ತಿರ್ದರು. ಪರಿಣಾಮ ನೆಲೆಗೊಳ್ಳದ ಕಾರಣ ಪ್ರಸಾದ ಪ್ರಸಾದ ಎನುತ್ತಿರ್ದರು. ಇಂತೊಂ- - ದೊಂದಱಿಂಗವಿಡಿದು ನಾಮಭಂಗಿತರಾದವರೆಲ್ಲರೂ, ಕೂಡಲ ಚೆನ್ನಸಂಗಾ, ನಿಮ್ಮ [1]ಶರಣನಾ ಅಂಗ ರಹಿತ[1].

ಟೀ। ಅಱಿವ ಅಱಿಹಿಸಿ[2]ಕೊಂಬವೊಂದೊಂದಾದ[2] ಲಿಂಗ ಜಂಗಮ ಪ್ರಸಾದವೆಂಬರು ತನುಮನವಿಡಿದು ಆವ ನಾಮರೂಪಿಗೆಯಾ[2] ಬಾರದೆಂಬುದೀ ವಚನಾರ್ಥ.॥೩೩॥

೨೪೪

ಉರವಣಿಸುವ ಮನ ಮುಟ್ಟುವನ್ನಕ್ಕ ಕಾಡುವುದು, ಘನ ಘನದಲ್ಲಿ ಮನ ನಂಬುವನ್ನಕ್ಕ ಕಾಡುವುದು; ಮಹಾಂತ ಗೋಹೇಶ್ವರನೆಂಬ ಶಬ್ದವುಳ್ಳನ್ನಬರ ಕಾಡುವುದು.

ಟೀ। ತಾನೆ ಲಿಂಗವೆಂದಱಿಯದೆ ಲಿಂಗದಲ್ಲಿ ಬೆರಸಿಹೆನೆಂಬ [3]ಉರವಣೆ[3]ವುಳ್ಳನ್ನಬರ, ಮಹಾಘನವ ಮನದಲ್ಲಿ ವೇದ್ಯವ ಮಾಡಿಕೊಂಡೆಹೆನೆಂಬನ್ನಬರ, ಲಿಂಗವೆಂದು ಹೆಸರುಗೊಂಬನ್ನಕ್ಕರ, ಮಹಾಲಿಂಗೈಕ್ಯ ಪದವು, ಸಾಧ್ಯವಾಗದೆ, ಕಾಡುತ್ತಿರ್ಪು– ದು. ತನ್ನ ತಾನಱಿದರೆ ಬಯಸಲಿಲ್ಲ, ನುಡಿಯಲಿಲ್ಲವೆಂಬುದೀ ವಚನಾರ್ಥ.॥೩೪॥

೨೪೫

ಸಟೆ ದಿಟವಾದಲ್ಲಿ ಮುಟ್ಟಿ ಮುಟ್ಟದೆಯಿರಬೇಕು. ಅತಿರತಿ ಗತಿಮತಿಗೆ ಮಂದವಾಯಿತಯ್ಯಾ ಎಂಟು ಹಿಟ್ಟು ಪಂಚಮತವುಂಟು. ಧರೆಯ ಮೇಲೆ ನರಸುರಾದಿಗಳೆಲ್ಲಾ ಸಭಾರವ ಹೊತ್ತುಕೊಂಡು ಐದಾರೆ. ಹಿಟ್ಟು ನಷ್ಟ, ಮಠ ಹಾಳು, ಊರಿಗೆ ಉಪಟಳ ಘನ, ಪಂಚಮತವ ಸುಟ್ಟು ಗೋಹೇಶ್ವರ ಬೀದಿಗಱುವಾದ.

ಟೀ। ಮಿಥ್ಯೆಯೆಂಬ ಪ್ರಪಂಚ ತನ್ನಿಂದನ್ಯವಾಗಿ ತನ್ನ ಕಣ್ಣ ಮುಂದೆ ತೋಱುತ್ತಿರಲು ಆ ಮಿಥ್ಯೆಯನು ಮುಟ್ಟಿಯೂ ಮುಟ್ಟದಿರಬೇಕು ಎಂಬುದೀಗ ಸಟೆ ದಿಟವಾದಲ್ಲಿ ಮುಟ್ಟಿ ಮುಟ್ಟದಿರಬೇಕೆಂಬ ಶಬ್ದಕ್ಕರ್ಥ. ಆ ಮಿಥ್ಯೆಯಲ್ಲಿ ಅತಿ ರತಿಸುಖವ ಗಮಿಸಿದರೆ ಅಱಿವಿನ ಮತಿ ಮಂದವಾಯಿತ್ತೆಂಬುದೀಗ ಅತಿರತಿ ಗತಿಮತಿಗೆ ಮಂದವಾಯಿತ್ತೆಂಬ ಶಬ್ದಕ್ಕರ್ಥ. ಅಂತಪ್ಪ ಮತಿ ಮಂದವಾದ ಬಳಿಕ ಎಂಟು ಹಿಟ್ಟೆಂದರೆ ಅಷ್ಟಮದಂಗಳು ಪಂಚಮತವೆಂದರೆ ಪಂಚಭೂತ ಗ್ರಾಮಂಗಳು. ಅಂತಪ್ಪ ಅಷ್ಟಮದ ಪಂಚಭೂತ ದೇಹವಂ ಧರಿಸಿಕೊಂಡು ನರಸುರಾದಿಗಳ ಹಾಂಗೆ ಇಹವೆಂಬುದೀಗ, ಎಂಟು ಹಿಟ್ಟು ಪಂಚ ಮತವುಂಟು ಧರೆಯೊಳಗೆ. ನರಸುರಾದಿಗಳೆಲ್ಲಾ ಸಭಾರವ ಹೊತ್ತುಕೊಂಡು ಅಯಿದಾರೆ ಎಂಬ ಶಬ್ದಕ್ಕರ್ಥ. ಈ ಭೇದವನಱಿದು ಸುಜ್ಞಾನಿಯಾದಡೆ ಅಷ್ಟಮದ, ಪಂಚಭೂತಂಗಳು ನಿವೃತ್ತಿಯಾಗಿ ಕರಣಂಗಳೆಲ್ಲವೂ ಗತವಾಗಿ ಸರ್ವಾಂಗವು ಮಹಾಜ್ಞಾನಾಗ್ನಿಯಲ್ಲಿ ಅಳಿದು ನಿರ್ವಯಲಾದವೆಂಬುದೀಗ, ಹಿಟ್ಟು ನಷ್ಟ, ಮಠ ಹಾಳು ಊರಿಗುಪಟಳ ಘನ, ಮಠವ ಸುಟ್ಟು ಗೋಹೇಶ್ವರ ಬೀದಿಗಱುವಾದನೆಂಬ ಶಬ್ದಕ್ಕರ್ಥ.॥೩೫॥

೨೪೬

ಅಱೆ[3]ಯ ಮೇಲಣ ಹುಲ್ಲೆಗೆ ಕೆಂಗಱಿಯ ಬಾಣವ [1]ತೊಟ್ಟವನ್ನೆ[1] ತಪ್ಪದೆ [2]ತಾಗಿತ್ತೋ[2]! [4]ಅದೊಂದೆಬಾಣದಲಳಿಯಿತ್ತಲ್ಲಾ[4] ನಾರಿ ಹಱಿಯಿತ್ತು; ಬಿಲ್ಲು ಮುಱಿಯಿತ್ತು; ಹುಲ್ಲೆ ಎತ್ತ [5]ಹೋಯಿತ್ತು[5], ಗೋಹೇಶ್ವರಾ!

ಟೀ। ಅಱೆಯೆಂದರೆ ಜಡ[5]ರೂಪಮಪ್ಪ[5] ಕಾಯವೆಂಬರ್ಥ. ಆ ಜಡಪಿಂಡದ ಮೇಲೆ ಮಾಯೆಯೆಂಬ ಹರಿಣಿಯಿಪ್ಪಳೆಂಬುದೀಗ, ಅಱೆಯ ಮೇಲಣ ಹುಲ್ಲೆಯೆಂಬ

ಶಬ್ದಕ್ಕರ್ಥ. ಕೆಂಗಱಿಯ ಬಾಣವೆಂದರೆ ಸುಜ್ಞಾನವೆಂಬ ಸರಳೆಂಬುದರ್ಥ. ಅಂತಪ್ಪ ಮಾಯೆಯೆಂಬ ಮೃಗಕ್ಕೆ ಶರಣನೆಂಬ ಬೇಂಟೆಕಾಱನು ನಿಷ್ಠೆಯೆಂಬ ಬಿಲ್ಲ ಹಿಡಿದು, ಭಾವವೆಂಬ ನಾರಿಯೊಳಗೆ ಸುಜ್ಞಾನವೆಂಬ ಬಾಣವ ಹೂಡಿ, [6]ಪರಿಪೂರ್ಣವಾಗಿ ತೆಗೆದೆಸೆಯಲು[6] ಆ ಮಾಯಾಮೃಗವು ಒಂದೆ ಬಾಣದಲ್ಲಿ ಅಳಿಯಿತ್ತೆಂಬುದೀಗ, ಅಱೆಯ ಮೇಲಣ ಹುಲ್ಲೆಗೆ ಕೆಂಗಱಿಯ ಬಾಣವ [1]ತೊಟ್ಟವನ್ನೆ[1]ತಪ್ಪದೆ ತಾಗಿತ್ತಲ್ಲಾ. [2]ಅದು ಒಂದೆ ಬಾಣದಲ್ಲಿ ಅಳಿಯಿತ್ತಲ್ಲಾ[2] ಎಂಬ ಶಬ್ದಕ್ಕರ್ಥ. ಇಂತಾಗಲು ಆ ಭಾವವೆಂಬ ನಾರಿ[3]ಯೂ[3] ಅಳಿದು, ನಿಷ್ಠೆ[3]ಯೂ[3] ವಿಶ್ರಮಿಸಿ ಆ ಮಾಯೆ[3]ಯೂ[3] ಅಳಿಯಿತ್ತೆಂಬುದೀಗ; ನಾರಿ ಹಱಿಯಿತ್ತು; ಬಿಲ್ಲು ಮುಱಿಯಿತ್ತು; ಹುಲ್ಲೆ ಎತ್ತ ಹೋಯಿತ್ತು, ಗೋಹೇಶ್ವರಾ ಎಂಬ ಶಬ್ದಕ್ಕರ್ಥ.॥೩೬॥

೨೪೭

ಲಿಂಗವನಱಿಯದೆ ಏನನಱಿದಡೆಯೂ ಫಲವಿಲ್ಲ. ಲಿಂಗವನಱಿದ ಬಳಿಕ ಮತ್ತೇನನಱಿದಡೆಯೂ ಫಲವಿಲ್ಲ. ಸರ್ವಕಾರಣ ಲಿಂಗವಾಗಿ ಲಿಂಗವನೆ ಅಱಿದಱಿದು ಲಿಂಗಸಂಗವ ಮಾಡುವೆ. ಆ ಸಂಗಸುಖದೊಳಗೋಲಾಡುವೆ, ಗೋಹೇಶ್ವರಾ.

ಟೀ॥ ಲಿಂಗದ ಬೆಳಗ ಕಾಬ ಸಮ್ಯಜ್ಞಾನವಿಲ್ಲದೆ ವೇದಾಗಮಂಗಳಿಂದ ಏನನಱಿ-ದಡೆಯೂ ಶಿವಪದ ಸಾಧ್ಯವಾಗಲಱಿಯದುಯೆಂಬುದೀಗ, ಲಿಂಗವನಱಿಯದೆ ಏನನಱಿದಡೆಯೂ ಫಲವಿಲ್ಲವೆಂಬ ಶಬ್ದಕ್ಕರ್ಥ. ಅಂತಪ್ಪ ಸಮ್ಯಜ್ಞಾನೋದಯವಾಗಿ ಲಿಂಗದ ಬೆಳಗ ಕಂಡು ನಿಶ್ಚೈಸಿದಱಿವಿಂಗೆ ಬಳಿಕ ವೇದಾಗಮಂಗಳಿಂದ ವಿಚಾರಿಸೇನೆಂದಡೆ, ಸಮ್ಯಜ್ಞಾನ ಹುಟ್ಟಿ ನಿಶ್ಚೈಸಿದ ನಿಜದಱಿವು ಕೆಡುವುದೆಂಬುದೀಗ, ಈ ಲಿಂಗವನಱಿದ ಬಳಿಕ ಮತ್ತೇನನಱಿದಡೆಯೂ ಫಲವಿಲ್ಲವೆಂಬ ಶಬ್ದಕ್ಕರ್ಥ. ಅಂತು ಪ್ರಭುದೇವರು ತಮ್ಮ ಸಮ್ಯಜ್ಞಾನದಿಂದ ಸರ್ವತತ್ತ್ವಂಗಳಿಗೆ ಕಾರಣವಾದುದು ಲಿಂಗತತ್ತ್ವವೆಂದಱಿದು ಲಿಂಗಾಂಗಸಂಗವ ಹಿಂಗದೆ ಕೂಡಿ ಲಿಂಗಸುಖಾನಂದವ ಪಡೆದೆವೆಂಬುದೀಗ, ಸರ್ವಕಾರಣ ಲಿಂಗವೆಂದುದಾಗಿ ಲಿಂಗವನೆ ಅಱಿದಱಿದು ಲಿಂಗಸಂಗವನೆ ಮಾಡುವೆ ಸಂಗಸುಖದೊಳಗೋಲಾಡುವೆನೆಂಬ ಶಬ್ದಕ್ಕರ್ಥ.॥೩೭॥

೨೪೮

ಉಂಡೇನುಟ್ಟೇನೆಂಬ ಸಂದೇಹ ನಿನಗೇಕಯ್ಯಾ? ಉಂಬುದೆ ಅಗ್ನಿ, ಉಡುವುದೆ ಪೃಥ್ವಿ. ನೀನೆಂದು ಉಂಡೆ? ನಾನೆಂದು ಕಂಡೆ? ಉಣ್ಣದೆ ಉಡದೆ ಹೋಗೆಯ ಕೈಯ್ಯಲ್ಲಿ ಸತ್ತೆನೆಂಬ ಅಂಜಿಕೆ ನಿನಗೆ ಬೇಡ. ಅಂಜದಿರು ಗೋಹೇಶ್ವರಾ, ನಿನಗಾವ ನಾಚಿಕೆಯೂ ಇಲ್ಲ.

ಟೀ। ಅರೆ ಅರ್ಪಿತ ಅನಾರ್ಪಿತವೆಂಬೆರಡೂ ಅಳಿದುಳಿದ ಪ್ರಸಾದಿಗೆ ಆನುಂಡೇನೆಂಬ ಸಂದೇಹವಿಲ್ಲ ಅಥವಾ ಆ ಲಿಂಗಮುಖದಲ್ಲಿ ಉಂಡು ಆ ಸುಖವನಂಗಕ್ಕೆ ಆವರಣ ಮಾಡಿಕೊಂಡೇನೆಂಬ ಉಪಮೆಯೂ ಇಲ್ಲ. ಅದೇನೆಂದರೆ ಉಂಡೇನೆಂದರೆ ಉದರಾಗ್ನಿಯ ಹಂಗು, ಆ ಸುಖವನಾ[1]ದರಿಸಿ[1]ಕೊಂಡೇನೆಂದರೆ ತನುವಿನ ಹಂಗಾದ ಕಾರಣ ಈ ಭೇದವ ಭಿನ್ನವಿಟ್ಟು ನೋಡದೆಯಿಪ್ಪುದೀಗ ಉಂಡೇನುಟ್ಟೇನೆಂಬ ಸಂದೇಹ ನಿನಗೆ ಬೇಡ. ಉಂಬುದೆ ಅಗ್ನಿ, ಉಡುವುದೆಪೃಥ್ವಿ ನೀನೆಂದು ಉಂಡೆ, ನಾನೆಂದು ಕಂಡೆನೆಂಬ ಶಬ್ದಕ್ಕರ್ಥ. ಅಥವಾ ಆ ಸುಖವನುಣ್ಣದೆ ಉಡದೆ ಸುಖಿಯಾದೆನೆಂಬುದು ಮಾಯಾಭ್ರಮೆ. ಆ ಮಾಯಾಭ್ರಮೆಯನು ಪರಿತ್ಯಾಗವ ಮಾಡಿ ಉಂಡೆ–ಉಣ್ಣೆ, ಕಂಡೆ–ಕಾಣೆನೆಂಬ ಭಿನ್ನವಿಲ್ಲದಿಪ್ಪುದೆ ಮಹಾಜ್ಞಾನಲಿಂಗದ ಆರೋಗಣೆಯೆಂಬುದೀಗ, ಉಣ್ಣದೆ ಉಡದೆ ಹೊಗೆಯ ಕೈಯ್ಯಲ್ಲಿ ಸತ್ತೆನೆಂಬ ಅಂಜಿಕೆ ನಿನಗೆ ಬೇಡ. ಅಂಜದಿರು ಗೋಹೇಶ್ವರಾ, ನಿನಗಾವ ನಾಚಿಕೆಯೂ ಇಲ್ಲವೆಂಬ ಶಬ್ದಕ್ಕರ್ಥ.॥೩೮॥

ಅಂತು ವಚನ ೨೪೮ ಕ್ಕ ಶ್ರೀ . . . ಏ[2]

೨೪೯

ಲಿಂಗಸ್ಥಲ ಲಿಂಗದಲ್ಲಿಯೇ ನಿಂದುದು, ಜಂಗಮಸ್ಥಲ ಜಂಗಮದಲ್ಲಿಯೇ ನಿಂದುದು, ಪ್ರಸಾದ ಸ್ಥಲ ಪ್ರಸಾದದಲ್ಲಿಯೇ ನಿಂದುದು. ಇಂತೀ ತ್ರಿವಿಧವು ತ್ರಿವಿಧದಲ್ಲಿಯೇ ನಿಂದುದು ಕೂಡಲ ಚೆನ್ನಸಂಗಾ, ನಿಮ್ಮ ಶರಣಂಗೆ.

ಟೀ। ಸತ್ತು ಚಿತ್ತಾನಂದ ಲಿಂಗ ಜಂಗಮ ಪ್ರಸಾದವೆಂಬ ತ್ರಿವಿಧವು ತ್ರಿವಿಧದಲ್ಲಿಯೇ ಅಡಗಿತ್ತು. ಅದು ಹೇಗೆಂದಡೆ ಜ್ಯೋತಿ ತನ್ನ ಕಳೆಯ ತಾ ನುಂಗಿ ತಾನಿಲ್ಲದಂತೆ ಹೇಳಬಾರದ ಘನವಾಯಿತ್ತೆಂಬುದೀ ವಚನಾರ್ಥ.॥೩೯॥

ಅಂತು ವಚನ ೨೪೯ ಕ್ಕ ಶ್ರೀ . . . ಏ

೬೩. ಕಾಯಾನುಗ್ರಹಸ್ಥಲ

೨೫೦

ಅಱಿತುದಯ್ಯಾ ಅಂಗಗುಣ; ಒಱಿತುದಯ್ಯಾ ಭಕ್ತಿರಸ, ಆವರಿಸಿತ್ತಯ್ಯಾ ಲಿಂಗವಂಗವನು! ಏನೆಂದಱಿಯೆನಯ್ಯ!! ಲೋಕ ಲೌಕಿಕವನಱಿಯೆನಯ್ಯ: ಲಿಂಗಭ್ರಾಂತನಾದೆನಯ್ಯಾ, ಕೂಡಲಸಂಗಮದೇವಯ್ಯ, ನಿಮ್ಮ ಕರುಣವೆನ್ನನೆಡೆಗೊಂಡಿತ್ತಾಗಿ.

ಟೀ। ಸಮ್ಯಜ್ಞಾನೋದಯದಿಂದ ದೇಹದ ಅಜ್ಞಾನವಳಿದು ಶಿವನಲ್ಲಿ ಅತಿರತಿಯಾದ ಭಕ್ತಿವೊದಗಲು ಆ ಭಕ್ತಕಾಯ ಮಮಕಾಯವೆಂದು ಲಿಂಗವು ಭಕ್ತನ

ಸರ್ವಾಂಗವನವಗ್ರಹಿಸಿ, ಜೀವಭಾವವಳಿದು ಲೌಕಿಕಾಚಾರಧರ್ಮವ ಮಱೆದು, ತಾನೆಲ್ಲಾ ಲಿಂಗವಾಗಿ ತನ್ನ ಕಾಣುತ್ತಿಪ್ಪ ಲಿಂಗಭ್ರಾಂತಿ ನೆಲೆಗೊಂಡು ಲಿಂಗವಾಗಿಪ್ಪನು ಸದ್ಭಕ್ತನು. ಇಂತಪ್ಪ ಸದ್ಭಕ್ತಿಯ ಶಿವನು ಕೃಪೆ ಮಾಡಲಾಯಿತ್ತೆಂಬುದೀ ವಚನದ ತಾತ್ಪರ್ಯಾರ್ಥ.॥೧॥

೨೫೧

ಎತ್ತಣ ಮಾಮರನೆತ್ತಣ ಕೋಗಿಲೆ–ಎತ್ತಣಿಂದೆತ್ತ ಸಂಬಂಧವಯ್ಯ! ಬೆಟ್ಟದ ಮೇಲಣ ನೆಲ್ಲಿಯ ಕಾಯಿ–ಸಮುದ್ರದೊಳಗಣ ಉಪ್ಪು, ಎತ್ತಣಿಂದೆತ್ತ ಸಂಬಂಧವಯ್ಯಾ! ಗೋಹೇಶ್ವರ ಲಿಂಗಕ್ಕೆಯಾ ಎನಗೆಯೂ ಎತ್ತಣಿಂದೆತ್ತ ಸಂಬಂಧವಯ್ಯಾ!!!

ಟೀ। ಅಂಗಕ್ಕೆಯೂ ಲಿಂಗಕ್ಕೆಯೂ ಸಂಬಂಧವಿಲ್ಲ. ಅದೇನು ಕಾರಣವೆಂದರೆ: ಅಂಗವೆ ಜಡನು, ಲಿಂಗವೆ ಅಜಡನಾಗಿ. ಮನಕ್ಕೆಯೂ ಅಱಿವಿಂಗೆಯೂ ಸಂಬಂಧವಿಲ್ಲ. ಅದೇನು ಕಾರಣವೆಂದರೆ: ಮನವೆ ಮಱವೆ, ಅಱಿವೆ ಬೆಳಗಾಗಿ. ಇಂತಪ್ಪ ತನು ಮನವಿಡಿದಾತಂಗೆ ಮಹಾಲಿಂಗದ ಸಂಗ ಒಮ್ಮೆಯೂ ಇಲ್ಲದಿರುತ್ತಿರಲು [1]ಕರ್ಮಾವ[1]ಶೇಷದಿಂದ ತನುಧರ್ಮ ಮನಧರ್ಮವಳಿದು ಮಹಾಲಿಂಗವು ಕರಸ್ಥಲಕ್ಕೆ ಇಷ್ಟಲಿಂಗವಾಗಿ ಬರಲು ಆ ಲಿಂಗದ ಮಹಿಮೆಯನೂ ತನ್ನ ಕ್ಷೀಣವನೂ ತಾನೆ ನೋಡಿ ಆಶ್ಚರ್ಯಂಬಡುತ್ತಿರಲು ಎಂಬುದೀ ವಚನಾರ್ಥ.॥೨॥

೨೫೨

ಲೋಕದ ನಚ್ಚು ಮಚ್ಚ [1]ನೀಗಿ[1] ನಿಶ್ಚಿಂತವಾಯಿತ್ತು. ಇದೇನು ಹತ್ತಿತ್ತೆಂದಱಿಯೆನಯ್ಯಾ. ನಾನಿದೇನು ಹೊದ್ದಿತ್ತೆಂದಱಿಯೆನಯ್ಯಾ. ಗೋಹೇಶ್ವರನೆಂಬ ಗ್ರಹ ಒಳ[2]ಕೊಂಡುತ್ತಾಗಿ[2] ನಾನೇನೆಂದಱಿಯೆನಯ್ಯಾ.

ಟೀ। ಗುರುಕರುಣದಿಂದ ಸುಜ್ಞಾನೋದಯವಾಗಿ ಅಂಗದ ಮೇಲೆ ಲಿಂಗ ಸ್ವಾಯತವಾಗಲು ಆ ಲಿಂಗದ ಸುಖಪ್ರಸನ್ನದ ಲೋಲುಪ್ತಿ ಸರ್ವಾಂಗವನವಗ್ರ– –ಹಿಸಲು ಗ್ರಹಾವರಣವಾದ ಹಾಂಗೆ ಆವ [2]ವ್ಯಾಪ್ತಿಗೂ[2]ತೆಱಹಿಲ್ಲದೆ ಶಿವಶರಣ ಲಿಂಗವೇ ತಾನಾದನೆಂಬುದೀ ವಚನಾರ್ಥ.॥೩॥

೬೪ ಇಂದ್ರಿಯಾನುಗ್ರಹಸ್ಥಲ

೨೫೩

ಎನ್ನ ಪ್ರಾಣ ಮನ ಬುದ್ಧಿ ಚಿತ್ತಂಗಳು ನಿಮ್ಮ ತೊತ್ತಿರು. ಸತ್ತ್ವ ರಜ ತಮ ನಿಮ್ಮ ಭೃತ್ಯರು. ಅಂತಃಕರಣಂಗಳು ನಿಮ್ಮ ಮಂತ್ರಿಗಳು, ಪಂಚೇಂದ್ರಿಯಂಗಳು ನಿಮ್ಮ ಪಡಿಹಾರರು, ಅರಿಷಡ್ವರ್ಗಂಗಳು ನಿಮ್ಮ ಲೆಂಕರು, ಸಪ್ತಧಾತುಗಳು ನಿಮ್ಮ ಬಾಣಸಿಗರು, ಅಷ್ಟಮದಂಗಳು ನಿಮ್ಮ ಕುಮಾರರು. ನವದ್ವಾರಂಗಳು ನಿಮ್ಮ

ಭಂಡಾರಿಗಳು. ದಶವಾಯುಗಳು ನಿಮ್ಮ ಸೀಗುರಿ [1]ಚಾಮರರುಗಳು[1]. ಷೋಡಶಕಲೆಗಳು ನಿಮ್ಮ ರಾಣಿವಾಸ. ಶಂಭು ಸೋಮನಾಥ ಲಿಂಗ ನಿಮಗೆ ಎನ್ನ ಕಾಯ ಮುಂತಾಗಿ ಬಾಹತ್ತರ ನಿಯೋಗ ಡಿಂಗರಿಗರು.

ಟೀ। ಲಿಂಗಾಂಗಸಂಬಂಧಿಯಾಗಿಪ್ಪ ಸದ್ಭಕ್ತನ [2]ಅಂಗ ಪ್ರಾಣ ಮನ[2] ಇಂದ್ರಿಯಂಗಳೆಲ್ಲಾ ಲಿಂಗದ ಸೇವೋಪಚಾರಕರೆಂಬುದೀ ವಚನಾರ್ಥ.॥೪॥

೬೫ ಪ್ರಾಣಾನುಗ್ರಹಸ್ಥಲ

೨೫೪

ಗ್ರಹ ಬಂದು ಆವರಿಸಲೊಡನೆ ತನ್ನ ಮಱಸುವುದು; ಮತ್ತೊಂದಕ್ಕಿಂಬುಗೊಡ–ಲೀಯದಯ್ಯ. ಕೂಡಲ ಸಂಗಮ[3]ದೇವನ ಅಱವು[3] ಅನುಪಮವಾಗಲೊಡನೆ ಬೆವಹಾರದೊಳಗಿರಲೀಯದಯ್ಯಾ.

ಟೀ। ಗ್ರಹ ಬಂದು ಆವರ್ತಿಸಿದ ಮನುಜನ ವರ್ತನ ಗುಣಧರ್ಮವೆಲ್ಲವೂ ಮಱದು ಆ ಗ್ರಹದ ಸ್ವಧರ್ಮವರ್ತನಾ ಗುಣವೆಯಾಗಿಪ್ಪಂತೆ, ಅಖಂಡ ಚಿಚ್ಚೈತನ್ಯ ಲಿಂಗದ ಚಿತ್ತುವಿಂಗೆ ಕೃಪೆದೋಱ ಆತ್ಮನ ಅಂತರಂಗವಾಗಿರ್ದ ಲಿಂಗವು ಬಹಿಷ್ಕರಿಸಿ ಸರ್ವಾಂಗವನಾವರ್ತಿಸಲು ಜೀವಾತ್ಮನ ವರ್ತನಾ ಗುಣಧರ್ಮವಳಿದು ಲಿಂಗದ ಸತ್ಕ್ರಿಯಾಚಾರಿತ್ರವೆಯಾಗಿ ಲಿಂಗವು ತಾನೆಯಾಗಿಪ್ಪನಾಗಿ ಶರಣ ಮರಳಿ ಮಾನವನಾಗನೆಂಬುದೀ ವಚನಾರ್ಥ.॥೫॥

೨೫೫

ಆಚಾರವನಾಚಾರವಾಯಿತ್ತು, ಸೀಮೆ ನಿಸ್ಸೀಮೆಯಾಯಿತ್ತು. ಪ್ರಾಣಸಂಚ ತಪ್ಪಿ ಲಿಂಗಸಂಚವಾಯಿತ್ತು. ಎಲ್ಲಿ ಶಬ್ದವಲ್ಲಿ ಲಿಂಗ ಸ್ವಾಯತವಾಯಿತ್ತು. ಎಲ್ಲಿ ಸೋಂಕು ಅಲ್ಲಿ ಲಿಂಗ ಸ್ವಾಯತವಾಯಿತ್ತು. ಎಲ್ಲಿ ರೂಪು ಅಲ್ಲಿ ಲಿಂಗ ಸ್ವಾಯತವಾಯಿತ್ತು. ಎಲ್ಲಿ ರುಚಿ ಅಲ್ಲಿ ಲಿಂಗ ಸ್ವಾಯತವಾಯಿತ್ತು. ಎಲ್ಲಿ ಸುಗಂಧ ಅಲ್ಲಿ ಲಿಂಗ ಸ್ವಾಯತವಾಯಿತ್ತು. ಕೂಡಲಸಂಗಮದೇವರ ಕರುಣರಸಾಬ್ಧಿ ಕಡೆಗೋಡಿವರಿಯಿತ್ತು ಎನ್ನ ಮೇಲೆ!

ಟೀ। ಲೌಕಿಕಾಚಾರದ ಸೀಮೆ ಸಂಬಂಧವೆಲ್ಲವೂ ಅಳಿದು ಲಿಂಗಾಚಾರವಳವಟ್ಟು, ಅಂಗ ಪ್ರಾಣ ಇಂದ್ರಿಯಂಗಳೆಲ್ಲಾ ಲಿಂಗವೆಯಾದ ಕಾರಣ ಕೇಳಿದ ಶಬ್ದ, ಮುಟ್ಟಿದ ಸ್ಪರ್ಶ, ನೋಡಿದ ರೂಪು, ಸವಿದ ರುಚಿ, ವಾಸಿಸಿದ ಗಂಧ ಮೊದಲಾದವೆಲ್ಲಾ ಲಿಂಗವೆಯಾದವು ಗುರುಕೃಪೆಯಾದ ಶರಣಂಗೆ ಎಂಬುದೀ ವಚನಾರ್ಥ.॥೬॥

೬೬ ಕಾಯಾರ್ಪಿತಸ್ಥಲ

೨೫೬

ಲಿಂಗಗಂಭೀರ ನಿಸ್ಸಂಗಿಯ ಸಂಗವ ನಾನೇನೆಂಬೆನಯ್ಯಾ! ಪರಮಾರ್ಥದಿಂದ ಗಮಿಸುವ ಗಮನವ ನಾನೇನೆಂಬೆನಯ್ಯಾ! ಕೂಡಲ ಚೆನ್ನಸಂಗನ ಶರಣರು ಕಾಯವ ನೆವದಿಂದರ್ಪಿಸುವ ಬೆಡಗ ನಾನೇನೆಂಬೆನಯ್ಯಾ!

ಟೀ। ಅಖಂಡ ಚಿತ್ಪರಿಪೂರ್ಣಲಿಂಗವು ಮಾಯಾದೇಹ ಸಂಸಾರಸಂಗವಿಲ್ಲದೆಯಿರ್ದು ತನ್ನ ತಾನರ್ಚಿಸಿಕೊಂಬ ಲೀಲಾವಿಲಾಸದಿಂದ ಶರಣರೂಪಾಗಿ ದೇಹಸಂಗವಿಡಿದಿರ್ದು ಆ ದೇಹವಾಸನೆಯ ಹೊದ್ದದೆಯಿರುತ್ತಿರ್ಪ ಶರಣನ ಪರಿ ಆಶ್ಚರ್ಯವೆಂಬುದೀಗ, ಲಿಂಗಗಂಭೀರ ನಿಸ್ಸಂಗಿಯ ಸಂಗವ ನಾನೇನೆಂಬೆನಯ್ಯಾ ಎಂಬ ಶಬ್ದಕ್ಕರ್ಥ. ಅಂತು ಚಿತ್ಪರಮ ಲಿಂಗವು ತಾನೆ ಶರಣನಾಗಿ ತನ್ನ ತಾನರ್ಚಿಸಿಕೊಳುತ್ತಿಹನು. ಅಂತು ತನ್ನ ತಾನರ್ಚಿಸಿಕೊಂಬ ಶಿವಜ್ಞಾನಾಚಾರವನುಪಮಿಸಬಾರದೆಂಬುದೀಗ ಪರಮಾರ್ಥದಿಂದ ಗಮಿಸುವ ಗಮನವ ನಾನೇನೆಂಬೆನಯ್ಯಾ ಎಂಬ ಶಬ್ದಕ್ಕರ್ಥ. ಅಂತು ಚಿತ್ಪರಮಲಿಂಗವು ತಾನೆ ಶರಣನಾಗಿ ತನ್ನ ತಾನರ್ಚಿಸಿಕೊಂಬ ಭಕ್ತಿಯ ನೆವದಿಂದ ದೇಹಸುಖಂಗಳನರ್ಪಿಸಿಕೊಂಡು ನಿರ್ಲೇಪಿಯಾಗಿರ್ಪ ಶರಣನ ಬೆಡಗು ಆಶ್ಚರ್ಯವೆಂಬುದೀಗ ಕೂಡಲ ಚೆನ್ನಸಂಗನ ಶರಣರು ಕಾಯವ ನೆವದಿಂದರ್ಪಿಸುವ ಬೆಡಗ ನಾನೇನೆಂಬೆನಯ್ಯಾ ಎಂಬ ಶಬ್ದಕ್ಕರ್ಥ.॥೭॥

೨೫೭

ಕಾಯವೆ ಲಿಂಗಾರ್ಪಿತ, ಅರ್ಪಿತವೆ ಪ್ರಸಾದ. ಅದೇ ಮತ್ತೆ ಮತ್ತೆ ಅರ್ಪಿತ. ದರ್ಶನದಿಂದಾಯಿತ್ತು, ಸ್ಪರ್ಶನದಿಂದಾಯಿತ್ತು, ಅರ್ಪಿಸಿದ ಸೋಂಕನರ್ಪಿಸಲರಿ‌ಯದಿರ್ದಡೆ ಅದು ಭ್ರಾಂತು. ಕೂಡಲ ಚೆನ್ನಸಂಗನ ಪ್ರಸಾದಿಯ ಪ್ರಸಾದವನತಿಗಳೆದಡೆ ಮುಂದದಕ್ಕಿನ್ನೆಂತೊ?

ಟೀ। ಅಂಗ ಲಿಂಗ ಸಂಬಂಧವಾದ ಬಳಿಕ, ಅಂಗ ಮನ ಇಂದ್ರಿಯಂಗಳೆಲ್ಲಾಲಿಂಗಾರ್ಪಿತವಾದ ಕಾರಣ, ಪ್ರಸಾದ–ಕಾಯವಾಯಿತ್ತು. ಅಂತಪ್ಪ ಪ್ರಸಾದ ಕಾಯವ ಸೋಂಕಿದ ಮುಟ್ಟಿದ ಪದಾರ್ಥಂಗಳೆಲ್ಲಾ ಪ್ರಸಾದವಾಯಿತ್ತು. ಅಂತಾದ ಪ್ರಸಾದವನೆ ಇಷ್ಟಲಿಂಗಕ್ಕರ್ಪಿಸಬೇಕು. ಆ ಇಷ್ಟಲಿಂಗದ ಪ್ರಸಾದವನೆ ಪ್ರಾಣಲಿಂಗಕ್ಕರ್ಪಿಸಬೇಕು. ಆ ಪ್ರಾಣಲಿಂಗದ ಪ್ರಸಾದವನೆ ಭಾವಲಿಂಗಕ್ಕರ್ಪಿಸಬೇಕು. ಇಂತು ಅರ್ಪಿಸಿದುದ ಅರ್ಪಿಸುವ ವರ್ಮವನರಿಯದಿರ್ದಡೆ ಜೀವಭಾವ ಹಿಂಗದು. ಅದುಕಾರಣ ಶಿವಪ್ರಸಾದಿಗಳ ಪ್ರಸಾದ ಲಿಂಗಕ್ಕೆ ಸಲ್ಲದೆಂಬವರುಗಳ ಪಾತಕಕ್ಕೆ ಗಣಿತವಿಲ್ಲವೆಂಬುದೀ ವಚನದ ತಾತ್ಪರ್ಯಾರ್ಥ.॥೮॥

೨೫೮

ಅರ್ಪಿಸಿದ [1]ಸುಖ[1] ತಪ್ಪದೆ ಇಂಬುಗೊಂಡಿತ್ತಾಗಿ ಅಲ್ಲಿಯೆ ಅರ್ಪಿತವಾಯಿತ್ತಯ್ಯಾ. ಅಂಗವೆಂಬ [1]ಶಂಕೆಯನಾರ್ಪಿತವೆತ್ತ ಹೋಯಿತ್ತೆಂದಱಿಯೆ[1]. ಕಾಯಸುಖವೆ ಲಿಂಗಸುಖಕ್ಕೀಡಾಯಿತ್ತು. [1]ತಲೆಗೇಱಿದರ್ಪಿತದಷ್ಟದಲ್ಲಿ ನೀನೆ[1] ಮುಂ ತಾಗಿರ್ದೆ ಕೂಡಲ ಸಂಗಮ ದೇವಾ.

ಟೀ। ಜೀವಾತ್ಮನೆಂಬ ಅಂಗವ ಮಹಾಘನಲಿಂಗಕ್ಕೆ ಸಂಬಂಧವ ಮಾಡಿ ಅರ್ಪಿಸಿ ಲಿಂಗಮುಖವನಱಿದು ಹಿಂಗದಿಪ್ಪ ಶರಣನ ದೇಹೇಂದ್ರಿಯ ಸುಖಂಗಳೆಲ್ಲಾ ಲಿಂಗಾರ್ಪಿತವಾದವೆಂಬುದೀಗ, ಅರ್ಪಿಸಿದಸುಖ ತಪ್ಪದೆ [2]ಇಂಬುಗೊಂಡುತ್ತಾಗಿ[2] ಅಲ್ಲಿಯೇ ಅರ್ಪಿತವಾಯಿತ್ತಯ್ಯಾ ಎಂಬ ಶಬ್ದಕ್ಕರ್ಥ. ಅಂತೂ ಜೀವಾತ್ಮನೆಂಬಂಗವ ಲಿಂಗಾರ್ಪಿತವ ಮಾಡಿದ ಶರಣಂಗೆ ಶಿವಭಾವ ಘಟಿಸಿತ್ತಾಗಿ, ಜೀವಭಾವವಿಲ್ಲದೆ ಹೋಯಿತ್ತೆಂಬುದೀಗ, ಅಂಗವೆಂಬ ಶಂಕೆಯನಾರ್ಪಿತವೆತ್ತ ಹೋಯಿತ್ತೆಂದಱಿಯೆ ಎಂಬ ಶಬ್ದಕ್ಕರ್ಥ. ಅಂತು ಜೀವಾತ್ಮನು ತಾ ಮೊದಲಾದ ಕಾಯ ಸುಖಂಗಳನೆಲ್ಲವ ಲಿಂಗಕ್ಕರ್ಪಿಸಿದ ಕಾರಣ ಶರಣಂಗೆ ಲಿಂಗಸುಖದೊರಕಿತ್ತೆಂಬುದೀಗ ಕಾಯಸುಖವೆ ಲಿಂಗಸುಖಕ್ಕೀಡಾಯಿತ್ತೆಂಬ ಶಬ್ದಕ್ಕರ್ಥ. ತನುಸುಖಂಗಳನೆಲ್ಲವ ಲಿಂಗಕ್ಕರ್ಪಿಸಲು ಶರಣನು ಅರ್ಪಿಸಿಕೊಂಡು, ಲಿಂಗವು ಆ ಶರಣನ ಸರ್ವಾಂಗನವಗ್ರಹಿಸಿತ್ತೆಂಬುದೀಗ, ಅಂತಪ್ಪ ಅರ್ಪಿತದಷ್ಟವೆಂಬ ಶಬ್ದಕ್ಕರ್ಥ. ಅಂತು ಶರಣನ ಸರ್ವಾಂಗ ಲಿಂಗವಾಗಿ ಭಿನ್ನವಿಲ್ಲದಿರ್ದು ಅಭಿನ್ನಜ್ಞಾನಮುಖದಿಂದಲಱಿದು ಲಿಂಗವೆಯಾಗಿರ್ದ ಶರಣನೆಂಬುದೀಗ [1]ತಲೆಗೇಱಿದರ್ಪಿತದಷ್ಟದಲ್ಲಿ ನೀನೆ ಮುಂ ತಾಗಿರ್ದೆ[1] ಎಂಬ ಶಬ್ದಕ್ಕರ್ಥ.॥೯॥

೬೭ ಕರಣಾರ್ಪಿತಸ್ಥಲ

೨೫೯

ಶಬ್ದ ಸ್ಪರ್ಶ ರೂಪು ರಸ ಗಂಧ ಪಂಚೇಂದ್ರಿಯಂಗಳು ಮೊದಲಾಗಿ ನಡೆದವು ಲಿಂಗದತ್ತತ್ತಲೆ. ತಮತಮಗೆ ಬಂದ ಭೋಗಸುಖ ಲಿಂಗಾರ್ಪಿತವೆಂದು ನಡೆದವು ಲಿಂಗದತ್ತತ್ತ, ಕೂಡಲ ಚೆನ್ನಸಂಗಯ್ಯ ಲಿಂಗನಿವಾಸಿಯಾದ ಶರಣಂಗೆ.

ಟೀ। ಅಖಂಡಚೈತನ್ಯವಪ್ಪ ಮಹಾಘನಲಿಂಗವು ತನ್ನ ಪ್ರಾಣಕಳಾಸ್ವರೂಪೆಂದಱಿದು ಭಿನ್ನಭಾವವಳಿದಿರ್ದ ಶರಣನಂಗದಲ್ಲಿ ಲಿಂಗವು ವಿಶ್ರಮಿಸಿಕೊಂಡು ಸರ್ವಸುಖಂಗಳ ಲಿಂಗವೆ ಭೋಗಿಸುತ್ತಿಪ್ಪ ಕಾರಣ ತನು ಕರಣ ಇಂದ್ರಿಯ ವಿಷಯ ಸುಖದುಃಖಂಗಳು ಮೊದಲಾದುವೆಲ್ಲಾ ಲಿಂಗದವಾಗಿ ಲಿಂಗದತ್ತಲೆಯ್ದಿ ಲಿಂಗದೊಳಗೆ ಕೂಡಿ ಹೋದ

ಕಾರಣ ಅದು ಲಿಂಗಾರ್ಪಿತವೆನಿಸುವುದು. ಅಂತಪ್ಪ ಲಿಂಗಾರ್ಪಿತವಾಗಿ ಲಿಂಗವೆಯಾದ ಶರಣಂಗೆ ಮುಂದೆ ದೇಹ ಕರಣ ಸುಖ ದುಃಖ ಜನನ ಮರಣಂಗಳೇನೂ-ಯಿಲ್ಲವೆಂಬುದೀ ವಚನಾರ್ಥ.॥೧೦॥

೨೬೦

ಭಾವದಿಂದಾದ ಶೇಷವ ಕ್ರೀಗರ್ಪಿಸುವೆ, ಕ್ರೀಯಿಂದಾದ ಶೇಷವ ನಿಷ್ಕ್ರೀಗರ್ಪಿಸುವೆ, ನಿಷ್ಕ್ರೀಯಿಂದಾದ ಶೇಷವ ಭಕ್ತಿಗರ್ಪಿಸುವೆ. ಭಕ್ತಿಯಿಂದಾದ ಶೇಷವ ಜಂಗಮಕ್ಕರ್ಪಿಸುವೆ. ಜಂಗಮದಿಂದಾದ ಶೇಷವ ಪ್ರಸಾದಕ್ಕರ್ಪಿಸುವೆ. ಪ್ರಸಾದದಿಂದಾದ ಶೇಷವ ಲಿಂಗಕ್ಕರ್ಪಿಸುವೆ. ಲಿಂಗದಿಂದಾದ ಜ್ಞಾನ ಆ ಜ್ಞಾನದಿಂದ [೧]ತೃಪ್ತನಾದೆನು ಕಾಣಾ[+] ಕಲಿದೇವರ ದೇವಯ್ಯಾ[೧].

ಟೀ। 'ಯಥಾ ಕಲಾಸ್ತಥಾ ಭಾವೋ, ಯಥಾ ಭಾವಸ್ತಥಾ ಮನಃ' ಎಂದು ಮಹಾಘನವಸ್ತು ಶ್ರೀಗುರುವಿನ ಭಾವದಿಂದೊಗೆದು ಇಷ್ಟಲಿಂಗವಾಗಿ ಶರಣನ ಕ್ರೀಗೊಳಗಾಯಿತ್ತೆಂಬುದೀಗ ಭಾವದಿಂದಾದ ಶೇಷವ ಕ್ರೀಗರ್ಪಿಸುವೆನೆಂಬ ಶಬ್ದಕ್ಕರ್ಥ. ಅಂತು ಲಿಂಗಕ್ರೀಯ ಸಂಬಂಧದಿಂದ ಅಂಗವೆಲ್ಲಾ ಲಿಂಗವಾದ ಕ್ರೀಯಾಲಿಂಗವ ಪ್ರಾಣಸಂಬಂಧವ ಮಾಡಿದ ಶರಣನೆಂಬುದೀಗ ಕ್ರೀಯಿಂದಾದ ಶೇಷವ ನಿಷ್ಕ್ರೀಗರ್ಪಿಸುವೆನೆಂಬ ಶಬ್ದಕ್ಕರ್ಥ. ಅಂತು ಪ್ರಾಣನು ಲಿಂಗ ಸಂಬಂಧದಿಂದ, ಪ್ರಾಣವೆಲ್ಲಾ ಲಿಂಗವಾಗಿ ಭೇದದೋಱದೆಯಿದ್ದ ಕೂಟವೀಗ ಭಕ್ತಿಯೆಂದು ಪ್ರಾಣಲಿಂಗವ ಭಕ್ತಿಗಾರೋಪಿಸಿದ ಶರಣನೆಂಬುದೀಗ ನಿಷ್ಕ್ರೀಯಿಂದ ಶೇಷವ ಭಕ್ತಿಗರ್ಪಿಸುವೆನೆಂಬ ಶಬ್ದಕ್ಕರ್ಥ. ಅಂತು ಭಿನ್ನವಳಿದ ಆ ಭೇದವೆ ಭಕ್ತಿ. ಅಂತಾದ ಆ ಭೇದದಿಂದ ಚರಿಸುವ ಕರಣಂಗಳೆಲ್ಲಾ ಚರಲಿಂಗವಾದವಾಗಿ ಚರಲಿಂಗಕ್ಕಾರೋಪಿತವ ಮಾಡಿದ ಶರಣನೆಂಬುದೀಗ, ಭಕ್ತಿಯಿಂದಾದ ಶೇಷವ ಜಂಗಮಕ್ಕರ್ಪಿಸುವೆನೆಂಬ ಶಬ್ದಕ್ಕರ್ಥ. ಅಂತು ಕರಣಂಗಳು ಚರಲಿಂಗವಾಗಿ ತುಡುಕಿ ಮುಟ್ಟಿದ ಪದಾರ್ಥಂಗಳೆಲ್ಲವೂ ಪ್ರಸಾದವೆಂದು ಆರೋಪಿಸಿದ ಶರಣನೆಂಬುದೀಗ ಜಂಗಮದಿಂದಾದ ಶೇಷವ ಪ್ರಸಾದಕ್ಕರ್ಪಿಸುವೆನೆಂಬ ಶಬ್ದಕ್ಕರ್ಥ. ಅಂತಪ್ಪ ಪ್ರಸಾದವೇ ಲಿಂಗ. ಅಂತು ಲಿಂಗಸ್ವರೂಪವಾದ ಪದಾರ್ಥಂಗಳ ಇಷ್ಟಲಿಂಗಕ್ಕರ್ಪಿಸುತ್ತಿರ್ಪನು ಶರಣನೆಂಬುದೀಗ ಪ್ರಸಾದದಿಂದಾದ ಶೇಷವ ಲಿಂಗಕ್ಕರ್ಪಿಸುವೆನೆಂಬ ಶಬ್ದಕ್ಕರ್ಥ. ಅಂತು ಅಂಗ ಪ್ರಾಣ ಕರಣ ಇಂದ್ರಿಯ ವಿಷಯ ಪದಾರ್ಥಂಗಳೆಲ್ಲವು ಲಿಂಗಸ್ವರೂಪವಾದುದನಱದು ಲಿಂಗಕ್ಕರ್ಪಿಸುತ್ತಿರ್ಪ ಶರಣಂಗೆ ಅಭಿನ್ನಜ್ಞಾನ ನಿರ್ಧರವಾಯಿತ್ತೆಂಬುದೀಗ ಲಿಂಗದಿಂದಾದ ಜ್ಞಾನವೆಂಬ ಶಬ್ದಕ್ಕರ್ಥ. ಅಂತು ಅಭಿನ್ನಜ್ಞಾನ ನಿರ್ಧರವಾದಲ್ಲಿ ಸರ್ವಾಪೇಕ್ಷೆ ಅಡಗಿತ್ತೆಂಬುದೀಗ ಜ್ಞಾನದಿಂದ ತೃಪ್ತನಾದೆನು ಕಾಣಾ ಎಂಬ ಶಬ್ದಕ್ಕರ್ಥ.॥೧೧॥

೨೬೧

ನೀರಿಲ್ಲದ ನೆಳಲಿಲ್ಲದ ಬೇರಿಲ್ಲದ ಗಿಡು [೧]ಹುಟ್ಟಿತ್ತು[೧], ತಲೆಯಿಲ್ಲದ ಮೃಗ ಬಂದು ಮೇಯಿತ್ತಾ ಗಿಡುವ; ಕಣ್ಣಿಲ್ಲದ ಕುರುಡನು ಕಂಡನಾ ಮೃಗವ; ಕೈಯಿಲ್ಲದ ವ್ಯಾಧನು ಎಚ್ಚನಾ ಮೃಗವ; ಕಿಚ್ಚಿಲ್ಲದ ನಾಡಿಂಗೊಯ್ದು ಸುಟ್ಟು ಬಾಣಸವ ಮಾಡಿ ಲಿಂಗಕ್ಕರ್ಪಿತವಾಯಿತ್ತು ಗೋಹೇಶ್ವರಾ.

ಟೀ। ನೀರೆಂದರೆ ಮನಸ್ಸು, ನೆಳಲೆಂದರೆ ಮಾಯೆ, ಬೇರೆಂದರೆ ಮೂಲಾಹಂಕಾರ. ಇಂತು ಮನೋಪ್ರಕೃತಿ ಮಾಯಾಪ್ರಕೃತಿ, ಮೂಲಾಹಂಕಾರಪ್ರಕೃತಿ ತ್ರಯವು ಅಳಿದುಳಿದ ಶಿವಯೋಗಿಯಲ್ಲಿ ವಿವೇಕವೆಂಬ ವೃಕ್ಷ ಉದಯವಾಗಲು, ಅದೀಗ ನೀರಿಲ್ಲದ ನೆಳಲಿಲ್ಲದ ಬೇರಿಲ್ಲದ ಗಿಡು ಹುಟ್ಟಿತ್ತೆಂಬ ಶಬ್ದಕ್ಕರ್ಥ. ಆ ವಿವೇಕವೃಕ್ಷವನು ತಲೆಯೆಂಬ ಜ್ಞಾನವು ಇಲ್ಲದ ಮಾಯಾಮೃಗವು ಅವಿಚಾರ ರೂಪಿಂ ಬಂದ ತಾನಾ ಸುಖಮಂ ಸವಿವುತ್ತಿದ್ದಿತ್ತು. ಅದೆಂತೆಂದರೆ ವಿಚಾರಕ್ಕಳವಡದ ಘನವ ವಿಚಾರಿಸುವುದೆ ಮಾಯೆಯಾದ ಕಾರಣ ಅದೀಗ ತಲೆಯಿಲ್ಲದ ಮೃಗ ಬಂದು ಮೇಯಿತ್ತಾ ಗಿಡುವ ಎಂಬ ಶಬ್ದಕ್ಕರ್ಥ. ಆ ಮಾಯೆಯನು ಶರಣನು ಭಿನ್ನದೃಷ್ಟಿಯಿಲ್ಲದೆ ನೋಡಿ ಕಂಡು ಭಿನ್ನ ಹಸ್ತವಳಿದು ಅಭಿನ್ನಹಸ್ತದಲ್ಲಿ ಭಾವವೆಂಬ ಬಿಲ್ಲ ತುಂಬ ತೆಗೆದು, ಜ್ಞಾನವೆಂಬ ಬಾಣವ ಹೂಡಿ ಎಸೆದು ಕೆಡಹಲು, ಆ ಮಾಯೆಯಳಿದು ವಿದ್ಯಾಶಕ್ತಿಯಾಯಿತ್ತೆಂಬುದೀಗ ಕಣ್ಣಿಲ್ಲದ ಕುರುಡನು ಕಂಡನಾ ಮೃಗವನು; ಕೈಯಿಲ್ಲದ ವ್ಯಾಧನು ಎಚ್ಚನಾ ಮೃಗವನು ಎಂಬ ಶಬ್ದಕ್ಕರ್ಥ. ಆ ಸದ್ವಿದ್ಯೆಯ ಸುಖವನು ಉದರಾಗ್ನಿಯಳಿತ ಮಹಾಜ್ಞಾನಾಗ್ನಿಯಲ್ಲಿ ಸಮರಸ ಪಾಕವ ಮಾಡಿ ಮಹಾಲಿಂಗಮುಖಕ್ಕೆ ನಿವೇದಿಸುತ್ತಿರಲು ಅದೀಗ ಕಿಚ್ಚಿಲ್ಲದ ನಾಡಿಂಗೊಯ್ದು ಸುಟ್ಟು ಬಾಣಸವ ಮಾಡಿ ಲಿಂಗಕ್ಕರ್ಪಿತವಾಯಿತ್ತು ಗೋಹೇಶ್ವರಾ ಎಂಬ ಶಬ್ದಕ್ಕರ್ಥ.॥೧೨॥

೬೮ ಭಾವಾರ್ಪಿತಸ್ಥಲ

೨೬೨

ಕಾಯದ [೧]ಕೈಯ್ಯಲ್ಲು[೧] ಲಿಂಗಾರ್ಪಿತ ಖಂಡಿತ ಭಾಷೆ. ಭಾವದ ಕೈಯ್ಯಲ್ಲು ಲಿಂಗಾರ್ಪಿತ ಖಂಡಿತ ಭಾಷೆ. ನೇತ್ರದ ಕೈಯ್ಯಲ್ಲು ಲಿಂಗಾರ್ಪಿತ ಖಂಡಿತ ಭಾಷೆ. [೨]ಶ್ರೋತ್ರದ ಕೈಯ್ಯಲ್ಲು ಲಿಂಗಾರ್ಪಿತ ಖಂಡಿತ ಭಾಷೆ. ಘ್ರಾಣದ ಕೈಯ್ಯಲ್ಲು ಲಿಂಗಾರ್ಪಿತ ಖಂಡಿತ ಭಾಷೆ. ಜಿಹ್ವೆಯ ಕೈಯ್ಯಲ್ಲು ಲಿಂಗಾರ್ಪಿತ ಖಂಡಿತ ಭಾಷೆ. ಸ್ಪರ್ಶನದ ಕೈಯ್ಯಲ್ಲು ಲಿಂಗಾರ್ಪಿತ ಖಂಡಿತ ಭಾಷೆ[೨] ಲಿಂಗಮಧ್ಯೇ ಶರಣ, ಶರಣ ಮಧ್ಯೇ ಲಿಂಗ. ಅಲ್ಲಲ್ಲಿ ತಾಗಿದ ಸುಖವನಲ್ಲಲ್ಲಿಯೆ ಲಿಂಗಾರ್ಪಿತವ ಮಾಡಬಲ್ಲಡೆ ಕೂಡಲ ಚೆನ್ನ ಸಂಗನಲ್ಲಿ ಅವರ ಸಹಜರೆಂಬೆ.+

ಟೀ। ಇಷ್ಟ ಪ್ರಾಣ ಭಾವವೆಂಬ ಲಿಂಗತ್ರಯಂಗಳ ಭಿನ್ನವಿಟ್ಟು, ರೂಪು ರುಚಿ ತೃಪ್ತಿಗಳನಱಿದರ್ಪಿಸೇನೆಂದಡೆ ಅರ್ಪಿತವಾಗದು. ಮತ್ತೆತೆಂದಡೆ ಅಖಂಡ ಚಿತ್ರಕಾಶವನುಳ್ಳ ಲಿಂಗವು ಇಷ್ಟಪ್ರಾಣಭಾವವಾಗಿ ಅಂತರಂಗವನೊಳಕೊಂಡು ಸರ್ವಾಂಗ ಲಿಂಗವಾದುದ ಅಭಿನ್ನಜ್ಞಾನ ದೃಷ್ಟಿಯಿಂದ ಕಂಡು ಭಿನ್ನವಳಿದಿಪ್ಪ ಶರಣನೆಲ್ಲಾ ಲಿಂಗವೆಯಾಗಿರ್ದ ಕಾರಣ, ತಾಗಿದ ಸೋಂಕಿದ ಸುಖವೆಲ್ಲಾ ಲಿಂಗಾರ್ಪಿತ. ಅಂತಪ್ಪ ಅರ್ಪಿತ ಶಿವಂಗೆ ಒಪ್ಪು ಎಂಬುದೀ ವಚನಾರ್ಥ.॥೧೩॥

೨೬೩

ತನುವ ತಾಗದ ಮುನ್ನ, ಮನವ ತಾಗದ ಮುನ್ನ, ಆಪ್ಯಾಯನ ಬಂದು ಎಡೆಗೊಳ್ಳದ ಮುನ್ನ ಅರ್ಪಿತವ ಮಾಡಬೇಕು. ಗುರುವಿನ ಕೈಯ್ಯಲ್ಲಿ ಎಳತಟವಾಗದ ಮುನ್ನ ಅರ್ಪಿತವ ಮಾಡಬೇಕು. ಎಡದ ಕೈಯ್ಯಲ್ಲಿ ಕಿಚ್ಚು, ಬಲದ ಕೈಯ್ಯಲ್ಲಿ ಹುಲ್ಲು. ಉರಿಹತ್ತಿತ್ತು, ಗೋಹೇಶ್ವರಾ, ನಿಮ್ಮ ಪ್ರಸಾದಿಯಾ.

ಟೀ। ತನ್ನ ತನುವ ತಾಗದೆ, ತನ್ನ ಮನವ ತಾಗದೆ, [1]ಲಿಂಗದ ತನುವ ತಾಗಿ, ಲಿಂಗದ ಮನವ[1] ತಾಗಿ ಅರ್ಪಿಸಿದಡೆ ಆತ ಪ್ರಸಾದಿ. ಇಂತಪ್ಪ ಪ್ರಸಾದಿಗೆ ಅರ್ಪಿಸುವ ಕೈಗೆ ಎಳತಟವಿಲ್ಲ–ಅದೇನು ಕಾರಣ?–ಉರಿಯೊಳಗೆ ತೃಣ ಬಿದ್ದಂತೆ ಮುಟ್ಟಲೊಡನೆ ಅರ್ಪಿತವಹ [2]ಕಾರಣದಿಂದೆಂಬುದೀ[2] ವಚನಾರ್ಥ.॥೧೪॥

೨೬೪

ಸ್ಥಲದಿಂದ ಸ್ಥಲವನರ್ಪಿಸುವುದು ಒಡಲ ಗುಣ. ನಿಸ್ಥಲದಿಂದ ನಿಸ್ಥಲವ –ನರ್ಪಿಸುವುದು ಪ್ರಾಣನ ಗುಣ. ನೋಡಿ ಆರೈವುದೆ ಅರ್ಪಿತದ ಗುಣ [*]ಸ್ಥಲವೆನ್ನದೆ, ನೋಡದೆ ಆರೈಯ್ಯದೆ ಅರ್ಪಿಸುವುದು ನಿರ್ಗುಣ[*] ಇಂಥಾ ಮಹಾಂತರ [*]ಶಾವ[*] ತೋಱಿ ಬದುಕಿಸಯ್ಯಾ ಕೂಡಲಚೆನ್ನಸಂಗ[+]ಮದೇವಾ.

ಟೀ। ಅಂಗ ಸ್ಥಲಸ್ವರೂಪೇ ಪಂಚತತ್ತ್ವಸ್ವರೂಪಾಗಿಪ್ಪ ಕಾರಣ ಆ ಪಂಚತತ್ತ್ವ ಸ್ವರೂಪು ಪದಾರ್ಥವ ಕಾಯದ ಕೈಯಿಂದ ಇಷ್ಟ ಲಿಂಗಕ್ಕರ್ಪಿಸಿ ದೇಹವಾಸನೆಯಳಿಯ –ಬೇಕೆಂಬುದೀಗ ಸ್ಥಲದಿಂದ ಸ್ಥಲವನರ್ಪಿಸುವುದು ಒಡಲ ಗುಣವೆಂಬ ಶಬ್ದಕ್ಕರ್ಥ. ಅಂತಪ್ಪ ಪಂಚತತ್ತ್ವ ಪದಾರ್ಥಂಗಳ ರೂಪಿನೊಳಗಣ ರುಚಿಯ ಪ್ರಾಣನ ಕೈಯಿಂದ ಪ್ರಾಣಲಿಂಗಕ್ಕೆ ಅರ್ಪಿಸಿ ವಾಯುಪ್ರಾಣವಳಿದು ಲಿಂಗಪ್ರಾಣವಪ್ಪುದೆಂಬುದೀಗ ನಿಸ್ಥಲದಿಂದ ಸ್ಥಲವನರ್ಪಿಸುವುದು ಪ್ರಾಣಗುಣ ವೆಂಬ ಶಬ್ದಕ್ಕರ್ಥ. ಅಂತು ರೂಪು ರುಚಿಗಳ ಲಿಂಗಕ್ಕರ್ಪಿಸುವಲ್ಲಿ ಅಭಿನ್ನಭಾವ ದೃಷ್ಟಿಯಿಂದ ಲಿಂಗವನಾಲೋಕಿಸುತ್ತ ಹಿಂಗದೆ ಸಾವಧಾನಿಯಾಗಿ ಲಿಂಗಾರ್ಪಿತಂಗಳ ಮಱಿಯದಿರ್ದಡೆ ಲಿಂಗಾರ್ಪಿತ –ವಹುದೆಂಬುದೀಗ ನೋಡಿ ಆರೈವುದೆ ಅರ್ಪಿತ ಗುಣವೆಂಬ ಶಬ್ದಕ್ಕರ್ಥ. ಅಂತು

ತ್ರಿವಿಧ ಪದಾರ್ಥಂಗಳ ಲಿಂಗಕ್ಕರ್ಪಿಸುವ ಸಾವಧಾನ ಜ್ಞಾನಿಯೋ ಮಹಾಘನಲಿಂಗಸ್ವರೂಪವಾದ ಕಾರಣ ಆ ಮಾಹೇಶ್ವರರ ದರ್ಶನವ ಮಾಡಿದವರೆಲ್ಲಾ ಮುಕ್ತರೆಂಬುದೀಗ ಇಂಥಾ ಮಹಾಂತರ ತೋಱಿ ಬದುಕಿಸಯ್ಯ ಕೂಡಲ ಚೆನ್ನಸಂಗಮದೇವಾ ಎಂಬ ಶಬ್ದಕ್ಕರ್ಥ.॥೧೫॥+

೬೯ ಶಿಷ್ಯಸ್ಥಲ

೨೬೫

ಜ್ಞಾನಾಮೃತವೆಂಬ [1]ಜಲನಿಧಿ[1]ಯ ಮೇಲೆ ಸಂಸಾರವೆಂಬ ಹಾವಸೆ ಬಂದು ಮುಸುಕುವುದು, ನೀರ ಮೊಗೆವರು ಬಂದು ನೂಕಿದಲ್ಲದೆ ತೆರಳದು, ಮರಳಿ ಮರಳಿ ಮುಸುಕುವುದು ಮಾಣದಯ್ಯ, ಆಗಳು ಎನ್ನುವನು ನೆನೆವುತ್ತಿರಬೇಕೆಂದು ಬೇಗ ಗುರು ಒಪ್ಪೈಸಿ ತನ್ನ ಪ್ರಸಾದವೆಂದು ಕುರುಹ, ತ್ರಿಕಾಲ ಮಾಡಹೇಳಿದ ಲಿಂಗಪೂಜೆಯ, ತನ್ನನಱಿಯಬೇಕೆಂದು, ಕೆಱೆಯ ನೀರನುಂಡು ತೊಱೆಯ ನೀರ ಹೊಗಳುವ ಅಱಿಮರಳುಗಳ ಮೆಚ್ಚ ನಮ್ಮ [2]ಕೂಡಲ [ಚೆನ್ನ] ಸಂಗಮ ದೇವಾ[2]. (೨೦೩)

ಟೀ। ಚಿದಾಂಶಿಕನಾದ ಜ್ಞಾನಕಲಾತ್ಮಂಗೆ ಶಿವಾಜ್ಞೆಯಿಂದ ದೇಹ ಸಂಬಂಧವಾಗಲು ಸಂಸಾರ ಮಲ ಮಾಯಾ ಕರ್ಮಂಗಳು ಅವಗ್ರಹಿಸಿದವೆಂಬುದೀಗ ಜ್ಞಾನಾಮೃತವೆಂಬ ಜಲಧಿಯ ಮೇಲೆ ಸಂಸಾರವೆಂಬ ಹಾವಸೆ ಬಂದು ಮುಸುಕುತ್ತಿಹುದು ಎಂಬ ಶಬ್ದಕ್ಕರ್ಥ. ಆ ದೇಹಸಂಬಂಧಿಯಾದಾತ್ಮಂಗೆ ಸುಜ್ಞಾನ ಉದಯವಾಗಿ ಶ್ರೀ ಗುರುಕಾರುಣ್ಯದಿಂದ ಮಾಯಾಪ್ರಪಂಚು ಅಳಿದು ಹೋಯಿತ್ತೆಂಬುದೀಗ ನೀರ ಮೊಗೆವರು ಬಂದು ನೂಕಿದಲ್ಲದೆ ತೆರಳದು, ಎಂಬ ಶಬ್ದಕ್ಕರ್ಥ. ಗುರೂಪದೇಶವಿಲ್ಲದೆ ಜ್ಞಾನೋದಯ ಮೋಕ್ಷವೆಂಬ ಅದ್ವೈತಜ್ಞಾನಿಯ ಅಜ್ಞಾನ ಮಾಯಾಪ್ರಪಂಚು ಅವಗ್ರಹಿಸಿತ್ತೆಂಬುದೀಗ ಮರಳಿ ಮರಳಿ ಮುಸುಕುವುದ ಮಾಣದಯ್ಯ ಎಂಬ ಶಬ್ದಕ್ಕರ್ಥ. ಆ ಭಿನ್ನಜ್ಞಾನವ ನಿವೃತ್ತಿಮಾಡಿ ಸಮ್ಯಜ್ಞಾನಿಯಾದ ಶರಣನ ನಿಜಾಂತರದಲ್ಲಿಪ್ಪ ಚಿತ್ಕಲಾಲಿಂಗವ ಬಹಿಷ್ಕರಿಸಿ ಕರಸ್ಥಲದಲ್ಲಿ ಕೊಟ್ಟು ಲಿಂಗಪೂಜೆಯ ಮಾಡಿ ನೀನೆಲ್ಲಾ ಲಿಂಗವೆಂದಱುಹಿದನು ಎಂಬುದೀಗ, ಆಗಳು ಎನ್ನುವ ನೆನೆವುತ್ತಿರಬೇಕೆಂದು ಬೇಗ ಗುರು ಒಪ್ಪೈಸಿ ತನ್ನ, ಪ್ರಸಾದವೆಂದು ಕುಱುಹ, ತ್ರಿಕಾಲ ಮಾಡಹೇಳಿದ ಲಿಂಗಪೂಜೆಯ ತನ್ನನಱಿಯ– –ಬೇಕೆಂದು ಎಂಬ ಶಬ್ದಕ್ಕರ್ಥ. ಇಂತಪ್ಪ ಸತ್ಕ್ರಿಯಾಲಿಂಗ ಸಂಬಂಧವಿಲ್ಲದೆ ದೇಹೇಂದ್ರಿಯ ವಿಷಯ ಸುಖವನನುಭವಿಸಿ ಬಱಿ ಅಱುವಿನಿಂದ ಬ್ರಹ್ಮವಾದೆನೆಂಬ ಅಜ್ಞಾನಿಗಳಿಗೆ ಮುಕ್ತಿಯಿಲ್ಲವೆಂಬುದೀಗ, ಕೆಱೆಯ ನೀರನುಂಡು ತೊಱೆಯ ನೀರ ಹೊಗಳುವ ಅಱಿ ಮರುಳುಗಳ ಮೆಚ್ಚ ನಮ್ಮ ಕೂಡಲ [ಚೆನ್ನ] ಸಂಗಮ– –ದೇವಾ ಎಂಬ ಶಬ್ದಕ್ಕರ್ಥ.॥೧೬॥

೨೬೬

ಕಂಡುದ ಹಿಡಿಯಲೊಲ್ಲದೆ ಕಾಣದುದನಱಿಸಿ [೧]ಹಿಡಿದೆಹೆನೆಂದಡೆ[೧] ಸಿಕ್ಕದೆಂಬ ಬಳಲಿಕೆಯ ನೋಡಾ! ಕಂಡುದನೆ ಕಂಡು ಗುರುಪಾದ[೨]ವಿಡಿದಲ್ಲಿಯೆ[೨] ಕಾಣದುದ ಕಾಣಬಹುದು ಗೋಹೇಶ್ವರಾ.

ಟೀ। ವಾಙ್ಮನಂಗಳಿಗೆ ಗೋಚರಿಸಿ ಕಾಣಬಾರದಿಹ ಪರಬ್ರಹ್ಮವನು ಅದ್ವೈತಜ್ಞಾನಂಗಳಿಂದ ಸಾಧಿಸಿ ಹಿಡಿದು ಕೂಡಿಹೆನೆಂದು ಅಂತರಂಗದಲ್ಲಿ ಬಯಲ ವಿಚಾರವ್ಯಾಕುಳವಾದವರಿಗೆ ಕಾಣಬಾರದಾಗಿ ಅದುಕಾರಣ ನಿಷ್ಕಲ ಪರಬ್ರಹ್ಮವೆ ಸಕಲ ತತ್ತ್ವ ಸನ್ನಹಿತವಾಗಿ ಗುರುಸ್ವರೂಪವಾಯಿತ್ತೆಂದಱಿದು ಗುರುಪಾದವ ಹಿಡಿದಡೆ ಕಾಣಬಾರದ ನಿರವಯ ವಸ್ತುವ ಪ್ರತ್ಯಕ್ಷವ ಮಾಡಿ ಕರಸ್ಥಲದಲ್ಲಿ ತೋಱಿಕೊಡುವನೆಂಬುದೀ ವಚನಾರ್ಥ.॥೧೭॥

೭೦ "ಶುಶ್ರೂಷಾಸ್ಥಲ"

೨೬೭

ಸ್ವಾಮಿ–ಭೃತ್ಯ ಸಂಬಂಧಕ್ಕೆ ಆವುದು ಪಥವೆಂದಡೆ ದಿಟವ ನುಡಿವುದು; ನುಡಿದಂತೆ ನಡೆವುದು. ನುಡಿದು ಹುಸಿವ, ನಡೆದು ತಪ್ಪುವ ಪ್ರಪಂಚಿಯನೊಲ್ಲ ಕೂಡಲ ಸಂಗಮದೇವಾ.

ಟೀ। ಗುರು ಶಿಷ್ಯ ಸಂಬಂಧಕ್ಕೆ ನುಡಿದಂತೆ ನಡೆವುದು, ನುಡಿದು ಹುಸಿವವನ ಶಿವನೊಲ್ಲನೆಂಬುದೀ ವಚನಾರ್ಥ.॥೧೮॥

೭೧ ಸೇವ್ಯಸ್ಥಲ

೨೬೮

ಮೊದಲಲ್ಲಿ ಮನದಲಚ್ಚೊತ್ತಿದ ಕಾರಣ ಎಚ್ಚಱಿಕೆಯಾಯಿತ್ತು. ಗುರುಕಾರುಣ್ಯ–ದಿಂದ ಅಱಿವಾಯಿತ್ತು, ಆಚಾರವಾಯಿತ್ತು. ಜಂಗಮದಿಂದ ತಿಳಿದ ತಿಳಿವಿನಲ್ಲಿ ಪ್ರಸಾದ ಸಾಧ್ಯವಾಯಿತ್ತು. ಕೂಡಲ ಚೆನ್ನಸಂಗಯ್ಯನಲ್ಲಿ ಏಕಾರ್ಥವಾಯಿತ್ತು.

ಟೀ। ದೇಹ ಸಂಬಂಧಿಯಾಗಿರ್ದ ಆತ್ಮನು ಮುನ್ನ ಶಿವಾಂಶಿಕನು. ಅಂತು ಶಿವಾಂಶಿಕನಾದ ಕಾರಣ, ಸಮ್ಯಜ್ಞಾನೋದಯವಾಯಿತ್ತೆಂಬುದೀಗ, ಮೊದಲಲ್ಲಿ ಅಚ್ಚೊತ್ತಿದ ಕಾರಣ ಎಚ್ಚಱಿಕೆಯಾಯಿತ್ತೆಂಬ ಶಬ್ದಕ್ಕರ್ಥ. ಅಂತು ಸಮ್ಯಜ್ಞಾನೋ ದಯದಿಂದ ತನ್ನ ನಿಜವೆ ಪರಬ್ರಹ್ಮವೆಂದಱಿದಾತಂಗೆ ಬ್ರಹ್ಮವು ಕಾಣಿಸಿತ್ತೆಂಬ ಮಾತ್ರದಲ್ಲಿ ದೇಹವಾಸನೆಯಳಿದು ಬ್ರಹ್ಮವಪ್ಪನೋ? ಆಗನು. ಅದು ಕಾರಣ ಜ್ಞಾನೋದಯವಾಗಿ ತನ್ನ ನಿಜವಪ್ಪ ಪರಬ್ರಹ್ಮವ ಕೂಡುವ ಅವಸ್ಥೆಯಿಂದ ಗುರೂಪಾವಸ್ಥೆಯ ಮಾಡಿ

ಗುರು ಕರುಣಮಂ ಪಡೆದು ಷಟ್ಸ್ಥಲಜ್ಞಾನಕ್ರಿಯಚಾರವಳವಟ್ಟಿತ್ತು ಶರಣಂಗೆಂಬುದೀಗ ಗುರುಕರುಣದಿಂದ ಅಱಿವಾಯಿತ್ತು, ಆಚಾರವಾಯಿತ್ತು ಎಂಬ ಶಬ್ದಕ್ಕರ್ಥ. ಅಂತು ಷಡುಸ್ಥಲವಿಡಿದು ಆಚರಿಸುವ ಜ್ಞಾನವೆ ಜಂಗಮವೆಂಬ ಶಬ್ದಕ್ಕರ್ಥ. ಅಂತಪ್ಪ ಜ್ಞಾನಾಚಾರವ ತಿಳಿದು ಅಱಿದು ಆಚರಿಸುವ ಆಚಾರದಿಂದ ಅಂಗವೆಲ್ಲಾ ಲಿಂಗವೆಯಾಗಿ ಭಿನ್ನದೋಱದೆಯಿರ್ದಿ– –ತ್ತೆಂಬುದೀಗ ಜಂಗಮದಿಂದ ತಿಳಿದ ತಿಳಿವಿನಲ್ಲಿ ಪ್ರಸಾದ ಸಾಧ್ಯವಾಯಿತ್ತು ಕೂಡಲ ಚೆನ್ನಸಂಗಯ್ಯನಲ್ಲಿ ಏಕಾರ್ಥವಾಯಿತ್ತೆಂಬ ಶಬ್ದಕ್ಕರ್ಥ.॥೧೯॥

೨೯

ಗುರುಲಿಂಗ ಉದಯವಾದವರ ಉದಯವ ನೋಡಿರಯ್ಯಾ. ಹಿಂದೆ ಕತ್ತಲೆ ಮುಂದೆ ಬೆಳಗಾಯಿತ್ತು. ಬೆಳಗು ಬೆಳದಿಂಗಳಾಯಿತ್ತು. ಕೂಡಲ ಚೆನ್ನಸಂಗನಲ್ಲಿ ಏಕಾರ್ಥವಾಯಿತ್ತು.+

ಟೀ। ಗುರುಕೃಪೆಯಿಂದ ಅಂತರಂಗದಲ್ಲಿರ್ದ ಚಿತ್ಕಲಾಲಿಂಗವು ಬಹಿಷ್ಕರಿಸಿ ಶರಣನಂಗ ಪ್ರಾಣ ಭಾವಂಗಳಲ್ಲಿ ಲಿಂಗವು ನೆಲೆಗೊಂಡು ಸರ್ವಾಂಗವನೊಳಗೊಂಡು ಅಂಗ ಪ್ರಾಣ ಭಾವಂಗಳೆಲ್ಲಾ ಲಿಂಗವೆಯಾಗಿ ಬೆಳಗುತ್ತಿರ್ದ ಶರಣನು. ಅಂತಪ್ಪ ಶರಣ, ಉತ್ಪತ್ಯ ಲೋಕದ ದೇಹಿಗಳಂತಲ್ಲಾ ಎಂಬುದೀಗ ಗುರುಲಿಂಗ ಉದಯವಾದವರ ಉದಯವ ನೋಡಿರಯ್ಯಾ ಎಂಬ ಶಬ್ದಕ್ಕರ್ಥ. ಅಂತು ಸರ್ವಾಂಗವೆಲ್ಲಾ ಚಿತ್ಪ್ರಭಾಲಿಂಗವೆಯಾದ ಶರಣಂಗೆ ಹಿಂದೆ ತೋಱದ ದೇಹೋಽಹಂ ಎಂಬ ಅಜ್ಞಾನ ಹಿಂದಾಗಿ ಹೋಯಿತ್ತು. ಮುಂದೆ ದೇಹಿಯಾಗಿ ಹುಟ್ಟುವನಲ್ಲ. ಶರಣ ಮುಂದೆ ಚಿತ್ಪ್ರಭಾಲಿಂಗವೆಯಾಗಿಪ್ಪನೆಂಬು ದೀಗ, ಹಿಂದೆ ಕತ್ತಲೆ, ಮುಂದೆ ಬೆಳಗಾಯಿತ್ತು ಎಂಬ ಶಬ್ದಕ್ಕರ್ಥ. ಅಂತು ಶರಣ ಚಿತ್ಪ್ರಭಾಲಿಂಗವೆಯಾದಲ್ಲಿ ಆ ಲಿಂಗದ ಚಿತ್ಪ್ರಭೆಯೆಲ್ಲಾ ಪರಮಶಾಂತಿ ಜ್ಞಾನಸ್ವ– –ರೂಪವಾಯಿತ್ತೆಂಬುದೀಗ ಬೆಳಗು ಬೆಳದಿಂಗಳಾಯಿತ್ತು ಎಂಬ ಶಬ್ದಕ್ಕರ್ಥ. ಅಂತು ಶರಣ ಲಿಂಗವಾದ ಪರಿ ಹೇಗೆಂದಡೆ ಆ ಲಿಂಗವು ತಾನೇ ಕರುಣಿಸಿ ಶರಣನನವಗ್ರಹಿಸಿದ ಕಾರಣವಾಯಿತ್ತೆಂಬುದೀಗ ಒಲವಸದರ್ಪಣದಿಂದಲೆಂಬ ಶಬ್ದಕ್ಕರ್ಥ.॥೨೦॥

೨೭೦

ಶಿಷ್ಯನ ಪೂರ್ವಾಶ್ರಯವ ಕಳೆವುದು ಗುರುವಿಂಗೆ ಸಹಜ. ಶಿಷ್ಯ ತನ್ನ ಪೂರ್ವಾಶ್ರಯವ ಕಳೆದು ಶ್ರೀಗುರುಲಿಂಗವ ಮುಟ್ಟುವ ಪರಿ ಎಂತೊ? ಅರ್ಪಿತ ಹೋಗಿ, ಪ್ರಸಾದವನಱಿಸುವುದೊ? ಪ್ರಸಾದ ಹೋಗಿ, ಅರ್ಪಿತವನಱಿಸುವುದೊ? ಕೂಡಲ ಚೆನ್ನಸಂಗಯ್ಯನಲ್ಲಿ ಮಹಾಪ್ರಸಾದಿಯೇ ಬಲ್ಲಾ.

ಟೀ| ಶಿಷ್ಯನ ದೇಹೇಂದ್ರಿಯಂಗಳನಳಿವುದು ಗುರುವಿಂಗೆ ಸಹಜ. ಶಿಷ್ಯ ತನ್ನ ಆದಿಯಾದ ಪರವನಳಿದು ಗುರುವ ಮುಟ್ಟಬಾರದಾಗಿ ಅಜಿವು ಬ್ರಹ್ಮದಲ್ಲಿ ಅಡಗುವುದು. ಬ್ರಹ್ಮವಜಿವಿನಲ್ಲಿ ಅಡಗುವುದು. ಈ ಭೇದವ ಮಹಾಪ್ರಸಾದಿಯೇ ಬಲ್ಲನೆಂಬುದೀ ವಚನಾರ್ಥ.||೨೧||

೨೭೧

ಗುರುಶಿಷ್ಯಸಂಬಂಧವಾದುದಕ್ಕಾವುದು ಕುಱುಹಯ್ಯ?

ಹಿಂದ ಬಿಟ್ಟು [1]ಮುಂದ ಹಿಡಿಯಲೆ[1]ಬೇಕು: ಕೂಡಲಸಂಗಮದೇವಯ್ಯಾ, ಕಿಚ್ಚಿನೊಳಗೆ ಕೋಲ [2]ಬೈಚಿ[2] ಟ್ಟಂತಿರ ಬೇಕಯ್ಯಾ.

ಟೀ| ಅಜಿವು ದೇಹೇಂದ್ರಿಯಂಗಳ ಬಿಟ್ಟು ಪರಬ್ರಹ್ಮದಲ್ಲಿ ಕೂಡಬೇಕು. ಗುರುಶಿಷ್ಯಸಂಬಂಧವಾದರೆ ಕಿಚ್ಚಿನೊಳಗೆ ಬೆಂದ ಕಟ್ಟಿಗೆ ಕಿಚ್ಚಾದಂತೆ ಮಹಾಘನವೆ ಆಯಿತ್ತೆಂಬದೀ ವಚನಾರ್ಥ.||೨೨||

೨೭೨

ಕೃತ[3]ಯುಗದಲ್ಲಿ ಶ್ರೀಗುರು ಶಿಷ್ಯಂಗೆ ಬಡಿದು ಬುದ್ಧಿಯ ಕಲಿಸಿ[3]ದಡೆ, ಆಗಲಿ ಮಹಾಪ್ರಸಾದವೆಂದೆನಯ್ಯಾ, ಓಕ ತ್ರೇತಾಯುಗದಲ್ಲಿ ಶ್ರೀಗುರು ಶಿಷ್ಯಂಗೆ ಬೈದು ಬುದ್ಧಿಯ ಕಲಿಸಿದಡೆ, ಆಗಲಿ ಮಹಾಪ್ರಸಾದವೆಂದೆನಯ್ಯಾ, ದ್ವಾಪರದಲ್ಲಿ ಶ್ರೀಗುರು ಶಿಷ್ಯಂಗೆ ಝಂಕಿಸಿ ಬುದ್ಧಿಯ ಕಲಿಸಿದಡೆ, ಆಗಲಿ ಮಹಾಪ್ರಸಾದವೆಂದೆನಯ್ಯಾ, ಕಲಿಯುಗದಲ್ಲಿ ಶ್ರೀಗುರು ಶಿಷ್ಯಂಗೆ ವಂದಿಸಿ ಬುದ್ಧಿಯ ಕಲಿಸಿದಡೆ, ಆಗಲಿ ಮಹಾಪ್ರಸಾದವೆಂದೆನಯ್ಯಾ, [3]ಎಲೆ[3]ಗೋಹೇಶ್ವರಾ, ನಿಮ್ಮ ಕಾಲದ ಕಟ್ಟಳೆಯ ಕಲಿತನಕ್ಕೆ [4]ನಾ[4] ಬೆಱಗಾದೆನು.

ಟೀ| ಸಕಲ ಕರ್ಮಂಗಳಳಿದುಳಿದ ಶೇಷನೆಂಬ ಶಿಷ್ಯನು ಗುರುಕರುಣವ ಪಡೆದ ಪರಿ ಎಂತೆಂದಡೆ ಪ್ರಥಮ ಪ್ರಾರಂಭದಲ್ಲಿ ತನ್ನ ತಾನೆಚ್ಚತ್ತು, ಸಂಸಾರದ [5]ಘಾತಿ[5]ಯಲ್ಲಿ ಸಿಕ್ಕಿ ನೊಂದೆನಲ್ಲಾಯೆಂದು ಉಪತಾಪ ಹುಟ್ಟಿ ತನ್ನ ತಾ ಬೋಧಿಸಿಕೊಳುತ್ತಿರಲು ಅದು ಕೃತಿಯುಗದಲ್ಲಿ ಶ್ರೀಗುರು ಶಿಷ್ಯಂಗೆ ಬಡಿದು ಬುದ್ಧಿಯ ಕಲಿಸಿದಡೆ ಆಗಲಿ ಮಹಾಪ್ರಸಾದವೆಂದೆನಯ್ಯಾ ಎಂಬ ಶಬ್ದಕ್ಕರ್ಥ. ಗುರುಕರುಣವ ಪಡೆದ ಶಿಷ್ಯನು ದ್ವಿತೀಯದಲ್ಲಿ ಕರಣಂಗಳ ನಿವೃತ್ತಿಯ ಮಾಡಿ ಲಿಂಗಭಾವಭರಿತಾಗಿರ್ದನೆಂಬುದೀಗ ತ್ರೇತಾಯುಗದಲ್ಲಿ ಶ್ರೀಗುರು ಶಿಷ್ಯಂಗೆ ಬೈದು ಬುದ್ಧಿಯ ಕಲಿಸಿದಡೆ, ಆಗಲಿ ಮಹಾಪ್ರಸಾದವೆಂದೆನಯ್ಯಾ, ಎಂಬ ಶಬ್ದಕ್ಕರ್ಥ. ತೃತೀಯದಲ್ಲಿ ಸರ್ವಾಂಗಲಿಂಗ ವಾಗಿ ಕೋಽಹಂಭಾವವಳಿದು ಸೋಽಹಂಭಾವವಳವಟ್ಟಿತ್ತೆಂಬುದೀಗ, ದ್ವಾಪರದಲ್ಲಿ

ಶ್ರೀಗುರು ಶಿಷ್ಯಂಗೆ ಝುಂಕಿಸಿ ಬುದ್ಧಿಯ ಕಲಿಸಿದಡೆ, ಆಗಲಿ ಮಹಾಪ್ರಸಾದವೆಂದೆನಯ್ಯಾ, ಎಂಬ ಶಬ್ದಕ್ಕರ್ಥ. ಚತುರ್ಥದಲ್ಲಿ ಗುರು ಶಿಷ್ಯ ಸಂಬಂಧವೆಂಬ ಭಿನ್ನಭಾವವಳಿದು ಸೋಽಹಂಭಾವ ವಡಗಿ ನಿರಹಂಭಾವ ಸ್ವರೂಪನಾಗಿ ಸೇವ್ಯಸ್ಥಲವನಿಂಬುಗೊಂಡಿರ್ದ–ನೆಂಬುದೀಗ, ಕಲಿಯುಗದಲ್ಲಿ ಶ್ರೀಗುರು ಶಿಷ್ಯಂಗೆ ವಂದಿಸಿ ಬುದ್ಧಿಯ ಕಲಿಸಿದಡೆ, ಆಗಲಿ ಮಹಾಪ್ರಸಾದವೆಂದೆನಯ್ಯಾ, ಎಂಬ ಶಬ್ದಕ್ಕರ್ಥ. ಇಂತು ನಾಹಂಭಾವ, ಕೋಽಹಂಭಾವ, ಸೋಽಹಂಭಾವ, ಶಿವೋಽಹಂಭಾವವೆಂಬ ಚತುರ್ವಿಧಭಾವವೂ ನಿರ್ಭಾವವನೆಯ್ದಿ ನಿಜದಲ್ಲಿ ನಿಂದು ಪರಮಕಾಷ್ಠನಾಗಿದ್ದನೆಂಬುದೀಗ, ಎಲೆ ಗೋಹೇಶ್ವರಾ, ನಿಮ್ಮ ಕಾಲದ ಕಟ್ಟಳೆಯ ಕಲಿತನಕ್ಕೆ ನಾನು ಬೆಱಗಾದೆನೆಂಬ ಶಬ್ದಕ್ಕರ್ಥ.॥೨೩॥

೨೭೩

ಪಾದವಿಲ್ಲದ ಗುರುವಿಂಗೆ ತಲೆಯಿಲ್ಲದ ಶಿಷ್ಯನು. ಅನಾಚಾರಿ ಗುರುವಿಂಗೆ ವ್ರತಗೇಡಿ ಶಿಷ್ಯನು. ಈ ಗುರುಶಿಷ್ಯರಿಬ್ಬರೂ ಸತ್ತ ಸಾವ ನಿಮ್ಮಲ್ಲಿ ಅಱಸುವೆ ಗೋಹೇಶ್ವರಾ.

ಟೀ। ಪಾದವೆಂದರೆ ಆಚಾರದ ಚರ್ಯೆ. ಆ ಆಚಾರದ ಚರ್ಯೆವಜಿತ ಸುಜ್ಞಾನ ಪರಿಪೂರ್ಣವಾದ ಚಿದ್ಗುರುವಿಂಗೆ ತಲೆಯೆಂಬ ವೃತ್ತಿಜ್ಞಾನವಿಲ್ಲದ ಅಖಂಡಜ್ಞಾನ–ವುಳ್ಳಾತನೆ ಶಿಷ್ಯನೆಂಬುದೀಗ, ಪಾದವಿಲ್ಲದ ಗುರುವಿಂಗೆ ತಲೆಯಿಲ್ಲದ ಶಿಷ್ಯನೆಂಬ ಶಬ್ದಕ್ಕರ್ಥ. ಇಂತು ಆಚಾರವೆಂಬುದಳಿದು ನಿರ್ಗಮಾನಿಯಾದ ಗುರುವಿನಲ್ಲಿ ಭಿನ್ನವ್ರತ ನಿಯಮಂಗಳಳಿದು ಅಲ್ಲಿ ಲೀನವಾದ ಶಿಷ್ಯನು ನಿಸ್ತರಂಗಯುಕ್ತನೆಂಬುದೀಗ, ಅನಾಚಾರಿ ಗುರುವಿಂಗೆ ವ್ರತಗೇಡಿ ಶಿಷ್ಯನೆಂಬ ಶಬ್ದಕ್ಕರ್ಥ. ಈ ಗುರು ಶಿಷ್ಯರೆಂಬವೆರಡು ಭಾವವೂ ಸಮರಸವಾಗಿ ಪರಬ್ರಹ್ಮದಲ್ಲಿ ಐಕ್ಯವಾದುದನು ನಿಜತತ್ತ್ವದಲ್ಲಿಯೇ ಕಾಣಬಹು–ದೆಂಬುದೀಗ, ಗುರುಶಿಷ್ಯರಿಬ್ಬರು ಸತ್ತಾ ಸಾವ ನಿಮ್ಮಲ್ಲಿ ಅಱಸುವೆ ಗೋಹೇಶ್ವರಾ ಎಂಬ ಶಬ್ದಕ್ಕರ್ಥ.॥೨೪॥

೨೭೪

ಅಱಿದು ನೆನೆಯಲಿಲ್ಲ, ಮಱೆದು ಪೂಜಿಸಲಿಲ್ಲ, ತೆಱಹಿಲ್ಲದ ಘನಕ್ಕೆ ಕುಱುಹು ಮುನ್ನಿಲ್ಲ. ತನಗೆ ಗುರುವಿಲ್ಲ. ಗುರುವಿಂಗೆ ತಾನಿಲ್ಲ. ಗುರುವಿಂಗೆ ಶಿಷ್ಯನು ಹೊಡವಡದ ಕಾರಣ ಮುನ್ನಿಲ್ಲ. ಬಯಲ ಬಿತ್ತಲುಯಿಲ್ಲ, ಬೆಳೆಯಲುಯಿಲ್ಲ, ಒಕ್ಕಲುಯಿಲ್ಲ, ತೂಱಲುಯಿಲ್ಲ, ಗೋಹೇಶ್ವರಲಿಂಗಕ್ಕೆ ಕುಱುಹು ಮುನ್ನಿಲ್ಲ.

ಟೀ। ತಾನಾರೆಂಬುದ ತಿಳಿದು ನೋಡಿ ತನ್ನ ತಾನಱಿದ ಬಳಿಕ ಮತ್ತೊಂದ ನೆನೆಯಲಿಲ್ಲವೆಂಬುದೀಗ ಅಱಿದು ನೆನೆಯಲಿಲ್ಲವೆಂಬ ಶಬ್ದಕ್ಕರ್ಥ. ಲಿಂಗವೆಂದು ಇದಿರಿಟ್ಟು ತೋಱುವ ಭಾವವ ಮಱೆದು ಲಿಂಗ ಅಂಗಲೇಪವಾದ ಬಳಿಕ ಪೂಜಿಸುವುದು ನಾಸ್ತಿಯಾಯಿತ್ತೆಂಬುದೀಗ ಮಱೆದು ಪೂಜಿಸಲಿಲ್ಲವೆಂಬ ಶಬ್ದಕ್ಕರ್ಥ. ಇಂತಾಗಲು ತೆಱಹಿಲ್ಲದ ಘನವು ಬಾಹ್ಯಾಭ್ಯಂತರದೊಳಗೆ ಪರಿಪೂರ್ಣವಾಗಿ ಅವಗ್ರಹಿಸಿ ಕುಱುಹುಗೆಟ್ಟು ನಿರ್ವಯಲಾಯಿತ್ತೆಂಬುದೀಗ ತೆಱಹಿಲ್ಲದ ಘನಕ್ಕೆ ಕುಱುಹು ಮುನ್ನಿಲ್ಲವೆಂಬ ಶಬ್ದಕ್ಕರ್ಥ. ಇಂತಾಗಲು ತಾನೆ ಗುರು, ತಾನೆ ಶಿಷ್ಯನಾಗಿ ಅಲ್ಲಿ ಗುರುಶಿಷ್ಯ ಸಂಬಂಧವೆನಿಸುವ ಭಿನ್ನಭಾವ ನಾಸ್ತಿಯಾಯಿತ್ತೆಂಬುದೀಗ, ತನಗೆ ಗುರುವಿಲ್ಲ, ಗುರುವಿಂಗೆ ತಾನಿಲ್ಲ, ಗುರುವಿಂಗೆ ಶಿಷ್ಯನು ಹೊಡವಡಪ ಕಾರಣ ಮುನ್ನಿಲ್ಲವೆಂಬ ಶಬ್ದಕ್ಕರ್ಥ. ಇಂತಾಗಲು ನಿರ್ವಯಲಪ್ಪ ಲಿಂಗೈಕ್ಯನ ನಿಲವ ಕ್ರಿಯಾಕಾರಕ್ಕೆ ತಂದು ಕುಱುಹುವಿಡಿದೆಹೆ--ನೆಂದಡೆ, ಅಲ್ಲಿ ಏನೂಯಿಲ್ಲವೆಂಬುದೀಗ, ಬಯಲ ಬಿತ್ತಲೂಯಿಲ್ಲ, ತೂಱಲೂ-ಯಿಲ್ಲ, ಗೋಹೇಶ್ವರನೇಂಬ ಲಿಂಗಕ್ಕೆ ಕುಱುಹು ಮುನ್ನಿಲ್ಲವೆಂಬ ಶಬ್ದಕ್ಕರ್ಥ.॥೨೫॥

॥ ಅಂತು ವಚನ ೨೭೪ಕ್ಕಂ ಶ್ರೀ ॥

೭೨ ಜೀವಾತ್ಮಸ್ಥಲ

೨೭೫

ಸರ್ಪ ಸಂಸಾರಿಯೊಡನಾಡಿ ಕಟ್ಟುವಡೆಯಿತ್ತು. ಮನದ ತಮಂಧ ಬಿಡದು, ಮನದ ಕಪಟ ಬಿಡದು. ಸಟೆಯೊಳಗೆ ದಿಟವಾಡಿ ಬಯಲು ಬಡಿವಡೆಯಿತ್ತು. ಕಾಯದ ಸಂಗದ ಜೀವ ಉಳ್ಳನ್ನಕ್ಕ ಎಂದೂ ಭವ ಹಿಂಗದು, ಗೋಹೇಶ್ವರಾ.

ಟೀ। ಒಡಲ ಹೊರೆವ ಗಾರುಡಿಗನ ನಾದಸುಖಕ್ಕೆ ಮಚ್ಚಿ ಸರ್ಪ ಬಂಧನಕ್ಕೆ ಸಿಕ್ಕಿದಂತೆ ಹುಸಿಯಪ್ಪ ದೇಹೇಂದ್ರಿಯ ವಿಷಯಸುಖಕ್ಕೆ ಮಚ್ಚಿ ಆತ್ಮನ ನಿಜದಱಿವು ಮಱವೆ-ಗೊಳಗಾಗಿ ಮಾಯಾಕರಣಂಗಳ ವಾಸನೆ ಬಿಡದೆ ಹಿಡಿದು ನಿರವಯವಪ್ಪಾತ್ಮನು ಭವಬಂಧನದಲ್ಲಿ ಸಿಕ್ಕಿ ಕಾಲ ಕಾಮರ ಕೈಯ್ಯ ಬಿಡಿಸಿಕೊಳುತ್ತಿರ್ಪನು, ಇಂತಪ್ಪ ಭವ-ಬಂಧನದುಃಖ ಜೀವಂಗೆ ದೇಹಸಂಗಸುಖದ ಮಚ್ಚುಳ್ಳನ್ನಕ್ಕ ಬಿಡದೆಂಬುದೀ ವಚನಾರ್ಥ.॥೧॥

೭೩. ಅಂತರಾತ್ಮಸ್ಥಲ

೨೭೬

ದೇಹ ಪ್ರಸಾದವೆಂದೆನ್ನೆ – ಅಂತರ್ದೇಹಪ್ರಸಾದವೆಂದೆಂಬೆ. ಜಾಗ್ರ ಪ್ರಸಾದವೆಂದೆನ್ನೆ –ಸ್ವಪ್ನಪ್ರಸಾದವೆಂದೆಂಬೆ. ಅಂತರ್ದೇಹಕ್ಕೆ ಆಕಾರವಿಲ್ಲ; ಸ್ವಪ್ನಕ್ಕೆ

ಬೀಜವಿಲ್ಲ: ಇದುಕಾರಣ ಕೂಡಲಚೆನ್ನಸಂಗನ ದೇಹದಲ್ಲಿ ತೋಱಿದನಾಗಿ ಅಕಾಯದಲ್ಲಿ ನಿಮ್ಮುವ ಕಂಡೆನಯ್ಯಾ.

ಟೀ। ಸಮ್ಯಜ್ಞಾನೋದಯವಾಗಿ ಸಕಲ ಮಾಯಾಪ್ರಪಂಚ ನಿವೃತ್ತಿಮಾಡಿ ಲಿಂಗಾಂಗ ಸಂಬಂಧಿಯಾದ ಶರಣನು ಬಹಿರ್ವ್ಯಾಪಾರವನುಳ್ಳ ರಜೋಗುಣ ಸಂಬಂಧವಾದ ಜಡದೇಹವ ಲಿಂಗವೆಂದು ಭಾವಿಸನೆಂಬುದೀಗ ದೇಹಪ್ರಸಾದವೆಂದೆನ್ನೆನೆಂಬ ಶಬ್ದಕ್ಕರ್ಥ. ಅಂತಪ್ಪ ಶರಣನು ಸ್ವಪ್ನಾವಸ್ಥೆಯನುಳ್ಳ ಸಾತ್ವಿಕಗುಣ ಸಂಬಂಧ– ವಾದ ಸೂಕ್ಷ್ಮತನುವೆಲ್ಲಾ ಚಿತ್ಕಲಾಲಿಂಗವೆಂದೇ ಅಱಿದೆನೆಂಬುದೀಗ ಅಂತರ್ದೇಹ ಪ್ರಸಾದವೆಂದೆಂಬೆನೆಂಬ ಶಬ್ದಕ್ಕರ್ಥ. ಆ ಶರಣನು ಜಡದೇಹಸಂಬಂಧವಾದ ಜಾಗ್ರಾವಸ್ಥೆಯ ಲಿಂಗವೆಂದು ಭಾವಿಸನೆಂಬುದೀಗ ಜಾಗ್ರ ಪ್ರಸಾದವೆಂದೆನ್ನೆನೆಂಬ ಶಬ್ದಕ್ಕರ್ಥ. ಆ ಶರಣನು ಸ್ವಪ್ನಾವಸ್ಥೆಯನುಳ್ಳ ಸೂಕ್ಷ್ಮತನುವೆಲ್ಲಾ ಚಿತ್ಪರಮಲಿಂಗವೆಂದಱಿದನೆಂಬುದೀಗ ಸ್ವಪ್ನಪ್ರಸಾದವೆಂದೆಂಬೆನೆಂಬ ಶಬ್ದಕ್ಕರ್ಥ. ಸೂಕ್ಷ್ಮತನುವೆಲ್ಲಾ ನಿರವಯ ಲಿಂಗವಾಗಲು ಆ ಶರಣನ ಸುಜ್ಞಾನಕ್ಕೆ – [1]ಭವಕ್ಕೆ[1] ಕಾರಣವಾದ ಮೂಲಾಹಂಕಾರವಿಲ್ಲವೆಂಬುದೀಗ ಅಂತರ್ದೇಹಕ್ಕೆ ಆಕಾರವಿಲ್ಲ, ಸ್ವಪ್ನಕ್ಕೆ ಬೀಜವಿಲ್ಲವೆಂಬ ಶಬ್ದಕ್ಕೆ ಅರ್ಥ. ಅಂತಪ್ಪ ಶರಣನ[1]ಂಗದಲ್ಲಿರ್ಪ ಲಿಂಗವು[1] ಜ್ಞಾನಕಾಯದಲ್ಲಿ ಚಿತ್ಪ್ರಭಾಲಿಂಗ[2]ವಾಗಿ[2] ಬೆಳಗುತ್ತಿರ್ದುದರ ಪ್ರತ್ಯಕ್ಷವಾಗಿ ಕಂಡ ಶರಣನೆಂಬುದೀಗ ಇದುಕಾರಣ ಕೂಡಲ ಚೆನ್ನಸಂಗ ದೇಹದಲ್ಲಿ ತೋಱಿದನಾಗಿ [3]ಅ[3]ಕಾಯದಲ್ಲಿ ನಿಮ್ಮುವ ಕಂಡೆನಯ್ಯಾ ಎಂಬ ಶಬ್ದಕ್ಕರ್ಥ.॥೨॥

೭೪ ಪರಮಾತ್ಮಸ್ಥಲ

೨೭೭

ಆತ್ಮಾऽಹಂ ಎಂಬರು ತಾವಾತ್ಮವಿತ್ತುಗಳೆಲ್ಲಾ, ಆತ್ಮನ[1]ಂಥವನಿಂಥವನೆಂದು[1] ಕಂಡವರುಂಟೆ ಅಯ್ಯಾ? ಆತ್ಮಜ್ಞಾತೋऽಹಂ ಎಂಬುದಕ್ಕೆ ಶ್ರುತಿ ಪ್ರಮಾಣ ಉಂಟೆ? ಆತ್ಮ ವಾಙ್ಮನಕ್ಕಗೋಚರನಯ್ಯಾ. ಆತ್ಮ ತತ್ತ್ವಮುಸಿ ವಾಕ್ಯದಿಂದತ್ತತ್ತ. ಆತ್ಮನನಱಿದೆಹೆನೆಂಬವರು ಅಱೆಮರುಳಲ್ಲವೆ ಅಯ್ಯಾ? ಆತ್ಮ ತಾನಾದವಸ್ಥೆ ನೀರು ನೀರ ಕೂಡಿದಂತೆ. ಆತ್ಮನ ಕಾಬಡೆ ಕಾಯವಿಡಿದು ಕಾಣಬಹುದೆ ಅಯ್ಯಾ? ಆತ್ಮ ಪ್ರಾಣೇಶಲಿಂಗಪ್ರಸಾದಕಾಯ. ಆತ್ಮನೆಂಬಾತ ನಮ್ಮ ಉರಿಲಿಂಗ ಪೆದ್ದಿಪ್ರಿಯ ವಿಶ್ವೇಶ್ವರಾ.

ಟೀ। ವೇದಾಗಮಶಾಸ್ತ್ರಂಗಳ ಶ್ರುತ ಪ್ರಮಾಣದಿಂದ ಬ್ರಹ್ಮಾऽಹಂ ಎಂದು ನುಡಿವುತ್ತಿಹರು ಅದ್ವೈತಜ್ಞಾನಿಗಳೆಂಬುದೀಗ, ಆತ್ಮೋऽಹಂ ಎಂಬರು, ತಾವಾತ್ಮ–ವಿತ್ತುಗಳೆಲ್ಲಾ ಎಂಬ ಶಬ್ದಕ್ಕರ್ಥ. ಅಂತಪ್ಪ ವಾಗದ್ವೈತಿಗಳಿಗೆ ಅಂಗ ಮನಂಗಳಲ್ಲಿ ಪರಬ್ರಹ್ಮವ ಕಂಡು ಅಱಿವ ನಿಜಜ್ಞಾನವಿಲ್ಲವೆಂಬುದೀಗ, ಆತ್ಮನ[1]ಂಥವನಿಂಥವ–

ನೆಂದು[1] ಕಂಡವರುಂಟೇ ಅಯ್ಯಾ? ಎಂಬ ಶಬ್ದಕ್ಕರ್ಥ. ವೇದಾಗಮ ಶಾಸ್ತ್ರಂಗಳಱಿವಿಂಗೆ ಅಗೋಚರವಾದ ಪರಬ್ರಹ್ಮವು ವಾಗದ್ವೈತಿಗಳಱಿವಿಂಗೆ ಅಸಾಧ್ಯವಾಗಿಪ್ಪುದೆಂಬುದೀಗ, ಆತ್ಮಜ್ಞಾತೋಽಹಂ ಎಂಬುದಕ್ಕೆ ಶ್ರುತಿಪ್ರಮಾಣವುಂಟೆ ಎಂಬ ಶಬ್ದಕ್ಕರ್ಥ. ಅಂತಪ್ಪ ಪರಬ್ರಹ್ಮವು ಭಿನ್ನಜ್ಞಾನಿಗಳ ಮನಭಾವಂಗಳ ಮೀಱಿ ತೋಱುತ್ತಿಹುದೆಂಬುದೀಗ, ಆತ್ಮ ವಾಙ್ಮನಕ್ಕಗೋಚರನಯ್ಯಾ ಎಂಬ ಶಬ್ದಕ್ಕರ್ಥ. ಅಂತಪ್ಪ ಪರಬ್ರಹ್ಮವು ವಾಗದ್ವೈತಿಗಳ ತ್ರಿಪುಟಿಜ್ಞಾನಕ್ಕೆ ಅಸಾಧ್ಯವಾಗಿಪ್ಪುದೆಂಬುದೀಗ, ಆತ್ಮ ತತ್ತ್ವಮಸಿ ವಾಕ್ಯದಿಂದತ್ತತ್ತ ಎಂಬ ಶಬ್ದಕ್ಕರ್ಥ. ಅಂತಪ್ಪ ನಿರವಯ ಬ್ರಹ್ಮವ ಶ್ರುತಜ್ಞಾನದಿಂದಱಿದೇನೆಂಬವರೆಲ್ಲಾ ಅಜ್ಞಾನಿಗಳೆಂಬುದೀಗ, ಆತ್ಮನನಱಿದೇನೆಂಬವ ಅಱಿಮರುಳಲ್ಲವೆ ಅಯ್ಯಾ? ಎಂಬ ಶಬ್ದಕ್ಕರ್ಥ. ಅಂತಪ್ಪ ಭಿನ್ನಜ್ಞಾನವಳಿದು ಸಮ್ಯಜ್ಞಾನಿಯಾದ ಶರಣನು ತೂರ್ಯಾ–ವಸ್ಥೆಯಿಂದ ಲಿಂಗದಲ್ಲಿ ಬೆರೆದು ಲಿಂಗವೆಯಾಗಿಪ್ಪನೆಂಬುದೀಗ ಆತ್ಮ ತಾನಾದವಸ್ಥೆ ನೀರು ನೀರ ಕೂಡಿದಂತೆ. ಎಂಬ ಶಬ್ದಕ್ಕರ್ಥ. ಅಂತಪ್ಪ ಪರಬ್ರಹ್ಮವು ಜಡದೇಹಿಗಱಿವಿಂಗೆ ಸಾಧ್ಯವಿಲ್ಲವೆಂಬುದೀಗ, ಆತ್ಮನ ಕಾಯವಿಡಿದು ಕಾಣಬಹುದೆ ಅಯ್ಯಾ ಎಂಬ ಶಬ್ದಕ್ಕರ್ಥ. ಸಮ್ಯಜ್ಞಾನಿಯಾದ ಶರಣನ ತನು ಮನಂಗಳಿಗೆ ಲಿಂಗವೆ ಕರ್ತೃವೆಂಬುದೀಗ, ಆತ್ಮ ಪ್ರಾಣೇಶಲಿಂಗ ಪ್ರಸಾದಕಾಯವೆಂಬ ಶಬ್ದಕ್ಕರ್ಥ. ಅಂತಪ್ಪ ಲಿಂಗಸಂಗಿಯಾದ ಶರಣನೇ ಪರವಸ್ತುವೆಂಬುದೀಗ, ಆತ್ಮನೆಂಬಾತ ನಮ್ಮ ಉರಿಲಿಂಗಪೆದ್ದಿ ಪ್ರಿಯ ವಿಶ್ವೇಶ್ವರಾ ಎಂಬ ಶಬ್ದಕ್ಕರ್ಥ.॥೩॥

೭೫ ನಿರ್ದೇಹಾಗಮಸ್ಥಲ

೨೭೮

ಮಲಿನದೇಹಿಗೆ ಮಜ್ಜನವಲ್ಲದೆ, ನಿರ್ಮಲದೇಹಿಗೆ ಮಜ್ಜನವೇಕೋ? ವಿಷಯವುಂಟೇ ಲಿಂಗ ನಿಷ್ಪತಿಯಾದ ಶರಣಂಗೆ? ಅಗಮ್ಯನಗೋಚರನಪ್ರಮಾಣ, ಗೋಹೇಶ್ವರಾ, ನಿಮ್ಮ ಶರಣಾ!

ಟೀ। ಮಾಯಾಮಲದಲ್ಲಿ ಬದ್ಧನಾದ ಅಜ್ಞಾನಿ ಲಿಂಗಕ್ಕೆ ಮಜ್ಜನಕ್ಕೆಱೆವನಲ್ಲದೆ, ಮಲತ್ರಯವಳಿದು ನಿರ್ಮಲವಾದ ಲಿಂಗಶರಣನಲ್ಲಿ ಆ ಲಿಂಗವು ನಿಷ್ಪತಿಯಾಗಿಪ್ಪುದಾಗಿ [1]ಆತ್ಮಂಗುಪಾಧಿಯ[1]ಮಜ್ಜನವಿಲ್ಲ. ಅಂತಪ್ಪ ಶರಣಂಗೆ ಆವ ವಿಷಯವೂ ಇಲ್ಲ. ಆ ಶರಣನೆ ಅಗಮ್ಯ ಅಗೋಚರನಪ್ರಮಾಣನೆಂಬುದೀ ವಚನಾರ್ಥ.॥೪॥

೭೬ ನಿರ್ಭಾವಾಗಮಸ್ಥಲ

೨೭೯

ಒಂದೆ ಹೂ, ಒಂದೆ ಅಗ್ಘವಣಿ, ಒಂದೆ ಓಗರ, ಒಂದೆ ಪ್ರಸಾದ, ಒಂದೆ ಮನ, ಒಂದೆ ಲಿಂಗ, [2]ಎಂದೂ[2] ನಂದಾದೀವಿಗೆ ಕುಂದದ ಬೆಳಗು, ಸ್ವತಂತ್ರ ಪೂಜೆಯೊಂದೆ. ಅನಾಹತವೆರಡಾಗಿ [1]ಕೆಟ್ಟು ಬಱುಮುಖವಾಗಿ[1] ಹೋದರು ಗೋಹೇಶ್ವರಾ.

ಟೀ। ಲಿಂಗದಲ್ಲಿ-ತನ್ನಲ್ಲಿ ಅವಿರಳ ಸಂಬಂಧಿಯಪ್ಪ ಶರಣನ ಲಿಂಗಾರ್ಚನೆ ಎಂತೆಂದಡೆ ಏಕ ಏವ ಪರಬ್ರಹ್ಮವೆಂಬ ಪರಿಪೂರ್ಣ ವಾಸನೆಯೇ ಪುಷ್ಪವೆಂಬುದೀಗ, ಒಂದೆ ಹೂ ಎಂಬ ಶಬ್ದಕ್ಕರ್ಥ. ಆ ಪರಬ್ರಹ್ಮದಲ್ಲಿ - ತನ್ನಲ್ಲಿ ಏಕ-ಸಮರಸವೆಂಬ ಪರಮಾನಂದ-ಜಲವೆ ಅಗ್ಘವಣಿಯಾಯಿತ್ತೆಂಬುದೀಗ, ಒಂದೆ ಅಗ್ಘವಣಿಯೆಂಬ ಶಬ್ದಕ್ಕರ್ಥ. ನಿತ್ಯತೃಪ್ತ ಲಿಂಗಕ್ಕೆ ಆ ಶರಣನೊಬ್ಬನೇ ಪದಾರ್ಥವಾದನೆಂಬುದೀಗ, ಒಂದೆ ಓಗರವೆಂಬ ಶಬ್ದಕ್ಕರ್ಥ. ಲಿಂಗದಲ್ಲಿ-ತನ್ನಲ್ಲಿ ಪರಮಸುಖಪ್ರಸನ್ನವಾದ ಪರಿಣಾಮಪ್ರಸಾದವೊಂದೇ ಎಂಬುದೀಗ, ಒಂದೆ ಪ್ರಸಾದವೆಂಬ ಶಬ್ದಕ್ಕರ್ಥ. ಭಿನ್ನ-ಸ್ಮರಣೆಯಳಿದು ಉನ್ಮತಿ ತತ್ತ್ವಸ್ವರೂಪವನೆಯ್ದಿದ ಮನವೊಂದೆ ಎಂಬುದೀಗ, ಒಂದೆ ಮನವೆಂಬ ಶಬ್ದಕ್ಕರ್ಥ. ಆ ಪೂಜೆಗೆ ಸರ್ವಾಂಗಲಿಂಗವೆಂಬ ಮಹಾಲಿಂಗಸ್ಥಲವೊಂದೇ ಎಂಬುದೀಗ, ಒಂದೆ ಲಿಂಗವೆಂಬ ಶಬ್ದಕ್ಕರ್ಥ. ಸುಜ್ಞಾನಪ್ರಕಾಶವೊಂದೆ-ಯಾಗಿಪ್ಪುದೆಂಬುದೀಗ, ನಂದಾದೀವಿಗೆ ಕುಂದದ ಬೆಳಗೆಂಬ ಶಬ್ದಕ್ಕರ್ಥ. ಇಂತು ಲಿಂಗದಲ್ಲಿ ಭಿನ್ನವಿಲ್ಲದ ಶರಣನು ಸ್ವತಂತ್ರಪೂಜೆಯ ಮಾಡುತ್ತಿರ್ದನೆಂಬುದೀಗ, ಸ್ವತಂತ್ರ ಪೂಜೆಯೊಂದೆ ಎಂಬ ಶಬ್ದಕ್ಕರ್ಥ. ಈ ತೆಱದ ಲಿಂಗಾರ್ಚನೆಯನಱಿಯದೆ ದ್ವೈತಭಾವದಿಂದ ಕುಱುಹಿಟ್ಟುಕೊಂಡು ಲಿಂಗಾರ್ಚನೆಯ ಮಾಡುವವರು ವೃಥಾ ಕೆಟ್ಟರೆಂಬುದೀಗ, ಅನಾಹತವೆರಡಾಗಿ ಬಱುಮುಖವಾಗಿ ಕೆಟ್ಟುಹೋದರೆಂಬ ಶಬ್ದಕ್ಕರ್ಥ.॥೫॥+

೨೮೦

ನಿಷ್ಠೆಯುಳ್ಳಾತಂಗೆ ನಿತ್ಯನೇಮದ ಹಂಗೇಕೆ? ಸತ್ಯವುಳ್ಳಾತಂಗೆ ತತ್ತ್ವವಿಚಾರದ ಹಂಗೇಕೆ? ಮನ ಶುದ್ಧವುಳ್ಳಾತಂಗೆ ಮಂತ್ರದ ಹಂಗೇಕೆ? ಅಱಿವುಳ್ಳಾತಂಗೆ ಅಗ್ಘವಣಿಯ ಹಂಗೇಕೆ? ಭಾವ ಶುದ್ಧವುಳ್ಳಾತಂಗೆ ಹೂವಿನ ಹಂಗೇಕೆ? ಕೂಡಲ ಚೆನ್ನ ಸಂಗಯ್ಯ ನಿಮ್ಮನಱಿದಾತಂಗೆ ನಿಮ್ಮ ಹಂಗೇಕೆ?

ಟೀ। ನಿತ್ಯನೇಮ, ತತ್ತ್ವವಿಚಾರ, ಅಷ್ಟವಿಧಾರ್ಚನೆ ಮೊದಲಾದ ಲಿಂಗ ಪೂಜೋಪಚಾರಂಗಳ ಮಾಡಿ ಲಿಂಗದಲ್ಲಿ ಫಲಪದಂಗಳ ಪಡೆವುದೀಗ ಲಿಂಗದ ಪೂಜೆಯ ಹಂಗು, ಅಂತು ಲಿಂಗವ ಭಿನ್ನವಿಟ್ಟು ಪೂಜಿಸದೆ ಲಿಂಗವು ತನಗನನ್ಯಪರಿಪೂರ್ಣವೆಂದಱಿದು ಮನ, ಭಾವ, ಜ್ಞಾನಂಗಳೆಲ್ಲಾ ಲಿಂಗದಲ್ಲಿ ಅಭಿನ್ನತೆಯನೆಯ್ದಿ ಏಕಲಿಂಗನೈಷ್ಠಿಕಾ ಭಾವ ಸತ್ಯವಾಗಿ ನೆಲೆಗೊಂಡು ತಾನೆಲ್ಲಾ ಲಿಂಗವೆಯಾಗಿಪ್ಪ ಲಿಂಗದ ನಿಜವನಱಿದು ಲಿಂಗವೇ ತಾನೆಂಬ ಶರಣಂಗೆ ಲಿಂಗವು ಕೊಡುವ ಕೋಡಿನ ವಿಶೇಷತೆಯೇನೂ ಇಲ್ಲದೆ ಹೋಯಿತ್ತೆಂಬುದೀ ವಚನಾರ್ಥ.॥೬॥

೨೮೧

ಹುತ್ತಕ್ಕೆ ಏಸು ಬಾಯಾದರೇನು? – ಸರ್ಪನಿರ್ಪುದೊಂದೇ ಸ್ಥಾನ! ಭಾವ ಭಾವಿಸಿ ಭ್ರಮೆಯಳಿದು ನೋಡಾ: ಆ ಭಾವ–ಭಾವಿಸಲು–ನಿರ್ಭಾವ, ಕೂಡಲ ಸಂಗಮ– ದೇವಾ.

ಟೀ॥ ಹುತ್ತಕ್ಕೆ ಏಸು ಬಾಯಾದರೇನು ಸರ್ಪ[2]ನೆಲೆಗೊಂಡಿರ್ಪುದು ಒಂದೇ[2] ಸ್ಥಾನ. ಅಂತು ಒಂದೇ ಸ್ಥಾನದಲ್ಲಿ ಸರ್ಪ ನೆಲೆಗೊಂಡಿಹ ಕಾರಣ ಹಾವಿನ ಹುತ್ತವಾಯಿತ್ತು ಹೇಂಗೆ ಹಾಂಗೆ, ದೇಹೇಂದ್ರಿಯ ಕರಣಂಗಳು ಹಲವಕ್ಕೆ ಮುಖ್ಯಕರಣವೀಗ ಭಾವ, ಅಂತಪ್ಪ ಭಾವದಲ್ಲಿ ಲಿಂಗವ ನೆಲೆಗೊಳಿಸಿ ದೇಹಭ್ರಾಂತಿಯನಳಿದು ಲಿಂಗವನೆ ಭಾವಿಸಿ ಹಿಂಗದೆ ನೋಡುತ್ತಿರ್ಪ ಭಾವವೆಲ್ಲಾ ಲಿಂಗವೆಯಾಗಿರ್ಪುದು. ಅಂತು ಭಾವಿಸುವ ಶರಣನೆಲ್ಲಾ ಲಿಂಗೈಕ್ಯವಾದ ಬಳಿಕ ಲಿಂಗದೇಹವೆನಿಸಿತ್ತೆಂಬುದೀ ವಚನಾರ್ಥ.॥೭॥

೨೮೨

ತಾ ನಡೆ[೧]ದಡೆ[೧] ನಡೆಗೆಟ್ಟ ನಡೆಯ ನಡೆಯಬೇಕು. ತಾ ನುಡಿ[೧]ದಡೆ[೧] ನುಡಿಗೆಟ್ಟ ನುಡಿಯ ನುಡಿಯಬೇಕು. ರೂಹಿಲ್ಲ[೪]ದ[೪] ಸಂಗವ ಮಾಡಬೇಕು. [+]ಭವ[+]ವಿಲ್ಲ[೪]ದ[೪] ಭಕ್ತಿಯ ಮಾಡಬೇಕು. [೧]ತಾನಾವನೆಂದಱಿಯ[೧]ದಂತಿಹುದು ಗೋಹೇಶ್ವರಾ.

ಟೀ॥ ತಾನು ಶಿವತತ್ತ್ವವ[2]ನೆಯ್ದಿಹೆನೆಂಬ[2] ಶರಣಂಗೆ ಶಿವಲಿಂಗವ ಭಿನ್ನವಿಟ್ಟು ಅಱಿದುಮಾಡುವ ಭಿನ್ನಜ್ಞಾನ[3]ಕ್ರೀಯಗಳನೆಲ್ಲವ[3] ಬಿಡಬೇಕು ಅಭಿನ್ನಜ್ಞಾನಕ್ರೀಯ–ನಾಚರಿಸಬೇಕೆಂಬುದೀಗ, ನಡೆದಡೆ ನಡೆಗೆಟ್ಟ ನಡೆಯ ನಡೆಯಬೇಕು ಎಂಬ ಶಬ್ದಕ್ಕರ್ಥ. ಅಂತು ಕ್ರಿಯಾಜ್ಞಾನದಿಂದ ನಿಷ್ಕಲವಾಗಿರ್ದ ಮಹಾಲಿಂಗದಲ್ಲಿ ತಾನೆಂಬ ಅಂಗವ ಕೂಡಿ ಲಿಂಗಾಂಗಸಂಬಂಧವ ಮಾಡಬೇಕು ಶರಣನೆಂಬುದೀಗ, ರೂಹಿಲ್ಲದ ಸಂಗವ ಮಾಡಬೇಕೆಂಬ ಶಬ್ದಕ್ಕರ್ಥ. ಅಭಿನ್ನಜ್ಞಾನ ಕ್ರೀಯಿಂದ ಲಿಂಗಾಂಗಸಂಬಂಧಿಯಾದ ಶರಣನು ಫಲಪದಂಗಳ ಬಯಸದೆ ಮಾಡುವ –ಮಾಡಿಸಿಕೊಂಬುವೆರಡಾದುದು ಒಂದೆ ಲಿಂಗವೆಂಬ ಅಭಿನ್ನಭಾವ ಘಟಿಸಿ ಮಾಡುವ ಭಕ್ತಂಗೆ ಭವವಿಲ್ಲ ಅಂತಪ್ಪ ಭಕ್ತಿಯ ಮಾಡಬೇಕೆಂಬುದೀಗ, ಭವವಿಲ್ಲದ ಭಕ್ತಿಯ ಮಾಡಬೇಕೆಂಬ ಶಬ್ದಕ್ಕರ್ಥ. ಅಂತು ಲಿಂಗದೊಳಗೆ ಅಂಗಭಾವವಳಿದು ಲಿಂಗವೆಯಾಗಿರ್ದ ಶರಣಂಗೆ ತಾನೆಂಬ ಅಂಗಭಾವವ ಮಱೆದು ಲಿಂಗವೆಯಾಗಿರಬೇಕೆಂಬುದೀಗ, ತಾನಾವನೆಂದಱಿಯ–ದಂತಿಹುದು ಎಂಬ ಶಬ್ದಕ್ಕರ್ಥ.॥೮॥

೨೮೩

ಅಂಬರವಿಲ್ಲದ ಮೇರುವ, ಅಂಬುಧಿಯಿಲ್ಲದ ಗುಂಪುವ ತಂದವರಿಲ್ಲದೆ ಬಂದಿತ್ತು, ನಿಂದಿತ್ತು ನಿಜ ಒಳಕೊಂಡಿತ್ತು; ಸಾಧನವಿಲ್ಲದ ಓಗರವ ಭಾಜನವಿಲ್ಲದೆ ಗಡಣಿಸಿ ಭೋಜನನವಿಲ್ಲದೆ ತೃಪ್ತಿಯಾಯಿತ್ತು ನೋಡಯ್ಯಾ. ಕ್ರಿಯಾ ವಿರಹಿತಯೋಗವು ಫಲದಾಯಕಹೀನಭಕ್ತಿ ಆಯತ ಸ್ವಾಯತವಳಿಯದೆ ಹೋಯಿತ್ತು ಗೋಹೇಶ್ವರಾ.

ಟೀ। ಅಂಬರವೆಂದರೆ ಆತ್ಮತತ್ತ್ವ, ಆ ಆತ್ಮತತ್ತ್ವ ತಾನೆಂಬ ಅಹಂಕಾರವಿಲ್ಲದ, ಶಿವೋऽಹಂ ಎಂಬ ಮೇರುವನು, ಭವವೆಂಬ ಸಮುದ್ರವಿಲ್ಲದ ಮಹಾಘನ ಗಂಭೀರದ ಆ ಘಾತವನು ವೃತ್ತಿಜ್ಞಾನದಿಂದಳಿದು ನೆಲೆಗೊಳಿಸದೆ ನಿಜಯುಕ್ತಿ ಸಾವಧಾನದಿಂದಳ –ವಟ್ಟು ನಿಜನಿಂದಿತ್ತೆಂಬುದೀಗ, ಅಂಬರವಿಲ್ಲದ ಮೇರುವ, ಅಂಬುಧಿಯಿಲ್ಲದ ಗುಂಪುವ ತಂದವರಿಲ್ಲದೆ ಬಂದು ನಿಂದಿತ್ತು ನಿಜ, ಒಳಕೊಂಡಿತ್ತೆಂಬ ಶಬ್ದಕ್ಕರ್ಥ. ಉಪಾಧಿಯಿಲ್ಲದ ಸ್ವಯಂಪ್ರಕಾಶವೆಂಬ ಪದಾರ್ಥವನು ಅಕಾಯವೆಂಬ ಪರಿಯಾಣದಲ್ಲಿ ಗಡಣಿಸಿ ಆ ಪದಾರ್ಥವ ಭಿನ್ನರುಚಿಯಿಂದ ಭೋಗಿಸದೆ ಆ ಸುಖಸ್ವರೂಪ ತಾನಾಗಿ ಭೋಗಿಸಿ ನಿತ್ಯನಾಗಬಲ್ಲರೆ ಅದೆ ಅಚ್ಚ ಪ್ರಸಾದಿಯೆಂಬುದೀಗ ಸಾಧನವಿಲ್ಲದೋಗರವ ಭಾಜನವಿಲ್ಲದೆ ಗಡಣಿಸಿ ಭೋಜನವಿಲ್ಲದೆ ತೃಪ್ತಿಯಾಯಿತ್ತೆಂಬ ಶಬ್ದಕ್ಕರ್ಥ. ಇಂತಪ್ಪ ನಿಷ್ಕ್ರಿಯಾ ಜ್ಞಾನವು ಸಹಜ ಸಮರಸ ಸದ್ಭಕ್ತಿಯಿಂದ ಆಯುತ–ಸ್ವಾಯುತವೆಂಬ ಭಿನ್ನಭಾವಂಗಳಳಿದವೆಂಬುದೀಗ, ಕ್ರಿಯಾವಿರಹಿತ ಯೋಗಫಲದಾಯಕ ಹೀನಭಕ್ತಿ ಆಯತ ಸ್ವಾಯತವಳಿಯದೆ ಹೋಯಿತ್ತು ಗೋಹೇಶ್ವರಾ ಎಂಬ ಶಬ್ದಕ್ಕರ್ಥ.॥೯॥

See ಮಹಾದೇವಿಯಕ್ಕನ ವಚನಾರ್ಥ P[2]

೨೮೪

ಮಣ್ಣಿಲ್ಲದ ಹಾಳ ಮೇಲೆ ಕಣ್ಣಿಲ್ಲದಾತನೊಂದು ವಿರಳವಿಲ್ಲದ ಮಣಿಯ ಕಂಡು ಕೈಯಿಲ್ಲದಾತ ಪವಣಿಸಿದ. ಕೊರಳಿಲ್ಲದಾತ ಕಟ್ಟಿಕೊಂಡ. ಅಂಗವಿಲ್ಲದ ಸಿಂಗಾರಕ್ಕೆ ಭಂಗವುಂಟೇ ಗೋಹೇಶ್ವರಾ.

ಟೀ। ಮಣ್ಣೆಂದರೆ ದೇಹಕ್ಕೆ ಹೆಸರು. ಅಂತಪ್ಪ ದೇಹಧರ್ಮಂಗಳೆಲ್ಲವನು ತನ್ನಿಂದನ್ಯವೆಂದು ಅವ ನೇತಿಮಾಡಿ ಅಳಿದಳಿವೀಗ ಮಣ್ಣಿಲ್ಲದ ಹಾಳ ಮೇಲೆಯೆಂಬ ಶಬ್ದಕ್ಕರ್ಥ. ಅಂತು ಅಳಿದಳಿವಿನಲ್ಲಿ ಭಿನ್ನಜ್ಞಾನ ದೃಕ್ಕಿಲ್ಲದೆ ಅಭಿನ್ನಜ್ಞಾನದಿಂದ ಚಿತ್ಪ್ರಭಾಲಿಂಗವ ಕಂಡ ಶರಣನೆಂಬುದೀಗ, ಮಣ್ಣಿಲ್ಲದ ಹಾಳ ಮೇಲೆ ಕಣ್ಣಿಲ್ಲದಾತನೊಂದು ಮಣಿಯ ಕಂಡನೆಂಬ ಶಬ್ದಕ್ಕರ್ಥ. ಅಂತಪ್ಪ ಚಿತ್ಪ್ರಭಾ ವಸ್ತುವ ಭಿನ್ನಭಾವಹಸ್ತವಿಲ್ಲದ ಅಭಿನ್ನಭಾವಹಸ್ತದಿಂದ ಪಿಡಿದು ಮಹಾನುಭಾವ ಸೂತ್ರದಿಂದ

ಶಿವಲಿಂಗವನಳವಡಿಸಿಕೊಂಡ ಶರಣನೆಂಬುದೀಗ, ಕೈಯಿಲ್ಲದಾತ ಪವಣಿಸಿದನೆಂಬ ಶಬ್ದಕ್ಕರ್ಥ. ಅಂತು ಅವಿರಳಭಾವದಿಂದ ಅಂಗ–ಲಿಂಗವೆಂಬ ಖಂಡಿತವನಳಿದು ಶಿವತತ್ತ್ವವನಳವಡಿಸಿಕೊಂಡು ಲಿಂಗವೆಯಾಗಿರ್ದ ಶರಣನೆಂ– ಬುದೀಗ ಕೊರಳಿಲ್ಲದಾತ ಕಟ್ಟಿಕೊಂಡನೆಂಬ ಶಬ್ದಕ್ಕರ್ಥ. ಅಂತು ಅಂಗಭಾವವಳಿದು ತಾನೆಲ್ಲಾ ಲಿಂಗವೆಯಾಗಿರ್ದ ಶರಣಂಗೆ ಹುಟ್ಟು–ಹೊಂದಿನ ಭಂಗವಿಲ್ಲವೆಂಬುದೀಗ, ಅಂಗವಿಲ್ಲದ ಶೃಂಗಾರಕ್ಕೆ ಭಂಗವುಂಟೇ ಎಂಬ ಶಬ್ದಕ್ಕರ್ಥ.॥೧೦॥

೭೭ ನಷ್ಟಾಗಮಸ್ಥಲ

೨೮೫

ಮಹಾಮೇರುವಿನ ಮರೆ[4]ಯಲ್ಲಿ[+]ರ್ದು ಭೂತದ ನೆಳಲನಾಚರಿಸುವ ಕರ್ಮಿ ನೀ ಕೇಳಾ! [1]ಆ[1] ಮಹಾಲಿಂಗಕ್ಕೆ ಮಜ್ಜನವೆಂದೇನೋ? ಪರಿಮಳಲಿಂಗಕ್ಕೆ ಪತ್ರೆ [2]ಪುಷ್ಪಂಗಳೆಂ[2]ದೇನೋ? [3]ಜಗಜ್ಜ್ಯೋತಿ[3]ಲಿಂಗಕ್ಕೆ ಧೂಪದೀಪಾರತಿಗಳೆಂದೇ–ನೋ? ಅಮೃತಲಿಂಗಕ್ಕೆ ಆರೋಗಣೆಯೆಂದೇನೋ? ಗೋಹೇಶ್ವರಲಿಂಗದಂತುವ ಬಲ್ಲವರಾರೋ?

ಟೀ। ಮೇರುಗಿರಿಯಲ್ಲಿ ಆಳುತ್ತ ಮುಳುಗುತ್ತಿಪ್ಪ ಸೂರ್ಯನ ಉದಯಾಸ್ತಮಾನದ ಸಂಖ್ಯೆವಿಡಿದು ತ್ರಿಕಾಲಾರ್ಚನೆಯ ಮಾಡಿಹೆನೆಂಬವರು ಅಜ್ಞಾನಿಗಳು. ಅದೇನು ಕಾರಣವೆಂದರೆ [4]ಶಿವಾನಂದಜಲಮಯವಾದ ಪರಬ್ರಹ್ಮವು ಭೌತಿಕಜಲದಿಂದ ಮಜ್ಜನವಾಗದಾಗಿ[4], ಸದ್ವಾಸನಾಲಿಂಗವು ಪತ್ರೆ ಪುಷ್ಪದ ಹಂಗಿನ ಪೂಜೆಗೆ ಸಿಕ್ಕದಾಗಿ, ಜ್ಯೋತಿರ್ಲಿಂಗವು ಆರತಿಯ ಬೆಳಗಿಗೆ ಗೋಚರಿಸದಾಗಿ, ನಿತ್ಯತೃಪ್ತಲಿಂಗವು ಅಶನದಿಂದ ತೃಪ್ತಿಯಾಗದಾಗಿ, ಇಂತಪ್ಪ ಲಿಂಗವು ನಿಜ[5]ಲಿಂಗ[5]ಶರಣಂಗಲ್ಲದೆ ಸಾಧ್ಯವಾಗದೆಂಬುದೀ ವಚನಾರ್ಥ.॥೧೧॥

೨೮೬

ಮಜ್ಜನಕ್ಕೆರೆ[6]ವಡೆ – ನೀನು ಶುದ್ಧ ನಿರ್ಮಲದೇಹಿ! ಪೂಜೆಯ ಮಾಡುವಡೆ –[7]ಗಗನಕಮಲಕುಸುಮದ ಅಖಂಡಿತ ಪೂಜೆ[7]; ಧೂಪ ದೀಪಾರತಿಗಳ ಬೆಳಗುವಡೆ – ನೀನು ಸ್ವಯಂಜ್ಯೋತಿಪ್ರಕಾಶನು! ಅರ್ಪಿತವ ಮಾಡುವಡೆ – ನೀನು ನಿತ್ಯತೃಪ್ತನು; ಅಷ್ಟವಿಧಾರ್ಚನೆಗಳ – ಮಾಡುವಡೆ – ನೀನು ಮುಟ್ಟಬಾರದ ಘನವೇದ್ಯನು! ನಿತ್ಯನೇಮಂಗಳ ಮಾಡುವಡೆ – ನಿನಗನಂತ ನಾಮಂಗಳಾದವು, ಗೋಹೇಶ್ವರಾ!

ಟೀ। ನಿರ್ಲೇಪಲಿಂಗವು ಅಂತರಂಗ ಬಹಿರಂಗದೊಳಗೆ ಸ್ವಯಂಜ್ಯೋತಿಪ್ರಕಾಶವಾದ ಬಳಿಕ ಉಪಾಧಿಯಿಂದ ಮಾಡುವ ಅಷ್ಟವಿಧಾರ್ಚನೆ ಷೋಡಶೋಪಚಾರವೇನು ನಿಲುಕಲರಿಯವೆಂಬುದೀ ವಚನಾರ್ಥ.॥೧೨॥

೨೮೭

ಎರಡೆಂಬರಯ್ಯಾ – ಕರಣದ ಕಂಗಳಲ್ಲಿ ನೋಡಿದವರು – ಎರಡುವನತಿಗಳೆದು ²ಒಂದೆಂಬರಯ್ಯಾ². ಕಾಮಿಸುವುದಿಲ್ಲಾಗಿ ಕಲ್ಪಿಸುವುದಿಲ್ಲ; ಭಾವಿಸುವುದಿಲ್ಲಾಗಿ ಬಯಸುವುದಿಲ್ಲ; ಗೋಹೇಶ್ವರನೆಂಬುದಿಲ್ಲಾಗಿ ಮುಂದೆ ಬಯಲೆಂಬು³ದೂ ಇಲ್ಲ.

ಟೀ। ಅಂತರ್ಮುಖದಲ್ಲಿ ಜ್ಞಾನವಿಡಿದು ಲಿಂಗವ ನೋಡಿದರೆ ದ್ವಂದ್ವಗ್ರಸ್ತವಾಗಿಪ್ಪುದಾಗಿ, ಅದೀಗ ಎರಡೆಂಬರಯ್ಯಾ ಕರಣದ ಕಂಗಳಲ್ಲಿ ನೋಡಿದವರು ಎಂಬ ಶಬ್ದಕ್ಕರ್ಥ. ಅದನತಿಗಳೆದು ಅಱಿವಿಡಿದು ಲಿಂಗವನಿದಿರಿಟ್ಟು ನೋಡಿ ಕಂಡು [1]ಒಂದೆಯೆಂ- ಬುದು[1] ಭಿನ್ನಜ್ಞಾನವೆಂಬುದೀಗ, ಎರಡುವನತಿಗಳೆದು [2]ಒಂದೆಂಬರಯ್ಯಾ[2] ಎಂಬ ಶಬ್ದಕ್ಕರ್ಥ. ಈ ಉಭಯ ಭಾವವೂ ಅಳಿದು ನಿರ್ಭಾವಿಯಾದ ಬಳಿಕ ಕಾಮಿಸಲಿಲ್ಲ, ಕಲ್ಪಿಸಲಿಲ್ಲ, ಭಾವಿಸಲಿಲ್ಲ, ಬಯಸಲಿಲ್ಲ. ಅದು ನಿರ್ವಯಲು, ಇದು ನಿರ್ವಯಲು ಎಂಬ ಮಾತು ತಾನೂ ಇಲ್ಲವೆಂಬುದೀ ವಚನದ ತಾತ್ಪರ್ಯಾರ್ಥ.॥೧೩॥

೨೮೮

ಶ್ವೇತ ಪೀತ³ ಕೃಷ್ಣ ⁰ಹರಿತ ಕಪೋತ⁰ ಮಾಂಜಿಷ್ಠ⁰ ಷಡುವರ್ಣವೆಂದೆನ್ನ. ಉಂಡು ಉಪವಾಸಿ³ಯೆಂದೆನ್ನ³, ಬಳಸಿ ಬ್ರಹ್ಮಚಾರಿಯೆಂದೆನ್ನ. ಲಿಂಗ⁴ವಿಂತುಟೆನ್ನ⁴. ಲಿಂಗೈಕ್ಯವ ನುಡಿಯ, ಅಭಂಗನ ನಿಲವ ಭಂಗಿತರೆತ್ತ ಬಲ್ಲರು, ಗೋಹೇಶ್ವರಾ.

ಟೀ। ಮಹಾಲಿಂಗದಲ್ಲಿ ಅವಿರಳ ಸಂಬಂಧಿಯಾದ ಶರಣನು ತನ್ನಲ್ಲಿ ತಾನು ಪರವಶವಾಗಿಪ್ಪನಲ್ಲದೆ ಶಬ್ದಸಂದಣಿಯೊಳಗೆ ಸಿಲುಕಿ ಬಳಲುವನಲ್ಲ. ಅಂತಪ್ಪ ಶರಣನ ನಿಲವನಾರಿಗೂ ಅಱಿಯಬಾರದೆಂಬುದೀ ವಚನದ ತಾತ್ಪರ್ಯಾರ್ಥ.॥೧೪॥

೨೮೯

ನೆನೆ ನೆನೆಯೆಂದಡೆ ಏನ ನೆನೆವೆನಯ್ಯಾ? ಎನ್ನ ಕಾಯವೇ ಕೈಲಾಸವಾಯಿತ್ತು; ಎನ್ನ ಮನವೆ ಲಿಂಗವಾಯಿತ್ತು; ಎನ್ನ ತನುವೆ ಸೆಜ್ಜೆಯಾಯಿತ್ತು!!! ನೆನೆವಡೆ ದೇವ¹ನುಂಟೆ¹? ನೋಡುವಡೆ ಭಕ್ತ¹ನುಂಟೆ¹? ಗೋಹೇಶ್ವರ ಲಿಂಗಲೀಯವಾ- -ಯಿತ್ತು!

ಟೀ। ಜ್ಞಾನಸ್ವರೂಪವಾದ ಶರಣನು ಲಿಂಗಾಂಗ ಸಂಬಂಧಿಯಾದಾಕ್ಷಣವೆ ಅಱಿವ- ಅಱುಹಿಸಿಕೊಂಬವೆರಡಿಲ್ಲದೆ ಅಱಿವ ಮನವಿಲ್ಲದೆ ಲಿಂಗವೆಯಾಗಿ ಶರಣನ ಆತ್ಮಾಂಗವೆ ಲಿಂಗದ ²ಸೆಜ್ಜಾಗೃಹ²ವಾಗಿ ಕಾಯವೇ ಕೈಲಾಸವಾಗಿ ನೆನೆವ ನೆನೆಹಿಸಿಕೊಂಬ ದೇವ- ಭಕ್ತನೆಂಬರಡಿಲ್ಲದೆ ಶರಣನೆಲ್ಲಾ ಲಿಂಗವೆಯಾಗಿರ್ದನೆಂ- -ಬುದೀ ವಚನದ ತಾತ್ಪರ್ಯಾರ್ಥ.॥೧೫॥

೨೯೦

ಉಟ್ಟುದ ತೊಱೆದಂಗೆ ಊರೇನು, ಕಾಡೇನು? ನಷ್ಟಸಂತಾನಕ್ಕೆ ಕುಲವೇನು, ಛಲವೇನು? [3]ಹುಟ್ಟುಗೆಟ್ಟಾತಂಗೆ ಪುಣ್ಯವೇನು, ಪಾಪವೇನು[3]? ಅದು ಕೆಟ್ಟುದು, ಕೆಟ್ಟುದು. ತನ್ನ ತಾನಱಿಯದೆ ಬಟ್ಟ ಬಯಲಲ್ಲಿ ಬಿದ್ದ ನಮ್ಮ ಅಜಗಣ್ಣ ತಂದೆ.

ಟೀ। ಸಮ್ಯಜ್ಞಾನದಿಂದ ತನ್ನ ನಿಜವೆ ಮಹಾಘನಲಿಂಗವೆಂದಱಿದು ಲಿಂಗಾಂಗ–ಸಂಗಿಯಾಗಿ, ದೇಹಾಭಿಮಾನವಳಿದು, ಲಿಂಗಾಭಿಮಾನಿಯಾದ ಶರಣನು ಊರೊಳಗಿರ್ದಡೆಯೂ ಕಾಡೊಳಗಿರ್ದಡೆಯೂ ಶರಣ ಸಂಸಾರಿಯಲ್ಲವೆಂಬುದೀಗ, ಉಟ್ಟುದ ತೊಱೆದಂಗೆ ಊರೇನು, ಕಾಡೇನು? ಎಂಬ ಶಬ್ದಕ್ಕರ್ಥ. ಅಂತು ಗುರುಕರುಣದಿಂದ ಪುನರ್ಜಾತನಾಗಿ ಅಂಗಭಾವವಳಿದು ಲಿಂಗವಾದ ಶರಣಂಗೆ ಕುಲಾಭಿಮಾನವಿಲ್ಲವೆಂಬುದೀಗ ನಷ್ಟಸಂತಾನಕ್ಕೆ ಕುಲವೇನು, ಛಲವೇನು? ಎಂಬ ಶಬ್ದಕ್ಕರ್ಥ. ಅಂತು ಅಂಗವೆಲ್ಲಾ ಲಿಂಗವೆಯಾಗಿ ದೇಹವಾಸನೆಯಳಿದ ಶರಣನು ಮುಂದೆ ದೇಹವಿಡಿದು ಹುಟ್ಟಲಿಲ್ಲದ ಕಾರಣ, ಆ ಶರಣ ಕ್ರೀಯ ಮಾಡಿದಲ್ಲಿ ಪುಣ್ಯವಿಲ್ಲ, ಮಾಡದಿರ್ದಡೆ ಪಾಪವಿಲ್ಲವೆಂಬುದೀಗ, ಹುಟ್ಟುಗೆಟ್ಟವಂಗೆ ಪುಣ್ಯವೇನು, ಪಾಪವೇನು? ಎಂಬ ಶಬ್ದಕ್ಕರ್ಥ. ಅಂತು ದೇಹವಾಸನೆ ಕೆಟ್ಟು ಲಿಂಗವಾದಲ್ಲಿ ಲಿಂಗವು ತಾನೆಂಬಹಂಭಾವದಱಿವು ತನ್ನಲ್ಲಿಯೇ ಕೆಟ್ಟು ಲಿಂಗೈಕ್ಯವಾಗಿರ್ದ ಶರಣ–ನೆಂಬುದೀಗ, ಅದು ಕೆಟ್ಟುದು, ~~1~~ಕೆಟ್ಟುದು. ತನ್ನ ತಾನಱಿಯದೆ ಬಟ್ಟ ಬಯಲಲ್ಲಿ ಬಿದ್ದ ಅಜಗಣ್ಣ ತಂದೆ ಎಂಬ ಶಬ್ದಕ್ಕರ್ಥ.॥೧೬॥

೨೯೧

ನೋಡಲಿಲ್ಲದ ಶೃಂಗಾರ, ಮಾತಾಡಲಿಲ್ಲದ ಶಬ್ದ. [1]ಹಾಡಲಿಲ್ಲದ ಸ್ವರವ[1], ಬೇಡಲಿಲ್ಲದ ವರವ, [2]ನೋಡಲಿಲ್ಲದ ನಿರಾಳವ[2], ಬಾಡಲಿಲ್ಲದ ಸಸಿಯ ಬೆಳಸು [3]ಕೂಡದೇ ಕೂಡಿತ್ತೊಂದು ಸೋಜಿಗವ[3] ಕಂಡೆ ನಾನು! ಇಲ್ಲದ ಉಪಕಾರ, ಮೆಲ್ಲದ ಸವಿಯಿಂದ ಸುಖಿಯಾದೆ, ಗೋಹೇಶ್ವರಾ[+]!!

ಟೀ। ಸರ್ವಾಂಗಲಿಂಗ ಸಂಬಂಧಿಯಾದ ಶರಣನ ಕಣ್ಣ ಮುಂದೆ ತಾನಲ್ಲದೆ ಅನ್ಯವಿಲ್ಲಾಗಿ ತನ್ನ ಸ್ವರೂಪನು ಭಿನ್ನವಿಟ್ಟು ನೋಡದೆ ಸುಖಿಯಾಗಿಹ ಕಾರಣ ನೋಡಲಿಲ್ಲದ ಶೃಂಗಾರವೆಂಬ ಶಬ್ದಕ್ಕರ್ಥ. ಶಬ್ದಸಂದಣಿಯ ಹಂಗು ಹಱಿದು ನಿಶ್ಶಬ್ದವೇದಿಯಾದ ಶರಣ ನುಡಿದಡೂ ತಾನೆ ಆ ಶಬ್ದಬ್ರಹ್ಮಮೂರ್ತಿಯಾಗಿಹ– –ನಾದ ಕಾರಣ ಮಾತಾಡಲಿಲ್ಲದ ಶಬ್ದವೆಂಬ ಶಬ್ದಕ್ಕರ್ಥ. ಆ ಶರಣ ಫಲ[4]ಪದ[4]ಭೋಗವಿರಹಿತನಾಗಿ, ತನ್ನ ನಿಜವ ತಾನೆ ವರಂಬಡೆದನೆಂಬುದೀಗ, ಬೇಡಲಿಲ್ಲದ ವರವೆಂಬ ಶಬ್ದಕ್ಕರ್ಥ. ಆ ಶರಣನ ಹರುಷದ ಬೆಳಸು ತಾಪತ್ರಯಾಗ್ನಿಯಲ್ಲಿ ಕರಗಿ ಕೊರಗದೆ ತನ್ನ ತಾನೆ ಪರಮ ಸುಖಸ್ವರೂಪಿಂದ ಇರ್ದುತ್ತೆಂಬುದೀಗ,

ನೋಡಿರೇ ನಿರಾಳವನು. ಬಾಡಲಿಲ್ಲದ ಸಸಿಯ ಬೆಳಸು ಕೂಡದೇ ಕೂಡಿತ್ತೊಂದು ಸುಖವ ಕಂಡೆ ನಾನು ಎಂಬ ಶಬ್ದಕ್ಕರ್ಥ. ಆ ಶರಣ ಕೊಂಬಲ್ಲಿ ಕೊಡುವಲ್ಲಿ ಉಪಕಾರಂಗಳ ಮಱೆದು ಕೊಡುತ್ತ ಕೊಳುತ್ತಿಪ್ಪನಾಗಿ, ಇಲ್ಲದ ಉಪಕಾರವೆಂಬ ಶಬ್ದಕ್ಕರ್ಥ. ತನ್ನ ನಿಜದ ಸುಖದ ಸವಿಯ ತಾನು ತಾನಾಗಿ ರುಚಿಸಿದನೆಂಬುದೀಗ, ಮೆಲ್ಲದ ಸವಿಯಿಂದ ಸುಖಿಯಾದೆ, ಗೋಹೇಶ್ವರಾ ಎಂಬ ಶಬ್ದಕ್ಕರ್ಥ.॥೧೭॥

೨೯೨

ಬಯಲು ಬಯಲನೆ ಬಿತ್ತಿ, ಬಯಲು ಬಯಲನೆ ಬೆಳೆದು, ಬಯಲು ಬಯಲಾಗಿ ಬಯಲಾಯಿತ್ತಯ್ಯಾ. ಬಯಲ ಜೀವನ, ಬಯಲ ಭಾವನೆ, ಬಯಲು ಬಯಲಾಗಿ ಬಯಲಾಯಿತ್ತಯ್ಯಾ. ನಿಮ್ಮ ಪೂಜಿಸಿದವರು ಮುನ್ನವೆ ಬಯಲಾದರು. ನಾ ನಿಮ್ಮ ಪೂಜಿಸಿ ಬಯಲಾದೆನು, ಗೋಹೇಶ್ವರಾ.

ಟೀ॥ ಬಯಲೆಂದರೆ ನಿಷ್ಕಲ ಪರಶಿವಲಿಂಗವು. ಅಂತಪ್ಪ ನಿಷ್ಕಲಲಿಂಗವು ತನ್ನ ಲೀಲೆಯಿಂದ ತನ್ನ ನಿರವಯದ ನಿಜವ ತನ್ನ ತಾನುದ್ಭವಿಸಿ ಬೆಳೆದು ಅಖಂಡತೇಜೋಮೂರ್ತಿಯಪ್ಪ ಮಹಾಲಿಂಗವಾಯಿತ್ತು. ಅಂತಾದ ಮಹಾಲಿಂಗವು ತನ್ನ ನಿರವಯದ, ನಿಜಭಾವದಲ್ಲಿ ಭರಿತನಾಗಿಪ್ಪನೆಂಬುದೀಗ, ಬಯಲು ಬಯಲನೆ ಬಿತ್ತಿ ಬಯಲು ಬಯಲನೆ ಬೆಳೆದು ಬಯಲು ಬಯಲಾಗಿ ಬಯಲಾಯಿತ್ತಯ್ಯಾ. ಎಂಬ ಶಬ್ದಕ್ಕರ್ಥ. ಅಂತು ಮಹಾಲಿಂಗಾಕಾರವಾದಲ್ಲಿ ಆ ಲಿಂಗ ತದಾಂಶಿಕವೆ ಜೀವಾತ್ಮನೆಂಬ ಅಂಗವಾಯಿತ್ತೆಂಬುದೀಗ ಬಯಲ ಜೀವನವೆಂಬ ಶಬ್ದಕ್ಕರ್ಥ. ಅಂತಪ್ಪ ಜೀವಾತ್ಮನಿಗೆ ಲಿಂಗಭಾವ ಘಟಿಸಿತ್ತೆಂಬುದೀಗ, ಬಯಲ ಭಾವನೆಯೆಂಬ ಶಬ್ದಕ್ಕರ್ಥ. ಅಂತು ಆತ್ಮನಿಗೆ ಲಿಂಗಭಾವ ಘಟಿಸಿದಲ್ಲಿ ಮಿಥ್ಯಾ ದೇಹವೆಂಬ ಬಯಲು ಬಯಲಾಗಿ ಹೋಗಿ ಆತ್ಮನೆಲ್ಲಾ ಲಿಂಗವೆಂಬ ಬಯಲಾಯಿತ್ತೆಂಬುದೀಗ, ಬಯಲು ಬಯಲಾಗಿ ಬಯಲಾಯಿತ್ತ್ಯು ಎಂಬ ಶಬ್ದಕ್ಕರ್ಥ. ಅಂತಪ್ಪ ಶಿವಭಾವಪೂಜಾಕ್ರೀಯಿಂದ ಪ್ರಾಣ ಮನ ಭಾವಗಳೆಲ್ಲವೂ ಲಿಂಗವೆಯಾದ ಬಳಿಕ ತಾನೆ ಲಿಂಗವೆಂಬ ಅಭಿನ್ನದಱುವಿನ ವಿಶ್ವಾಸ [1]ಭಾವ[1] ಘಟಿಸಿ, ಲಿಂಗವ ಭಿನ್ನವಿಟ್ಟು ಅಱಿಯದೆ ಲಿಂಗವೆಯಾಗಿರ್ದ ಶರಣನೆಂಬುದೀಗ ನಿಮ್ಮ ಪೂಜಿಸಿದವರು ಮುನ್ನವೆ ಬಯಲಾದರು. ನಾ ನಿಮ್ಮ [1]ನಂಬಿ[1] ಬಯಲಾದೆನೆಂಬ ಶಬ್ದಕ್ಕರ್ಥ.॥೧೮॥

೭೮ ಆದಿಪ್ರಸಾದಿಸ್ಥಲ

೨೯೩

ಬಯಸಿ ಬಂದುದು ಅಂಗಭೋಗ. ಬಯಸದೆ ಬಂದುದು ಲಿಂಗಭೋಗ. ಅಂಗಭೋಗ [೧]ಅನಾರ್ಪಿತ[೧]; ಲಿಂಗಭೋಗ ಪ್ರಸಾದ. ಬೇಕೆಂಬುದು ಕಾಯಗುಣ.

[2]ಬೇಡೆಂಬುದು[2] ವೈರಾಗ್ಯ. [3]ಬೇಕೆಂಬುದೂ[3] ಅಲ್ಲ, [2]ಬೇಡೆಂಬುದೂ[2] ಅಲ್ಲ, ಈ ಉಭಯವನತಿಗಳೆದು ಭೋಗಿಸಬಲ್ಲ, ಕೂಡಲ ಚೆನ್ನಸಂಗಾ, ನಿಮ್ಮ ಶರಣಾ.

ಟೀ। ಕಾಮಿಸುವುದೆಲ್ಲವೂ ಅಂಗಸುಖ, ನಿಷ್ಕಾಮವೆಲ್ಲವೂ ಪರಮಸುಖಪ್ರಸಾದ ವೆಂಬುದೀ ವಚನಾರ್ಥ.॥೧೯॥

೨೯೪

ಮಾರ್ಗಕ್ರೀಯ ಸಂಪಾದಿಸನಾಗಿ ದ್ವೈತಿಯಲ್ಲ. ಮೀಱಿದ ಕ್ರೀಯ ಸಂಪಾದಿಸನಾಗಿ ಅದ್ವೈತಿಯಲ್ಲ. ಮೀಱಿ ಜಾಱಿಹದುಳಿಗನಾಗಿ ಸ್ವರ್ಗಿಯಲ್ಲ, ಅಪವರ್ಗಿಯಲ್ಲ. ಕೂಡಲ ಚೆನ್ನಸಂಗಯ್ಯನಲ್ಲಿ ಸ್ವಾಯತವಾದ ಪ್ರಸಾದಿ ಬಸವಣ್ಣನು.

ಟೀ। ಎಂದೆಂದೂ ಮಲಮಾಯಾಯುಕ್ತನಪ್ಪ ಜೀವ ತಾನೆಂದು ಭಿನ್ನ ಕ್ರೀಯನಾಚರಿಸಿ ಫಲಪದಂಗಳ ಪಡೆದು ಭಿನ್ನ[4]ಮುಕ್ತ[4]ರಾಗಿ ಮರಳಿ ಭವಕ್ಕೆ ಬಂದು ಸಂಸಾರ ಪಂಕದಲ್ಲಿ ಬಿದ್ದು ಹೊರಳುತ್ತಿಹ ಶೈವಸಿದ್ಧಾಂತದ ದ್ವೈತಮಾರ್ಗ-ವನಾಚರಿಸುವನಲ್ಲ ಶರಣ, 'ಜ್ಞಾನಾದೇವ ಮೋಕ್ಷ'[1]ವೆಂದು, ಪುಣ್ಯಾಪಾಪವಿಲ್ಲವೆಂದು ಬ್ರಹ್ಮೋऽಹಂ ಎಂದು ವಾಗದ್ವೈತವ ನುಡಿದು ದೇಹವಾಸನೆಯನಳಿಯಲಱಿಯದೆ ಸತ್ತು ಹುಟ್ಟುತ್ತಿಹ ವೇದಾಂತ ಮಾರ್ಗವನಾಚರಿಸುವನಲ್ಲ ಶರಣ; ಮತ್ತೆಂತೆಂದಡೆ ಸತ್ತುವೆನಿಸಿದ ಚೈತನ್ಯಬ್ರಹ್ಮವೆ ಲಿಂಗವೆನಿಸಿತ್ತು. ಆ ಲಿಂಗದ ಸಮವೇತವಾಗಿಪ್ಪ ಚಿತ್ತವೆ ಆತ್ಮನೆಂಬಂಗವಾಗಿ ಶರಣನೆನಿಸಿದ ಕಾರಣ ಲಿಂಗಾಂಗ ಸಂಬಂಧದ ಅಭೇದ - ಕ್ರೀಯನಱಿದು ಆಚರಿಸಿ ಲಿಂಗವಾದ ಶರಣನೆಂಬುದೀ ವಚನಾರ್ಥ.॥೨೦॥

೦೯ ಅಂತ್ಯಪ್ರಸಾದಿಸ್ಥಲ

೨೯೫

ತನು ಹೊಱಗಿರಲು ಪ್ರಸಾದ ಒಳಗಿರಲು ಏನಯ್ಯ. ನಿಮ್ಮ ಮನಕ್ಕೆ ಮನ ನಾಚದು [2]ಪ್ರಾಣಕ್ಕೆ ಲಿಂಗದಲ್ಲಿ ಪ್ರಸಾದವ ಕೊಂಡಡೆ ವ್ರತಕ್ಕೆ ಭಂಗ ಗೋಹೇಶ್ವರಾ.

ಟೀ। ತನುಗುಣವಿಡಿದು ಬಹಿರಂಗದಲ್ಲಿ ಸ್ಥಿತಿಗತಿಯಲ್ಲಿ ವರ್ತಿಸುತ್ತ ಒಳಗೊಂದು ಅಱಿವಿನ ಸುಖವ ಕಂಡೇನೆಂದು ಆ ಸುಖಕ್ಕೆ ಮುಯ್ಯಾನುವುದೀಗ, ತನು ಹೊಱಗಿರಲು ಪ್ರಸಾದ ಒಳಗಿರಲು ಏನಯ್ಯಾ ನಿಮ್ಮ ಮನಕ್ಕೆ ಮನ ನಾಚದೆಂಬ ಶಬ್ದಕ್ಕರ್ಥ. ಅದುಕಾರಣ ಸರ್ವಾಂಗ ಲಿಂಗಸಂಬಂಧವನಱಿಯದೆ ಉಪಾಧಿಯಿಂದ ಲಿಂಗಪ್ರಸಾದವ ತನ್ನ ಪ್ರಾಣಕ್ಕೆ ಕೊಂಡೆಹೆನೆಂಬುದು ಭಿನ್ನಬುದ್ಧಿ[1]ಯಾಗಿ[1] ಪ್ರಾಣಕ್ಕೆ ಲಿಂಗದಲ್ಲಿ ಪ್ರಸಾದವ ಕೊಂಡಡೆ ವ್ರತಕ್ಕೆ ಭಂಗ ಗೋಹೇಶ್ವರಾ ಎಂಬ ಶಬ್ದಕ್ಕರ್ಥ. ॥೨೧॥

೨೯೬

ಘನವೆಂಬ ಮನದ ತಲೆವಾಗಿಲಲ್ಲಿ ಸದಾ ಸನ್ನಹಿತನಾಗಿಪ್ಪೆಯಯ್ಯಾ. ಸಕಲ ಪದಾರ್ಥಂಗಳ ಪೂರ್ವಾಶ್ರಯವ ಕಳೆದು ಬಹ ಸುಖಂಗಳ ಅವಧರಿಸುತ್ತಿರ್ಪೆ–ಯಯ್ಯಾ. ನಿಮ್ಮ ಮುಟ್ಟಿ ಬಂದಲ್ಲದೆ ಎನ್ನ ಮುಟ್ಟಬಾರದೆಂಬುದಕ್ಕೆ ಎನ್ನ ಮನಕ್ಕೆ ಮನವೇ ಸಾಕ್ಷಿ ಕೂಡಲ ಚೆನ್ನ ಸಂಗಮದೇವಾ.

ಟೀ। ಅಖಂಡ ಪರಿಪೂರ್ಣವಪ್ಪ ಮಹಾಘನಲಿಂಗವು ತನಗನನ್ಯವೆಂದಱಿದು ಭಿನ್ನಭಾವವಳಿದು ತನ್ನನೆಲ್ಲಾ ಮಹಾಘನಲಿಂಗವೆಯಾಗಿ ಕಾಣುತಿರ್ಪ ಶರಣನ ಅಭಿನ್ನಜ್ಞಾನಕ್ಕೆ ಲಿಂಗವು ಭಿನ್ನಭಾವವಿಲ್ಲದೆ ಸದಾ ಸನ್ನಹಿತನಾಗಿ ಶರಣನ ಸರ್ವಾಂಗವೆಲ್ಲಾ ಲಿಂಗವು ತಾನೆಯಾಗಿಪ್ಪ ಕಾರಣ ಅಂಗದ ಸುಖಭೋಗಂಗಳನೆಲ್ಲವ ಲಿಂಗವೆ ಅಱಿದು ಅರ್ಪಿಸಿಕೊಂಬ ಭೇದವನಱಿದು ಲಿಂಗಾರ್ಪಿತವಾಯಿತ್ತೆಂಬ ನಿಶ್ಚಯದಿಂದ ಸಂಶಯವಳಿದ ಶರಣನೆಂಬುದೀ ವಚನಾರ್ಥ.॥೨೨॥

೨೯೭

ರುಚಿಯೆಂದಡೆ ರೂಪಾಯಿತ್ತು. ಸವಿಯೆಂದಡೆ ಸಂದಾಯಿತ್ತು. ರುಚಿಯೆನ್ನದೆ ರೂಪೆನ್ನದೆ ಸವಿಯೆನ್ನದೆ [1]ಸಂದೆನ್ನದೆಯಿದ್ದ[1] ಪ್ರಸಾದಿಗೆ ನಮೋ ನಮೋ ಎಂಬೆ ಕೂಡಲ ಚೆನ್ನ ಸಂಗಯ್ಯನಲ್ಲಿ ಮಹಾಪ್ರಸಾದಿಯೇ ಬಲ್ಲಾ.

ಟೀ। ರೂಪು ರುಚಿ ತೃಪ್ತಿಗಳ ತಾನಱಿದಱಿದ ಲಿಂಗವ ಭಿನ್ನವಿಟ್ಟರ್ಪಿಸಿದಡೆ ಅರ್ಪಿತವಾಗದು, ಲಿಂಗದಲ್ಲಿ ಅಭಿನ್ನಭಾವಿಯಾಗಿ ಭಿನ್ನವಳಿದು ಲಿಂಗಭೋಗೋಪ ಭೋಗಿಯಾದ ಶರಣನೆ ಲಿಂಗವೆಂದು ನಮಸ್ಕಾರವ ಮಾಡಬೇಕೆಂಬುದೀ ವಚನಾರ್ಥ.॥೨೩॥

೨೯೮

ಆತ್ಮ ಲಿಂಗ, ಪರಮಾತ್ಮ ಜಂಗಮ. ತನು [2]ಮಧ್ಯೇ[2] ಪ್ರಸಾದವಾಯಿತ್ತು. ನಿಶ್ಚಿಂತ ನಿವಾಸವಾಯಿತ್ತು. ಕೂಡಲ ಚೆನ್ನಸಂಗನ ಶರಣರ ಸಂಗದಿಂದ ನಿಶ್ಚಿಂತ [3]ನಿವಾಸ[3]ವಾಯಿತ್ತು.

ಟೀ। ಗಣಸಮೇಳದಿಂದ ಶ್ರೀಗುರು ಇಷ್ಟಲಿಂಗಕಳಾಸಂಬಂಧವ ಜೀವಾತ್ಮಂಗೆ ಮಾಡಿ, ಜೀವಭಾವವನಳಿದು ಶಿವಾತ್ಮನ ಮಾಡಿದರಾಗಿ 'ಆತ್ಮಲಿಂಗ'ವೆಂಬ ಶಬ್ದಕ್ಕರ್ಥ. ಅಂತು ಜೀವಭಾವವಳಿದು ತನ್ನನೆಲ್ಲಾ ಲಿಂಗವೆಂದೇ ಕಾಂಬ ಪರಮಚೈತನ್ಯ – ಜ್ಞಾನಸ್ವರೂಪೇ ಜಂಗಮವೆಂಬುದೀಗ, ಪರಮಾತ್ಮ ಜಂಗಮವೆಂಬ ಶಬ್ದಕ್ಕರ್ಥ. ಅಂತು ಅಱಿವ ಪರಮಚೈತನ್ಯಜ್ಞಾನವೇ ಜಂಗಮವಾಗಿ, ಅಱುಹಿಸಿಕೊಂಬ ಜೀವಾತ್ಮನೆಲ್ಲಾ ಲಿಂಗವಾಗಿರ್ದ ಶರಣನ ದೇಹ ಸುಖಂಗಳನಱಿದು ಅರ್ಪಿಸುವ ಅಱಿವೆಲ್ಲಾ ಜಂಗಮ.

ಅರ್ಪಿಸಿಕೊಂಡು ಭೋಗಿಸುವ[1]ದೆಲ್ಲಾ[1] ಲಿಂಗವಾದ ಕಾರಣ ಅರ್ಪಿತವಾದ ದೇಹಾದಿ ಸುಖಂ[2]ಗಳೆಲ್ಲಾ[2]ಲಿಂಗವಾದವೆಂಬುದೀಗ [1]ತನು ಮಧ್ಯೇ ಪ್ರಸಾದವಾಯಿತ್ತು[1]. ಎಂಬ ಶಬ್ದಕ್ಕರ್ಥ. ಅಂತು ದೇಹ ಲಿಂಗವಾದ ಬಳಿಕ ಭವಬಂಧನದ ಚಿಂತೆ ಹೋಗಿ ನಿಶ್ಚಿಂತ ನಿವಾಸವಾಯಿತ್ತು ಶರಣಂಗೆ. ಅಂತಾದ ನಿಶ್ಚಿಂತದ ಸುಖವು ನಿಮ್ಮ ಶರಣರ ಅನುಭಾವ ಸಂಗದಿಂದಲೆಂಬುದೀಗ, ನಿಶ್ಚಿಂತ ನಿವಾಸವಾಯಿತ್ತು, ಕೂಡಲ ಚೆನ್ನಸಂಗನ ಶರಣರ ಸಂಗದಿಂದ ನಿಶ್ಚಿಂತ ನಿವಾಸವಾಯಿತ್ತು ಎಂಬ ಶಬ್ದಕ್ಕರ್ಥ.॥೨೪॥

೮೦ ಸೇವ್ಯಪ್ರಸಾದಿಸ್ಥಲ

೨೯೯

ನಿರಾಳಲಿಂಗಕ್ಕೆ ನಿರೋಧ ಬಂದಿತ್ತಲ್ಲಾ. ನಿರೂಪಿಂಗೆ ಭಂಗ ಹೊದ್ದಿತ್ತಲ್ಲಾ. ದೇಹಾರವ ಮಾಡುವರಳಿದು ದೇಹ ದೇಹಾರದೊಳಗಡದಿದೆಂತೋ! ದೇಹಾರ ಆಹಾರವಾಗಿ ಅರ್ಪಿಸಲಿಲ್ಲದ ಪ್ರಸಾದಿ: ಚಿಕ್ಕಯ್ಯ ಪ್ರೀಯ್ಯ ಸಿದ್ಧಲಿಂಗ ಇಲ್ಲ ಇಲ್ಲದ ಹುಸಿಯಲ್ಲಿ.

ಟೀ। ಅಖಂಡ ಪರಿಪೂರ್ಣವಾದ ನಿರವಯ ಲಿಂಗವು ತನ್ನ ಚಿದ್ವಿಲಾಸಲೀಲೆಯಿಂದ ಸಾಕಾರವನೆಯ್ದಿತ್ತೆಂಬುದೀಗ ನಿರಾಳಲಿಂಗಕ್ಕೆ [1]ನಿರೋಧ ಬಂದಿತ್ತಲ್ಲಾ[1] ಎಂಬ ಶಬ್ದಕ್ಕರ್ಥ. ಆ ಪರಶಿವನು ತನ್ನ ಚಿದಾಂಶಿಕನಾದಾತ್ಮನ ಬೇರ್ಪಡಿಸಿ ದೇಹಸಂಬಂಧವ ಮಾಡಲು ಆ ದೇಹೋಽಹಂಭಾವದ ಮಱವೆಯಿಂದ ಭವದುಃಖ ಸಂಭವಿಸಿತ್ತು ಆತ್ಮಂಗೆಂಬುದೀಗ [2]ನಿರೂಪಿಂಗೆ ಭಂಗ [3]ಹೊದ್ದಿತ್ತಲ್ಲಾ[3] ಎಂಬ ಶಬ್ದಕ್ಕರ್ಥ. ಸುಜ್ಞಾನೋದಯವಾಗಿ ಶ್ರೀಗುರುಕಾರುಣ್ಯದಿಂದ ಲಿಂಗಾಂಗಸಂಬಂಧಿಯಾದ ಶರಣನು ಅಭಿನ್ನ ಪೂಜಾಕ್ರೀ–ಗಳಿಂದ ತಾನೆಂಬ ಭಾವವಳಿದನೆಂಬುದೀಗ, ದೇಹಾರವ ಮಾಡುವರಳಿದೂ ಎಂಬ ಶಬ್ದಕ್ಕರ್ಥ. ಅಭಿನ್ನಕ್ರೀಯನಾಚರಿಸುತ್ತಿರ್ದ ಶರಣನು ಫಲಪದಂಗಳ ಪಡೆವ ಭಿನ್ನಕ್ರೀಯನಾಚರಿಸುವನಲ್ಲವೆಂಬುದೀಗ ದೇಹದೇಹಾರದೊಳಡಗ ದಿದೆಂತೋ ಎಂಬ ಶಬ್ದಕ್ಕರ್ಥ. ಆ ಲಿಂಗ ಪೂಜಾಕ್ರೀಗಳೇ ಪ್ರಾಣವಾಗಿಪ್ಪ ಶರಣನು ಹುಸಿದೇಹ ಮಾಯಾ ಕರಣಂಗಳ ಭಿನ್ನವಿಟ್ಟು ಅರ್ಪಿಸದೆ ಅಭಿನ್ನಭಾವದಿಂದ ಅರ್ಪಿಸಿ ತಾನೆಲ್ಲಾ ಲಿಂಗವಾಗಿರ್ದನೆಂಬುದೀಗ, ದೇಹಾರ ಆಹಾರವಾಗಿ ಅರ್ಪಿಸಲಿಲ್ಲ ಪ್ರಸಾದಿ: ಚಿಕ್ಕಯ್ಯಪ್ರಿಯ ಸಿದ್ಧಲಿಂಗ [4]ಇಲ್ಲಇಲ್ಲದ ಹುಸಿಯಲ್ಲಿ[4] ಎಂಬ ಶಬ್ದಕ್ಕರ್ಥ.॥೨೫॥

೩೦೦

ಶಬ್ದವೆಂಬೆನೆ – ಶ್ರೋತ್ರದೆಂಜಲು; ಸ್ಪರ್ಶವೆಂಬೆನೆ – ತ್ವಕ್ಕಿನೆಂಜಲು; ರೂಪೆಂಬೆನೆ – ನೇತ್ರದೆಂಜಲು; ರುಚಿಯೆಂಬೆನೆ – ಜಿಹ್ವೆಯೆಂಜಲು; ಪರಿಮಳವೆಂಬೆನೆ –

ಘ್ರಾಣದೆಂಜಲು; ನಾನೆಂಬೆನೆ – ಅಱಿವಿನೆಂಜಲು. ಎಂಜಲೆಂಬ ಭಂಗವಳಿದ ಬೆಳಗಿನೊಳಗಣ ಬೆಳಗು, ಗೋಹೇಶ್ವರಾ ನಿಮ್ಮ ಶರಣ!

ಟೀ। ತಾನು ಭಿನ್ನ ಜೀವನಾಗಿ ಪಂಚೇದ್ರಿಯಂಗಳಿಂದ ವಿಷಯ ಸುಖಂಗಳನಱಿದು ಭುಂಜಿಸಿದ ಬಳಿಕ ಆ ಉಚ್ಛಿಷ್ಟವಾದ ಸುಖಂಗಳನೆಲ್ಲವ ಲಿಂಗಕ್ಕರ್ಪಿ[1]ಸಿಹೆನೆಂದರೆ, ಅರ್ಪಿತವಾಗದು. ಅದು ಕಾರಣ ತಾನೆಂಬ ಅಹಂಭಾವವನುಳ್ಳ ಜೀವನಾದುದೆಲ್ಲಾ ಅಱಿವಿಂಗೆ ಬಂದ ಮಱವೆಯ ಸೂತಕ. ಅಂತು ಜೀವನಾಗಿಪ್ಪ ಮಱವೆಯ ಭಿನ್ನಸೂತಕವ ಮಹಾಪ್ರಕಾಶವನುಳ್ಳ ಲಿಂಗಸಂಗದಿಂದಳಿದು ಹೋಗಿ ಸರ್ವಾಂಗವೆಲ್ಲಾ ಲಿಂಗವಾದನು ಶರಣನು. ಅಂತಾದ ಶರಣನು ತಾನು ಮುನ್ನ ಆ ಮಹಾಲಿಂಗದ ಚಿತ್ರ್ರಭಾಂಶಿಕನು. ಅದು ಕಾರಣ ಸರ್ವಾಂಗಲಿಂಗಮಯವಾದ ಶರಣನು ನೋಡಿದುದು, ಮುಟ್ಟಿದುದು ಮೊದಲಾದ ಪದಾರ್ಥಂಗಳೆಲ್ಲಾ ಲಿಂಗಸ್ವರೂಪುಗಳಾಗಿ ಲಿಂಗಕ್ಕರ್ಪಿತವಾಗುತ್ತಿಹುದೆಂಬುದೀ ವಚನದ ತಾತ್ಪರ್ಯಾರ್ಥ.॥೨೬॥

೩೦೧

ಅಳಂಬಿತವೆನ್ನದೆ, ಅಳಂಬದೊಳಡಗದೆ, ಅಳಂಬವ ಬಯಸದೆ ಸೂಕ್ಷ್ಮ ಶಿವಪಥವಾದ ಪ್ರಸಾದಿ ಸೂಕ್ಷ್ಮವೆನ್ನದೆ, ಸೂಕ್ಷ್ಮವ ಬಯಸದೆ ಸೂಕ್ಷ್ಮನಿರಾಕರಣೆ, ಪರಿಕರಣೆಯೆನ್ನದೆ ನಿತ್ಯ ನಿಜವಾದ ಪ್ರಸಾದಿ. ಇದುಕಾರಣ, ಕೂಡಲ ಚೆನ್ನಸಂಗಯ್ಯಾ, ಸಯಧಾನಕ್ಕೆಡೆಗುಡದ ಪ್ರಸಾದಿ.

ಟೀ। ಅಖಂಡ ಪರಿಪೂರ್ಣವಾದ ಚಿದ್ಘನಲಿಂಗವು ತನ್ನ ಚಿದ್ವಿಲಾಸ ಲೀಲೆಯಿಂದ ಲಿಂಗಾಂಗವೆಂದು ಎರಡಾದಲ್ಲಿ ಭಿನ್ನವಿಟ್ಟು ನುಡಿದನಲ್ಲ ಶರಣನೆಂಬುದೀಗ ಅಳಂಬಿತವೆನ್ನದೆ ಎಂಬ ಶಬ್ದಕ್ಕರ್ಥ. ಆ ಲಿಂಗಾಂಗಸಂಬಂಧಿಯಾದ ಶರಣನು ಭಿನ್ನಪೂಜಾಕ್ರೀಗಳನಾವಲಂಬಿಸುವನಲ್ಲವೆಂಬುದೀಗ ಅಳಂಬದೊಳಡಗದೆ ಎಂಬ ಶಬ್ದಕ್ಕರ್ಥ. ಭಿನ್ನಕ್ರೀಯನಾಚರಿಸಿ ಫಲಪದಂಗಳ ಪಡೆವನಲ್ಲ ಶರಣನೆಂಬುದೀಗ ಅಳಂಬವ ಬಯಸದೆ ಎಂಬ ಶಬ್ದಕ್ಕರ್ಥ. ಆ ಫಲಪದಂಗಳ ಪಡೆವ ಭಿನ್ನಕ್ರೀಯನಳಿದು ಅಭಿನ್ನಕ್ರೀಯನಾಚರಿಸಿದ ಶರಣನೆ ಪ್ರಸಾದಿಯೆಂಬುದೀಗ ಸೂಕ್ಷ್ಮ ಶಿವಪಥವಾದ ಪ್ರಸಾದಿ ಎಂಬ ಶಬ್ದಕ್ಕರ್ಥ. ಆ ಶಿವಪ್ರಸಾದಿಯಾದ ಶರಣಂಗೆ ಬ್ರಹ್ಮ ತಾನೆಂಬ ದೇಹಾಹಂಕಾರವಿಲ್ಲವೆಂಬುದೀಗ ಸೂಕ್ಷ್ಮವೆನ್ನದೆ ಎಂಬ ಶಬ್ದಕ್ಕರ್ಥ. ಆ ಚಿದಹಂಕಾರವಳಿದ ಶರಣನು ಮಾಯಾಸುಖವ ಇಚ್ಛೈಸನೆಂಬುದೀಗ ಸುಖವ ಬಯಸದೆ ಎಂಬ ಶಬ್ದಕ್ಕರ್ಥ. ಆ ಮಾಯಾಸುಖವನಳಿದ ಶರಣಂಗೆ ಆಹ್ವಾನ ವಿಸರ್ಜನವಿಲ್ಲವೆಂಬುದೀಗ ಸೂಕ್ಷ್ಮ ನಿರಾಕರಣೆ ಪರಿಕರಣೆಯೆನ್ನದೆ ಎಂಬ ಶಬ್ದಕ್ಕರ್ಥ. ಆಹ್ವಾನ ನಿವೃತ್ತಿಯ ಮಾಡಿದ ಶರಣನು ಮಾಯಾ ದೇಹಕರಣೇಂದ್ರಿಯಂಗಳ

ಸೋಂಕಲೀಯದೆ ಸಚ್ಚಿದಾನಂದ ಬ್ರಹ್ಮವಾದನೆಂಬುದೀಗ ನಿತ್ಯ ನಿಜವಾದ ಪ್ರಸಾದಿ.ಇದುಕಾರಣ ಕೂಡಲ ಚೆನ್ನಸಂಗಯ್ಯಾ ಸಯಧಾನಕ್ಕೆಡೆಗುಡದ ಪ್ರಸಾದಿ ಎಂಬ ಶಬ್ದಕ್ಕರ್ಥ.॥೨೭॥

೩೦೨

ಅನಾದಿಕುಳಸನ್ಮತವಾದ ಏಕಾದಶಪ್ರಸಾದದ ಭೇದವ ತಿಳಿದಡೆ ಪ್ರಥಮದಲ್ಲಿ ಗುರುಪ್ರಸಾದ, ದ್ವಿತೀಯದಲ್ಲಿ ಲಿಂಗಪ್ರಸಾದ, ತೃತೀಯದಲ್ಲಿ ಜಂಗಮ ಪ್ರಸಾದ,ಚತುರ್ಥದಲ್ಲಿ ಪ್ರಸಾದಿಯ ಪ್ರಸಾದ, ಪಂಚಮದಲ್ಲಿ ಆಪ್ಯಾಯನ ಪ್ರಸಾದ, ಷಷ್ಟಮದಲ್ಲಿ ಸಮಯಪ್ರಸಾದ, ಸಪ್ತಮದಲ್ಲಿ ಪಂಚೇಂದ್ರಿಯವಿರಹಿತ ಪ್ರಸಾದ, ಅಷ್ಟಮದಲ್ಲಿ ಅಂತಃಕರಣ ಚತುಷ್ಟಯವಿರಹಿತ ಪ್ರಸಾದ, ನವಮದಲ್ಲಿ ಸದ್ಭಾವ– –ಪ್ರಸಾದ, ದಶಮದಲ್ಲಿ ಸಮತಾ ಪ್ರಸಾದ, ಇಂತಿವೇಕಾದಶ ಪ್ರಸಾದವನತಿಗಳೆದ ಕೂಡಲ ಚೆನ್ನಸಂಗಯ್ಯನಲ್ಲಿ ಐಕ್ಯ ಪ್ರಸಾದಿಗೆ ನಮೋ ನಮೋ ಎಂಬೆ.

ಟೀ। ಜ್ಞಾನೋದಯುವಾಗಿ ಗುರುವನಱಿಸುವಾತಂಗೆ ಗುರುಕರುಣಿಸಿ ಪ್ರಸನ್ನನಾದುದೀಗ, ಪ್ರಥಮವಾದ ಕಾರಣ, ಪ್ರಥಮದಲ್ಲಿ ಗುರುಪ್ರಸಾದ ಎಂಬ ಶಬ್ದಕ್ಕರ್ಥ. ಅಂತಪ್ಪಲಿಂಗಕಳಾಚೈತನ್ಯವೇ ಜಂಗಮವಾದಕಾರಣ ಆ ಲಿಂಗಕಳಾಚೈತನ್ಯವೇ ತನ್ನಱಿವಿಂಗೆ ಪ್ರಸನ್ನವಾದುದು ಮೂರನೆಯದೆಂಬುದೀಗ, ತೃತೀಯದಲ್ಲಿ ಜಂಗಮ ಪ್ರಸಾದವೆಂಬಶಬ್ದಕ್ಕರ್ಥ. ಅಂತಪ್ಪ ಗುರು ಲಿಂಗ ಜಂಗಮದ ಪ್ರಸನ್ನ ಪ್ರಸಾದವ ಪಡೆದಿಪ್ಪ ತ್ರಿವಿಧ ಲಿಂಗಾನುಭಾವಿಗಳ ಅನುಭಾವ ತನ್ನ ಅಱಿವಿಂಗೆ ಪ್ರಸನ್ನವಾದುದು ನಾಲ್ಕನೆಯದೆಂಬುದೀಗ, ಚತುರ್ಥದಲ್ಲಿ ಪ್ರಸಾದಿಯ ಪ್ರಸಾದವೆಂಬ ಶಬ್ದಕ್ಕರ್ಥ. ಇಂತು ಶಿವಶರಣರ ಅನುಭಾವಸಂಗದಿಂದ, ತನ್ನ ಅಱಿವಿಂಗೆ ಶಿವಾಪೇಕ್ಷೆಯ ಅಪ್ಯಾಯನ–ಘನವಾದುದು ಐದನೆಯದಾದ ಕಾರಣ, ಪಂಚಮದಲ್ಲಿ ಆಪ್ಯಾಯನ ಪ್ರಸಾದವೆಂಬ ಶಬ್ದಕ್ಕರ್ಥ. ಇಂತು ಶಿವಶರಣರ ಅನುಭಾವಸಂಗದಿಂದ ಶಿವಾಪೇಕ್ಷೆ ಘನವಾಗಿ ಶಿವಲಾಂಛನವೆಲ್ಲವ ಶಿವನೆಂದೇ ಕಾಂಬ ಭಾವ ಘಟಿಸಿ ಅವರ ಪ್ರಸಾದವ ಕೊಂಬುದು ಆರನೆಯದೆಂಬುದೀಗ, ಷಷ್ಟಮದಲ್ಲಿ ಸಮಯ ಪ್ರಸಾದವೆಂಬ ಶಬ್ದಕ್ಕರ್ಥ. ಅಂತು ಶಿವಲಾಂಛನವೆಲ್ಲಾ ಶಿವನೆಂಬ ದೃಢಭಾವದಿಂದ ಶಿವಲಾಂಛನಕ್ಕೆ ರೂಪಾದಿ ಪದಾರ್ಥಗಳನರ್ಪಿಸಿ ಪಡೆದ ಸಮಯಪ್ರಸಾದರೂಪ ಇಷ್ಟಲಿಂಗಾರ್ಪಿತವ ಮಾಡಿ ಪ್ರಸಾದವ ಭುಂಜಿಸಿದಡೆ, ದೇಹೇಂದ್ರಿಯಂಗಳೆಲ್ಲಾ ಲಿಂಗರೂಪೇ ಆದಕಾರಣ ಅದು ಏಳನೆಯದೆಂಬುದೀಗ, ಸಪ್ತಮದಲ್ಲಿ ಪಂಚೇಂದ್ರಿಯವಿರಹಿತ ಪ್ರಸಾದವೆಂಬ ಶಬ್ದಕ್ಕರ್ಥ. ಅಂತು ಇಷ್ಟಲಿಂಗಕ್ಕರ್ಪಿಸಿದ ರೂಪಿನೊಳಗಣ ರುಚಿಪ್ರಸಾದವ ಪ್ರಾಣಲಿಂಗಕ್ಕರ್ಪಿಸಲು ಪ್ರಾಣ ಮೊದಲಾದ ಅಂತಃಕರಣಂಗಳೆಲ್ಲಾ ಲಿಂಗವಾಗಿಪ್ಪುದು ಎಂಟನೆಯದೆಂಬುದೀಗ,

ಅಷ್ಟಮದಲ್ಲಿ ಅಂತಃಕರಣ ಚತುಷ್ಟಯವಿರಹಿತ ಪ್ರಸಾದವೆಂಬ ಶಬ್ದಕ್ಕರ್ಥ. ಅಂತು ಸಗುಣ ಪ್ರಸಾದದ ರೂಪು ರುಚಿಗಳ ಆನಂದಪ್ರಸಾದವ ಭಾವಲಿಂಗಕ್ಕರ್ಪಿಸಿ ಭಾವಲಿಂಗ –ವಾದುದು ಒಂಬತ್ತನೆಯದೆಂಬುದೀಗ, ನವಮದಲ್ಲಿ ಸದ್ಭಾವ ಪ್ರಸಾದವೆಂಬ ಶಬ್ದಕ್ಕರ್ಥ. ಅಂತು ಒಳಹೊಱಗೆನ್ನದೆ ಸರ್ವಾಂಗಲಿಂಗವಾಗಿ ಭಿನ್ನದೋಱದೆಯಿದ್ದ ಶರಣಂಗೆ ಲಿಂಗವು ದೂರಸ್ಥವೆಂದು ಭಾವಿಸಬೇಕು, ಬೆರಸಬೇಕು ಎಂಬ ಅವಸ್ಥೆಗಳೇನೂ ಇಲ್ಲದೆ ನಿರಾಂತಕವಾಗಿ ಸಮಾಧಾನವನೆಯ್ದಿದ್ದುದು ಹತ್ತನೆಯದಾದ ಕಾರಣ ದಶಮದಲ್ಲಿ ಸಮತಾಪ್ರಸಾದವೆಂಬ ಶಬ್ದಕ್ಕರ್ಥ. ಅಂತು ಭಿನ್ನಾವಸ್ಥೆಗಳೇನೂ ಇಲ್ಲದೆ ಸಮಾಧಾನಿಸಿ ನಿಂದ ನಿಲುಕಡೆಯಲ್ಲಿ ನಿರ್ಧರವಾಗಿ ಲಿಂಗ ತಾನಾಗಿ ಕಾಣುತ್ತಿಪ್ಪ ಅಭಿನ್ನಜ್ಞಾನಾನಂದ ಸುಖದಲ್ಲಿಪ್ಪುದು ಹನ್ನೊಂದನೆಯದಾದ ಕಾರಣ, ಏಕಾದಶದಲ್ಲಿ ಜ್ಞಾನಪ್ರಸಾದವೆಂಬ ಶಬ್ದಕ್ಕರ್ಥ. ಅಂತು ಪ್ರಸಾದ ಹನ್ನೊಂದನೆಯದೆಂಬ ಖಂಡಿತವನಳಿದು ಅಖಂಡಿತಲಿಂಗದೊಳಗೆ ಬೆರೆದು ಬೇಱಿಲ್ಲದಿಪ್ಪ ಶರಣ ಭೋಗಿಸಿದುದೆಲ್ಲಾ ಲಿಂಗಾರ್ಪಿತವಾಗಿ ಪ್ರಸಾದಮಪ್ಪುದು. ಅಂತಪ್ಪ ಅಖಂಡಿತ ಪ್ರಸಾದಿಗೆ ನಮಸ್ಕಾರವ ಮಾಡುತ್ತಿರ್ದ ಶರಣನೆಂಬುದೀಗ, ಇಂತೀ ಏಕಾದಶಪ್ರಸಾದ ಸ್ಥಲವನತಿಗಳೆದ ಐಕ್ಯಪ್ರಸಾದಿಗೆ ನಮೋ ನಮೋ ಎಂಬೆನೆಂಬ ಶಬ್ದಕ್ಕರ್ಥ.॥೨೮॥

೩೦೩

ರವಿಯ ಕಿರಣಂಗಳ ರಮಿಸದೆ, ಆಲಿಸದೆ, ಪಾಲಿಸದೆ ಎಂದೂ ನಿಂದುದಾಗಿ ಹಿಮಕರಾದಿಗಳನ್ನು ಸ್ಥಲಕ್ಕೆ ತಾರದೆ ನಿಂದುದಾಗಿ ದಿನಕರನ ಅಬೋಧ ಸ್ಥಲಂಗಳನು ಅರ್ಪಿತವೆನ್ನದೆ ಆಯಿತ್ತಾಗಿ ಘನಮನವೇದ್ಯಪ್ರಸಾದಿ. ಇದು ಕಾರಣ ಕೂಡಲ ಚೆನ್ನ ಸಂಗಯ್ಯನಲ್ಲಿ ಆನೆನ್ನದ ಪ್ರಸಾದಿ.

ಟೀ। ಸಮ್ಯಜ್ಞಾನೋದಯವಾಗಿ ಸರ್ವಾಂಗಲಿಂಗ ಸಂಬಂಧಿಯಾದ ಶರಣನು ಪ್ರಾಣವಾಯುವಿಕಾರವಳಿದು ಉನ್ಮನಿ ತತ್ತ್ವಸಂಬಂಧವಾದ ರುಚಿಪದಾರ್ಥಂಗಳ ಭಿನ್ನಜ್ಞಾನದಿಂದರ್ಪಿಸದೆ ಅಭಿನ್ನಜ್ಞಾನಭಾವದಿಂದ ಅರ್ಪಿಸಿದನೆಂಬುದೀಗ ರವಿಯ ಕಿರಣಂಗಳ ರಮಿಸದೆ, ಆಲಿಸದೆ, ಪಾಲಿಸದೆ ಎಂದೂ ನಿಂದುದಾಗಿ ಎಂಬ ಶಬ್ದಕ್ಕರ್ಥ. ಅಂತಪ್ಪ ಶರಣನು ತನುಸಂಬಂಧವಾದ ರೂಪು ಪದಾರ್ಥವ ಭಿನ್ನವಿಟ್ಟು ಅರ್ಪಿಸಲಿಲ್ಲವೆಂಬುದೀಗ, ಹಿಮಕರಾದಿಗಳನ್ನು ಸ್ಥಲಕ್ಕೆ ತಾರದೆ ನಿಂದುದಾಗಿ ಎಂಬ ಶಬ್ದಕ್ಕರ್ಥ. ಆ ಶರಣನು ಆತ್ಮಾಂಗದಲ್ಲಿ ಕುಱುಹಿಡಬಾರದ ಪರಿಣಾಮ ಪದಾರ್ಥವನ್ನು ಭಿನ್ನವಿಲ್ಲದೆ ಅಭಿನ್ನಭಾವದಿಂದರ್ಪಿಸಿದನೆಂಬುದೀಗ, ದಿನಕರನ ಅಬೋಧಸ್ಥಲಂಗಳನು ಅರ್ಪಿತವೆನ್ನದೆ ಆಯಿತ್ತಾಗಿ ಎಂಬ ಶಬ್ದಕ್ಕರ್ಥ. ಇಂತಪ್ಪ ಲಿಂಗಾರ್ಪಿತವನಱಿದ ಶರಣನ ಮನವು ಮಹಾಘನಲಿಂಗದಲ್ಲಿ ಅಡಗಿ ತಾನೆಂಬ ಭಾವವಳಿದು ಲಿಂಗವೆಯಾಗಿರ್ದನೆಂಬುದೀಗ ಘನಮನವೇದ್ಯ ಪ್ರಸಾದಿ. ಇದುಕಾರಣ ಕೂಡಲ ಚೆನ್ನಸಂಗಯ್ಯಾನಲ್ಲಿ ಆನೆನ್ನದ ಪ್ರಸಾದಿ ಎಂಬ ಶಬ್ದಕ್ಕರ್ಥ.॥೨೯॥

೩೦೪

ದಶವಿಧ ಪಾದೋದಕ, ಏಕಾದಶ ಪ್ರಸಾದವ ಬಲ್ಲವರ ಬಲ್ಲೆ. ಮತ್ತೊಂದ ಬಲ್ಲವರ ತೋಱಾ, ಅಯ್ಯಾ, ಮತ್ತೊಂದ ಬಲ್ಲವರ ತೋಱಾ ತಂದೆ, ಲಿಂಗವ ನೆನೆಯದೆ ಲಿಂಗಾರ್ಪಿತವ ಮಾಡದೆ ಅನಾರ್ಪಿತವ ಭುಂಜಿಸದ ಅಚ್ಚಪ್ರಸಾದಿಯ ತೋಱಿ ಬದುಕಿಸಯ್ಯಾ, ಕೂಡಲ ಚೆನ್ನಸಂಗಮ ದೇವಾ.

ಟೀ। ಅಱಿವು ಮಱವೆಯಳಿದ ನಿರಾಳವು ಅಱಿದುದಲ್ಲ, ಮಱೆದುದಲ್ಲ. ಅದೆ ಅಚ್ಚ ಪ್ರಸಾದ. ನೆನೆವ ಅರ್ಪಿಸುವ ದಶವಿಧದುದಕ, ಏಕಾದಶ ಪ್ರಸಾದವಲ್ಲವೆಂಬುದೀ ವಚನಾರ್ಥ.॥೩೦॥

೩೦೫

ಆಯತ ಪ್ರಸಾದಿ ಸ್ವಾಯತ ಪ್ರಸಾದಿ, ಸನ್ನಹಿತ ಪ್ರಸಾದಿ, ಸಮಯೋಗಿ ಪ್ರಸಾದಿ, ಪ್ರಸಾದವೇ ಪ್ರಾಣವಾಗಿ ಪ್ರಸಾದವು ಪ್ರಸಾದಿಯನೆ ಅವಗ್ರಹಿಸಿಕೊಂಡಿಪ್ಪುದು ಪ್ರಸಾದವು. ಪ್ರಸಾದಿಯು ಏಕವಾಗಿರ್ದಡಾನು ನಮೋ ನಮೋ ಎಂಬೆ ಕೂಡಲ ಚೆನ್ನಸಂಗಯ್ಯಾ.

ಟೀ। ಅಂಗಲಿಂಗ, ಪ್ರಾಣಲಿಂಗ, ಭಾವಲಿಂಗ, ಜ್ಞಾನಲಿಂಗ ಇಂತಿವು ಅಂಗಲಿಂಗ ಮೊದಲಾಗಿ, ಜ್ಞಾನಲಿಂಗ ಕಡೆಯಾಗಿ ಒಂದೆಯಾದ ಪ್ರಸಾದಿಗೆ ನಮೋ ನಮೋ ಎಂಬೆನೆಂಬುದೀ ವಚನಾರ್ಥ.॥೩೧॥

೩೦೬

ಮುಟ್ಟದ ಮುನ್ನ ದಿಟ ಘಟಿಸಿ ನಿಂದುದು ಸಟೆಯಿಲ್ಲ ಕಾಣಿರೇ. ಮುಟ್ಟಿತ್ತೇ ಮಹಾಪ್ರಸಾದ ಕೂಡಲ ಚೆನ್ನಸಂಗಯ್ಯಾ.

ಟೀ। ಇಷ್ಟಲಿಂಗ ಬಂದು ಅಂಗ-ಸಂಬಂಧವಾದಾಗವೆ ಅಂಗವೆಲ್ಲಾ ಲಿಂಗವಾಯಿತ್ತೆಂಬುದು ನಿಜವೆಂದಱಿದ ಶರಣಂಗೆ ಆ ಲಿಂಗವಾದ ಅಂಗವ ಮುಟ್ಟಿದ ಪದಾರ್ಥಂಗಳೆಲ್ಲಾ ಪರಮ ಪ್ರಸಾದವಪ್ಪುದು ತಪ್ಪದೆಂಬುದೀ ವಚನಾರ್ಥ.॥೩೨॥

೩೦೭

ಅವಿನಾಶಂಗೆ ವಿನಾಶವನರ್ಪಿತವ ಮಾಡಬಲ್ಲಡೆ ಪ್ರಸಾದಿ. ಪ್ರಸಾದವ ವರ್ಣನಾಸ್ತಿಯಾಗಿ ಕೊಳಬಲ್ಲಡೆ ಪ್ರಸಾದಿ. ಆ ಪ್ರಸಾದಿಯೆಂಬ ಅವಿನಾಶಂಗೆ ನಮೋ ನಮೋ ಎಂಬೆ ಕೂಡಲ ಚೆನ್ನ ಸಂಗಯ್ಯಾ.

ಟೀ। ವಾಙ್ಮನಕ್ಕೆಬಾರದ ನಿಶ್ಶೂನ್ಯಲಿಂಗದಲ್ಲಿ ಅಱಿವನರ್ಪಿಸಿ ನಿಶ್ಶೂನ್ಯವೆನ್ನದಿದ್ದಾತನೆ ಪ್ರಸಾದಿ. ಇಂತಪ್ಪ ಅವಿನಾಶ ಪ್ರಸಾದಿ ಎಂಬುದೀ ವಚನಾರ್ಥ.॥೩೩॥

೩೦೮

ಅಂಗಕ್ಕೆ ಆಚಾರವಳವಟ್ಟಲ್ಲಿ ಲಿಂಗಕ್ಕೆ ^ಆ ಅಂಗವೇ^ ಅರ್ಪಿತ. ಪ್ರಾಣಕ್ಕೆ ಪ್ರಸಾದ ಸಾಧ್ಯವಾದಲ್ಲಿ ಲಿಂಗಕ್ಕೆ ಆ ಪ್ರಾಣವೇ ಅರ್ಪಿತ. ಮನವು ಮಹವನಿಂಬುಗೊಂಡಲ್ಲಿ ^ಲಿಂಗಕ್ಕೆ^ ಆ ಮನವೇ ಅರ್ಪಿತ. ಭಾವಕ್ಕೆ ಭ್ರಮೆಯಳಿದು ನಿರ್ಭ್ರಾಂತನಾದಲ್ಲಿ ಲಿಂಗಕ್ಕೆ ಆ ಭಾವವೇ ಅರ್ಪಿತ. ಜ್ಞಾತೃ, ಜ್ಞಾನ, ಜ್ಞೇಯ ಸಂಪುಟ^ವಾಗಿ ಅಱಿವು ನಿರ್ಣೈಸಿ^ ನಿಷ್ಪತ್ತಿಯಾಗಿ ಕುಱುಹುಗೆಟ್ಟಲ್ಲಿ ಲಿಂಗಕ್ಕೆ ಆ ಅಱಿವೇ ಅರ್ಪಿತ. ಇಂತೀ ಸರ್ವಾಂಗವೆಲ್ಲಾ ಅರ್ಪಿತವಾಗಿ ಲಿಂಗಕ್ಕೊಡೆತನವನಿತ್ತ ಕಾರಣ ಕೂಡಲ ಚೆನ್ನಸಂಗಯ್ಯನಲ್ಲಿ "ತಾನೆನಲೊಲ್ಲದೆ" ನಿಂದ ನಿಜ ಪ್ರಸಾದಿ!

ಟೀ। ಜ್ಞಾತೃವೆಂದರೆ ಜೀವನು, ಜ್ಞಾನವೆಂದರೆ ಅಱಿವು, ಜ್ಞೇಯವೆಂದರೆ ಅಱುಹಿಸಿಕೊಂಬ ಲಿಂಗ, ಅಂತು ಶರಣ ತನ್ನ ಜೀವಸಂಬಂಧವಾದ ಅಂಗ ಪ್ರಾಣ ಮನ, ಭಾವಂಗಳೆಲ್ಲವನು ಜ್ಞಾನಮುಖದಿಂದ ಲಿಂಗಕ್ಕರ್ಪಿಸಿ ಜೀವಸ್ವರೂಪವಾದ ಅಂಗವೆಲ್ಲವು ಲಿಂಗವಕೂಡಿ ಶರಣನೆಲ್ಲಾ ಲಿಂಗವೆಯಾಗಿ ಲಿಂಗ ತಾನೆಂಬ ಅಱಿವಿನ ತೋಱಿಕೆಯುಡಗಿ ಲಿಂಗವೆ ಉಳಿದಲ್ಲಿ ಲಿಂಗವಾಗಿರ್ದ ಶರಣನೆಂಬುದೀ ವಚನಾರ್ಥ.॥೩೪॥

೮೧ ದೀಕ್ಷಾಪಾದೋದಕಸ್ಥಲ

೩೦೯

ಪಾದೋದಕ^ವಿದು–ಪಾದೋದಕವ ಧರಿಸುವ ಕ್ರಮಭೇದವೆಂತಯ್ಯಾ? ಲಿಂಗೋದಕ^ವಿದು–ಲಿಂಗೋದಕವ ಧರಿಸುವ ಕ್ರಮಭೇದವೆಂತಯ್ಯಾ? ಪ್ರಸಾದೋದಕ– ^ವಿದು–^ಪ್ರಸಾದೋದಕವ ಧರಿಸುವ ಕ್ರಮಭೇದವೆಂತಯ್ಯಾ? ಈ ತ್ರಿವಿಧೋದಕದ ಭೇದವ ಭೇದಿಸಿ ಗ್ರಹಿಸಬಲ್ಲ, ಕೂಡಲ ಚೆನ್ನಸಂಗಾ, ನಿಮ್ಮ ಶರಣಾ.

ಟೀ। ಸಮ್ಯಜ್ಞಾನಿಯಾದ ಲಿಂಗಶರಣನು –^ಸಕಲಮಾಯಾಪ್ರಪಂಚ ನಿವೃತ್ತಿ ಮಾಡಿದ ಲಿಂಗಶರಣನು^–ತನ್ನಂಗವ ಲಿಂಗಪಾದೋದಕದಿಂದ ಪ್ರಕ್ಷಾಲಿಸುವನಲ್ಲದೆ ತತ್ತ್ವೋ–ದಕದಿಂದ ತೊಳೆಯನೆಂಬುದೀಗ ಪಾದೋದಕವಿದು–ಪಾದೋದಕವ ಧರಿಸುವ ಕ್ರಮಭೇದವೆಂತಯ್ಯಾ? ಎಂಬ ಶಬ್ದಕ್ಕರ್ಥ. ಆ ಚಿಲ್ಲಿಂಗಸಂಗಿಯಾದ ಶರಣನು ಲಿಂಗಪಾದೋದಕವ ಮನದಲ್ಲಿ ಗ್ರಹಿಸಿ ಇಂದ್ರಿಯಂಗಳ ಮೇಲೆ ತಳಿದು ಶುದ್ಧತೆಯ ಮಾಡುವನಲ್ಲದೆ ಅನ್ಯೋದಕವ ತಳಿವನಲ್ಲವೆಂಬುದೀಗ, ಲಿಂಗೋದಕವಿದು–ಲಿಂಗೋದಕವ ಧರಿಸುವ ಕ್ರಮಭೇದವೆಂತಯ್ಯಾ? ಎಂಬ ಶಬ್ದಕ್ಕರ್ಥ. ಸರ್ವಾಂಗ

ಲಿಂಗಸಂಬಂಧಿಯಾದ ಶರಣನು ಲಿಂಗಾರ್ಪಿತವಾದ ಪ್ರಸಾದೋದಕವ ಕೊಂಡು ಬದುಕುವನಲ್ಲದೆ ಲಿಂಗಾರ್ಪಿತವಿಹೀನವಾಗಿ ಆತ್ಮಾರ್ಪಿತವ ಭುಂಜಿಸಿ ಭವಕ್ಕಿಳಿವನಲ್ಲ ವೆಂಬುದೀಗ ಪ್ರಸಾದೋದಕವಿದು-ಪ್ರಸಾದೋದಕವ 'ಧರಿಸುವ' ಕ್ರಮಭೇದ ವೆಂತಯ್ಯಾ? ಎಂಬ ಶಬ್ದಕ್ಕರ್ಥ. ಲಿಂಗಾಂಗಸಂಬಂಧಿಯಾದ ಶರಣನು ಲಿಂಗ-ಪಾದೋದಕ, ಲಿಂಗೋದಕ, ಲಿಂಗ ಪ್ರಸಾದೋದಕವ ಗ್ರಹಿಸುವ ಭೇದವ ಸಮ್ಯಜ್ಞಾನಿ ಶರಣ ಬಲ್ಲನಲ್ಲದೆ ಭಿನ್ನಜ್ಞಾನಿಗಳು ಅಱಿಯರೆಂಬುದೀಗ ವಚನದ ತಾತ್ಪರ್ಯಾರ್ಥ.॥೩೫॥

೮೨ ಶಿಕ್ಷಾಪಾದೋದಕಸ್ಥಲ

೩೧೦

ಆಸಱಿನ ಭಕ್ತಿಯ ಜಡರು ಬೇಸತ್ತು ಜಂಗಮಕ್ಕೆಱಗಿ ಪಾದಪ್ರಕ್ಷಾಲನೆಯಂ ಮಾಡಿ ಪಾದೋದಕವ ಧರಿಸುತ್ತಿರ್ಪರು. ಆವುದು ಕ್ರಮವೆಂದಱಿಯರು. ಅಱಿದಡೆ ಪಾದೋದಕ; ಅಱಿಯದಿರ್ದಡೆ ಬಱಿ-ನೀರೆಂದಱಿಯರು. ಅಱಿದಱಿದು ಬಱುದೊಱಿವೋದರು ಮಾನವರೆಲ್ಲಾ. ಅಱಿವು ಸಾಮಾನ್ಯವೆ?

ಶಿವಾತ್ಮಕಪದದ್ವಂದ್ವಂ ಪ್ರಕ್ಷಾಲನಂ ಜಲಂ ನರಃ।

ಯೇ ಪಿಬಂತಿ ಪುನಸ್ಸ್ತನ್ಯಾಂ ನ ಪಿಬಂತಿ ಕದಾಚನ॥

ಇಂತೆಂಬ ವಚನವ ಕೇಳಿ ನಂಬುವುದು. ನಂಬದಿರ್ದಡೆ ಮುಂದೆ ಘೋರ ನರಕವಪ್ಪುದು, ಉರಿಲಿಂಗ ಪೆದ್ದಿಪ್ರಿಯ ವಿಶ್ವೇಶ್ವರಾ.

ಟೀ। ಭಕ್ತಿ ವಿಶ್ವಾಸವಿಲ್ಲದ ಜಡದೇಹಿಗಳಾದ ಅಜ್ಞಾನಿಗಳು ದೇವ ಭಕ್ತರೆಂಬ ಕ್ರಮವನಱಿಯದ ವರ್ಮಹೀನರು ಪಾದೋದಕವ ಕೊಂಡಡೆ ಮುಕ್ತಿಯಿಲ್ಲವೆಂಬುದಕ್ಕೆ ಆಗಮವಾಕ್ಯವೆ ಸಾಕ್ಷಿ.

ಶಿವಾತ್ಮಕಪದದ್ವಂದ್ವಂ ಪ್ರಕ್ಷಾಲನಂ ಜಲಂ ನರಃ।
ಯೇ ಪಿಬಂತಿ ಪುನಸ್ಸ್ತನ್ಯಾಂ ನ ಪಿಬಂತಿ ಕದಾಚನ॥

ಯೇ ನರಃ - ಆವ ಮನುಷ್ಯರುಗಳು, ಶಿವಾತ್ಮಕ ಪದದ್ವಂದ್ವಂ ಪ್ರಕ್ಷಾಲನಂ ಜಲಂ - ಶಿವಾತ್ಮಕ ನಿಷ್ಕಳಂಕ ಸ್ವರೂಪವಾದ ಜಂಗಮಲಿಂಗದ, ಪದದ್ವಂದ್ವ - ಪದಯುಗಳದ, ಪ್ರಕ್ಷಾಲನಂ ಜಲಂ - ಪಾದತೀರ್ಥವನು, ಯೇ ಪಿಬಂತಿ - ಸೇವಿಸುತ್ತಿದ್ದಾರು A^2/ - ಸಲಿಸುತ್ತಿದ್ದಾರು (A) ತೇ - ಅವರುಗಳು, ಪುನಃ - ಮರಳಿ, ಕದಾಚನ - ಒಂದಾನೊಂದು ವೇಳೆಯಲ್ಲಿಯು, ಸ್ತನ್ಯಾಂ - ಮೊಲೆವಾಲನು, ನ ಪಿಬಂತಿ - ಪಾನಮಾಡರು: ಪುನರ್ಜನ್ಮವಿಲ್ಲವೆಂಬುದರ್ಥ. ಇಂತಪ್ಪ ಗುರುವಚನದಲ್ಲಿ ನಂಬುಗೆಯುಳ್ಳವರೆ ಮುಕ್ತರು. ನಂಬುಗೆ ವಿಶ್ವಾಸಹೀನರು ಭವದುಃಖಿಜೀವಿಗಳೆಂದು ಉರಿಲಿಂಗಪೆದ್ದಣ್ಣ ನುಡಿದರೆಂಬುದೀ ವಚನಾರ್ಥ.॥೩೬॥

೩೧೧

ಕರುಣಜಲ, ವಿನಯಜಲ, ಸಮತಾಜಲಃ ಕರುಣಜಲವೆ ಗುರುಪಾದೋದಕ; ವಿನಯಜಲ ಲಿಂಗಪಾದೋದಕ; ಸಮತಾಜಲ ಚರಪಾದೋದಕ; ಗುರುಪಾದೋದಕ ಸಂಚಿತಕರ್ಮನಾಸ್ತಿ; ಲಿಂಗಪಾದೋದಕ ಪ್ರಾರಬ್ಧಕರ್ಮನಾಸ್ತಿ; ಚರಪಾದೋದಕ ಆಗಾಮಿಕರ್ಮನಾಸ್ತಿ. ಇಂತೀ ತ್ರಿವಿಧೋದಕದಲ್ಲಿ ತ್ರಿವಿಧ ಕರ್ಮನಾಸ್ತಿ. ಇದುಕಾರಣ ತ್ರಿವಿಧೋದಕವನು, ಕೂಡಲ ಚೆನ್ನಸಂಗಾ, ನಿಮ್ಮ ಶರಣ ಬಲ್ಲ.

ಟೀ। ಗುರುಭಕ್ತಿಯಿಂದ ಗುರುಪಾದೋದಕವ ಸೇವಿಸಿದಾತಂಗೆ ಸಂಚಿತಕರ್ಮವಪ್ಪ ಜನನದ ಅಜ್ಞಾನದ ಭವಿತ್ವವಳಿದು ಶಿವಭಕ್ತಿಜ್ಞಾನವ ಕೊಡುವುದೆಂಬುದೀಗ, ಕರುಣಜಲ ಗುರುಪಾದೋದಕ, ಸಂಚಿತಕರ್ಮನಾಸ್ತಿ ಎಂಬ ಶಬ್ದಕ್ಕರ್ಥ. ಲಿಂಗಭಕ್ತಿಯಿಂದ ಲಿಂಗಪಾದೋದಕವ ನಿತ್ಯಾ ಸೇವನೆಯ ಮಾಡಿದಾತಂಗೆ ಇಹಲೋಕದ ತನುಭೋಗವಪ್ಪ ಪ್ರಾರಬ್ಧಕರ್ಮವಳಿದು ಶಿವಲೋಕದಲ್ಲಿ ಶಿವಸಾನ್ನಿಧ್ಯವಾಗಿ ಇತ್ತ ಬಾ ಎನಿಸಿಕೊಂಬ ಪದವಹುದೆಂಬುದೀಗ ವಿನಯಜಲ ಲಿಂಗಪಾದೋದಕ ಪ್ರಾರಬ್ಧಕರ್ಮನಾಸ್ತಿ ಎಂಬ ಶಬ್ದಕ್ಕರ್ಥ. ಜಂಗಮಪಾದೋದಕವ ಜಂಗಮಭಕ್ತಿಯಿಂದ ನಿತ್ಯ ಸೇವನೆಯ ಮಾಡಿದಾತಂಗೆ ಮನೋಲಯೋಥರ್ಮವಪ್ಪ ಆಗಾಮಿಕರ್ಮವಳಿದು ಇಹಪರಕೆಡೆ–ಮಾಡುವ ಅವಸ್ಥೆಗಳೇನೂ ಇಲ್ಲದೆ ಪರಬ್ರಹ್ಮಾನಂದ ಸ್ವರೂಪನಾಗಿ ಸ್ವಸ್ಥದಲ್ಲಿರ್ಪ ಪದವಹುದೆಂಬುದೀಗ ಸಮತಾಜಲ ಜಂಗಮ ಪಾದೋದಕ ಆಗಾಮಿಕರ್ಮ ನಾಸ್ತಿ ಎಂಬ ಶಬ್ದಕ್ಕರ್ಥ. ಅಂತು ತ್ರಿವಿಧೋದಕದಲ್ಲಿ ತ್ರಿವಿಧ ಕರ್ಮನಾಸ್ತಿಯೆಂದಱಿದು ತ್ರಿವಿಧ ಲಿಂಗಭಕ್ತಿಯ ಬಿಡದೆ ಮಾಡುತ್ತ ತ್ರಿವಿಧಪಾದೋದಕವ ನಿತ್ಯಾ ಸೇವನೆಯ ಮಾಡಬಲ್ಲಾತನೆ ಶಿವಶರಣ– –ನೆಂಬುದೀಗ, ಇಂತೀ ತ್ರಿವಿಧೋದಕದಲ್ಲಿ ತ್ರಿವಿಧ ಕರ್ಮನಾಸ್ತಿ. ಇದುಕಾರಣ ತ್ರಿವಿಧೋದಕವ ನಿಮ್ಮ ಶರಣಬಲ್ಲನೆಂಬ ಶಬ್ದಕ್ಕರ್ಥ.॥೩೭॥

೮೩. ಜ್ಞಾನಪಾದೋದಕಸ್ಥಲ

೩೧೨

ಉತ್ತರ ದಕ್ಷಿಣ ಪೂರ್ವ ಪಶ್ಚಿಮ ಬಂದ ಬಟ್ಟೆಯನಾಲಿಸದೆ ವಾಯುಬಂಧನ ಮಾಡಿ ಪಶ್ಚಿಮದ್ವಾರದಲ್ಲಿ ಪ್ರಾಣನಿವಾಸಿಯಾಗಿರ್ದನಾ ಶರಣನು. ಅಧೋನಾಳದಲ್ಲಿ ನಿರುತ; ಮಧ್ಯನಾಳದಲ್ಲಿ ನಿರಾಳ; ಊರ್ಧ್ವನಾಳದಲ್ಲಿ ಸುರಾಳ. ವ್ಯೋಮ ಕುಸುಮದ ಕೊನೆಯ ಸಲಿಲವ ಧರಿಸಿದ ಘಟಕ್ಕೆ ಕೇಡಿಲ್ಲಾಗಿ ಲಿಂಗಕ್ಕೆ ಪ್ರಾಣಕ್ಕೆ ಒಂದೆಂಬ ಕಾರಣ 'ಅಚಳ'ವೆನಿಸಿತ್ತು. ಇದುಕಾರಣ ಕೂಡಲ ಚೆನ್ನಸಂಗಯ್ಯಾ, ಎನ್ನ ಪ್ರಾಣಕ್ಕೆ ಭವವಿಲ್ಲ ಬಂಧನವಿಲ್ಲ.

ಟೀ। ಎಡ ಬಲ, ಮೇಲು ಕೆಳಗು ಎಂಬ ನಾಲ್ಕು ದಿಕ್ಕಿನ ವಾಯುವ ನಿಲಿಸಿ ಮೂಲಾಧಾರದಲ್ಲಿ ಮಡಿಸಿ ಹಿಂದಣ ಬಟ್ಟೆಯ ತೆಗೆದು ಬ್ರಹ್ಮ ವಿಷ್ಣು ರುದ್ರರೆಂಬ

ತ್ರಿವಿಧಗ್ರಂಥಿಯ ನಾಳವ ತೆಱಹುಮಾಡಿ ಬ್ರಹ್ಮರಂಧ್ರದ ಸಹಸ್ರದಳ ಕಮಲದೊಳಗಿಪ್ಪ ಅಮೃತಕುಂಭ. ಆ ಅಮೃತಪಾನವಮಾಡಿದವಂಗೆ ಕೇಡಿಲ್ಲ. ಲಿಂಗವು ಪ್ರಾಣವು ಏಕವಾದ ಬಳಿಕ ಅಖಂಡಿತವೆಂಬುದೀ ವಚನಾರ್ಥ.॥೩೮॥

+ ಅಂತು ವಚನ ೩೧೨ ಕ್ಕಂ ಶ್ರೀ ॥

೮೪ ಕ್ರಿಯಾನಿಷ್ಪತ್ತಿಯಸ್ಥಲ

೩೧೩

ಗುರುಕೊಟ್ಟ ಲಿಂಗ: ತನ್ನ ನಚ್ಚಿನ ಲಿಂಗ ಆಯತವಾಯಿತ್ತಯ್ಯಾ. ಪ್ರಾಣ-ನಚ್ಚಿನಿಂದ ಸ್ವಾಯತವಾಯಿತ್ತಯ್ಯಾ. ಉಭಯ ನಚ್ಚಿನಿಂದ ಸಂಗವಾಯಿತ್ತು, ಕೂಡಲ ಚೆನ್ನಸಂಗಾ, ನಿಮ್ಮಲ್ಲಿ.

ಟೀ॥ ಶಿಷ್ಯನ ಅಂತರಂಗದ ನಿಜ ಚಿತ್ಕಲೆಯನೆ ಇಷ್ಟಲಿಂಗವ ಮಾಡಿ ಗುರು ಕರಸ್ಥಲಕ್ಕೆ ತಂದು ಕೊಟ್ಟಲ್ಲಿ, ಗುರು ಕೊಟ್ಟುದೆ ಲಿಂಗವೆಂಬ ವಿಶ್ವಾಸವೊಂದು; ತನ್ನ ಪ್ರಾಣಕಳೆಯೆಲ್ಲಾ ಇಷ್ಟಲಿಂಗವಾಯಿತ್ತೆಂಬ ವಿಶ್ವಾಸವೊಂದು: ಇಂತು ಉಭಯ ವಿಶ್ವಾಸ ಘಟಿಸಿ ನಚ್ಚಿದ ನಿಶ್ಚಯಭಾವದಿಂದ ಆತ್ಮನೆಂಬ ಅಂಗಕ್ಕೆ ಲಿಂಗದಲ್ಲಿ ಹಿಂಗದ ಕೂಟವಾಯಿತ್ತೆಂಬುದೀ ವಚನಾರ್ಥ.॥೧॥

೩೧೪

ಲಿಂಗವಿಡಿದು ಲಿಂಗಮಾಹೇಶ್ವರನೆನಿಸಿಕೊಂಬೆ. ಲಿಂಗವಿಡಿದು ಲಿಂಗಪ್ರಾಣಿಯೆನಿಸಿಕೊಂಬೆ ಲಿಂಗವಿಡಿದು ಲಿಂಗವೆನಿಸಿಕೊಂಬೆನಯ್ಯಾ. ಅಱಿವಱಿತು ಕ್ರಿಯಾನುಭಾವವಿಡಿದು ಮೀಱಿ ಕೂಡಲ ಚೆನ್ನ ಸಂಗ ತಾನಾದ.

ಟೀ॥ ಲಿಂಗಾಂಗ ಸಂಬಂಧಿಯಾದ ಶರಣನ ಅಂಗ ಪ್ರಾಣ ಭಾವಂಗಳೆಲ್ಲಾ ಲಿಂಗವೆಯಾಗಿ ಲಿಂಗವು ತಾನೆಂಬ ಅಹಂಭಾವದಱಿವನಡಗಿಸಿ ಅಭಿನ್ನವಾಗಿ- -ರ್ದುದೇ ಭಕ್ತಿ. ಅಂತಪ್ಪ ಭಕ್ತಿಯೀಗ ಮೀಱಿದ ಕ್ರಿಯೆಯೆನಿಸುವುದು. ಅಂತು ಮೀಱಿದ ಅಭಿನ್ನಕ್ರೀಯಿಂದ ಲಿಂಗವು ತಾನಾದ ಶರಣನೆಂಬುದೀ ವಚನದ ತಾತ್ಪರ್ಯಾರ್ಥ.॥೨॥

+ ಅಂತು ವಚನ ೩೦೦ ಕ್ಕಂ ಶ್ರೀ ಶ್ರೀ (ಏ[1])

೩೧೫

ಇಹಪರವೆಂಬಿದ್ದೆಸೆಗಿದ್ದೆಸೆಯಾದವನ ಪರಿ ಹೊಸತು. ನೆಯ್ ಹತ್ತದ ನಾಲಗೆಯುಂತೆ, ಹುಡಿ ಹತ್ತದ ಗಾಳಿಯುಂತೆ, ಕಾಡಿಗೆ ಹತ್ತದ ಆಲಿಯುಂತಿರ್ದೆನಯ್ಯಾ. ನಿಮ್ಮಲಿಗೆಯ ಚೆನ್ನರಾಮನೆಂಬ ಲಿಂಗದಲ್ಲಿ ಆಚರಿಸುತ್ತಾಚರಿಸುತ್ತಾಚರಿಸದಂತಿರ್ದೆನಯ್ಯಾ.

ಟೀ। ಇಹಪರವೆಂಬೆರಡಕ್ಕೆ ಬೇಱೆ ಎರಡು ಇಹಪರಂಗಳಾಗಿರ್ದನು ಶರಣನು. ಅದು ಹೇಂಗೆಂದಡೆ ಇಹಲೋಕದ ದೇಹಿಗಳಂತಲ್ಲ. ಲಿಂಗದೇಹಿಯಾಗಿಪ್ಪನಾಗಿ ಶರಣನ ಇಹದ ಪರಿ ಬೇಱಾಯಿತ್ತು. ಪರಲೋಕದ ಚತುರ್ವಿಧ ಪದಂಗಳ ಹೊದ್ದದೆಯಿಪ್ಪ ಪರಶಿವನು ತಾನೆಯಾಗಿಪ್ಪನಾಗಿ ಶರಣನ ಪರದ ಪರಿ ಬೇಱಾಯಿತ್ತು. ಅಂತು ಇಹಕ್ಕೆ ಇಹ, ಪರಕ್ಕೆ ಪರವಾಗಿರ್ದ ಶರಣನ ಪರಿ ಹೊಸತ್ತೆಂಬುದೀಗ, ಇಹ–ಪರವೆಂಬ ಇದ್ದೆಸೆಗೆಯಿದ್ದೆಸೆಯಾಗಿರ್ದವನ ಪರಿ ಹೊಸತು ಎಂಬ ಶಬ್ದಕ್ಕರ್ಥ. ಅಂತು ಶರಣನು ಇಹ–ಪರವೆಂಬ ಜಗವ ಹೊದ್ದಿಯೂ ಹೊದ್ದದೆ ಮಹಾಘನಲಿಂಗವು ತಾನೆಯಾಗಿಪ್ಪನೆಂಬುದೀಗ ನೆಯ್ ಹತ್ತದ ನಾಲಗೆಯಂತೆ, ಹುಡಿಹತ್ತದ ಗಾಳಿಯಂತೆ, ಕಾಡಿಗೆ ಹತ್ತದ ಆಲಿಯಂತಿರ್ದೆನಯ್ಯಾ ಎಂಬ ಶಬ್ದಕ್ಕರ್ಥ. ಅಂತು ಶರಣನೆಲ್ಲಾ ಮಹಾಘನಲಿಂಗವೆಯಾಗಿರ್ದು ತನ್ನ ಸ್ವಲೀಲೆಯಿಂದ ತನ್ನ ತಾನೆ ಭಕ್ತನಾಗಿ ಲಿಂಗ ಕ್ರೀಯನಾಚರಿಸುತ್ತಿಪ್ಪನು. ಅಂತು ಶರಣನಾಚರಿಸುವ ಕ್ರಿಯಾಚಾರವು ಫಲಪದವನೆಯ್ದುವ ಕ್ರಿಯಾಚಾರವಲ್ಲವೆಂಬುದೀಗ, ಸಿಮ್ಮಲಿಗೆಯ ಚೆನ್ನರಾಮನೆಂಬ ಲಿಂಗದಲ್ಲಿ ಆಚರಿಸುತ್ತಾಚರಿಸುತ್ತಾಚರಿಸದಂತಿರ್ದೆನಯ್ಯಾ ಎಂಬ ಶಬ್ದಕ್ಕರ್ಥ.॥೩॥

೩೧೬+

ಆಚಾರಲಿಂಗವಿಡಿದು ಅನುಭಾವಲಿಂಗಸಿದ್ಧಿ. ಅನುಭಾವಲಿಂಗವಿಡಿದು ಮಾರ್ಗಕ್ರಿಯಾಲಿಂಗಸಿದ್ಧಿ. ಮಾರ್ಗಕ್ರಿಯಾಲಿಂಗವಿಡಿದು ಮೀಱಿದಕ್ರಿಯಾಲಿಂಗ ಸಿದ್ಧಿ. ಮೀಱಿದಕ್ರಿಯಾಲಿಂಗವಿಡಿದು ಕ್ರಿಯಾನಿಷ್ಪತ್ತಿಲಿಂಗಸಿದ್ಧಿ, 'ಲಿಂಗಜಾತಃ ಲಿಂಗಬೀಜಃ' ಎಂದುದಾಗಿ. ಇದುಕಾರಣ ಕೂಡಲ ಚೆನ್ನಸಂಗಯ್ಯಾ, ಲಿಂಗವಿಡಿದು ಲಿಂಗಸಿದ್ಧಿ.

ಟೀ। ಅಂಗಲಿಂಗ, ಅನುಭಾವಲಿಂಗ, ಪ್ರಾಣಲಿಂಗ, ಭಾವಲಿಂಗ, ಮಹಾಲಿಂಗ ಇಂತೀ ಲಿಂಗಗಳು ಒಂದಱಿಂದ ಒಂದು ಸಿದ್ಧಿಸಿ ಲಿಂಗವಿಡಿದು ಲಿಂಗವಾಯಿತ್ತೆಂಬುದೀ ವಚನಾರ್ಥ.॥೪॥

೩೧೭

ಪೂಜೆಯುಳ್ಳ[1]ನ್ನಕ್ಕ[1] ಲಿಂಗವ ಹಾಡಿದೆ. ಮಾಟವುಳ್ಳ[1]ನ್ನಕ್ಕರ ಜಂಗಮವ ಹಾಡಿದೆ. ಜಿಹ್ವೆಯುಳ್ಳ[1]ನ್ನಕ್ಕರ ಪ್ರಸಾದವ ಹಾಡಿದೆ. ಈ ತ್ರಿವಿಧ[2]ವು ನಾಸ್ತಿಯಾದ ಬಳಿಕ ಎನ್ನ ನಾ [3]ಹಾಡಿಕೊಂಡೆ[3], ಕಾಣಾ, ಕೂಡಲ ಸಂಗಮದೇವಾ.

ಟೀ। ಸತ್ತು ಚಿತ್ತಾನಂದವಪ್ಪ ಲಿಂಗ ಜಂಗಮ ಪ್ರಸಾದವೇ ತನ್ನ ನಿಜವೆಂದಱಿದು ಆ ಲಿಂಗ ಜಂಗಮ ಪ್ರಸಾದಕ್ಕೆ ತನು ಮನ ಪ್ರಾಣಂಗಳನರ್ಪಿಸುವನ್ನಕ್ಕ ಶರಣನ ಅಱಿವಿಂಗೆ ಕ್ರಿಯಾಭೇದ[4]ದ[4] ಚಿಂತನೆದೋಱುತ್ತಿದ್ದಿತ್ತು. ಆ ತನು ಮನ ಪ್ರಾಣಂಗಳ ಲಿಂಗ ಜಂಗಮ ಪ್ರಸಾದಕ್ಕೆ ಅರ್ಪಿಸಿ ಲಿಂಗ ಜಂಗಮ ಪ್ರಸಾದದೊಳೈಕ್ಯವಾದಲ್ಲಿ

ಅಱಿವಿನ ಭೇದ‍‍ದ ಚಿಂತನೆಯಳಿದು ಶರಣನೆಲ್ಲಾ ಲಿಂಗವೆಯಾಗಿರ್ದನು. ಅಂತು ಲಿಂಗವೆಯಾಗಿರ್ದ ಶರಣನು ಮಾಡುತ್ತಿಪ್ಪ ಕ್ರೀಯೆಲ್ಲವೂ ತನ್ನ ತಾನರ್ಚಿಸಿಕೊಂಬ ಸ್ವಲೀಲಾನಂದ ಭಕ್ತಿಯೆಂಬುದೀ ವಚನದ ತಾತ್ಪರ್ಯಾರ್ಥ.॥೫॥

೩೧೮

ನಿಷ್ಪತಿ ಬಂದು ಒಳಕೊಂಡಲ್ಲಿ ನಿರಾಶ್ರಯ ಬಂದು ಹೊದಕೆಯಾದಲ್ಲಿ ನಿರಾಲಂಬವಾಯಿತ್ತಲ್ಲಾ ಎನ್ನ ಬಹುರೂಪು. ನಿರುಹರಣಮಧ್ಯದಲ್ಲಿ ಆಡುತ್ತಿರ್ದುತ್ತಲ್ಲಾ ಎನ್ನ ಬಹುರೂಪು. ಎನ್ನ ಬಹುರೂಪಕ್ಕೆ ಪ್ರಾಣಲಿಂಗ ಬಸವಣ್ಣ ಕಾಣಾ, ರೇಕಣ್ಣಪ್ರಿಯನಾಗಿನಾಥಾ, ಬಸವಣ್ಣನಿಂದ ಬದುಕಿದೆನು॥

ಟೀ। ಸಮ್ಯಜ್ಞಾನೋದಯವಾದ ಶರಣನಂಗದಲ್ಲಿ ಸಕಲತತ್ತ್ವ ಸನ್ನಹಿತವಾಗಿಪ್ಪ ಪರಬ್ರಹ್ಮವು ಸಂಬಂಧವಾಯಿತ್ತೆಂಬುದೀಗ, ನಿಷ್ಪತಿ ಬಂದು ಒಳಕೊಂಡಲ್ಲಿ ಎಂಬ ಶಬ್ದಕ್ಕರ್ಥ. ಅಂತಪ್ಪ ಲಿಂಗವೇದಿಯಾದ ಶರಣಂಗೆ ಮಾಯಾ ಪ್ರಪಂಚಿನ ತೋಱಿಕೆಯೇನೂ ಇಲ್ಲದ ಮಹಾಜ್ಞಾನಚಿತ್ತೆ ಆವರಣವಾಯಿತ್ತೆಂಬುದೀಗ, ನಿರಾಶ್ರಯ ಬಂದು ಹೊದಕೆಯಾದಲ್ಲಿಯೆಂಬ ಶಬ್ದಕ್ಕರ್ಥ. ಅಂತಪ್ಪ ಶರಣನು ಮಾಯಾಪ್ರಪಂಚಿನ ತೋಱಿಕೆಯೇನೂ ಇಲ್ಲದ ಚಿತ್ಕಲಾಲಿಂಗದಲ್ಲಿ ಅಭಿನ್ನಭಾವ ಘಟಿಸಿ ಆಚರಿಸುತ್ತಿರ್ದ–ನೆಂಬುದೀಗ, ನಿರಾಲಂಬವಾಯಿತ್ತಲ್ಲಾ ಎನ್ನ ಬಹುರೂಪು; ನಿರುಹರಣ ಮಧ್ಯದಲ್ಲಿ ಆಡುತ್ತಿರ್ದುತ್ತಲ್ಲಾ ಎನ್ನ ಬಹುರೂಪು ಎಂಬ ಶಬ್ದಕ್ಕರ್ಥ. ಅಂತಪ್ಪ ಸುಜ್ಞಾನ ಕ್ರೀಯನಾಚರಿಸುತ್ತಿರ್ಪ ಶರಣನೆಲ್ಲಾ ಅಖಂಡ ಚಿತ್ಪ್ರಭಾಲಿಂಗವೆಯಾದನೆಂಬುದೀಗ, ಎನ್ನ ಬಹುರೂಪಕ್ಕೆ ಪ್ರಾಣಲಿಂಗ ಬಸವಣ್ಣ ಕಾಣಾ, ರೇಕಣ್ಣಪ್ರಿಯನಾಗಿನಾಥಾ, ಬಸವಣ್ಣನಿಂದ ಬದುಕಿದೆನು ಎಂಬ ಶಬ್ದಕ್ಕರ್ಥ.॥೬॥

೮೫ ಭಾವನಿಷ್ಪತ್ತಿಸ್ಥಲ

೩೧೯

ಸುಳಿದು ಸುತ್ತುವ ಮನದ ವ್ಯವಹರಣೆವುಳ್ಳನ್ನಕ್ಕ ಅಱಿಯೆನಱಿಯೆ ನೆಱಿ ಶಿವಪಥವ. ನಾನಱಿಯೆನಱಿಯೆ, ಗೋಹೇಶ್ವರನ ನಿಜವನಱಿದ ಬಳಿಕ ಲೋಕದ ಗತಿಯನಱಿಯೆನಱಿಯೆ!

ಟೀ। [2]ಸಂಸಾರ[2]ಧರ್ಮ ವ್ಯವಹಾರದಲ್ಲಿ ಮನಸ್ಸು ವ್ಯಾಕುಲವಾಗಿರ್ಪನ್ನಕ್ಕರ ಶಿವಜ್ಞಾನವನಱಿಯಲು ತೆಱಹಿಲ್ಲವೆಂಬುದೀಗ, ಸುಳಿದು ಸುತ್ತುವ ಮನದ ವ್ಯವಹರಣೆಯುಳ್ಳನ್ನಕ್ಕರ ಅಱಿಯೆನಱಿಯೆ ನೆಱೆ ಶಿವಪಥವನೆಂಬ ಶಬ್ದಕ್ಕರ್ಥ. ಆ ಮನದ ವ್ಯಾಕುಲವಳಿದು ಲಿಂಗದಲ್ಲಿ ಮನೋಲೀಯವಾದ ಬಳಿಕ [3]ಆ[3] ಲೋಕದ ಬಳಕೆಯನು ಅಱಿಯಲಿಲ್ಲ. ಭಿನ್ನವ ಮಾಡಿ ಪರಬ್ರಹ್ಮವನೂ ಅಱಿಯಲಿಲ್ಲವೆಂಬು--ದೀಗ, ಗೋಹೇಶ್ವರಲಿಂಗದ ನಿಜವನಱಿದ ಬಳಿಕ ಅಱಿಯೆನಱಿಯೆ ಲೋಕದ ಬಳಕೆಯನೆಂಬ ಶಬ್ದಕ್ಕರ್ಥ.॥೭॥

೩೨೦

ಕರಣಾದಿ ಗುಣಂಗಳಳಿದು ನವಚಕ್ರಂಗಳು ಭಿನ್ನವಾದ ಬಳಿಕ ಇನ್ನೇನೋ ಇನ್ನೇನೋ ಪುಣ್ಯವಿಲ್ಲ–ಪಾಪವಿಲ್ಲ; ಸ್ವರ್ಗವಿಲ್ಲ–ನರಕವಿಲ್ಲ. ಇನ್ನೇನೋ ಇನ್ನೇನೋ! ಗೋಹೇಶ್ವರಲಿಂಗ ವೇಧಿಸಿ ಸುಖಿಯಾದ ಬಳಿಕ ಇನ್ನೇನೋ, ಇನ್ನೇನೋ!!

ಟೀ। ಅಂತಃಕರಣಂಗಳ ವಿಕಾರವಳಿದು ಬಹಿರಂಗದ ಪ್ರಪಂಚವೆಲ್ಲವು ಅಡಗಿ, ನವನಾಳಂಗಳೆಲ್ಲವು ಏಕಮುಖರಸವಾಗಿ ಮಹಾಜ್ಞಾನ ಕಂದೆಱವಾದ ಶರಣನು ಪುಣ್ಯ-ಪಾಪ, ಸ್ವರ್ಗ–ನರಕವೆಂಬ ಚತುರ್ವಿಧವನು ಅಱಿಯದೆ ಪರಮಸುಖಿಯಾಗಿರ್ದ–ನೆಂಬುದೀ ವಚನಾರ್ಥ.॥೮॥

೩೨೧

ಉಗುಳನುಂಗಿ ಹಸಿವ ಕಳೆದು, ತೆವರ ಮಲಗಿ, ನಿದ್ರೆಗೆಯ್ದು ನೋಡಿ ನೋಡಿ ಸುಖಂಬಡೆದೆನಯ್ಯಾ ಗೋಹೇಶ್ವರಾ, ನಿಮ್ಮ ವಿರಹದಲ್ಲಿ ಕಂಗಳೇ ಕರುವಾಗಿರ್ದೆನಯ್ಯಾ.

ಟೀ। ತನ್ನಱಿವಿನ ಸುಖವ ಭಿನ್ನವ ಮಾಡಿ ಶಬ್ದಕ್ಕೆ ತಂದು ಉದ್ಗಾರಿಸುತ್ತಿರ್ಪ ಬಗೆಯ ತಾನೆ ಅವಗ್ರಹಿಸಿ ಶ್ರದ್ಧಾತೃಷ್ಣೆಯ ಪರಿಹರಿಸಿದನೆಂಬುದೀಗ, ಉಗುಳ ನುಂಗಿ ಹಸಿವ ಕಳೆದೆನೆಂಬ ಶಬ್ದಕ್ಕರ್ಥ. ತೆವರೆಂದಡೆ ಆಧಾರಸ್ಥಾಯಿಯಪ್ಪ ಶಿವಭಾವ. ಅಂತಪ್ಪ ಶಿವಭಾವವ ನೆಮ್ಮಿ ತನ್ನಲ್ಲಿ ತಾನು ಪರಾಮರಿಸಿ ಅದೃಷ್ಟ, ದೃಷ್ಟವಾಗಿರ್ದನೆಂಬುದೀಗ, ತೆವರ ಮಲಗಿ ನಿದ್ರೆ [1]ಗೈದು[1] ನೋಡಿ ನೋಡಿ ಸುಖಂಬಡುತಿರ್ದೆನೆಂಬ ಶಬ್ದಕ್ಕರ್ಥ. ಆ ಲಿಂಗದಲ್ಲಿ ಲೋಲುಪ್ತಿ ವಿಶ್ರಮಿಸಿ, ತನ್ನಲ್ಲಿ ತಾನು ಪರಮಕಾಷ್ಠೆಯನೆಯ್ದಿದನೆಂಬುದೀಗ ಗೋಹೇಶ್ವರಾ, ನಿಮ್ಮ ವಿರಹದಲ್ಲಿ ಕಂಗಳೇ ಕರುವಾಗಿರ್ದೆನಯ್ಯಾ ಎಂಬ ಶಬ್ದಕ್ಕರ್ಥ.॥೯॥

೩೨೨

ಕಂಗಳಲ್ಲಿ ನಟ್ಟ ಗಾಯವನಾರಿಂಗೆ ತೋಱಬಹುದಯ್ಯಾ? ಮನಸೋಂಕಿದ ಸುಖವ ಮೊಟ್ಟೆಯ ಕಟ್ಟಬಹುದೆ? ಆತ ನಿಂದ ಸುಖವಾತಂಗೆ ಸಾಧ್ಯವಾಯಿತ್ತು. ಆತ ನಿಂದ ನಿಲವನೇನೆಂಬೆ ಗೋಹೇಶ್ವರಾ.

ಟೀ। ಮಹಾಲಿಂಗದ ಮಹಿಮೆ ಅಪ್ರಮಾಣತರವಾಗಿ ಬಂದು ಆ ಶರಣನ ಸುಜ್ಞಾನವೆಂಬ ದೃಷ್ಟಿಯೊಳಗೆ ಅಳವಟ್ಟ ಬಳಿಕ ಅದ ಕಂಡೆನೆನ್ನಬಾರದು. ಅದನಾರಿಗೂ ತೋಱಬಾರದು. [1]ಅದೆಂತೆಂದರೆ[1] ಆ ನಿಲವು ತಾನೆ ಮನೋಮೂರ್ತಿಲಿಂಗವಾದ ಕಾರಣ ಅನುಪಮವಾಯಿತ್ತೆಂಬುದೀಗ ಕಂಗಳಲ್ಲಿ ನಟ್ಟ ಗಾಯವನಾರಿಗೂ ತೋಱ-ಬಹುದೆ? ಮನಸೋಂಕಿದ ಸುಖವ ಮೊಟ್ಟೆಯ ಕಟ್ಟಬಹುದೆ? ಎಂಬ ಶಬ್ದಕ್ಕರ್ಥ. ಇಂತಪ್ಪ ಶರಣನ ನಿಲವು ಆ ಶರಣಂಗೆ ಸಾಧ್ಯವಾಗಿಪ್ಪುದಲ್ಲದೆ ಉಳಿದವರಿಗೆ ಅಸಾಧ್ಯವೆಂಬುದೀಗ, ಆತ ನಿಂದ ನಿಲವು ಆತಂಗೆ ಸಾಧ್ಯವಾಯಿತ್ತು. ಆತ ನಿಂದ ನಿಲವನೇನೆಂಬೆ ಗೋಹೇಶ್ವರಾ ಎಂಬ ಶಬ್ದಕ್ಕರ್ಥ.॥೧೦॥

೩೨೩

ಅಂಗದ ಮೇಲೆ ಲಿಂಗವಱತು, ಲಿಂಗದ ಮೇಲೆ ಅಂಗವಱತು ಭಾವ ತುಂಬಿ ಪರಿಣಾಮವಱತು ನಾಮವಿಲ್ಲದ ದೇವರಿಗೆ ನೇಮವೆಲ್ಲಿಯದು ಗೋಹೇಶ್ವರಾ.

ಟೀ। ಮಹಾಲಿಂಗವೆ ಇಷ್ಟಲಿಂಗವಾಗಿ ಶರಣನ ಅಂಗವನೊಳಕೊಂಡು ಆ ಅಂಗದೊಳಗೆಲ್ಲಾ ಲಿಂಗವೆ ಪರಿಪೂರ್ಣವಾಗಿ ಅಂಗ-ಲಿಂಗವೆಂಬ ಭೇದವಳಿದು ಅಂಗ-ಮನ-ಭಾವವೆಲ್ಲಾ ಅಖಂಡ ಪರಿಪೂರ್ಣ ಲಿಂಗವೆಯಾಗಿ ಲಿಂಗಾನಂದ ಸುಖದ ಪರಿಣಾಮ ನೆಲೆಗೊಂಡು ಶಿವೋऽಹಂ ಎನುತ್ತಿರ್ದನಾಗಿ ಮಹದಹಂಕಾರದ ಅಱಿವಡಗಿ ನಿಂದಲ್ಲಿ, ದೇವ-ಭಕ್ತನೆಂಬ ನಾಮ-ಸೀಮೆ, ನೇಮ-ವ್ರತಂಗಳೆಂಬ ಭಿನ್ನಕ್ರೀಗಳೇನೂ ಇಲ್ಲದೆ ಮಹಾಘನಲಿಂಗವೆಯಾಗಿರ್ದ ಶರಣನೆಂಬುದೀ ವಚನಾರ್ಥ.॥೧೧॥

೩೨೪

[೧]ಆನು-ನೀನೆಂಬುದು[೧] [೨]ತಾನೂ ಇಲ್ಲ[೨]. ತಾನಱಿದ [೩]ಬಳಿಕ್ಕೇನೂ[೩] [೪]ಇಲ್ಲ, ಇಲ್ಲ ಇಲ್ಲ ಇಲ್ಲದ ಇಲ್ಲವೆ[೪] ಯೆಲ್ಲಿರ್ಪುದೋ? [೫]ಅನುವನಱಿದು[೫] ತನುವ [೬]ಮಱೆದು[೬] ಭಾವರಹಿತ[೬] ಗೋಹೇಶ್ವರಾ!

ಟೀ। ಸಮ್ಯಜ್ಞಾನದಿಂದ ತನ್ನ ನಿಜವೆ ಮಹಾಘನಲಿಂಗವೆಂಬ ಅನುವನಱಿದು ಲಿಂಗಾಂಗ ಸಂಯೋಗಿಯಾಗಿ ಅಂಗಭಾವವಳಿದು ಶರಣನೆಲ್ಲಾ ಮಹಾಘನ - ಲಿಂಗವೆಯಾದಲ್ಲಿ ಶರಣ ಲಿಂಗವೆಂಬೆರಡಿಲ್ಲ. ಅಂತು ಎರಡಿಲ್ಲದಿರ್ದ ಲಿಂಗೈಕ್ಯನ

ನಿಲವು ಎಂತಿರ್ಪುದೆಂದು [1]ಆರಿಗೂ[1] ಅಱಿಯಬಾರದು. ಶರಣ ಲಿಂಗವೆಯಾಗಿಪ್ಪ–ನೆಂಬುದೀ ವಚನಾರ್ಥ.॥೧೨॥

೮೬. ಜ್ಞಾನನಿಷ್ಪತ್ತಿಸ್ಥಲ

೩೨೫

ಹಿಡಿವ ಕೈಯ ಮೇಲೆ ಕತ್ತಲೆಯಯ್ಯಾ. ನೋಡುವ ಕಂಗಳ ಮೇಲೆ ಕತ್ತಲೆಯಯ್ಯಾ. ನೆನೆವ ಮನದ ಮೇಲೆ ಕತ್ತಲೆಯಯ್ಯಾ. ಕತ್ತಲೆಯೆಂಬುದು ಇತ್ತಲೆಯಯ್ಯಾ. [2]ಗೋಹೇಶ್ವರಾ ನಿಮ್ಮ ನಿಲವು[2] ಅತ್ತಲೆಯಯ್ಯಾ.

ಟೀ॥ ತನ್ನ ಪ್ರಾಣ ಕಳಾಸ್ವರೂಪಮಪ್ಪ ಪರಬ್ರಹ್ಮವೆ ಸರ್ವಾಂಗವನೊಳಕೊಂಡು ಇಷ್ಟಲಿಂಗವಾಗಿ ಕರಸ್ಥಲದಲ್ಲಿ ಬೆಳಗುತ್ತಿಪ್ಪ ಭೇದವನಱಿಯದೆ ಆ ಕರಸ್ಥಲದ ಲಿಂಗವ ಭಿನ್ನವಿಟ್ಟು ಪೂಜಿಸುವ, ಭಿನ್ನವಿಟ್ಟು ನೋಡುವ, ಭಿನ್ನವಿಟ್ಟು ನೆನೆವ, ಭಿನ್ನಭಾವಿಗಳಿಗೆ ಲಿಂಗವು ದೂರಸ್ಥವೆಂಬುದೀ ವಚನಾರ್ಥ.॥೧೩॥

೩೨೬

ಕಾಯಗುಣಂಗಳಳಿದು ಜೀವನ್ಮುಕ್ತನಾದ ಬಳಿಕ ಸಮ್ಯಜ್ಞಾನವೆಂಬುದೊಂದು ಶಾಂತವು ದೊರಕೊಂಡಿತ್ತು ನೋಡಿರೇ! ಅಂತರಂಗ ಬಹಿರಂಗವೆಂಬವನಱಿಯೆ––ನಾಗಿ, ದ್ವೈತಾದ್ವೈತವ ನೀಕರಿಸಿ, ನಿರ್ವಾಣನಿಷ್ಪತಿಯಾಗಿ, ಗೋಹೇಶ್ವರಾ, ನಿಮ್ಮ ಶರಣನನುಪಮ ಸುಖಿಯಾಗಿರ್ದಾ.+

ಟೀ॥ ಜ್ಞಾನಕ್ರೀಯಿಂದ ಲಿಂಗಾಂಗಸಂಬಂಧಿಯಾದ ಶರಣನ ಅಂಗ ಪ್ರಾಣಂಗಳೆಲ್ಲಾ ಲಿಂಗದೊಳೈಕ್ಯವಾಗಿ ಒಳ–ಹೊಱಗೆನ್ನದೆ ಸರ್ವಾಂಗ ಲಿಂಗವಾದ ಶರಣನು ತಾನೆಲ್ಲಾ ಲಿಂಗವೆಯಾಗಿರ್ದುದ ಸಮ್ಯಗ್ ಜ್ಞಾನದಿಂದಱಿದು ಶಾಂತಿಯನೆಯ್ದಿ [1]ತಾನಿದಿರೆಂಬ ಅವಸ್ಥೆ[1]ಗಳೆಲ್ಲವನಳಿದು ನಿಜದುಳುಮೆಯಾಗಿ [2]ನಿಂದು[2]ಅಱಿವು ನಿಷ್ಪತಿಯಾದ ಶರಣನ ನಿಜಸುಖವನಾರೂ ಉಪಮಿಸಬಾರದೆಂಬುದೀ ವಚನಾರ್ಥ.॥೧೪॥

೩೨೭

ಭಿತ್ತಿ ಮೂಱಱ ಮೇಲೆ ಚಿತ್ರ ಬರೆಯಿತ್ತು. ಪ್ರಥಮ ಭಿತ್ತಿಯ ಚಿತ್ರ ಚಿತ್ರದಂತಿದ್ದಿತ್ತು. ಎರಡನೆಯ ಭಿತ್ತಿಯ ಚಿತ್ರ ಹೋಗುತ್ತ ಬರುತ್ತಿದ್ದಿತ್ತು. ಮೂಱನೆಯ ಭಿತ್ತಿಯ ಚಿತ್ರ ಹೋಯಿತ್ತು. ಮರಳಿಬಾರದು. ಗೋಹೇಶ್ವರಾ ನಿಮ್ಮ ಶರಣ ಈ ತ್ರಿವಿಧದಿಂದತ್ತತ್ತಲೇ.

ಟೀ॥ ಭಿತ್ತಿ ಮೂಱೆಂದರೆ ತನುತ್ರಯಂಗಳೆಂಬುದರ್ಥ. ಆ ತನುತ್ರಯಂಗಳ ಮೇಲೆ ಲಿಂಗತ್ರಯಂಗಳೆಂಬ ವಿಚಿತ್ರಪದ ಅಳವಟ್ಟಿತ್ತೆಂಬುದೀಗ, ಭಿತ್ತಿ ಮೂಱಱ ಮೇಲೆ ಚಿತ್ರ ಬರೆಯಿತ್ತು ಎಂಬ ಶಬ್ದಕ್ಕರ್ಥ. ಆ ತನುತ್ರಯದೊಳಗೆ ಪ್ರಥಮವೀಗ ಸ್ಥೂಲತನು.

ಅಂತಪ್ಪ ತನುವಿನ ಮೇಲೆ ಇಷ್ಟಲಿಂಗ ಸಂಬಂಧವಾಗಲು, ಆ ಲಿಂಗದಲ್ಲಿಯೆ ಲಿಂಗಮಾತ್ರವಾಗಿದ್ದಿತ್ತೆಂಬುದೀಗ, ಪ್ರಥಮ ಭಿತ್ತಿಯ ಚಿತ್ರ ಚಿತ್ರದಂತಿದ್ದಿತ್ತೆಂಬ ಶಬ್ದಕ್ಕರ್ಥ. ಆ ಲಿಂಗಭಾವ ಸನ್ನಹಿತವಾಗಿ ಸೂಕ್ಷ್ಮತನುವಿನ ಮೇಲೆ ಸ್ವಾನುಭಾವ ವಿವೇಕ ಸ್ವಾಯತವಾಗಿ ಸತ್ಪಥದಲ್ಲಿ ಚರಿಸುತ್ತಿದ್ದತೆಂಬುದೀಗ, ಎರಡನೆಯ ಭಿತ್ತಿಯ ಚಿತ್ರ ಹೋಗುತ್ತ ಬರುತ್ತಿದ್ದಿತ್ತೆಂಬ ಶಬ್ದಕ್ಕರ್ಥ. ತೃತೀಯದಲ್ಲಿ ಸ್ವಾನುಭಾವವಿವೇಕ ನಿಜವನೆಯ್ದಿ ತೃಪ್ತಿಲಿಂಗ ಸಂಬಂಧವಾದ ಕಾರಣ, ತನುವಿನ ಮೇಲೆ ಅಳವಟ್ಟು ನಿರ್ಣಯದಲ್ಲಿ ನಿಷ್ಪತಿಯನೆಯ್ದಿತ್ತೆಂಬುದೀಗ, ಮೂಱನೆಯ ಭಿತ್ತಿಯ ಚಿತ್ರ ಹೋಯಿತ್ತೆಂಬ ಶಬ್ದಕ್ಕರ್ಥ. ಇಂತು ಅಂಗತ್ರಯದಲ್ಲಿ ಲಿಂಗತ್ರಯ ಸಂಬಂಧವಾಗಿ ಪುನರ್ಜನ್ಮವಿಲ್ಲದೆ ಆ ಅಂಗತ್ರಯಭಾವ ಅಱಿತುದೆಂಬುದೀಗ ಮರಳಿಬಾರದು, ಗೋಹೇಶ್ವರಾ, ನಿಮ್ಮ ಶರಣ ತ್ರಿವಿಧದಿಂದತ್ತತ್ತಲೇ ಎಂಬ ಶಬ್ದಕ್ಕರ್ಥ.॥೧೫॥

೩೨೮

ಘನವ ಮನ ಕಂಡು ಅದನೊಂದು ಮಾತಿಂಗೆ ತಂದು ನುಡಿದು ನೋಡಿದರೆ [1]ಅದೆ[1] ಕಿಱಿದು ನೋಡಾ. ಅದೇನೂ ಇಲ್ಲದ ನಿಸ್ಸಂಗದ ಸುಖ[2] ಗೋಹೇಶ್ವರಾ!

ಟೀ। ಮಹಾಘನ ಲಿಂಗೈಕ್ಯದ ನಿರ್ಣಯವ ಮನದಲ್ಲಿ ಕಂಡು ಮನೋಲಯ – ವಾಗಲಱಿಯದೆ ಅದ ವಾಕ್ಯಕ್ಕೆ ತಂದು ನುಡಿವಾತ ಲಿಂಗೈಕ್ಯನಲ್ಲ. ಆ ಘನಲಿಂಗದಲ್ಲಿ ತಾನೆಂಬ ಅಱಿವು ಲಯವಾಗಿ ಸಾಮರಸ್ಯವಾಗಿ ನಿಸ್ಸಂಗಸುಖಿಯಾಗಿರಬಲ್ಲರೆ ಅದೇ ಲಿಂಗೈಕ್ಯವೆಂಬುದೀ ವಚನಾರ್ಥ.॥೧೬॥

೩೨೯

ಊರ ಹೊಱಗೊಂದು ದೇಗುಲ. ದೇಗುಲದೊಳಗೊಬ್ಬ ಗೊರತಿ "ಕಂಡಯ್ಯಾ" ಗೊರತಿಯ ಕೈಯಲ್ಲಿ ಸೂಜಿ. ಸೂಜಿಯ ಮೊನೆಯಲ್ಲಿ ಹದಿನಾಲ್ಕು ಲೋಕ. ಗೊರತಿಯ ಸೂಜಿಯ ಹದಿನಾಲ್ಕು ಲೋಕವನೊಂದಿಱುಹೆ ನುಂಗಿತ್ತ ಕಂಡೆ ಗೋಹೇಶ್ವರಾ.

ಟೀ। ಊರೆಂದರೆ ದೇಹ. ಅಂತಪ್ಪ ದೇಹಧರ್ಮಕ್ಕೆ ಹೊಱಗಾಗಿಪ್ಪ ಚಿತ್ಪಿಂಡವೆಂಬು –ದೊಂದು ಶಿವಾಲಯವೆಂಬುದೀಗ, ಊರ ಹೊಱಗೊಂದು ದೇಗುಲ. ಅಂತಪ್ಪ ಚಿದಾಕಾಶ ಗೃಹದೊಳಗೆ ಜ್ಞಾನಶಕ್ತಿಯೆಂಬ ಸ್ತ್ರೀ ಇರುತ್ತಿರ್ಪಳೆಂಬುದೀಗ, ದೇಗುಲದೊಳಗೊಬ್ಬ ಗೊರತಿ ಕಂಡಯ್ಯಾ ಎಂಬ ಶಬ್ದಕ್ಕರ್ಥ. ಆ ಸುಜ್ಞಾನಶಕ್ತಿಯ ಮನವೆಂಬುದೊಂದು ಸೂಜಿಯಲ್ಲಿ ಶಿವಾನುಭವ[1]ವೆಂಬ[1] ಸೂತ್ರಮಂ ಪವಣಿಸಿ ಹಿಡಿದಿಪ್ಪಳೆಂಬುದೀಗ ಗೊರತಿಯ ಕೈಯಲ್ಲಿ ಸೂಜಿಯೆಂಬ ಶಬ್ದಕ್ಕರ್ಥ. ಅಂತಪ್ಪ ಶಿವಾನುಭಾವ ಸನ್ನಹಿತವಾದ ಮನದ ಕೊನೆಯ [2]ಮೊನೆಯ[2] ಮೇಲೆ ಚತುರ್ದಶ

ಭುವನವೆಲ್ಲ ಅಡಗಿಪ್ಪುದೆಂಬುದೀಗ, ಸೂಜಿಯ ಮೊನೆಯಲ್ಲಿ ಹದಿನಾಲ್ಕು ಲೋಕವೆಂಬ ಶಬ್ದಕ್ಕರ್ಥ. ಆ ಶಿವಾನುಭಾವ ಸನ್ನಹಿತವಾದ ಮನವನು, ಆ ಜ್ಞಾನಶಕ್ತಿಯನು, ಆ ಲೋಕಂಗಳನು ಮಹಾಜ್ಞಾನ ಅವಗ್ರಹಿಸಿತ್ತೆಂಬುದೀಗ, ಸೂಜಿಯ, ಗೊರತಿಯ ಹದಿನಾಲ್ಕು ಲೋಕವನೊಂದಿರುಹೆ ನುಂಗಿತ್ತ ಕಂಡೆನೆಂಬ ಶಬ್ದಕ್ಕರ್ಥ.॥೧೭॥

೩೩೦

ಸತ್ತ ಕೋಳಿ ಎದ್ದು ಕೂಗಿತ್ತ ಕಂಡೆ. ಮೊತ್ತದ ಮಾಮರನುಲಿಯಿತ್ತ ಕಂಡೆ. ಕತ್ತಲೆ ಬೆಳಗಾಯಿತ್ತ ಕಂಡೆ. ಹೊತ್ತಾಱಿಯೆದ್ದು ಹೊಲಬು[1]ದಪ್ಪುವದ[1] ಕಂಡೆ. ಇದೇನು ಹತ್ತಿತ್ತೆಂದಱಿಯೆ ಗೋಹೇಶ್ವರಾ!

ಟೀ। ಪರಬ್ರಹ್ಮವೆಂಬುದೀಗ ಸತ್ತು ಎಂಬ ಶಬ್ದಕ್ಕರ್ಥ. ಅಂತಪ್ಪ ಪರಬ್ರಹ್ಮವು ತಾನೆಂಬ ನಿಜವನಱುಹಿದ ಸಮ್ಯಜ್ಞಾನೋದಯವೆ ಕುಕ್ಕುಟನ ಗುಣಧರ್ಮ ಕರ್ಮವಪ್ಪ ಪ್ರಾತಃಜ್ಞಾನ ಧ್ವನಿಯೆಂಬುದೀಗ ಸತ್ತ ಕೋಳಿಯೆದ್ದು ಕೂಗಿತ್ತ ಕಂಡೆನೆಂಬ ಶಬ್ದಕ್ಕರ್ಥ. ಅಂತಪ್ಪ ಸಮ್ಯಗ್‌ಜ್ಞಾನೋದಯವಾದ ಶರಣನಂಗದ ಷಡುಚಕ್ರದ ಐವತ್ತೆರಡಕ್ಷರಂಗಳೆಲ್ಲಾ ಸದ್ವಿವೇಕವೃಕ್ಷ ಸ್ವರೂಪವನೆಯ್ದಿ ಶಿವೋऽಹಂ, ಶಿವೋऽಹಂ ಎಂದು ಧ್ವನಿ[1]ಗೆಯ್ದಿದ[1]ವೆಂಬುದೀಗ, ಮೊತ್ತದ ಮಾಮರನುಲಿಯಿತ್ತ ಕಂಡೆನೆಂಬ ಶಬ್ದಕ್ಕರ್ಥ. ಅಂತಾದ ಕಾರಣ ಅಜ್ಞಾನತಿಮಿರವಳಿದು ಸುಜ್ಞಾನಪ್ರಕಾಶವಾಯಿತ್ತೆಂಬುದೀಗ, ಕತ್ತಲೆ ಬೆಳಗಾಯಿತ್ತ ಕಂಡೆನೆಂಬ ಶಬ್ದಕ್ಕರ್ಥ. ಆ ಸುಜ್ಞಾನೋದಯವೆ ಹೊತ್ತಾಱಿಯೆಂಬ ಶಬ್ದಕ್ಕರ್ಥ. ಅಂತಪ್ಪ ಸುಜ್ಞಾನಪ್ರಕಾಶದಿಂದ [2]ಸರ್ವತೋದಿಕ್ಕು[2] ತಾನೆಯಾಗಿ ಖಂಡಿತದ ಹೊಲಬುದಪ್ಪಿತ್ತೆಂಬುದೀಗ, ಹೊತ್ತಾಱಿಯೆದ್ದು ಹೊಲಬುದಪ್ಪುವದ ಕಂಡೆನೆಂಬ ಶಬ್ದಕ್ಕರ್ಥ. ಇಂತು ಲಿಂಗ [3]ಗ್ರಾಹಕ[3]ನಾದ ಶರಣನು ಇತರವನಱಿಯದೆ ಇದ್ದನೆಂಬುದೀಗ, ಏನುಹತ್ತಿತ್ತೆಂದಱಿಯೆನು ಎಂಬ ಶಬ್ದಕ್ಕರ್ಥ.॥೧೮॥

೩೩೧

ವಸುಧೆಯಿಲ್ಲದ ಬೆಳಸು; ರಾಜಾನ್ನ[1] ಹೆಸರಿಲ್ಲದೋಗರ. ವೃಷಭ ಮುಟ್ಟದ ಹಯನು. ಬೆಣ್ಣೆಯ [2]ಹೊಸೆದವ[2]ರಿಲ್ಲದೆ [3]ಕಂಡೆನುಂಡೆ[3] ಶಿಶು ಕಂಡ ಕನಸಿನಂತೆ, ಗೋಹೇಶ್ವರನೆಂಬುದು ಹೆಸರಿಲ್ಲದ ಬಯಲು!

ಟೀ। ವಸುಧೆಯೆಂದರೆ ಪೃಥ್ವೀತತ್ತ್ವಾಂಶವಪ್ಪ ಕಾಯ. ಆ ಕಾಯ ಅಕಾಯವಾದಲ್ಲಿ ಪರಮ ಹರುಷದ ಬೆಳಸು ಬೆಳೆಯಿತ್ತೆಂಬುದೀಗ, ವಸುಧೆಯಿಲ್ಲದ ಬೆಳಸು ರಾಜಾನ್ನವೆಂಬ ಶಬ್ದಕ್ಕರ್ಥ. ಆ ಪರಮ ಹರುಷದಿಂದಾದ ಮನವೆಂಬ ಶುದ್ಧ ದ್ರವ್ಯವನು ಜ್ಞಾನಾಗ್ನಿಯಿಂದ ಪಾಕವ ಮಾಡಲು ಅದು ಅನಂತ ಬ್ರಹ್ಮವೆಂಬ ನಾಮವನೆಯ್ದಿ ನಿರ್ನಾಮವಾಗಿಪ್ಪ ಕಾರಣ ಹೆಸರಿಲ್ಲದೋಗರವೆಂಬ ಶಬ್ದಕ್ಕರ್ಥ. ಶಿವಶಕ್ತಿ ಸಂಗರಹಿತವಾಗಿಪ್ಪ ಭಕ್ತಿಯೆಂಬ ಸುರಧೇನುವಿನಿಂದಾದ ವಿವೇಕವೆಂಬ ನವನೀತವನು ಕರಣ ಮಥನವಿಲ್ಲದೆ

ಕಳೆದುಕೊಂಡು ಆ ಬೋನಕ್ಕೆ ಗಡಣಿಸಿ ಮಹಾಲಿಂಗಕ್ಕೆ ನಿವೇದಿಸಿ ಆರೋಗಣೆಯ ಮಾಡುತ್ತಿರಲು ಅದೀಗ ವೃಷಭ ಮುಟ್ಟದ ಹಯನು. ಬೆಣ್ಣೆಯ ಹೊಸೆದವರಿಲ್ಲದೆ ಕಂಡುವುಂಡೆನೆಂಬ ಶಬ್ದಕ್ಕರ್ಥ. ಈ ಸುಖದ ಸಾರಾಯವ ತಾನಲ್ಲದೆ ಮತ್ತಾರಿಗೂ ಹೇಳಲಿಕೆ ತೆಱಹಿಲ್ಲವಾದ ಕಾರಣ ಶಿಶು ಕಂಡ ಕನಸಿನಂತೆ. ಗೋಹೇಶ್ವರನೆಂಬುದು ಹೆಸರಿಲ್ಲದ ಬಯಲೆಂಬ ಶಬ್ದಕ್ಕರ್ಥ.॥೧೯॥

೩೩೨

ದಶದಿಕ್ಕು ಧರೆ–ಗಗನವೆಂಬುದ ನಾನಱಿಯೆನಯ್ಯಾ. 'ಲಿಂಗ ಮಧ್ಯೇ ಜಗತ್ಸರ್ವಂ' ಎಂಬುದ ನಾನಱಿಯೆನಯ್ಯಾ. ಲಿಂಗಸೋಂಕಿನ ಸುಖದೊಳಗೆ ಶಿವಶಿವಾ ಎನುತಿರ್ದೆನಯ್ಯಾ, ಕೂಡಲಸಂಗಮದೇವಯ್ಯಾ, ಅಂಬುಧಿ[1]ಯೊಳಗೆ ಬಿದ್ದ[1] ವಾರಿಕಲ್ಲಿನಂತೆ ಭಿನ್ನಭಾವವಿಲ್ಲದೆ ಶಿವಶಿವಾ ಎನುತಿರ್ದೆನಯ್ಯಾ.

ಟೀ। ಭಾವ ಬ್ರಹ್ಮದಲ್ಲಿ ಅಡಗಿ ದಿಕ್ಕು – [2]ದೆಸೆ[2], ಧರೆ – ಗಗನವೆಂಬುದನ[3]ಱಿದಿರ್ದ[3] -ನೆಂಬುದೀ ವಚನಾರ್ಥ.॥೨೦॥

೮೭ ಪಿಂಡಾಕಾಶಸ್ಥಲ

೩೩೩

ಮರನೊಳಗಣ ಮಂದಾಗ್ನಿ ಉರಿಯದಂತಿರಿಸಿದೆ. ನೊರೆವಾಲೊಳಗೆ ತುಪ್ಪವ ಕಂಪಿಲ್ಲದಂತಿರಿಸಿದೆ. ಶರೀರದೊಳಗಾತ್ಮನನಾರೂ ಕಾಣದಂತಿರಿಸಿದೆ. ನೀ ಬೆರಸಿಹ ಭೇದಕ್ಕೆ ಬೆಱಗಾದೆನಯ್ಯಾ ರಾಮನಾಥಾ.

ಟೀ। ಪರಶಿವನು ತನ್ನ ತದಾಂಶವಾದ ಜೀವಾತ್ಮರೊಳು ಬೆರಸಿಹನು, ತನ್ನ ನಿಜವನಱುಹದೆ. ಅದೆಂತೆಂದರೆ, ಶಿವಾಜ್ಞೆಯಿಂದ ಮರದೊಳಗಿಪ್ಪ ಅಗ್ನಿ ಮರನ ಸುಡದಿಪ್ಪಂತೆ ಶಿವನು ಜೀವಾತ್ಮನ ಕೂಡೆ ಜಡಕಾಷ್ಠರೂಪಾದ ದೇಹದಲ್ಲಿರ್ದು ತನ್ನ ಚಿದಾಗ್ನಿಯಿಂದ ದೇಹವ ನಷ್ಟವ ಮಾಡದೆ ನಿಶ್ಚಲನಾಗಿಪ್ಪನೆಂಬುದೀಗ, ಮರನೊಳಗೆ ಮಂದಾಗ್ನಿ ಉರಿಯದಂತಿರಿಸಿದೆ ಎಂಬ ಶಬ್ದಕ್ಕರ್ಥ. ಶಿವಾಜ್ಞೆಯಿಂದ ಹಾಲೊಳಗೆ ತುಪ್ಪವಿರ್ದು ಪರಿಮಳದೋಱದೆಯಿಪ್ಪಂತೆ ಶಿವನ ಸದ್ವಾಸನಜ್ಞಾನ ದೇಹದಲ್ಲಿರ್ದು ಪ್ರಭಾವಿಸದಿಪ್ಪುದೆಂಬುದೀಗ, ನೊರೆವಾಲೊಳಗೆ ತುಪ್ಪವ ಕಂಪಿಲ್ಲದಂತಿರಿಸಿದೆ ಎಂಬ ಶಬ್ದಕ್ಕರ್ಥ. ಅಂತು ಪರಶಿವನು ತನ್ನ ತದಾಂಶವಾದಾತ್ಮಂಗೆ ದೇಹಸಂಬಂಧವ ಮಾಡಿ, ಆ ದೇಹ ತಾನೆಂಬ, ತನ್ನದೆಂಬ ಅಜ್ಞಾನವ ಪುಟ್ಟಿಸಿ ತಾನು ಶಿವಾಂಶಿಕನಾದಾತ್ಮನು ತಾನೆಂಬುದ ತನಗೆ ಕಾಣಬಾರದಂತಿರಸಿದನೆಂಬುದೀಗ ಶರೀರದೊಳಗಾತ್ಮನನಾರೂ ಕಾಣಬಾರದಂತಿರಿಸಿದೆ ಎಂಬ ಶಬ್ದಕ್ಕರ್ಥ. ಅಂತು ಶಿವನು ತನ್ನ ತದಾಂಶವಾದಾತ್ಮನಲ್ಲಿ ವಿಯೋಗವಿಲ್ಲದೆ ಬೆರಸಿರ್ದು, ಆ ಆತ್ಮಂಗೆ ಜಡಪಿಂಡವ ಸಂಬಂಧಿಸಿ,

ದುಃಖಕ್ಕೀಡುಮಾಡಿ ತಾನಾ ಜಡಪಿಂಡಾತ್ಮನಲ್ಲಿ ಬೆರಸಿರ್ದು ನಿರ್ಲೇಪಿಯಾಗಿರ್ದ ಪರಶಿವನ ಬೆಡಗು ಆಶ್ಚರ್ಯವೆಂಬುದೀಗ, ನೀ ಬೆರಸಿಹ ಭೇದಕ್ಕೆ ಬೆಱಗಾದೆನಯ್ಯಾ ರಾಮನಾಥಾ ಎಂಬ ಶಬ್ದಕ್ಕರ್ಥ.॥೨೧॥

೩೩೪

ನೂಱನಾಲ್ವತ್ತೆಂಟು ದೇಹವಿಕಾರಕ್ಕೆ ಮನವೇ ತೇಜಿ. ವೈಕಾರಿಕಾ ಕರಣಂಗಳೇಳು ಮಾನಿಸ ಸೇನಬೋವರು. ಅಷ್ಟಮದವೆಂಬವೆಂಟಾನೆ ಮೊದಲ ನಾಯಕರಿಪ್ಪತ್ತೈ–ವರೂ ಕಾಯವೆಂಬ ಪಟ್ಟಣದೊಳಗೆ ಅನಾಮಿಕನೆಂಬ ಲಿಂಗವ ಪೂಜಿಸುವಾತ ಅಜಾತನೆಂಬ ಶರಣ. ಅಜಾತನೆಂಬ ಶರಣನ ಮರ್ತ್ಯಜನೆಂದರೆ ನಾಯಕ ನರಕ ಕೂಡಲ ಚೆನ್ನಸಂಗಯ್ಯಾ.+

ಟೀ॥ ಮನವು ನಾನಾ ಪರಿಯಹುದಾಗಿ ಅಂತಃಕರಣ, ಜೀವಭಾವಜ್ಞಾನವೆಂಬ ಏಳು ಮಾನುಷ್ಯ ಸೇನಬೋವರು. ಅಷ್ಟಮದಂಗಳು ಇಪ್ಪತ್ತೈದು ತತ್ತ್ವ – ಇವನೆಲ್ಲವನೂ ಒಳಕೊಂಡ ಶರೀರವೆಂಬ ಪುರದಲ್ಲಿ ಹೃದಯಕಮಲ – ಮಧ್ಯದಲ್ಲಿ ಲಿಂಗವ ಪೂಜಿಸುವಾತನ ಮನುಷ್ಯನೆನಬಾರದೆಂಬುದೀ ವಚನಾರ್ಥ.॥೨೨॥

೩೩೫

ಉದಕಮೂರುತಿಯಾಗಿ ಉದಯವಾಯಿತ್ತು ಪಿಂಡಿಗೆ! ಅಲ್ಲಿಯೇ ಮೂಲಸ್ಥಾನ ಸ್ಥಾಪ್ಯವಾಯಿತ್ತು. ಸ್ವದೇಹಶಿವಪುರದಲ್ಲಿ ವಾಯು ಪೂಜಾರಿಯಾಗಿ ಪರಿಮಳದಿಂಡೆಯ ಕಟ್ಟಿ ಪೂಜಿಸುತ್ತಿರ್ದುದುವೋ! ನವದ್ವಾರದ ಶಿವಾಲಯದಾದಿ ಮಧ್ಯಸ್ಥಾನದಲ್ಲಿ ಗೋಹೇಶ್ವರ. ಗೋಹೇಶ್ವರನೆಂಬುದಲ್ಲಿಯೇ ನಿಂದುದುವೋ!

ಟೀ॥ ಮನೋಮೂರುತಿಯಾಗಿ ಉದಯವಾದ ಪೀಠಿಕೆಯಲ್ಲಿ ಆ ಮನವೆ ಲಿಂಗಸ್ಥಾಪ್ಯವಾಯಿತ್ತು. ಆ ಲಿಂಗಕ್ಕೆ ದೇಹವೆ ದೇವಾಲಯವಾಗಿ, ಪ್ರಾಣವೇ ಪೂಜಾರಿಯಾಗಿ, ಸದ್ವಾಸನೆಯೆಂಬ ಪುಷ್ಪದಲ್ಲಿ ಪೂಜೆಯ ಮಾಡಿ, ನವನಾಳ–ದಾದಿ ಮಧ್ಯಸ್ಥಾನದಲ್ಲಿ ನಿಜನಿವಾಸಿಯಾದ ಕಾರಣ, ಪ್ರಾಣಲಿಂಗಸಂಬಂಧವಳ–ವಟ್ಟಿತ್ತೆಂಬುದೀ ವಚನಾರ್ಥ.॥೨೩॥

೩೩೬

ಇಹಲೋಕ, ಪರಲೋಕ ತಾನಿದ್ದಲ್ಲಿ; ಗಗನ ಮೇರುಮಂದಿರ ತಾನಿದ್ದಲ್ಲಿ; ⌐ಸಕಲ ಭುವನ ಸತ್ಯಲೋಕ ತಾನಿದ್ದಲ್ಲಿ; ನಿತ್ಯನಿರಂಜನ ತತ್ತ್ವ¬ ತಾನಿದ್ದಲ್ಲಿ; ಉತ್ತರೋತ್ತರ ⌐ಚತುರ್ವಳಯ¬ ತಾನಿದ್ದಲ್ಲಿ; ಚಂದ್ರ–ಸೂರ್ಯ–ತಾರಾಮಂಡಲ ತಾನಿದ್ದಲ್ಲಿ; ಅಂತರ–ಮಹದಂತರ ತಾನಿದ್ದಲ್ಲಿ ಸ್ವತಂತ್ರ ಗೋಹೇಶ್ವರ+ ತಾನಿದ್ದಲ್ಲಿ;

ಟೀ। ಅನಂತ ಬ್ರಹ್ಮಾಂಡ ನಾನಾ ಲೋಕ ಸಚರಾಚರ ಪ್ರಪಂಚುಗಳೆಲ್ಲವೂ ಲಿಂಗದಲ್ಲಿ ಅಡಗಿರ್ಪವು. ಆ ಲಿಂಗವೆ ಮಹಾಜ್ಞಾನ ಪ್ರವೇಶಿತವಾಗಿಪ್ಪುದು. ಅಂತಪ್ಪ ಮಹಾಜ್ಞಾನವಳವಟ್ಟ ದಿವ್ಯ ಶರಣನ ಸರ್ವಾಂಗದಲ್ಲಿ ಆ ಲಿಂಗವು ಆಲೋಕಾದಿ ಲೋಕಗಳೆಲ್ಲವೂ ಅಡಗಿಪ್ಪವೆಂಬುದೀ ವಚನಾರ್ಥ.॥೨೪॥

೮೮ ಬಿಂದಾಕಾಶಸ್ಥಲ

೩೩೭

ಮನ ಶುದ್ಧ[೧]ವಾಯಿತ್ತು[೧]: ಮಜ್ಜನಕ್ಕೆಱ[೨]ವಡೆ[೨]–ಭಾವ–[೩]ಮತ್ತೆಲ್ಲಿಯದೋ[೩]? ಪತ್ರೆ ಪುಷ್ಪ ರಂಗವಾಲಿಯ[೪]ನಿಕ್ಕಲೇನು[೪]: ಭಿತ್ತಿಯ ಚಿತ್ತಾರವೆ? ಅವರು ಕಾಣಬೇಕು, ಇವರು ಕಾಣಬೇಕು ಎಂಬ ಭಾವಭ್ರಮಿತರು. ಅಂಗಹೀನರು[+] ಮನದಂಗವ [೫]ನಗಲರು[೫] ಕೇಳಿರೆ[೫]! [೬]ಅಂತಹರಿಗೆ[೬] ಲಿಂಗ ಮತ್ತೆಲ್ಲಿಯದೋ? ಸದಮದವಳಿದು ನಿಜವನಱಿದಡೆ ಅದೇ ಲಿಂಗಕ್ಕೆ ಪೂಜೆ ನೋಡಾ! ಕೂಡಲಚೆನ್ನಸಂಗ ಸರ್ವಸಾಹಿತ್ಯವಾಗಿಹನು.

ಟೀ। ತನ್ನಂಗದೊಳ–ಹೊಱಗೆ ಪರಿಪೂರ್ಣವಾಗಿಪ್ಪ ಲಿಂಗದ ನಿಜವನಱಿದು, ದೇಹೋऽಹಂ ಭಾವವಳಿದು ಲಿಂಗದೊಳಗೆ ಮನವು ಅತಿರತಿಯಿಂದ ಬೆರೆದು ಆನಂದಜಲ ಉಕ್ಕಿದರೆ, ಆ ಆನಂದಜಲವೆ ಲಿಂಗಕ್ಕೆ ಮಜ್ಜನ. ಆ ಅರ್ಪಿತವಾದ ಮನವೇ ಪುಷ್ಪವಾಗಿ ಲಿಂಗಕ್ಕೆ ಪೂಜೆ. ಅಂತಪ್ಪ ಪೂಜೆಯ ಮಾಡಿದ ಶರಣನ ಸರ್ವಾಂಗವೆಲ್ಲಾ ಲಿಂಗವೆಯಾಗಿಪ್ಪುದು. ಅಂತು ಅಂಗ ಮನ ಇಂದ್ರಿಯಂಗಳ ಲಿಂಗಕ್ಕೆ ಪೂಜೆಯ ಮಾಡಲಱಿಯದೆ ಲಿಂಗವ ಭಿನ್ನವಿಟ್ಟು ಭಾವಿಸಿ, ಕರೆದು, ಪೂಜಿಸುವ ಪೂಜಾಕ್ರೀಗಳೆಲ್ಲವೂ ಪ್ರಾಣವಿಲ್ಲದ ಭಿತ್ತಿಯ ಚಿತ್ತಾರದಂತೆ! ಅಂತಪ್ಪ ಪೂಜಕರಿಗೆ ಲಿಂಗವಿಲ್ಲವೆಂಬುದೀ ವಚನಾರ್ಥ.॥೨೫॥

೩೩೮

ಏಳುತಾಳ, ಮೇಲೆ ಕೇಳುವ ಸುನಾದ. ಸ್ಥೂಲ ಸೂಕ್ಷ್ಮ ಕೈಲಾಸದ ರಭಸ. ಗಂಗೆವಾಳುಕ ಸಮಾರುದ್ರರ ತಿಂತಿಣಿ. ಗಗನಗಂಭೀರ ಶಿವಸ್ತುತಿಯ–[೨]ನೋಡಲು[೨]– ಪಿಂಡಬ್ರಹ್ಮಾಂಡವಾಯಿತ್ತು +: ಅಖಂಡಿತ ನಿರಾಳ ಗೋಹೇಶ್ವರಾ!

ಟೀ। ಸ್ವಸ್ಥ ಪದ್ಮಾಸನದಲ್ಲಿ ಕುಳ್ಳಿರ್ದು ಶಿವಾನುಭಾವಯೋಗದಿಂ ಕುಂಡಲಾಗ್ನಿಯನೆಬ್ಬಿಸಿ ಪೂರ್ವಯೋಗಮಂ ನಿರ್ಬಂಧಿಸಿ ನಿಲಿಸಿ ಪಶ್ಚಿಮಯೋಗದೊಳು ಸುಷುಮ್ನನಾಳದ ಸಪ್ತಗ್ರಂಥಿ[3]ಗಳ ತಟ್ಟುಚ್ಚಿ[3] ಬ್ರಹ್ಮರಂಧ್ರವನೆಯ್ದಿ, ಅಲ್ಲಿ ಸತ್ತ್ರಣವ ಘೋಷಿಸುತ್ತಿರಲು. ಅದೀಗ, ಏಳುತಾಳ. ಮೇಲೆ ಕೇಳುವ ಸುನಾದವೆಂಬ ಶಬ್ದಕ್ಕರ್ಥ. ಆ ಸತ್ತ್ರಣವ ಸ್ಥೂಲ ಸೂಕ್ಷ್ಮ ತನುವಿನಲ್ಲಿ ವೇದಿಸುತ್ತಿರಲು, ಆ ಕಾಯವೇ ಕೈಲಾಸವಾಗಿ ಆ ಸತ್ತ್ರಣ

ವ ಘೋಷವನಾಲಿಸುತ್ತಿರಲು, ಆ ಶರಣನ ಕರಣಂಗಳೆಲ್ಲವೂ ಅಲ್ಲಿಪ್ಪ ಪ್ರಾಣಲಿಂಗದ ಸೇವಕರಪ್ಪ ರುದ್ರಗಣಂಗಳಾಗಿರ್ದರೆಂಬುದೀಗ,ಸ್ಥೂಲ ಸೂಕ್ಷ್ಮ ಕೈಲಾಸ ರಭಸ ಗಂಗೆ ವಾಳುಕ ಸಮಾರುದ್ರರ ತಿಂತಿಣಿ ಎಂಬ ಶಬ್ದಕ್ಕರ್ಥ. ಇಂತಪ್ಪ ಪರಮಾತ್ಮತತ್ತ್ವದಲ್ಲಿ. ಶಿವೋಽಹಂ ಎಂಬ ಸ್ತುತಿಯನು ಭಿನ್ನವಿಲ್ಲದೆ ಉಚ್ಚರಿಸುತ್ತಿರಲು ಆ ಶರಣನೊಳಗೆ ಅನಂತ ಬ್ರಹ್ಮಾಂಡಂಗಳೆಲ್ಲವು ಅಡಗಿ, ನಿಜದೊಳಗೆ ಐಕ್ಯವಾದನೆಂಬುದೀಗ, ಗಗನಗಂಭೀರ ಶಿವಸ್ತುತಿಯ ನೋಡಲೊಡನೆ–ಪಿಂಡ ಬ್ರಹ್ಮಾಂಡವಾಯಿತ್ತು: ಅಖಂಡಿತ ನಿರಾಳ, ಗೋಹೇಶ್ವರಾ ಎಂಬ ಶಬ್ದಕ್ಕರ್ಥ.॥೨೬॥

೩೩೯

ಆಡಬಾರದ ಬಯಲು, ಸೂಡಬಾರದ ಬಯಲು, ಕಡಿಯಬಾರದ ಬಯಲು, ಹಿಡಿಯಬಾರದ ಬಯಲು, ಒಡಲಿಲ್ಲದ ಬಯಲೊಳಗೆ ಅಡಗಿಪ್ಪ ಭೇದವನು ಲೋಕದ ಜಡರೆತ್ತಾ ಬಲ್ಲರೈ ರಾಮನಾಥಾ.

ಟೀ। ಪರಬ್ರಹ್ಮವೆಂಬುದು ಚಿದ್ಬೆಳಗಿನ ಬಯಲು. ಅಂತಪ್ಪ ಬಯಲನುಪಮಿಸ–ಬಾರದೆಂಬುದೀಗ ಆಡಬಾರದ ಬಯಲು ಎಂಬ ಶಬ್ದಕ್ಕರ್ಥ. ಅಂತಪ್ಪ ಪರಬ್ರಹ್ಮವ ಭಿನ್ನವಿಟ್ಟು ರೂಹಿಸಿ ಅಂಗದಲ್ಲಿ ಧರಿಸಿ ಪೂಜಿಸಬಾರದೆಂಬುದೀಗ, ಸೂಡಬಾರದ ಬಯಲೆಂಬ ಶಬ್ದಕ್ಕರ್ಥ. ಪರಬ್ರಹ್ಮವ ಮನ ಭಾವ ಜ್ಞಾನ ಹಸ್ತಂಗಳಿಂದ ಲಕ್ಷ್ಯವಿಟ್ಟು ಹಿಡಿಯಬಾರದೆಂಬುದೀಗ, ಹಿಡಿಯಬಾರದ ಬಯಲು ಎಂಬ ಶಬ್ದಕ್ಕರ್ಥ. ಆ ಪರಬ್ರಹ್ಮಕ್ಕೆ ದೇಹ ಕರಣಂಗಳಿಲ್ಲವೆಂಬುದೀಗ, ಒಡಲಿಲ್ಲದ ಬಯಲು ಎಂಬ ಶಬ್ದಕ್ಕರ್ಥ. ಅಂತಪ್ಪ ಪರಬ್ರಹ್ಮವು ತನ್ನ ಸ್ವಲೀಲೆಯಿಂದ, ತನ್ನ ತದಾಂಶವನೆ ಜೀವಾತ್ಮನೆನಿಸಿ, ದೇಹ ಕರಣ ಸಂಬಂಧಿಯ ಮಾಡಿದಲ್ಲಿ, ಆ ದೇಹ ಸಂಬಂಧಿಯಾದ ಆತ್ಮಾಂತರ್ಗತವಾಗಿ ಶಿವನಿಪ್ಪನು. ಅದೆಂತೆಂಡೆ; ಅಂತು ಶಿವನು ಆತ್ಮನ ಕೂಡೆ ತದಾಕಾರವಾಗಿ ಪಿಂಡಸ್ಥನಾಗಿರ್ದ ಜೀವಾತ್ಮನ ಗುಣ ಧರ್ಮಕರ್ಮಂಗಳ ಹೊದ್ದದೆ ತನ್ನ ನಿಜವ ಪ್ರಕಾಶಿಸಿ ಜೀವಂಗೆ ಅಱುಹದೆ ಅಡಗಿಪ್ಪುದು, ಅಂತು ತನ್ನ ನಿಜದ ನಿಲವಪ್ಪ ಪರವಸ್ತು ತನ್ನಲ್ಲಿರ್ದುದ ತಾನಱಿಯದೆ ಇಪ್ಪರು. ಜಡದೇಹ ಸಂಬಂಧದಿಂದ ಜೀವಿಗಳೆಂಬುದೀಗ ಒಡಲಿಲ್ಲದ ಬಯಲು ಒಡಲೊಳಗೆ ಅಡಗಿದ ಭೇದವ ಲೋಕದ ಜಡಜೀವಿಗಳೆತ್ತ ಬಲ್ಲರಯ್ಯಾ ರಾಮನಾಥಾ ಎಂಬ ಶಬ್ದಕ್ಕರ್ಥ.॥೨೭॥

೩೪೦

ಪಂಚವರ್ಣದ ಬಿಂದು ಪ್ರಪಂಚಳಿದುಳಿದಿರಲು ಸಂಚಲಿಸುವಡೆ ಆವೆಡೆಯೂ ಇಲ್ಲ. ನಿಂದ ಚಿತ್ತಿನ ಪ್ರಭೆ ಅಂಗವನು ನೆಱಿ[೧] ನುಂಗಿ ಮುಂದು–ಹಿಂದು, ಎಡ–ಬಲನೆಂಬುದಿಲ್ಲ. ಕೆಳಗೆ ನಿಲಲಾಧಾರ ಮೊದಲಿಂಗಿಲ್ಲ. [೨]ಹೆಸರಿಲ್ಲ. ಕಡೆಗೆ ನಿಲ್ಕುವೆನೆನಲು [೩]ಊರ್ಧ್ವ[೪]ವಿಲ್ಲ. ನಡುವೆ[೫] ಏನಾಗಿರ್ದೆ[೬]ನೆಂದಡೆ: ತನ್ನೊಡಲೊಳಗೆ

ಒಡೆದು ಮೂಡಿತ್ತು ತನ್ನಂತೆ ಬಯಲು! ಈ ಬೆಡಗು ಬಿನ್ನಾಣವನು ಬಡವರಱಿವರೇ? ಅಱಿದು ಇದ ನುಡಿದು ತೋಱಿದನು ಗೋಹೇಶ್ವರನ ಶರಣ ಚೆನ್ನ ಬಸವಣ್ಣನೂ.

ಟೀ। ಪಂಚಾಕ್ಷರ ಮಂತ್ರಮೂರ್ತಿಯಾದ ಚಿದ್ಬಿಂದಾತ್ಮಕವಾದ ಮಹಾಲಿಂಗವು. ಅಂಗದಲ್ಲಿ ಸಂಬಂಧಿಯಾದ ಶರಣಂಗೆ ದೇಹಪ್ರಕೃತಿ ಪ್ರಪಂಚಳಿಯಿತ್ತೆಂಬುದೀಗ, ಪಂಚವರ್ಣದ ಬಿಂದು ಪ್ರಪಂಚಳಿದುಳಿದಿರಲು ಎಂಬ ಶಬ್ದಕ್ಕರ್ಥ. ಆ ಶರಣಂಗೆ ಫಲಪದಂಗಳ ಪಡೆಯಬೇಕೆಂಬ ಭಿನ್ನಕ್ರಿಯಾಚಾರವಿಲ್ಲವೆಂಬುದೀಗ, ಸಂಚಲಿಸುವಡೆ ಆವೆಡೆಯೂ ಇಲ್ಲವೆಂಬ ಶಬ್ದಕ್ಕರ್ಥ. ಆ ಶರಣನು ಶಿವನ ಸಮೇತವಾದ ಮೂಲಜ್ಞಾನಚಿತ್ತ ಅಂಗದಲ್ಲಿ ಅಳವಡಿಸಿಕೊಂಡಿಪ್ಪನೆಂಬುದೀಗ, ನಿಂದ ಚಿತ್ತಿನ ಪ್ರಭೆ ಅಂಗವನು ನೆಱೆ ನುಂಗಿ ಎಂಬ ಶಬ್ದಕ್ಕರ್ಥ. ಆ ಶರಣಂಗೆ ಜನನ ಮರಣ ಮೊದಲಾದ ಜೀವ ಪರಮರ ವರ್ತನೆಯಿಲ್ಲವೆಂಬುದೀಗ, ಮುಂದು-ಹಿಂದು, ಎಡ-ಬಲನೆಂಬುದಿಲ್ಲವೆಂಬ ಶಬ್ದಕ್ಕರ್ಥ. ಆ ಶರಣಂಗೆ ದ್ವೈತಾದ್ವೈತವ ನಿವೃತ್ತಿ ಮಾಡಿದೆನೆಂಬ ಚಿದಹಂಕಾರ ಮೂಲಜ್ಞಾನದಲ್ಲಿ ತೋಱಲಿಲ್ಲವೆಂಬುದೀಗ ನಿಲಲಾಧಾರ ಮೊದಲಿಲ್ಲವೆಂಬ ಶಬ್ದಕ್ಕರ್ಥ. ಆ ಶರಣಂಗೆ ಲಿಂಗಾಂಗವೆಂಬ ಹೆಸರಿಲ್ಲ. ಬ್ರಹ್ಮೋಽಹಂ ಎಂಬ ಮಹದಹಂಕಾರವಿಲ್ಲವೆಂಬುದೀಗ ಹೆಸರಿಲ್ಲ. ಕಡೆಗೆ ನಿಲ್ಕುವೆನೆನಲು ಊರ್ಧವಿಲ್ಲವೆಂಬ ಶಬ್ದಕ್ಕರ್ಥ. ಆ ಶರಣಂಗೆ ಶಿವತತ್ತ್ವದಲ್ಲಿ "ಕೂಡಿ" ಶಿವ ಸ್ವರೂಪವಾದೆನೆಂಬ ಶಿವೋಽಹಂ ಭಾವವಿಲ್ಲವೆಂಬುದೀಗ ನಡುವೆ ಏನಾಗಿರ್ದೆ ನೆಂದಡೆ ಎಂಬ ಶಬ್ದಕ್ಕರ್ಥ. ಆ ಶರಣನ ನಿಜಾಂತರಂಗದಲ್ಲಿ ಪರಂಜ್ಯೋತಿ ಸ್ವರೂಪವಾದ ಪ್ರಾಣಲಿಂಗ ಸಂಬಂಧವಾಯಿತ್ತೆಂಬುದೀಗ, ತನ್ನ ಒಡಲೊಳಗೆ ಒಡೆದು ಮೂಡಿತ್ತು ತನ್ನಂತೆ ಬಯಲೆಂಬ ಶಬ್ದಕ್ಕರ್ಥ. ಆ ಶರಣನ ಪ್ರಾಣಲಿಂಗ ಸಂಬಂಧವು ಖಂಡಿತಜ್ಞಾನಿಗಳಿಗಸಾಧ್ಯವಾಗಿಹುದೆಂಬುದೀಗ, ಈ ಬೆಡಗು ಬಿನ್ನಾಣವ ಬಡವರಱಿವರೇ? ಎಂಬ ಶಬ್ದಕ್ಕರ್ಥ. ಆ ಪ್ರಾಣಲಿಂಗ ಸಂಬಂಧವನಱಿದು ನಡೆದು ನುಡಿದು ತೋಱಿದ ಶರಣ ಚೆನ್ನಬಸವಣ್ಣನೆಂದು ಪ್ರಭುದೇವರು ಮುಮುಕ್ಷು ಜನಂಗಳಿಗೆ ನಿರೂಪಿಸಿದರೆಂಬುದೀಗ, ಇದ ನುಡಿದು ತೋಱಿದನು ಗೋಹೇಶ್ವರನ ಶರಣ ಚೆನ್ನಬಸವಣ್ಣನೂ.॥೨೮॥

೩೪೧

ತೋಱದೆ ತೋಱಿದ ನೆಳಲಿನ ಬಿಂದುವ ನುಂಗಿ, ಬಾರದ ಬಯಲುವ ಕೂಡಿದ ಕಾರಣವೇನೋ! ಬಂದುದ ಅಳಿದುದಱಿಂದವ* ಬಿಂದು ತಾ*ನಱಿಯದು. ಅದು ಭೂತಪ್ರಭೆಯಲ್ಲಿ ನಿಷ್ಪತಿಯೆಂಬುದನಱಿಯ ಬಂದು+ ಆಶ್ರಯವಿಲ್ಲದೆ ನಿಂದದುದು ನಿರವಯವೂ. ಚಿಕ್ಕಯ್ಯ ಪ್ರಿಯ ಸಿದ್ಧಲಿಂಗ ಇಲ್ಲ, ಇಲ್ಲ.

ಟೀ। ಭಿನ್ನಜ್ಞಾನಕ್ಕೆ ಅಸಾಧ್ಯವಾಗಿಪ್ಪ ಪರಬ್ರಹ್ಮವು ಶರಣನ ಸಮ್ಯಜ್ಞಾನದಲ್ಲಿ ಪ್ರಭಾವಿಸಿತ್ತೆಂಬುದೀಗ, ತೋಱದೆ ತೋಱಿತ್ತೆಂಬ ಶಬ್ದಕ್ಕರ್ಥ. ಆ ಸುಜ್ಞಾನಿ ಶರಣನು

ಮಿಥ್ಯಾಚ್ಛಾಯಾಮಾತ್ರವಾದ ದೇಹವಾಸನೆಯನಳಿದನೆಂಬುದೀಗ ನೆಳಲಿನ ಬಿಂದುವ ನುಂಗಿಯೆಂಬ ಶಬ್ದಕ್ಕರ್ಥ. ಆ ಶರಣನು ಆಹ್ವಾನ ವಿಸರ್ಜನಕ್ಕೆ ಬಾರದ ಪರಬ್ರಹ್ಮದಲ್ಲಿ ಜ್ಞಾನಕ್ರೀಯಿಂದ ಕೂಡಿದುದನುಪಮಿಸಬಾರದೆಂಬುದೀಗ ಬಾರದ ಬಯಲುವ ಕೂಡಿದ ಕಾರಣವೇನೋ! ಎಂಬ ಶಬ್ದಕ್ಕರ್ಥ. ಆ ಜ್ಞಾನಕ್ರೀಯಿಂದಾಚರಿಸುತ್ತಿರ್ದ ಶರಣನಂಗದಲ್ಲಿರ್ಪ ಇಷ್ಟಲಿಂಗವು ಅಂತರಂಗದಲ್ಲಿ ಪ್ರಾಣಲಿಂಗವಾಗಿ ಪ್ರಭಾವಿಸಲು ಮನವಳಿದು ಮನೋಮೂರ್ತಿಲಿಂಗವಾಯಿ– –ತ್ತೆಂಬುದೀಗ, ಬಂದುದ ಅಳಿದುದಱಿಂದವ [2]ಬಿಂದು ತಾ[2]ನಱಿಯದು ಎಂಬ ಶಬ್ದಕ್ಕರ್ಥ. ಆ ಚಿದ್ರೂಪವಾದ ಪ್ರಾಣಲಿಂಗವು ಆತ್ಮಾಂಗದಲ್ಲಿ ಆನಂದ ಸ್ವರೂಪವಾದ ಭಾವಲಿಂಗವಾಗಿ ನೆಲೆಗೊಂಡಿಪ್ಪುದನಱಿದ ಶರಣನೆಂಬುದೀಗ, ಅದು ಭೂತಪ್ರಭೆಯಲ್ಲಿ ನಿಷ್ಪತಿಯೆಂಬುದ –ನಱಿಯ ಬಂದು+ ಎಂಬ ಶಬ್ದಕ್ಕರ್ಥ. ಆ ತ್ರಿವಿಧಲಿಂಗ ಸಂಬಂಧಿಯಾದ ಶರಣನು ತನು ತ್ರಯಂಗಳನಳಿದು ನಿರವಯಲಿಂಗದಲ್ಲಿ ಭಿನ್ನವಳಿದು ಅಭಿನ್ನವಾಗಿರ್ದನೆಂಬುದೀಗ, ಆಶ್ರಯವಿಲ್ಲದೆ ನಿಂದುದು ನಿರವಯವು, ಚಿಕ್ಕಯ್ಯ ಪ್ರಿಯ ಸಿದ್ಧಲಿಂಗ ಇಲ್ಲ ಇಲ್ಲ ಎಂಬ ಶಬ್ದಕ್ಕರ್ಥ.॥೨೯॥

೮೯ ಮಹದಾಕಾಶಸ್ಥಲ

೩೪೨

ವಾಯದ ರಾಸಿಗೆ ಮಾಯಾದ ಕೊಳಗ, ಅಳೆವುದು ನೆಳಲು. ಹೊಯಿವುದು ಬಯಲು, ತುಂಬೀನೆಂದಡೆ ತುಂಬಲು ಬಾರದು, ತುಂಬಿದ ರಾಸಿಯ ಕಾಣಲು ಬಾರದು, ಅಳತೆಗೆ ಬಾರದು, ಹೊಯಿಲಿಗೊಳಗಾಗದು. ಚಿಕ್ಕಯ್ಯ ಪ್ರಿಯ ಸಿದ್ಧಲಿಂಗ ಇಲ್ಲ, ಇಲ್ಲ, ಮಿಗೆ ಬಯಲೂ.

ಟೀ। ಸರ್ವಚೈತನ್ಯಾತ್ಮಕನಪ್ಪ ಪರಿಪೂರ್ಣವಾದ ಪರಬ್ರಹ್ಮವೆಂಬುದೀಗ ವಾಯದ ರಾಸಿಯೆಂಬ ಶಬ್ದಕ್ಕರ್ಥ. ಶಾಸ್ತ್ರಜ್ಞಾನವೆಂಬ ಸಂಕಲ್ಪಕ್ಕೊಳಗಾಗದ ಶರಣನ ಸಮ್ಯಜ್ಞಾನವೆಂಬುದೀಗ ಮಾಯದ ಕೊಳಗವೆಂಬ ಶಬ್ದಕ್ಕರ್ಥ. ಆ ಸಮ್ಯಜ್ಞಾನಿಯಾದ ಶರಣನ ಸದ್ಭಾವಚ್ಛಾಯಾಮಾತ್ರವಪ್ಪ ಸದ್ಭಕ್ತಿಗೆ ಕಾರಣವಾದ ನಿಜಾಂತರಂಗದಲ್ಲಿ ಚಿತ್ಪ್ರಭಾಲಿಂಗವನಱಿಯಬೇಕೆಂಬ ಅವಸ್ಥೆಯ ಮುಂದುಗೊಂಡಿರ್ದನೆಂಬುದೀಗ ಅಳೆವುದು ನೆಳಲು ಎಂಬ ಶಬ್ದಕ್ಕರ್ಥ. ಆ ಶಿವೋಽಹಂ ಭಾವವ ಮುಂದುಗೊಂಡಿರ್ದ ಶರಣಂಗೆ ಚಿದ್ಬಯಲಿನ ಬಯಲಪ್ಪ ಪರಬ್ರಹ್ಮವು ಗುರುಕೃಪೆಯಿಂದ ಸಂಬಂಧವಾಯಿತ್ತೆಂಬುದೀಗ, ಹೊಯಿವುದು ಬಯಲೆಂಬ ಶಬ್ದಕ್ಕರ್ಥ. ಅಂತಪ್ಪ ಪರಬ್ರಹ್ಮವ ಭಿನ್ನ ಭಾವಿಗಳು ಭಿನ್ನಜ್ಞಾನಕ್ರೀಯಿಂದ ಸಂಬಂಧವ ಮಾಡಿಕೊಂಡಿಹೆನೆಂದಡೆ ಅಸಾಧ್ಯವಾಗಿಪ್ಪುದೆಂಬುದೀಗ, ತುಂಬೀನೆಂದಡೆ ತುಂಬಲೂ ಬಾರದೆಂಬ ಶಬ್ದಕ್ಕರ್ಥ. ಆ ಚಿತ್ಸ್ವರೂಪನಾದ ಶರಣನಲ್ಲಿ ಪರಿಪೂರ್ಣವಾಗಿಪ್ಪ ಪರಬ್ರಹ್ಮವ ಭಿನ್ನಜ್ಞಾನದೃಷ್ಟಿಯಿಂದ ಕಂಡೆಹೆನೆಂದಡೆ ಅಸಾಧ್ಯವಾಗಿಪ್ಪುದೆಂಬುದೀಗ ತುಂಬಿದ ರಾಸಿಯ ಕಾಣಲೂ

ಬಾರದೆಂಬ ಶಬ್ದಕ್ಕರ್ಥ. ಆ ಚಿತ್ಪ್ರಭಾಲಿಂಗವು ಭಿನ್ನಜ್ಞಾನಿಗಳ ಆಹ್ವಾನ ವಿಸರ್ಜನಕ್ಕೆ ಬಾರದೆಂಬುದೀಗ ಅಳತೆಗೆ ಬಾರದು. ಹೊಯಿಲಿಗೊಳಗಾಗದೆಂಬ ಶಬ್ದಕ್ಕರ್ಥ. ಅಂತಪ್ಪ ಚಿತ್ಪರಮ ಲಿಂಗವು ಅಜ್ಞಾನಿಗಳ ಅಂಗಪ್ರಾಣಂಗಳಲ್ಲಿ ನೆಲೆಗೊಳ್ಳದು. ಅವರಜೀವಿಂಗೆ ಅಗಮ್ಯ, ಅಗೋಚರವಾಗಿಪ್ಪುದೆಂಬುದೀ ಚಿಕ್ಕಯ್ಯ ಪ್ರಿಯ ಸಿದ್ಧಲಿಂಗ ಇಲ್ಲ, ಇಲ್ಲ, ಮಿಗೆ ಬಯಲು ಎಂಬ ಶಬ್ದಕ್ಕರ್ಥ.॥೩೦॥

೩೪೩

ಏನೆಂದು ಎನಲಿಲ್ಲ, ನುಡಿದು ಹೇಳಲಿಕಿಲ್ಲ. ನಿಜದಲ್ಲಿ ನಿಂದ ಬೆಱಗು ಕುಱುಹಱಿವುದೇ ಮರುಳೇ? ಹಱಿದು ಹತ್ತುವುದೆ ಬಯಲು? ಅದು ತನ್ನಲ್ಲಿ ತಾನಾದ ಬಯಲು; ತಾನಾದ ಘನವು. ಇನ್ನೇನನಱಸಲಿಲ್ಲ. ಅದು ಮುನ್ನವೇ ತಾನಿಲ್ಲ, ಚಿಕ್ಕಯ್ಯ ಪ್ರಿಯ ಸಿದ್ಧಲಿಂಗ ಇಲ್ಲ, ಇಲ್ಲ.

ಟೀ। ನಾನೀನೆಂಬ [1]ಲಿಂಗಾಂಗ[1]ವೆರಡಾಗಿ ತೋಱದೆ ನಿಷ್ಕಲವಾಗಿರ್ದ ನಿಜವಸ್ತುವ ಉಪಮಿಸಿ ಹೇಳಬಾರದೆಂಬುದೀ ವಚನಾರ್ಥ.॥೩೧॥

೩೪೪

ಖಂಡಿತವಿಲ್ಲಾಗಿ ಸರ್ವಾಂಗವೂ ನಾಸಿಕವಾಯಿತ್ತು, ತಾನಲ್ಲದೆ ಅನ್ಯವಾಸನೆ-ಯಿಲ್ಲವಾಗಿ; ಅಲ್ಲಿಯೆ ಅಡಗಿತ್ತು ಮಹತ್ತಪ್ಪ ಪೃಥ್ವಿ. ಖಂಡಿತವಿಲ್ಲಾಗಿ ಸರ್ವಾಂಗವೂ ಜಿಹ್ವೆಯಾಯಿತ್ತು ಅನ್ಯರುಚಿಯಿಲ್ಲಾಗಿ; ಅಲ್ಲಿಯೆ ಮಹತ್ತಪ್ಪ ಅಪ್ಪುವಡಗಿತ್ತು. ಖಂಡಿತವಿಲ್ಲಾಗಿ ಸರ್ವಾಂಗವೂ ನೇತ್ರವಾಯಿತ್ತು, ತಾನಲ್ಲದೆ ಅನ್ಯರೂಪಿಲ್ಲವಾಗಿ; ಅಲ್ಲಿಯೆ ಮಹದಗ್ನಿಯಡಗಿತ್ತು. ಖಂಡಿತವಿಲ್ಲಾಗಿ ಸರ್ವಾಂಗವೂ ಮಹಾಸೋಂಕಾಯಿತ್ತು, ತಾನಲ್ಲದೆ ಅನ್ಯ ಸ್ಪರುಶವಿಲ್ಲಾಗಿ; ಅಲ್ಲಿಯೆ ಮಹತ್ತಪ್ಪ ವಾಯುವಡಗಿತ್ತು. ಖಂಡಿತವಿಲ್ಲಾಗಿ ಸರ್ವಾಂಗವೂ ಶ್ರೋತ್ರವಾಯಿತ್ತು, ತಾನಲ್ಲದೆ ಅನ್ಯ ಶಬ್ದವಿಲ್ಲಾಗಿ; ಅಲ್ಲಿಯೆ ಮಹದಾಕಾಶವಡಗಿತ್ತು. ಇಂತು ಬ್ರಹ್ಮಾಂಡವೇ ಪಂಚಭೂತಮಯವಾದರೆ ಶರಣನ ಸರ್ವಾಂಗದಲ್ಲಿ ಪಂಚಬ್ರಹ್ಮಮಯವಡಗಿತ್ತು. ಅದೆ ಪಂಚವರ್ಣಾತೀತವಾದ ಮಹಾಬಯಲೊಳಗೆ ನಿಂದಭೇದ. ಅದಱಲ್ಲಿ ಜಗವಡಗಿದ ಭೇದವ, ಮಹತ್ತು ಮಹತ್ತನೊಳಕೊಂಡ ಭೇದವನೇನೆಂದುಪಮಿಸು-ವೆನಯ್ಯಾ ಕೂಡಲ ಚೆನ್ನಸಂಗಯ್ಯಾ.

ಟೀ ಅಂಗ–ಲಿಂಗ ಸಂಗವಾಗಿ, ಭೇದವಳಿದು, ಅಂಗವೆಲ್ಲಾ ಅಖಂಡಿತ ಲಿಂಗವೆಯಾದ ಶರಣನ ಪಂಚೇಂದ್ರಿಯಂಗಳು ಮೊದಲಾದ ಪಂಚವಿಷಯ ತತ್ತ್ವಂ–ಗಳೆಲ್ಲಾ ಲಿಂಗವೆಯಾದ ಕಾರಣ ಶರಣನ ಸಾಕಾರವೇ ಪಂಚಬ್ರಹ್ಮಸ್ವರೂಪವಾಯಿತ್ತು. ಅಂತು ಪಂಚಬ್ರಹ್ಮಸ್ವರೂಪವನೊಳಕೊಂಡು ಅನಕ್ಷರಸ್ವರೂಪಮಪ್ಪ

ಪರಬ್ರಹ್ಮವೆಯಾಗಿಪ್ಪನು ಶರಣನು. ಅಂತು ಜಗದ್ಭಾವನೆಯಳಿದು ಅಖಂಡಿತ ಲಿಂಗವೆಯಾಗಿಪ್ಪ ಶರಣನ ಚಾರಿತ್ರವನುಪಮಿಸಿ ಹೇಳಬಾರದೆಂಬುದೀ ವಚನಾರ್ಥ.॥೩೨॥

೯೦ ಕ್ರಿಯಾಪ್ರಕಾಶಸ್ಥಲ

೩೪೫

ಧರ್ಮವೆ ಸಯವಾಗಿ ಆಚಾರದ ನಿಲವನಱಿದು ಹೃದಯದ ಕತ್ತಲೆಯನುದಯ –ಮುಖದಲ್ಲಿಯೆ ಕಳೆದು ಮುಟ್ಟುವುದ ಮುಟ್ಟದೆ ಕಳೆದು, [೧]ಮುಟ್ಟದುದ[೧] ಮುನ್ನವೆ ಕಳೆದು, ಅಯ್ಯಾ ಅಯ್ಯಾ ಎಂಬಲ್ಲಿಯೆ ತಲ್ಲೀಯವಾಯಿತ್ತು ಕೇಸರಿಯ ಸಮಜೋಗ [೨]ಐದರ[೨] ಮದ [೧]ಸೇನೆ[೧]ಯದಳ ಮುಱಿಯಿತ್ತು. ಎನ್ನೊಡೆಯ ಕೂಡಲ ಚೆನ್ನಸಂಗ ಹಿಡಿವಡೆದ.

ಟೀ। ಪ್ರಥಮದಲ್ಲಿ ಮಾಟಃ ಅಱಿವಿಂದಃ ಅಂತರಂಗದ ಕತ್ತಲೆ ಕೆಟ್ಟು, ಅಱಿವಿಂದ [2]ಅಱಿವ[2] ನೆಱೆ[3] ಅಱಿತು, ಅಱಿವಿಂದ [2]ಅಱಿವನೆಲ್ಲ[2] ಕೆಡಿಸಿ, ಅಱಿವಡಗಿದುದೆ ಮಹಾಘನವೆಂಬುದೀ ವಚನಾರ್ಥ.॥೩೩॥

೩೪೬

ಲಿಂಗ[೪]ವನು[೪] ಪ್ರಾಣ[೫]ವನು[೫] ಒಂದುಮಾಡಿ ತೋಱಿದ ಗುರು[೬]ವಿರ್ದಾನಲ್ಲಾ[೬], ಲಿಂಗ[೬]ವಿರ್ದಾನಲ್ಲಾ[೬], ಇದಕ್ಕೆ ಸಾಕ್ಷಿ[೭] ಜಂಗಮ[೬]ವಿರ್ದಾನಲ್ಲಾ[೬], [೮]ಇಂತೀ ತ್ರಿವಿಧ ದೃಷ್ಟವನು[೮] ಕಂಡು[೯] ಬೇಱೆಂಬ ಅಜ್ಞಾನಕ್ಕೆ [೧೦]ಬೆಱಗಾದ [೧೧]ಗೋಹೇಶ್ವರಾ!

ಟೀ। ಲಿಂಗದಲ್ಲಿ ಪ್ರಾಣಗುಣವಳಿದು ಲಿಂಗಗುಣವುಳಿದರೆ, ಅದೀಗ ಪ್ರಾಣಲಿಂಗ ಸಂಬಂಧ. ಇಂತಪ್ಪ ಪ್ರಾಣಲಿಂಗ ಸಂಬಂಧವ ಶ್ರೀಗುರುಬೋಧೆಯಿಂದ, ಕರಸ್ಥಲದ ಇಷ್ಟಲಿಂಗದ ದರ್ಶನ ವಿವೇಕದಿಂದ, ಜಂಗಮ ಲಿಂಗದ ಶಿಕ್ಷಾಬೋಧೆಯಿಂದ ಕಾಣಬಂದಿತ್ತೆಂಬುದೆ ದೃಷ್ಟ. ಇದಲ್ಲದೆ ಬೇಱೆ ಬೇಱೆ ಅನ್ಯಪಥವಿಲ್ಲ ಎಂಬುದೀ ವಚನದ ಬಹು ಶಬ್ದಕ್ಕೇಕಾರ್ಥ ನಿರ್ವಚನ.॥೩೪॥

೩೪೭

ಕಾಲ ಸಡಗರ ಕೈಯಲದೆ, ಕೈಯ ಸಡಗರ ಕಂಗಳಲದೆ. ಅದೇನು ಕಾರಣವೆಂದರೆ, ಕಂಗಳೇ ಕಾರಣವಾಗಿ, ಒಂದು ಮಾತಿನೊಳಗೆ ವಿಚಾರವದೆ. ದರ್ಪಣದೊಳಗೆ ಕಾರ್ಯವದೆ, ಇದೇಕೆ ತಿಳಿಯಲಱಿಯರು ಹೇಳಾ, ಗೋಹೇಶ್ವರಾ.

ಟೀ। ಗುರುಕಾರುಣ್ಯ ಲಿಂಗಸ್ವಾಯತವುಳ್ಳ ಶಿವಶರಣಂಗೆ ಸದಾಚಾರ ಸಚ್ಚರಿಯವೆ ಚರಣವಾಗಿ, ಸತ್ಪಥದಲ್ಲಿ ಶಿವಲೀಲೆಯಿಂ ನಡವುತ್ತಿರ್ಪುದೀಗ, ಕಾಲ ಸಡಗರವೆಂಬ ಶಬ್ದಕ್ಕರ್ಥ. ಅಂತಪ್ಪ ಸದಾಚಾರ ಸಚ್ಚರಿಯಕ್ಕೆ ಕರ್ತೃಸ್ಥಾನವಾವುದೆಂದಡೆ ಇಷ್ಟಲಿಂಗವೆ ಆಚಾರ–ಲಿಂಗವಾದ ಕಾರಣ. ಆ ಲಿಂಗಪ್ರವರ್ತನೆ ಕರಸ್ಥಲದಲ್ಲಿರ್ಪುದೆಂಬುದೀಗ,

ಕಾಲಸಡಗರ ಕೈಯಲದೆ ಎಂಬ ಶಬ್ದಕ್ಕರ್ಥ. ಆ ಕರಸ್ಥಲದ ಲಿಂಗಕ್ಕೆ ನೋಟವೇ ಆಶ್ರಯಸ್ಥಾನ. ಅದೆಂತೆಂದಡೆ, ಕೂಟಕ್ಕೆ ನೋಟವೇ ಕಾರಣವಾಗಿ ಎಂಬುದೀಗ, ಕೈಯ ಸಡಗರ ಕಂಗಳಲದೆ. ಅದೇನು ಕಾರಣವೆಂದರೆ, ಕಂಗಳೇ ಕಾರಣವಾಗಿ ಎಂಬ ಶಬ್ದಕ್ಕರ್ಥ. ಈ ಪಥವನಱಿದು ನಿಜದಲ್ಲಿ ನಿಂದು ಆ ಅಱಿವನಿದಿರಿಂಗೆ ತೋಱಿ ಮಾತನಾಡಿದರೆ, ತನ್ನ ಮಾತು ತನ್ನನಾಲಿಂಗಿಸಿಕೊಂಬ ಹಾಂಗೆ ಮಾತನಾಡಲು ಅದು ಏಕವಾಕ್ಯಪ್ರತಿಷ್ಠೆಯೆನಿಸಿಕೊಂಡ ಕಾರಣದಿಂ ಅದೀಗ ಒಂದು ಮಾತಿನೊಳಗೆ ವಿಚಾರವದೆ ಎಂಬ ಶಬ್ದಕ್ಕರ್ಥ. ಕನ್ನಡಿಯ ನೋಡಲು ತನ್ನಿಂದ ಭಿನ್ನವಿಲ್ಲವೆಂಬುದ ತನ್ನ ತಾನಿದಿರಿಟ್ಟು ನೋಡಿ ಕಂಡು ತನ್ನನಱಿವುದೆ ಸದ್ವಿವೇಕವೆಂಬುದೀಗ, ಕನ್ನಡಿಯೊಳು ಕಾರ್ಯವದೆ ಎಂಬ ಶಬ್ದಕ್ಕರ್ಥ. ಇಂತಪ್ಪ ವಿವೇಕವ ತಿಳಿಯದವರು ಅಕ್ರಮಿಗಳೆಂಬುದೀಗ ಇದೇನು ಕಾರಣ ತಿಳಿಯಲಱಿ- -ಯರು ಎಂಬ ಶಬ್ದಕ್ಕರ್ಥ.॥೩೫॥

೩೪೮

ಲಿಂಗಜಂಗಮ ಸನುಮತವಾದ ಕ್ರೀಯನು ಅಹುದಾಗದೆಂಬ ಸಂದೇಹಬೇಡ. ಕ್ರೀವಿಡಿದು ತನುವ ಗಮಿಸುವುದು. ಅಱಿವುವಿಡಿದು ಮನವ ಗಮಿಸುವುದು.

ಕ್ರಿಯಾದ್ವೈತಂ ನ ಕರ್ತವ್ಯಂ ಭಾವಾದ್ವೈತಂ ಸಮಾಚರೇತ್। ಕ್ರಿಯಾ ನಿರ್ವಹತೇ ಯಸ್ತು ಭಾವಶುದ್ಧಂ ತು ಶಾಂಕರಿ॥ ಎಂದುದಾಗಿ ಕ್ರಿಯಾನುಭಾವದಿಂದ ಸಕಲ ಇಂದ್ರಿಯಂಗಳು ಕೂಡಲ ಚೆನ್ನಸಂಗಯ್ಯನಲ್ಲಿ ತಲ್ಲೀಯ, ತದ್ರೂಪು.+

ಟೀ। ಲಿಂಗಜಂಗಮವು ಒಂದೆಯೆಂಬ ಅನುವನಱಿದು ನಿಶ್ಚೈಸಿ ಮಾಡುವ ಭಕ್ತಿ ಶಿವನೊಡಗೂಡುವ ಸತ್ಕ್ರೀಯೆಂಬುದು ಸಂದೇಹವಿಲ್ಲ. ಅಂತು ಲಿಂಗವು ಜಂಗಮವೂ ಒಂದೆ ವಸ್ತುವೆಂಬ ಜ್ಞಾನವಿಡಿದು ಮನವ ಗಮಿಸಬೇಕು. ಅಂಗದಲ್ಲಿ ಲಿಂಗವ ಹಿಂಗದೆ ಕ್ರೀಯನಾಚರಿಸಬೇಕು. ಅಂತು ಅಂತರಂಗದಱಿವಿಂದ, ಬಹಿರಂಗದ ಕ್ರೀಯಿಂದ ತನು–ಮನ–ಪ್ರಾಣಂಗಳೆಲ್ಲಾ ಲಿಂಗವಾದವೆಂಬ ನಿಶ್ಚಯವಿರಬೇಕೆಂಬುದೀ ವಚನಾರ್ಥ.॥೩೬॥

೯೧ ಭಾವಪ್ರಕಾಶಸ್ಥಲ

೩೪೯

ಕಿನ್ನರ – ಕಿಂಪುರುಷರು ಸಿದ್ಧರು ನಾ–ನೀನೆಂಬ ಮೂಱು ತಲೆಯವರು ಬಿಂದು ಚಕ್ಷು, ಚಕ್ಷುಬಿಂದು, ಚಕ್ಷುಚಕ್ಷುವೆಂಬ ಮೂಱು ತಲೆಯವರು – ಈ ಮೂಱಲುಗಿನ ನಡುವಣ ಕೀಲ ಕಳಚಿದಡೆ, ಅವರ ಕೂಡಲ ಚೆನ್ನಸಂಗಾ, ನೀನೆಂಬೆ.

ಟೀ। ಭಿನ್ನಕ್ರೀಯನಾಚರಿಸಿ ಫಲಪದಂಗಳ ಪಡೆವುತ್ತಿಹ ಇಂದ್ರಾದಿ ದೇವತೆಗಳು, ತ್ರಿಪುಟಿಜ್ಞಾನದಿಂದ ಬ್ರಹ್ಮೋಽಹಂ ಎಂಬ ಸನಕಾದಿ ರುಷಿಗಳು, ದ್ವೈತಾದ್ವೈತ- -ಯೋಗಮಾರ್ಗಿಗಳು, ಕರ್ಮಜ್ಞಾನಯೋಗಂಗಳಿಂದ ಭವದಲ್ಲಿ ಸತ್ತು ಹುಟ್ಟುತ್ತಿಹರು.

ಈ ಉತ್ಪತ್ತಿ, ಸ್ಥಿತಿ, ಲಯಂಗಳ ನಿವೃತ್ತಿಮಾಡಿದಾತನೆ ಲಿಂಗಶರಣನೆಂಬುದೀ ವಚನಾರ್ಥ.॥೩೭॥

೩೫೦

ಓಲೆಯುನಿಕ್ಕಿದ ಬಾಲೆಯು ಓಲೆಗಳೆಯುದಿದೆಂತೋ. ಓಲೆಯಿದ್ದು ವಾಗಾಯತವಾ- -ಯಿತ್ತಲ್ಲಾ ಎಲ್ಲರಿಗೆಯೂ. ಓಲೆಯು ಹೋಯಿತ್ತೆನಗೆ ಓಲೆಯ ಬಾಲೆಯ ಕೀಲ ಬಲ್ಲರೆ ಕೂಡಲ ಚೆನ್ನಸಂಗಯ್ಯನೆಂಬೆ.

ಟೀ। ಅಂಗ ಲಿಂಗದೊಳಡಗದೆ ಅಂಗ–ಲಿಂಗವೆಂದು ದ್ವೈತವಾಗಿದ್ದಿತ್ತು, ಎಲ್ಲರಿಗೆಯೂ ಅಂಗಲಿಂಗವೆಂಬ ಉಭಯವಳಿದು, ವಾಙ್ಮನಕ್ಕೆ ಬಾರದ ಇರವ ಬಲ್ಲವನೆ ಘನಲಿಂಗವೆಂಬುದೀ ವಚನಾರ್ಥ.॥೩೮॥

೩೫೧

ಲಿಂಗ ಪ್ರಾಣವೆಂಬೆನೆ – ಪ್ರಾಣದ ಹಂಗಿನ ಲಿಂಗ; ಪ್ರಾಣ ಲಿಂಗವೆಂಬೆನೆ– ಲಿಂಗದ ಹಂಗಿನ ಪ್ರಾಣ. ಲಿಂಗ ಪ್ರಾಣವಲ್ಲ, ಪ್ರಾಣ ಲಿಂಗವಲ್ಲ. ಉಭಯದ ಸಂದಳಿದವರ ತೋಱಿ ಬದುಕಿಸಯ್ಯಾ ಕೂಡಲಚೆನ್ನಸಂಗಮದೇವಾ.

ಟೀ। ಲಿಂಗಪ್ರಾಣ, ಪ್ರಾಣಲಿಂಗವೆಂಬ ದ್ವೈತವಳಿದು ಅದ್ವೈತವಾಗಿ ನಿಂದವರ ತೋಱಿ ಬದುಕಿಸಯ್ಯಾ ಎಂಬುದೀ ವಚನಾರ್ಥ.॥೩೯॥

೩೫೨

ಅಂಗದ ಮೇಲೆ ಆಯತವಾದುದೆ ಇಷ್ಟಲಿಂಗ. ಇಷ್ಟಲಿಂಗವಿಡಿದು ಪ್ರಾಣಲಿಂಗ ಸ್ವಾಯತ. ಪ್ರಾಣಲಿಂಗ ಉದಯಿಸಿದಲ್ಲದೆ ಇಷ್ಟಲಿಂಗವ ಕಾಣಬಾರದು. ಈ ಭೇದವ ಭೇದಿಸಬಲ್ಲಡೆ ಕೂಡಲ ಚೆನ್ನಸಂಗಯ್ಯನಲ್ಲಿ ಲಿಂಗೈಕ್ಯವು.

ಟೀ। ಅಂಗದ ಮೇಲೆ ಲಿಂಗ ಸಾಹಿತ್ಯವಾದ ಭಕ್ತನು ಕರ್ಮ–ಕ್ರೀಗಳ ಬಿಟ್ಟು ಏಕಲಿಂಗನಿಷ್ಠಾ–ವ್ರತಸ್ಥನಾಗಿ ಭಕ್ತಿಕ್ರೀಯಿಂದ ಆಚರಿಸುವುದೆ ಆಚಾರ. ಅಂತಪ್ಪ ಆಚಾರ ನೆಲೆಗೊಂಡ ಸದ್ಭಕ್ತನ ಕರಸ್ಥಲದ ಇಷ್ಟಲಿಂಗದಲ್ಲಿ ಲಿಂಗಕಳೆ ಇಹುದೆಂಬುದೀಗ, ಅಂಗದ ಮೇಲೆ ಆಯತವಾದುದೆ ಇಷ್ಟಲಿಂಗವೆಂಬ ಶಬ್ದಕ್ಕರ್ಥ. ಆ ಇಷ್ಟಲಿಂಗದಲ್ಲಿ ನೈಷ್ಠಿಕಾ ಭಾವ ನೆಲೆಗೊಂಡು ಪ್ರಾಣನಲ್ಲಿ ಲಿಂಗ ಸಾಹಿತ್ಯವಾಗಿಹುದೆಂಬುದೀಗ, ಇಷ್ಟಲಿಂಗವಿಡಿದಿಹುದೆ ಪ್ರಾಣಲಿಂಗ ಸ್ವಾಯತವೆಂಬ ಶಬ್ದಕ್ಕರ್ಥ. ಅಂತು ಪ್ರಾಣನಲ್ಲಿ ಲಿಂಗಭಾವ ಹುಟ್ಟಿದಾತಂಗೆ ಇಷ್ಟಲಿಂಗದ ಕಳೆ ಪ್ರತ್ಯಕ್ಷವಾಗಿ ಕಾಣಿಸುವುದೆಂಬುದೀಗ, ಪ್ರಾಣಲಿಂಗ ಉದೈಸಿದಲ್ಲದೆ ಇಷ್ಟಲಿಂಗವ ಕಾಣಬಾರದು ಎಂಬ ಶಬ್ದಕ್ಕರ್ಥ. ಅಂತು ಇಷ್ಟಲಿಂಗದ ಕಳೆಯ ಕಾಬ ಲಿಂಗಭಾವ ಪ್ರಾಣದಲ್ಲಿ ಹುಟ್ಟಿದಾತಂಗೆ ಪ್ರಾಣವಿಲ್ಲ. ಇಂತೆಂಬ ವರ್ಮವ ತಿಳಿದು ಇಷ್ಟಲಿಂಗವೇ ಪ್ರಾಣಲಿಂಗವೆಂದು ಅಱಿದು ಭಿನ್ನವಳಿದಿರ್ದ ಶರಣಲಿಂಗಕ್ಕನನ್ಯವೆಂಬುದೀಗ, ಈ ಭೇದವ ಭೇದಿಸಬಲ್ಲರೆ ಲಿಂಗೈಕ್ಯನೆಂಬ ಶಬ್ದಕ್ಕರ್ಥ.॥೪೦॥

೯೨ ಜ್ಞಾನಪ್ರಕಾಶಸ್ಥಲ

೩೫೩

ಸುಖವ ಬಲ್ಲಾತನು ಸುಖಿಯಲ್ಲ; ದುಃಖವ ಬಲ್ಲಾತನು ದುಃಖಿಯಲ್ಲ. ಸುಖದುಃಖವೆರಡನು ಬಲ್ಲಾತ ಜ್ಞಾನಿಯಲ್ಲ. ಹುಟ್ಟದ ಮುನ್ನವೆ ಸತ್ತವರ ಕುಱುಹ [1]ಬಲ್ಲರೆ ಬಲ್ಲ[1] ಗೋಹೇಶ್ವರಾ.+

ಟೀ। ದುಃಖದಲ್ಲಿರ್ದ ಜೀವಂಗೆ ಆ ದುಃಖ ಬಿಡುಗಡೆಯಾಗಿ ಸುಖವಾದಲ್ಲಿ ಆ ಸುಖವನಱಿದು ಹೇಳುವನಾಗಿ ಆತ ಮುನ್ನ ಸುಖಿಯಲ್ಲವೆಂಬುದೀಗ, ಸುಖವ ಬಲ್ಲಾತ ಸುಖಿಯಲ್ಲವೆಂಬ ಶಬ್ದಕ್ಕರ್ಥ. ಸುಖದಲ್ಲಿರ್ದ ಜೀವನು ದುಃಖ ಬಂದಲ್ಲಿ ದುಃಖವನಱಿದು ಹೇಳುವನಾಗಿ, ಆತ ಮುನ್ನ ದುಃಖಿಯಲ್ಲವೆಂಬುದೀಗ, ದುಃಖವ ಬಲ್ಲಾತ ದುಃಖಿಯಲ್ಲವೆಂಬ ಶಬ್ದಕ್ಕರ್ಥ. ಅಂತು ಸುಖ ದುಃಖವೆಂಬ ಪುಣ್ಯ ಪಾಪವನಱಿದು ಮಾಡಿ ಅನುಭವಿಸುತ್ತಿಪ್ಪ ತನ್ನ ನಿಜವನಱಿವ ಜ್ಞಾನವಿಲ್ಲವೆಂಬುದೀಗ, ಸುಖದುಃಖವೆರಡನು ಬಲ್ಲಾತ ಜ್ಞಾನಿಯಲ್ಲವೆಂಬ ಶಬ್ದಕ್ಕರ್ಥ. 'ಸತ್ತು' ವೆಂದರೆ ಪರಬ್ರಹ್ಮ. ಅಂತಪ್ಪ ಪರಬ್ರಹ್ಮವೆ ಆತ್ಮರ ಪ್ರಥಮ ಜನನಸ್ಥಲವಾಗಿಪ್ಪುದಾಗಿ, ಅಂತು ಆತ್ಮರು [2]ಜನಿಸದ[2] ಮೊದಲೆ ಇರ್ದ ಪರಬ್ರಹ್ಮವೆಂಬುದೀಗ, ಹುಟ್ಟದ ಮುನ್ನ ಸತ್ತವರೆಂಬ ಶಬ್ದಕ್ಕರ್ಥ. ಅಂತಪ್ಪ ಪರಬ್ರಹ್ಮವು ತನ್ನ ನಿಜದ ನಿಲವೆಂದಱಿದು ಸಮ್ಯಜ್ಞಾನಿಯಾದಾತನೆ ಬಲ್ಲಾತನೆಂಬುದೀಗ, ಹುಟ್ಟದ ಮುನ್ನವೆ ಸತ್ತವರ ಕುಱುಹಬಲ್ಲರೆ ಅದೇ ಜ್ಞಾನ[3] ಅದೇ [2]ಬಲ್ಲಾತನ[2] ಕುಳ[3]ವೆಂಬ ಶಬ್ದಕ್ಕರ್ಥ.॥೪೧॥

೩೫೪

ಕಾಯಾನುಭಾವಿಗಳು ಕಾಯದಲೆ ಮುಕ್ತರು; ಜೀವಾನುಭಾವಿಗಳು ಜೀವದಲೆ ಮುಕ್ತರು; ಪ್ರಾಣಾನುಭಾವಿಗಳು ಪ್ರಾಣದಲೆ ಮುಕ್ತರು; ಪವನಾನುಭಾವಿಗಳು ಪವನದಲೆ ಮುಕ್ತರು. ಇವರನೆಂತು ಸರಿಯೆಂಬೆ ಲಿಂಗಾನುಭಾವಿಗಳಿಗೆ? ಸ್ವಯಂಪ್ರಕಾಶಲಿಂಗದಲ್ಲಿ ಸದಾ ಸನ್ನಹಿತರು, ಕೂಡಲ ಚೆನ್ನಸಂಗಮದೇವಾ, ನಿಮ್ಮ ಶರಣರು+

ಟೀ। ಯಮನಿಯಮಾಸನ ಪ್ರಾಣಾಯಾಮ ಪ್ರತ್ಯಾಹಾರಂಗಳಿಂದ ಕಾಯ ಜೀವ ಪ್ರಾಣ ಪವನಂಗಳ ಲಕ್ಷ್ಯವಿಟ್ಟು ಸಾಧಿಸುವ ಅಷ್ಟಾಂಗಯೋಗಿಗಳೆಲ್ಲರೂ ಕಾಯ ಜೀವ ಪ್ರಾಣ ಪವನಸ್ವರೂಪರೆಯಾಗಿ ಹುಟ್ಟಿ ಹೊಂದುತ್ತಿಹರು, ಅಂತಲ್ಲ ಲಿಂಗಾನುಭಾವಿಗಳು. ಮತ್ತೆಂತೆಂದರೆ, ಆ ಶರಣನೆನಿಪ್ಪ ಆತ್ಮನೆ ಅಂಗವಾಗಿ ಆ ಅಂಗದ ಪರಮ ಚೈತನ್ಯಪ್ರಕಾಶವೆ ಲಿಂಗ, ಅಂತಪ್ಪ ಸ್ವಯಂ ಜ್ಯೋತಿಪ್ರಕಾಶ ಲಿಂಗವನಱಿದು ಲಿಂಗಾಂಗ ಸಂಯೋಗಾನುಭಾವಿಯಾಗಿ ಲಿಂಗವೆಯಾಗಿಪ್ಪ ಶರಣನೆಂಬುದೀ ವಚನಾರ್ಥ.॥೪೨॥

೩೫೫

ಅಱಿಸಲಿಲ್ಲದ [೧]ಘನವನಱಿ[೧]ಸುವು[೧]ದೇನೋ, ತಿಳಿವುದೇನೋ? [೨]ತಿಳುಹಿನ[೨] ಮುಂದಣ ಸುಳುಹು ತಾನೇನೊ? ಸರದ ಸಮತೆಯ ಪರಿಣಾಮ ನೋಡಾ! ಗೋಹೇಶ್ವರನೆಂಬುದದೆ ಕಂಡಾ!

ಟೀ। ಅಱಿಸುವ ಅಱಿಕೆಗೆ ಸಿಕ್ಕದ ವಸ್ತುವ ಅಱಿಸಿ ನೋಡಿಹೆನೆಂದರೆ ಕಾಣಬಾರದು. ಅದೇನು ಕಾರಣವೆಂದರೆ, ಆ ಅಱಿಸುವಾತನು ತಾನೆ ಆ ವಸ್ತುವಾದ ಕಾರಣ. ವಿಚಾರಕ್ಕೆ ಅಸಾಧ್ಯವಾದ ವಸ್ತುವ ತಿಳಿದು ಅಱಿದೆಹೆನೆಂದರೆ ಸಿಕ್ಕದು. ಅದೇನು ಕಾರಣವೆಂದರೆ ಆ ತಿಳಿದು ವಿಚಾರಿಸಿಕೊಂಬಾತ ತಾನೆ ಆ ಪರವಸ್ತುವಾದ ಕಾರಣ. ನುಡಿದು ಕುಱುಹಿಂಗೆ ತಂದೆಹೆನೆಂದರೆ ಆ ವಸ್ತು ನಿಶ್ಶಬ್ದಬ್ರಹ್ಮವೆನಿಸಿಪ್ಪುದಾಗಿ ನುಡಿಗೆ ಸಿಕ್ಕದು. ಇಂತು ನಿಜವನಱಿದಡೆ ಬೇಱೆ ಅಱಿಸಲಿಲ್ಲ. ತಾನೆ ವಸ್ತುವೆಂಬುದೀ ವಚನಾರ್ಥ.॥೪೩॥

೩೫೬

ಹೃದಯಕಮಲಕರ್ಣಿಕಾ ಕುಹರಮಧ್ಯದಲ್ಲಿ ಪೃಥಗ್ಭಾವದಲ್ಲಿ ನೋಡಿ ಕಾಬನೇ ಶರಣನು? ವಕ್ತ್ರಾಶ್ರಮದ ಜಿಹ್ವೆಯ ಕೊನೆಯಲ್ಲಿ ಪರವಕ್ತ್ರನಾಗಿ ನುಡಿವನೇ ಶರಣನು? ಪ್ರಕೃತಿ ತನುಗುಣರಹಿತ, ಸುಕೃತಶೂನ್ಯ, ಘನಮುಗ್ಧ, ಕೂಡಲ ಚೆನ್ನಸಂಗನಲ್ಲಿ ಲಿಂಗೈಕ್ಯ.

ಟೀ। ವಾಙ್ಮನಕ್ಕೆ ಬಾರದ ನಿಶ್ಶಬ್ದವಾದ ಲಿಂಗೈಕ್ಯನು. ಹೃದಯಕಮಲದಲ್ಲಿ ನೋಡ, ಶಬ್ದಾನುಭಾವಂಗಳನಾಡ–ದ್ವೈತವಾಗಿ ಎಂಬುದೀ ವಚನಾರ್ಥ.॥೪೪॥

೩೫೭

ಶಿವಶಕ್ತಿಸಂಪುಟವಿಹೀನ ಲಿಂಗ; ಹಾನಿ ವೃದ್ಧಿಯಿಲ್ಲದುದೆ ಜಂಗಮ; ಜಾಗ್ರದಲ್ಲಿ ಕುಱುಹು ಸ್ವಪ್ನದಲ್ಲಿ ಆಕೃತಿ, ನೆಱೆ ಅಱಿತ ಅಱಿವು, ಹಿರಿದು–ಕಿಱಿದೆನ್ನದ ಸಜ್ಜನ ಶುದ್ಧ ಶಿವಾಚಾರ, ಕೂಡಲ ಚೆನ್ನಸಂಗಾ, ಲಿಂಗೈಕ್ಯವು.

ಟೀ। ಅಱಿವ–ಅಱುಹಿಸಿಕೊಂಬ ಉಭಯವಿಲ್ಲದುದೆ ಲಿಂಗ. ಆ ಲಿಂಗವನಱಿವುದೆ ಜಂಗಮ. ಅಱಿವು ಮಱವೆ ಅಡಗಿ ನಿಂದನಿಲವ ಏನೆಂದೂ ಎನಬಾರದ ಲಿಂಗೈಕ್ಯವೆಂಬುದೀ ವಚನಾರ್ಥ.॥೪೫॥

೯೩. ಕೊಂಡುದು ಪ್ರಸಾದಸ್ಥಲ

೩೫೮

ಸ್ಪರ್ಶನವಿರಹಿತ ಅರ್ಪಿತ, ರುಚಿವಿರಹಿತ ಪ್ರಸಾದ ಎಂದೆನೆಂದೆ: ಮತ್ತಾರಿಗೆಯೂ ಸಾಧ್ಯವಾಗಲಿ. ಕೂಡಲ ಚೆನ್ನಸಂಗಯ್ಯನ ಪ್ರಸಾದಿಯ ಪ್ರಸಾದದಿಂದ ಎಂದೆನೆಂದೆ: ಮತ್ತಾರಿಗೆಯಾದಡೆಯೂ ಸಾಧ್ಯವಾಗಲಿ.

ಟೀ। ಲಿಂಗಾಂಗ ಸಂಬಂಧಿಯಾಗಿ ಅಂಗ[1]ಭಾವವ[1]ಳಿದು, ಲಿಂಗ[1]ಭಾವ ಘಟಿಸಿದ ಶರಣನ ಸರ್ವಾಂಗವೆಲ್ಲಾ ಲಿಂಗವೆಯಾಗಿ, ಸಕಲ ಪದಾರ್ಥಂಗಳೆಲ್ಲವನೂ ನೋಡುವ, ಮುಟ್ಟುವ, ರುಚಿಸುವನೆಲ್ಲಾ ಲಿಂಗವೆಯಾಗಿ, ಲಿಂಗ[1]ಭೋಗಿಸಲು ಪ್ರಸಾದವಾಯಿತ್ತು, ಶರಣಂಗೆ. ಅಂತು ಲಿಂಗವೆ ಮುಟ್ಟಿ, ಲಿಂಗವೆ ರುಚಿಸಿ ಪ್ರಸಾದವಾಯಿತ್ತು. ಅಂತಾಗಿ ತನು ಮನ ಮುಟ್ಟಿದ, ರುಚಿಸಿದ ಉಚ್ಛಿಷ್ಟ ಪದಾರ್ಥವಲ್ಲವೆಂಬುದೀಗ, ಸ್ಪರ್ಶನವಿರಹಿತ ಅರ್ಪಿತ, ರುಚಿವಿರಹಿತ ಪ್ರಸಾದಿಯೆಂಬ ಶಬ್ದಕ್ಕರ್ಥ. ಅಂತು ಸರ್ವಾಂಗಲಿಂಗವಾಗಿ ಅರ್ಪಿಸುವ ವರ್ಮವ ಶಿವಶರಣರ ಪ್ರಸಾದಜ್ಞಾನಬೋಧೆಯಿಂದ ಅಱಿದವರು ಪ್ರಸಾದಿಗಳಪ್ಪರೆಂದು ಚೆನ್ನಬಸವಣ್ಣ [1]ಸಾಱಿ[1] ನುಡಿದನೆಂಬುದೀ ವಚನದ ತಾತ್ಪರ್ಯಾರ್ಥ.॥೧॥

೩೫೯

ಇಲ್ಲವೆಂಬುದ ಇಲ್ಲೆನ್ನಬಲ್ಲಡೆ ಅರ್ಪಿತ. ಉಂಟೆಂಬುದನುಂಟೆನ್ನಬಲ್ಲಡೆ ಪ್ರಸಾದ. ಆ ಪ್ರಸಾದವ ತಾನಿಲ್ಲದೆ ಕೊಳಬಲ್ಲಡೆ ಪ್ರಸಾದಿ. ಆ ಪ್ರಸಾದಿಯ ಪರಮ ಪರಿಣಾಮವೆ ಪ್ರಸಾದವಾಗಿ ಆ ಪ್ರಸಾದವು ತಾನಾಗಿ ಬೆಳಗುತ್ತಿರ್ಪನಯ್ಯಾ, ಕೂಡಲ ಚೆನ್ನ ಸಂಗಾ, ನಿಮ್ಮ ಶರಣ.

ಟೀ। ಇಲ್ಲದ ದೇಹಕರಣಾದಿ ಗುಣಂಗಳು ತನಗೆಂದೂ ಇಲ್ಲವೆಂದೆ ಅಱಿದು ಕಳೆದು ತನ್ನನೆಲ್ಲಾ ಪರಮಲಿಂಗವೆಯಾಗಿ ಕಾಣುತ್ತಿರ್ಪ ಸಮ್ಯಜ್ಞಾನ ಘಟಿಸಿದರೆ ಆ ಶರಣಲಿಂಗಕ್ಕೆ ಅರ್ಪಿತವಪ್ಪನೆಂಬುದೀಗ, ಇಲ್ಲೆಂಬುದನಿಲ್ಲೆನಬಲ್ಲಡೆ ಅರ್ಪಿತವೆಂಬ ಶಬ್ದಕ್ಕರ್ಥ. ಅಂತು ಅನಿತ್ಯವ ಬಿಟ್ಟು ನಿತ್ಯ ಪರಿಪೂರ್ಣವನುಳ್ಳ ಪರಮಲಿಂಗವು ತಾನಾಗಿ ಕಂಡು ಭಾವಿಸುತ್ತಿರ್ದ ಆ ಸದ್ಭಾವ ಹಸ್ತದಿಂದ ಆ ಲಿಂಗವ ಕರಸ್ಥಲಕ್ಕೆ ತಂದು ಪ್ರತ್ಯಕ್ಷವಾಗಿ ಉಂಟೆನಿಸಿ ಒಳ-ಹೊಱಗೆಂಬ ಸಂಶಯವಳಿದಡೆ ಆ ಶರಣ ತಾನೆ ಪರವಸ್ತುವೆಂಬುದೀಗ, ಉಂಟೆಂಬುದ ಉಂಟೆನಬಲ್ಲಡೆ ಪ್ರಸಾದವೆಂಬ ಶಬ್ದಕ್ಕರ್ಥ. ಅಂತು ತನ್ನ ನಿಜವಪ್ಪ ನಿರಾಕಾರ ಲಿಂಗವು ಸರ್ವಾಂಗವನೊಳಕೊಂಡು ಕರಸ್ಥಲದಲ್ಲಿ ಬೆಳಗುತ್ತಿರ್ದ ಇಷ್ಟಲಿಂಗದ ಪರಮಕಳೆಯೆಲ್ಲಾ ಶರಣನೆಯಾಗಿ ಕಂಡು ಲಿಂಗವು ತಾನೆಯೆನುತಿರ್ದನಾಗಿ ಆ ನಾನೆ ಲಿಂಗವೆಂಬ ಅಱಿವಿನ ತೋಱಿಕೆಯ ಭಿನ್ನವಳಿದು ಲಿಂಗವೆಯಾಗಿರಬಲ್ಲ ಶರಣರಿಗೆ ಲಿಂಗಪದಸಿದ್ಧಿಯಹುದೆಂಬುದೀಗ ಆ ಪ್ರಸಾದವ

ತಾನಿಲ್ಲದೆ ಕೊಳಬಲ್ಲರೆ ಪ್ರಸಾದಿಯೆಂಬ ಶಬ್ದಕ್ಕರ್ಥ. ಅಂತು ಅಂಗಲಿಂಗ ಸಂಬಂಧವಾಗಿ ಅಱಿವಿನ ತೋಱಿಕೆಯು ಭಿನ್ನವಳಿದು ಲಿಂಗವೆಯಾದ ಶರಣಂಗೆ ಆ ಮಹಾಲಿಂಗಾನಂದದಲ್ಲಿ ಪರಿಣಾಮಿಸಿದನಾಗಿ ಆ ಪರಿಣಾಮವೇ ಪರಮ ಪ್ರಸಾದವೆಂಬುದೀಗ, ಆ ಪ್ರಸಾದಿಯ ಪರಮ ಪರಿಣಾಮವೆ ಪ್ರಸಾದವಾಗಿ ಎಂಬ ಶಬ್ದಕ್ಕರ್ಥ. ಅಂತು ಅಖಂಡ ಚಿತ್ಪ್ರಕಾಶಲಿಂಗವೆಯಾಗಿಪ್ಪ ಶಿವಶರಣನೆಂಬುದೀಗ, ಆ ಪ್ರಸಾದವೆ ತಾನಾಗಿ ಬೆಳಗುತ್ತಿರ್ಪನಯ್ಯಾ ನಿಮ್ಮ ಶರಣನೆಂಬ ಶಬ್ದಕ್ಕರ್ಥ.॥೭॥

೩೬೦

ಆಱು ಬಣ್ಣದ ಮೃಗವು ತೋಱಿಯಡಗಿತ್ತು ಬಯಲ. ಮೂಱುಲೋಕದೊಳಗೆ ಸಾರಿ ಹಜ್ಜೆಯ ನೋಡಿ ತೊಱೆಯ ಬೆಂಬಳಿವಿಡಿದು ತೋಹಿನಲ್ಲಿಗೆ ಬಂದಿತ್ತು ಮೃಗವು. ಸೋಽಹಂ ಸೋಽಹಂ ಎನುತ್ತಿರ್ದುತ್ತು. ಇಹ–ಪರವ ಮೀಱಿ ನಿಂದುತ್ತು ತೋಱಲಿಲ್ಲದ ಬಿಲ್ಲು, ಬೇಱನಿಸದ ಬಾಣ. ಅಱುಹಿನ ಕೈಯಲ್ಲಿ ಕುಱುಹ ಬಾಣಸವ ಮಾಡಿ ತೆಱಹಿಲ್ಲದ ಪ್ರಸಾದವೇ ನೀನಾಗಿ ಅಗ್ನಿಯಿಲ್ಲದ ಪಾಕದಲ್ಲಿ ಅಡಿಗೆಯ ಮಾಡಿದ ಬೋನವ ಅರ್ಪಿತವ ಮಾಡಿದ ಪ್ರಸಾದದಿಂದ ಸುಖಿಯಾದೆ ಗೋಹೇಶ್ವರಾ.

ಟೀ। ಷಡುವರ್ಣಾತ್ಮಕ ಸ್ವರೂಪಾಗಿಪ್ಪುದು ಮಾಯೆ. ಆ ಮಾಯೆಯೆಂಬುದು ಅನಿತ್ಯವಪ್ಪುದೆ ಕಾರಣವಾಗಿ ತೋಱಿಯಡಗುತ್ತ, ಅಡಗಿ ತೋಱುತ್ತಿರ್ಪುದೆಂಬು- -ದೀಗ, ಆಱು ಬಣ್ಣದ ಮೃಗವು ತೋಱಿಯಡಗಿತ್ತೆಂಬ ಶಬ್ದಕ್ಕರ್ಥ. ಆ ಮಾಯೆಯೆಂಬ ಮೃಗವನು ಸಂಹಾರವ ಮಾಡಿಹೆನೆಂದು ವಿಚಾರಿಸಿ ನೋಡಲು ಅದು ವಿಶ್ವದೊಳಗೆಲ್ಲಿಯೂ ತಾನೆಯಾಗಿರ್ದುತ್ತೆಂಬುದಱಿದು, ಆ ಮಾಯೆಯ ನಿಂದ ನಿಲವನಱಿಯಲು, ತೊಱೆ ಎಂದರೆ ಹರಿವ ಮನ ಆ ಮನದ ಬೆಂಬಳಿಯಲು ಬಂದು ಆ ಮಾಯಾಮೃಗವು ಶರಣನ ಕಣ್ಣ ಮುಂದೆ ಗುಱಿಯಾಗಿರ್ದುತ್ತೆಂಬುದೀಗ, ಬಯಲ ಮೂಱುಲೋಕದೊಳಗೆ ಸಾರಿ ಹಜ್ಜೆಯ ನೋಡಿ ತೊಱೆಯ ಬೆಂಬಳಿವಿಡಿದು ತೋಹಿನಲ್ಲಿಗೆ ಬಂದುತ್ತೆಂಬ ಶಬ್ದಕ್ಕರ್ಥ. ಅಂತು ಶರಣನ ಕಣ್ಣ ಮುಂದೆ ಸಿಕ್ಕಿದ ಭ್ರಾಂತು ಜೀವನು ಸೋಽಹಂ, ಸೋಽಹಂ ಎಂಬ ಪದದ ಅಹಂಕಾರದಿಂದ ತಾನಲ್ಲದೆ ಮತ್ತಾರೂ ಇಲ್ಲವೆಂದು ಅಹಂಕಾರವನೆಯ್ದಿ ಇಹ–ಪರವೆಂಬ ಸುಖವನು ತೋಱಲೀಸದೆ ತಾನೆ ಘನವನಾಡಿ ತೋಱುತ್ತಿದ್ದಿತ್ತೆಂಬುದೀಗ, ಸೋಽಹಂ, ಸೋಽಹಂ ಎಂದೆನುತ್ತಿದ್ದ ಮೃಗವು ಇಹ–ಪರವ ಮೀಱಿ ನಿಂದುತ್ತೆಂಬ ಶಬ್ದಕ್ಕರ್ಥ. ಆ ಮಾಯಾಮೃಗವನು ಭಿನ್ನಭಾವವಿಲ್ಲದ ಸದ್ಭಾವವೆಂಬ ಬಿಲ್ಲಿನಲ್ಲಿ ಏಕೋನಿಷ್ಠೆಯೆಂಬ ಬಾಣವ ತೊಟ್ಟು, ಏಕಾಗ್ರಚಿತ್ತದಿಂದ ಲಕ್ಷಿಸಿ ಎಸೆದು ಕೆಡಹಲು, ಆ ಮಾಯೆಯಳಿದು ಶುದ್ಧವಿದ್ಯೆಯುಳಿಯಲು ಆ ಸದ್ವಿದ್ಯೆಯ ಕುಱುಹನು ಮಹಾಜ್ಞಾನಾಗ್ನಿಯಿಂದ ಸಮರಸಪಾಕವ ಮಾಡಿದ-ನೆಂಬುದೀಗ, ತೋಱಲಿಲ್ಲದ ಬಿಲ್ಲು, ಬೇಱನಿಸದ ಬಾಣ ಅಱಿವಿನ ಕೈಯಲ್ಲಿ ಕುಱುಹ

ಬಾಣಸವ ಮಾಡಿ, ತೆಱಹಿಲ್ಲದ ಪಾಕದಲ್ಲಿ ಅಡಿಗೆಯ ಮಾಡಿದನೆಂಬ ಶಬ್ದಕ್ಕರ್ಥ. ಇಂತು ಸಮರಸವಾದ ಮಹಾಪದಾರ್ಥವನು ಮಹಾಲಿಂಗಕ್ಕರ್ಪಿಸಿ ಸೇವ್ಯ ಪ್ರಸಾದಿಯಾಗಿ ಸುಖಿಯಾದನೆಂಬುದೀಗ, ಅಡಿಗೆಯ ಮಾಡಿದ ಬೋನವ ಅರ್ಪಿತವ ಮಾಡಿದ ಪ್ರಸಾದದಿಂದ ಸುಖಿಯಾದೆ ಗೋಹೇಶ್ವರಾ ಎಂಬ ಶಬ್ದಕ್ಕರ್ಥ.॥೩॥

೯೪ ನಿಂದುದೋಗರಸ್ಥಲ

೩೬೧

ಸರ್ವಾಂಗವು ಲಿಂಗವಾದ ಆರೋಗಣೆಗೆ ಆಪ್ಯಾಯಾನವೆ ಕರಸ್ಥಲ. ನಿಂದುದೋಗರ, ಬಂದ ಪರಿಣಾಮವೆ ಪ್ರಸಾದ. ಹೇಳಲಿಲ್ಲದ, ಕೇಳಲಿಲ್ಲದ ನಿರ್ಣಯ. ಕೂಡಲಿಲ್ಲ, ಕಳೆಯಲಿಲ್ಲ ನೋಡಾ! ಇದು ಕಾರಣ ಕೂಡಲ ಚೆನ್ನಸಂಗಮದೇವಾ ಬಸವನನುಗ್ರಹಿಸಿ ಕೊಟ್ಟು ನಿಂದನಿಲವಿನ ಸಹಜ ಉದ್ಧೈಸಿದ ಲಿಂಗನಿರಂತರನಿಜದ ಪರಿ ಇಂತುಟು.

ಟೀ। ಶ್ರೀಗುರು ಉಪದೇಶಿಸಿದ ಇಷ್ಟಲಿಂಗವೆ ಅಂಗ ಪ್ರಾಣ ಭಾವಂಗಳನೆಲ್ಲವನೊಳ-ಕೊಂಡು ಸರ್ವಾಂಗವೆಲ್ಲಾ ಲಿಂಗವಾಗಿರ್ದ ಶರಣನ ಅಂಗೇಂದ್ರಿಯಂಗಳಲ್ಲಿ ಪದಾರ್ಥವ ಬಯಸುವ ಕ್ಷುತ್ಪಿಪಾಸೆ ಮೊದಲಾದ ದೀಪನವು ಇಷ್ಟಲಿಂಗವೆಯಾಗಿ ಪದಾರ್ಥಂಗಳ ಭುಂಜಿಸುತ್ತಿಹನೆಂಬುದೀಗ, ಸರ್ವಾಂಗಲಿಂಗವಾದ ಆರೋಗಣೆಗೆ ಆಪ್ಯಾಯಾನವೆ ಕರಸ್ಥಲವೆಂಬ ಶಬ್ದಕ್ಕರ್ಥ. ಅಂತು ಶರಣನ ದೀಪನವೆಲ್ಲಾ ಲಿಂಗವೆಯಾಗಿ ಪದಾರ್ಥಂಗಳನಾರೋಗಿಸುತ್ತಿರ್ಪಲ್ಲಿ ಲಿಂಗಕ್ಕೆ ಇಚ್ಛೆಯಾದಷ್ಟನಾ-ರೋಗಿಸಿ ಆನಂದಿಸುವುದೆಲ್ಲಾ ಪರಮಪ್ರಸಾದ. ಲಿಂಗಕ್ಕೆ ಅನಿಚ್ಛೆಯಾಗಿ ಬಿಟ್ಟುಳಿದುದೆಲ್ಲಾ ದ್ರವ್ಯ ಪದಾರ್ಥವೆಂಬುದೀಗ, [1]ನಿಂದುದೋಗರ[1] ಬಂದ ಪರಿಣಾಮವೆ ಪ್ರಸಾದವೆಂಬ ಶಬ್ದಕ್ಕರ್ಥ. ಇಂತಪ್ಪ ಲಿಂಗಾರ್ಪಿತದ ವರ್ಮವ ಶರಣನು ಲಿಂಗವ ಭಿನ್ನವಿಟ್ಟರ್ಪಿಸುವ ಜೀವಭಾವಿಗಳಿಗೆ ಹೇಳಲಿಲ್ಲ. ಅವರ ಕೈಯಿಂದ ಲಿಂಗಾರ್ಪಿತವ ಕೇಳಲಿಲ್ಲವೆಂಬುದೀಗ, ಹೇಳಲಿಲ್ಲದ, ಕೇಳಲಿಲ್ಲದ ನಿರ್ಣಯವೆಂಬ ಶಬ್ದಕ್ಕರ್ಥ. ಅಂತು ಶರಣನಂಗವೆಲ್ಲಾ ಲಿಂಗವೆಯಾಗಿ ಸರ್ವಸುಖಂಗಳನೆಲ್ಲವ ಲಿಂಗವೆ ಭೋಗಿಸುತ್ತಿರ್ಪನಾಗಿ ಆ ಶರಣಂಗೆ ಲಿಂಗವ ಕೂಡಬೇಕೆಂಬವಸ್ಥೆಯಿಲ್ಲ. ದೇಹಸಂಸಾರಬಂಧನವೆಂದು ಬಿಟ್ಟು ಕಳೆಯಬೇಕೆಂಬ ದುಃಖವಿಲ್ಲವೆಂಬುದೀಗ, ಕೂಡಲಿಲ್ಲ, ಕಳೆಯಲಿಲ್ಲ ನೋಡಾ ಎಂಬ ಶಬ್ದಕ್ಕರ್ಥ. ಅಂತು ಗುರೂಪದೇಶದಿಂದ ತನ್ನಂಗದಲ್ಲಿರ್ದ ತನ್ನ ನಿಜಸ್ವರೂಪವಪ್ಪ ಲಿಂಗ ಉದ್ಧೈಸಿ ಶರಣನ ಸರ್ವಾಂಗವನೊಳಕೊಂಡು ಅಂಗಭೋಗಂಗಳನೆಲ್ಲವ [1]ಎಡೆಬಿಡುವಿಲ್ಲದೆ[1] ಲಿಂಗವೆ ಭೋಗಿಸುತ್ತಿಪ್ಪುದು ದಿಟ ಶರಣನಲ್ಲ ಎಂಬುದೀಗ ಬಸವನನುಗ್ರಹಿಸಿ ಕೊಟ್ಟು ನಿಂದನಿಲವಿನ ಸಹಜ ಉದ್ಧೈಸಿದ ಲಿಂಗನಿರಂತರನಿಜದ ಪರಿ ಇಂತುಟು.॥೪॥

೩೬೨

ಮೇರುಮಂದಿರದಲ್ಲಿ [೨]ಈರೈದಱ[೨] ತಲೆ. ಧಾರುಣಿಯ ಜನರು ಬಣ್ಣಿಸುತ್ತಿರಲು, ಜ್ಞಾನಾಮೃತರಸದಲ್ಲಿ ಓಗರವ ಮಾಡಿ ಆರೋಗಣೆಗೆಡೆ ಮಾಡಿ[೩]ದೆನು[೩], ವಿಷಮಾಕ್ಷ, ಹರ, ಭಸ್ಮವಿಭೂಷಣ, ಶಶಿಧರ ಶರಣು ಶರಣೆನುತಿರ್ದೆನು. ಇಂದ್ರಾಗ್ನಿಯ ಪುರಪಟ್ಟಣದಲ್ಲಿ ಚಂದ್ರಾಹಾರವ ಬೇಡಿದಡೆ [೪]ಖಂಡಕಪಾಲದಲ್ಲಿ ಉಂಡ[೪]ತೃಪ್ತಿ ಅಖಂಡಿತ [೫]ನಿರಾಳ[೫] ಗೋಹೇಶ್ವರಾ.

ಟೀ। ಮೇರು ಮಂದಿರವೆಂದರೆ ತನುತ್ರಯಂಗಳಿಗೆ ಆಧಾರಕರ್ತೃವಪ್ಪ ಅಹಂಕಾರ. ಆ [6]ದೇಹಾಹಂಕಾರ[6]ದಲ್ಲಿ ದಶನಾಳ. ಆ ದಶನಾಳಗಳೊಳಗೆ ದಶವಾಯುಗಳು ತಲೆದೋಱುತ್ತಿರ್ಪುದೆಂಬುದೀಗ ಮೇರುಮಂದಿರದಲ್ಲಿ [2]ಈರೈದಱ[2] ತಲೆಯೆಂಬ ಶಬ್ದಕ್ಕರ್ಥ. ಆ ದಶವಾಯುಗಳ ಸಂಚದ ಭೇದವನೆಲ್ಲರೂ ಹೇಳುತ್ತಿರ್ಪರೆಂಬುದೀಗ, ಧಾರುಣಿಯ ಜನರೆಲ್ಲಾ ಬಣ್ಣಿಸುತ್ತಿಪ್ಪರೆಂಬ ಶಬ್ದಕ್ಕರ್ಥ. ಆ ದಶವಾಯುಗಳ ಸಂಚವ ಕೆಡಿಸಿ ಜ್ಞಾನಾಮೃತರಸದಲ್ಲಿ ಸ[1]ರ್ವಾಂಗ[1]ವನು ಸಮರಸಪಾಕವ ಮಾಡಿ ಸುಖಿಸಿದನೆಂಬುದೀಗ, ಜ್ಞಾನಾಮೃತರಸದಲ್ಲಿ ಓಗರವ ಮಾಡಿ ಆರೋಗಣೆಯ ಮಾಡಿದೆನೆಂಬ ಶಬ್ದಕ್ಕರ್ಥ. ಆ ಆರೋಗಣೆಯ ಮಾಡಿದ ಪರಮಾನಂದದಿಂದ ಸುಖಿಯಾಗಿ ತನ್ನ ತಾನೆ ಶಿವನೆಂದಱಿದು ತನ್ನ ತಾನೆ ಸ್ತುತಿಸುತ್ತಿರ್ದನೆಂಬುದೀಗ, ವಿಷಮಾಕ್ಷ, ಹರ, ಭಸ್ಮವಿಭೂಷಣ, ಶಶಿಧರ ಶರಣು ಶರಣೆನುತಿರ್ದೆನೆಂಬ ಶಬ್ದಕ್ಕರ್ಥ. ಇಂತಪ್ಪ ರಾಜಯೋಗಿ ಸಗುಣಯೋಗದ ಅಗ್ನಿಮಂಡಲದ ಮೇಲಣ ತ್ರಿಕೋಣ ಮಂಡಲವೆಂಬ ಕುಂಡಲಿಯ ಮೇಲೆ ಕುಳ್ಳಿರ್ದು ಊರ್ಧ್ವಚಕ್ರವೆಂಬ ಇಂದ್ರಿಯಪುರದಲ್ಲಿ ಅನುಭಾವಸೂತ್ರವ ಸಂಬಂಧಿಸಿ ಅಲ್ಲಿಪ್ಪ ಅಮೃತಾಹಾರವನು ಆರೋಗಿಸಿ, ಇಂತು ಸಗುಣ ನಿರ್ಗುಣಯೋಗಂಗಳೆರಡಱಲ್ಲಿಯೂ ಸುಖಿಯಾಗಿ, ಅಖಂಡ ಪರಿಪೂರ್ಣವಾಗಿರ್ದನೆಂಬುದೀಗ, ಇಂದ್ರಾಗ್ನಿಯ ಪುರ ಪಟ್ಟಣದಲ್ಲಿ ಚಂದ್ರಾಹಾರವ ಬೇಡಿದರೆ [1]ಖಂಡಕಪಾಲದಲ್ಲಿ ಉಂಡ ತೃಪ್ತಿ, ಅಖಂಡಿತ ನಿರಾಳ ಗೋಹೇಶ್ವರಾ ಎಂಬ ಶಬ್ದಕ್ಕರ್ಥ[1].॥೫॥

೯೫ ಚರಾಚರನಾಸ್ತಿಸ್ಥಲ

೩೬೩

ಆಕಾರ ನಿರಾಕಾರವೆಂಬೆರಡು ಸ್ವರೂಪಂಗಳು. ಒಂದು ಆಹ್ವಾನ – ಒಂದು ವಿಸರ್ಜನ, ಒಂದು ವ್ಯಾಕುಳ – ಒಂದು ನಿರಾಕುಳ. ಈ ಉಭಯ ಕುಳರಹಿತ, ಗೋಹೇಶ್ವರಾ, ನಿಮ್ಮ ಶರಣ ನಿಶ್ಚಿಂತಾ।

ಟೀ। ಶಿವಜ್ಞಾನ ಸಂಪನ್ನನಾದ ಶರಣಂಗೆ ಆಕಾರವ ವಿಸರ್ಜಿಸಿ ನಿರಾಕಾರವ ಪಿಡಿದೆನೆಂಬುದು ಪಥವಲ್ಲ. ಅದೇನು ಕಾರಣವೆಂದರೆ ಸಾಕಾರ ನಿರಾಕಾರದಲ್ಲಿ ಪರಬ್ರಹ್ಮವು ಪರಿಪೂರ್ಣವಾಗಿಪ್ಪುದಾಗಿ, ಅದು ಕಾರಣ, ಅಂತರಂಗದಲ್ಲಿ ಅಱಿವು ಬಹಿರಂಗದಲ್ಲಿ ಮಱವೆಯಾಗಿರದೆ, ಬಾಹ್ಯಾಭ್ಯಂತರದಲ್ಲಿ ಸುಜ್ಞಾನಿಯಾಗಿರಬೇ- -ಕೆಂಬುದೀ ವಚನಾರ್ಥ.॥೬॥

೩೬೪

ಎರಡು ಬೆಟ್ಟದ ನಡುವೆ ಕರಡಿಯ ಮಿಳಿಯ ಮಾಡಿ, ಹುಲಿಯನೆತ್ತುವ ಮಾಡಿ ಹೊಡೆದವರಾರೊ! ಎರಡಱ, ಎಂಟೆರಡಱ, ಆಱಱ, ನಾಲ್ಕೆರಡಱ, ಶರಧಿ ಶರಧಿಯ ಕೂಡಿ ಮೊಱೆವುದದೇನೋ! ಕುರುಡ ಹೆಳವನ ಕೈವಿಡಿದು ನಡೆವಂತೆ ಗೋಹೆಶ್ವರನೆಂಬುದು ನಿರಾಳದ ನಿಲವು.

ಟೀ। ಎರಡು ಬೆಟ್ಟವೆಂದರೆ ಅಹಂಕಾರ, ಮಮಕಾರವೆಂಬುದಕ್ಕರ್ಥ. ಕರಡಿಯೆಂದರೆ ಮಾಯೆ. ಹುಲಿಯೆಂದರೆ ಕಾಲವ್ಯಾಘ್ರ ಸಂಬಂಧವಾದಾತ್ಮನು. ಎಂತೆಂದರೆ ದೇಹಸಂಬಂಧಿಯಾದ ಜೀವನು. ಇಂತೀ ಜೀವಾತ್ಮರುಗಳ ಮಾಯಾಪಾಶದಲ್ಲಿ ಕಟ್ಟಿ ಕರ್ಮವಾಸನೆಯಿಂದ ಜನ್ಮಾಂತರದಲ್ಲಿ ತರುತಿಹನು ಪರಶಿವನೆಂದು ಜ್ಞಾನಿ ವಿವೇಕಿಸುತ್ತಿಹನೆಂಬ ಶಬ್ದಕ್ಕರ್ಥ. ಎರಡೆಂದರೆ ಅಱಿವು, ಮಱವೆ. ಎಂಟೆರಡೆಂದರೆ ದಶವಾಯುಗಳು ಆಱೆಂದರೆ ಅರಿಷಡುವರ್ಗಂಗಳು, ನಾಲ್ಕೆಂದರೆ ಚತುಃಕರಣಂಗಳು, ಎರಡೆಂದರೆ ಅಜ್ಞಾನ, ಅಹಂಕಾರ, ಇಂತಪ್ಪ ಸಂಸಾರ ಸಾಗರವನುಳ್ಳ ದೇಹ -ತತ್ತ್ವಂಗಳ ಶಿವಸಮುದ್ರಮಯವಪ್ಪ ಪರಬ್ರಹ್ಮದಲ್ಲಿ ಕೂಡಿ ಶಿವೋऽಹಂ ಶಿವೋऽಹಂ ಎಂದು ಧ್ವನಿಗೈಯುತ್ತಿಹನು. ಅದೆಂತೆಂದೊಡೆ ಕುರುಡ, ಹೆಳವನ ಕೈವಿಡಿದು ಪಥವನೆಯ್ದಿದಂತೆ ದ್ವೈತಕ್ರೀ, ಅದ್ವೈತ ಜ್ಞಾನದಿಂದ ಮುಕ್ತಿಯಿಲ್ಲವೆಂದಱಿದು ಅಭಿನ್ನ ಜ್ಞಾನಕ್ರೀಯಿಂದ ನಿರವಯಲಿಂಗದಲ್ಲಿ ಮುಕ್ತನಾದ ಶರಣನೆಂಬುದೀ ವಚನದ ತಾತ್ಪರ್ಯಾರ್ಥ.॥೭॥+

೩೬೫

ನುಡಿಯಿಂದ ನಡೆ'ಗೆಟ್ಟಿತ್ತು'; ನಡೆಯಿಂದ ನುಡಿ'ಗೆಟ್ಟಿತ್ತು'; ಭಾವದ ಗುಸುಟು ಅದು ತಾನೆ ನಾಚಿ ನಿಂದುದಲ್ಲಾ, ಗೋಹೇಶ್ವರನೆಂಬ ಅಱಿವು ಸಿನೆ ಬಂಜೆಯಾಯಿತ್ತಲ್ಲಾ.

ಟೀ। ಶರಣ ತಾನೆಲ್ಲಾ ಲಿಂಗವೆಂದು ಸಮ್ಯಗ್ ಜ್ಞಾನಾನುಭಾವವರ್ತನೆಯಿಂದಲಱಿದು ಭಿನ್ನಕ್ರಿಯಾಚಾರವಳಿದ ಶರಣನೆಂಬುದೀಗ, ನುಡಿಯಿಂದ ನಡೆಗೆಟ್ಟಿತ್ತು ಎಂಬ ಶಬ್ದಕ್ಕರ್ಥ.

ಅಂತು ಶರಣ ತಾನೆ ಲಿಂಗವಾಗಿ ತನ್ನನಱಿದು ತಾನೆ ಲಿಂಗವೆಂಬ ಮಹದಹಂಕಾರದಱಿವಿನ ಉಲುಹನು ನಿರಹಂಕಾರಕ್ರೀಯಿಂದಳಿದು ನಿಶ್ಶಬ್ದವಾಗಿ ನಿಂದುದೆ ಲಿಂಗೈಕ್ಯವೆಂಬುದೀಗ, ನಡೆಯಿಂದ ನುಡಿಗೆಟ್ಟಿತ್ತು ಎಂಬ ಶಬ್ದಕ್ಕರ್ಥ. ಅಂತು ತಾನೆಂಬುದನಳಿದು ಶರಣಲಿಂಗವೆಯಾದಲ್ಲಿ ಭಾವ ನಿರ್ಭಾವವಾಯಿತ್ತು. ಅಱಿವು ಹುಟ್ಟುಗೆಟ್ಟು ಹೋಯಿತ್ತು ಎಂಬುದೀಗ, ಭಾವದ ಗುಸುಟು ತಾನೆ ನಾಚಿ ಮಾದುದು. ಗೋಹೇಶ್ವರನೆಂಬ ಅಱಿವು ಸಿನೆ ಬಂಜೆಯಾಯಿತ್ತಲ್ಲಾ ಎಂಬ ಶಬ್ದಕ್ಕರ್ಥ.॥೮॥

೩೬೬

ಸೊಪ್ಪಡಗಿದ ಸುವಸ್ತ್ರಾನಿಗಳವರಲ್ಲಿ ಗತಿಯನಱಸುವರೆ, ಅವರಲ್ಲಿ ಮತಿಯನಱಸುವರೆ? [1]ಅಂಗವೆಲ್ಲಾ ನಷ್ಟವಾಗಿ ಲಿಂಗಲೀಯವಾದವರಲ್ಲಿ ಗತಿಯನಱಸುವರೆ, ಮತಿಯನಱಸುವರೆ[1], [2]ಗೋಹೇಶ್ವರ[2] ಗೋಹೇಶ್ವರನೆಂದೆಂಬ ನಿಜ ನಿಂದವರಲ್ಲಿ?

ಟೀ॥ ತನುವಿನ ಮಱವೆ, ಮನದ ವ್ಯಾಕುಳವಳಿದು, ನಿಜತತ್ತ್ವಸ್ವರೂಪು ತಾನೆಂದಱಿದ ಮಹಾಲಿಂಗೈಕ್ಯನು. ತನ್ನಲ್ಲಿ ತಾನೆ ವಿಶ್ರಾಂತಿಯನೆಯ್ದಿಪ್ಪನಾಗಿ ಶರಣನಲ್ಲಿ ಆವ ಗುಣ ಧರ್ಮಕರ್ಮಂಗಳನು ಅಱಸಿ ನೋಡಿಹೆನೆಂದರೆ ಕಾಣಬಾರದೆಂಬುದೀ ವಚನಾರ್ಥ.॥೯॥

೯೬ ಭಾಂಡಸ್ಥಲ

೩೬೭

ಆಯತವಿಲ್ಲದ ಮಠದಲ್ಲಿ ಅಗ್ನಿಯಿಲ್ಲದೆ ಬೋನವ ಮಾಡಿ ಭಾವವಿಲ್ಲದೆ ಶಿವಕಾರ್ಯಂಗಳು. ಭೋಜನವಿಲ್ಲದೆ ಆಱೆಸಿಕೊಟ್ಟಡೆ ಆಪ್ಯಾಯನವಾರಿಗೂ ಅಡಸದಿರ್ದುದ ಕಂಡು ಚಿಕ್ಕಯ್ಯಪ್ರಿಯ ಸಿದ್ಧಲಿಂಗ ಇಲ್ಲ ಇಲ್ಲಾ ಎಂದೆನು.

ಟೀ॥ ಸಮ್ಯಜ್ಞಾನ ಉದಯವಾಗಿ ಅನ್ಯವಾದ ಮಾಯಾಪ್ರಪಂಚಿನ ತೋಱಕೆಯೇನೂ ಇಲ್ಲದೆಯಿರ್ದ ಶರಣನ ನಿಜಾಂತರಂಗವೆಂಬ ನಿಳಯ ಒಪ್ಪುತ್ತಿಹುದೆಂಬುದೀಗ, ಆಯತವಿಲ್ಲದ ಮಠದಲ್ಲಿ ಎಂಬ ಶಬ್ದಕ್ಕರ್ಥ. ಆ ಸುಜ್ಞಾನಿಯಾದ ಶರಣನು ತಾಪತ್ರಯಾಗ್ನಿಯಿಲ್ಲದ ಶಿವಜ್ಞಾನಾಗ್ನಿಯಿಂದ ಚಿದಾತ್ಮನ ಸಮರಸ ಪಾಕವ ಮಾಡಿದ ಶುದ್ಧದ್ರವ್ಯವ ಭಿನ್ನಭಾವವಿಲ್ಲದೆ ಪ್ರಾಣಲಿಂಗಾರ್ಪಿತವ ಮಾಡಿ ಸ್ವೀಕರಿಸುತ್ತಿಹನೆಂಬುದೀಗ, ಅಗ್ನಿಯಿಲ್ಲದ ಬೋನವ ಮಾಡಿ ಭಾವವಿಲ್ಲದ ಶಿವಕಾರ್ಯಗಳು ಎಂಬ ಶಬ್ದಕ್ಕರ್ಥ. ಅಂತಪ್ಪ ಲಿಂಗಪ್ರಸಾದವ ಸ್ವೀಕರಿಸಿದ ಶರಣನು ದೇಹೇಂದ್ರಿಯ ವಿಷಯ ಪದಾರ್ಥಂಗಳ ಭಿನ್ನವಿಟ್ಟರ್ಪಿಸದೆ ತಾನು–ಲಿಂಗವೆಂಬ ಭಿನ್ನಜ್ಞಾನವ ಕೆಡಿಸಿ, ಅಭಿನ್ನಜ್ಞಾನದಿಂದರ್ಪಿಸಿ

ಭೋಗಿಸುತ್ತಿಹನೆಂಬುದೀಗ, ಭೋಜನವಿಲ್ಲದೆ ಆಜೆಸಿಕೊಟ್ಟಡೆ ಎಂಬ ಶಬ್ದಕ್ಕರ್ಥ. ಆ ಲಿಂಗಪ್ರಸಾದಿಯಾದ ಶರಣನು ತನ್ನಿಂದನ್ಯವಾದ ಫಲಪದಂಗಳು ಅನಿತ್ಯವೆಂದಜೆದ ಆ ಶರಣನಲ್ಲಿ ಲಿಂಗವು ಭಿನ್ನವಿಲ್ಲದೆ ಇರ್ದಿತ್ತೆಂಬುದೀಗ, ಆಪ್ಯಾಯನವಾರಿಗೂ [1]ಅಡಸದಿರ್ದುದ ಕಂಡು ಚಿಕ್ಕಯ್ಯ ಪ್ರಿಯ ಸಿದ್ಧಲಿಂಗ ಇಲ್ಲ ಇಲ್ಲಾ ಎಂಬ ಶಬ್ದಕ್ಕರ್ಥ[1].॥೧೦॥

೩೬೮

ಸ್ಥೂಲತನುವೆಂಬ ಭಾಂಡದಲ್ಲಿ ಸದಾಚಾರವೆಂಬ ಸಯಧಾನವ ತುಂಬಿದೆ. ತುಂಬಲೊಡನೆ ಅಗ್ನಿಯಿಲ್ಲದ ಮುನ್ನ ಮುನ್ನ ಪಾಕವಾಯಿತ್ತು. ಮೇಲುಸಾಧನ–ವಿಲ್ಲದ ಮುನ್ನ ರುಚಿ ಪಕ್ವವಾಯಿತ್ತು. ಅದನು ಸೂಕ್ಷ್ಮತನುವೆಂಬ ಭಾಂಡದಲ್ಲಿ ಬಜೆಕೆಯ್ದು ಕಾರಣತನುವಿನಲ್ಲಿ ಕುಳ್ಳಿರ್ದು ಉಂಡೇನೆಂದನುಮಾಡಲು ಪ್ರಕೃತಿಯಳಿದು ಒಂದೆ ಭಾಂಡವಾದುದ ಕಂಡು ಉಣಲೊಲ್ಲದೆ ಅನ್ಯರಿಗಿಕ್ಕದೆ, ಎನ್ನದೆನ್ನದೆ ಸಯಧಾನಂಗಳ ತೆಗೆದು ಬಳಸದೆ, ಬಳಸಿ ಬೀಸರವೋಗದೆ, ಒಂದಱೊಳಗೊಂದಿದ್ದಿತ್ತೆನ್ನದೆ ಉಂಡು ಸುಖಿಯಾದೆನಯ್ಯಾ, ಕೂಡಲ ಸಂಗಮದೇವಾ. +

ಟೀ॥ ಸಮ್ಯಜ್ಞಾನೋದಯವಾಗಿ ದೇಹವಾಸನೆಯಳಿದು, ಗುರುಕಾರುಣ್ಯವ ಪಡೆದು ಲಿಂಗಸಂಬಂಧಿಯಾದ ಶರಣನ ಅಂಗವೆಂಬುದೀಗ, ಸ್ಥೂಲತನುವೆಂಬ ಭಾಂಡದಲ್ಲಿ ಎಂಬ ಶಬ್ದಕ್ಕರ್ಥ. ಆ ಲಿಂಗ ಸಂಗಿಯಾದ ಶರಣನು ಸರ್ವಾಚಾರಸಂಪತ್ತೆಂಬ ಸಾಧನದ್ರವ್ಯವ ಅಂಗದಲ್ಲಿ ಅಳವಡಿಸಿದನೆಂಬುದೀಗ, ಸರ್ವಾಚಾರವೆಂಬ ಸಯಧಾನವ ತುಂಬಿದೆನೆಂಬ ಶಬ್ದಕ್ಕರ್ಥ. ಆ ಸತ್ಕ್ರಿಯಾಚಾರವಿಡಿದು ಆಚರಿಸುತ್ತಿರ್ದ ಶರಣನು ತಾಪತ್ರಯಾಗ್ನಿಯಲ್ಲದ ಸುಜ್ಞಾನಾಗ್ನಿಯಲ್ಲಿ ಸಮರಸ ಪಾಕವ ಮಾಡಿ, ಶ್ರುತಜ್ಞಾನವಿಲ್ಲದೆ ಸಮ್ಯಜ್ಞಾನದಿಂದ ಲಿಂಗಾರ್ಪಿತವ ಮಾಡಿದನೆಂಬುದೀಗ ತುಂಬಲೊಡನೆ ಅಗ್ನಿಯಿಲ್ಲದ ಮುನ್ನ ಮುನ್ನ ಪಾಕವಾಯಿತ್ತು. ಮೇಲುಸಾಧನವಿಲ್ಲದ ಮುನ್ನ ರುಚಿ ಪಕ್ವವಾಯಿತ್ತು. ಎಂಬ ಶಬ್ದಕ್ಕರ್ಥ. ಆ ಇಷ್ಟಲಿಂಗಾರ್ಪಿತವ ಮಾಡಿದ ಶರಣನು ರೂಪಿನೊಳಗಣ ರುಚಿ ಪದಾರ್ಥವ ಅಂತರಂಗವೆಂಬ ಜ್ಞಾನಭಾಜನದಲ್ಲಿಪ್ಪ ಪ್ರಾಣಲಿಂಗಕ್ಕೆ ಅರ್ಪಿತವ ಮಾಡಿದನೆಂಬುದೀಗ, ಅದನು ಸೂಕ್ಷ್ಮತನುವೆಂಬ ಭಾಂಡದಲ್ಲಿ ಬಜೆಕೆಯ್ದು ಎಂಬ ಶಬ್ದಕ್ಕರ್ಥ. ಆ ಪ್ರಾಣಲಿಂಗಾರ್ಪಿತವ ಮಾಡಿದ ಶರಣನು ತನ್ನ ಆತ್ಮಾಂಗದಲ್ಲಿ ಆನಂದ ಸ್ವರೂಪವಾಗಿಪ್ಪ ಭಾವಲಿಂಗಕ್ಕೆ ಅರ್ಪಿತವ ಮಾಡಿ, ಆ ಪ್ರಸಾದವ ಸ್ವೀಕರಿಸೆಹೆನೆಂದು ಇಚ್ಛೈಸಲು, ಅಲ್ಲಿ ತಾನು–ಲಿಂಗವೆಂಬ ಭಿನ್ನವಳಿದು ಅಖಂಡಬ್ರಹ್ಮವೆಯಾಗಿರ್ದ ಶರಣನೆಂಬುದೀಗ ಕಾರಣತನುವಿನಲ್ಲಿ ಕುಳ್ಳಿರ್ದು ಉಂಡೇನೆಂದು ಅನುಮಾಡಲು ಪ್ರಕೃತಿಯುಳಿದು ಒಂದೆ ಭಾಂಡವಾದುದ ಕಂಡು ಎಂಬ ಶಬ್ದಕ್ಕರ್ಥ. ಆ

ಘನಲಿಂಗವೇದಿಯಾಗಿಪ್ಪ ಶರಣನು ಭಿನ್ನವಿಟ್ಟು ಲಿಂಗಕ್ಕರ್ಪಿಸದೆ ದ್ವೈತಾದ್ವೈತಿ-ಗಳಿಗಜುಹದೆ, ತಾನೆ ಲಿಂಗವಾದೆನೆಂಬ ಅಹಂಕಾರವಿಲ್ಲವೆಂಬುದೀಗ ಉಣಲೊಲ್ಲದೆ, ಅನ್ಯರಿಗಿಕ್ಕದೆ, ಎನ್ನದೆನ್ನದೆ ಎಂಬ ಶಬ್ದಕ್ಕರ್ಥ. ತಾನೆಂಬಹಂಕಾರವಳಿದ ಶರಣನು ದೇಹೇಂದ್ರಿಯ ವಿಷಯ ಪದಾರ್ಥವ ಭಿನ್ನವಿಟ್ಟರ್ಪಿಸದೆ, ಅಭಿನ್ನಭಾವದಿಂದ ಲಿಂಗಕ್ಕರ್ಪಿಸಿ ಪ್ರಸಾದವ ಸ್ವೀಕರಿಸಿದ ಶರಣನು ಭವದತ್ತ ಹೋಗನೆಂಬುದೀಗ, ಸಯಧಾನವ ತೆಗೆದು ಬಳಸದೆ, ಬಳಸಿ ಬೀಸರವೋಗದೆ ಎಂಬ ಶಬ್ದಕ್ಕರ್ಥ. ಭವರಹಿತವಾದ ಶರಣನು ತಾನು-ಲಿಂಗವೆಂಬ ದ್ವೈತಭಾವವಳಿದು ಶಿವಸುಖವ ಸುಖಿಸಿದ ಶರಣನೆ ಅಖಂಡ ಬ್ರಹ್ಮವಾಗಿರ್ದನೆಂಬುದೀಗ, ಒಂದಜೊಳಗೊಂದು-ಯಿದ್ದಿತ್ತೆನ್ನದೆ ಉಂಡು ಸುಖಿಯಾದೆನಯ್ಯಾ ಕೂಡಲ ಸಂಗಮದೇವಾ ಎಂಬ ಶಬ್ದಕ್ಕರ್ಥ.॥೧೧॥

೯೭ ಭಾಜನಸ್ಥಲ

೩೭೯

ಪರಿಯಾಣವೇ ಭಾಜನವೆಂದೆಂಬರು; ಪರಿಯಾಣ ಭಾಜನವಲ್ಲ.[೧] ಲಿಂಗಕ್ಕೆ ತನ್ನ ಮನವೆ ಭಾಜನ.[೧] ಬೀಸರವೋಗದೆ ಮಿಸಲಾಗರ್ಪಿಸಬಲ್ಲಡೆ ಕೂಡಿಕೊಂಡಿಪ್ಪ+ ಕೂಡಲ ಸಂಗಮದೇವಾ.+

ಟೀ। ಮನದ ಮಧ್ಯದಲ್ಲಿಪ್ಪ ಲಿಂಗಕ್ಕೆ ಮನವನರ್ಪಿಸಿದರೆ ಲಿಂಗವಾಗಿಹವೆಂಬುದೀ ವಚನಾರ್ಥ.॥೧೨॥

೩೭೦

ತ್ರಿವಿಧಮಧ್ಯದ ಶೇಷ ತ್ರಿಕೂಟದ ಬೆಳಸು, ದೇವಮಧ್ಯದ ಪರಿಯಾಣ, ನಿರ್ಭಾವ ಮಧ್ಯದ ಧಾನ್ಯವನೆ ತಂದು ರತ್ನಾರಂಭದ ಭಾಜನದಲ್ಲಿ ಇವೆಲ್ಲವನೂ ಸಂಹರಿಸುವೆ. ಹಿಂದ ನೋಡಿಯೂ ಆರುವ ಕಾಣೆ; ಮುಂದ ನೋಡಿಯೂ ಆರುವ ಕಾಣೆ. ಮಧ್ಯದಲ್ಲಿ ನೋಡುವೈಸಕ್ಕರ ನಾ ಮಾಡಿದ ಭಕ್ತಿಯ ಬೇಡಲೆಂದೊಬ್ಬ ಜಂಗಮ ಬಂದರೆ ಕೊಟ್ಟು ಆ ಭಕ್ತಿ ಶೇಷ ಪ್ರಸಾದದಿಂದ ಶುದ್ಧನಾದೆ ಕಾಣಾ ಕಲಿದೇವಯ್ಯ.

ಟೀ। ಸಕಲ ಮಾಯಾಪ್ರಪಂಚ ನಿವೃತ್ತಿ ಮಾಡಿ ಸಮ್ಯಜ್ಞಾನಿಯಾದ ಶರಣನು ತನುತ್ರಯ ಸಂಬಂಧವಾದ ಕ್ರೀ-ಜ್ಞಾನ-ಭಾವಂಗಳಲ್ಲಿ ನೆಲೆಗೊಂಡಿಪ್ಪ ಲಿಂಗತ್ರಯಂಗಳೆಂಬುದೀಗ, ತ್ರಿವಿಧಮಧ್ಯದ ಶೇಷವೆಂಬ ಶಬ್ದಕ್ಕರ್ಥ. ಆ ಲಿಂಗಾಂಗ ಸಂಬಂಧಿಯಾದ ಶರಣನಾಚಾರಸಂಪತ್ತೆಂಬ ಸಾಧನದ್ರವ್ಯಂಗಳಿಗೆ ತ್ರಿಕೂಟದ ಬೆಳಸು ಎಂಬ ಶಬ್ದಕ್ಕರ್ಥ. ಆ ಸತ್ಕ್ರಿಯಾ ಸಂಪನ್ನನಾದ ಶರಣನ ನಿಜಾಂತರಂಗವೆಂಬ

ನಿರ್ಮಲವಪ್ಪ ಜ್ಞಾನಭಾಜನದಲ್ಲಿರ್ಪ ಚಿದಾತ್ಮದ್ರವ್ಯವ ಪ್ರಾಣಲಿಂಗಾರ್ಪಿತವ ಮಾಡಿದ ಶರಣಂಗೆ ತನು-ಜೀವರ ವಾಸನೆ ಅಳಿಯಿತ್ತೆಂಬುದೀಗ, ದೇವಮಧ್ಯದ ಪರಿಯಾಣ ನಿರ್ಭಾವಮಧ್ಯದ ಧಾನ್ಯವನೆ ತಂದು ರತ್ನಾರಂಭದ ಭಾಜನದಲ್ಲಿ ಇವೆಲ್ಲವನೂ ಸಂಹರಿಸುವೆ. ಹಿಂದ ನೋಡಿಯೂ ಆರುವ ಕಾಣೆ. ಮುಂದ ನೋಡಿಯೂ ಆರುವ ಕಾಣೆನೆಂಬ ಶಬ್ದಕ್ಕರ್ಥ. ಆ ತನು-ಜೀವರ ವಾಸನೆಯನಳಿದು ಲಿಂಗ ನಿರೀಕ್ಷಣೆಯಿಂದ ಶಿವಲಿಂಗಪೂಜೆಯ ಮಾಡಿದ ಶರಣನ ನಿಜಾಂತರಂಗದಲ್ಲಿ ನೆಲೆಗೊಂಡಿಪ್ಪ ಪ್ರಾಣಲಿಂಗಕ್ಕೆ ಮನವ ಸಮರ್ಪಣವ ಮಾಡಿ ಆ ಲಿಂಗಪ್ರಸಾದವ ಸ್ವೀಕರಿಸಿದ ಶರಣನೆಲ್ಲಾ ಚಿತ್ಪ್ರಭಾಲಿಂಗವೆಯಾದನೆಂಬುದೀಗ, ಮಧ್ಯದಲ್ಲಿ ನೋಡುವ್ವೆಸಕ್ಕರ ನಾ ಮಾಡಿದ ಭಕ್ತಿಯ ಬೇಡಲೆಂದೊಬ್ಬ ಜಂಗಮ ಬಂದರೆ ಕೊಟ್ಟು ಆ ಭಕ್ತಿಪ್ರಸಾದದಿಂದ ಶುದ್ಧನಾದೆನು ಕಾಣಾ ಕಲಿದೇವಯ್ಯಾ ಎಂಬ ಶಬ್ದಕ್ಕರ್ಥ.॥೧೩॥

೩೭೧

ಕಲ್ಪಿತವೆಂಬ ಭಕ್ತಮಾಡಿದ ಸಯಧಾನವ ನೋಡಾ! ಅನಂತಕೋಟಿ ಅಜಾಂಡಂಗಳೇ ಸಯಧಾನವಾಗಿ ಸವಿಕಲ್ಪ ವಿಷಯಂಗಳೇ ಶಾಖವಾಗಿ, ಸರ್ವ ವಾಸನೆಯೆಂಬುದೆ ಅಭಿಗರವಾಗಿ ಇವನೆಲ್ಲವನೂ ಜ್ಞಾನವೆಂಬ ಭಾಜನದಲ್ಲಿ ಎಡೆಮಾಡುತ್ತಿರಲು, ಉಣಬಂದ ಹಿರಿಯ ಉಣುತಿರ್ದುದ ನೋಡಿರೇ! ನಿರ್ವಿಕಲ್ಪವೆಂಬ ಮಹಾಂತಬರಲು ಸಾಧನವಡಗಿತ್ತು. ಭಾಜನ ಉಳಿಯಿತ್ತು. ಆ ಭಾಜನವನುತ್ತಮಾಂಗದಲ್ಲಿ ಅಳವಡಿಸಿಕೊಳಲು ನಿಶ್ಚಿಂತವಾಯಿತ್ತು ಗೋಹೇಶ್ವರಾ.

ಟೀ॥ ಸಮ್ಯಜ್ಞಾನೋದಯವಾಗಿ ಸರ್ವಾಂಗಲಿಂಗ ಸಂಬಂಧಿಯಾದ ಸದ್ಭಕ್ತನು ಶಿವ ಸಂಕಲ್ಪಯುಕ್ತನಾಗಿ ತನು ಮನ ಧನಂಗಳ ಲಿಂಗ-ಜಂಗಮಕ್ಕೆ ಶಿವಾದ್ವೈತ ಭಕ್ತಿಯಿಂದರ್ಪಿಸಿದನೆಂಬುದೀಗ, ಕಲ್ಪಿತವೆಂಬ ಭಕ್ತ ಮಾಡಿದ ಸಯಧಾನವ ನೋಡಾ ಎಂಬ ಶಬ್ದಕ್ಕರ್ಥ. ಆ ಸದ್ಭಕ್ತನು ಸಕಲ ತತ್ತ್ವಂಗಳನೆ ಪದಾರ್ಥವ ಮಾಡಿ ಇಂದ್ರಿಯ ವಿಷಯಂಗಳೇ ಶಾಖವಾಗಿ ಪರಿಪೂರ್ಣಜ್ಞಾನವನೆ ಅಭಿಗಾರವ ಮಾಡಿ ಈ ತತ್ತ್ವ ವಿಷಯ, ಜ್ಞಾನ, ದ್ರವ್ಯಂಗಳ ನಿರ್ಮಲವಪ್ಪ ಜ್ಞಾನಭಾಜನದಲ್ಲಿ ಅಳವಡಿಸಿದನೆಂಬುದೀಗ, ಅನಂತಕೋಟಿ ಅಜಾಂಡಂಗಳೇ ಸಯಧಾನವಾಗಿ, ಸಕಲ ವಿಷಯಂಗಳೇ ಶಾಖವಾಗಿ ಸರ್ವವಾಸನೆಯೆಂಬುದೆ ಅಭಿಗರವಾಗಿ ಇವೆಲ್ಲವನು ಜ್ಞಾನವೆಂಬ ಭಾಜನದಲ್ಲಿ ಎಡೆಮಾಡುತ್ತಿರಲು ಯೆಂಬ ಶಬ್ದಕ್ಕರ್ಥ. ಆ ಸದ್ಭಕ್ತನ ಸತ್ಕ್ರೀಯಲ್ಲಿ ನೆಲೆಗೊಂಡಿಪ್ಪ ಸದ್ರೂಪವಾದ ಇಷ್ಟಲಿಂಗವು ತನು ಪದಾರ್ಥವ ಸ್ವೀಕರಿಸುವುದ ಜ್ಞಾನದೃಷ್ಟಿಯಿಂದ ಕಂಡೆ. ಶರಣನ ನಿಜಾಂತರಂಗದಲ್ಲಿ ಸತ್ಕ್ರಿಯಾಲಿಂಗವೆ ಸುಜ್ಞಾನಲಿಂಗವಾಗಿ ಸಂಬಂಧವಾಗಲು, ಮನ ಮೊದಲಾದ ರುಚಿ ಪದಾರ್ಥವೆಲ್ಲವೂ ಲಿಂಗಾರ್ಪಿತವಾಗಲು ಪರಬ್ರಹ್ಮವೆ ಅವಶೇಷವಾಯಿತ್ತೆಂಬುದೀಗ, ಉಣಬಂದ ಹಿರಿಯನುಣುತ್ತಿರ್ದುದ

ನೋಡಿರೇ! ನಿರ್ವಿಕಲ್ಪಿತವೆಂಬ ಮಹಂತ ಬರಲು ಸಾಧನವಡಗಿತ್ತು. ಭಾಜನವುಳಿಯಿತ್ತು. ಎಂಬ ಶಬ್ದಕ್ಕರ್ಥ. ಆ ನಿಜವಪ್ಪಲಿಂಗವ ಸುಜ್ಞಾನದಲ್ಲಿ ಅಳವಡಿಸಿಕೊಂಡಿಪ್ಪ ಶರಣನು ಜನನ ಮರಣಂಗಳೆಂಬ ಭವಬಾಧೆಯ ಚಿಂತೆಯಳಿದು, ನಿಶ್ಚಿಂತ ಲಿಂಗವಾಗಿರ್ದ – ನೆಂಬುದೀಗ, ಆ ಭಾಜನವನು ಉತ್ತಮಾಂಗದಲ್ಲಿ ಅಳವಡಿಸಿಕೊಳಲು ನಿಶ್ಚಿಂತವಾಯಿತ್ತು ಗೋಹೇಶ್ವರಾ ಎಂಬ ಶಬ್ದಕ್ಕರ್ಥ.॥೧೪॥

೯೮ ಅಂಗಲೇಪನಸ್ಥಲ

೩೭೨

ಗುರುವೆಂದಲ್ಲಿಯೇ ತಪ್ಪಿತ್ತು; ಲಿಂಗವೆಂದಲ್ಲಿಯೇ ತಪ್ಪಿತ್ತು; ಜಂಗಮಮೆಂದಲ್ಲಿಯೆ ತಪ್ಪಿತ್ತು; ಪ್ರಸಾದವೆಂದಲ್ಲಿಯೆ ತಪ್ಪಿತ್ತು; ಈ ಚತುರ್ವಿಧ ಸಂಚವ ನಿಕ್ಷೇಪಿಸಬಲ್ಲಡೆ ಈ ಲೋಕದಲ್ಲಿದ್ದಡೇನು? ಆ ಲೋಕಕ್ಕೆ ಹೋದಡೇನು? ಆ ಲೋಕದಿಂದ ಈ ಲೋಕಕ್ಕೆ ಬಂದಡೇನು? ಹದಿನಾಲ್ಕು ಲೋಕದೊಳಗಿದ್ದ ನಿಸ್ಸಾರಾಯಮಂ ಬಿಟ್ಟು ಲಿಂಗಸಾರಾಯಮೋಹಿಯಾಗಿ ಕೂಡಲಚೆನ್ನಸಂಗಾ, ನಿಮ್ಮಲ್ಲಿ ಸರ್ವಾಂಗ ಲಿಂಗವಾದ ಶರಣಾ.+

ಟೀ। ಸತ್ತು ಚಿತ್ತಾನಂದ ಸ್ವರೂಪನೆ ಲಿಂಗ ಜಂಗಮ ಪ್ರಸಾದ. ಅಂತಪ್ಪ ಲಿಂಗ ಜಂಗಮ ಪ್ರಸಾದವೆ ತನ್ನ ನಿಜವೆಂದಱಿದು ಭಿನ್ನಭಾವವಿಲ್ಲದೆ ತನುಮನಧನವನೆಲ್ಲವನೂ ಆ ಲಿಂಗ ಜಂಗಮಕ್ಕರ್ಪಿಸಿ ಆ ಲಿಂಗ ಜಂಗಮದ ಅಖಂಡ ಪರಿಪೂರ್ಣ ಆನಂದ ಸುಖವನೆ ಅವಿರಳಜ್ಞಾನದಿಂದ ಮಚ್ಚಿ ಬಿಡದೆಯಿಪ್ಪ ಶರಣಂಗೆ ಜನನ–ಮರಣಂಗಳಿಲ್ಲ. ಆ ಶರಣ ದೇಹಸಂಸಾರದೊಳಗಿರ್ದು ನಿರ್ಲೇಪಿ. ಆ ಶರಣಂಗೆ ಮರ್ತ್ಯ ಕೈಲಾಸವೆಂಬುದಿಲ್ಲ. ಎಲ್ಲವೂ ಸರಿ ಎಂಬುದೀ ವಚನಾರ್ಥ.॥೧೫॥

೩೭೩

ಅಱಿವಿಂದಲಾದ ಮಱಹಿನ ಶಬ್ದವನಱಿಯಲಾಗದು. ಅಱಿದಡೆ ಅದಕ್ಕದೆ ಭಂಗ. ಅಱಿವಱಿತು ಮಱವು ನಷ್ಟವಾಗಿ ಜ್ಞಾನವೆಂದಲ್ಲಿ ನಿರ್ಣಯವೆಲ್ಲಿಯದು. ಜ್ಞಾನದೊಳಗಣ ಬುದ್ಧಿಯ ಭಸ್ಮವಾಗಿ ಧರಿಸಿದಲ್ಲಿ ಕೂಡಲಚೆನ್ನಸಂಗಮದೇವ ಸರ್ವನಿವಾಸಿಯಾಗಿಹನು.

ಟೀ। ತಾನು ಲಿಂಗವೆಂದಱಿಯದೆ ಲಿಂಗವ ತನ್ನಿಂದ ಭಿನ್ನವಿಟ್ಟು ಅಱಿದು ನುಡಿವ ಅಱಿವೆಲ್ಲಾ ಮಱಹು. ಅಂತು ಮಱಹನುಳ್ಳ ಭಿನ್ನದಱಿವನಱಿತಡೆ ಅದೇ ಮರಳಿ ಭವಕ್ಕೆ ಸಾಧನವೆಂಬುದೀಗ, ಅಱುಹಿಂದಲಾದ ಮಱಹಿನ ಶಬ್ದವನಱಿಯಲಾಗದು. ಅಱಿದಡೆ ಅದಕ್ಕದೆ ಭಂಗವೆಂಬ ಶಬ್ದಕ್ಕರ್ಥ. ಅಂತು ಭವಕ್ಕೆ ಕಾರಣವಾದಱಿವು ಮಱವೆಯನುಳಿದು ಅಭಿನ್ನಜ್ಞಾನಿಯಾಗಿ ತಾನೆಲ್ಲಾ ಲಿಂಗವೆಂದಱಿದು ಭಿನ್ನಜ್ಞಾನ–ವನಳಿದಲ್ಲಿ ಲಿಂಗವು ತನ್ನಿಂದನ್ಯವಾಗಿಲ್ಲವೆಂಬುದೀಗ ಅಱಿವಱಿತು ಮಱಹು ನಷ್ಟವಾಗಿ

ಜ್ಞಾನವೆಂದಲ್ಲಿ ನಿರ್ಣಯವಿಲ್ಲಯ್ಯ ಎಂಬ ಶಬ್ದಕ್ಕರ್ಥ. ಅಂತು ಅಭಿನ್ನಜ್ಞಾನದಿಂದ ಶಿವನು ತಾನೆಂದಱಿದು ಶಿವನು ತಾನೆಂಬಹಂಭಾವದಱಿವಿನ ತೋಱಿಕೆಯು ತನ್ನ ಮಹಾಜ್ಞಾನದಿಂದಲೆ ಅಳಿದು, ಅಖಂಡ ಜ್ಞಾನಪ್ರಕಾಶವೆಯಾಗಿಪ್ಪ ಶರಣನಲ್ಲಿ .೫

ಅಂತರಂಗ–ಬಹಿರಂಗ, ಆತ್ಮಸಂಗವೊಂದೆಯಯ್ಯಾ ನಾದ ಬಿಂದು ಕಳಾತೀತ, ಆದಿ–ಆಧಾರವೊಂದೆಯಯ್ಯಾ ''ಆಱೂಡದ'' ಕೂಟದ ಸುಖವ ಕೂಡಲಸಂಗಯ್ಯ ತಾನೆ ಬಲ್ಲಾ+

ಟೀ। ಒಳಗು–ಹೊಱಗು, ಅದಿ–ಅಂತ್ಯ–ಮಧ್ಯವಿಲ್ಲದ ಅಖಂಡಿತ ಲಿಂಗವೆಂಬುದೀ ವಚನಾರ್ಥ.॥೨೦॥

೩೭೪

ಅಂಗವಿಲ್ಲಾಗಿ ಅನ್ಯಸಂಗವಿಲ್ಲ. ಅನ್ಯಸಂಗವಿಲ್ಲಾಗಿ ಮತ್ತೊಂದ ವಿವರಿಸಲಿಲ್ಲಯ್ಯ. ಮತ್ತೊಂದ ವಿವರಿಸಲಿಲ್ಲಾಗಿ ನಿಸ್ಸಂಗವಾಯಿತ್ತಯ್ಯಾ. ಗೋಹೇಶ್ವರ ನಿಮ್ಮ ನಾಮ ನಿರ್ಲೇಪವಾಯಿತ್ತಯ್ಯ.

ಟೀ ಅಂಗ ಲಿಂಗ ಸಂಬಂಧವಾದಾಕ್ಷಣವೆ ಅಂಗವೆಲ್ಲಾ ಲಿಂಗವೆಯಾಯಿತ್ತಾಗಿ ಅಂಗವೆಂಬುದಿಲ್ಲ, ಸಂಗವೆಂಬುದಿಲ್ಲ, ಲಿಂಗಾಂಗವೆರಡೆಂಬ ಭೇದವಿಲ್ಲದೆ ಲಿಂಗವೆಯಾಗಿರ್ದ ಶರಣ ಶಿವೋಽಹಂ ಶಿವೋಽಹಂ ಎನುತ್ತ ಶಿವನ ಅದ್ವಯನಾಮ ಸ್ಮರಣೆಯ ಸ್ಮರಿಸುತ್ತಿರ್ದನೆಂಬುದೀ ವಚನದ ತಾತ್ಪರ್ಯಾರ್ಥ.॥೧೭॥

೩೭೫

ಅಪ್ಪುವನಪ್ಪಿದ ವಾರಿಕಲ್ಲಿನಂತೆ, ವಾಯುವನಪ್ಪಿದ ಪರಿಮಳದಂತೆ, ಲಿಂಗವನಪ್ಪಿದ ಶರಣನ ದೇಹಿ ಎನಬಹುದೆ? ಬಯಲೊಳಕೊಂಡ ಜ್ಯೋತಿಯಂತೆ ಕೂಡಲ ಚೆನ್ನ ಸಂಗಯ್ಯ ನಿಮ್ಮ ಶರಣನ ಪರಿ.

ಟೀ। ಅಪ್ಪು–ಅಪ್ಪುವ ಕೂಡಿದ ಹಾಂಗೆ ಕರ್ಪುರ ಅಗ್ನಿಯ ಕೂಡಿದ ಹಾಂಗೆ ಭಾವ ಭಾವಿಸಿಕೊಂಬ ಬ್ರಹ್ಮವು ಉಭಯವು ಕೂಡಿ ನಾಮಗೆಟ್ಟು ನಿಂದಿತ್ತೆಂಬುದೀ ವಚನಾರ್ಥ.॥೧೮॥

೯೯ ಸ್ವಯಪರವಱಿಯದ ಸ್ಥಲ

೩೭೬

ನಾಮ ನಾಮವೆಂದು ''ನೀನು'' ನಾಮಕ್ಕೆ ಬಳಲುವೆ. ನಾಮವಾವ ಸೀಮೆಯೊಳಗು, ಹೇಳಲೆ ಮರುಳೆ. ನಾಮವಿಲ್ಲ, ಸೀಮೆಯಿಲ್ಲ, ಒಡಲೂ ಇಲ್ಲ, ನೆಳಲೂ ಇಲ್ಲ. ಚಿಕ್ಕಯ್ಯಪ್ರಿಯ ಸಿದ್ಧಲಿಂಗ ಇಲ್ಲ: ನಾನೂ ಇಲ್ಲ, ನೀನು ಇಲ್ಲ.

ಟೀ। ನಾಮ ಅನಾಮವಿಲ್ಲ. ದೇಹಪ್ರಾಣವಿಲ್ಲ. ನಾ–ನೀನೆಂಬುದಿಲ್ಲ, ಏನೂ ಎನಬಾರದೆ ನಿಂದಿತ್ತೆಂಬುದೀ ವಚನಾರ್ಥ.॥೧೯॥

೩೭೭

ಅಂತರಂಗ–ಬಹಿರಂಗ, ಆತ್ಮಸಂಗವೊಂದೆಯಯ್ಯಾ ನಾದ ಬಿಂದು ಕಳಾತೀತ, ಆದಿ–ಆಧಾರವೊಂದೆಯಯ್ಯಾ. ೨ಆಜೂಡದ೨ ಕೂಟದ ಸುಖವ ಕೂಡಲಸಂಗಯ್ಯ ತಾನೆ ಬಲ್ಲ+

ಟೀ। ಒಳಗು–ಹೊಱಗು, ಅದಿ–ಅಂತ್ಯ–ಮಧ್ಯವಿಲ್ಲದ ಅಖಂಡಿತ ಲಿಂಗವೆಂಬುದೀ ವಚನಾರ್ಥ.॥೨೦॥

೧೦೦ ಭಾವಾಭಾವ ನಷ್ಟಸ್ಥಲ

೩೭೮

ಒತ್ತಿ ಹಣ್ಣ ಮಾಡಿದಡೆ ಅದೆತ್ತಣ ರುಚಿಯಪ್ಪುದೊ? ಕಾಮಿಸಿ, ಕಲ್ಪಿಸಿ: ಭಾವಿಸಿದಡೆ ಅದೆ ಭಂಗ. ಭಾವಿಸುವ ಭಾವನೆಗಿಂದವು ಸಾವುದೆ ಲೇಸು ಕಾಣಾ, ಗೋಹೇಶ್ವರಾ.

ಟೀ। ಭಾವದಲ್ಲಿ ಭರಿತ ತಾನೆಂದಱಿದು ಲಿಂಗದಲ್ಲಿ ಸಮವೇದಿಸಿದಾತನೇ ಲಿಂಗೈಕ್ಯನು. ಇದಲ್ಲದೆ ಭಿನ್ನಭಾವದಿಂದ ಲಿಂಗವ ಭಾವಿಸಿ ಬೆರಸಿಹೆನೆಂಬಾತನು ಲಿಂಗೈಕ್ಯ – ನಲ್ಲವೆಂಬುದೀ ವಚನಾರ್ಥ.॥೨೧॥

೩೭೯

ಆನು–ನೀನೆಂಬ ಮೋಹವೆಲ್ಲಿಂಯುದು, ಭಾವ–ನಿರ್ಭಾವವೆಂಬ ಪ್ರಸಂಗವೆಲ್ಲಿಯದು ಹೇಳಾ! ಮನಲೀಯ, ಮನಲೀಯ–ಉಭಯಭಾವರಹಿತ ಕೂಡಲ ಚೆನ್ನ ಸಂಗಾ–ಲಿಂಗೈಕ್ಯವು.

ಟೀ। ಅಂಗ–ಲಿಂಗ, ಭಾವ–ನಿರ್ಭಾವವೆಂಬ ಭೇದವೆಲ್ಲವೂ ಮನದಿಂದ. ಅಂತಪ್ಪ ಮನವೆ ಲಿಂಗದೊಳೈಕ್ಯವಾದಲ್ಲಿ ಅಂಗ, ಲಿಂಗವೆಂಬ ಭೇದವಿಲ್ಲದೆ ಮಹಾಘನ– – ಲಿಂಗವೆಯಾಗಿರ್ದ ಶರಣನೆಂಬುದೀ ವಚನಾರ್ಥ.॥೨೨॥

೩೮೦

ಸತ್ಯವನೊಳಕೊಂಡ ಮಿಥ್ಯಕ್ಕೆ ಭಂಗ. ಮಿಥ್ಯವನೊಳಕೊಂಡ ಸತ್ಯಕ್ಕೆ ಭಂಗ. ಸತ್ಯಮಿಥ್ಯವನೊಳಕೊಂಡ ಮನಕ್ಕೆ ಭಂಗ. ಮನವನೊಳಕೊಂಡ ಜ್ಞಾನಕ್ಕೆ ಭಂಗ. ಜ್ಞಾನವನೊಳಕೊಂಡ ನಿಜಕ್ಕೆ ಭಂಗವುಂಟೇ, ಗೋಹೇಶ್ವರಾ.

ಟೀ। ತನ್ನ ತಾನಱಿದೆನೆಂಬುದು ಸತ್ಯವೆಂದು ತಾನಱಿವುತ್ತಿರಲು ಅದೆ ಮಿಥ್ಯೆಯಾದ ಕಾರಣ ಅದೆ ಭಂಗವೆಂಬುದೀಗ, ಸತ್ಯವನೊಳಕೊಂಡ ಮಿಥ್ಯಕ್ಕೆ ಭಂಗವೆಂಬ ಶಬ್ದಕ್ಕರ್ಥ. ಅಂತಪ್ಪ ಮಿಥ್ಯವನೊಳಕೊಂಡಿಪ್ಪ ಆ ಸತ್ಯಭಾವಕ್ಕೂ ಭಂಗವೆಂಬುದೀಗ,

ಮಿಥ್ಯವನೊಳಕೊಂಡ ಸತ್ಯಕ್ಕೆ ಭಂಗೆವೆಂಬ ಶಬ್ದಕ್ಕರ್ಥ. ಇಂತಪ್ಪ ಸತ್ಯಮಿಥ್ಯಂಗಳೆರಡನೂ ಇಂಬಿಟ್ಟುಕೊಂಡಿಪ್ಪುದೇ ಮನವಾದ ಕಾರಣ, ಆ ಮನವುಳ್ಳನ್ನಕ್ಕರ ಭವ ಉಂಟಾದ ಕಾರಣ ಅದೀಗ, ಸತ್ಯಮಿಥ್ಯವನೊಳಕೊಂಡ ಮನಕ್ಕೆ ಭಂಗವೆಂಬ ಶಬ್ದಕ್ಕರ್ಥ. ಅಂತಪ್ಪ ಮನವನೊಳಕೊಂಡಿಪ್ಪ ಸಂಕಲ್ಪಜ್ಞಾನವು ವಿಕಲ್ಪಜ್ಞಾನದಿಂದ ಅಳಿವುದಾಗಿ ಅದೀಗ, ಮನವನೊಳಕೊಂಡ ಜ್ಞಾನಕ್ಕೆ ಭಂಗವೆಂಬ ಶಬ್ದಕ್ಕರ್ಥ. ಇಂತಪ್ಪ ಜ್ಞಾನವು ನಿಜದಲ್ಲಿ ವಿಶ್ರಮಿಸಿ ತನ್ನಲ್ಲಿ ತಾನೆ ಪರಾಮರಿಸಿ ನಿರ್ವಯಲಾದ ಸಹಜಕ್ಕೆ ಭಂಗವಿಲ್ಲವೆಂಬುದೀಗ ಜ್ಞಾನವನೊಳಕೊಂಡ ನಿಜಕ್ಕೆ ಭಂಗವುಂಟೇ, ಗೋಹೇಶ್ವರಾ ಎಂಬ ಶಬ್ದಕ್ಕರ್ಥ.॥೨೩॥

೩೮೧

ಎಲ್ಲವ ಕಳೆದು ಶರಣನಿಂಬುಮಾಡಿದನಾಗಿ, ಅಂತರಂಗ ಬಹಿರಂಗದಲ್ಲಿಯೇ ಬಳಿಕ, ತನ್ನ ಹಜಿಕಿ, ತನ್ನ ಕೊಳಲು : ಕೂಡಲ ಚೆನ್ನಸಂಗಾ ಲಿಂಗಸಂಗಿಯಾಗಿ.

ಟೀ। ಲಿಂಗಾಂಗಸಂಗಿಯಾಗಿ ಅಂಗಕರಣಂಗಳನೆಲ್ಲವ ಲಿಂಗಕ್ಕರ್ಪಿಸಿ ಅಂಗ – ಕರಣಂಗಳು, ಸರ್ವಾಂಗವೆಲ್ಲಾ ಲಿಂಗವೆಯಾಗಿ ಶರಣ ತಾನೆ ಸ್ವತಂತ್ರ ಲಿಂಗವಾಗಿರ್ದನೆಂಬುದೀ ವಚನಾರ್ಥ.॥೨೪॥

೩೮೨

ಭೂಮಿ ಘನವೆಂದಡೆ ಪಾದಕ್ಕೊಳಗಾಯಿತ್ತು. ಗಗನ ಘನವೆಂಬೆನೆ ಕಂಗಳಿಗೊಳ––ಗಾಯಿತ್ತು. ಮಹವು ಘನವೆಂಬೆನೆ ಮಾತಿಂಗೊಳಗಾಯಿತ್ತು. ಘನಘನವೆಂಬುದು ಇನ್ನೆಲ್ಲಿಯದೆಲವೋ! ಅಜೀವಿಂಗಾಚಾರವಿಲ್ಲ, ಕುಜುಹಿಂಗೆ ನೆಲೆಯಿಲ್ಲ. ಚಿಕ್ಕಯ್ಯ ಪ್ರಿಯ ಸಿದ್ಧಲಿಂಗ ಇಲ್ಲ ಇಲ್ಲವೆಂದೆನು.

ಟೀ। ಪಂಚಭೂತವಿಲ್ಲ, ಪರಬ್ರಹ್ಮವೆಂಬ ಜ್ಞಾನವಿಲ್ಲ. ಪರಬ್ರಹ್ಮವೆಂಬ ಶಬ್ದವಿಲ್ಲ. ಏನೂ ಎನಬಾರದೆಂಬುದೀ ವಚನಾರ್ಥ.॥೨೫॥

೩೮೩

ತಲೆಯಿಲ್ಲದಟ್ಟೆ ಜಗವ ನುಂಗಿತ್ತು. ಅಟ್ಟೆಯಿಲ್ಲದ ತಲೆ ಆಕಾಶವ ನುಂಗಿತ್ತು. ಅಟ್ಟೆ ಬೇಱಾಗಿ ತಲೆ ಬೇಱಾದರೆ ಮನ ಸಂಚಲಿಸಿತ್ತು. ಅಟ್ಟೆಯನು ತಲೆಯನು ಬಯಲು ನುಂಗಿದರೆ ಆನು ನುಂಗಿದೆನು ಗೋಹೇಶ್ವರನಿಲ್ಲದಂತೆ.

ಟೀ। ತಲೆಯೆಂದರೆ ಸುಜ್ಞಾನ. ಅಟ್ಟೆಯೆಂದರೆ ಅಜ್ಞಾನ. ಅಂತಪ್ಪ ಅಜ್ಞಾನ ಲೋಕವೆಲ್ಲವ ನುಂಗಿತ್ತೆಂಬುದೀಗ, ತಲೆಯಿಲ್ಲದಟ್ಟೆ ಜಗವ ನುಂಗಿತ್ತೆಂಬ ಶಬ್ದಕ್ಕರ್ಥ. ಅಜ್ಞಾನವಳಿದು ಶಿವಜ್ಞಾನ ಆತ್ಮನೆಂಬಾಕಾಶವನವಗ್ರಹಿಸಿಕೊಂಡು ಇದ್ದಿತ್ತೆಂಬುದೀಗ, ಅಟ್ಟೆಯಿಲ್ಲದ ತಲೆ ಆಕಾಶವ ನುಂಗಿತ್ತೆಂಬ ಶಬ್ದಕ್ಕರ್ಥ. ಇಂತಪ್ಪ ಅಜ್ಞಾನವನು ಬೇರ್ಪಡಿಸಿ ನೋಡುತ್ತಿರಲು ಅಲ್ಲಿ ಮನವು ನಿಸ್ಸಂಚಲವನೆಯ್ದಿರ್ದಿತ್ತೆಂಬುದೀಗ, ಅಟ್ಟೆ ಬೇಱೆ, ತಲೆ ಬೇಱಾದರೆ

ಮನ ಸಂಚಲಿಸುತ್ತಿದ್ದುತ್ತೆಂಬ ಶಬ್ದಕ್ಕರ್ಥ. ಆ ಅಜ್ಞಾನ ಸುಜ್ಞಾಂಗಳೆಡನೂ ನಿವೃತ್ತಿ ಮಾಡಿ ನಿಜಶಿವತತ್ತ್ವ ಸ್ವರೂಪವನಱಿವುತ್ತಿರಲು, ಅಱಿವು ತನ್ನೊಳಗೆ ಲೀಯವಾಯಿತ್ತೆಂಬುದೀಗ, ಅಟ್ಟೆಯನು ತಲೆಯನು ಬಯಲು ನುಂಗಿದರೆ ಆನು ನುಂಗಿದೆನು ಗೋಹೇಶ್ವರನಿಲ್ಲದಂತೆ ಎಂಬ ಶಬ್ದಕ್ಕರ್ಥ.॥೨೬॥

೧೧೧ ಜ್ಞಾನಶೂನ್ಯ ಸ್ಥಲ

೩೮೭

ದೃಷ್ಟಕ್ಕೆ ದೃಷ್ಟ ಮುಂದಿಲ್ಲ, ಇಲ್ಲ, ಇಲ್ಲ. ಮಾಡಿದಡೇನಹುದೋ, ಮಾಡದಿರ್ದಡೇನಹುದೋ? ಗೋಹೇಶ್ವರನೆಂಬ ಅಱಿವಿನ ಕುಱುಹು ಮುಂದಿಲ್ಲಾಗಿ, ಮಾಡಿದಡೇನಹುದೋ?

ಟೀ। ಲಿಂಗದಲ್ಲಿ ಅಂಗ ಲೀಯವಾಗಿ, ಜ್ಞಾನದಲ್ಲಿ ಮನ ಲೀಯವಾದ ಬಳಿಕ ಆ ಶರಣ ಸತ್ಕ್ರಿಯೋಪಚಾರಂಗಳ ಮಾಡಿದಡೆಯೂ ಉಪಾಧಿಕನಲ್ಲ, ಮಾಡದಿರ್ದಡೆಯೂ ತಾಮಸಿಯಲ್ಲ. ಈ ಉಭಯವು ಆತಂಗಿಲ್ಲವಾಗಿ ಸ್ವತಂತ್ರ ಮಹಿಮನಾಗಿ ತನ್ನ ಲೀಲೆಯಲ್ಲಿ ತಾನೆ ಇಪ್ಪನೆಂಬುದೀ ವಚನದ ತಾತ್ಪರ್ಯಾರ್ಥ.॥೨೭॥

೩೮೮

ಮನದ [೧]ಕೊನೆಯಿಂದ[೧] ನೆನೆದ ನೆನಹು ಜನನ ಮರಣವ [೨]ನಿಲಿಸಿತ್ತು[೨]. ಜ್ಞಾನಜ್ಯೋತಿಯ ಉದಯ–ಭಾನುಕೋಟಿಯ [೩]ಮೊಱೆ[೩]–ಸ್ವಾನು[೪]ಭಾವದುದಯಃ[೪] ಜ್ಞಾನಶೂನ್ಯದೊಳಗಡಗಿದ [೫]ಭೇದ[೫]ವನೇನೆಂಬೆ ಗೋಹೇಶ್ವರಾ!

ಟೀ। ಮನಕ್ಕೆ ಸದ್ವಿವೇಕದೋಱೆ ಸಕಲ ತತ್ತ್ವಂಗಳ ನೇತಿಮಾಡಿ ತನ್ನ ನಿಜವೆ ಮಹಾಘನಲಿಂಗವೆಂದಱಿದು, ಲಿಂಗದ ನೆನಹು ಘಟಿಸಿ ತುರೀಯಾವಸ್ಥೆಯಿಂದ ಲಿಂಗಾಂಗ [೬]ಸಂಗಿ[೬]ಯಾದಲ್ಲಿ ಹುಟ್ಟು ಹೊಂದಿನ ದೇಹವಾಸನೆಯಳಿಯಿತ್ತು. ಅಂತು ದೇಹವಾಸನೆಯಳಿದ ಶರಣನೆಲ್ಲಾ ಲಿಂಗವೆಯಾಗಿ ಭಿನ್ನದೋಱದೆ ಅಖಂಡಿತ ಜ್ಞಾನಪ್ರಕಾಶಮಯ[7]ವಾಗಿ[7] ತಾನೆ ಶಿವನೆಂದು ಶಿವೋऽಹಂಭಾವ ನೆಲೆಗೊಂಡಲ್ಲಿ ಆ ಶಿವೋऽಹಂಭಾವದಱಿವು ತನ್ನಲ್ಲಿ ಅಡಗಿ ನಿಂದ ಲಿಂಗೈಕ್ಯನ ಘನವನುಪಮಿಸ–ಬಾರದೆಂಬುದೀ ವಚನಾರ್ಥ.॥೨೮॥

೩೮೯

ಉಪಮೆ ಉಪಮಿಸಲಱಿಯದೆ ಉಪಮಾತೀತನೆನು[೮]ತ್ತಿದ್ದಿತ್ತು[೮]. ಅಱಿವು ಅಱಿವಿನ ಮಱ[೯]ಯಲ್ಲಿರ್ದುದನಱಿಯ[೧೦]ಲಱಿಯ[೧೦]ದೆ, ಅಱಿವು ಪರಾಪರ–

ವೆನುತ್ತಿರ್ದುತ್ತು. ಧ್ಯಾನ ಧ್ಯಾನಿಸಲಱಿಯದೆ ಧ್ಯಾನರೂಪಾತೀತನೆಂದು ಧ್ಯಾನ ತದ್ಧ್ಯಾನಗೊಂಡುತ್ತು. ಜ್ಞಾತೃ ಜ್ಞಾನ ಜ್ಞೇಯಕ್ಕೆ ಇನ್ನಾವಜ್ಞಾನವೋ? ವೇದ 'ವಿಜ್ಞಾನ'ವೆಂದುದಾಗಿ ತತ್ತ್ವಮಸಿ ವಾಕ್ಯಂಗಳೆಲ್ಲಾ ಹುಸಿಯಾಗಿ ಹೋದವು; ಸಚ್ಚಿದಾನಂದವೆಂದುದಾಗಿ "ದ್ವೈತಾದ್ವೈತ ಬ್ರಹ್ಮವಾದಿಗಳೆಲ್ಲಾ" ಸಂಹಾರವಾಗಿ ಹೋದರು. ಬಂದೂ ಬಾರದ ನಿಂದ ನಿರಾಳ "ನಮ್ಮ" ಗೋಹೇಶ್ವರಾ.

ಟೀ। ಶರಣನಲ್ಲಿ ಲಿಂಗೈಕ್ಯವಾಗಿ, ಲಿಂಗದಲ್ಲಿ ಶರಣನೈಕ್ಯವಾಗಿ ನಿಂದ ಮಹಾಘನವನುಪಮಿಸಬಾರದು. ಅದು ಜ್ಞಾನಾತೀತವಾಗಿಪ್ಪುದಾಗಿ, ವೃತ್ತಿಜ್ಞಾನದ ಬಲದಿಂದ ಅಱಿಯಬಾರದು. ಅದು ಧ್ಯಾನಾತೀತವಾಗಿಪ್ಪುದಾಗಿ, ಧ್ಯಾನಿಸಬಾರದು. ಅದು ರೂಪಾತೀತವಾಗಿಪ್ಪುದಾಗಿ ರೂಪಿಸಬಾರದು. ಜ್ಞಾತೃ ಜ್ಞಾನ ಜ್ಞೇಯಂಗಳಿಗೆ ಎಂತೂ ತಿಳಿಯಬಾರದು. ಅದು ಅನಿರ್ವಾಚ್ಯವಾದ ಕಾರಣ ತತ್ತ್ವಮಸಿ ಶಬ್ದಕ್ಕೊಳಗಾಗದು. ಅದು ದ್ವೈತಾದ್ವೈತಂಗಳ ಹೊದ್ದದಾಗಿ ದ್ವೈತಾದ್ವೈತಿಗಳ ಮೀಱಿ ನಿಂದಿತ್ತು. ಇಂತಪ್ಪ ನಿರಾಳವೀಗ ಮಹಾಲಿಂಗತತ್ತ್ವವೆಂಬುದೀ ವಚನಾರ್ಥ.॥೨೯॥

೩೮೭

ಏನೆಂದೂ ಎನಲಿಲ್ಲ; ನುಡಿದು ಹೇಳಲಿಕಿಲ್ಲ. ನಿಜದಲ್ಲಿ ನಿಂದ ನಿಬ್ಬೆಱಗು ಕುಱುಹಱಿವುದೆ ಮರುಳೇ? ಹಱಿದು ಹತ್ತುವುದೆ ಮರುಳೆ, ಬಯಲು ಅದು. ತನ್ನಲ್ಲಿ ತಾನಾದ, ಬಯಲು ತಾನಾದ ಘನವು! ಇನ್ನೇನನಱಿಸಲಿಲ್ಲ. ಅದು ಮುನ್ನವೇ ತಾನಿಲ್ಲ. ಚಿಕ್ಕಯ್ಯ ಪ್ರಿಯ ಸಿದ್ಧಲಿಂಗ ಇಲ್ಲ, ಇಲ್ಲಾ.

ಟೀ। ದ್ವೈತವಿಲ್ಲ, ವಾಙ್ಮನಕ್ಕೆ ಬಂದುದಿಲ್ಲ. ಏನೂ ಎನಬಾರದೆಂಬುದೀ ವಚನಾರ್ಥ.॥೩೦॥

೩೮೮

ಘನವ ಕಂಡು ಮನವವಗವಿಸಿತ್ತು. ಕಂಡು ಕಂಡು ಮನ ಮಹಾಘನವಾಯಿತ್ತು. ತಲ್ಲೀಯವಾಯಿತ್ತು. ತದುಗತ ಶಬ್ದಮುಗ್ಧವಾದುದನೇನೆಂಬೆ, ಗೋಹೇಶ್ವರಾ!

ಟೀ। ಮಹಾಘನದ ನಿಜದ ನಿಲವ ಮನ ಕಂಡು ಅತ್ಯಂತ ವೇಧೆಯಿಂದ ಘನವನವಗ್ರಹಿಸಿ ತಾನೆ ಮಹಾಘನಲಿಂಗದಲ್ಲಿ ಸಾಮರಸ್ಯವಾಗಿ, ಅಲ್ಲಿಯೆ ಮನೋಲಯವಾಗಿ ನಿಶ್ಶಬ್ದಬ್ರಹ್ಮವಾಯಿತ್ತೆಂಬುದೀ ವಚನದ ತಾತ್ಪರ್ಯಾರ್ಥ. ॥೩೧॥

೩೮೯

ಬಯಲ ಬೆಱಗಿನ ಸುಖದ ಸವಿಯ ಬೆಱಗಲ್ಲದೆ ಕಾಣೆ, ಕಾಣೆ, ಕಾಣೆನೆಂಬ 'ನುಡಿಗೆಡೆಯ' ಕಾಣೆ. ಕುಱುಹಳಿದು ಅಱಿವ ನೆಱೆಯಱಿದು ಬೆರಸಿದೆನೆಂಬ ಬಱಿಯ ನುಡಿಗೆ ನಾಚಿದೆನಯ್ಯಾ, ಗೋಹೇಶ್ವರಾ.

ಟೀ। ಅಱಿವ ನೆಱೆ ಅಱಿದು ಅಱಿವನಱಿದೆನೆಂಬ ಸುಖವ ತನಗೆ ತಾ ನುಡಿದುಕೊಂಡರೆ ಅದೆ ಭಿನ್ನವೆಂದಱಿದು ನಿಶ್ಶಬ್ದವೇದಿಯಾಗಿ, ನಿಶ್ಶಬ್ದವೇದಿಯಾದ ನಿಲವನು ನಿಶ್ಶಬ್ದವೇದಿಯೆಂದು ಸಿನೆಯಱಿಯದೆ ಮಹಾಲಿಂಗೈಕ್ಯನು, ಮಹಾಘನ ನಿರಾಳಲಿಂಗವೇದಿಯಾಗಿರ್ದನೆಂಬುದೀ ವಚನದ ತಾತ್ಪರ್ಯಾರ್ಥ.॥೩೨॥

೩೯೦

ನಿರ್ವಿಕಲ್ಪಿತವೆಂಬ ನಿಜದೊಳಗಯ್ಯಾ, ನಿರಹಂಭಾವದಲ್ಲಿ ನಾನಿರ್ದೆನಯ್ಯಾ ನೋಡಿಹೆನೆಂದರೆ ನೋಡಲಿಲ್ಲ. ಕೇಳಿಹೆನೆಂದಡೆ ಕೇಳಲಿಲ್ಲ. ಘನ ನಿರಂಜನದ ಬೆಳಗಿಂಬಾದುದನೇನೆಂಬೆ ಗೋಹೇಶ್ವರಾ.

ಟೀ। ಕಲ್ಪನೆಗೆ ಬಾರದೆಯಿರ್ದ ಮಹಾಘನಲಿಂಗವೆ ತನ್ನ ನಿಜವೆಂದಱಿದಲ್ಲಿ ತಾನೆಂಬ ಅಹಂಭಾವವಳಿದು ಲಿಂಗೈಕ್ಯನಾದ ಶರಣಂಗೆ ಲಿಂಗವು ಭಿನ್ನವಿಟ್ಟಿಲ್ಲವಾಗಿ ಲಿಂಗವ ನೋಡಿ ಕೂಡಿಹೆನೆಂಬ ಅವಸ್ಥೆಗಳೇನೂ ಇಲ್ಲದೆ ಮಹಾಘನಲಿಂಗವೆ ತಾನಾಗಿ ವಿಶ್ರಮಿಸಿ ನಿಂದ ಶರಣನ ನಿಲವನುಪಮಿಸಬಾರದೆಂಬುದೀ ವಚನಾರ್ಥ.॥೩೩॥

೩೯೧

ಅಱಿವಱತು ಬೆಱಗುಹತ್ತಿತ್ತೆಂಬ ಜ್ಞಾನವಿದೇನೋ! ನಾಹಂ ಎಂಬಲ್ಲಿ ತಾನಾರು? ಕೋಽಹಂ ಎಂಬಲ್ಲಿ ಮುನ್ನಾರು? ಪರಬ್ರಹ್ಮ ಸೋಽಹಂ ಎಂಬಲ್ಲಿ ಮುನ್ನ ತಾನೇನಾಗಿರ್ದ? ಚಿದೋಽಹಂ ಎಂಬ ಹಮ್ಮಿನ ಮಾಲೆಯಿದೇನೋ? ನಿಶ್ಶಬ್ದಬ್ರಹ್ಮ ಮುಚ್ಯತೇ ಎಂಬ ಶಬ್ದವಿಡಿದು ಬಳಲುವ ಕಾರಣವಿದೇನು ಗೋಹೇಶ್ವರಾ.

ಟೀ। ಲಿಂಗದಲ್ಲಿ ನಿಜವನಱಿದು ಬೆರಸಿದ ಲಿಂಗೈಕ್ಯನು ತನ್ನ ಲಿಂಗೈಕ್ಯ ಪದವ ವಿವರಿಸಿ ನುಡಿದರೆ ಅದೆ ಭಿನ್ನವೆಂದಱಿದು ನಾಹಂ ಎನ್ನದೆ, ಕೋಽಹಂ ಎನ್ನದೆ, ಸೋಽಹಂ ಎನ್ನದೆ, ಚಿದೋಽಹಂ ಎನ್ನದೆ ಇರಬೇಕು. ನಿಶ್ಶಬ್ದಬ್ರಹ್ಮಮುಚ್ಯತೇ ಎಂಬ ಶಬ್ದವನು ನುಡಿಯದಿರಬೇಕೆಂಬುದೀ ವಚನಾರ್ಥ.॥೩೪॥

೩೯೨

ನಾನೆಂಬುದು ಪ್ರಮಾಣ. ನೀನೆಂಬುದು ಪ್ರಮಾಣ. ಸ್ವಯವೆಂಬುದು ಪ್ರಮಾಣ. ಪರಮೆಂಬುದು ಪ್ರಮಾಣ. ಪ್ರಮಾಣವೆಂಬುದು ಪ್ರಮಾಣ. ಗೋಹೇಶ್ವರನೆಂಬುದು ಅಪ್ರಮಾಣ.

ಟೀ। ಈ ವಚನ ಹೇಳಬಾರದೆ ವಾಙ್ಮನಕ್ಕೆ ಬಾರದೆಂಬುದೀ ವಚನಾರ್ಥ.॥೩೫॥

೩೯೩

ಕರ್ಪುರದ ಗಿರಿಯ ಉರಿಹತ್ತಿದ ಮತ್ತೆ ಇದ್ದಿಲನಱಿಸಲುಂಟೆ? ಮಂಜಿನ ಶಿವಾಲಯಕ್ಕೆ ಬಿಸಿಲ ಕಳಸವುಂಟೆ? ಉರಿಯಗಿರಿಯ ಅರಗಿನ ಬಾಣದಲೆಚ್ಚ-ಮತ್ತೆ ಮರಳಿ ಬಾಣವನಱಿಸಲುಂಟೆ? ಗೋಹೇಶ್ವರ ತಾನಾದ ಮತ್ತೆ ದೇವರೆಂದಱಿಯಲುಂಟೆ?

ಟೀ। ಲಿಂಗದಲ್ಲಿ ಮನೋಲಯವಾಗಿ ಸರ್ವಾಂಗವೂ ಅಳಿದು ನಿರ್ವಯಲಾದ ಶರಣಂಗೆ ಕಾಯವಿಲ್ಲ, ಪ್ರಾಣವಿಲ್ಲ, ಮನವಿಲ್ಲ, ಭಾವವಿಲ್ಲ, ಏನೂ ಇಲ್ಲ. ಆವ ಪ್ರಯೋಗಕ್ಕೂ ಬಾಹಾತನಲ್ಲವಾಗಿ ಉಪಮಾತೀತನಾಗಿರ್ದನೆಂಬುದೀ ವಚನಾರ್ಥ.॥೩೬॥

* ಅಂತು ವಚನ ೩೯೩ ಕ್ಕಂ ಮಂಗಲ ಮಹಾಶ್ರೀ *
ಏಕೋತ್ತರಶತಸ್ಥಲ ಸಾರಾಮೃತ ಸಂಪೂರ್ಣಂ

ಪರಿಶಿಷ್ಟ

೧ ಅಂಗಲಿಂಗಸಂಗವು ಲಿಂಗದಲ್ಲಿ ಆಯತವಾಯಿತ್ತಯ್ಯಾ. ನಿಮಿಷ ಕರಸ್ಥಲ ಹಿಂಗಿದರೆ ಭಂಗವಯ್ಯಾ. ಕಂಗಳೇ ಕಜುವಾಗಿ, ಲಿಂಗವೇ ಗೂಡಾಗಿ ನಿಂದ ನಿಷ್ಪತಿಯಲ್ಲಿ[ಪ್ಪ], ಕೂಡಲ ಚೆನ್ನಸಂಗಾ, ನಿಮ್ಮ ಶರಣ.

ಟೀ। ಆತ್ಮನೆಂಬ ಅಂಗವಾದುದೂ, ಲಿಂಗವಾದುದೂ ಈ ಎರಡರ ಸಂಗದ ಜ್ಞಾನವಾದುದೂ ಒಂದೇ ಮಹಾಘನ ಲಿಂಗವಾದ ಕಾರಣ, ಶರಣನು ಕಣ್ಮನ ಕರಸ್ಥಲಂಗಳಲ್ಲಿ ಲಿಂಗವ ಸದಾ ಸನ್ನಹಿತವಾಗಿ ಶರಣನಾಚರಿಸುತ್ತಿರ್ಪನಾಗಿ ಆ ಶರಣನ ಅವಸ್ಥಾತ್ರಯಂಗಳೆಲ್ಲಾ ನಿರವಸ್ಥೆಯಪ್ಪ ಲಿಂಗ ನಿಷ್ಪತ್ತಿಯೆಂಬುದೀ ವಚನದ ತಾತ್ಪರ್ಯಾರ್ಥ.

(ಏ^2. ವಳ, ಏ^1 ರಲ್ಲಿ ಮಾತ್ರ ಕ್ರಿಯಾ ನಿಷ್ಪತ್ತಿಸಾರ ಪ್ರಾಣಲಿಂಗ ಸ್ಥಲ ವಚನ ೧೦೪೩)

ಅಡಿಟಿಪ್ಪಣಿ

೧. + ಮಹಾ ಟೀ (ಏ.ಏ.$^{1.2}$ಪ್ರ.ಪ್ರ $^{1.2}$) ಇಪ್ಪಗ್ನಿಮಯಿ (ಏ$_2$) ....ಮೈ (ಏ) ಸ್ವೀಪಾ (ಪ್ರ.ಪ್ರ$^{1.2}$) ೧

೨. 1 ಸ್ವೀಪಾ (ಏ.ಏ. $^{1.2}$) < ತತ್ + ಆಂಶ ೨

೩. + ಲಿಂ.ಟೀ. 1 ಲುಪಾ (ಏ.ಏ^2) ಸ್ವೀಪಾ (ಏ^{1}ಲಿಂ^{1}) ೩

೪. 1 ಸ್ವೀವಿಪಾ : $^\circ$ ಇಪ್ಪ ಅಗ್ನಿ–Ori-r– (ಏ^1.ಪ್ರ $^{1.2}$) > $^\circ$ ಇಪ್ಪಗ್ನಿ (ಏ.ಏ^2) 2 ಇದೊ (ಏ^1.ಏ$^{1.2}$) – ಇದೋ (ಕ) + ಹಂ (ಸಂ) < ಅಹಂ m ನಾನು), ಸ್ವೀಪಾ (ಪ್ರ.ಪ್ರ$^{1.2}$) ಇದು (= ಈ ದೇಹ) ಹಂ (ಸಂ) m ನಾನು ೪

೫. 1 ಚವುರಾಸು (ಪ್ರ$^{1.2}$) ಚೌರಾಸಿ (ಹಿಂ) m 84 ಎಂಬತ್ತ ನಾಲ್ಕು (ಪ್ರ.ಪ್ರ$^{1.2}$) ಏ.ಏ^1.ಏ^{2}ಗೋವಾಳ < (ಪ್ರ^1.ಏ.ಏ$^{1.2}$) ೫

೬. wr.- (aim) or ನಾಣ್ಟ್ಯ > ನಾಂಟ್ಯ (ಏ.ಏ^1) = ನಾಟ್ಯ (ಏ^2) ತೋಂಟ> ತೋಟ ೬

೭. + ಮಾಯಾವಿಲಾಸ ವಿಡಂಬನ ಸ್ಥಲ–ಏ^2 ಪ್ರತಿಯ ಎಡಬದಿಯ ಎಡೆಗಟ್ಟಿನಲ್ಲಿ ಮಾತ್ರ ಸೂಚಿಸಿರುವ ಸ್ಥಲದ ಹೆಸರು; ಸ್ವೀಪಾ: ಏ,ಏ^1 ಚಿತ್ + ಆಂಶ.ಸ್ವೀಪಾ: ಏ.ಏ^{1,2}. 2 ಹೇಹ ಏ,ಏ^{1}ಲಿಂ^{1} ಹ><ಯcfವೈಹಾಳಿ–ವೈಯಾಳಿ 3 < ಗ್ರಾಹಸಿ (ಏ^1) ಗ್ರಾಹಿ ಲಿಂ (1) ೭

೮. 1 ನಾನೆಂದೆಂದಿಗು (ಲಿಂ) 2 ಲುಪಾ (ಲಿಂ^{1}) 3 ನಾ ನಿನ್ನೇವೆ (ಲಿಂ^{1}) 4 ಒಂದುವ (ಲಿಂ^{1}) 5 ನೊಂ + ಲಿಂಟೀ ಸ್ವೀಪಾ: (ಏ.ಏ^{1,2}) < ನ + ಅವಲಂಬಿಸಿಕೊಂಡು (= ಆಶ್ರಯಿಸದೆ ಇದ್ದುಕೊಂಡು) 6 ನಿಜಾತ್ಮ (ಏ^{1,2}. ಲಿಂ^{2}) ಸ್ವೀಪಾ (ಏ . ಲಿಂ^{1}) ೮

೯. 7 ಸ್ವೀಪಾ (ಏ . ಏ^{1,2}) ನ ... (ಲಿಂ$^{1.2}$) ೯

೧೦. ॥ R ಬ.ವ ಸಂಸಾರದಂದುಗ (ಏ . ಏ^{1,2}) ೧೧

೧೧. + ದ (ಏ^1) 1 ಶಿವಷಡಕ್ಷರಿಯ (ಏ^1) ೧೩

೧೨. + ನೋಡಿ: ಬ.ಹೆ.ವ ೯.೨೨ ವಶಾಸಾ:– 1 ವಾದುದೆಂದು ಕೊಟ್ಟನಯ್ಯಾ 2 ಲುಪಾ : ಸ್ವೀಪಾ ೧೬

೧೩. 1 ಭಕತಿಯ AA[2] 2 ಧರಿಸಿ ಧರಿಸಿರೆ (A) ರುದ್ರಾಕ್ಷೆಯ A. A[1,2] ವೆಂದರ್ರಿ 3 ಜವನ ಭೀತಿಹರ ವಿಭೂತಿ (ಅಕ್ಕವ),ಸ್ವೀಪಾ+ಸಾರೂಪ್ಯ, ಸಾಯುಜ್ಯ ೧೮

೧೪. S ರುದ್ರಾಕ್ಷಿಯ (ಏ[2]) ೧೯

೧೫. 1 ಮೂಪಾ. 2 m ಭಕ್ತಿಯ (ಕ) ಭಕ್ತಿಯಿಂದ (ಸಂ) = ಭಕ್ತಿಯೆಂಬ, 3 ಮೆಲುಕ್ಕುತುತ್ತಿಪ್ಪುದು (ಏ[2]) ಮೆಲುಕೊತ್ತುತ್ತಿಪ್ಪುದು (ಏ[1]), ಸ್ವೀಪಾ (ಏ).

4 ಚಿಚ್ಛಾಯಲ್ಲಿರ್ಪ್ಪ (ಏ.ಏ[2]) ಸ್ವೀಪಾ (ಏ[1]). ೨೨

೧೬. 5 ಪಟ್ಟಿಹದಜಿಂದವು (ಏ[1]), ಸ್ವೀಪಾ (ಏ.ಏ[2]). ಶಬ್ದವಿ : ° ಇಂದವು > ಇಂದಲು (ವ>ಲ). ೨೩

೧೭. ಸಂ=ಸಾ [೦>ಆ] ರಂಗವಾಲಿ ಎಂದರಂಗವಿಸದಯ್ಯ ಎನ್ನ ಮನವು. ಎಂದರೆ ಸೊಗಸದಯ್ಯ ಎನ್ನ ಮನಕ್ಕೆ ಬ.ವ ೫. ಷಡುಸಂಮಾರ್ಜನೆ. ಆರ್.ಆಶಾ ನಿರೀಕ್ಷೆ Ref: ಸರ್ವಪುರಾತನರ ವಚನ ಸದ್ಧರ್ಮ ದೀಪಿಕೆ ಗ್ರಂಥ ಮಾಲೆ ಸಂಖ್ಯೆ . ೬ ೨೫

೧೮. 1 ಹೊಱಹಂಚೆ (ಬ.ವ) ಹೊಱಸೊಂಪು (ಏ[1]) ಸ್ವೀಪಾ (ಏ.ಏ[2]) ಪರವಶ (ಏ[1]) ಸ್ವೀ ಏಏ[2] 2 ಲುಪಾ (ಬ.ವ) 3 ಸಂಗಮದೇವಾ (ಬ.ವ) 4 ಸದಕರು (ಏ[2]) ಲುಪಾ (ಏ[1,2]) 5 ಹೂಸಕ (ಏ[2])+ವ (ಏ[1]) ಸ್ವೀಪಾ ಏಏ[1,2] ೨೭

೧೯. 1 ದ್ರೋಹನಯ್ಯಾ (ಏ ಏ[1,2]) ೨೮

೨೦. 2 ಮುಕ್ತಿಯ (ಏ[1,2]) ೨೯

೨೧. 1 ಎಂಜಿಲು (ಏ[1,2]) 2 ಎಂಜಲು (ಏ[2])

1 ತ್ರಿವಿಧ ಸಂಪತ್ತು ಸ್ಥಲ (m & g)–ಏ[1]) aln 2 ನಿಷ್ಕಂಳಕ (g). 3 ಲಿಂಗ ಜಂಗಮದ ಪ್ರಸಾದಕ್ಕಲ್ಲದೆ ಬಾಯ್ದೆಱೆಯೆನೆಂಬುದೆನ್ನ ಭಾಷೆ. (ಬ.ವ.೭೨೭) ಸ್ವೀಪಾ (M & g). ಏ,ಏ[2] ೩೨, ೩೩

೨೨. 1 ತ್ರಿವಿಧಸಂಚಿತ ಲಿಂಗ ನಿಕ್ಷೇಪ (ಏಏ[1,2]) ಅಜ್ಞಾನ (M & g) To be ನೆಲೆ f ನೆಲ. ನಾನಾ ಪ್ರತಿಗಳ ಭಿನ್ನ ಭಿನ್ನ ವಿವರಣಾತ್ಮಕ ಪಾಠಾಂತರಗಳನ್ನು ಕೂಡಿಸಿ ನಿರ್ದಿಷ್ಟ ಪಾಠವರ್ಗಕ್ಕೆ ಸೇರಿದ ಸಂಮಿಶ್ರಣ ವಚನ ೩೪

೨೩. ವೊ (೯) ದೆ (g) ; ವೊಂದೆ (M) = ಓದೆ. ೩೮

೨೪. ಮಾಡಿಬೊ ಮಾಡಿಬೋ (Ori M) + ಲಿಂ ಟೀ. ೧೦–೫೯ ೪೧

೨೫. ನೆನಗೆ ನಿಮ್ಮವರಯ್ಯ ಸಿಂಗಿಮು : ಬ.ಹೆ.ವ ಮ ೪೬–೧೨ ೪೩

೨೬. + ಲಿಂಟೀ. ೧೦: ೧೦೧; ೧೦೨. ಅಂತು ಭಕ್ತಸ್ಥಲ ೧೫–೧೦ ಮಂಗಳ ಮಹಾಶ್ರೀ ೪೮

೨೭. ಸ್ವೀಪಾ (ಏಏ^{1,2}) 8 ಕೂಡಲಸಂಗಮದೇವಾ (ಏ ಏ^{2}), ಸ್ವೀಪಾ (ಏ^{1}ಲಿಂ^{1,2})ನೋ ಚ^{2} ವ: ೩೭೪ ೫೦

೨೮. 1 ಶರಣುಗತಿ (ಬ ರಿ), ಶರಣಗತಿ (ಬ.ವ) 2 ಸತಿಸುತ ಮಾತಾ ಪಿತರಿಗೆ ಹೊಗದಾಗಿ; 3 ಇದು ಕಾರಣ; 4 ನಿಮಗಾನಂಜೆ ಕೂಡಲಸಂಗಮದೇವ; 5 ನೋಡಲೆಂದಟ್ಟಿದರೆ (ರಿ ಬ ವ) ; 6 ಸ್ವೀಪಾ (ಮ). ೫೧, ೫೨

೨೯. 1 ಇಂತೀ ತ್ರಿವಿಧವು (ಬ^{1,2} ರಿ ಬ ವ) ಹಿಡಿಖಂಡಗೊಯ್ವುತ್ತಿರಲಿ. ಏ^{1}ಏಏ^{2} 2 ಇಕ್ಕುವ ಶೂಲ ಪ್ರಾಪ್ತಿಸಲಿ ಹಿಡಿಖಂಡವ ಮಾಡಿ ಕಡಿವುತ್ತಿರಲಿ (ರಿ.ಗ); ಸ್ವೀಪಾ (ಬ^{1})
3 ಸ್ವೀಪಾ (ಮ) 4 ಇಂದೆ ಏಏ^{1,2}ಬ^{1,2} ನೀನಂದೇ (ಬ^{2}) ಸ್ವೀಪಾ ನೀ ನಿಂದೆ (ಬ^{2} ಪಾ). ೫೩

೩೦. 1 ಏತಕ್ಕೆ (ಕ ಪ್ರ) 2 ಏತಕ್ಕಯ್ಯಾ (ಕ ಪ್ರ) 3 ದಲ್ಲಿ (ಪ್ರ^{2} ಏ^{2}ಪ್ರ ಗ. ಮ), ಸ್ವೀಪಾ (ಕ ಪ್ರ) 4 ° ಆಗವೆ (Ori (M^{A}. g^{A}_{2} Rc^{A}_{2})(= ಆಗಲ+ಎ) = ಆಗಲೆ, Ref: ib 87 ಇಂದಂ + ಎ>= ಇಂದವೆ = ಇಂದಲೆ. ೫೪

೩೧. 5 ಜೀವನ (ಬ^{1}.ಸಂ.ಬ.ವ), ಸ್ವೀಪಾ (ಏ ಏ^{2} ಮ.ಗ) 6 Q ಸ್ವೀಪಾ (ಏ ಏ$^{1.2}$ ಸಂ.ಬ.ವ)=) ಬ 7 ನಂಬಿಹ (=Met 4mg) ಬಿನ್ನಹ (ಏಏ^{1}) ೫೫

೩೨. ನೆನವುದಿನ್ನಾರನು (ಏ ಲಿಂ^{1}) ಹೇಳವ್ವಾ (ಲಿಂ^{1,2}) ಹೇಳಯ್ಯಾ (ಏ) ದಿನ್ನಾರನೆಲೆಗವ್ಯಾ (ಲಿಂ^{1}) ಕರದಲ್ಲಿ (ಲಿಂ^{1}) ನೆನೆದು (ಲಿಂ) ೫೬

೩೩ 1 Q (B) ದ) 5 ಲಿಂಗದೇವನ (A^{1}.B) nc+ ಕಚ್ಚು, ನುಚ್ಚು 2 ಮಚ್ಚು (A),ಅಕ್ಕವ; ಸ್ವೀಪಾ(A^{1}) 3 ಸ್ವೀಪಾ, ಅಕ್ಕನ, A, A^{1} 4 +ದಲ್ಲಿ ೫೮, ೫೯

೩೪. 1 ori M (ಮ.ಗ) 2 ಮಾನಸೋ ori (ಮ.ಗ) ಲಿಂ^{1,2} ೧೧೧ : ೭ + ಈ ವಚನ ಕಾಣಬಂದರ್ಥ (ಲಿಂ^{1,2}) ೬೦

೩೫. 1 ಮತ್ತೆ (ಮಗ) ಸ್ವೀಪಾ(ಬ^1 ಸಂ) 2 ಹೊನ್ನು 3 ಮರಳಿ4 Q(ಬ ವ) ೬೧

೩೬. 5 ತ್ರಾಸು ಕಟ್ಟಣೆ (ಕ)ಪ್ರ) ನಾನುಯೆನ್ನಲ್ಲಿ . . ನಾದೆನೆಂಬ (ಪ್ರ) ದೂರರೆಂಬು (ಪ್ರ^{1,2}) . . ವೆಂ ೬೨

೩೭. 1 ಸ್ವೀಪಾ (ಕ ಮ)2 ಸ್ವೀಪಾ (ಕ=ಪ್ರ) 3 ಬಲ್ಲರು (ಪ್ರ ಪ್ರ^{1,2}) ಸ್ವೀಪಾ (ಮ) ಬಳಲುತ್ತಿದ್ದಾರೆ (ಪ್ರ.ಪ್ರ^{1,2} ಏ.ಏ^{1,2}) ಲುಪಾ (ಏ^1) +ಆ (ಪ್ರ ಪ್ರ^{1,2}) ೬೪

೩೮. 1 ನುಡಿದು ನಡೆವರಯ್ಯಾ (ಪ್ರ), ನುಡಿವರು (ಪ್ರ^2) ಸ್ವೀಪಾ (ಏ ಏ^{1,2}) 2 ಲುಪಾ (ಏ^2) A ಕೊಂಡಿತ್ತು (ಪ್ರ^2) ೬೫

೩೯. 1 ಲುಪಾ (ಏ^2), 5 con (ಏ) ೬೬

೪೦. 1 ತಾಳೋಷ್ಠ (ಏ) ೬೮

೪೧. ತಾತ್ಪರ್ಯಾರ್ಥ (ಏ^1) ೭೬

೪೨. ತಸ್ಯಮಹೇ (ಏ^1) ೭೭

೪೩. ಮುಖ=ಹಣೆ, ಮುಖಸೆಜ್ಜೆ = ವದನ = ಜಿಹ್ವೆ ೮೯

೪೪. 1 ಭವಕ್ಕೆ (ಬ.ಬ^2), ಸ್ವೀಪಾ (ಏಏ^{1,2}) : m ಜನ್ಮಪ್ರಾಪ್ತಿಗೆ ೯೪

೪೫. ಹುತಾ ನಿ (ಏ) ಸತಾ ನಿ(ಏ^1) ಲುಪಾ (ಏ^1) ಸ್ವೀಪಾ,ಅಯುತಂ ೯೭

೪೬. ಸ್ವೀಪಾ (ಸಂ)ಬ.ವ) ತಾಡಪ್ರತಿ = ಬ^1 ೧೦೫

೪೭. ಮಾನಸ = ಮಾನವ, ಮನಸ್ಸಿಗೆ ಸಂಬಂಧಸಾಸ್ತಿ, ಎರಕಹೊಯ್ದ ಸಂರಕ್ಷಕ ಸೇವಕರು ಗೊಂಡ ೧೧೯

೪೮. ಬಿಂದನೆ (A) ಸ್ವೀಪಾ (A_1) ೧೨೧

೪೯. 1 ವಚನಾರ್ಥ (A) ಸ್ವೀಪಾ (A_1) ೧೨೨

೫೦. 2 ಲಿಂಗಕ್ಕೊಪ್ಪಿಸಿ(ಪಾ)ಸ್ವೀಪಾ(A, A_1)ನೆನಹಿಂದ (A)ಸ್ವೀಪಾ(A_1) ೧೨೩

೫೧. 1 ಶರಣನು ಪ್ರಾಣಲಿಂಗಕ್ಕೆ ಪ್ರಾಣಪೂಜೆಯ(A_1 A_1)ಸ್ವೀಪಾ(ಟೀ) ೧೨೪

೫೨. 1 ಕಾಯವೊಂದೆ (ಪ್ರಭುಗೀತೆ) ೧೨೫

೫೩. 1 ಭುವರ್ಲೋಕದ (A, P) ಸ್ವೀಪಾ A_1. 2 ಕೆಟ್ಟುತ್ತು (P) = ಕೆಟ್ಟುಹೋಯಿತ್ತು (A, A_1) 3 ಸ್ವೀಪಾ (A_1), ಯಾಗಿರಲು (A, P) 4 ಸ್ವೀಪಾ (A_1), ಅಧಿತ್ರಯದ ಅಧಿ... (P, A) ೧೨೭

೫೪. 1 ಇಂತೀ ತ್ರಿವಿಧವನೇಕಾರ್ಥವ ಮಾಡಿ (A, A_1), ಸ್ವೀಪಾ (ಟೀ.ಪಾ) 2 ಪಲ್ಲೈಸಲು $(A)_1$ ಪಲ್ಲವಿಸಿ (P) ೧೨೮

೫೫. 1 Q A, ಸ್ವೀಪಾ A_1, 2 ಸ್ವೀಪಾ A, A_1, 3 ಗಜವೇಜಿ (A) ಸ್ವೀಪಾ A_1, 4 ಪ್ರಮಾಣಿಂದವಶೇಷಿತ (A) ಪ್ರಮಾಣಿ ನಿಂದವಶೇಷಿತ (A_1) ಪ್ರಮಾಣದಿಂದ ವಿಶೇಷಿತ .... (Ph) ೧೨೯

೫೬. 1 ಜೋಗುಳವಾಡಿತ್ತ ಕಂಡೆನೆಂಬ (A_1) ಸ್ವೀಪಾ A, P P_1 2 ಸ್ವೀಪಾ A, A, P೧೩೩

೫೭. 1 ಅಚುಂಬಿತ ಅಚರಿತ್ರವನೇನೆಂದುಪಮಿಸುವೆ (A, A,) ಸ್ವೀಪಾ. P . 2 ಸಮಾಧಿ ಶಿವಯೋಗದಲ್ಲಿ ಗೋಹೇಶ್ವರ ಲಿಂಗವೈದಾನೆ ಏನೆಂದುಪಮಿಸುವೆ? (A, A,) ಸ್ವೀಪಾ . P . ೧೩೪

೫೮. [* A^1 ಪ್ರತಿಯಲ್ಲಿ ವಚನ ೨೬ ಮತ್ತು ೨೭ ರ ನಡುವೆ ಬಂದಿರುವ ಹೆಚ್ಚಿನ ವಚನವನ್ನು ಪರಿಶಿಷ್ಟದಲ್ಲಿ ಕೊಡಲಾಗಿದೆ. ಶೂನ್ಯ ಹೃದಯ...] ೧೩೯

೫೯. 1 Q (A & A_2) ಸ್ವೀಪಾ A1 ೧೪೭

೬೦. 1 ಸತ್ಯಸದಾಚಾರವ (A_1), ಸ್ವೀಪಾ A ೧೫೪

೬೧. 2 ಚೆನ್ನಸಂಗಯ್ಯಾ (A) ೧೫೫

೬೨. 1 ನಾಗಿ, 2 ನಾಗಿರ್ದನಲ್ಲಿ (A_1), ಸ್ವೀಪಾ (A), ಕದಂಬಕಳಾಸ =ಸಕಲೈಕಾವಸ್ಥೆ ೧೬೧

೬೩. 1 ×* ವಚನದ ತಾತ್ಪರ್ಯಾರ್ಥ (A_1) ೧೬೨

೬೪. 2 ತನ್ನಜಿದವಂಗೆ (A_1), 3 ದವಂಗೆ (A_1) ೧೬೩

೬೫. 1 ಸ್ವೀಪಾ (P) ೧೬೪

೬೬. 1 = ಸತ್ತುತ್ತು, 2 = ಬೆಂದುತ್ತು (A.P) 3 = ಕೆಟ್ಟುತ್ತು (P) vbofs - ಉತ್ತು P.P. of ಉಜು; m = ಕೆಟ್ಟು ಹೋಯಿತ್ತು; ಸಸ್ವೀಪಾ(A)4 . ° ಅಜಿಸಲುಂಟೆ (P), 5 ವಾಯಿತ್ತು (P ಪ್ರ), ಸ್ವೀಪಾ A. A_1 ೧೬೫

೬೭. +ಕ.ವಿ.ದ ಮುದ್ರಿತ ಚನ್ನಬಸವಣ್ಣನವರ ವಚನಗಳ ವರ್ಣಾನುಕ್ರಮದಲ್ಲಿ ಈ ವಚನದ ಸೂಚನೆ ಕಂಡುಬರದು. ೧೬೬

೬೮. 1 ಕ ರಹಿತ ಮನವು ನಿಂದಲ್ಲಿಯೇ (P) ರಹಿತ . . ನಿಂದ (A_1) . .. ನಿಂದಲ್ಲಿ (A, A_2) 2 ತಾನಳಿದು ನಿಂದಲ್ಲಿ (A, A_1), ಸ್ವೀಪಾ (P) 3 ಲಿಂಗ ಉದಯದಲ್ಲಿ (P), ಸ್ವೀಪಾ(A, A_1) 4 + ನೆಂಬ(P) 5 ಮನದುಪಾಧಿಯಳಿದು (P), 6 ಸ್ವೀಪಾ (A) ೧೬೭

೬೯. 1 ಹಿಡಿಹಿಗಿಲ್ಲ (A, A_1), 2 ವಿಭೋಗ (A_2) 3 ಇ ಹಿಂಗಾದ (=ಹೀಂಗೆ ಆದ) A, A_1 cf ಇ ಹಿಂಗಿದ್ದಿತ್ತೆಂಬ ವಾಚ್ಯ = ಇ ಹಿಂಗೆ > ಹೀಂಗೆ > ಹೀಗೆ. ಹಿ.ಮಂ.ಗೋ: ಚೆನ್ನಬ. ತಾಳಪತ್ರ ೧ ೧೭೦

೭೦. ಅನ+ಅರ್ಪಿತ= ಅನಾರ್ಪಿತ= ಪ್ರಾಣಾರ್ಪಿತ. ೧೭೨

೭೧. 1 ಲಿಂಗ ಮಧ್ಯ ಶಿವಾತ್ಮಿಕಂ ಲಿಂಗಾಚಾರೇಣ ಲೌಕಿಕಂ ಸರ್ವಲಿಂಗಮಯಂ ಪ್ರೋಕ್ತಂ ಲಿಂಗೇನ ಸಹವರ್ತತೇ (A^1) ೧೭೩

೭೨. ಭೋಜನಂತಥಾ (A_1) 1 ಗುರು ($A, A_1 A_2$) 2 ಯಾಗಿಪ್ಪ (A_1) ಸ್ವೀಪಾ (A). ೧೭೪

೭೩. ಮಣಿ>ವಣಿ (=ಬೀಜ) ಜಿವ ನಿ ಮರಣವುಳ್ಳವರಿಗೆ ಮರುಜೀವಣಿಗೆ ಸಿಕ್ಕುವುದೆ? P ೨೭ ಶಿಶೂಸಂಪು.೩೮೩.* 'ಹೋದಜೀವಕ್ಕೆ ತನ್ನ ಕರುಣವೆಂಬ ಮರು-ಬೀಜಮಂತ್ರ/ಜ-ಮಿೂ ನೀರುದ್ರಾಕ್ಷಿ Ref / ೩೭೧ (BE)V)ಮರುಜೀವಣಿಯ ಹಿಂಡಿ ಎತ್ತಿದನು. BEV .P ೧೨೫, ಶಿಶೂಸಂ.೩೭೧. ಸಂಜೀವನ-ಮೂಲಿಗೆ [ಯಮ ನಿ>ಜರ್ಮ] ೧೭೫

೭೪. 1 ಅವಾಂಭ (A, A^1) ೧೭೬

೭೫. 1 ವಾದಡೆ (A^1), ವಾದಂಗೆ (A^2) , ಸ್ವೀಪಾ (A) 2 ಐಮುಕ್ತ (A),
ಅಯಿಮುಕ್ತಿ (A^1), ದೆ ವಿಮುಕ್ತಿ (A^2) 3 ಮತ (A, A^1)೧೭೭

1.

೭೬ ಪ್ರಥುಮಾ . . . . (A), ಪ್ರತುಮಾ . . . (A^1), Q (A^2),

2. ಪ್ರಥಮಾ (A^2), ಪ್ರತುಮಾ (< ಪ್ರತಿಮಾ, Cf ಉಸಿರ್ > ಉಸುರ್) A, A^1, ೧೭೮

೭೭. 1 ಕಾರುಕ (A^2) ೧೮೦

೭೮. 1 + ವ, 2 + ದ (A^1), ಸ್ವೀಪಾ (A). ೧೮೧

೭೯. ತತ್+ಅಂಶ ೧೮೨

೮೦. 1 ಬೆಜಿಗ ೧೯೨

೮೧. 1 ತದ್ರೂಪವಾಗಿ (A^1), 2 ನಿಂದಿತ್ತು (A^1), 3° ಅನ್ನಕ್ಕ (A^1), * ನೋ 1ಚಿ.ವ. 1147. ೧೯೪

೮೨. + ಪ್ರಭುದೇವರ ಪ್ರಕಟಿತ ವಚನ ಗ್ರಂಥಗಳಲ್ಲಿ ಈ ವಚನ ಕಂಡುಬಂದಂತಿಲ್ಲ. ೧೯೫

೮೩. 1 ಜಲವ, 2 ಅಗ್ನಿಯ (ಇದೇಟೀಪಾ), 3 ಸ್ವೀಪಾ (A, A^1 A^2,) 1 ಸೋಂಕಿಂದ (A, A^2) ಸ್ವೀಪಾ (A^1) ೧೯೯

೮೪. 1 Q A, A^1, A^2, ಸ್ವೀಪಾ: ಟೀಪಾ 2 (A, A^1 A^2) 3 ಸ್ವೀಪಾ ori A, A^1, A^2, diff.Exr. ಟೀಪಾಭಿನ್ನ, ೨೦೩

೮೫. 1 ವಚನಾರ್ಥ (A), ಸ್ವೀಪಾ (A^1) ೨೦೬

೮೬. 1 ಹೊಕ್ಕೆ (A^1) 2 ತ್ರಿದ್ದೇಹದುಳ (A^1) ಸ್ವೀಪಾ A ಟೀಪಾ, ತ್ರಿದ್ದೇಹ ದುಳು (A) ವ.ಪಾ ೨೦೮

೮೭. ಅರೆ = ಅರ್ಧಂ ಭಾರ್ಯಾ? + ವ A ಪಾ ಟೀಪಾ A = A^1 ೨೧೧

೮೮. 1 ಬಾಇಧಾರೆ (A) ಸ್ವೀಪಾ (A^1)=ಬಾಯ್ಧಾರೆ. 2 ಮೆಚ್ಚು (A^1) ೨೧೩

೮೯. 1 ಬಲ್ಲುದು (A^2) ಸ್ವೀಪಾ (A). 2 ori (A) ೨೧೬

೯೦. 1 ಕಂಥುಕ (A^2) –2 ಅಜೀವ (A^1) 3 ori (A A^1 A^2) 4 ನೆಂಬುದ (A^1) 5 + ಹೋದಡೆ (A) ಇಹೆನ್ > ಎಹೆನ್ (cf ಇ > ಎ) ಏನ್. ಇಹೆ (>ಎಹೆ) ಅಂದಿರುವೆನೆಂದರೆ ಇರುವೆ ಅಪ್ಪೆನ್, ಇಪ್ಪೆನ್, ಎಪ್ಪೆನ್ ೨೧೭

೯೧. 1 ಸ್ವೀಪಾ A. A^1. A^2. 2 ಅನುಭವಿ (A. A^2) ಅನುಭಾವಿ (A^1) ಸ್ವೀಪಾ: ನಿರ್ಭಾವಿ (ವ . ಪಾ) 3 ಬಲ್ಲರಯ್ಯಾ (A^2) ನೋ.ಇದೇ ವ 219 ೨೧೮

೯೨. 1 ಕೇಳಿಬೋ ori (A. B.). 2 ಹಸಿಯ (A), ಸ್ವೀಪಾ (B), 3 ಸ್ವೀಪಾ A. B. ೨೨೦

೯೩. + ನೋ. ಬ ವ (P) ೮೮೧. 1 ವಿಂದ (A), ಸ್ವೀಪಾ A[1]. 2 ತಾನೆ (A[1]) ೨೨೩

೯೪. 3 ಕೊಂಡಿತ್ತು (A[1]) 4 ಕಂದೆರದೆನು (A[2])ಕಂದೆಱದೆನು (A[1]) ೨೨೪

೯೫. ಕರ–ಇಂದ್ರಿಯ, ಕರಣೇಂದ್ರಿಯ ಕೈ=ವಿಕಾರ ೨೨೫

೯೬. [1 ಆಚಾರ(ಲಿಂ)2 ಅನುಭವಿಸಿ(ಏ[1] ಏ[2] ಲಿಂ), ಸ್ವೀಪಾ(ಏ) 3 ವೆಂದಿಪ್ಪ ನಾಗಿ (ಲಿಂ) 4 - ಚೆನ್ನಸಂಗಯ್ಯನಲ್ಲಿ ಸುಖಿಯಾದೆನು (ಲಿಂ.ವ–ಟೀ–ಪಾ), ಸ್ವೀಪಾ (ಏ,ಏ[1],ಏ[2]) ಹೋ: ಗೂ.ಶೂ 8:61. + ಕ. ಲಿಂ.ಟೀ 5 ವೆಂದಿಪ್ಪೆ (ಏ)ಸ್ವೀಟೀಪಾ(ಏ[1].ಏ[2].ಲಿಂ) 6 ಸ್ವೀಟೀಪಾ(ಏ.ಏ[1]ಏ) ೨೨೯

೯೭. 1 + ಶರಣ (ಲಿಂ[1] ಲಿಂ[2]) 2 ಸ್ವೀಪಾ (ಏಏ[1]ಏ[2]ಲಿಂ[1]) 3 ಅಂತು ಅದ್ವೈತ. ಅಂತು (ದ್ವೈತ) m=ಪರಿಣಾಮದಲ್ಲಿಯೂ, ಕಡೆಯಲ್ಲಿಯೂ ಅಂತ್ಯದ ದ್ವೈತ .. .(ಏ[1]) ಇಲ್ಲದೆ cf ಚಂ.ಚೂ : ಸ್ವತಂತ್ರನೆಂದು ೨೩೧

೯೮. 1 ಮನವಚ್ಚೊತ್ತಿದಂತಿದ್ದುತ್ತು (ಎ), ಸ್ವೀಪಾ; (ಏ[1]). 2 ಲೆಪದ (mds) (ಏ[2]) ೨೩೨

೯೯. ಹಾ ೬೧. ವ ೨೭೫. (ಬ[1]); Q (ಏ). ತಾಯೇನ (ಬ[1]) ಸ್ವೀಪಾ (ಏ) ೨೩೫

೧೦೦. 2 ಪಡೆವ (A[2]), ಪಡೆದೆ (A[1]) 3 detd (A A[2]), ಸ್ವೀಪಾ (A[1]) ಉಪ್ತಪಾ ಸನ್ನಹಿತ=ಹಿಂಗದ ಕೂಟಿ ೨೩೭

೧೦೧. ಭಿಂಗುಂಡ (ಗಭಾರ[1]) ಮತ್ತಾರನೆಂದಡೆಯೂ (ಗ.ಭಾ.ರ[2]) ಮತ್ತಾರೇನನೆಂದಡೆಯೂ (ಸಭಾ೯) 1 Q – del (=ಲುಪ್ತ (ಏಏ[1]ಏ[2]); ನೋ.ವ.೮೭ (ಚ.ವ (ಕ.ವಿ) ೨೩೮

೧೦೨. 1 ಸ್ವೀಪಾ (ಏಏ[1]ಏ[2]) 2 + ಲ್ಲಿ (ಏ[1]) ಕಂಡರಲ್ಲದೆ (ಏಏ[1]ಏ[2]) ಸ್ವೀಪಾ:ಟೀಕಾಪಾ, + ಲಿಂ ಟೀ ೨೪೦

೧೦೩. 1 ಕಂಡು (ಏ ಏ[2]); ಸ್ವೀಪಾ (ಏ[1]) 2 ಇತ್ತಲತ್ತ (ವ.ಪಾ) ಸ್ವೀಪಾ (ಏ ಟೀಪಾ, ಏ[1]) ೨೪೧

೧೦೪. 1 ವೊಕತನ (ಏ)>ವಗತನ (ಏ[1]) = ಒಗತನ < ಒಕತನ < ಒಕ್ಕತನ < ಒಕ್ಕಲತನ) = ಒಗೆತನ (m ಬದುಕು) ಬಾಳುವೆ. ಗೆಯ್ಮೆ 2 ಇಕ್ಕಿದಂತೆ (ಏ), ಸ್ವೀಪಾ (ಏ[1]) ೨೪೨

೧೦೫. 1 ನಾವಂಗರಹಿತ (ಏ) ನಾವಂಗವಿರಹಿತ (ಏ^{1}) ನ ಸಂಗವಹಿತ (ಏ^{2}) 2 ಕೊಂಬುದೊಂದಾದ (ಏ^{1}) 3 ಲಿಂಗ ಲಿಂಗ (ಏ^{1}), 4 ಜಂಗಮ ಜಂಗಮ (ಏ^{1}) ಸ್ವೀಪಾ (ಏ), ೨೪೩

೧೦೬. 3 ಉರವಣೆ (ಏ^{1}ಏ^{2}), ಸ್ವೀಪಾ (ಏ),–ಏ (End-leginning sulicet) - ಅಚಿತ್ಯಾರಂಭಕತ್ರರ್ಲಪದ.) ೨೪೪

೧೦೭. 1 ತೊಟ್ಟಡೆ (ಏ.ಏ^{1}ಏ^{2}), ಸ್ವೀಪಾ (ಪ್ರಪ್ರ^{1}ಪ್ರ^{2}), 2 ತಾಗಿತ್ತು (ಏ.ಏ^{1}) ತಾಗಿತ್ತಲ್ಲಾ (ಪ್ರ^{1}) ಸ್ವೀಪಾ (ಪ್ರ) 3 ಅದುವೊಂದೆ ಬಾಣದಲ್ಲಿ ಅಳಿಯಿತ್ತಲ್ಲಾ (ಪ್ರ.ಪ್ರ^{1}), ಸ್ವೀಪಾ (ಏ.ಏ^{1}), 4 ಹೋಯಿತ್ತೋ (ಏ^{1}.ಪ್ರ) 5 ರೂಪಪ್ಪ (ಏ,ಏ^{2},ಪ್ರ,ಪ್ರ^{1},ಪ್ರ^{2}), ಸ್ವೀಪಾ (ಏ^{1}), 6 ಈ ಪರಿಪೂರ್ಣವಾಗಿ ತೆಗೆದು ಎಸೆಯಲು (ಏಏ) ಸ್ವೀಪಾ (ಏ^{1})

1 ತೊಟ್ಟವನೆ (ಏ ಏ^{1,2}. ಪ್ರ . ಪ್ರ^{1,2,3}) w. r. omds (= ತೊಟ್ಟವನ್ನೆ o. r: m ತೊಟ್ಟವನನ್ನೆ)

2 ಸ್ವೀಪಾ (ಏ^{1}.ಪ್ರ.ಪ್ರ^{1}) 3 ಯು (ಏ, ಏ^{1,2}, ಪ್ರ^{3}), ಸ್ವೀಪಾ (ಪ್ರ.ಪ್ರ^{1}) ೨೪೬

೧೦೮. 1 = ಉಂಡೆಹೆನುಟ್ಟೆಹೆನೆಂಬ (ಪ್ರ^{1,2}ಗ) ಅಹೆನ್, ಇಹೆನ್–ರೂಪಗಳಂತೆ ಸಂಶಯಾರ್ಥ। ಅ ನಿಶ್ಚಿತಾರ್ಥದಲ್ಲಿ ಬಳಸುತ್ತಿದ್ದ ವರ್ತಮಾನ, ಭವಿಷತ್ಕುಲ –ಸೂಚಕ ಉತ್ತಮ ಪುರುಷ ಆಖ್ಯಾತಪ್ರತ್ಯಯ: ಏಹೆನ್>ಏನ್>ಏನು. ಉಂಡೆನುಟ್ಟೆನೆಂಬ (ಪ್ರ ಗೀ) ಉಡು=ಧರಿಸು 1 ಧರಿಸು (ಪ್ರ (ಕ), ವರಿಸು (ಪ್ರ^{1}) ಆವರಣವಮಾಡಿ (ಏ,ಏ^{12}) ೨೪೮

೧೦೯. ಲೌಕಿಕದ ಮದವ (ಖ.ಹೆ.ವ.ವ.ಸಾ.) ಸ್ವೀಪಾ (ಏ,ಏ^{1,2}) ೨೫೦

೧೧೦. 1 ಮೂಲಪಾ(ಏ ಏ^{1,2} ಪ್ರ ಪ್ರ^{1,2})ಕರ್ಪೂರ (ಪ್ರ^{3}) ಅವಶೇಷ :೨೫೧

೧೧೧. 1 ಬಿಟ್ಟು (ಪ್ರ ಪ್ರ^{1,3}) ಸ್ವೀಪಾ (ಏ ಏ^{1,2}) ಕೊಂಡಿತ್ತಾಗಿ (ಏ^{1}ಏ^{3}) ಸ್ವೀಪಾ (ಏ.ಪ್ರ.ಪ್ರ^{1}) m=ಒಳಕೊಂಡುದ್ದಾಗಿ>ಒಳಕೊಂಡುದಾಗಿ, ಉತ್ತು> ಉದ್ದು> ಉದು. ಕೊನೆ, ಅಂತ್ಯಾವಸ್ಥೆ. 2 ಉಕ್ತಿಗೂ (ಪ್ರ^{3}) ಸ್ವೀಪಾ(ಏ ಏ^{1,2}ಪ್ರ ಪ್ರ^{1}). ೨೫೨

೧೧೨. 1 ಚಾಮರಂಗಳು (ಏ^{1}), ಸ್ವೀಪಾ (ಏ), 2 ಅಂಗ ಮನ ಪ್ರಾಣ (ಏ^{1}) ಸ್ವೀಪಾ (ಏ) ೨೫೩

೧೧೩. 3 ದೇವನಜೀವು (ಏ^{1}) ವತಂನ (ಏ^{2}) ೨೫೪

೧೧೪. + ಲಿಂಟೀಪಾ ೧೬- ೧೨. ೨೫೬

೧೧೫. 1 ಸ್ವೀವಪಾ (ಏ ಏ^{1,2}), ಮುಟ್ಟಿದ-ಅರ್ಪಿತವಾದ ೨೫೭

೧೧೬. 1 ಅರ್ಪಿತದಷ್ಟ ತಲೆಗೇಜಿದಲ್ಲಿ ನೀ (A^{1}) ಸ್ವೀವಪಾ (AA^{2}) 2 (=ಇಂಬುಗೊಂಡುದ್ದಾಗಿ>) ಇಂಬುಗೊಡುದಾಗಿ ದಟ್ಟ < ದಷ್ಟ 1 ದಷ್ಟ ತಲೆಗೇಜಿದಲ್ಲಿ ನೀ ಮುಂತಾಗಿರ್ದೆ (ಏಏ^{1,2}) ಸ್ವೀಪಾ: (ಏ ಏ^{1}ಏ^{2} ವ.ಪಾ). ಅನು (ಆತ್ಮಾಂಗ : ಮಹಾಘನಲಿಂಗದ ಚಿದಂಶ) ಲಿಂಗ ಸಂಬಂಧದಿಂದ ಪ್ರಾಣನು. ೨೫೮

೧೧೭. 1 ತೃಪ್ತಿಯಾದೆನು ಕಾಣ ಕಲಿದೇವಯ್ಯ (ಏ,ಏ^{1},ಏ^{2}) ಸ್ವೀಪಾ (ಲಿಂ) + ಸ್ವೀವಪಾ (ಏ^{1},ಲಿಂ) – ಏ,ಏ^{2} ಗಳ ವ.ಪಾ ವ್ಯತ್ಯಸ್ತಗೊಂಡಿರುವುದು ಕಂಡು ಬರುತ್ತದೆ.

2 ಪ್ರಾಣನು, (ಏಏ^{2}ಲಿಂ) ಸ್ವೀಪಾ (ಏ^{1}) ಭೇದ=ಜ್ಞಾನ

1 ಸ್ವೀಟೀಪಾ : ಏ,ಏ^{1},ಏ^{2}; ಅಭೇದ (ಲಿಂ), ಅಭೇದ್ಯ (ಲಿಂ^{1}) (ಏ,ಏ^{2} ಲಿಂ) ಸ್ವೀಪಾ (ಏ^{1}) ೨೬೦

೧೧೮. 1 ಸ್ವೀಟೀಪಾ (ಏ,ಏ^{1,2}ಲಿಂ), ಹುಟ್ಟಿ (ಪ್ರ.ಏ,ಏ^{1,2}) ಸ್ವೀಪಾ (ಪ್ರ^{1}), 2 ಸ್ವೀಪಾ (ಪ್ರ,ಪ್ರ^{1}, ಟೀಪಾ), ವ್ಯಾಧನು (ಏ ಏ^{1,2}) ನಾಡಿಗೊಯ್ದು (ಪ್ರ,ಪ್ರ^{1})

೨೬೧

೧೧೯. 1 ಕೈಯಲು (ಏ) ಸ್ವೀಪಾ (ಏ^{1}) 2 detd=r ಲುಪ್ತಪಾಠಭಾಗ (ಏ^{2},ಲಿಂ), + ಏಪಾ (ಏ,ಏ^{1}), ಚೆ.ವ.೯೭೯, ೨೬೨

೧೨೦. * ಈ ವಚನಭಾಗ ಏ ಏ^{1} ಏ^{2}– ಪ್ರತಿಗಳಲ್ಲಿಲ್ಲ

1 ಲಿಂಗದ ತನು ಲಿಂಗದ ಮನವ (ಏ ಏ^{2}ಪ್ರ ಪ^{1,2}), ಸ್ವೀಪಾ (ಏ^{1}), 2 ಸ್ವೀಪಾ (ಏ), 3 ಏ ಏ^{1,2}) ಗಳಲ್ಲಿರುವ ಈ ಭಾಗ ಲಿಂ.ದಲ್ಲಿ ಇಲ್ಲ. ೨೬೩

೧೨೧. + ಏ^{1} ಕ್ಕೇ ಸೇರಿದ ಒಂದು ಹೆಚ್ಚಿನ ಸಟೀಕಾ ವಚನದಿಂದ ಈ ಸ್ಥಲ ಮುಗಿದಿದೆ. ನೋಡಿ ಅನುಬಂಧ ೨೬೪

೧೨೨. 1 ಜಲಧಿ (ಏ ಏ^{1,2}) 2 ಕೂಡಲಸಂಗಮದೇವಾ (ಏ ಏ^{1,2}), ನೋಡಿ: ಭಕ್ತಸ್ಥಲ: ವ 203 ಚ.ವ.ಕ.ವಿ. ೨೬೫

೧೨೩ 1 = ಹಿಡಿದೇನೆಂದಡೆ/ರೆ (A . A^{2}), 2 ಸ್ವೀಪಾ (ಏ ಏ^{1,2}) ೨೬೬

೧೨೪ 1 ಏಏ^{2}– ಪ್ರತಿಗಳಲ್ಲಿ ವಚನದ ಈ ಭಾಗ ಉಪ್ತವಾಗಿದೆ. ಸ್ವೀಪಾ (ಏ^{1})

೨೬೮

೧೨೫ + ಟೀಪಾ : ಒಲವಸದರ್ಪಣದಿಂದಲೆ/ವೆ (ಏ^{1}) ಏಏ^{2} ೨೬೯

೧೨೬ 1 ಬೇಕಯ್ಯಾ (ಏ^{2}), 2 ಬಜ್ಜ (ಏ^{2}), ೨೭೧

1೧೨೭. =ಕೃತ (ಏ.ಏ^{2}) = ಕೃತಿ (ಏ^{1}) 2 ದೊಡೆ (ಪ್ರ.ಗೀ) > ದಡೆ (ಏ.ಏ^{1,2}) > ದರೆ (ಪ್ರ) 3 ಲುಪ್ತಪಾ (ಪ್ರ), ಟೀಪಾ (ಏ.ಏ^{1,2}) 4 ನಾನು (ಪ್ರ) 5 ಸ್ವೀಪಾ: (ಏ.ಏ^{1,2} ಪ್ರ ಪ್ರ^{1}),

1 ಪರಮಕಾಙ್ಕ್ಷಿಯಾಗಿದ್ದ (ಏಏ^{1,2}ಪ್ರಪ್ರ^{1,2}), Ref: ಭಾ.ಚಿಂ (ಸಂ.ಪ್ರೊ.ಸಿ.ಮಹಾದೇವಪ್ಪ) ೨:೫. ೨೭೨

1೧೨೮. ನ (A) 1 Q A^{1}, 2 ವು (A^{1}), ಸ್ವೀಪಾ (A A^{2}) 3 ಆ (A. A^{2}) ಸ್ವೀಪಾ (A^{1}) ೨೭೬

೧೨೯. ori : ° ಅಂಥಾವ ನಿಂಥಾವನೆಂದು (A) ° ಅಂತಾವ ನಿಂತಾವನೆಂದು (A^{1}) (= ಅಂತಾ+/ಅಂಥಾ+ ಅವನು, ಇಂಥಾ/ಇಂತಾ+ಅವನು ಎಂದು) ಅಂಥವಾ ನಿಂಥವಾನೆಂದು (A^{2}) (=ಅಂಥ+ ಅವಾನ್, ಇಂಥ+ಅವಾನ್) ೨೭೭

೧೩೦. 1 ಆತಂಗುಪಾಧಿಯ (A. A^{2} - omds) = ಆತ್ಮಂಗುಪಾಧಿಯ (A^{1}) ೨೭೮

೧೩೧. 1 ಬಱುಮುಖವಾರಾಗಿ (ಪ್ರ) ಕೆಟ್ಟು (ಪ್ರ.ಪ್ರ^{2}) 2 ವೆಂದು (A^{1}) ಸ್ವೀಪಾ (A) ಎಂದು (A^{2}) ೨೭೯

೧೩೨. + ಮ.ಪ್ರ.ಟೀ. ೨೮೦

೧೩೩. 1 ಹುತ್ತಕ್ಕೇಸೂ (ಏ^{1}) 2 ನಿಪ್ಪುದೊಂದೇ (ಏ^{1}) 3 ವಡೆ (ಏ),ಪ್ರಗೀ) 4 ದೆ (ಏಏ^{1}) + ಭಾವ (ಏಏ^{1}), ಸ್ವೀಪಾ (ಪ್ರಪ್ರ^{1}) ೨೮೧

೧೩೪. 1 ತಾ ನಿದಿರೆಂದಙೆಯ (ಏ.ಏ^{2}) ಲಿಂಟೀ 2 ನೆಯ್ದಿ (೬) ನೆಂಬ (on) (ಏಏ^{1}ಲಿಂ), ನೈದೆ (೬) ನೆಂಬ (ಏ^{2}), 3 ಕ್ರೀಗಳೆಲ್ಲವ (ಏ^{1,2}) ಸ್ವೀಪಾ (ಏ.ಲಿಂ) ೨೮೨

೧೩೫. 4 ಬಂದು ನಿಂದಿತ್ತು ನಿಜ (ಏ^{1}), ಬಂದುತ್ತು ನಿಜ (ಪ್ರ.ಪ್ರ^{1}) ೨೮೩

೧೩೬. + ರ್ದ (ಏ^{1}), ಸ್ವೀಪಾ (ಪ್ರ). A ಸ್ವೀಪಾ (ಪ್ರ.ಪ್ರ^{1}).

1 ಭೂತಜಡವನಾಚರಿಪ (ಪ್ರ.ಗೀ), ಭೂತದ ನೆಳಲನಱಸುವ (ಏ.ಏ^{1,2}) 2 ಮಪ್ಪವೆಂ (ಏ.ಏ^{1}.ಏ^{2}) 3 ಜಗಂಜ್ಯೋತಿ ori (w.r)

= o.r ಜಗಜ್ಜ್ಯೋತಿ (ಏ.ಏ^{1}.ಏ^{2}.ಪ್ರ.ಪ್ರ^{1}) 4 ಸ್ವೀಪಾ (ಪ್ರ), ಉಪ್ತಪಾ (ಏ.ಏ^{1,2}.ಪ್ರ) 5 ಸ್ವೀಪಾ (ಪ್ರ ^{1,2}. ಏ.ಏ^{2}), ಉಪ್ತಪಾ (ಏ^{1}.ಪ್ರ).೨೮೫

೧೩೭. 1 ಸ್ವೀಪಾ ಪ್ರ, ಪ್ರ^{1} ;... ಕುಸುಮದಖಂಡಿತಪೂಜೆ (ಏ) ... ಕಮಳದ ಕುಸುಮದಖಂಡಿತಪೂಜೆ (ಏ^{1}) ... ಕಮಳ ಸುಗಂಧ (ಜ–) ಖಂಡಿತಪೂಜೆ (ಏ^{2}), ೨೮೬

೧೩೮. 1 ಒಂದೆಂಬುದು (ಪ್ರ.ಪ್ರ^{1}.ಪ್ರ^{2})....... 2 ಒಂದೆಯೆಂಬರಯ್ಯಾ(ಏ^{1}) 3 ದು (ಏ^{2}.ಪ್ರ^{1}) ಸ್ವೀಪಾ (ಏ.ಏ^{1}). ೨೮೭

೧೩೯. 3 – ಶ್ವೇತಪೀತ 4 ಮಾಂಜಿಷ್ಠ ಕೃಷ್ಣ ವೆಂಬ (ಏ.ಏ^{2}), ... ಕೃಷ್ಣಮಾಂಜಿಷ್ಠವೆಂಬ (ಏ^{1}) A ಹರಿತ ಕಪೋತ (ಪ್ರ.ಗೀ), 4 + ಗೌರವ (ಪ್ರ.ಪ್ರ^{1,2}) 5 ಉಪ್ತಪಾ (ಪ್ರ.ಪ್ರ^{1,2}) 6 ವೆಂತುಟೆನ್ನ (ಏ^{1}), ಸ್ವೀಪಾ (ಪ್ರ) ೨೮೮

೧೪೦. 1 ರುಂಟೆ (ಏ.ಏ^{1,2}), ಸ್ವೀಪಾ (ಪ್ರ.ಪ್ರ^{1}), 2 ori (ಏ.ಏ^{1,2}) 3 ಸ್ವೀಪಾ (ಏ.ಏ^{1}) ವ್ಯಾಪಾ (ಏ^{2}) ೨೮೯

೧೪೧. 1 + ಇದು (ಏ^{1}) ೨೯೦

೧೪೨. + ಸ್ವೀಸವಪಾ (ಏ.ಏ^{1,2}) 1 ಸ್ವೀಪಾಮೂ (ಏ.ಏ^{1,2}), ವ್ಯಾಪಾ (ಪ್ರ.ಗೀ), ಲುಪಾ (ಪ್ರ.ಪ್ರ^{1,2}) 2 ನೋಡಿರೇ ನಿರಾಳವ (ಪ್ರ.ಪ್ರ^{1,2}) 3 ಕೂಡದೆ ಕೂಡಿಕೊಂಡು ಸೋಜಿಗವ (ಏ^{1}) . . . . ಕೂಡಿಕೊಂಡು ಸುಖವ (ಏ^{2}) ಸ್ವೀಪಾ (ಏ) ಕೂಡದೇಕೂಡಿದ್ದೊಂದು m ತನ್ನ ತಾನಾಗಿದ್ದ ಅಂಗಸಂಗದ ಒಂದು .. ಸೋಜಿಗವ. 4 ಲುಪಾ (ಏ.ಏ^{2}), ಸ್ವೀಪಾ (ಏ^{1}), ೨೯೧

೧೪೩. 1 ಸ್ವೀಪಾ (ಏ^{1}) ಲುಪ್ತಾ (ಏ) 2 ಪೂಜಿಸಿ (ಏ^{1}), ಸ್ವೀಪಾ (ಏ.ಏ^{2}.ಪ್ರಪ್ರ^{1}.ಪ್ರ^{2}), ೨೯೨

೧೪೪. 1 ಸ್ವೀಪಾ (ಏ.ಏ^{1}), ಅನರ್ಪಿತ (ಏ^{2}) 2 ಬೇಡಾಯೆಂಬುದು (ಏ^{1}) 3 ಬೇಕೆಂಬುದು (ಏ^{1}.ಏ^{2}) 4 ಸ್ವೀಪಾ (ಏ.ಏ^{1}.ಲಿಂ) ಯುಕ್ತ (ಏ^{2}) + ಲಿಂವ್ಯಾ. ೧೨–೪೫. ೨೯೩

೧೪೫. 1 ಸ್ವೀಪಾ (ಏ.ಏ^{2}.ಲಿಂ), ಜ್ಞಾನೋದಯ ಮೋಕ್ಷ (ಏ^{1}) ೨೯೪

೧೪೬. 2 ಪ್ರಾಣ (ಏ.ಏ^{1,2}.ಪ್ರ^{2}), ಸ್ವೀಪಾ (ಪ್ರ.ಪ್ರ^{1}) ಅಂತ್ಯ ಪ್ರಸಾದಿಯ (A) ೨೯೫

೧೪೭. 1 ಯೆಂಬುದೀಗ (ಏ[1]), ಸ್ವೀಪಾ (ಏ.ಏ[2]), ೨೯೭

೧೪೮. 1 ಸಂದೆನ್ನದ (ಏ) ೨೯೭

೧೪೯. 2 ಮಧ್ಯ (ಏ[2]) ಸ್ವೀಪಾ (ಏ.ಏ[1]) 3 ವಾಸ (ಏ[2]), ಸ್ವೀಪಾ (ಏ.ಏ[1]) 1 ನೆಲ್ಲಾ (ಏ.ಏ[2]) 2 ಗಳನೆಲ್ಲಾ (ಏ.ಏ) ಸ್ವೀಪಾ (ಏ[1]) + ಸ್ವೀಪಾ (ಏ.ಏ[1]) ೨೯೮

೧೫೦. 1 ಉಪಾ (ಏ[1]) ಸ್ವೀಪಾ (ಏ.ಏ[2]) 2 + ನಿರೋಧ ಬಂದಿತ್ತಲ್ಲಾ ನಿರೂಪಿಂಗೆ . . . . (ಏ[1]), 3 = ಹೊಂದಿತ್ತಲ್ಲಾ (A ಏ[2]) 4 ಇಲ್ಲದ ಇಲ್ಲದ ಹುಸಿ ಎಲ್ಲಿ (A3) ಸ್ವೀ ಸಮೂವಾ (ಏ.ಏ[1]), 4 ಸ್ವೀಪಾ (ಏ) ೨೯೯

೧೫೧. + ಲಿಂಟೀ . ಅರ್ಪಿಸೀನೆಂದರೆ (ori) ಅರ್ಪಿಸಿಹೆನೆಂದರೆ (ಗ್ರಂ.ಪ್ರ) ಜನಬಳಕೆಯ ಆಡು ಮಾತಿನ ದೇಸಾಳ ನುಡಿತ ಪ್ರಯೋಗ ೩೦೦

೧೫೨. 1 ಭೋಗ (ಏ.ಏ[2]) ಸ್ವೀಪಾ (ಏ[1]), ೩೦೫

೧೫೩. 1 ಆಱಂಗವೆ (ಏ[1]) 2 ಆ ಮಹವಿಂಗೆ (ಲಿಂ) 3 ವಾದ ಅಜೀವು ನಿರ್ಣಯ (ಲಿಂ) 4 ನಾ. ನೀನೆಂಬುದಿಲ್ಲದೆ ನಿಂದ ನಿಜದ ಮಹಾಪ್ರಸಾದಿ (ಲಿಂ[1] + ಲಿಂಟೀ) ೩೦೮

೧೫೪. 2 + (ಏ[1]) – ಈ ಅಧಿಕಪಾಠ ಏ.ಏ[2] ಪ್ರತಿಗಳಲ್ಲಿಲ್ಲ. 1 ವಿಡಿದು ಚ.ವ. (ಕವಿ) 1 ಗ್ರಹಿಸುವ (ಏ[1]) ೩೦೯

೧೫೫. 1 ಅಚಳ (ವರ್ಣಪಲ್ಲಟ), ಸ್ವೀಪಾ (ಏಏ[2]) ೩೧೨

೧೫೬. + ಏ[1]ರಲ್ಲಿ ಮಾತ್ರ ಇರುವ 'ಅಂಗಲಿಂಗಸಂಗವು ...' ಚ.ವ ೧೦೪೩ (ಕವಿ) ಇದೇ ಪರಿಶಿಷ್ಟ ನೋಡಿ:ವ ೧ -ಎಂಬ ವಚನದ ಬಳಿಕ ಬರುವ ಈ ವಚನ ಸಂಖ್ಯೆ ೫ ೩೧೬

೧೫೭. 1 ಸ್ವೀಪಾ (ಏಏ[1]) ನ್ನಕ್ಕಾ (ಏ[2]) 2 ನಕ (ಏ[2]) ನ್ನಕ (ಏ[1]) ಸ್ವೀಪಾ (ಏ) 3 ಸ್ವೀಪಾ (ಏಏ[2]) 1,2,3° ಅನ್ನಬರ (ಬ.ಮು.೯೧೫) 4 ಉಪಾಭಾ (ಬ.ಮು) 5 ಹಾಡಿದೆ, ಸ್ವೀಪಾ (ಏಏ[2]) 6 ಉಪಾಭಾರ (ಏಏ[2]) ಸ್ವೀಪಾ (ಏ[1]) ೩೧೭

೧೫೮. + ೭ (ಏ[1]) 1 ಸ್ವೀಪಾ (ಏಏ[1,2]) 2 ದೇಹ (ಏ[1]) 3 ಆವ (ಏ[1]) ೩೧೯

೧೫೯. 1 ಗೈದ (ಏ) ಗೈವ/(ಏ[2]) ಗೈದೆ (ಏ[1]) ನೋಡಯ್ಯ (ಏಏ[1,2]) ಸ್ವೀಪಾ (ಪ್ರ.ಪ್ರ[1]) ೩೨೧

೧೬೦. 1 ಅದೇಕೆಂದರೆ (ಏ.ಏ[2].ಪ್ರ.ಪ್ರ[1,2]) ೩೨೨

೧೬೧. 1 ಆನು ನೀನೆಂಬುದು (ಏ[1].ಪ್ರ) ಆನು ನೀನೆಂಬುದು (ಏ.ಏ[2].ಲಿಂ), ಆನು ನೀನೆಂಬುದು (ಪ್ರ[1]).

2 ತಾ ನಿಲ್ಲ (ಲಿಂ.ಏ.ಏ[1,2]), ತಾನು ಇಲ್ಲ (ಪ್ರ[1]), ಸ್ವೀಪಾ (ಪ್ರ)

3 ಬಳಿಕಯೇನೂ (ಲಿಂ), ಬಳಿಕಯೇನು (ಏ[1]), ಬಳಿಕೇನೂ – (ಅಲಿಪಾ) – (ಏ.ಏ[2].ಪ್ರ.ಪ್ರ[2]), ಬಳಿಕ್ಕೇನೂ – (ಸ್ವೀಕ್ತಲೇ)

4 ಇಲ್ಲ, ಇಲ್ಲ, ಇಲ್ಲ, ಇಲ್ಲದ ಇಲ್ಲವೆ ಎಲ್ಲಿಂದ ಬಪ್ಪದೋ? (ಪ್ರ.ಪ್ರ[1]) ಇಲ್ಲ, ಇಲ್ಲ, ಇಲ್ಲದ ಇಲ್ಲವೆಯೆಲ್ಲಿಪ್ಪುದೋ? (ಏ[2]); ಇಲ್ಲ. ಇಲ್ಲದುದು ಇಲ್ಲದುದೆಲ್ಲಿಪ್ಪುದೋ? ಇಲ್ಲದುದಿಲ್ಲಮದೆಂತಿರ್ಪುದೋ? (ಲಿಂ); ಸ್ವೀಪಾ (ಏ),

5 ಅನು⁺ವಱಿತು (ಏ.ಏ[2]), ಅನುವಱಿದು (ಏ[1]), ಸ್ವೀಪಾ (ಪ್ರ.ಪ್ರ[1].ಲಿಂ),

6 ಮಱಿದಡೆ (ಲಿಂ), ಮಱಿದ (ಏ.ಏ[2].ಪ್ರ[1]), ಸ್ವೀಪಾ (ಏ[1].ಪ್ರ.ಪ್ರ[2])

7 ಗೋಹೇಶ್ವರಬಯಲು! (ಲಿಂ) ಸ್ವೀಪಾ (ಏ.ಏ[1,2].ಪ್ರ.ಪ್ರ[1,2]) fn ib 5 + m : ಭಾವಪೂರ್ಣಪರತತ್ತ್ವ, ನಿಜಪದ; = ಅಶರೀರ (ಪ್ರ.ಗೀ) + ಲಿಂಟೀ. 1 ಆರ್ರಿಗೂ (ಏ[1])= ಆಱಿಗೂ . m. ಅರಿಷಡ್ವರ್ಗಗಳಿಗೂ, ೩೨೪

೧೬೨. 2 ಗೋಹೇಶ್ವರನೆಂಬುದು (ಏ[1].ಪ್ರ.ಪ್ರ[1].ಲಿಂ) ಸ್ವೀಪಾ (ಏಏ[2]) ೩೨೫

೧೬೩. 1 ತಾ ನಿದಿರೆಂಬವಸ್ಥೆ (ಏ), ತಾ ನಿದಿರೆಂಬ ವಸ್ತು (ಏ[2]), ಸ್ವೀಪಾ (ಏ[1]) 2 ಸಂದು (ಏ[2]), ಸ್ವೀಪಾ (ಏ.ಏ[1].ಲಿಂ) ೩೨೬

೧೬೪. + ಈ ವಚನ 'ಪ್ರಟೀವ'ಗಳಲ್ಲಿಲ್ಲ. 'ಲಿಂ' ದಿಂದ ಆರಿಸಿದೆಯೆಂಬುದು ಟೀ:ನ ಸಾಮ್ಯದಿಂದ ಸ್ಪಷ್ಟ ೩೨೭

೧೬೫. 1 ನು (ಏ[1].ಏ[2]) 2+ ವು (ಏ[1]) 3 ಅದಕ್ಕದೆ (ಪ್ರ.ಪ್ರ[1]) 4 ನೋಡಯ್ಯಾ (ಪ್ರ.ಪ್ರ[1,2])

1 ಸ್ವೀಪಾ (ಏ[1]) 2 ಲುಪಾ (ಏ.ಏ[1,2].ಪ್ರ), ಸ್ವೀಪಾ (ಪ್ರ[1]) 3 ಸ್ವೀಪಾ (ಪ್ರ.ಪ್ರ[1]) 4 ಳೆಲ್ಲ (ಏ[1]) ೩೨೮,೩೨೯

೧೬೬. 1 ಗೆಯ್ದ (ಏ.ಏ^2), 2 ಸರ್ವತೊಧಿಕ್ಕವು (ಪ್ರ), ಸರ್ವತೋಧಿಕವು (ಏ.ಏ^2), ಸ್ವೀಪಾ (ಪ್ರ^{1,2}.ಏ^1).ಏ. 3 ಗ್ರಹಕ (ಪ್ರ.ಪ್ರ^1.ಏ.ಏ^1) ಸ್ವೀಪಾ (ಏ^2.ಪ್ರ^2) ೩೩೦

೧೬೭. 4 + ದ (ಏ^1) ಸ್ವೀಪಾ (ಏ.ಏ^2.ಪ್ರ ಪ್ರ^1) 5 ಹೊಸೆವ (ಪ್ರ.ಪ್ರ^1) 6 ಕಂಡೆ (ಏಏ^{1}ಏ^2), ಸ್ವೀಪಾ (ಪ್ರ ಪ್ರ^1) ೩೩೧ ೧೬೮ 1 ಅಂಬುಧಿಯೊಳಿದ್ದ (ಏ^1) ಅಂಬುಧಿಯಲ್ಲಿ ವಾರಿಬಿದ್ದ (ಏ^2) 2 ವೆಶೆ (ಏ^2) 3 ಅಜಿದಿರುದೆ ಇದನ್ನ , ಸ್ವೀಪಾ (ಏ^1) ೩೩೨

೧೬೯. + ಈ ವಚನ (ಚ.ವ (ಕವಿ)ದ ಮುದ್ರಣದ ವಚನ ಸೂಚಿಯಲ್ಲಿಲ್ಲ ೩೩೪

೧೭೦. 1 ಸಕಲ ಭುವನ ತಾ ನಿದ್ದಲ್ಲಿ. ಸತ್ಯ ನಿತ್ಯ ನಿರಂಜನ ಶಿವ ತತ್ತ್ವ (ಏ^1.ಪ್ರ.ಪ್ರ^{1,2}) 2 ಛತ್ರವಳಯ (ಪ್ರ.ಪ್ರ^{1,2}) ಸ್ವೀಪಾ (ಏ.ಏ^{1,2}) + ಲಿಂಗ (ಪ್ರ.ಪ್ರ^1) ೩೩೬

೧೭೧. ೧ ವಾಗಿ, ೨ ದಡೆ, ೩ ಮತ್ತೇಕಯ್ಯಾ (ಲಿಂ), ಸ್ವೀಪಾ (ಏ.ಏ೧.ಏ೨) ೪ ಇಕ್ಕುವೆನೂ (ಏ೧), *. ೮ ನಾಹಂಭಾವಿಗಳು, ೫ ಅಯಿಯರು (ಲಿಂ), ೬ ಉಪಾ (ಲಿಂ), + ಲಿಂಟೀ. ೩೩೭

೧೭೨. ೧ + ದ (ಪ್ರ.ಪ್ರ೧,೨) ಸ್ವೀವಪಾ (ಏ.ಏ೧,೨), ೨ ನೋಡಲೊಡನೆ (ಪ್ರ.ಪ್ರ೧,ಏ೧,೨, ವ್ಯಾಪಾ), ಸ್ವೀವಪಾ (ಏ.ಏ೧,೨) + ಹೋ. ತನ್ನ ಒಡಲೊಳಗೆ ಒಡೆದು ಮೂಡಿತ್ತು ತನ್ನಂತೆ ಬಯಲು! ಗಳಕಟ್ಟುಚ್ಚಿ (ಪ್ರ೨), ಕಟ್ಟುಭಯ (ಏ೧), ಸ್ವೀಪಾ (ಏ.ಏ೨.ಪ್ರ.ಪ್ರ೧) ೩೩೮

೧೭೩. ೧ ನಿಲುಕು (ಏ೩) ೨ ಮೂಲಪಾ (ಏ.ಏ೧,೨) ೩ ನಾ ನಿದೇನೆ (ಮಶೂ) ನಾನಾಗಿದೇ (ಏ೩) ೪ ಹೆಸರಿಲ್ಲದ ಕಡೆಗೆ ನಿಲುವೆ (ಮಶೂ), ಸ್ವೀಪಾ (ಏ.ಏ೧,೨) ೩೪೦

೧೭೪. ೧ ಮೂಲಶಬ್ದರೂಪ (ಏ.ಏ೧,೨) ೨ ಬಿಂದುವ (ಏ೨) + ದು (ಏ೧), ಸ್ವೀಪಾ (ಏ ಏ೨) ೩೪೧

೧೭೫. ೧ ಲಿಂಗವೆರಡಾಗಿ (ಏ.ಏ೨), ಸ್ವೀಪಾ (ಏ೧) ೩೪೩

೧೭೬. ೧ ಟ್ಟಿದುದ (ಏ೧), ೨ – ವದರ (ಏ೨)

೧ ಶಾನೆ (ಏ೨) < ಸೇನೆ (ಏ.ಏ೧), ೮. ೨+೩ ಅಜೀವನೆ (ಏ.ಏ೨), ೩ ನೆರೆ (ಏ೧), ೩೪೫

೧೭೭. ೪ ವನೂ (ಪ್ರ.ಪ್ರ೧.ಏ೧), ಸ್ವೀಪಾ (ಏ.ಏ೨), ೫ ವನೂ (ಪ್ರ೧.ಏ), ಸ್ವೀಪಾ (ಪ್ರ.ಏ೧,೨), ೬ ೦ಇರ್ದನಲ್ಲಾ (ಪ್ರ೨), ೦ ಇದ್ದನಲ್ಲಾ (ಪ್ರ೧), ೦ ಇದ್ದಾನಲಾ (ಪ್ರ), ೦ ಇದ್ದಾನಲ್ಲಾ (ಏ೧,೨), ಸ್ವೀಪಾ (ಏ), ೭ + ಮುಂದೆ (ಪ್ರ.ಪ್ರ೧,೨), ೮ ಈ ತ್ರಿವಿಧ ದೃಷ್ಟವ (ಪ್ರ.ಪ್ರ೧,೨), ಸ್ವೀಪಾ (ಏ.ಏ೧.ಏ೨), ೯ + ಕಂಡು (ಏ೩), ೧೦ + ನಾನು, ೧೧ + ನು (ಪ್ರ.ಪ್ರ೧,೨), **೩೪೬**

೧೭೮. +ಕ.ವಿ.ಚ.ವ ಗ್ರಂಥ ಮುದ್ರಣದಲ್ಲಿ ಈ ವಚನದ ಸೂಚನೆಯಿಲ್ಲ. **೩೪೮**

೧೭೯. + ಸ್ವೀವಪಾ (ಏ.ಏ೧,೨), ೧ ಬಲ್ಲಡೆ ಅದೇ ಜ್ಞಾನ, ಅದೇ ಬಲ್ಲಾತನ (ಲಿಂ೧) ಕಾಯದಲ್ಲಿಯೆ (೦೨) ಕುಳ ೨ ಸ್ವೀಪಾ (ಏ.ಏ೧,೨.ಲಿಂ೧), ... ಬಲ್ಲತನದ (ಲಿಂ೨) ೩ ಅದ ಬಲ್ಲಾತ * ಲಿಂಟೀ.೮–೧೬, ಅದ ಬಲ್ಲಾತನ ಕುಳ (ಏ೧. ಏ೩), ಕುಳ (ಏ೨) **೩೫೩**

೧೮೦ ದಲಿ (ಏ೨) + ಸ್ವೀವಪಾ (ಏ.ಏ೧,೨), ೧ + ಮಹಾ (ಪ್ರ.ಪ್ರ೧,೨) ೨ ಸೂ (ಮೂಲಪಾ) ೩ ತಿಳಿವಿನ (ಏ.ಏ೧,೨) ಸ್ವೀಮೂಪಾ (ಪ್ರ.ಪ್ರ೧,೨), **೩೫೫**

೧೮೧ * ಅಂತು ವಚನ ೩೫೭ ಕ್ಕಂ ಶ್ರೀ. (ಏ) + ಚ.ವ.ಕವಿದ ಮುದ್ರಿತ ಗ್ರಂಥಸೂಚಿಯಲ್ಲಿ ಈ ವಚನ. ಸಾರಿ (ಏ.ಏ೨), **೩೫೭**

೧೮೨ ೧. ನಿಂದುದೆ ಓಗರ (ಏ೨), ಸ್ವೀಪಾ (ಏ.ಏ೧), ೧ ಎಡೆಬಿಡವಿಲ್ಲದೆ (ಏ೧) < ಸ್ವೀಪಾ (ಏ) **೩೬೧**

೧೮೩ ೨ ಈರೈದು (ಏ೧) ೪ ಖಂಡಪಾಲವ – (ಏ೧) ... ಕಪಾಲವ (ಏ.ಏ೨) – ಕೊಯಿದುಂಡ (ಏ೧) ಕೊಯ್ದುಂಡ (ಏ.ಏ೨) ೫ ನಿರವಯ (ಏ.ಏ೨) ಸ್ವೀಪಾ (ಏ೧.ಪ್ರ.ಪ್ರ೧) ೬ ದೇಹಂಕಾರ (ಏ೧,೨) = ದೇಹಾಂಕಾರ (ಏ) ದೇಹಹಂಕಾರ (ಪ್ರ) ಸ್ವೀಪಾ (ಪ್ರ೧) **೩೬೨**

೧೮೪ ೧ ಸ್ವೀಪಾ (ಏಏ೧,೨.ಪ್ರ.ಪ್ರ೧,೨) **೩೬೩**

೧೮೫ + 'ಮ ಪ್ರ ದಲ್ಲಾಗಲಿ ವ.ಚಂ ಯಲ್ಲಾಗಲಿ, ಲಿಂ: ದಲ್ಲಾಗಲಿ ಈ ವಚನ ಕಂಡು ಬಂದಂತಿಲ್ಲ' ೩೬೪

೧೮೬ ೧ ಗೆಟ್ಟುತ್ತು (ಏ.ಏ೧,೨), ಸ್ವೀಪಾ (ಪ್ರ.ಪ್ರ೧,೨), + ಲಿಂಟೀ.। ೨ ಉಪಾ (ಏ.ಏ೨), ಸ್ವೀಪಾ (ಏ೧), ೩ ಸ್ವೀಪಾ (ಏ) **೩೬೫**

೧೮೭ ೧ ಗ (ಏ೨) ಸ್ವೀಪಾ (ಏ.ಏ೧) **೩೬೭**

೧೮೮ ೧ ಸ್ವೀಪಾ (ಏ.ಏ೧.೨) ಬ೨ ದಲ್ಲಿ ಈ ವಚನದ ಸೂಚನೆಯಿಲ್ಲ. **೩೬೮**

೧೮೯ + 'ಕೂಡಲಚೆನ್ನಸಂಗಮದೇವ ' (ಚ.ವ:ಕವಿ:೧೯೬೫ (ವ ೮೯೪) ಎಂಬ ಅಂಕಿತದಿಂದ ಇದೇ ವಚನ (ಕ.ವಿ ದ ಮುದ್ರಿತ ಚ.ವ ಗ್ರಂಥದಲ್ಲಿ (ಪು ೧೫ – ವ ೪೭ ವ.ಶಾ.ಸಾ) ಕಂಡು ಬಂದಿದೆ. ಆದರೆ ಬ೨ (೧೯೬೨)– ಬಸವಣ್ಣನವರ ಹೆಚ್ಚಿನ ವಚನಗಳಲ್ಲಿ ಈ ವಚನ ಬಂದಿದೆ. ಏ.ಏ೧.೨ ರಲ್ಲೂ ಈ ವಚನ ಕೂಡಲ ಸಂಗಮ ದೇವಾ ಅಂಕಿತದಿಂದ ಬಂದಿರುವುದರಿಂದ ಇದು ಬಸವಣ್ಣನವರ ವಚನವೆಂದೇ ಗ್ರಹಿಸಬಹುದಾದುದು ಸೂಕ್ತವೆಂದು ಕಾಣುತ್ತದೆ. ಬ೨ ಬಹೆವದಲ್ಲಿನ ಪಾಠಾಂತರಗಳಿವು: ೧ + ನೋಡಾ: ಮಹಾಲಿಂಗಕ್ಕೆ ತನ್ನ ಶ್ರೀ ಮನವೇ ಭಾಜನವು. ೨ ದ (ಏ.ಏ೨) ಸ್ವೀಪಾ (ಏ೧), **೩೭೦**

೧೯೦ ೧ ನಾನು (ಏ೨), ಸ್ವೀಪಾ (ಏ.ಏ೧), **೩೭೬**

೧೯೧ ೨ ಆರೂಡದ (ಏ೨) ಆಜೂಢದ (ಏ), ಸ್ವೀಮೂಪಾ (ಏ೧) + ಬ೨ ಮುದ್ರಿತ ಗ್ರಂಥದಲ್ಲಿ ಈ ವಚನವಿಲ್ಲ. **೩೭೭**

೧೯೨ ಖಜಜಿ: (ವ.ಚಂ) ೪೦೪, **೩೮೦**

೧೯೩ ೧ ಮುಂದಿಲ್ಲ, ಇಲ್ಲ (ಪ್ರ.ಪ್ರ೧.೨) **೩೮೪**

೧೯೪ ೧ ಕೊನೆಯ ಮೇಲೆ, ೨ ನಿಲಿಸಿ (ಪ್ರ.ಪ್ರ೧.೨.ಲಿಂ), ೩ ಮೀಜೀತ್ತು (ಲಿಂ), ಸ್ವೀಪಾ (ಪ್ರ.ಪ್ರ೧.೨. ಏ.ಏ೧.೨), ೪ ಭಾವದ ಉದಯ (ಲಿಂ), ೫ ಘನ (ಪ್ರ.ಪ್ರ೧.೨.ಲಿಂ), + ಲಿಂಟೀ ೬ ಸಂಬಂಧಿ (ಏ೧), ಸ್ವೀಪಾ (ಏ.ಏ೨.ಲಿಂ), ೭ ನಾಗಿ (ಏ೧.ಲಿಂ), **೩೮೫**

೧೯೫ ೮ ೦ ಇರ್ದುತ್ತು (ಏ) > ೦ ಇದ್ದುತ್ತು (ಪ್ರ.ಪ್ರ೧.ಏ೧), ಗಿಳಿಠಷಿ/ ೦ ಇದ್ದಿತ್ತು (ಏ೨.ಪ್ರ೨) ಖಣಟಜಿಠ. ೯ ಲುಪಾ (ಪ್ರ.ಪ್ರ೧.೨)

೧ ೦ ಇರ್ದುತ್ತು (ಏ) > ಇದ್ದುತ್ತು (ಏ೧.೨.ಪ್ರ.ಪ್ರ೧), ೨ + ವು (ಪ್ರ.ಪ್ರ೧), ಸ್ವೀಪಾ (ಏ.ಏ೧.೨), ೩ ಜ್ಞಾನವು (ಏ.ಏ೧.೨), ಸ್ವೀಪಾ (ಪ್ರ.ಪ್ರ೧.೨), ೪ ದ್ವೈತಾದ್ವೈತ/ತಂ–ಪ್ರ/ತಿಗಳೆಲ್ಲಾ (ಪ್ರ೧.೨), ೫ ಲುಪಾ

(ಪ್ರ.ಪ್ರ೧), ಸ್ವೀಪಾ (ಏ.ಏ೧,೨), ಛಿಜಿ ಇರ್ದುದು>ಇದ್ದುದು.–
೩೮೬

೧೯೬ ಪದವಿಭಾಗ; ಹುಸಿನುಸಳ + ಅರಿಷಡ್ವರ್ಗ (ಪುನರಾಗ್ರಂಥನತಂತ್ರ)
೧೦೦

ಕಟ್ಟಿಗೆಹಳ್ಳಿ ಸಿದ್ಧಲಿಂಗ ಸ್ವಾಮಿಗಳು

ಡಾ. ಬಿ. ರಾಜಶೇಖರಪ್ಪ

ಕರ್ನಾಟಕದ ಧಾರ್ಮಿಕ ಇತಿಹಾಸದಲ್ಲಿ ಅಲ್ಲಮಪ್ರಭುಗಳು ಪ್ರಖ್ಯಾತರಾಗಿದ್ದಾರೆ. ಕ್ರಿ.ಶ. 12ನೆಯ ಶತಮಾನದಲ್ಲಿ ಬಸವಣ್ಣ ಮೊದಲಾದ ಶರಣರಿಂದ ಬೆಳೆದ ಲಿಂಗವಂತ ಧರ್ಮವನ್ನು ತಮ್ಮ ಮಾರ್ಗದರ್ಶನದಿಂದ ಉಜ್ಜ್ವಲಗೊಳಿಸಿದವರು ಅವರು. ಅವರಾದ ಮೇಲೆ ಕ್ರಿ.ಶ. 16ನೆಯ ಶತಮಾನದಲ್ಲಿ ಬಂದ ತೋಂಟದ ಸಿದ್ಧಲಿಂಗೇಶ್ವರರು ಆ ಧರ್ಮಕ್ಕೆ ಪುನಶ್ಚೇತನ ಕೊಟ್ಟು ಮತ್ತಷ್ಟು ಮುಂದೆ ಸಾಗುವಂತೆ ಮಾಡಿದರು. ಆ ಧರ್ಮವನ್ನು ಪ್ರಸಾರ ಮಾಡುವಂಥ ಶಕ್ತಿಶಾಲಿ ಶಿಷ್ಯರನ್ನು ತಯಾರು ಮಾಡಿದರು. ಆ ಕಾರಣಕ್ಕೇ 'ದ್ವಿತೀಯ ಅಲ್ಲಮಪ್ರಭು' ಎಂದು ಕರೆಯಲ್ಪಟ್ಟರು. ಹಾಗೇ ಕಾಲ ಸಾಗುತ್ತ ಅವರು ಮಾಡಿದಂಥ ಕಾರ್ಯವನ್ನೇ ಮಾಡಲು ಮತ್ತೊಬ್ಬರು ಬಂದರು. ಅವರೇ ಮುರಿಗೆ ಶಾಂತವೀರ ದೇಶಿಕರು. ಇವರು ಉತ್ತಮ ಶಿಷ್ಯರನ್ನು ತಯಾರು ಮಾಡಿದ್ದಲ್ಲದೆ, ಉತ್ತಮ ಸಾಹಿತ್ಯವನ್ನೂ ರಚನೆ ಮಾಡಿದರು. ಇವರಿಗೆ ಗುರುಗಳಾಗಿದ್ದವರೇ ಕಟ್ಟಿಗೆಹಳ್ಳಿ ಸಿದ್ಧಲಿಂಗ ಸ್ವಾಮಿಗಳು. ಮುರಿಗೆ ಶಾಂತವೀರರಂಥ ಅಸಾಧಾರಣ ಶಿಷ್ಯನನ್ನು ಹುರಿಗೊಳಿಸಿ ಮುಂದಿನ ಕಾರ್ಯಕ್ಕೆ ಸನ್ನದ್ಧರನ್ನಾಗಿ ಮಾಡಿದವರು ಅವರು. ಅಲ್ಲಮಪ್ರಭುಗಳಿಂದ ಪ್ರಾರಂಭವಾಗಿ ಕಟ್ಟಿಗೆಹಳ್ಳಿ ಸಿದ್ಧಲಿಂಗರವರೆಗೆ ಬಂದ ಪ್ರಮುಖ ಗುರುಗಳೆಲ್ಲ 'ಶೂನ್ಯಪೀಠ ಪರಂಪರೆ'ಯವರು ಎಂದು ಗುರುತಿಸಲ್ಪಟ್ಟಿದ್ದಾರೆ. ಆದಿಯಿಂದ ಕಟ್ಟಿಗೆಹಳ್ಳಿ ಸಿದ್ಧಲಿಂಗರವರೆಗಿನ ಎಲ್ಲ ಗುರುಗಳೂ ಒಂದು ನಿರ್ದಿಷ್ಟ ಸ್ಥಳದಲ್ಲಿ ಮಠಸ್ಥರಾಗಿರದೆ, ಸದಾ ಧರ್ಮೋಪದೇಶ ಮಾಡುತ್ತ ಶಿಷ್ಯಸಂಗ್ರಹ ಮಾಡುತ್ತಾ ನಿರಂತರ ಧರ್ಮಸಂಚಾರದಲ್ಲಿ ಇದ್ದವರು. ಮುರಿಗೆ ಶಾಂತವೀರರು ಕೂಡಾ ಚಿತ್ರದುರ್ಗದ ದೊರೆ ಬರಮಣ್ಣನಾಯಕನ (1689–1721) ಕಾಲದಲ್ಲಿ ತಮ್ಮ ಹಣ್ಣುಹಣ್ಣು ವಯಸ್ಸಿನಲ್ಲಿ ಅಲ್ಲಿ ನೆಲೆನಿಂತ ಮೇಲೆ ಈ 'ಶೂನ್ಯಪೀಠ ಪರಂಪರೆ'ಯು 'ಮುರಿಗಾ ಪರಂಪರೆ'ಯಾಗಿ ಮುಂದುವರಿಯಿತು. ಪೀಠದ ಗುರುಗಳು ಅಲ್ಲಿಗೆ ಸಂಚಾರವನ್ನು ನಿಲ್ಲಿಸಿದರು. ಅಂದರೆ ಅಲ್ಲಿಯವರೆಗೆ ಚರಪಟ್ಟವಾಗಿದ್ದದ್ದು, ಸ್ಥಿರಪಟ್ಟವಾಯಿತು ಎಂಬ ಮಾತಿದೆ. ಈ ತಿರುವಿನ ಕೊಂಡಿಯಲ್ಲಿದ್ದವರೇ ಕಟ್ಟಿಗೆಹಳ್ಳಿ ಸಿದ್ಧಲಿಂಗ ಸ್ವಾಮಿಗಳು.

ಇವರ ಜೀವಿತಾವಧಿಯ ಸಂಗತಿಗಳನ್ನು ತಿಳಿಸುವ ಆಕರಗಳು ಹೆಚ್ಚು ದೊರೆತಿಲ್ಲ. ಆ ಆಕರಗಳಲ್ಲಿ 'ನಿರಂಜನವಂಶ ರತ್ನಾಕರ', 'ಮಹಾಲಿಂಗೇಂದ್ರ ವಿಜಯ', 'ಕಟ್ಟಿಗೆ ತಾರಾವಳಿ', 'ಪಟ್ಟಾಂತರವಿವರ' ಇವು ಮುಖ್ಯವಾದವು. ಇವಲ್ಲದೆ ಕೇವಲ ಇವರನ್ನು

ಹೆಸರಿಸಿರುವ ಇನ್ನು ಕೆಲವು ಆಕರಗಳೂ ಇವೆ. ಕಟ್ಟಿಗೆ ತಾರಾವಳಿ ಎಂಬುದು ಇವರ ಶಿಷ್ಯರೇ ಆಗಿದ್ದ ಮುರಿಗೆ ಶಾಂತವೀರರು ರಚಿಸಿದ ಒಂದು ಕಿರುಕೃತಿ. ಇದಕ್ಕೆ 'ಕಟ್ಟಿಗೆಹಳ್ಳಿ ಸ್ವಾಮಿಗಳ ತಾರಾವಳಿ' ಎಂಬ ಹೆಸರೂ ಇದೆ. ಇವರ ಬಗ್ಗೆ 'ಕಟ್ಟಿಗೆಹಳ್ಳಿ ಸಿದ್ಧಲಿಂಗರ ಚರಿತ್ರೆ' ಎಂಬ ಕೃತಿಯೊಂದು ಬಹಳ ಹಿಂದೆಯೇ ರಚಿತವಾಗಿರುವುದು ತಿಳಿದುಬರುತ್ತದೆ. ಆದರೆ ಅದು ಈವರೆಗೆ ಪ್ರಕಟವಾದಂತಿಲ್ಲ. ಇವರ ಕಾಲದ ಬಗ್ಗೆ ಬೇರೆ ಬೇರೆ ಅಭಿಪ್ರಾಯಗಳು ಬಂದಿವೆ. ಡಾ. ಎಲ್. ಬಸವರಾಜು ಅವರು ಇವರ ಕಾಲ ಕ್ರಿ.ಶ. 1620–1640 ಎಂದುಭಾವಿಸಿದರೆ, ಬಿ.ಆರ್. ಹಿರೆಮಠ ಮತ್ತು ಎಸ್.ಶಿವಣ್ಣ ಅವರು ಕ್ರಿ.ಶ. 1675 ಎಂದೂ, ಚಂದ್ರಶೇಖರಶಾಸ್ತ್ರಿ ಹಿರೇಮಠ ಅವರು ಕ್ರಿ.ಶ. 1725 ಎಂದೂ ಹೇಳಿರುವುದುಂಟು. ಮುರಿಗೆ ಶಾಂತವೀರರ ಕಾಲದ (1656–1703) ಆಧಾರದಿಂದ ಇವರ ಕಾಲ ಕ್ರಿ.ಶ. 1650 ಎಂದು ತೀರ್ಮಾನಿಸಬಹುದು ಎಂಬುದು ಡಾ. ವೈ.ಸಿ. ಭಾನುಮತಿ ಅವರ ಅಭಿಪ್ರಾಯ. ಇದು ಹೆಚ್ಚು ಸ್ವೀಕರಣೀಯವಾಗಿ ತೋರುತ್ತದೆ. ಇದಕ್ಕೆ ಪೂರಕವಾಗಿ "ವ್ಯಯ ಸಂವತ್ಸರದ ಆಶ್ವೀಜ ಶು 2 ರಲ್ಲು ಕಟ್ಟಿಗೆಹಳ್ಳಿ ದೇವರಿಗೆ ಬೈಚಣ್ಣೊಡೆಯರು ಬರೆದ ಏಕೋತ್ತರ ಶತಸ್ಥಲದ ಸ್ವರವಚನಂ" ಎಂಬ ಹಸ್ತಪ್ರತಿ ಪುಷ್ಪಿಕೆಯೊಂದರ ಉಲ್ಲೇಖದಿಂದ (ವ್ಯಯ) ಕ್ರಿ.ಶ. 1646ರಲ್ಲಿ ಕಟ್ಟಿಗೆಹಳ್ಳಿ ಸಿದ್ಧಲಿಂಗ ಸ್ವಾಮಿಗಳು ಇದ್ದರೆಂಬುದು ಖಚಿತವಾಗಿ ತಿಳಿಯುತ್ತದೆ. ಮತ್ತೊಂದು ಹಸ್ತಪ್ರತಿ ಪುಷ್ಪಿಕೆ "ಸಾಧಾರಣ ಸಂವತ್ಸರದ ಮಾರ್ಗಶಿರ ಶುದ್ಧ ಬುಧವಾರದಂದು ನಿಷ್ಕಲ ಪರಶಿವನಪರಾವತಾರ ಪರಮಸುಖಾವಹ ಲೀಲಾವಿಲಾಸಮೂರ್ತಿ ಮಹಾ –ಮಹೇಶ್ವರನ ನಿಜ ಚಿನ್ಮಯಸ್ವರೂಪರಾದ ಕಟ್ಟಿಗೆಹಳ್ಳಿ ಸಿದ್ಧಲಿಂಗಸ್ವಾಮಿಗಳಿಗೆ ಪಂಚಾಕ್ಷರೀದೇವರು ತಮ್ಮ ಭಕ್ತಿ ವಿಶ್ವಾಸ ತಾತ್ಪರ್ಯದಿಂದ ಟೀಕು ವಿಲಾಸ ಏಕೋತ್ತರಸಾರ ಬೆಡಗು ಮೊದಲಾದ ಶಾಸ್ತ್ರಗಳನ್ನು ಬರೆದು ಸಂಪೂರ್ಣವ–ನೆಯ್ದಿಸಿದರೂ॥"– ಇದರಿಂದ ಕಟ್ಟಿಗೆಹಳ್ಳಿ ಸಿದ್ಧಲಿಂಗ ಸ್ವಾಮಿಗಳು ಕ್ರಿ.ಶ.1670ರ ವರೆಗೂ ಇದ್ದರೆಂದು ತಿಳಿಯುತ್ತದೆ. (ಈ ಹಸ್ತಪ್ರತಿ ಪುಷ್ಪಿಕೆಯ ಬಗ್ಗೆ ನನ್ನ ಗಮನ ಸೆಳೆದವರು ತುಮಕೂರಿನ ನನ್ನ ಮಿತ್ರರಾದ ಡಾ. ಬಿ. ನಂಜುಂಡಸ್ವಾಮಿ ಅವರು).

ಶೂನ್ಯಪೀಠ ಪರಂಪರೆಯಲ್ಲಿ ಇವರದು 23ನೆಯ ಪಟ್ಟವೆಂದು ನಿರಂಜನವಂಶ ರತ್ನಾಕರವು ಹೇಳಿದರೆ ಮಹಾಲಿಂಗೇಂದ್ರ ವಿಜಯ, ಪಟ್ಟವಲ್ಲರಿ ಮತ್ತು ಪಟ್ಟಾಂತರ ವಿವರಗಳು 7ನೆಯ ಪಟ್ಟವೆಂದು ಹೇಳಿವೆ.

ಈ ಸ್ವಾಮಿಗಳಿಗೆ 'ಕಟ್ಟಿಗೆಹಳ್ಳಿ ಸಿದ್ಧ', 'ಕಟ್ಟಿಗೆಹಳ್ಳಿ ಸ್ವಾಮಿ', 'ಕಟ್ಟಿಗೆಹಳ್ಳಿ ನಿಜಶರಣ', 'ಕಟ್ಟಿಗೆಹಳ್ಳಿಯಾರ್ಯ', 'ಕಟ್ಟಿಗೆಹಳ್ಳಿ ಯೋಗಿವರ', 'ಕಟ್ಟಿಗೆಹಳ್ಳಿ ಮಾಹೇಶ್ವರ', 'ಕಟ್ಟಿಗೆಹಳ್ಳಿ ಸಿದ್ಧವೀರದೇವರು', 'ಸಿದ್ಧ ಕಟ್ಟಿಗೆಹಳ್ಳಿ ದೇವ', 'ಕಟ್ಟಿಗೆ ಸಿದ್ಧಲಿಂಗಾರ್ಯ', 'ಕಟ್ಟಿಗೆ

ಸಂಗ', 'ಕಟ್ಟಿಗೆ ಸಂಗಯ್ಯ', 'ಕಟ್ಟಿಗೆ ಸಂಗಮನಾಥ', 'ಕಟ್ಟಿಗೆ ಸಂಗಮೇಶ್ವರಸ್ವಾಮಿ', (ಕಟ್ಟಿಗೆಹಳ್ಳಿ ಎಂಬುದನ್ನು ಕಾಷ್ಠಪುರ ಎಂದು ಸಂಸ್ಕೃತೀಕರಣ ಮಾಡಿ) 'ಕಾಷ್ಠಪುರಾಧೀಶ'– ಮುಂತಾಗಿ ಕರೆದಿರುವುದುಂಟು. ಇವರಿಗೆ ಉಪದೇಶ ಮಾಡಿದವರು ತೋಂಟದ ಸಿದ್ಧಲಿಂಗರ ಶಿಷ್ಯ–ಪ್ರಶಿಷ್ಯ ಪರಂಪರೆಯಲ್ಲಿ ಬಂದ ಗಗನದಾರ್ಯ ಸ್ವಾಮಿಗಳು. ಅವರು ತುಂಬ ಎತ್ತರ ಇದ್ದುದರಿಂದ ಅವರನ್ನು ಗಗನದಾರ್ಯ, ಗಗನದಯ್ಯ, ಉದ್ದನೆಯ ಸ್ವಾಮಿಗಳು, ಉದ್ದಾನಸ್ವಾಮಿಗಳು ಮುಂತಾಗಿ ಕರೆಯುತ್ತಿದ್ದರೆಂದು ಹೇಳುತ್ತಾರೆ. ಆ ಗುರುಗಳಿಂದ ಉಪದೇಶ ಪಡೆದ ಕೆಲಕಾಲದ ಮೇಲೆ, ಕಟ್ಟಿಗೆಹಳ್ಳಿ ಸಿದ್ಧಲಿಂಗರು ಹಿಂದಿನ ಗುರುಗಳು ಮಾಡಿದ ಹಾಗೆ, ತಮ್ಮ ಶಿಷ್ಯ ಸಮೂಹದೊಂದಿಗೆ ಧರ್ಮಸಂಚಾರ ಕೈಕೊಂಡರು.

ಮೊದಲಿಗೇ ಇವರು ಒಂದು ತೊಡಕನ್ನು ಎದುರಿಸಬೇಕಾಯಿತು. ಇವರ ಜೊತೆಯಲ್ಲೇ ಇದ್ದ ಸಂಪಾದನೆಯ ಸಿದ್ಧವೀರ ಎಂಬ ಹಿರಿಯ ಶಿಷ್ಯನೊಬ್ಬ ಯಾವುದೋ ವಿಷಯಕ್ಕೆ ತೀವ್ರ ಭಿನ್ನಾಭಿಪ್ರಾಯ ಹೊಂದಿ ಇವರ ಜೊತೆ ಮನಸ್ತಾಪ ಮಾಡಿಕೊಂಡನು. ಮೈಸೂರಲ್ಲಿ ಕೆಲವರು ರಾಮಾನುಜ ಸಂಪ್ರದಾಯದ ವೈಷ್ಣವರನ್ನೂ ಪರಮತೀಯರನ್ನೂ ಹತ್ತಿ ಬಣಜಿಗರೆಂಬ ಕೆಲವರು ಲಿಂಗವಂತ ಭಕ್ತರನ್ನೂ ಸೇರಿಸಿಕೊಂಡು, ಮೈಸೂರು ಅರಸರ ಸಮ್ಮುಖದಲ್ಲಿ ಸಿದ್ಧಲಿಂಗ ಸ್ವಾಮಿಗಳು ತನ್ನೊಡನೆ ಬಹಿರಂಗ ತರ್ಕಕ್ಕೆ ಬರಬೇಕೆಂದು ಸವಾಲುಹಾಕಿದನು. ಆಗ ಇದ್ದ ಮೈಸೂರಿನ ರಾಜ ಕಂಠೀರವ ನರಸಿಂಹರಾಜ ಒಡೆಯರ್ (1638–1659) ಇರಬೇಕೆಂದು ಡಾ. ಎಲ್.ಬಸವರಾಜು ಅವರು ಊಹಿಸಿದ್ದಾರೆ. ಅವನು ಆಗ ಶ್ರೀರಂಗಪಟ್ಟಣದಿಂದ ಆಳುತ್ತಿದ್ದನು. ಆ ಊಹೆ ಬಹುಮಟ್ಟಿಗೆ ಸರಿಯೆನಿಸುತ್ತದೆ. ಸಿದ್ಧಲಿಂಗ ಸ್ವಾಮಿಗಳು ಆ ಸವಾಲಿಗೆ ಒಪ್ಪಿಕೊಂಡರು. ತರ್ಕ ಏರ್ಪಾಡಾಯಿತು. ಗುರುಗಳು ತರ್ಕದಲ್ಲಿ ಶಿಷ್ಯನನ್ನು ಸೋಲಿಸಿದರು. ಆಗ ಶಿಷ್ಯನ ಪರವಹಿಸಿದ್ದ ಹತ್ತಿಬಣಜಿಗರಲ್ಲಿ ಹಲವರು ತಾವು ಹಾಗೆ ಬಂದದ್ದು ತಪ್ಪಾಯಿತೆಂದು ಗುರುಗಳಲ್ಲಿ ತಮ್ಮ ತಪ್ಪನ್ನು ಒಪ್ಪಿಕೊಂಡು ಅವರಿಗೆ ಶರಣಾಗಿ ಮುಖ್ಯವಾಹಿನಿಗೆ ಬಂದರು. ಆದರೆ, ಅವರಲ್ಲಿ ಕೆಲವರು ಹಾಗೆ ಮಾಡದೆ, ಮುಖ್ಯವಾಹಿನಿಗೆ ಬರದೆ ಬಹಿಷ್ಕೃತರಾಗಿ ಮೈಸೂರಿನ ಸುತ್ತಮುತ್ತಲಲ್ಲಿ ತಿಗುಳರೆನಿಸಿ ತೆಲುಗು ಬಣಜಿಗರೆನಿಸಿ ಬೇರೆಯಾದರು ಎಂದು 'ಮಹಾಲಿಂಗೇಂದ್ರ ವಿಜಯ' ಹೇಳುತ್ತದೆ. ವಾದದಲ್ಲಿ ಗೆದ್ದ ಸ್ವಾಮಿಗಳನ್ನು ಮೈಸೂರಿನ ಅರಸ ಸನ್ಮಾನಿಸಿ, 72 ಬಿರುದುಗಳ ಸಹಿತ ಕಾಣಿಕೆಯನ್ನಿತ್ತು ಕಳಿಸಿಕೊಟ್ಟನೆಂದು ನಿರಂಜನವಂಶ ರತ್ನಾಕರ ಹೇಳುತ್ತದೆ. ಆ ಘಟನೆಯ ತರುವಾಯ, ಸ್ವಾಮಿಗಳು ಲೋಕಸಂಚಾರ ಕೈಕೊಂಡು ಧರ್ಮಪ್ರಚಾರ ಮಾಡುತ್ತ, ಕೆಲವು ಸ್ಥಳಗಳಲ್ಲಿ ತಂಗುತ್ತ, ಹಾಗೇ ಮುಂದಕ್ಕೆ ಸಾಗುತ್ತಿದ್ದರು.

ಆದರೆ ಆ ಹಿರಿಯ ಶಿಷ್ಯ ಮಾತ್ರ ಕ್ಷಮಾಯಾಚನೆ ಮಾಡದೆ ತನ್ನೊಂದಿಗೆ ಗುರ್ತಿಸಿಕೊಂಡಿದ್ದ ಗುಂಪಿನೊಂದಿಗೆ ಹಾಗಲವಾಡಿಗೆ ಹೋಗಿ, ಅಲ್ಲಿಯ ರಾಜನಿಂದ ಮಠಮಾನ್ಯ ಮಾಡಿಕೊಂಡು ಅಲ್ಲಿ ನಿಂತನು. ಆತನ ತರುವಾಯದಲ್ಲಿ ಅವನ ಶಿಷ್ಯರ ಕಡೆಯಿಂದ ಮುಂದೆ ಕೆಲವು ಮಠಗಳು ಆಗಿ ಲಿಂಗವಂತ ಧರ್ಮದಲ್ಲಿ 'ಸಂಪಾದನೆಯ ಸಮಯ' ಎಂಬ ಹೊಸ ಶಾಖೆಯೊಂದು ಅಸ್ತಿತ್ವಕ್ಕೆ ಬಂದಿತು. ಈ ಕವಲಿನಿಂದ ಮತ್ತು ಅದಕ್ಕೂ ಪೂರ್ವದಲ್ಲಿ ಆಗಿತ್ತೆಂದು ಹೇಳಲಾದ 'ಗೋಸಲ ಸಮಯ' ಎಂಬ ಇನ್ನೊಂದು ಕವಲಿನಿಂದ ಕಟ್ಟಿಗೆಹಳ್ಳಿ ಸಿದ್ಧಲಿಂಗ ಸ್ವಾಮಿಗಳ ಶಾಖೆಯನ್ನು ಬೇರ್ಪಡಿಸಿ ಹೇಳಲು 'ಕಟ್ಟಿಗೆ ಸಮಯ' ಎಂಬ ಇವರ ಹೆಸರಿನ ಶಾಖೆಯೂ ಒಂದು ಬಂತು. ಆದರೆ ಮುಂದೆ 'ಮುರಿಗೆ ಸಮಯ' ಎಂಬುದು ಅಸ್ತಿತ್ವಕ್ಕೆ ಬಂದ ಮೇಲೆ 'ಕಟ್ಟಿಗೆ ಸಮಯ' ತನ್ನ ಪ್ರತ್ಯೇಕತೆಯನ್ನು ಕಳೆದುಕೊಂಡು 'ಮುರಿಗೆ ಸಮಯ'ದೊಳಗೆ ವಿಲೀನವಾದಂತೆ ಕಾಣುತ್ತದೆ. ತರುವಾಯದ ಕಾಲದಲ್ಲಿ ಇನ್ನೂ ಬೇರೆ ಬೇರೆಯ ಸಮಯಗಳೂ ಬಂದುವು. ಈ ಸಮಯಗಳನ್ನು 'ಬಗೆ'ಗಳೆಂದೂ 'ಸಂಪ್ರದಾಯ' – ಗಳೆಂದೂ ಕರೆಯಲಾಗಿದೆ.

ಈ ಕಟ್ಟಿಗೆ ಸಮಯ ಕುರಿತಂತೆ ಅವರ ಶಿಷ್ಯರಾದ ಮುರಿಗೆ ಶಾಂತವೀರರು ರಚಿಸಿರುವ 'ಕಟ್ಟಿಗೆ ತಾರಾವಳಿ'ಯಲ್ಲಿ ಹೇಳಿರುವ ಮಾತು ತುಂಬ ಗಮನಾರ್ಹವಾಗಿದೆ. "ಕಟ್ಟಿಗೆಹಳ್ಳಿ ಸ್ವಾಮಿಗಳ ಬಗೆಯನ್ನು ಕೇವಲ 'ಕಟ್ಟಿಗೆಹಳ್ಳಿ ಬಗೆ' ಎಂದರೆ ಅದು ಬಡಮಾತಾಗುತ್ತದೆ. ಅದನ್ನು ಶುದ್ಧವಾಗಿ 'ಪರಮ ಕಾಷ್ಠಮುರವರಾಧೀಶ ಭಾಸುರ ಸಿದ್ಧಲಿಂಗನ ಬಗೆ' ಎನ್ನಬೇಕು, ಅದು ಸೂಕ್ತ' ಎಂದಿದ್ದಾರೆ, ಅವರು. ಇದನ್ನು ನೋಡಿದರೆ ಈ ಬಗೆಯ ಬಗ್ಗೆ ಆಗ ಕೆಲವರು ಆಡಿಕೊಳ್ಳುವವರಿದ್ದರೆಂದೂ ಅದನ್ನು ಶಿಷ್ಯರು ಪ್ರತಿಭಟಿಸುತ್ತಿದ್ದರೆಂದೂ ವ್ಯಕ್ತವಾಗುತ್ತದೆ. ಹಾಗೆಂದೇ ಅವರು ಮುಂದೆ ಆ ಕಟ್ಟಿಗೆ ಸಾಮಾನ್ಯವಾದುದಲ್ಲ, 'ಪರವಾದಿಗಳ ಹಲ್ಲ ಕುಟ್ಟುವ ಕಟ್ಟಿಗೆ' ಎಂದು ಕಟುವಾಗಿ ಹೇಳಿರುವುದರಿಂದ "ಸಿದ್ಧಲಿಂಗ ಸ್ವಾಮಿಗಳು ಪ್ರತಿಕೂಲ ಪರಿಸ್ಥಿತಿಯಲ್ಲಿ ಕಾರ್ಯ ನಿರ್ವಹಿಸಿದರೆಂಬುದು ಧ್ವನಿತವಾಗುತ್ತದೆ" ಎಂಬ ಮಾತು ಸತ್ಯವೆನಿಸುತ್ತದೆ.

ಕಟ್ಟಿಗೆಹಳ್ಳಿ ಸ್ವಾಮಿಗಳ ಸ್ಥಳದ ಬಗೆಗಿನ ಒಂದು ವಿಚಾರ ಮನಸ್ಸನ್ನು ಕಾಡುತ್ತದೆ. ಕರ್ನಾಟಕದಲ್ಲಿ ಕಟ್ಟಿಗೆಹಳ್ಳಿ ಹೆಸರಿನ ಅನೇಕ ಊರುಗಳಿವೆ. ಹಾಗೇ ಕಟ್ಟಿಗೇನಹಳ್ಳಿ ಎಂಬ ಹೆಸರಿನವೂ ಕೆಲವು ಊರಿವೆ. ಆದರೆ ಈ ಸ್ವಾಮಿಗಳ ಹೆಸರಿನ ಜೊತೆಗೆ ಬರುವ ಕಟ್ಟಿಗೆಹಳ್ಳಿ ಯಾವುದು? ಆ ಸ್ವಾಮಿಗಳ ಶಿಷ್ಯರಾದ ಮುರಿಗೆ ಶಾಂತವೀರರು ರಚಿಸಿರುವ 'ಕಟ್ಟಿಗೆ ತಾರಾವಳಿ'ಯಲ್ಲೂ ಆ ಊರು ಯಾವುದೆಂಬ ಬಗ್ಗೆ ಸೂಚನೆ ಇಲ್ಲ. ಆ ಊರು ತುಮಕೂರು ಜಿಲ್ಲೆಯ ತಿಪಟೂರು ತಾಲೂಕಿನ ಕಿಬ್ಬನಹಳ್ಳಿ

ಅಡ್ಡರಸ್ತೆಯ ಬಳಿ ಬರುವ ಕಟ್ಟಿಗೆಹಳ್ಳಿ ಎಂದು ಒಂದು ಅಭಿಪ್ರಾಯವಿದೆ (ವಿದ್ವಾನ್ ಎಂ.ಎಸ್. ಬಸವರಾಜಯ್ಯ). ಈ ಅಭಿಪ್ರಾಯಕ್ಕೆ ಭಿನ್ನವಾಗಿ, ಆ ಊರು ಈಗಿನ ದಾವಣಗೆರೆ ಜಿಲ್ಲೆಯ ಜಗಳೂರು ತಾಲೂಕಿನಲ್ಲಿರುವ ಕಟ್ಟಿಗೆಹಳ್ಳಿ ಎಂದು ವೈ.ಸಿ. ಭಾನುಮತಿ ಅವರು ಹೇಳಿದ್ದಾರೆ. ಯಾವ ಆಧಾರದಿಂದ ಅವರು ಹಾಗೆ ಹೇಳಿದರೋ ತಿಳಿಯದು. ಹಾಗೆ ಹೇಳುತ್ತ ಅವರು "ಸ್ವಾಮಿಗಳಿಗೆ ಇದು ಜನ್ಮವಿತ್ತ ತಾಣ ಅಥವಾ ಕಾರ್ಯಕ್ಷೇತ್ರವಾಗಿದ್ದಿರಬಹುದು" ಎಂತಲೂ ಹೇಳಿದ್ದಾರೆ. ನಾನು ಚಿತ್ರದುರ್ಗ ಬೃಹನ್ಮಠದಲ್ಲಿರುವ ಕಡತಗಳನ್ನು ಅಭ್ಯಸಿಸಿದಾಗ, ಅದರ ಶಾಖಾಮಠಗಳ ಪಟ್ಟಿಯಲ್ಲಿ, ಜಗಳೂರು ತಾಲ್ಲೂಕಿನಲ್ಲಿರುವ ಕಟ್ಟಿಗೆಹಳ್ಳಿಯ (ಬಸವಣ್ಣ) ದೇವಸ್ಥಾನವನ್ನು 'ಶ್ರೀಕರ್ತೃಗದ್ದಿಗೆ ಮಠದ ದೇವಸ್ಥಾನ' ಎಂದು ಉಲ್ಲೇಖಿಸಿರುವುದು ಕಂಡುಬಂದಿತು. ಚಿತ್ರದುರ್ಗ ಬೃಹನ್ಮಠದ ಪೀಠಾಧೀಶರನ್ನು ಹೆಸರು ಹಿಡಿದು ಕರೆಯದೆ ಆ ಕಾಲದ ರೂಢಿಯಂತೆ 'ಕರ್ತೃಗಳು' ಎಂದು ಕರೆಯುತ್ತಿದ್ದುದರಿಂದ ದಾಖಲೆಗಳಲ್ಲಿ ಹಾಗೆ 'ಶ್ರೀಕರ್ತೃ' ಎಂದು ಕರೆದಿರುವುದು ಕಟ್ಟಿಗೆಹಳ್ಳಿ ಸಿದ್ಧಲಿಂಗಸ್ವಾಮಿಗಳನ್ನೆ ಎನ್ನುವುದು ಸ್ಪಷ್ಟ. ಆ ಸ್ವಾಮಿಗಳು ಲಿಂಗೈಕ್ಯರಾಗಿರುವ ಗದ್ದಿಗೆ ಇರುವುದು ಈಗಿನ ಹಾವೇರಿ ಜಿಲ್ಲೆಯ ತಿಳುವಳ್ಳಿಯಲ್ಲಿ ಎಂದು ಕೆಲವು ಆಕರಗಳಲ್ಲಿ ಹೇಳಿರುವುದರಿಂದ, ಇಲ್ಲಿರುವುದು ಸಿದ್ಧಲಿಂಗ ಸ್ವಾಮಿಗಳು ಲಿಂಗೈಕ್ಯರಾಗಿರುವ ಗದ್ದಿಗೆ ಅಲ್ಲ, ಇದು ಅಲ್ಲಿ ಕೆಲಕಾಲ ಇದ್ದು ಶಿವಯೋಗ ಅನುಷ್ಠಾನ ಮಾಡಿದ ಸ್ಥಳವಾಗಿದ್ದುದರಿಂದ ಆ ನೆನಹಿಗಾಗಿ ಮಾಡಿದ ತೋರುಗದ್ದಿಗೆ ಎಂದು ತಿಳಿಯಬೇಕಾಗುತ್ತದೆ. ಬೃಹನ್ಮಠದ ದಾಖಲೆಗಳಲ್ಲಿ 'ಶ್ರೀಕರ್ತೃಗದ್ದಿಗೆ ಮಠದ ದೇವಸ್ಥಾನ' ಎಂದು ಹೆಸರಿಸಿರುವುದರಿಂದ ಹಿಂದೆ ಈ ದೇವಾಲಯವನ್ನು ಒಳಗೊಂಡು ಒಂದು ಮಠ ಇದ್ದಿತೆಂಬುದು ಮನಸ್ಸಿಗೆ ಬರುತ್ತದೆ.

ಹಿಂದೊಂದು ಕಾಲಕ್ಕೆ ಕರ್ನಾಟಕದಲ್ಲಿದ್ದ ಲಕುಲೀಶ ಪಾಶುಪತ ಹಾಗೂ ಕಾಳಾಮುಖ ಶೈವ ಮಠಗಳು ದೇವಾಲಯಗಳಿಗೆ ಹೊಂದಿಕೊಂಡೇ ಇರುತ್ತಿದ್ದವು. ಶಿವಶರಣರು ಸ್ಥಾವರ ಲಿಂಗಪೂಜೆಯನ್ನೂ, ದೇವಾಲಯಗಳನ್ನೂ ಒಪ್ಪಿರಲಿಲ್ಲವಾದರೂ, ಮಧ್ಯಯುಗದಷ್ಟು ಹೊತ್ತಿಗೆ, ಲಕುಲೀಶ ಪಾಶುಪತರು ಹಾಗೂ ಕಾಳಾಮುಖರು ವೀರಶೈವವನ್ನು ಅಪ್ಪಿಕೊಂಡ ಕಾಲಕ್ಕೆ, ಅವರು ಹಿಂದೆ ಮಾಡುತ್ತಿದ್ದ ಸ್ಥಾವರ ಲಿಂಗಪೂಜೆ ಹಾಗೂ ಅವರು ಇರುತ್ತಿದ್ದ ದೇವಾಲಯಗಳು ವೀರಶೈವದ ಕಕ್ಷೆಯೊಳಗೆ ಬಂದು ವೀರಶೈವರು ಉಳಿದವರು ಅವನ್ನು ಒಪ್ಪಿಕೊಳ್ಳಬೇಕಾಯಿತು. ಹಾಗೇ ದೇವಾಲಯಗಳಿಗೆ ಹೊಂದಿಕೊಂಡಂತಿದ್ದ ಮಠಗಳು ಕೂಡಾ ಹಿಂದಿನಿಂದ ಬಂದ ರೀತಿಯಲ್ಲೇ ಮುಂದುವರಿದುವು. ಅದೇ ರೀತಿ ಸ್ವಾಮಿಗಳ ಗದ್ದಿಗೆಯೇ ದೇವಾಲಯದ ರೀತಿ ಆಗಿ, ಅದಕ್ಕೆ ಹೊಂದಿಕೊಂಡಿದ್ದ ಮಠ ಅದರ ಭಾಗವಾಗಿ ನಡೆಯುತ್ತ ಬಂದವು.

ಉದಾಹರಣೆಗೆ, ಎಡೆಯೂರಿನಲ್ಲಿರುವ ಪ್ರಸಿದ್ಧವಾದ ತೋಂಟದ ಸಿದ್ಧಲಿಂಗೇಶ್ವರರ ಗದ್ದಿಗೆ ಇರುವ ಮಠ, ಈಗ ದೇವಾಲಯ ಕ್ಷೇತ್ರ ಎಂಬಂತಾಗಿದೆ. ಅದರಂತೆ ಕಟ್ಟಿಗೆಹಳ್ಳಿಯಲ್ಲಿರುವ 'ದೇವಾಲಯ'ದ ಗರ್ಭಗೃಹದಲ್ಲಿರುವ ಮುಖ್ಯ ಪೂಜಾಮೂರ್ತಿ ಬಸವಣ್ಣ (ನಂದಿ)ಆಗಿರುವುದನ್ನು ನೋಡಿದರೆ, ನಿಜಕ್ಕೂ ಅಲ್ಲಿರುವುದು ಒಂದು ಗದ್ದಿಗೆ ಎಂಬುದು ದೃಢಪಡುತ್ತದೆ. ಇದರಿಂದ ಈ ಕಟ್ಟಿಗೆಹಳ್ಳಿ ಒಂದು ರೀತಿಯಲ್ಲಿ ಚಾರಿತ್ರಿಕ ಮಹತ್ತ್ವ ಪಡೆದ ಊರು ಮತ್ತು ಇಲ್ಲಿಯ ದೇವಸ್ಥಾನ ಸಹ. ಕಾಲಕ್ರಮದಲ್ಲಿ ಅದಕ್ಕೆ ದೇವಸ್ಥಾನದ ರೂಪ ಬಂದಿದೆ ಎಂಬಲ್ಲಿ ಅನುಮಾನವಿಲ್ಲ. ಈಯೆಲ್ಲ ಅಂಶಗಳಿಂದ ಆ ಸ್ವಾಮಿಗಳ ಹೆಸರಿನ ಜೊತೆಗಿನ ಊರು ಅದೇ ಇದ್ದು ಅವರು ಮೂಲತಃ ಈ ಊರಿನವರು ಅಥವಾ ಮೊದಲು ಇಲ್ಲಿಯ ಮಠದಲ್ಲಿದ್ದವರು ಎಂದು ತಿಳಿಯಬಹುದು.

ಮೈಸೂರಿನಲ್ಲಿ ನಡೆದ ತರ್ಕಪ್ರಕರಣದ ತರುವಾಯದಲ್ಲಿ ಕಟ್ಟಿಗೆಹಳ್ಳಿ ಸಿದ್ಧಲಿಂಗ ಸ್ವಾಮಿಗಳು ಸಂಚಾರ ಮಾಡುತ್ತ ಮಾಗಡಿ ಎಂಬ ಸ್ಥಳಕ್ಕೆ ಬಂದರು. ಈ ಮಾಗಡಿ ಈಗಿನ ಶಿವಮೊಗ್ಗ ಜಿಲ್ಲೆಯ ಸೊರಬ ತಾಲೂಕಿನಲ್ಲಿದೆ. ಅದನ್ನು ಹಿರೇಮಾಗಡಿ ಎಂದು ಕರೆಯಲಾಗುತ್ತಿದೆ. ಅಲ್ಲಿ ತಮ್ಮ ಇಬ್ಬರು ಮರಿಗಳಲ್ಲಿ ಒಬ್ಬರಿಗೆ 'ನೋಡ ಸಿದ್ಧಲಿಂಗ ಸ್ವಾಮಿ'ಗಳೆಂಬ ಹೆಸರು ಕರೆದು ಅವರಿಗೆ ಶಿವಾನುಭವ ಚರಂತಿಗೆ ಪಟ್ಟವನ್ನು ಮಾಡಿದರು. ಇಲ್ಲಿ 'ನೋಡ' ಎಂದರೆ 'ಶಿವಪೂಜೆಯಲ್ಲಿ ಇಷ್ಟಲಿಂಗವನ್ನು ತದೇಕದೃಷ್ಟಿಯಿಂದ ನೋಡುವ' ಎಂದರ್ಥ. 'ಮುರಿಗೆ ರುದ್ರ' ಎಂಬ ಹೆಸರಿನ ಇನ್ನೊರ್ವ ಮರಿಗೆ ಹಿರಿಯ ಮರಿಯಿಂದ 'ಅನುಗ್ರಹ' ಕೊಡಿಸಿದರು. ಅವರಿಗೆ 'ಕರಿಬಸವ' ಎಂಬ ಇನ್ನೊಂದು ಹೆಸರೂ ಇತ್ತೆಂದು ತಿಳಿಯುತ್ತದೆ. ಆ ಮುರಿಗೆ ರುದ್ರರ ಪ್ರಚುರವಾದ ಹೆಸರು 'ಮುರಿಗೆ ಶಾಂತವೀರ' ಎಂದು. ಗುರುಗಳು ಶಿಷ್ಯರಿಗೆ ಪೂರ್ವದ ಒಂದು ಸಂಗತಿಯನ್ನು ಹೇಳಿ, "ಡಿಳ್ಳಿಯ ಪಾದಶಾಹನ ಹತ್ತಿರ ಅಲ್ಲಮಪ್ರಭುದೇವರ ಸ್ವರ್ಣಖಚಿತ ಶಿಖಾಶೈಲಶೂನ್ಯಪೀಠಗಳಿವೆ; ಅವನ್ನು ಹಿಂದೆ ಚೆನ್ನಬಸವಣ್ಣನವರು ವಜೀರ ಮಲ್ಲೂಖಾನ್ ಎಂಬುವನಲ್ಲಿ ನ್ಯಾಸವಾಗಿರಿಸಿದ್ದರು. 'ನಿಮ್ಮ ಪಟ್ಟದ ಆನೆ ಸತ್ತಾಗ ಇಬ್ಬರು ಮಹಿಮರು ಬಂದು ಅದನ್ನು ಬದುಕಿಸುತ್ತಾರೆ. ಆಗ ಅವರಿಗೆ ಇವನ್ನು ಕೊಡಿ' ಎಂದು ಅವರು ತಿಳಿಸಿದ್ದರು. ಅದರಂತೆ ಈಗ ನೀವು ಹೋಗಿ ಪವಾಡ ತೋರಿಸಿ" ಎಂದು ಅವರಿಗೆ ಆದೇಶಿಸಿದರು. "ನೀವು ಶಿಷ್ಯರಿಬ್ಬರೂ 3000 ವಿರಕ್ತರಿಗೂ 700 ಚರಮೂರ್ತಿಗಳಿಗೂ ಗುರುಗಳಾಗಿರಿ" ಎಂದು ಹೇಳಿದರೆಂದೂ ತಿಳಿಯುತ್ತದೆ. ಆ ವಸ್ತುಗಳನ್ನು ತಂದ ಮೇಲೆ ಮುರಿಗೆ ರುದ್ರರಿಗೆ ಶಿಖಾಪಟ್ಟವನ್ನು ಮಾಡುವುದಾಗಿ ಸಹ ಹೇಳಿದರು. ಅದರಂತೆ ಇಬ್ಬರು ಶಿಷ್ಯರೂ ಗುರುಗಳು ನಿಯಮಿಸಿದ ಕಾರ್ಯವನ್ನು ನೆರವೇರಿಸಬೇಕೆಂದು ಹೊರಟರು. ಇತ್ತ

ಗುರುಗಳು ಹಾಗೇ ಸಂಚಾರ ಮಾಡುತ್ತಾ, ಈಗಿನ ಹಾವೇರಿ ಜಿಲ್ಲೆಯಲ್ಲಿರುವ, ಆಗ ಹಾನಗಲ್ಲು ಸೀಮೆ ಎನ್ನುತ್ತಿದ್ದ ಪ್ರದೇಶದ, ವರದಾ ನದಿ ಸಮೀಪದಲ್ಲಿರುವ, ತಿಳುವಳ್ಳಿ ಎನ್ನುವ ಸ್ಥಳಕ್ಕೆ ಬಂದು, ಅಲ್ಲಿದ್ದು ಸ್ವಲ್ಪ ಕಾಲದಲ್ಲೇ ಅಲ್ಲೇ ತಮ್ಮ 90ನೆಯ ವಯಸ್ಸಿನಲ್ಲಿ ಲಿ ಲಿಂಗೈಕ್ಯರಾದರು. ಅಲ್ಲಿ ಅವರ ಗದ್ದಿಗೆಯನ್ನು ಮಾಡಲಾಯಿತು. ಈಗಲೂ ಅಲ್ಲಿ ಅವರ ಗದ್ದುಗೆ ಇದೆ.

ಇತ್ತ ಆ ಇಬ್ಬರು ಶಿಷ್ಯರೂ ಶಿಷ್ಯಸಮೂಹದೊಡನೆ ಸಂಚಾರ ಮಾಡುತ್ತಾ, ಕಲ್ಯಾಣಕ್ಕೆ ಬಂದು ಅಲ್ಲಿ ಪ್ರಭುಸ್ವಾಮಿಮಠದಲ್ಲಿ ತಂಗಿದರು. ಕೆಲವು ಆಕರಗಳು ಹೇಳುವಂತೆ, ಆಮೇಲೆ ಅವರು ಶಿಷ್ಯ ಸಮೂಹ ಬಿಟ್ಟು ಉತ್ತರದ ಕಡೆ ಪ್ರಯಾಣ ಕೈಕೊಂಡು ಡಿಳ್ಳಿಗೆ ಆಗಮಿಸಿದರು. ಅಲ್ಲಿ ಪಾಚ್ಛಾನ ಅಂದರೆ ಬಾದಶಹನ ಆನೆಯೊಂದು ಆಗಷ್ಟೆ ಮೃತವಾಗಿತ್ತು. ಅದನ್ನು ಇವರು ತಮ್ಮ ಮಹಿಮೆಯಿಂದ ಅರ್ಥಾತ್ ತಾವು ಬಲ್ಲ ವಿದ್ಯೆಯಿಂದ ಮರಳಿ ಜೀವಿಸುವಂತೆ ಮಾಡಿದರು. ಇದರಿಂದ ಸಂತೋಷಪಟ್ಟ ಪಾಚ್ಛಾ ಅವರಿಗೆ ಗೌರವವನ್ನು ತೋರಿದಾಗ, ಅವರ ಗುರುಗಳು ಹೇಳಿದ್ದನ್ನು ಅವರಿಗೆ ತಿಳಿಸಿ ಗುರುಗಳು ಹೇಳಿದ್ದ ವಸ್ತುಗಳನ್ನು ಕೊಡುವಂತೆ ಕೇಳಿದರು. ಪಾಚ್ಛಾನು ಆ ವಸ್ತುಗಳನ್ನು ಪೂರ್ವದ ದಫ್ತರದಲ್ಲಿ ಹುಡುಕಿಸಿ ಕೊಟ್ಟು, ಅವರನ್ನು ಆದರದಿಂದ ಸತ್ಕರಿಸಿ, ಸೈನ್ಯದ ಬಂದೋಬಸ್ತ್‌ನೊಂದಿಗೆ ಮುಂದಿನ ಸ್ಥಳಕ್ಕೆ ಕಳಿಸಿಕೊಟ್ಟನು. "ಈ ಶಿಖಾಶೈಲದ ಸಂಗತಿಯನ್ನು ಒಪ್ಪಿಕೊಳ್ಳುವುದಕ್ಕೆ ಪ್ರಬಲವಾದ ಆಧಾರಗಳಿಲ್ಲ" ಎಂಬ ಮಾತಿದೆ. ಆ ಮಾತು ಸಕಾರಣವಾದದ್ದೆಂದು ಹೇಳಬಹುದು."

ಹಾಗೇ ಮುಂದೆ ಪಯಣಿಸುತ್ತ, ಆ ಇಬ್ಬರು ಶಿಷ್ಯರೂ ಹೈದರಾಬಾದ್ ಪಟ್ಟಣಕ್ಕೆ ಬಂದರು. ಅಲ್ಲಿಯ ನವಾಬನ ಒಂದು ಆನೆ ಸಹ ಆಗ ತಾನೆ ಮೃತಪಟ್ಟಿದ್ದಿತು. ಇವರು ತಮ್ಮ ಶಕ್ತಿಯಿಂದ ಅದನ್ನು ಬದುಕಿಸಿದಾಗ ಅವನು ಸಹ ಸಂತೋಷಪಟ್ಟು ಇವರನ್ನು ಸತ್ಕರಿಸಿ ಕಳಿಸಿಕೊಟ್ಟನು. ಅಲ್ಲಿಂದ ಹೊರಟು ಸ್ವಾದಿಗೆ ಸೀಮೆಯ ಇಸಳೂರು ಎಂಬಲ್ಲಿಗೆ ಬಂದು ಮುಟ್ಟಿದರು. ಅಲ್ಲಿ ನೋಡ ಸಿದ್ಧಲಿಂಗ ಸ್ವಾಮಿಗಳು ಕಾಲವಶರಾದರು. ಅವರು ಅದಕ್ಕೆ ಮುಂಚೆ ಎಲ್ಲ ಭಕ್ತಾದಿಗಳಲ್ಲಿ "ಮುರಿಗೆ ಶಾಂತವೀರರೇ ಇನ್ನುಮುಂದೆ ನಿಮಗೆಲ್ಲರಿಗೂ ಗುರುಗಳಾಗಿರುತ್ತಾರೆ. ನಾವು ಇಂಥ ದಿನ ಕೈಲಾಸವಾಸಿಗಳಾಗುತ್ತೇವೆ" ಎಂದು ಒಂದು ದಿನವನ್ನು ತಿಳಿಸಿ, ಅವರು ಹೇಳಿದ ದಿನವೇ ಅದೇ ಊರಲ್ಲಿ ಅವರು ಲಿಂಗೈಕ್ಯವಾದರು. ಅವರ ಗದ್ದಿಗೆಯನ್ನು ಅಲ್ಲಿಯೇ ಮಾಡಲಾಯಿತು. ಮುಂದೆ ಮುರಿಗೆ ಶಾಂತವೀರರು ಶಿಷ್ಯ ಪರಿವಾರದೊಂದಿಗೆ ಧರ್ಮ ಸಂಚಾರ ಮುಂದುವರಿಸಿ –ದರು. ಮುಂದೆ ಅವರು, ಚಿತ್ರದುರ್ಗದಲ್ಲಿ ದೊರೆ ಬರಮಣ್ಣ ನಾಯಕನು ತೋರಿದ ಭಕ್ತಿ ಗೌರವಕ್ಕೆ ಒಲಿದು, ಅಲ್ಲೇ ನೆಲೆ ನಿಲ್ಲಲು ಮನಸ್ಸು ಮಾಡಿದರು. ದೊರೆ ಅವರಿಗೆ

ಬೆಟ್ಟದ ಮೇಲೆ ಒಂದು, ಕೆಳಗೆ ಒಂದು– ಈಗಲೂ ಇರುವ– ಕಲ್ಲುಮಠಗಳನ್ನೂ ಅವುಗಳ ಹಿಂದೊಂದು ಮುಂದೊಂದು ಕೆರೆಗಳನ್ನೂ ಕಟ್ಟಿಸಿದನು. ಅಲ್ಲಿಂದ ಮುರಿಗಾ ಪರಂಪರೆ ಚಿತ್ರದುರ್ಗದಲ್ಲಿ ಮುಂದುವರಿಯಿತು. ಕಟ್ಟಿಗೆಹಳ್ಳಿ ಸ್ವಾಮಿಗಳ ಉತ್ತರಾಧಿಕಾರಿಯಾಗಿ ಮುರಿಗೆ ಶಾಂತವೀರ ದೇಶಿಕರು ಗುರುಗಳಿಗೆ ಹೆಸರು ತರುವಂತೆ ಸ್ಮರಣೀಯ ಸಾಧನೆ ಮಾಡಿದರು. ಅಲ್ಲಿಂದ ಮುಂದೆ ಚಿತ್ರದುರ್ಗ ಲಿಂಗವಂತ ಧರ್ಮದ ಒಂದು ಪ್ರಮುಖ ಕೇಂದ್ರವಾಗಿ ಪ್ರಸಿದ್ಧವಾಯಿತು.

ಕಟ್ಟಿಗೆಹಳ್ಳಿ ಸಿದ್ಧಲಿಂಗ ಸ್ವಾಮಿಗಳು ಅವರ ಪರಂಪರೆಯ ಪೂರ್ವದ ಗುರುಗಳಂತೆ ತುಂಬ ಪಾಂಡಿತ್ಯವನ್ನೂ ವೇದಶಾಸ್ತ್ರಜ್ಞಾನ ಮತ್ತು ಶಿವಾನುಭವ ಇವುಗಳಲ್ಲಿ ಬಲ್ಲಿದರಾಗಿದ್ದರೆಂದು 'ಮಹಾಲಿಂಗೇಂದ್ರ ವಿಜಯ'ವು ಹೇಳುತ್ತದೆ. ಇದಲ್ಲದೆ ಅವರು 'ಷಟ್ಸ್ಥಲಬ್ರಹ್ಮಿ' ಎಂಬ ಬಿರುದಿಗೆ ಪಾತ್ರರಾಗಿದ್ದರು. ಇವರು ಅನೇಕ ಕೃತಿಗಳನ್ನು ರಚಿಸಿದ್ದಾರೆ ಮತ್ತು ಸಂಪಾದಿಸಿದ್ದಾರೆ. ಏಕೋತ್ತರಸಾರ, ಮಡಿವಾಳಯ್ಯನವರ ಚರಿತ್ರೆ, ಸಂಪಾದನೆಯ ವಚನ ಅಥವಾ ಸಂಪಾದನೆಯ ವಚನ ಸಾರಾಮೃತ, ಸ್ವರವಚನಗಳು– ಇವು ಅವರ ಕೃತಿಗಳಾಗಿವೆ. ಇವರ ಏಕೋತ್ತರಸಾರಕ್ಕೆ ಆಕರವು ಮಹಾಲಿಂಗದೇವನ ಏಕೋತ್ತರ ಶತಸ್ಥಲ ಎಂದು ತಿಳಿದುಬಂದಿದೆ. ಆ ಆಕರದಲ್ಲಿ 931 ವಚನಗಳಿದ್ದರೆ ಏಕೋತ್ತರಸಾರದಲ್ಲಿ 392 ವಚನಗಳಿವೆ. ಇದರಲ್ಲಿ ಸೇರಿರುವ ವಚನಗಳಲ್ಲಿ ಹೆಚ್ಚು ಸಂಖ್ಯೆಯಲ್ಲಿರುವವೆಂದರೆ ಅಲ್ಲಮಪ್ರಭು (138), ಚೆನ್ನಬಸವಣ್ಣ (118) ಮತ್ತು ಬಸವಣ್ಣ (72)– ಇವರವು. ಇದರಲ್ಲಿ ಪ್ರತಿ ವಚನಕ್ಕೂ ಟೀಕು ಕೊಡಲಾಗಿದೆ. ಈ ಟೀಕು ಸ್ವಾಮಿಗಳು ಸ್ವಂತವಾಗಿ ರಚಿಸಿದವುಗಳಲ್ಲ; ಅವು ಗುರುಬಸವರಾಜದೇವನ ಬಸವ ವಚನ ಸಾರಾಮೃತದಿಂದ ಆಯ್ದುಕೊಂಡವು ಎಂದೂ ಸ್ವಾಮಿಗಳ ಉದ್ದೇಶ ಏಕೋತ್ತರ ಶತಸ್ಥಲವನ್ನು ಸಂಕ್ಷಿಪ್ತವಾಗಿ ನಿರೂಪಿಸುವುದು ಎಂದೂ ವಿದ್ವಾಂಸರು ಹೇಳಿರುವ ಮಾತನ್ನು ಗಮನಿಸಬೇಕಾಗಿದೆ.

ಇನ್ನು ಸಂಪಾದನೆಯ ವಚನ ಸಾರಾಮೃತವು ಗೂಳೂರು ಸಿದ್ಧವೀರಣ್ಣ ಒಡೆಯನ ಶೂನ್ಯಸಂಪಾದನೆಯನ್ನು ಆಧರಿಸಿರುವುದೆಂದು ತಿಳಿಯಲಾಗಿದೆ. ಇದರಲ್ಲಿಯ 220 ವಚನಗಳಿಗೆ ಟೀಕುಗಳನ್ನು ಬೇರೆ ಬೇರೆಯ ಕೆಲವು ಕೃತಿಗಳಿಂದ ತೆಗೆದುಕೊಳ್ಳಲಾಗಿದೆ. ಒಟ್ಟಿನಲ್ಲಿ, "ಕಟ್ಟಿಗೆಹಳ್ಳಿ ಸಿದ್ಧಲಿಂಗ ಸ್ವಾಮಿಗಳು ಶೂನ್ಯಸಂಪಾದನೆ (ಗೂಳೂರು ಸಿದ್ಧವೀರಣ್ಣ ಒಡೆಯ), ಏಕೋತ್ತರಶತಸ್ಥಲ (ಮಹಾಲಿಂಗದೇವ)ವೆಂಬ ವೀರಶೈವ ಮಹತ್ತ್ವದ ವಚನ ಸಂಪಾದನ ಸಂಕಲನ ಕೃತಿಗಳಿಗೆ ಪ್ರಥಮ ಬಾರಿಗೆ ಸಂಗ್ರಹರೂಪ ಕೊಟ್ಟ ಪ್ರಥಮ ಸಂಗ್ರಹಶಿಲ್ಪಿ ಎನಿಸಿಕೊಳ್ಳುತ್ತಾರೆ" ಎಂಬ ವಿದ್ವಾಂಸರ ಅಭಿಪ್ರಾಯ ಮನನೀಯವಾಗಿದೆ. ಕಟ್ಟಿಗೆಹಳ್ಳಿ ಸಿದ್ಧಲಿಂಗಸ್ವಾಮಿಗಳವರ ರಚನೆಯೇ ಆಗಿರುವ ಮಡಿವಾಳಯ್ಯನವರ ಚರಿತ್ರೆ ಈವರೆಗೆ ಅಪ್ರಕಟಿತವಾಗಿರುವ ಕೃತಿ. ಇದರ ಹಸ್ತಪ್ರತಿಯನ್ನು

ನೋಡಿದ್ದ ವಿದ್ವಾಂಸರಾದ ವ್ಯಾಕರಣತೀರ್ಥ ಹೊಳಲು ಚಂದ್ರಶೇಖರಶಾಸ್ತ್ರಿ ಹಿರೇಮಠ ಅವರು ಇದೊಂದು ಯಕ್ಷಗಾನ ಕೃತಿ ಎಂದೂ ಇದರಲ್ಲಿ ಯಕ್ಷಗಾನದ ಮಟ್ಟುಗಳಾದ ತ್ರಿಪುಡೆ ಝಂಪೆ ಏಕತಾಳ ಮುಂತಾದುವನ್ನು ಬಳಸಿರುವುದಾಗಿಯೂ ಹೇಳಿದ್ದಾರೆ. ಒಟ್ಟಿನಲ್ಲಿ ಕಟ್ಟಿಗೆಹಳ್ಳಿ ಸಿದ್ಧಲಿಂಗ ಸ್ವಾಮಿಗಳು "ಕೈವಲ್ಯ ಸಂಪಾದನೆಗೇ ಉಪಯುಕ್ತ –ವಾಗಬಲ್ಲ ಕೃತಿಗಳನ್ನು ರಚಿಸಿದರು. ಈ ಕಾರಣದಿಂದ ಇವರ ಕೃತಿಗಳಲ್ಲಿ ಸಾಹಿತ್ಯಮೌಲ್ಯ –ವನ್ನು ಅರಸುವುದಕ್ಕಿಂತ ಮಿಗಿಲಾಗಿ ತಾತ್ತ್ವಿಕ ದೃಷ್ಟಿಯಿಂದ ಪರಿಭಾವಿಸಬೇಕಾಗುತ್ತದೆ" ಎಂಬ ವಿಮರ್ಶಕರ ಮಾತು ಗಮನೀಯವಾಗಿದೆ.

ಚಿತ್ರದುರ್ಗದ ನೈರುತ್ಯದಲ್ಲಿರುವ ಧವಳಪ್ಪನಗುಡ್ಡದ ಪಶ್ಚಿಮ ಪಾರ್ಶ್ವದಲ್ಲಿ 'ಕಟ್ಟಿಗೆ ಸಂಗಪ್ಪ' ಎಂಬ ಹೆಸರಿನ ಮೂರ್ತಿ ಶಿಲ್ಪವೊಂದಿದೆ. ಕ್ಲೋರೈಟ್ ಸಿಸ್ಟ್ ಜಾತಿಯ ಕಲ್ಲಿನ ಶಿಲ್ಪ ಪ್ರಾಯಃ ಕಟ್ಟಿಗೆಹಳ್ಳಿ ಸಿದ್ಧಲಿಂಗ ಸ್ವಾಮಿಗಳವರದೇ ಇರಬೇಕೆನಿಸುತ್ತದೆ. ಮೂರು ಕಣ್ಣುಳ್ಳ ಪುರುಷನೊಬ್ಬ ಬಿಚ್ಚುಕೂದಲನ್ನು ಬಿಟ್ಟುಕೊಂಡು,ನೀಳ ಕಪನಿಯನ್ನು ಧರಿಸಿ, ಕಾಲಲ್ಲಿ ಜಂಗನ್ನೂ ಕೊರಳಲ್ಲಿ ಇಷ್ಟಲಿಂಗದ ಕರಡಿಗೆಯನ್ನೂ ಕೈಯಲ್ಲಿ ರುದ್ರಾಕ್ಷಿಸರವನ್ನೂ ಎಡಕಂಕುಳಲ್ಲಿ ಒಂದು ಕಕ್ಷಪಾಳ ಅಥವಾ ಜೋಳಿಗೆಯನ್ನೂ ಬಲಗೈಯಲ್ಲಿ ಒಂದು ದಂಡವನ್ನೂ ಹಿಡಿದುಕೊಂಡು ಎರಡೂ ಕೈಮುಗಿದುಕೊಂಡು ನಿಂತಿರುವಂತೆ ಶಿಲ್ಪಿತನಾಗಿದ್ದಾನೆ. ಈಯೆಲ್ಲ ಲಕ್ಷಣಗಳಿಂದ ಇದು ಒಬ್ಬ ವೀರಶೈವ ಯತಿಯ ಶಿಲ್ಪ ಎನ್ನುವುದು ಸ್ಪಷ್ಟವಾಗಿದೆ. ಇದು ತಮ್ಮ ಮನೆದೇವರು ಎಂದು ಹೇಳುವ ಒಂದು ಜಂಗಮ ಮನೆತನದವರು ದಾವಣಗೆರೆಯಲ್ಲಿರುವುದಾಗಿ ತಿಳಿಯುತ್ತದೆ. ಆಬಗ್ಗೆ ಹೆಚ್ಚಿನ ವಿವರ ಲಭ್ಯವಿಲ್ಲ.

ಚಿತ್ರದುರ್ಗದ ಶ್ರೀ ಜಗದ್ಗುರು ಮುರುಘರಾಜೇಂದ್ರ ಬೃಹನ್ಮಠದ ಇಂದಿನ ಪೀಠಾಧೀಶರಾದ ಡಾ. ಶಿವಮೂರ್ತಿ ಮುರುಘರಾಜೇಂದ್ರ ಶರಣರ ಪೂರ್ವಾಶ್ರಮದ (ಚಿತ್ರದುರ್ಗ ತಾಲೂಕು ಗೊಡಬನಹಾಳು ಗ್ರಾಮದಲ್ಲಿರುವ) ಮನೆತನಕ್ಕೂ ಈ ಮೂರ್ತಿಶಿಲ್ಪಕ್ಕೂ ಸಂಬಂಧವಿರುವುದು ತಿಳಿಯುತ್ತದೆ. ಅವರ ಮನೆಯ ಹಣೆಪಟ್ಟಿಯಲ್ಲಿ "ಶ್ರೀ ಕಟ್ಟಿಗೆ ಸಂಗಮೇಶ್ವರ ಪ್ರಸನ್ನ" ಎಂಬ ಬರಹದ ಕೆತ್ತನೆಯಿದೆ. ಕಟ್ಟಿಗೆಹಳ್ಳಿ ಸಿದ್ಧಲಿಂಗ ಸ್ವಾಮಿಗಳು ಈ ಮನೆತನದ ಆರಾಧ್ಯರೆನ್ನಲು ಇದೊಂದು ನಿದರ್ಶನವಾಗಿದೆ. ಈ ಮನೆತನದವರು, ಅವರ "ಮನೆಯ ಹಿಂದೆಯೇ ಇದ್ದ, ಪೂರ್ವಿಕರು ಕಟ್ಟಿಸಿದ್ದ, ಸಂಗಮೇಶ್ವರ ಮಠವನ್ನು ನೋಡಿಕೊಳ್ಳುತ್ತಿದ್ದು ಅಲ್ಲಿ ಪೂಜೆಪುನಸ್ಕಾರಗಳನ್ನು ನಡೆಸಿಕೊಂಡು ಬರುತ್ತಿದ್ದರು. ಮನೆದೇವರಾದ, ಚಿತ್ರದುರ್ಗದ ಚಂದ್ರವಳ್ಳಿ ಕೆರೆಯ ಬಳಿ ಇರುವ ಧವಳಪ್ಪನಗುಡ್ಡದಲ್ಲಿರುವ ಕಟ್ಟಿಗೆ ಸಂಗಪ್ಪನ ಮೂರ್ತಿಯ ಬಳಿಗೆ ಸಂಸಾರ ಸಮೇತ ಹೋಗಿ ಆರಾಧನೆಗಳನ್ನು ಮಾಡಿಕೊಂಡು ಬರುತ್ತಿದ್ದರು" ಎಂದು ಹೇಳುತ್ತಾರೆ.

ಪರಾಮರ್ಶನ

1. ಮಹಾದೇವ ಕವಿಯ 'ಮಹಾಲಿಂಗೇಂದ್ರ ವಿಜಯ', ಸಂ. ಡಾ. ಎಲ್. ಬಸವರಾಜು, ಶ್ರೀ ಜಗದ್ಗುರು ಮುರುಘರಾಜೇಂದ್ರ ಬೃಹನ್ಮಠ ಮಹಾಸಂಸ್ಥಾನ, ಚಿತ್ರದುರ್ಗ, 1971.
2. ನಿರಂಜನವಂಶ ರತ್ನಾಕರ (ಭಾಗ 1), ಸಂ. ಫ.ಗು. ಹಳಕಟ್ಟಿ.
3. ನಿರಂಜನವಂಶ ರತ್ನಾಕರ– ಭಾಗ 2, ಸಂ. ಚೆನ್ನಮಲ್ಲಿಕಾರ್ಜುನ, ಸದ್ಧರ್ಮ ದೀಪಿಕೆ, ಹಾವೇರಿ.
4. ಪಟ್ಟವಲ್ಲರಿ, ಯಲ್ಲನಗೌಡಾ ಫಕ್ಕೀರಗೌಡಾ ಹೊಸಪೇಟ, ಗಾಯತ್ರೀ ಪ್ರಿಂಟಿಂಗ್ ಪ್ರೆಸ್, ಬ್ಯಾಡಗಿ,
5. ಪಟ್ಟಾಂತರ ವಿವರ, ಸಂ. ಡಾ. ಬಿ. ರಾಜಶೇಖರಪ್ಪ, ಚಿತ್ರದುರ್ಗ, ಅಪ್ರಕಟಿತ.
6. ಮುರಿಗೆ ತಾರಾವಳಿ, ಸಂ. ವಿದ್ವಾನ್ ಎಂ.ಎಸ್. ಬಸವರಾಜಯ್ಯ, ಶಿವಧರ್ಮ ಗ್ರಂಥಮಾಲಾ, ಮೈಸೂರು, 1979.
7. ವೀರಶೈವ ಹಸ್ತಪ್ರತಿ ಪುಷ್ಪಿಕೆಗಳು, ಸಂ. ಎಸ್. ಶಿವಣ್ಣ, ಶ್ರೀ ತೋಂಟದಾರ್ಯ ಸಂಸ್ಥಾನಮಠ, ಗದಗ, 1994.
8. ಮುರಿಗೆ ಶಾಂತವೀರ ಸ್ವಾಮಿಗಳ ಕೃತಿಗಳು, ಸಂ. ಎಸ್. ಶಿವಣ್ಣ, ಶ್ರೀ ಬೃಹನ್ಮಠ ಮಹಾಸಂಸ್ಥಾನ, ಚಿತ್ರದುರ್ಗ, 1989.
9. ಮುರಿಗೆ ಶಾಂತವೀರ ಸ್ವಾಮಿಗಳ ಸ್ತೋತ್ರ ಕರಂಡ, ಸಂ. ಎಸ್. ಶಿವಣ್ಣ, ಶ್ರೀ ಬೃಹನ್ಮಠ ಮಹಾಸಂಸ್ಥಾನ, ಚಿತ್ರದುರ್ಗ, 1984.
10. ಇಮ್ಮಡಿ ಮುರಿಗಾ ಗುರುಸಿದ್ಧ ಶಿವಯೋಗಿಯ ಕೃತಿಗಳು, ಸಂ. ಡಾ. ಎಸ್. ವಿದ್ಯಾಶಂಕರ, ಶ್ರೀ ಬೃಹನ್ಮಠ ಮಹಾಸಂಸ್ಥಾನ, ಚಿತ್ರದುರ್ಗ,1978.
11. ಬಸವಣ್ಣನವರ ಟೀಕಿನ ವಚನಗಳು– ಸಂಪುಟ 1, ಸಂ. ಡಾ. ಎಂ.ಎಂ. ಕಲಬುರ್ಗಿ, ಕವಿವಿ, ಧಾರವಾಡ, 1979.
12. ಬಸವಣ್ಣನವರ ಟೀಕಿನ ವಚನಗಳು– ಸಂಪುಟ 2, ಸಂ. ಡಾ. ಎಂ.ಎಂ. ಕಲಬುರ್ಗಿ, ಕವಿವಿ, ಧಾರವಾಡ, 1981.

13. ಕೈವಲ್ಯ, ಸಂ. ಪ್ರೊ. ಜಿ.ಎಸ್. ಸಿದ್ಧಲಿಂಗಯ್ಯ ಮತ್ತು ಇತರರು, ಶ್ರೀ ಸರ್ಪಭೂಷಣಮಠದ ಟ್ರಸ್ಟ್, ಬೆಂಗಳೂರು, 1995, [ಲೇಖನ: ಕಟ್ಟಿಗೆಹಳ್ಳಿ ಸಿದ್ಧಲಿಂಗಸ್ವಾಮಿಗಳು, ವೈ.ಸಿ. ಭಾನುಮತಿ (ಪು.181–188)]

14. ಸ್ವರವಚನ ಸಂಪುಟ 4, ಸಂ. ವೈ.ಸಿ. ಭಾನುಮತಿ,

15. ಕನ್ನಡ ಶಾಸನಗಳ ಸಾಂಸ್ಕೃತಿಕ ಅಧ್ಯಯನ, ಡಾ. ಎಂ. ಚಿದಾನಂದಮೂರ್ತಿ, ಮೈವಿವಿ, ಮೈಸೂರು,

16. ಭುಮಿಯೊಳಗಣ ಬೀಜ, ಯಶೋದಾ ರಾಜಶೇಖರಪ್ಪ, ಶ್ರೀ ಮುರುಘರಾಜೇಂದ್ರ ಮಠ, ಚಿತ್ರದುರ್ಗ,

17. ಕರ್ನಾಟಕ ಲೋಚನ (29), ಸಂಪುಟ 10–ಸಂಚಿಕೆ 1, ಜೂನ್ 1997 (ಪ್ರೊ. ಸಿ, ಮಹಾದೇವಪ್ಪನವರ ಲೇಖನ, ಪು 25–48).

ಡಾ. ಬಿ. ರಾಜಶೇಖರಪ್ಪ,

ಕನ್ನಡ ಪ್ರಾಧ್ಯಾಪಕರು, ಪ್ರಾಂಶುಪಾಲರು (ನಿ)

2 ನೇ ಕ್ರಾಸ್ (ಪಶ್ಚಿಮ), ಜಯಚಾಮರಾಜೇಂದ್ರ ಬಡಾವಣೆ

ಚಿತ್ರದುರ್ಗ – 577 501

ಮೊ : 94802 26064

ಹಸ್ತ ಪ್ರತಿಲೇಖನ ಹಾಗೂ ಬಿಂದುವಿನ ಬಿನ್ನಾಣ

ಹಸ್ತಪ್ರತಿ ಸಮ್ಮೇಳನದ ಈ ಅಧಿವೇಶನದಲ್ಲಿ ಪಾಲ್ಗೊಂಡಿರುವ ಸನ್ಮಾನ್ಯರೆ ಈ ಕಾವ್ಯಸಂಸ್ಕೃತಿ ಪ್ರಸಾರದ ಈ ಸಮ್ಮೇಳನಲ್ಲಿ ಪಾಲ್ಗೊಳ್ಳುತ್ತಿರುವ ನನಗೂ ಹಸ್ತಪ್ರತಿಗಳಿಗೂ ಏನು, ಮತ್ತೆ ಹೇಗೆ ಸಂಬಂಧವಾಯಿತೆಂದು ನೆನಪು ಮಾಡಿಕೊಡುವ ಸಂದರ್ಭವಿದೆಂದು ತಿಳಿದು ಒಂದೆರಡು ಮಾತುಗಳು. ತುಮಕೂರು ಕಾಲೇಜಿನ ಕನ್ನಡ ಉಪನ್ಯಾಸಕ ಸೇವಾವೃತ್ತಿಯನ್ನು ಪ್ರವೇಶಿಸುವ ಮೊದಲು ಕೇವಲ ಕೆಲವು ತಿಂಗಳ ಕಾಲ ಮೈಸೂರು ಓರಿಯಂಟಲ್ ಲೈಬ್ರರಿಯಲ್ಲಿ ಕನ್ನಡ ವಿಶೇಷಜ್ಞ ಹುದ್ದೆಯಲ್ಲಿ ನೇಮಕಗೊಂಡ ನನಗೆ ಗ್ರಂಥಪ್ರತಿ ಮಾಡುವ ಹೊಣೆ ಲಭ್ಯವಾಯಿತು. ಅಂದು ಪ್ರತಿಮಾಡಿದ ವಿರಾಟಪರ್ವಂದ ಹೆಸರು ಇಂದು ನೆನಪಿನಲ್ಲಿದೆ. ಆ ಸಂಸ್ಕಾರ ಈವರೆಗೂ ನನ್ನನ್ನು ನಡೆಸಿಕೊಂಡು ಬಂದಿದೆ. ಇಲ್ಲಿಯವರೆಗೂ ಕರೆತಂದಿದೆ ಎಂದು ಹೇಳಲು ಸಂತೋಷ.

ಹಸ್ತಪ್ರತಿ ಲೇಖನವು ಒಂದು ಕಲೆ, ಕೈಬರಹಕ್ಕೆ ಆಂಗ್ಲಭಾಷೆಯಲ್ಲಿ Manuscript ಎಂಬುದು ಸಮಾನಾರ್ಥಕ ಪದ. ಕಾಗದದ ಬಳಕೆಗೆ ಮುನ್ನ ತಾಡೋಲೆ, ಭೂರ್ಜಪತ್ರ ಇತ್ಯಾದಿಗಳು ಬರಹದ ಹಾಳೆಗಳಾಗಿದ್ದುದು ತಿಳಿದ ವಸ್ತುವೇ ಆಗಿವೆ. ಅವಲ್ಲದೆ ಬೆಟ್ಟಗಳ ಬಂಡೆಗಲ್ಲು, ಗುಹೆಯ ಒಳ-ಹೊರಗಗಣ ಗೋಡೆ, ಪ್ರಾಕಾರ, ಹಾಸುಗಲ್ಲು, ನಟ್ಟಕಲ್ಲು, ಕಲ್ಲಕಂಬ, ತಾಮ್ರಪಟ, ವಸ್ತ್ರಗಳನ್ನು ಕೈಬರಹಕ್ಕೆ ಸಾಧನವನ್ನಾಗಿ ಬಳಸಿಕೊಳ್ಳುತ್ತಿದ್ದಂತೆ ಪ್ರಾಣಿಗಳ ಮೂಳೆ ಚರ್ಮಗಳನ್ನೂ ಪ್ರಾಚೀನ ಕಾಲದಲ್ಲಿ ಉಪಯೋಗಿಸುತ್ತಿದ್ದರೆಂದು ತಿಳಿದುಬರುತ್ತದೆ.

ತಾಡೋಲೆಯ ಹಸ್ತಲಿಖಿತ ಪ್ರತಿಗೆ 'ಓಲೆಕಟ್ಟು' ಎಂದು ಕರೆಯುವುದು ರೂಢಿ. ಅದಕ್ಕೆ ಸಂಸ್ಕೃತದಲ್ಲಿ 'ಗ್ರಂಥ' ಎಂಬುದು ಒಟ್ಟಿಗೆ ಕೂಡಿಸಿ ಕಟ್ಟಿದ್ದು ಎಂಬ ಅರ್ಥದಲ್ಲಿ ಬಳಕೆಯಾದ ಶಬ್ದ. ಆ ಗ್ರಂಥಪದದ ಪರ್ಯಾಯಪದವಾಗಿ 'ಪೊತ್ಥ' (ಪ್ರಾಕೃತ) ಪದ ಸು.೧೦ನೇ ಶತಮಾನದ ಗಂಗಾಧರಂ ಶಾಸನದಲ್ಲಿನ ಕನ್ನಡಪದ 'ಪೊತ್ತಗ' ಸಂಸ್ಕೃತದ 'ಪುಸ್ತಂ'/ಪುಸ್ತಕಂ (ಲೇಪನಕ್ಕೆ ಮಾತ್ರ ಸೀಮಿತಗೊಳ್ಳದೆ ಚಿತ್ರಗೆಲಸ, ಮರಗೆತ್ತನೆ, ಲೋಹಗಾರಿಕೆಗಳಿಗೂ ಅನ್ವಯಿಸುತ್ತಿದ್ದಿತು. 'ಪೊಸ್ತ' ಪದ 'ಪುಷ್ಟು' ಭಾಷೆಯಲ್ಲಿ 'ಕತ್ತೆಯ ಚರ್ಮ'ವೆಂಬ ಮೂಲಾರ್ಥವುಳ್ಳದ್ದಾಗಿ ಕೈಬರಹ ಮಾಡಲು ಬಳಸುತ್ತಿದ್ದರೆಂಬುದರ ಕಡೆಗೆ ಗಮನವನ್ನು ಸೆಳೆಯುತ್ತದೆ.

ಸಾಮಾನ್ಯವಾಗಿ ಜನರು ತಮ್ಮ ಲೆಕ್ಕ ಪತ್ರಗಳ ವ್ಯವಹಾರವನ್ನು ಕಡತ ಇಲ್ಲವೇ ವಹಿಗಳಲ್ಲಿ ನಡೆಸಿಕೊಂಡು ಬರುತ್ತಿದ್ದುದು ಕಂಡುಬರುತ್ತದೆ. ಬಂಧುಮಿತ್ರರ ಪರಸ್ಪರ

ಕುಶಲವಾರ್ತೆ ಸಂದೇಶಗಳಿಗೆ ತಾಡೋಲೆಗಳೆ ಸಾಧನಸಾಮಗ್ರಿಗಳಾಗಿದ್ದುದು ಸುಮಾರು ಒಂದು ಶತಮಾನದ ಹಿಂದಿನವರೆಗೂ ಸಾಗಿಬಂದಂತೆ ತಿಳಿದುಬರುತ್ತದೆ. ಪ್ರಣಯಿಗಳ ಪ್ರೇಮ ಸಂದೇಶಗಳಿಗೆ ಕಮಲಪತ್ರಗಳಷ್ಟೇ ಅಲ್ಲ, ಮೇಘಮಾಲೆಗಳೂ ಹಂಸಪಕ್ಷಿಗಳು ವಾಹಕಗಳಾಗಬಹುದೆಂಬುದನ್ನು ಪ್ರಾಚೀನ ಕವಿಗಳ ಕಾವ್ಯ ಕಾವ್ಯೋಲ್ಲೇಖಗಳಿಂದ ಕಾಣಬಹುದಾಗಿದೆ. ಕವಿಗಳು ಬರೆದ ಕಾವ್ಯವಾಣಿಯನ್ನು ಅವರೇ ಸ್ವತಃ ಅಥವಾ ಬೇರೆ ಲಿಪಿಕಾರರು ತಾಡಪತ್ರಗಳಲ್ಲಿ ಬರೆಯುವ ಕಂಟದಿಂದ ಕೊರೆದು ಚಾಕ್ಷುಷ ರೇಖಾಕೃತಿಗೊಳಿಸಿ ಲೇಪನದಿಂದ ಎದ್ದು ಕಾಣುವಂತೆ ಮಾಡಿ ಲಿಪಿಗೊಳಿಸುತ್ತಿದ್ದರು. ಕವಿಯ ತಾತ್ಕಾಲಿಕ ವಾಗ್ವಾಣಿ ಚಿರಕಾಲದ ರೇಖಾಕೃತ ಲೇಪನದಿಂದ ಲಿಪಿಮೂಲಕ ಕಾವ್ಯ ಇಲ್ಲವೆ ಶಾಸ್ತ್ರ ಗ್ರಂಥವಾಗುತ್ತಿದ್ದಿತು. ಆ ರೂಪದಿಂದ ಕಾವ್ಯ ಕಲ್ಪಾಂತರ ಸ್ಥಾಯಿಯಾಗುವ ಸುಯೋಗಕ್ಕೆ ಕಾರಣೀಭೂತರಾದವರೆಂದರೆ ಹಸ್ತಪ್ರತಿಲೇಖನ ಕುಶಲರಾದ ಲಿಪಿಕಾರರು.

ವೇದೋಪನಿಷತ್ತುಗಳ ಪ್ರಾಚೀನ ಕಾಲದಿಂದಲೂ ಜ್ಞಾನವು ಗುರು-ಶಿಷ್ಯ ಪರಂಪರಾಗತವಾಗಿ ಅಭ್ಯಾಸಬಲದಿಂದ ಸ್ಮೃತಿಪಟಲದಲ್ಲಿ ಉಳಿಯುತ್ತ ಬಂದಿದ್ದರೂ ಪೀಳಿಗೆಯಿಂದ ಪೀಳಿಗೆಗೆ, ಬಾಯಿಂದ ಬಾಯಿಗೆ, ಕಿವಿಯಿಂದ ಕಿವಿಗೆ, ಶ್ರುತಿಸಾರ ಪ್ರವಹಿಸುತ್ತ ಬಂದಾಗಲೆಲ್ಲ ಪಾಠಸಂಪ್ರದಾಯ, ದೇಶ, ಕಾಲಭೇದದಿಂದ ಮೂಲದ ನಿಜಪಾಠ ವ್ಯತ್ಯಯಗೊಳ್ಳುವುದಿಲ್ಲ. ಶ್ರುತಿಯು ಕೃತಿಯ ಚೌಕಟ್ಟಿನಲ್ಲಿ ಬರುವಾಗ ಪಾಠಭೇದ, ಭಿನ್ನಪಾಠ ಸಂಪ್ರದಾಯ ಹಾಗೂ ಪ್ರಾದೇಶಿಕ ಭಾಷಾ ಪ್ರಭಾವದಿಂದ ಪೂರ್ವಹಸ್ತಪ್ರತಿ, ಆ ಅನಂತರದ ಮರು ಪ್ರತಿಗಳಲ್ಲಿ ಪಾಠವ್ಯತ್ಯಯಗಳು ಉಂಟಾಗಿ ಅವು ಗ್ರಂಥಸಂಪಾದನ ಕ್ರಿಯೆಗೆ ಗ್ರಾಸವಾದುವು. ಶುದ್ಧ ಪಾಠನಿರ್ಣಯವೇ ಸಂಪಾದಕನಾದವನ ಕರ್ತವ್ಯವೆಂಬುದನ್ನು ಮರೆಯಲಾಗದು. ಪ್ರತಿಲೇಖನಕ್ಕೆ ಬೇಕಾದ ಸಾಧನಗಳೆಂದರೆ ತಾಡೋಲೆ ಇಲ್ಲವೆ ಕಾಗದ, ಬರೆಯಲು ನವಿಲಗರಿ ಕಡ್ಡಿ, ತಾಳೆಗರಿ ಮೇಲೆ ಲಿಪಿಯನ್ನು ಕೊರೆಯುವ ಕಂಟ ಇಲ್ಲವೆ ಕಬ್ಬಿಣದ ತುದಿಮೊನೆಯ ಹಿಡಿಯ ಕೈಚಾಕು. ಕಾವ್ಯ ರಚನೆಗೆ ಕವಿಗಳಿಗೂ ಅಗತ್ಯವಾಗಿದ್ದಿತೆಂಬುದು ಕುಮಾರವ್ಯಾಸನ "ಹಲಗೆ ಬಳಪವ ಹಿಡಿಯದೊಂದಗ್ಗಳಿಕೆ"ಯ ಈ ನುಡಿಯಿಂದ ತಿಳಿದುಬರುತ್ತದೆ. ಸಮತಳವಾದ ಮೇಜುಕಟ್ಟಿನ ಮೇಲೆ ಇಟ್ಟುಕೊಂಡೇ ತಾಡಪತ್ರವನ್ನು ಕಂಟದಿಂದ ಕೊರೆದು ಅಕ್ಷರಗಳನ್ನು ಸಾಲಾಗಿ ರೇಖಿಸುವ ಅಗತ್ಯವಿದ್ದಿತು. ಬಳಿಕ ಮಸಿ ಬಳಿದು ಅಕ್ಷರ ಸ್ಪಷ್ಟಗೊಳಿಸಿ ಸುಲಭವಾಗಿ ಓದಲು ಬರುವಂತಾಗಿ ತಾಳೆಗರಿಯ ಎರಡು ಕಡೆ ಎಚ್ಚವಿಟ್ಟು ಪವಣಿಸಿದ ದಾರದಿಂದ ಮರದ ರಟ್ಟಿನಿಂದ ಬಿಗಿಗೊಳಿಸಿ ಕಾಪಾಡುತ್ತಿದ್ದರು. ಕಾಗದದ ಅಥವಾ ಬಟ್ಟೆಯ ಕಡತವನ್ನಿಟ್ಟುಕೊಂಡು ಓದಲು ಠವಣೆಕೋಲನ್ನು ಬಳಸುವ ಪದ್ಧತಿಯಿದ್ದಿತು. ಇದನ್ನು ವಿಚಾರಮಾಡಿದಾಗ ಒಂದು ಗ್ರಂಥದ ಹಸ್ತಪ್ರತಿ ಸಿದ್ಧಮಾಡಲು

ಎಷ್ಟು ಶ್ರಮ ಪಡಬೇಕಾಗಿದ್ದಿತು ಎಂಬುದು ಮನವರಿಕೆಯಾಗುತ್ತದೆ. ಜಾಗ್ರತ ಚೇತನದ ಲಿಪಿಕಾರನಿಗೆ ಎರಡು ಕಣ್ಣು ಸಾಲದು. ನವಿಲುಗರಿಕಣ್ಣಂತೆ ಹಲವು ಕಣ್ಣಿರಬೇಕಾಯಿತು. ಯತಿಪತಿಯ ನವಿಲುಗರಿಯ ದೊಂದೆಯ ಧ್ವಜದ ಜೀವ ದಯಾಭಾವದಿಂದಲೇ ಆ ಮೃದುವಾದ ತಾಡೋಲೆಯ ಮೇಲಣ ರೇಖಾಕೃತಿ ಮೂಡಬೇಕಾದ ಅಗತ್ಯ ಉಂಟೆಂಬ ಭಾವಭರಿತ ನಾಗಚಂದ್ರ ಕವಿಯ ವರ್ಣನೆಯಿದು.

> ಪ್ರತಿಲೇಖನದೊಳನಾಲೋ
> ಕಿತಮನುಚಿತಮೆಂದು ಪಲವು ಕಣ್ಬಡೆದವೊಲ್
> ಯತಿಪತಿಯ ದಯಾಧ್ವಜಮೇ
> ನತಿಶಯಮಾದತ್ತೊ ಮೇದುರಂ ಮಾಯೂರಂ॥

ಲಿಪಿಕಾರನ ಲೆಕ್ಕಣಿಕೆಗೆ ಯತಿಪತಿಯ ಜಾಗ್ರತ ಚೇತನವು ಎತ್ತಿ ಹಿಡಿಯುವ ಪ್ರಾಣಿದಯೆ ಇರಬೇಕು. ನವಿಲುಗರಿಯ ನಯವಿನಯದ ಮೃದುಭಾವ, ಚಿತ್ರಾಲಂಕರಣದ ರಂಗೋಲೆ ಸೊಬಗೂ ಬೇಕೇ ಬೇಕು ಎಂಬ ಆಶಯವಿದೆ. ಆತನ ಕಣ್ಣು ಸಣ್ಣ ಚುಕ್ಕಿಯನ್ನೂ ನಿರ್ಲಕ್ಷಿಸುವಂತಿಲ್ಲ. ಒಂದು ಕಿರಿ ಉಂಗುರ ಚುಕ್ಕಿಯನ್ನು ಗಮನಿಸದೆ ಹೋದರೆ ಎಂತಹ ಅರ್ಥಹಾನಿಯಾಗುತ್ತದೆ ಎಂಬುದಕ್ಕೆ ಉದಾಹರಣೆಯಿಲ್ಲದೆ ಇಲ್ಲ. ಶಿಲಾ ಹಾಗೂ ತಾಮ್ರ ಪಟಗಳ ಲೇಖನಗಳು ತಾಳೆಗರಿಯ ಮೇಲಣ ಲೇಖನಗಳಿಗಿಂತ ಹೆಚ್ಚು ಸುಲಭವಾಗಿ ನಷ್ಟಕ್ಕೊಳಗಾಗದೆ ದೀರ್ಘ ಕಾಲ ಬಾಳಿಕೆ ಬರುವಂತಹವು. ಕಾಲಕಾಲಕ್ಕೆ ಆ ಬಗೆಯ ಲೇಖನಗಳು ಲಿಖಿತಾಕ್ಷರಗಳು ಕಾಲಕಾಲಕ್ಕೆ ಹೇಗೆ ಆಕೃತಿಗೊಂಡುವೆಂದು ಕಂಡುಕೊಳ್ಳಲು ಬೇಕಾದ ಉಪಲಬ್ಧ ದಾಖಲೆಗಳಾಗಿ ನೆರವಾಗುತ್ತವೆ. ಶಿಲಾಲಿಪಿಕಾರರ ಶಿಲ್ಪಸೌಂದರ್ಯ ದೃಷ್ಟಿಗೆ ಅವರ ಲಿಪಿ ಸಾಕ್ಷಿಯಾಗುತ್ತದೆ. ಗತಕಾಲದ ಸಾಮಾಜಿಕ ಧಾರ್ಮಿಕ ವ್ಯಾವಹಾರಿಕ ಜೀವನ ಚಿತ್ರಣದ ಸಾಮಗ್ರಿಯಾಗಿ ಲಿಪಿಲೇಖ ಚರಿತ್ರೆಯ ಮೌಲ್ಯಕ್ಕೆ ತನ್ನದೇ ಆದ ಕೊಡುಗೆ ನೀಡಬಲ್ಲದು. ಬರೆಯದೆ ಬಂದ ಶುದ್ಧಗೆ ಎಂದರೆ ಗಗನಲಿಪಿಯಂತೂ ಸಾವಿರತಲೆಯ ಶೇಷನ ಅವತಾರವೇ ಸರಿ. ಒಂದೇ ಕಡೆ ನಟ್ಟ ಶಿಲಾಶಾಸನದ ಲೇಖಕ್ಕೂ ಭೂಗಗನದಿಗ್ಭರಿತ ಮಾಗಿ ಪಸರಿಸುವ ಕಾವ್ಯಶಾಸನಕ್ಕೂ ಬಹು ಅಂತರವುಂಟೆಂಬ ಭಾವವಿದೆ. ಅದರಲ್ಲಿ ಒಂದು ಮೂಕವಾಗಿದ್ದರೆ ಮತ್ತೊಂದು ಮಾತಾಳಿ, ಬಲಿಷ್ಠ, ಕಾವ್ಯಂ ಕಲ್ಪಾಂತರಸ್ಥಾಯಿ -ಯೆನಿಪ ನುಡಿಸತ್ಯಂ ಕವೀಶಾಧಿಪತ್ಯಂ, ಜನಮನದಲ್ಲಿ ರಸಮಯಿಯಾಗಿ ನಲಿದು ನರ್ತಿಸಬೇಕೆಂಬ ಆಶಯದಿಂದ ಕಾವ್ಯರಚನೆ ಮಾಡಿದ ಕವಿಗಳ ಸಂಕಲ್ಪವನ್ನು ಮೂಲ ಪ್ರತಿ, ಯಥಾಪ್ರತಿಗಳ ಸಿದ್ಧತೆಯ ಮೂಲಕ ಜನರ ಕೈಯಿಂದ ಕೈಗೆ, ಪರಂಪರಾಗತವಾಗಿ ಕವಿಗಳ ಕೃತಿ ಓದುಗರಿಗೆ ಲಭ್ಯವಾಗುವಂತೆ ಮಾಡಿದ ಕೀರ್ತಿ ಅಧಿಕೃತ ಬರವಳರಿಂದ ಹಿಡಿದು ಸಾಮಾನ್ಯ ಲಿಪಿಲೇಖಕರವರೆಗೂ ಸಲ್ಲತಕ್ಕದ್ದು. ಲಿಪಿಕಾರರ ಲೇಖನಕೃತಿಯನ್ನು

ಓದುವ ಮುನ್ನ ಅವರ ಬರಹದ ರೇಖಾವಿನ್ಯಾಸದ ಪರಿಚಯ ಪಡೆದೇ ಶಬ್ದರೂಪವನ್ನು ನಿಶ್ಚಯಿಸಿಕೊಳ್ಳಬೇಕಾಗುತ್ತದೆ. ಲೋಕೋ ಭಿನ್ನ ರುಚಿಃ. ಆ ಕಾರಣ ಒಬ್ಬೊಬ್ಬರ ಬರಹವೂ ಅವರದೇ ಮಾದರಿಯಾಗಿರಲು ಸಾಧ್ಯ. ಅಲ್ಲದೆ ಬರೆದ ಕಾಲದ ಬರಹವನ್ನು ಹೇಗೆ ಹಿಂದಿನವರು ಓದುತ್ತಿದ್ದರು ಎಂಬುದನ್ನೂ ಮನಗಂಡೆ ವಾಚನಮಾಡಿದ್ದಲ್ಲದೆ ಶಬ್ದಜ್ಞಾನವಾಗಲಿ ಅರ್ಥ ಗ್ರಹಿಕೆಯಾಗಲಿ ಸುಲಭವಲ್ಲ ಎಂಬುದರ ಅರಿವು ನಮಗಿರಬೇಕಾಗುತ್ತದೆ. ಆ ಓದುಗಾರಿಕೆಯ ಪದ್ಧತಿ ಗುರು ಮುಖೇನ ಶಿಷ್ಯನಿಗೆ ಲಭ್ಯವಾಗುತ್ತಿದ್ದಿತು. ಆದರೆ ಕಾಲ ಸರಿದಂತೆ, ಲಿಖಿತ ಪಾಠವನ್ನು ಲಿಖಿಸಿದಂತೆಯೇ ಓದತೊಡಗಿದಾಗ ಮೂಲಪಾಠದ ಶಬ್ದರೂಪವು ಮಾರ್ಪಟ್ಟು ಪಾಠದೋಷಕ್ಕೆ ಎಡೆಮಾಡಿತು. ಲಿಖಿತ ಪಾಠಕಾಧಮನೆನಿಸದೆ ವಾಚನ ಪಾಠದಿಂದ ಲಿಖಿತ ಪಾಠವನ್ನು ಹೇಗೆ ಅನ್ವಯಿಸಿಕೊಂಡು ಓದಬೇಕೆಂಬ ಪ್ರಜ್ಞೆ ಜಾಣನಾದ ಓದುಗನಿಗಿರಬೇಕಾದುದು ಅಗತ್ಯವೂ ಅನಿವಾರ್ಯವೂ ಆಗಿ ಪರಿಣಮಿಸಿತು. ಸಾಂಪ್ರದಾಯಕ ಹಸ್ತಪ್ರತಿಲೇಖನದಲ್ಲಿ ಅಲಿಖಿತ ದೀರ್ಘಸ್ವರಚಿಹ್ನೆಯ ಶಬ್ದರೂಪದಲ್ಲಿ ಸಂಗತವಾಗಬೇಕಾದ ಸ್ವರವನ್ನು ಕೂಡಿಸಿ ಓದಬೇಕೆಂದು ಗ್ರಹಿಸಿಕೊಳ್ಳಬೇಕಾಗಿದ್ದಿತು. ಅದೇ ರೀತಿಯಲ್ಲಿ ಅದ್ವಿತ್ವ ಪದರಚನೆಯ ಶೈಲಿಯಲ್ಲಿ ಬರೆಯದೇ ಬಿಟ್ಟ ಒತ್ತಕ್ಷರವನ್ನು ಸೇರಿಸಿಕೊಂಡೇ ಅಧ್ಯಾಹಾರದ ಮೂಲಕ ಮೂಲ ಶಬ್ದಕಲ್ಪನೆಯನ್ನು ಕೇಳುಗನಲ್ಲಿ ಮನಗಾಣಿಸುವುದಗತ್ಯವೆನಿಸಿತು.

ಲಿಪಿಲೇಖನದ ರಚನಾತಂತ್ರವನ್ನು ಓದುಗನು ಅರಿಯದೇ ಹೋದಾಗ ಕವಿಯ ಪದ ಪ್ರಯೋಗದ ಮರ್ಮವನ್ನು ಭೇದಿಸದವನಾಗಿ ಅಥವಾ ಅದೊಂದು ಲಿಪಿಕನ ಕೈತಪ್ಪು ಎಂದು ನಿರ್ಲಕ್ಷಿಸಿ ಬಿಡುವ, ಪಾಠದೋಷವೆಂದು ಕೈಬಿಡುವ ಸಲುವಾಗಿ ತಿದ್ದಿಬಿಡುವ ಗೋಜಿಗೆ ಸಿಕ್ಕಿಬೀಳುವನು. ಬರಹವೇ ವೃತ್ತಿಯಾದವನ ಕರಕೌಶಲದಿಂದ ಹಸ್ತಪ್ರತಿಲೇಖನವು ಒಂದು ಕಲೆಯೆನಿಸಿತು. ಅದರ ರಚನೆಯ ನಿಯಮ ಹಾಗೂ ರಹಸ್ಯವನ್ನು ಒಳ ಹೊಕ್ಕು ಕಾಣಬೇಕೆಂಬುದಕ್ಕೆ ಹಸ್ತಪ್ರತಿಲೇಖನದಲ್ಲಿ ಬಿಂದು ಅಥವಾ ಸೊನ್ನೆಯ ಬಳಕೆ ಹೇಗೆ ವೈವಿಧ್ಯಮಯವೂ ವೈಶಿಷ್ಟ್ಯಪೂರ್ಣವೂ ಆಗಿ ಬಹುಮುಖಪಾತ್ರವನ್ನು ವಹಿಸಿದ್ದಿತೆಂಬುದನ್ನು ಗ್ರಹಿಸುವ ಮುನ್ನ ಅದರ ಮೂಲಸ್ವರೂಪದ ಪರಿವು ಸಂಪಾದನಕಾರ್ಯನಿರತನಿಗೆ ಅತ್ಯಗತ್ಯವೆಂದು ಹೇಳಬೇಕಾಗಿಲ್ಲ.

೧. ಬಿಂದು ಅಥವಾ ಅನುಸ್ವಾರಕ್ಕೆ ಸೊನ್ನೆಯೆಂದು ಹೆಸರು. ಬಿಡುಮುತ್ತಿನಂತೆ ದುಂಡಾಗಿ ಇದ್ದು ಸುಂದರವಾದುದು. "ಬಿಂದುವನುಸ್ವಾರಂ। ತಾನೆಂದಕ್ಕುಂ ಸೊನ್ನೆವೊಲ್ ವೃತ್ತತೆಯಿಂ ಸಂದಿರ್ಪುದು" ಮತ್ತೊಂದು ವರ್ಣದೊಡನೆ ಕೂಡದೆ ಮುಖೋಚ್ಚಾರಣೆಗೆ ನಿಲುಕದುದು; ಸ್ವತಂತ್ರವಾದುದು. ಕೇವಲ ನಾಸಿಕದಿಂದಲೇ ಉಚ್ಚರಿಸಬೇಕಾದ ನಾಸಿಕಾಕ್ಷರವಾದ ಬಿಂದುವಿನ ಉಚ್ಚಾರಕ್ಕೂ ಮುಖಮೂಗುಗಳೆರಡರ ಸಹಾಯದಿಂದ

ಉಚ್ಚರಿಸುವ ವರ್ಗೀಯ ಪಂಚಮಾಕ್ಷರಗಳ ಅನುನಾಸಿಕೋಚ್ಚಾರಕ್ಕೂ ಇರುವ ಭೇದವನ್ನು ಮರೆಯಲಾಗದು. ಉದಾಹರಣೆಗೆ 'ಸಿಂಹ' ಎಂಬ ಪದಮಧ್ಯದಲ್ಲಿನ ಸೊನ್ನೆ ಆ ಪದದ ವರ್ಣದ್ವಯ ಸಂಯೋಗಸಂಬಂಧವಾಹಿಯಾದ ಬಿಂದುವಾಗಿದೆ. ವರ್ಗದ ಪಂಚಮಾಕ್ಷರಗಳಲ್ಲೊಂದಾದ 'ಮ್' ಎಂಬ ಉಚ್ಚಾರದಿಂದ ಸಿಮ್ಹವೆಂದು ಸಬಿಂದುಕ ಸಿಂಹ ಶಬ್ದವನ್ನು ಉಚ್ಚರಿಸಬಾರದು (ಸಂಸ್ಕೃತ ಭಾಷಾಭ್ಯಾಸ ಭಾಗ–೧, ಪು.೩).

"ಬಿಂದುರನುಸ್ವಾರೋತ್ತರ ಭಾವೀ ಧ್ವನೀ" ನೋಡಿ: ಹಠಯೋಗಪ್ರದೀಪಿಕಾ ಪು.೧೯೯,೪–೧), ಆದುದರಿಂದ ಅನುಸ್ವಾರದ ಉಚ್ಚಾರಕ್ಕೂ ಮೀರಿನಿಂತ ನಾದಮಯ ಬಿಂದುವಿನ ಉಚ್ಚಾರವು ವಿಶಿಷ್ಟತರವಾದುದು. ಬಿಂದುರೇಖಾಯತ್ತ ಮಕಾರಾಂತ ಪದದ ಮುಂದೆ ಉದಾಗೆ, ಕಿಂ ಯಮಃ, ಅಯಂ ರಾಗಃ ಯರಕಾರಾದಿ ಅವರ್ಗೀಯಾಕ್ಷರಾದಿ ಪದಗಳು ಬಂದಲ್ಲಲ್ಲ ಆ ಬಿಂದುವಿನ ಉಚ್ಚಾರಣೆ ಅನುಸ್ವಾರದ ಉಚ್ಚಾರಣೆಯಾಗಿಯೂ ಇದಂ ಕಮಲಂ, ಕಿಂ ಫಲಂ ಇತ್ಯಾದಿ ವ್ಯಂಜನಾದಿ ಪದಗಳಿದ್ದಲ್ಲಿ ವರ್ಗೀಯ ವ್ಯಂಜನದ ಅನುನಾಸಿಕೋಚ್ಚಾರಣೆಯಾಗಿಯೂ ಇರುವ ಕಾರಣ ಬಿಂದು ಇಲ್ಲವೆ ಸೊನ್ನೆ ನೋಡುವಡೊಂದಕ್ಕರವಾದರೂ ಉಚ್ಚಾರಣೆಗೆ ಅರಿದಾದದ್ದು. ಅಷ್ಟೇ ಅಲ್ಲ, ಉಚ್ಚಾರಭೇದದಿಂದ ಬೇರೆ ಬೇರೆಯಾದುದೆನಿಸಿದುದು. ಆದುದರಿಂದ ಓದುವವರಿಗೆ ಅಸಾಧ್ಯ. ಅಲೇಖನಾದ ಶೂನ್ಯ ಕಲ್ಲಿನೊಳಗಾದ ಈ ಬಿಂದು ನಾದ–ಬಿಂದು ಕಲಾತೀತ ನಿರಾಕಾರ ಸ್ವರೂಪವಾದುದು. 'ಅಖಂಡವೆಂಬ ನಾಮಸೂಚನೆ'ಯಾಗಿ ಆದಿಗೆ ಪ್ರಥಮನಾಮ; ಸರ್ವಪ್ರಕೃತಿಬೀಜ. ಸಚ್ಚಿದಾನಂದದ ಕಳೆ; ನಿತ್ಯಜ್ಞಾನದ ಲಾಂಛನ. ಅಣುವಿಗೆ ಅಣು, ಮಹತ್ತಿಗೆ ಮಹತ್ತು. ಈ ಬಿಂದುವಿನ ಲಿಪಿಸ್ವರೂಪ... ಎಂಬ ಅರ್ಥಗಳನ್ನುಳ್ಳ, ಈ ಗೂಢಲಿಪಿಗೆ ಶೂನ್ಯಂ ಸ್ವರ್ಣ, ಖಂ, ಸೊನ್ನೆ, ಅನುಸ್ವಾರವೆಂದು ಬೇರೆ ಬೇರೆ ಹೆಸರುಗಳು. ಪೂಜ್ಯ, ಪೂಜಿ ಎಂದೂ ಕರೆಯುವರು.

ಶೂನ್ಯಂ(ಸಂ); ಸೊನ್ನ(ಕ) ಪರಿಪೂರ್ಣತೆಯ ಸಾಂಕೇತಿಕ ಬಿಂದುರೇಖಕ ಈ ಗೂಢ ಲಿಂಗಲಿಪಿಯನ್ನು ಕುರಿತು

ಪೂರ್ಣಮದಃ ಪೂರ್ಣಮಿದಂ ಪೂರ್ಣಾತ್ಪೂರ್ಣಮುದಚ್ಯತೇ।
ಪೂರ್ಣಸ್ಯ ಪೂರ್ಣಮಾದಾಯ ಪೂರ್ಣಮೇವಾವಶಿಷ್ಯತೇ॥

ಎಂಬ ಈ ಶೂನ್ಯ ಬಿಂದುವಿನ ಉಚ್ಚಾರವು ವಿಶಿಷ್ಟವಾದುದು. ಬಿಂದುರೇಖಾಯತ್ತ ಮಕಾರಾಂತ ಪದದ ಮುಂದೆ ಉದಾಹರಣೆಗೆ. ಕಿಂ ಯಮಃ, ಅಯಂ ರಾಗಃ ಯ, ರಕಾರಾದಿ ಅವರ್ಗೀಯಾಕ್ಷರಾದಿ ಪದಗಳು ಬಂದಲ್ಲಿ ಆ ಬಿಂದುವಿನ ಉಚ್ಚಾರಣೆ ಅನುಸ್ವಾರದ ಉಚ್ಚಾರಣೆಯಾಗಿಯೂ ಇದಂ ಕಮಲಂ, ಕಿಂ ಫಲಂ ಇತ್ಯಾದಿ ವ್ಯಂಜನಾದಿ

ಪದಗಳಿದ್ದಲ್ಲಿ ವರ್ಗೀಯವ್ಯಂಜನದ ಅನುನಾಸಿಕೋಚ್ಚಾರಣೆಯಾಗಿಯೂ ಇರುವ ಕಾರಣ ಬಿಂದು ಇಲ್ಲವೆ ಸೊನ್ನೆ ನೋಡುವಡೊಂದಕ್ಕರವಾದರೂ ಉಚ್ಚಾರಣೆಗೆ ಅರಿದಾದದ್ದು, ಅಷ್ಟೇ ಅಲ್ಲ, ಉಚ್ಚಾರಭೇದದಿಂದ ಬೇರೆ ಬೇರೆಯಾದುದೆನಿಸಿದುದು. ಆದುದರಿಂದ ಓದುವವರಿಗೆ ಅಸಾಧ್ಯ, ಅಲೇಖ ನಾದ–ಶೂನ್ಯ ಕಲ್ಲಿನೊಳಗಾದ ಈ ಬಿಂದು ನಾದ, ಬಿಂದು, ಕಲಾತೀತ ನಿರಾಕಾರ ಸ್ವರೂಪವಾದುದು. 'ಅಖಂಡವೆಂಬ ನಾಮಸೂಚನೆ'ಯಾಗಿ ಆದಿಗೆ ಪ್ರಥಮನಾಮ; ಸರ್ವಪ್ರಕೃತಿಬೀಜ. ಸಚ್ಚಿದಾನಂದದ ಕಳೆ, ನಿತ್ಯಜ್ಞಾನದ ಲಾಂಛನ, ಅಣುವಿಗೆ ಅಣು, ಮಹತ್ತಿಗೆ ಮಹತ್ತು. ಈ ಬಿಂದುವಿನ ಲಿಪಿಸ್ವರೂಪ – Capital an O.a cipher/cipher; Sun shape letter, Zero – ಎಂಬ ಅರ್ಥಗಳನ್ನುಳ್ಳ ಈ ಗೂಢಲಿಪಿಗೆ ಶೂನ್ಯ ಸ್ವರ್ಣ, ಖಂ, ಸೊನ್ನೆ, ಅನುಸ್ವಾರವೆಂದು ಬೇರೆ ಬೇರೆ ಹೆಸರುಗಳು. ಪೂಜ್ಯ, ಪೂಜಿ ಎಂದೂ ಕರೆಯುವರು. ಶೂನ್ಯಂ(ಸಂ); ಸೊನ್ನೆ(ಕ), ಪರಿಪೂರ್ಣತೆಯ ಸಾಂಕೇತಿಕ ಬಿಂದುರೇಖಕ ಈ ಗೂಢಲಿಪಿಯನ್ನು ಕುರಿತು–

ಪೂರ್ಣಮದಃ ಪೂರ್ಣಮಿದಂ ಪೂರ್ಣಾತ್ಪೂರ್ಣಮುದಚ್ಯತೇ।
ಪೂರ್ಣಸ್ಯ ಪೂರ್ಣಮಾದಾಯ ಪೂರ್ಣಮೇವಾವಶಿಷ್ಯತೇ॥

ಎಂಬ ಈ ಶೂನ್ಯದ ವರ್ಣನೆಯಲ್ಲಿ ಅದರ ಪರಿಪೂರ್ಣತೆಯ ಸ್ವರೂಪ ಎದ್ದು ಕಾಣುವುದು. ಸರ್ವ ಕಾರಣ ರೂಪ. ಸರ್ವತತ್ತ್ವಗಳ ಉತ್ಪತ್ತಿಸ್ಥಲ. ತನ್ನ ತಾನರಿಯದೆ ತಾನೇ ತಾನಾಗಿರ್ದ ವಸ್ತು. ಮಹಾಘನ ಶೂನ್ಯ ಲಿಂಗಸ್ವರೂಪಕ ನಿರಂಜನ ಕಳೆ. 'ಆಜೀವಕರ' ಧ್ಯಾನವಸ್ತುವಾದ ಶೂನ್ಯದ ಲೀಲಾಮೂರ್ತಿ. ಆ ಶುದ್ಧ ಪ್ರಣವದಲ್ಲಿ ಮನ ನಿಂದಲ್ಲಿ ಅದು ಬ್ರಹ್ಮದಲ್ಲಿ ನಿಂದಂತೆ. ಅನುಸ್ವಾರವು ಪರಬ್ರಹ್ಮದಲ್ಲಿಯೇ ಅಭಿನ್ನವಾದ ನಿಮಿತ್ತವನ್ನು ಸ್ವೀಕರಿಸಿರುವುದರ ದೆಸೆಯಿಂದೆ ಮನೋಲಯವನ್ನು ಸೂಚಿಸುತ್ತದೆ. ಸರ್ವಶೂನ್ಯ ನಿರಾಲಂಬಸ್ಥಳ ಬಟ್ಟಬಯಲೆಂದು ಸ್ತುತ್ಯವಾದದ್ದು.

೨. ಸ್ವರ್ಣ(ಸಂ) < ಸುವರ್ಣ (ಸಂ) ಸೊನ್ನಮು(ತೆ) ಹೇಮ, ಬಂಗಾರ, ಕಿರಣರಹಿತವಾದ ಪ್ರಾತಃಕಾಲದ ಸೂರ್ಯಬಿಂಬದಂತೆ ಪ್ರಕಾಶಿಸುವ ಭ್ರೂಮಧ್ಯದ ತೇಜೋಬಿಂದು, ಓಂಕಾರಪ್ರಭೆ. ದೇಹವಿಲಕ್ಷಣವಾದ ಜ್ಯೋತಿಃ ಸ್ವರೂಪವಾದ ಚಿತ್ಕಳೆ. ಸಚ್ಚಿದಾನಂದ ನಿತ್ಯಪರಿಪೂರ್ಣ ಪಂಚಲಕ್ಷಣವುಳ್ಳದ್ದು. ಶುದ್ಧಪ್ರಣವವೆಂದೂ ಸ್ವಯಂಭು ಲಿಂಗವೆಂದೂ ಹೇಳಲ್ಪಟ್ಟದ್ದು.

೩. ಸೊನ್ನೆ < ಶೂನ್ಯ (ಸಂ), 'ಸುಂನಮೆಂದು ಶೂನ್ಯಂ' > ಸೊನ್ನೆ. 'Zero' : ಸಂಖ್ಯಾವಾಚಕ : ಸಂಖ್ಯೆಗಳಲ್ಲಿ ಆದಿಯ ಅಂಕಿಯಾಗಿ ಸಾಂಕೇತಿಕಾರ್ಥದಿಂದ ಎರಡು (two) ಎಂಬ ಅರ್ಥ ಕೊಡುವ ಸಂಖ್ಯಾವಾಚಿ. ಪರಸ್ಪರ ಅಭಿಮುಖವಾಗಿ ಅರ್ಧಾನುಸ್ವಾರಗಳೆರಡು ಕೂಡಿ (+); ಕಳೆದು (–) ಗುಣಿಸಿ (X), ಭಾಗಿಸಿ (÷)

ದಾಗಲೂ ಬಿಂದುವೇ ಉಳಿದುದು ಎಂಬ ಅರ್ಥದಿಂದಲೋ ಅದಕ್ಕೆ 'ದ್ವಯ' / ಎರಡು ಎಂಬ ಸಂಖ್ಯಾಮೌಲ್ಯವುಳ್ಳ ಅಂಕಿ ಎಂದು ಅರಿಯಲಾಗಿದೆ. ಶಿವಶಕ್ತಿಮಯವಾಗಿ ಎರಡೊಂದಾದುದರ ಸಾಂಕೇತಿಕರ್ಥದ್ಯೋತಕ ಸಂಖ್ಯಾವಾಚಕ – ಈ ಸೊನ್ನೆ.

೪. ಪೂರ್ಣಾನುಸ್ವಾರ = ೦. ಅನುಸ್ವಾರ ಅಥವಾ ಚಂದ್ರಬಿಂದು ನಾದವೆಂದೂ ಬಿಂದುವೆಂದೂ ಎರಡು ಭಾಗ. ವಾಯುವಿನ ಲಯಸ್ಥಾನ ನಾದ. ಅದೇ ಜಗಜ್ಜನನಿಯಾದ ವಿಶ್ವಮಾತೆ. ಬಿಂದು ದುಃಖಹರ; ಬೀಜಕೋಶರೂಪ. ಸುಪ್ತಭುಜಂಗಾಕಾರನ ಜಗದಾಕಾರ. ಪ್ರಾಣರೂಪ. ನಾದದಿಂದ ಬಿಂದು; ಬಿಂದುವಿನಿಂದ ಕಲೆ; ಕಲೆಯಿಂದ ಶಕ್ತಿ. ಆ ಶಕ್ತಿಯಿಂದ ಸಂವಿತ್ (ಜ್ಞಾನ) ಹುಟ್ಟಿದುವು. ನಾದಮಯ ಬಿಂದುವೇ ಶಿವ, ಜ್ಞಾನೇಂದುಧರ. 'ಶಿವಶಕ್ತಿಮಯೋ ಬಿಂದುಃ' ಅಂತಾಗಿ ಧ್ಯಾನಬಿಂದು. ಚಿತ್ಕಳೆಯೇ ಅಂಗವಾದ ನಿಷ್ಕಲ ವಸ್ತುವಿನ ಸಾಕಾರ. ಅನುಸೃತ್ಯ ಸ್ವರತೇ ಇತಿ 'ಅನುಸ್ವಾರ'ವೆಂದು ಹೆಸರಾಂತುದು. ಶಿವ-ಶಕ್ತ್ಯಾತ್ಮಕ ಬಿಂದುವಿನ ಪರ್ಯಾಯ ನಾಮಗಳು.

ಆಧಾರಃ ಶಕ್ತಿಃ ಕಾರ್ಯ ಪರಂ ಬಿಂದುಃ
ಇತಿ ಬಿಂದು (ಸ) ಪರ್ಯಾಯ ನಾಮಾನಿ

ಲಿಪಿಕಾರರ ಸೊನ್ನೆಯನ್ನು ಬರಹದಲ್ಲಿ ಕಾಣಿಸಿರುವ ಬಗೆಗಳಿವು

ಎ. ಆಧಾರರೂಪ : ವ್ಯಂಜನಾಂಗಬಿಂದು – ಸಜಾತೀಯ ಹಾಗೂ ವಿಜಾತೀಯ ದ್ವಿತ್ವದ ಮೂಲವ್ಯಂಜನ ಇಲ್ಲವೆ ಅರ್ಧೋಚ್ಚಾರದ ವ್ಯಂಜನಪರ್ಯಾಯರೂಪ ಬಿಂದುವಾಗಿ ಸೊನ್ನೆಯನ್ನು ಹಸ್ತಪ್ರತಿಲೇಖನದಲ್ಲಿ ಬಳಸಿರುವ ವ್ಯಂಜನಾಂಗ ಬಿಂದುವಿಗೆ ಉದಾಹರಣೆಗಳು.

೧. ಕಣ್ಣು (ತ) = ಕಣ್ಣು = ಕಂಣು (ಕ)
೨. ಅನ್‌ನಂ (ಸಂ. ಅನ್ನಂ /= ಅಂನ (ಕ)
೩. ಕರ್‌ಮ (ಸಂ. ಕರ್ಮ) = ಕಮ್ಮ = ಕಂಮ
೪. ಮರ್ಕಟ (ಸಂ) = ಮಂಕಡ (ದ್ಭ)

ಮೇಲಿನ ಪದಗಳಲ್ಲಿ ಣ್, ನ್, ರ್, ಈ ಕೇವಲ ವ್ಯಂಜನಗಳಿಗೆ ಬಿಂದು ರೂಪದಿಂದ ಆಧಾರರೂಪವಾಗಿ ಅಂಗವಾಗಿರುವುದನ್ನು ಕಂಣು ಕಂಮ, ಮಂಕಡಂ ಪದಗಳಲ್ಲಿ ಕಾಣಬಹುದು.

ಬಿ. ಶಕ್ತಿರೂಪ : ಸ್ವರಾಂಗಬಿಂದು – (Bindu, the symbol of long vowelsign of a letter or in a word...) ವ್ಯಂಜನಾಕ್ಷರಗಳ ಮೇಲಣ ಹ್ರಸ್ವಸ್ವರದ ದೀರ್ಘೀಕರಣ ಸೂಚಕ ಬಿಂದು ಸ್ವರಾಂಗಬೋಧಿನೀರೂಪವಾಗಿರುವುದಕ್ಕೆ ಉದಾಹರಣೆಗೆ

೧. ಅಂ = ಆ. ೧. ತತ್ತ್ವಂಕರ (ರಕ್ಷಾಶ. NK೯೦)= ತತ್ತ್ವಾಕರ (ರಕ್ಷಾಶ. F Palms.)

೨. ಆತ್ಮಂ ರಾಮ (Jnas ೨೦ C=) ಆತ್ಮಾ ರಾಮ. ೩. ಭುರುಹಂವಳಿ wrt . Jnas೯ a. = ಭೂರುಹಾವಳಿ ೪– wrt – (bc). ೪. ಇತಿಹಂಸೇಷು ವೆದೆಷು ಪುರಾಣೆಷು ಪುರಾತನ್ಯೆಃ ori wrt- Palms. ref. ptd : ಇತಿಹಾಸೇಷು ವೇದೇಷು ಪುರಾಣೇಷು ಪುರಾತನ್ಯೆಃ" "ಇತಿಹಾಸೇಷು" – ಟೀಕೆ. Palms: ವೀರಶೈವಚಿಂತಮಣಿ (ಬೆಂಗಳೂರು ಸಂಶೋಧನ ಕೋಟಿ).

೨. ಇಂ = ಈ. ೧. ನಿಂನೊಳ್ = ನೀನೊಳ್ – (wrt –c: Palms)– (ವಿರಳಪ್ರಯೋಗ.

೨. ಮನುಷ್ಯನಿಂ । ತಿಳಿವಡೆ – Palms(K) = / = ಮನುಷ್ಯ ನೀಂ ತಿಳಿವಡೆ ೪೧ '(G)' Palms & ptd.also.

೩. ಉಂ = ಊ. ಭಲ್ಲುಂಕ = ಭಲ್ಲೂಕ.

೪. ಎಂ = ಏ. ೧. ಮತ್ತೆಂಭ – Jnas. wrt Palms. ವ್ಯ.೨೮ = ಮತ್ತೇಭ.

೨. ತನುವೆಂ ಗಂಡು – Jnas. wrt Plams. ೫(a c) = ತನುವೇ ಗಂಡು/ ತನುವೇಂ ಗಂಡು.

೫. ಒಂ. = ಓ. ೧. ನಸ್ಯೊಂತ (ಅಭಿಧಾ, ಪರಿಶಿಷ್ಟ, ಪು.೨೭೨) = ನಸ್ಯೋತ (ಕಂದ ೫ ಅಭಿಧಾನ ವಸ್ತುಕೋಶ, ಪು.೮೯) ೨. ಯೊಂಗ ೧೦ b)– Jnas. wrt Palms. - ಯೋಗ.

೬. (ಸ)ಂ = (ಸ) > ಸೌ ಸಂಸ್ಥೆ / ಸಉಸ್ಥೆ > ಸೌಸ್ಥೆ

ಸಿ. ಕಾರ್ಯರೂಪ ಬಿಂದು – ಕಂಠ್ಯಾದಿ ಬೇರೆ ಬೇರೆ ಅಕ್ಷರೋತ್ಪತ್ತಿ ಸ್ಥಾನಗಳಲ್ಲಿ ಹುಟ್ಟಿ ಮುಖಮೂಗುಗಳೆರಡರ ಸಹಾಯದಿಂದಲೂ ಉಚ್ಚರಿಸಲ್ಪಡುವ ಆಯಾವರ್ಗದ ಪಂಚಮಾಕ್ಷರಗಳ ಪರ್ಯಾಯವಾಗಿ ಅನುನಾಸಿಕೋಚ್ಚಾರದ ಕಾರ್ಯನಿರ್ವಾಹಕ ಬಿಂದುವಿಗೆ ಉದಾಹರಣೆ

ಕಂಠ್ಯ : ಕವರ್ಗ ಬೆಙ್ಕೆ >/ = ಬೆಂಕಿ ; ಅಙ್ಕಣ > ಅಂಕಣ

ತಾಲವ್ಯ : ಚವರ್ಗ ಸಞ್ಜೆ >/ = ಸಂಜೆ ; ಅಞ್ಚೆ > ಅಂಚೆ

ಮೂರ್ಧನ್ಯ : ಟವರ್ಗ ಕಣ್ ಟ >/ = ಕಂಟ ; ಕಣ್ಡಾ >/ = ಕಂಡಾ

ದಂತ್ಯ : ತವರ್ಗ ಅನ್ದಣ >/ = ಅಂದಣ ; ಕನ್ದ >/ = ಕಂದ

ಓಷ್ಠ್ಯ : ಪವರ್ಗ ಕಮ್ಪು >/ = ಕಂಪು ; ಕುಮ್ಬಾರ >/ = ಕುಂಬಾರ

ಕೆಮ್ಮಣ್ಣು >/ = ಕೆಂಮಣ್ಣು

ಅವರ್ಗೀಯಾಕ್ಷರ ಪರ್ಯಾಯ ಬಿಂದು

ಸಯ್ಯುತ / = ಸಂಯುತ ; ಮರ್ಕಟ >/=ಮಕಡ; ಕಲ್ಪನೆ >/=ಕಂಲನೆ, ಜಿಹ್ವೆ > ಜಿಂಹೆ.

ಬಿಂದು ಕೇವಲ ಹ್ರಸ್ವಸ್ವರದೊಡನೆ ಮಾತ್ರ ಸಂಬಂಧಿಯಾದಾಗಲಲ್ಲದೆ ದೀರ್ಘಸ್ವರತ್ವದಿಂದ ಅಂಗೀಕೃತವಾದಾಗಲೂ ಆ ಬಿಂದು ಸ್ವರಾಂಗವೆ. ಆಗ ಅದು ಅದರ ಹಿಂದಿನ ಅಕ್ಷರದ ಮೇಲಿನ ಹ್ರಸ್ವಸ್ವರದ ದೀರ್ಘರೂಪವನ್ನು ಹೊಂದುತ್ತದೆ ಎಂಬುದನ್ನು ಉದಾಹರಣೆಗಳಿಂದ ಹಿಂದೆಯೇ ಕಂಡಿದ್ದೇವೆ. ಇದೇ ಬಿಂದು ವ್ಯಂಜನ ಸಂಬಂಧಿಯಾದಾಗ ವ್ಯಂಜನಾಂಗ. ಆಗ ಅದು ಯಾವ ವ್ಯಂಜನಕ್ಕೆ ಸಂಬಂಧಿಸಿರುತ್ತದೆಯೋ ಅದಕ್ಕೆ ಪೂರ್ವದಲ್ಲೇ ಎಂದರೆ ಅದರ ಹಿಂದೆ ಬಂದಿರುತ್ತದೆ.

ಸ್ವರಾಂಗ–ವ್ಯಂಜನಾಂಗೋಭಯ ಪರ್ಯಾಯಬಿಂದು

ಉದಾಹರಣೆ

೧. ಎಂಗ – ಈ ಪದಮಧ್ಯದ ಬಿಂದು ದೀರ್ಘಸ್ವರತ್ವದಿಂದ ಅಂಗೀಕೃತವಾದಾಗ 'ಏಗ' ಎಂದಾಗುತ್ತದೆ. ಏಗ – ಎಂಗ (ಎಂ > – – ಲೇಖನ ಪಾಠ – / = ಏ – ವಾಚನಪಾಠ : ಸ್ವರಾಂಗ)

೨. ಎಗ್ಗ = ಎಂಗ (M. ಏಗ, ಹೆಡ್ಡ) (ಂಗ/ಲೇ.ಪಾ. = ಗ್ಗ – ವಾ.ಪಾ : ವ್ಯಂಜನಾಂಗ)

೩. ತಂನಿಪ್ಪ (–Wrt Palms – ೧೧ (b) f = ತಾನಿಪ್ಪ written – cum – oral reading- plmss. "a&c") > 'ತಾನಿಪ್ಪ'

ಎಂದು ವಾಚನಪಾಠವಾದಾಗ ಅದು ತಾನ್ ಬಿಂದು ಸ್ವರಾಂಗವಾಗಿ ಪ್ರಥಮಾವಿಭಕ್ತಿಸೂಚಕ ; ತನ್ + ಇಪ್ಪ > 'ತಂನಿಪ್ಪ' ಎಂದು ನಕಾರದ ವ್ಯಂಜನತ್ವದಿಂದ ಅಂಗೀಕೃತವಾಗಿ ಬಿಂದುವಾಗಿದೆ ಎಂಬುದು ಸುವಿದಿತ. ವ್ಯಂಜನಾಂಗವಾದಾಗ ಪ್ರಥಮಾವಿಭಕ್ತಿಯಾಗಿದ್ದನ್ನು ಷಷ್ಠೀ ವಿಭಕ್ತಿರೂಪವನ್ನು ಪಡೆದಿದೆ ಎಂಬುದನ್ನು 'ತನಿಪ್ಪ' ವಾಚನಾಭಿನ್ನಲಿಖಿತ ಪಾಠದಲ್ಲಿ ಗಮನಿಸಬಹುದು.

ನೀನೊಳ್ – (Palms.c) – (ನೀನ್ – ಸರ್ವನಾಮ ಪ್ರಕೃತಿ / ಪ್ರಥಮಾ ವಿಭಕ್ತಿ + ಒಳ್ – ಸಪ್ತಮೀ ವಿಭಕ್ತಿ ಪ್ರತ್ಯಯ ಸೇರಿ) = 'ನಿಂನೊಳ್' ಎಂಬ ಸರ್ವಸಮಾನ ವಾಚನಪಾಠವಾದಾಗ ಅದರ ಮಧ್ಯಬಿಂದು 'ನೀ' ಕಾರ ಸಂಬಂಧಿ ಸ್ವರಾಂಗವಾಗಿಯೂ, ಲೇಖನಪಾಠವಾಗಿಯೇ ಪರಿಗಣಿಸಿದಾಗ ನೀನ್ ಎಂಬುದರ 'ಈ' ದೀರ್ಘಸ್ವರ 'ನಿನ್' ಎಂಬ ಶಬ್ದರೂಪದಲ್ಲಿ 'ಇ'ತ್ವವಾಗಿ ಹ್ರಸ್ವತ್ವವನ್ನು ತಾಳಿರುವುದಲ್ಲದೆ ಮುಂದಿನ 'ನ್' ವ್ಯಂಜನಸಂಬಂಧದಿಂದ ವ್ಯಂಜನಾಂಗವಾಗಿಯೂ

ಇದೆ. ಬಳಿಕ ಷಷ್ಠ್ಯರ್ಥದ 'ಅ' ಪ್ರತ್ಯಯದೊಡನೆ 'ನಿಂನ' ಎಂದಾಗಿದೆ. 'ಒಳ್' ಸಹಿತ ಅದು 'ನಿಂನೊಳ್' = 'ನಿನ್ನೊಳ್' ಆಗಿರುವುದು ಸ್ಪಷ್ಟವಿದೆ.

IV 'ಅರ್ಕ್ಕರ್ಮ್ಮಿಎ' – (Jnas: ಪ.೬೮ – ಸಾಲು ೧ palms. 'c'. ori) 'ಆರ್ಕ್ಯ' ಎಂಬ ಪದದಲ್ಲಿನ ಆರ್ಕ್ಕ್ + ಅ – ಹ್ರಸ್ವಸ್ವರ + ೦ (ಈ ಪದಾಂತ್ಯಬಿಂದು ಹ್ರಸ್ವಸ್ವರ ಸಂಬಂಧದಿಂದ ಸ್ವರಾಂಗವಾಗಿದೆ). ಈ ಪದಾಂತ್ಯ ಬಿಂದುವೇ ಪದಮಧ್ಯವಾಗಿರುವುದನ್ನು 'ಆರ್ಕಂ' ಎಂಬೀ ಪೂರ್ವಪದದೊಡನೆ ಸೇರಿರುವ 'ಕಂರ್ಮ್ಮಿಎ' ಎಂಬ ಪದದಲ್ಲಿ ಕಾಣಬಹುದು. ಈ ಪದದಲ್ಲಿರುವ ಮಕಾರದ ದ್ವಿತ್ವಾಕ್ಷರವಾದ ಒತ್ತಕ್ಷರ (೬) ವಾದರೋ ತಲೆಶಿರೋಭಾರ ಎಂಬಂತಾಗಿದೆ. ಬಹುಶಃ ಕರ್ಮಿಯೆ ಎಂಬುದರ ದ್ವಿತ್ವವನ್ನು ಶಿಥಿಲವಾಗಿ ಉಚ್ಚರಿಸದಿರಲಿ ಎಂಬ ಆಶಯವಿದ್ದಂತಿದೆ. ಆದರೆ ಬಿಂದುಸಮೇತವಾಗಿ ಮೊದಲೇ ದ್ವಿತ್ವ ಸ್ವರೂಪವನ್ನು ಪಡೆದಿರುವ ಕಾರಣ ಅದನ್ನು ಅನಂತರದವರು ಅನಗತ್ಯವೆಂದು ಭಾವಿಸಿ ಕೈಬಿಡತೊಡಗಿದರೆಂದು ತೋರುತ್ತದೆ. ಆರ್ಕ್ಕಂರ್ಮ್ಮಿಎ ಎಂಬ ಸಮಸ್ತಪದದದಲ್ಲಿ 'ಆರ್ಕ' ಮತ್ತು 'ಕಂರ್ಮಿಎ' (ಯೆ) ಎಂಬ ಎರಡು ಪದಗಳಿರುವುವು. ಈ ಪೂರ್ವ ಹಾಗೂ ಪರಪದಗಳೆರಡನ್ನೊಳಗೊಂಡ ಸಂಯುಕ್ತಪದದಲ್ಲಿ ಒಂದೇ ಬಿಂದುವಿರುವುದನ್ನು ಗಮನಿಸುವುದಗತ್ಯ. ಎಂದ ಬಳಿಕ ಅದು ಪೂರ್ವಪದದೊಡನೆ ಸ್ವರಾಂಗವಾಗಿಯೂ ಪರಪದದೊಡನೆ ವ್ಯಂಜನಾಂಗವಾಗಿರುವುದು ಸುಸ್ಪಷ್ಟವಾಗಿದೆ. ಕಂರ್ಮಿಎ ಎಂಬ ಪದದಲ್ಲಿನ ಬಿಂದು ಸ್ವರಾಂಗವೇ ಆಗಿದ್ದಲ್ಲಿ ಆಗ ಆ ಪದದ ಶಬ್ದರೂಪ ಕಾರ್ಮಿಎ ಎಂಬ ಪದದಲ್ಲಿನ ಬಿಂದು ಸ್ವರಾಂಗವೇ ಆಗಿದ್ದಲ್ಲಿ ಆಗ ಆ ಪದದ ಶಬ್ದರೂಪ ಕಾರ್ಮಿಎ ಎಂದಾಗಬೇಕಾಗಿತ್ತು ಎಂಬ ಅಂಶವನ್ನು ಇಲ್ಲಿ ಗಮನಿಸಬಹುದು. ಮೇಲಣ ಉದಾಹರಣೆಯಿಂದ ಬಿಂದು ಹೀಗೆ ಏಕಕಾಲದಲ್ಲಿ ಸ್ವರಾಂಗವೂ ವ್ಯಂಜನಾಂಗವೂ ಆಗಿರುವುದನ್ನು ಮನಗಂಡಾಗ ಗೂಢರಚನಾತಂತ್ರವಾಗಿ ಬಂದಿದೆ ಎಂಬುದು ವೇದ್ಯವೇ ಆಗಿದೆ. ಗೂಢಲಿಪಿಯೆಂದೇ ಪ್ರಸಿದ್ಧವಾಗಿರುವ ಈ ಬಿಂದುವಿನ ಪಾತ್ರ ಮಹತ್ವಪೂರ್ಣವಾದುದು. ಬಂದುಯುಕ್ತ ವಾಗ್ಬಂಧವನ್ನು ಪದಚ್ಛೇದದ ಪರಿವಿಡಿ ಹಾಗೂ ಅರ್ಥಾನುಸಂಧಾನದ ಸೂತ್ರವನ್ನನುಸರಿಸಿಯೇ ತಿಳಿದುಕೊಳ್ಳದೆ ಅನ್ಯಮಾರ್ಗವಿಲ್ಲ.

ಡಿ. ಸಂಧಿವೈಭವಯುಕ್ತ ಪದಗಳಲ್ಲಿನ ಬಿಂದು ಗೂಢ ಹಾಗೂ ಜ್ಞಾನಬೋಧಿನೀ ಶಕ್ತಿರೂಪವನ್ನು ತಾಳಿರುವುದಕ್ಕೆ ಉದಾಹರಣೆಗಳು:

೧. ಉದ್ಯಂತ್ಯಂತರಿಕ್ಷಂ – (Jnas: ೮೨)

೨. ಬೀಜಂಗದೆ – (Jnas: ೪೨)

೩. ಶಂಬುಧಿ ಕ – (ಕೇತಕೀ ಸಂಗಮೇಶ್ವರ ಪುರಾಣ, ಕ್ರಿ.ಶ.೧೪೪೯, ೧–೧೮)

೪. ಪದಂಘ್ರಿ – (ಅಮರಕೋಶ ಲೂ.ರೈ., ೧೯೨೭, ಪು.೯೦–೩೩೭)

೫. ಪುಟ್ಟುಗಂತರಿಸಲ್ – (Jnas : ೬೨)

೬. 'ಅಕಾರಾದಿಕ್ಷಕಾರಾಂತಂಕರೋದಕ್ಷರಮಾಲಿಕಮ್' – (ಅಕ್ಷರಮಾಲಿಕಾ ಗದ್ಯ)

೭. 'ತ್ರಿಪಾದನಂ ಭೃಂಗೀಶನಂಘ್ರಿಗಾನತನಪ್ಪೆ' – (ಅರುವತ್ತು ಮೂವರು ಪುರಾತನರ ಚರಿತ್ರೆ)

೮. 'ಯೋಗಾರಾಮಂಚತ್ಪಾದಪದ್ಮಂ' – ori. palms: (ಶಬರಶಂಕರ ವಿಲಾಸ ೧–೧)

೯. 'ಬೂದಿಗಂಗಭವನಂ ಭೂವಸಾರನನ್ ಆರ್ದು ಸುಟ್ಟ ಭೂತೇಶನ' (ನೇಮಿಚಂದ್ರನ ಲೀಲಾವತಿ,ಪು.೧೫)

೧೦. 'ಬೂತುಗಂ ರಾಜಾದಿತ್ಯನಂಬಿಸುಗೆಯ ಕಲನಾಗಿ ಸುರಿಗಿರಿಎದು ಕಾದಿ ಕೊಂದು' (ಆತಕೂರು ಶಾಸನ, ಕ್ರಿ.ಶ.೯೫೦)

೧೧. "ಅಲ್ಪಾಕ್ಷರಮಸಂಧಿಗ್ಧಂ ಸಾರವತ್ ವಿಶ್ವತೋಮುಖಂ।
ನಿರ್ದೋಷಂ ಹೀನಮತ್ಯರ್ಥ ಸೂತ್ರಂ ಸೂತ್ರವಿದೋ ವಿದುಃ॥"
ಇವುಗಳ ಸಂಧಿಕಾರ್ಯವು ಕ್ರಮವಾಗಿ–

೧. ಉದ್ಯಂ + ಅಂತ್ಯಂ + > ಉದ್ಯಂತ್ಯಂತರಿಕ್ಷಂ.

೨. ಬೀಜಂ + ಅಂಗದೆ > ಬೀಜಂಗದೆ.

೩. ಶಂ + ಅಂಬುಧಿ > ಶಂಬುಧಿ.

೪. ಪದಂ + ಅಂಘ್ರಿ > ಪದಂಘ್ರಿ, ಗೂಢಂ + ಅಂಘ್ರ > ಗೂಢಂಘ್ರ ೨–೩೪

೫. ಪುಟ್ಟುಗುಂ + ಅಂತರಿಸಲ್ > ಪುಟ್ಟುಗಂತರಿಸಲ್

೬. ಅಕಾರಾದಿ ಕ್ಷ ಕಾರಾಂತಂs = (ಅ) ಕರೋತ್ ಅಕ್ಷರಮಾಲಿಕಮ್

೭. ತ್ರಿಪಾದನಂ + ಭೃಂಗೀಶನಂ + ಅಂಘ್ರಿಗೆ + ಆನತನಪ್ಪೆ

೮. ಯೋಗಾರಾಮಂ + ಅಂಚತ್ಪಾದಪದ್ಮಂ > " ಯೋಗರಾಮಂಚತ್ಪಾದಪದ್ಮಂ" ಎಂದಾಗುತ್ತದೆಯಲ್ಲದೆ ಮುದ್ರಿತದ "ಯೋಗಾರಾಮಾಂಚತ್ಪಾದಪದ್ಮಂ"ವಾಗಿಯಲ್ಲ.

೯. 'ಬೂದಿಗಂ + ಅಂಗಭವನಂ + ಭವಸಾರನನ್ + ಆರ್ದು ಸುಟ್ಟ ಭೂತೇಶನ'(ನೇಮಿಚಂದ್ರನ ಲೀಲಾವತಿ,ಪು.೧೫)

೧೦. 'ಬೂತುಗಂ ರಾಜಾದಿತ್ಯನಂ + ಅಂಬ + ಇಸುಗೆಯ + ಎಕಲ – (/ –ಏಕಲ = ಎಕ್ಕಲ M ಹಂದಿ)ನಾಗಿ ಸುರಗಿ = ಇರಿದು' ಎಂಬುದು ಗ್ರಾಹ್ಯ. ಆತಕೂರು ಶಾಸನ.ಕ್ರಿ.ಶ.೯೫೦

೧೧. ನಿರ್ದೋಷಂ + ಅಹೀನಂ > 'ನಿರ್ದೋಷಂಹೀನಮ್' ಎಂದಾಗುತ್ತದೆ.

ಮೇಲಣ ವಾಚನಲೇಖನೋಭಯ ಪಾಠಗಳಲ್ಲಿನ ಪದಮಧ್ಯದ ಅನುಸ್ವಾರೋಚ್ಚಾರದ ಬಿಂದುವನ್ನು ವರ್ಗದ ಪಂಚಮಾಕ್ಷರ ಪರ್ಯಾಯವೆಂದು ಭಾವಿಸಿ ಅನುನಾಸಿಕೋಚ್ಚಾರದಿಂದ ಓದಬಾರದೆಂಬುದೇ ಇಲ್ಲಿನ ಸಂಧಿರಚನಾ ರಹಸ್ಯದ ವೈಶಿಷ್ಟ್ಯ. ಬಿಂದುವಿನ ಸಗುಣ, ನಿರ್ಗುಣ, ಕಲಾ, ಕಲಾತೀತ ಲಕ್ಷಣಗಳನ್ನು ತಿಳಿಯಲಾರದ ಸಂದರ್ಭಗಳಲ್ಲಿ ವಾಸ್ತವವಾದ ಪಾಠವನ್ನು ಅಪಪಾಠವೆಂದು ಕೈಬಿಟ್ಟೋ ಇಲ್ಲವೆ ಮಾರ್ಪಡಿಸಿಯೋ ಇರುವ ನಿದರ್ಶನಗಳಿಲ್ಲದೆ ಇಲ್ಲ. ಉದಾಹರಣೆಗೆ :

೧. 'ಬೂತುಗಂ ರಾಜಾದಿತ್ಯನಂಬಿಸುಗೆಯೆ ಕಳ್ಳನಾಗಿ ಗುರಿಗಿರಿದು ಕಾದಿ ಕೊನ್ದು' –

(ಕರ್ನಾಟಕ ವಿಶ್ವವಿದ್ಯಾಲಯದ, ಕನ್ನಡ ಶಾಸನ ಸಂಪದ, ಪು.೧೯ರಲ್ಲಿ)* ಎಂದು ಮೂಲದಿಂದ ದೂರವಾದ ಪಾಠವಾಗಿ ಮಾರ್ಪಟ್ಟಿರುವುದನ್ನು ಕಾಣಬಹುದು. ಹತ್ತಿರದಲ್ಲಿರುವುದನ್ನು ಸುರಗಿಯಿಂದ ಇರಿಯಬಹುದು. ಆದರೆ ಗುರಿಗೆ ಎಂದರೆ ದೂರದಲ್ಲಿರುವ ಪ್ರಾಣಿಗೆ ಬಾಣವನ್ನು ಎಸೆಯಬಹುದಲ್ಲದೆ ಇರಿಯಲುಂಟೆ? ಶಬ್ದಾರ್ಥಗಳ ಅರಿವನ್ನು ಪ್ರಾಚೀನ ಪದಪ್ರಯೋಗಗಳ ಜಾಡಿನಲ್ಲಿಯೇ ಹೋಗಿ ಗ್ರಹಿಸಬೇಕಾದುದಗತ್ಯವೆಂದು ಹೇಳಬೇಕಾಗಿಲ್ಲ.

* ಈ ಕನ್ನಡ ಶಾಸನ ಸಂಪದದ ತೃತೀಯ ಮುದ್ರಣ, ೧೯೮೭ ಪು.೨೬ರಲ್ಲಿ ಬೂತುಗಂ ರಾಜಾದಿತ್ಯನಂ ಬಿಸುಗೆಯೆ ಕಳನಾಗಿ ಸುರಿಗಿಱಿದು ಎಂದು ಓದಿಕೊಳ್ಳಲು ಅಡಿಟಿಪ್ಪಣಿಯಲ್ಲಿ ಹೇಳಿದೆ.(ಸಂ)

೨. 'ಯೋಗಾರಾಮಂಚತ್ಪಾದಪದ್ಮಂ' ಎಂಬ ತಾಡೋಲೆ ಮೂಲದ ಈ ವಾಚನ ಪಾಠದ (ರಾಮಂಚತ್' ಸಮಸ್ತಪದವನ್ನು 'ರಾಮಂ + ಅಂಚತ್' ಪಾದಪದ್ಮಂ ಎಂದು ಪದಪಾಳಿಯನ್ನು ಮಾಡಿಕೊಂಡು ಓದಿ ಅರ್ಥೈಸಿಕೊಳ್ಳಬೇಕಲ್ಲದೆ 'ಯೋಗಾರಾಮ + ಅಂಚತ್ಪಾದ ಪದ್ಮಂ' ಎಂದು ಪದಚ್ಛೇದವನ್ನು ಕಲ್ಪಿಸಿಕೊಂಡ ಕಾರಣ 'ರಾಮಂಚತ್' ಎಂದಿರುವ ಮೂಲ ಲಿಖಿತಪಾಠವನ್ನು ದೋಷಯುಕ್ತವೆಂಬ ಭ್ರಾಂತಿಯ ಕಾರಣ ಅಪಲಿಖಿತಪಾಠವೆಂದು ಗ್ರಹಿಸಿಕೊಂಡಂತಿರುವುದು ಎದ್ದು ತೋರುತ್ತದೆ.

೩. "ಉದ್ಯಂಪ್ರತ್ಯಂತರಿಕ್ಷಾದಿ" ori. wrt. mer. cum- Explr. ವ್ಯ, ೮೨ – (a. palms). "a" ತಾಡಪತ್ರಿಯ ಈ ಮೂಲಪಾಠವನ್ನಾಗಲಿ ತಮ್ಮ ಆಧಾರಪ್ರತಿಯ ಪಾಠವನ್ನಾಗಲಿ ಸ್ವೀಕರಿಸದೆ "ಉರ್ವ್ಯಾದ್ಯಂತರಿಕ್ಷಾದಿ" ಎಂಬೀ ಪಾಠವನ್ನು ಎಂ.ವಿ.ಸೀ. ಅವರು ತಮ್ಮ ೧೯೪೯ರ ಶತಕಗ್ರಂಥವೊಂದರ ಪದ್ಯ ೮೦ರಲ್ಲಿ ಮೂಲಪಾಠವೆಂದೇ

ಓದುಗರಿಗೆ ನಂಬಿಕೆ ಬರುವಂತೆ ಕಾಣಿಸಿದ್ದಾರೆ. ಗ್ರಂಥಸಂಪಾದಕರ ಪಾಠವೆಂಬ ಸೂಚನೆಯ ಚಿಹ್ನೆಯೂ ಆ ಪಾಠಭಾಗದಲ್ಲಿ ಇಲ್ಲದಿರುವ ಕಾರಣ ಅವರ ಈ ಪಾಠ ನಿರಾಧಾರವೂ ಪ್ರಕ್ಷಿಪ್ತವೂ ಆದ ಪಾಠವೆಂಬುದನ್ನು ಅವರಿಗೆ ಆಧಾರವಾಗಿದ್ದ ಕಾಗದದ ಪ್ರತಿಯ ಭಿನ್ನಪಾಠವೇ ಎತ್ತಿಹಿಡಿದಿರುತ್ತದೆ. ವಿಶ್ವದ ಬುನಾದಿಯಾಗಿ ಉರ್ವ್ಯಾದಿ ಹಾಗೂ ಅಂತರಿಕ್ಷಾದಿ – ಈ ಎರಡು ಆದಿಗಳನ್ನು ಸೃಷ್ಟಿಸಿರುವ ಈ ಸ್ವಕಲ್ಪಿತ ಪಾಠದ ಸತ್ಯಶೋಧನೆಯಾದರೋ ಸೃಷ್ಟಿತತ್ತ್ವಕ್ಕೇ ನೀಡಿದ ಅತ್ಯಾಶ್ಚರ್ಯಕರವಾದ ಕೊಡುಗೆ ಎಂದು ಯಾರಾದರೂ ಭಾವಿಸಿದರೆ ತಪ್ಪೆ?

ಇ. ಅ. ಕ್ರಿಯಾಧಾತುಗಳಿಗೆ ಪ್ರವರ್ತಿಸುವ ಉತ್ತಮಪುರುಷದ 'ಎ' 'ಎವು'ಗಳಿಗಾದ ಬಿಂದು–

೧. ಏಕವಚನಕ್ಕೆ : ಅಂಬೆ ಅನಾಥರ ಬಂಧುವೆ ಅಂಬೆ .....

ಅಂಬೆಂ ಅಂಬೆಂ ಪ್ರಸನ್ನ ಶಂಕರಲಿಂಗಾ।

ಅಂಬೆಂ (ಅಂಬಾ ಎಂಬೆಂ ; "ಬೇಡುವೆಂ" – ಟೀಕು) ಬೇಡುವೆನ್, ಬೇಡುವೆನು. ಕ್ರಿಯಾಪದಾಂತ್ಯ 'ಅಂಬೆಂ' ಎಂಬುದರ ಬಿಂದು ಉತ್ತಮಪುರುಷ ಏಕವಚನದ 'ಎ' ಗಾಗಿ ಬಂದದ್ದು. ಅದು ದೀರ್ಘಸ್ವರತ್ವದಿಂದ ಅಂಗೀಕೃತವಾದಾಗ 'ಅಂಬೇ' ಎಂದಾಗುವುದು.

cf. ಬಂದೇಂ >/ ಬಂದೆ/ಬಂದಹೆನ್ (ಬಂದಿರುವೆನು) > ಬಂದೇ > ಬಂದೇ.

೨. ಬಹುವಚನದ 'ಎವು'ಗಾದ ಬಿಂದುವಿಕಲ್ಪಕ್ಕೆ–

ಉದಾ : ನೋಡುವೆವು / ನೋಡುವೆಂ ; ಪಾಡುವೆವು / ಪಾಡುವೆಂ

ಆ. ಕ್ರಿಯಾಧಾತುವಿನ ಮೇಲೆ ಹತ್ತುವ ಭಾವನಾಮಪ್ರತ್ಯಯದ್ಯೋತಕ ಬಿಂದುವಿಗೆ–

"ಪುಣ್ಯಪಾಪಂಗಳಂ ಬರಂ ಪೇಳ್ದು"

(M. "ಬರಲ್ ಪೇಳ್ದು" ಎಂದಲ್ಲಿ ಕ್ರಿಯಾರ್ಥ ಸಹಾಯಕ 'ಅಲ್'ಗೆ ಬಂದ ಬಿಂದುವಾಗುತ್ತದೆ.)

ಪಡಕೆನೂರ ಶಾಸನ (ಕ್ರಿ.ಶ.೧೨೫೭. ಕ.ಶಾ.ಸಂ.ಪು. ೯೮ : 'ರಳ'ದ ಪ್ರಯೋಗವಿಲ್ಲದಿರುವ ಅಂಶವನ್ನು ಗಮನಿಸಿ.)

ಎಫ್. 'ಎವು'ವಿನ ವತ್ವಂ ಬಿಂದುವಾಗಿ ನಿಲ್ಕುಂ" – ಶ.ಮದ (ಲಿಂ).'ಎವು'ವಿನ 'ಉ' ಕಾರಂ ಕೆಲರಿಂ ಬಿಂದುವಕ್ಕುಂ' ಎಂಬ ಪಾಠಾಂತರವಿದೆ. ನೋಡು + ಎವು (ಉತ್ತಮ ಪುರುಷರ ಅಖ್ಯಾತಪ್ರತ್ಯಯ) ಸೇರಿ 'ನೋಡುವೆವು' ಎಂದಾಗುತ್ತದೆ. ವಿಕಲ್ಪವಾಗಿ 'ನೋಡುವೆಂ' ಎಂದು ಪದಾಂತ್ಯ ಬಿಂದುಯಕ್ತ ಕ್ರಿಯಾಪದವಾದಾಗ 'ಎವು' (ಎಉ)ವಿನ 'ಉ' ಕಾರ ಬಿಂದುವಾಗಿದೆಯೇ ಅಥವಾ 'ಎವು'ವಿನ 'ವ'ತ್ವ

ಬಿಂದುವಾಗಿದೆಯೇ ಎಂಬುದು ಪ್ರಶ್ನೆ. 'ಆವು + ಕೊಳಗು' 'ಆಂಗೊಳಗು' ಆದಂತೆ, ಗಹ್ವರ = 'ಗಂಹರ', ಜಿಹ್ವೆ > 'ಜಿಂಹೆ'ಯಾದಂತೆ 'ವ'ತ್ವವೇ ಅಂತಸ್ಥಬಿಂದುವಾಗಿದೆ ಎಂದಲ್ಲಿ ಆ 'ವ' ಕಾರಕ್ಕೆ ಸೇರಿದ 'ಉ'ಕಾರವೇನಾಯಿತು ಎಂಬುದರ ಬಗೆಗೆ ಮೂಲಪಾಠ ಮೌನ ತಾಳಿದೆ. 'ಎವು' (ವಶ್ರುತಿ)ವಿನೊಡನೆ ಎರಕಗೊಂಡಿರುವ 'ಉ'ಕಾರ ಎಂದರೆ 'ಎವು'ವಿನ ಉಕಾರ ಬಿಂದುವಾಗಿದೆಯೆಂದಲ್ಲಿ ನೋಡು + ಎ (ನೋಡುವೆ) ಉ(=ಂ) > ನೋಡುವೆವು/ಇಲ್ಲವೆ ನೋಡುವೆಂ ಎಂದಾಗುವುದು ಸಹಜವೆನಿಸುತ್ತದೆ.

ಜಿ. ಶಾಸನಗಳಲ್ಲಿ ಸಂಖ್ಯಾವಾಚಕದ ಮೇಲೆ ಅಖ್ಯಾತಪ್ರತ್ಯಯ ಸೇರಿರುವ ಶಬ್ದರೂಪಗಳನ್ನು ಗಮನಿಸಿ : ೧. "ನಾಲ್ಸಾಸಿರೆವುಂ" ೩೨. ೨. "ನಾಲ್ಸಾಸಿರ್ವೆರೆಂ" (SII.ix.No.೩೧೭, A.D.೧೧೨೩), ಉತ್ತಮ ಪುರುಷದ ಬಹುವಚನ ಆಖ್ಯಾತಪ್ರತ್ಯಯ 'ಎವು'ವೊಂದೇ ಅಲ್ಲ 'ವೆರ್' ಎಂಬುದೂ ಇದ್ದಿತೆಂಬುದಕ್ಕೆ ಲಕ್ಷ್ಯ : ಇರ್ವೆರ್ (ಇರ್+ವೆರ್) (ತುಳು) ಇಬ್ಬರು. ನಾಲ್ವೆರ್ – ನಾಲ್ಕು ಮಂದಿ. ಹೋ. 'ಇರ್ವೆಮುಂ'– ಕಾವ್ಯಾವಲೋಕನ. ೧೫೫ (ಇರ್+ವೆಮ್+ಉಂ) M ನಾವಿಬ್ಬರೂ.

ಹಳಗನ್ನಡದಲ್ಲಿ ಬದ್ಧರೂಪದಲ್ಲಿರಬೇಕಾದ ಕಡೆಗಳಲ್ಲಿ ಬಿಡಿರೂಪದಲ್ಲಿಯೇ ಉಕಾರವು ಲಿಖಿತವಾಗುತ್ತಿದ್ದು ಶಾಸನೋಲ್ಲೇಖಗಳಿಂದ ಕಂಡುಬರುತ್ತದೆ. ಅರ್ಧಾನುಸ್ವಾರ ಇಲ್ಲವೆ ಅರಸೊನ್ನೆ (c) ಯ ರೂಪವನ್ನು ಅದು ಹೊಂದಿದ್ದಿತು. ಕೇವಲ ವಿರಳವಾಗಿ ತಲೆಕಟ್ಟಿನ ಬಂಧದಿಂದಲೇ ಕೂಡಿದ ಅರಸೊನ್ನೆ/ಖಂಡಬಿಂದು (C) ಉಕಾರಸೂಚಕ ಲಿಪಿಯಾಗಿದ್ದಿತು. (ಇಲ್ಲಿ ಕಂಸದೊಳಗೆ ಹಾಗೆ ನಿಖರವಾಗಿ ತೋರಿಸಲು, ಸಾಧ್ಯವಾಗಿದೆ) ಸೊನ್ನೆಯೇ 'ಉ'ತ್ವದ ಸ್ವರೂಪವನ್ನೂ ಹೊಂದಿರುವುದನ್ನು ಸಂಸ್ಥೆ/=ಸಉಸ್ಥೆ/ಸೌಸ್ಥೆ>'ಸಂಸ್ಥೆ'ಯಲ್ಲಿ ಕಾಣಬಹುದು. 'ಉ'ತ್ವ ಕೆಲರಿಂ ಬಿಂದುವಕ್ಕು ಎಂಬುದಕ್ಕೆ ಇದು ನಿದರ್ಶನ.

ಎಚ್. ಸೀಮಾರ್ಥದಲ್ಲಿ ಬಿಂದು –

ವರಂ > 'ವರೆ' ಎಂದೂ, 'ಅನ್ನಂ > 'ಅನ್ನೆ' ಎಂದೂ ಆಗಿ ಬಿಂದು 'ಎ'ತ್ವ ಸೂಚಕ.

ಸತಿಸಪ್ತಮಿ ಅರ್ಥದಲ್ಲಿ – 'ಇನಂ' > 'ಇನ್ನೆ'; 'ಇನ್ನಂ' > ಇನ್ನೆ ಎಂದಾಗಿ ಹ್ರಸ್ವ ಎಕಾರೋಚ್ಚಾರದಿಂದ ಬಿಂದು ನಕಾರದ ಮೇಲಿರುವುದನ್ನು ಕಾಣಬಹುದು.

ಪದಾಂತ್ಯ ದ್ವಿತ್ವಾಕ್ಷರ ಪರ್ಯಾಯ ಬಿಂದು –

೧. ಅಗ್ನಿ, ಅಗ್ಗಿ ಈ ಎರಡು ಪದಗಳೂ 'ಅಂಗಿ' ಎಂದಾಗಿ ಪದಮಧ್ಯದ ಬಿಂದು ಸ್ವರಾಂಗವೂ ಹೌದು, ವ್ಯಂಜನಾಂಗವೂ ಹೌದು ಎಂಬುದನ್ನು ಗಮನಿಸಿ.

೨. ಉಷ್ಟ್ರ > ಒಣ್ಟೆ / = ಒಂಟೆ. (ಮರ್ಕಟ ಮಂಕಡವಾಗಿರುವಲ್ಲಿ ಅರ್ ಕಾವತ್ತು ಬಿಂದುವಾಗಿರುವಂತೆ 'ಉಷ್ಟ್ರ' ಪದದಲ್ಲಿನ ರಕಾರದ ಒತ್ತು ಬಿಂದುವಾಗಿರುವುದನ್ನು ಒಂಟೆ ಪದದಲ್ಲಿ ನೋಡಬಹುದಾಗಿದೆ.)

೩. ಆತ್ಮನ್ / ಆತ್ಮ > 'ಆಂತ್ಮ'; ಮಹಾತ್ಮ > ಮಹಾಂತ ; ವೇದಾತ್ಮ (ವ್ಯ, ೨೬ Plmss. Jnas ac) f > ವೇದಾಂತ – ೨೬ Jnas (b) ಪದಗಳಲ್ಲಿ ಪದಾಂತ್ಯ ದ್ವಿತ್ವ ಪದಮಧ್ಯಬಿಂದುವಾಗಿರುವುದು ಸ್ಪಷ್ಟವಿದೆ.

೧. ಸ್ವರ – ವ್ಯಂಜನಗಳ ಮಧ್ಯಸ್ಥ ಉಚ್ಚಾರದ 'ಯ ವ ಲ' ಗಳ ಮೇಲಣ ಅನುನಾಸಿಕ ಚಿಹ್ನೆ, ಚಂದ್ರಬಿಂದು, ಇಲ್ಲವೆ

ಮಳ್ಳಿ (▯)ಯ ಸಲುವಾಗಿ ಬಿಂದುವಿನ ಬಳಕೆಯಾಗಿರುವುದು ಸಂಯುತ, ಗಾಂವೆ, ಕಲ್ಪನೆ ಇತ್ಯಾದಿ ಪದಗಳಲ್ಲುಂಟು.

೨. 'ರ' ಕಾರ ಪರ್ಯಾಯ ಬಿಂದು –

೧. "ದುವ್ವಾಂ ಕೇಶದಿನಪ್ಪ" – ori, wrt, palms– omds– (a) f ದುರ್ವಾರ ಕ್ಲೇಶದಿನಪ್ಪ – ori. wrt– palms (c)

ಅರ್ /ರ್ + ಕಾ (M ಧ್ವನಿಯ) + ಆವತ್ತು m ಆವರ್ತಸೂಚಕ ಚಿಹ್ನೆ – (೯) ಹಾಗೂ 'ರ' ಕಾರಗಳ ಪರ್ಯಾಯವಾಗಿ ಬಿಂದು ಲಿಖಿತವಾಗಿರುವುದನ್ನು (a) ಪ್ರತಿಯ ಪಾಠದಲ್ಲಿ ಕಾಣಬಹುದು. ಇದರಂತೆ "ಅರ್ತುದು ಅಂತುದುವೆಂಬ ಶಬ್ದಂ" ಎಂಬ ಗ್ರಂಥಸ್ಥ ವಿವರಣೆಯಲ್ಲಿಯೂ ಈ ಅಂಶ ಸ್ಪಷ್ಟ. ಅಲರ್ ಪೂಃ > ಅಲಂಪೂಃ / ಅಲಂಪೂರ್ / ಅಲಂಪುರ. ನೋಡಿ : AL. ೧೦, ಹಾಗೂ ಬಸವಪುರಾಣ ಸಂಧಿ ೫೪, ಪು.೬೪

ಐ. ಶಿರೋಬಿಂದು – ವಿಗ್ರಹವಾಕ್ಯ ಕ್ರಮನಿರ್ದೇಶಕ ಹಾಗೂ ಪೂರ್ವಪದಾಂತ್ಯ ನಿರ್ದೇಶಿತ ಸ್ವರಭಾಗ ವಿಲೋಪಸೂಚಕ.

ಉದಾ:

೧. ಇಂದು ಶೇಖರನೇಂದಾಂ – ori. wrt. palm– (c)f ಇಂದುಶೇಖರನೇಂದಾಂ

೨. ತಂನಿ(ಶ್)ಚ್ಚೆಯಾದಲ್ಲಿ ori. wrt. palm– ೬೫ (c) = I orl.– ತನಿಚ್ಚೈಯಾದಲ್ಲಿ

೩. ಎಲ್ಲಂತೆಪ್ಪೆರ್ ೮೮ (ac)f ಎಲ್ಲಂತಪ್ಪರ್.

೪. 'ಮುರುಳ್ಗೋದಡೆಂಲ್ಲಮನಿಂಬಾಗಳಎವೊಂದು ಬುದ್ಧಿಯೊಳೆ' ori. wrt. palm ೪೦ (c) f orl ಮರುಳ್ಗೋದಡಲ್ಲಮನಿಂಬಾಗರಎವೊಂದು ಬುದ್ಧಿಯೊಳೆ.

೫. "ತಿಳಿವಡೆ ನೀತಿಯಂ ಬಿಸುಟು ನಂಬಿ ಶರಣ್ಬುಗು ಹಂಪೆಯಾಳ್ದನಂ". – plmss (ACEKM) f. orl ತಿಳಿವಡನೀತಿಯಂಬಿಸುಟುಶರಣ್ಬುಗು ಹಂಪೆಯಾಳ್ದನಂ.– ori. wrt. palms– G ಪಂಪಾಶತಕ.

೬. "ಅರವೆ ಎನ್ದೊಡೆ ಜೀರ್ಣ ಲೇ.ಪಾ. f o.r" 'ಅರವೆ ಎನ್ದೊಡಜೀರ್ಣ' – ಅಡಿ ಟಿಪ್ಪಣಿ – ಭಾರತ ನಿಘಂಟು : ೩೪, ಕಿಟ್ಟೆಲ್ ಕೋಶ ಸಹ ನೋಡಿ.

೭. "ಜಗದೊಳಗೆಲ್ಲ ನೋಡುವಡೆ ಸತ್ಯಮೇ ತೀವಿ ತುಳುಂಕುತಿರ್ಪುದು" – ಪಂ.ಶ.೪೩, ಪಾಠಾಂತರ 'ಜಗದೊಳಗೆಲ್ಲ ನೋಡುವಡಸತ್ಯಮೇ ತೀವಿ ತುಳುಂಕುತಿರ್ಪುದು'.

೮. ಮೂಲಂ ಧರ್ಮಕ್ಕೆಹಿಂಸಾವ್ರತಮೆನೆ ನೆಗಳ್ದಂ – ೬೩ – ಗುಮ್ಮಟ ಶತಕ 'ಮೂಲಂ ಧರ್ಮಕ್ಕಹಿಂಸಾವ್ರತಮೆನೆ ನೆಗಳ್ದಂ' – ವಾ.ಪಾ.

೯. 'ಮೃತ್ಯುಸಂಹರಣಕ್ಕೆಶ ನಿಜಾಂಘ್ರಿಯೊಂದೆ ಶರಣಂ' ori. wrt. Jnas ೫೯. (c) f ಮೃತ್ಯುಸಂಹರಣಕ್ಕೀಶ ನಿಜಾಂಘ್ರಿಯೊಂದೆ ಶರಣಂ

೧೦. "ದುರಿತಶಾರ್ದೂಲಭಿಘಾತಕ್ಕೆಮುಬ್ಬವ" f ದುರಿತ ಶಾರ್ದೂಲಾಭಿ –ಘಾತಕ್ಕಮುತ್ಸವ.– [ori.wrt.Jnas. ೨೮ (b)]

೧೧. "ಒಡಲೊಪ್ಪೊಡೆಶುಚಿ ನಿಲ್ಲದು ಪಡಿಕೆ... ಮೂತ್ರದ ಮಡಕೆ...." f "ಒಡಲಪ್ಪೊಡಶುಚಿನಿಲ್ಲದು ಪಡಿಕೆ...ಮೂತ್ರದ ಮಡಿಕೆ'–ಧರ್ಮಾಮೃತ – (ಕ್ರಿ.ಶ.೧೧೧೨) – ೭ – ೧೫೯.

ಈ ಎಲ್ಲ ನಿದರ್ಶನಗಳಿಂದ 'ಮರುಳ್ಪೋಡಲ್ಲಮನಿಂಬಾಗರರಿವೊಂದು ಬುದ್ಧಿಯೊಳೆ' ಎಂದು ಓದಿಕೊಂಡು ಅರ್ಥೈಸಬೇಕಲ್ಲದೆ 'ಮರುಳ್ಪೋದಡೆಲ್ಲಮನಿಂಬಾಗಿ....' ಎಂದು ತಪ್ಪಾಗಿ ಓದಿಕೊಂಡ ಮಾನನೀಯ ಎಂ.ವಿ.ಸೀ. ಅವರು ಹಸ್ತಪ್ರತಿ ಲೇಖನ ಕ್ರಮದ ಪರಂಪರಾಗತ ವಾಚನಪಾಠದ ಸಮಗ್ರ ಪರಿಚಯವನ್ನು ಹೊಂದದೆ ತಮ್ಮ ಸಂಪಾದಿತ ಶತಕದ ಪೀಠಿಕೆ ಪುಟ Viii ರಲ್ಲಿ "ಪದ್ಯಗಳಲ್ಲಿ ಸಹಜವಾಗಿ ದೊರೆಯದ ಲಿಂಗ, ಅಲ್ಲಮ ಇತ್ಯಾದಿ ವೀರಶೈವಪರ ಪದಗಳನ್ನು ಹೆಕ್ಕಿ ತೆಗೆಯಲು ಬಲು ಪ್ರಯಾಸಪಟ್ಟಿದ್ದಾರೆ" ಎಂದು ಸತ್ಯಕ್ಕೆ ದೂರವಾದ ಹಾಗೂ ಸತ್ಯಸಂಶೋಧಕರ ಮನ ನೋಯುವಂತೆ ಕಟಕಿಯಾಡಿರುವುದು ಸೂಕ್ತವೆನಿಸದು. ಒಡಲ+ಲಿಂಗ ಕೂಡಿ ಪರರೂಪ ಸಂಧಿಯಾಗಿ 'ಒಡಲಿಂಗ'ವಾಗಿದೆ., ವೀರಶೈವ ಕವಿಗಳ ಕಾವ್ಯಗಳಲ್ಲಿ ಪ್ರಯೋಗವಾಗಿರುವ "ಮೈಲಿಂಗ" ಎಂಬುದೂ ವೀರಶೈವ ಪಾರಿಭಾಷಿಕ ಪದ. ಆ ಧರ್ಮದ ಸಂಸ್ಕೃತಿ ಆಚಾರ ವಿಚಾರಗಳನ್ನು ಚೆನ್ನಾಗಿ ತಿಳಿದುಕೊಂಡು ಪರಿಣತಿಯಿಂದಲೂ ನಮ್ರಭಾವದಿಂದಲೂ ಶ್ರದ್ಧಾಮಯ ನಿಷ್ಠೆ, ಸಹನೆ, ಸಹೃದಯತೆಗಳಿಂದಲೂ ಅ ಕಾರ್ಯಕ್ಕೆ ತೊಡಗುವುದು

ಯಾರಿಗಾದರೂ ಅಪೇಕ್ಷಣೀಯ ಮಾತ್ರವಲ್ಲ, ಅನಿವಾರ್ಯವೂ ಹೌದು. ಆ ಕಾರಣ ಗ್ರಂಥಸಂಪಾದಕರಾದವರು ಆ ಕಲೆಯ ಅಂಗವಾದ ಹಸ್ತಪ್ರತಿಲೇಖನ ಕಲೆಯನ್ನು ಆಳವಾಗಿ ಅಭ್ಯಾಸ ಮಾಡಬೇಕಾದುದು ಅತ್ಯಗತ್ಯವೆಂದು ಒತ್ತಿ ಹೇಳಬೇಕಾಗಿದೆ.

೧೨. ವಿಭಕ್ತಿ ಪ್ರತ್ಯಯ ನಿರ್ದೇಶಕ ಪದಮಧ್ಯಬಿಂದು –

"ನೆರವಿಲ್ಲೆಯ್ದಿಪರಿಲ್ಲ.. ನೆರೆಯ ತಾಂ ಸಾಮರ್ಥ್ಯರಿಂಲ್ಲ" – ori. wrt.

Jnas ೬೦.

(a) ಈ ಲಿಖಿತಪಾಠದ 'ಸಾಮರ್ಥ್ಯರಿಂಲ್ಲ' ಎಂಬುದರಲ್ಲಿನ ಬಿಂದು ಅಥವಾ ಸೊನ್ನೆ ನಿರ್ದಿಷ್ಟವಾದ ಅರ್ಥದ ಅನ್ವಯಕ್ಕೆ ನೆರವಾಗಿ, ಭಿನ್ನಾರ್ಥ ತೋರದಿರಲೆಂಬ ಏಕೈಕ ಆಶಯದಿಂದ ತೃತೀಯಾ ವಿಭಕ್ತಿ ಪ್ರತ್ಯಯವೆಂಬುದನ್ನು ಖಚಿತಪಡಿಸಲು ಬಳಸಿದ ಲಿಖಿತಪಾಠವೇ ಹೊರತು ವಾಚನಪಾಠಕ್ಕೆ ಸಂಬಂಧಿಸಿದ ಬಿಂದುವಲ್ಲ ವೆಂಬುದನ್ನು ಗಮನಿಸಬಹುದಾಗಿದೆ.

ಜೆ. ಒಮ್ಮೊಮ್ಮೆ ಪದಗಳ ನಡುವಣ ಬಿಂದು ಪದಾಂತ್ಯ ಬಿಂದುವೋ ಪದಮಧ್ಯ ಬಿಂದುವೋ ಎಂಬ ಸಂಶಯ ತಲೆದೋರಿ ತೊಡಕನ್ನುಂಟುಮಾಡಬಹುದೆಂಬುದಕ್ಕೆ ಉದಾಹರಣೆಗೆ ವಿಕ್ರಮಾರ್ಜುನವಿಜಯದ ಭಾರತಕಥಾಪ್ರಸಂಗದಲ್ಲಿ ಬರುವ ಬನವಾಸಿದೇಶದ ವರ್ಣನೆಯಲ್ಲಿ ಪಂಪಕವಿಯ ಮೇಲೆ ಬೀರಿರುವ ಆ ನಾಡಿನ ಪ್ರಭಾವವನ್ನು ಚಿತ್ರಿಸಿರುವ ಆತನ ಮುಂದಿನ ಉತ್ಪಲಮಾಲೆಯ ವೃತ್ತವನ್ನು ನೋಡಿ–

"ತೆಂಕಣ ಗಾಳಿ ಸೋಂಕಿದೊಡಮೊಳ್ನುಡಿಗೇಳ್ದೊಡಮಿಂಪನಾಳ್ದ ಗೇ –
ಯಂ ಕಿವಿವೊಕ್ಕೊಡಂ ಬಿರಿದ ಮಲ್ಲಿಗೆಗಂಡೊಡಮಾದ ಕೆಂದಲಂ – ।
ಪಂ ಗೆಡೆಗೊಂಡೊಡಂ ಮಧುಮಹೋತ್ಸವಮಾದೊಡಮೇನನೆಂಬೆನಾ –
ರಂ ಕುಸವಿಟ್ಟೊಡಂ ನೆನೆವುದೆನ್ನ ಮನಂ ವನವಾಸಿ ದೇಶಮಂ" ॥

(ಕ.ಸಾ.ಪ.ಮುದ್ರಣ ಆಶ್ವಾಸ ೪. ಪದ್ಯ ೩೦)

ತೆಂಕಣ ಗಾಳಿ ದಕ್ಷಿಣ ದಿಕ್ಕಿನಿಂದ ಬೀಸಿ ಬರುವ ಮಲೆಯ ಮಾರುತ, ಸೋಂಕಿದೊಡೆ – ಮೈಯನ್ನು ಮುಟ್ಟಿದರೆ, ಒಳ್ನುಡಿ – ಹಿತವಾದ ಮಾತು, ಇಂಪು – ಕಿವಿಗೆ ಊಡುವ ಸವಿ, ಮಾಧುರ್ಯ, ಗೇಯ – ಹಾಡು, ಗಾನ, ಬಿರಿದ – ಅರಳಿದ. ಆದ ಹೊಂದಿದ, ಕೆಂದ ಆಲಂಪು – ರತಿಸುಖ, ಶಯನಸೌಖ್ಯ, ಗೆಡೆಗೊಳ್ಳು, ಜೊತೆಗೊಳ್ಳು, ಮಧುಮಹೋತ್ಸವ–ವಸಂತಮಾಸ ಪ್ರಕೃತಿ ಸೌಂದರ್ಯದ ಉಲ್ಲಾಸ. ಏನನ್ ಎಂಬೆನ್ – ಎಷ್ಟೊಂದು ಸೊಗಸಾಗಿದೆ ಎಂದು ಬಣ್ಣಿಸುವ ಬಗೆಯಾದರೂ ಹೇಗೆ? ಆರಂ–ಕದಂಬ ವೃಕ್ಷವು, ಕುಸ–ಕುತ್ಸ, ಗುಚ್ಛ; ಹೂಗೊಂಚಲು, ಇಡು(ಕ) ವಿಡು(ತ) ಹೊರಸೂಸು, ಹೊರಹೊಮ್ಮು, ಕುಸವಿಟ್ಟೊಡಂ – ಹೂಗೊಂಚಲುಗಳನ್ನು ಬಿಟ್ಟರೂ, ಕಣ್ಣಿಗೆ ಕಾಣಿಸಿದರೂ, ಎನ್ನಮನಂ – ನನ್ನ ಮನಸ್ಸು, ವನವಾಸಿ ದೇಶಮಂ

ನೆನೆವುದು ವನಸಮೃದ್ಧಿಯಿಂದ ಪ್ರಸಿದ್ಧವಾದ ಬನವಾಸಿ ದೇಶಮಂ ನೆನಪು ಮಾಡಿಕೊಂಡು ಬಯಸುತ್ತದೆ.

ಬನವಾಸಿ ದೇಶವನ್ನು ಬಯಸುವಂತೆ ನೆನಪು ಮಾಡಿಕೊಡುವ ಸಂದರ್ಭಗಳ ಅನುಭವ. ೧. ತೆಂಕಣ ಗಾಳಿಯ ಹಿತವಾದ ಸ್ಪರ್ಶ ಸುಖ ೨. ಒಳ್ನುಡಿ ಹಾಗೂ ಇಂಪಾದ ಗಾನಸುಧೆಯ ಕರ್ಣಾನಂದ ೩. ಅರಳಿದ ದುಂಡುಮಲ್ಲಿಗೆಯ ಅಂದದ ನೋಟ ೪. ಶಯನಸುಖದ ಜಿಹ್ವೋಪಸ್ಥ ಕೆಳೆತನ, ಗೆಡೆ, ಮೈತ್ರಿ ೫. ಆರ ಇಲ್ಲವೆ ಕದಂಬವೃಕ್ಷ ಬಿಡುವ ಹೂ ಗೊಂಚಲುಗಳು ಬೀರುವ ಘಮಘಮ ಸುವಾಸನೆಯ ಘ್ರಾಣೇಂದ್ರಿಯ ಸುಖ–ಇವು ಪಂಚ ಜ್ಞಾನೇಂದ್ರಿಯಗಮ್ಯವು.

ಬನವಾಸಿ ದೇಶದ ಪ್ರಕೃತಿ ಸೌಂದರ್ಯದ ವೈಭವವನ್ನು ವರ್ಣಿಸುತ್ತ, ಬೆಟ್ಟ, ಉದ್ಯಾನ, ಮಾವಿನ ಮರ, ವೀಳ್ಯದ ಬಳ್ಳಿ, ಜಾಜಿ, ಸಂಪಿಗೆ, ಕುಕಿಲುವ ಕೋಗಿಲೆ, ಹಾಡುವ ದುಂಬಿ, ನಲ್ಲ ನಲ್ಲೆಯರ ನಲಿವು ಇವೆಲ್ಲವನ್ನು ಕಂಡು ಅಲ್ಲಿನ ಮಾನಿಸರ ಗುಣಗಾನವನ್ನು ಮಾಡುವಾಗ, ಅವರು ತ್ಯಾಗ, ಭೋಗ, ವಿದ್ಯೆ, ಸಂಗೀತಜ್ಞತೆಯೇ ಮೊದಲಾದ ಕಲೆ, ಸಂಸ್ಕೃತಿಗಳಿಗೆ ಹೆಸರಾಗಿದ್ದರೆಂದೂ ಅವರಂತೆ ಮನುಷ್ಯರಾಗಿ ಹುಟ್ಟಲು ಏನೇ ಮಾಡಿದರೂ ಸಾಧ್ಯವಾಗದಿರುವಾಗ ಬನವಾಸಿ ದೇಶದ ನಂದನವನದಲ್ಲಿ ಮರಿದುಂಬಿಯಾಗಿಯಾದರೂ ಹುಟ್ಟುವುದು ಎಂಬ ಆಶಯವನ್ನು ವ್ಯಕ್ತಪಡಿಸಿದ್ದಾನೆ. ಬಳಿಕ ಬರುವ ಈ ಮೇಲಣ ವೃತ್ತದಲ್ಲಿ ಕವಿಯು ತ್ವಗಿಂದ್ರಿಯ / ಚರ್ಮ ; ಶ್ರೋತ್ರೇಂದ್ರಿಯ / ಕವಿ; ದೃಗಿಂದ್ರಿಯ / ಕಣ್ಣು ; ರಸನೇಂದ್ರಿಯ / ನಾಲಗೆ ಮತ್ತು ಘ್ರಾಣೇಂದ್ರಿಯ / ನಾಸಿಕ ಇಲ್ಲವೆ ಮೂಗು – ಈ ಐದು ಜ್ಞಾನೇಂದ್ರಿಯಗಳು, ಇವುಗಳ ವಿಷಯಗಳಾದ ಸ್ಪರ್ಶ, ಶಬ್ದ, ರೂಪ, ರಸ ಹಾಗೂ ಗಂಧ – ಇವುಗಳಲ್ಲಿ ಒಂದೊಂದರ ಸುಖಾನುಭವವಾದಾಗಲೆಲ್ಲಾ ತನಗೆ ಬನವಾಸಿಯ ನೆನಪು ಬರುತ್ತದೆಯೆಂದು ವರ್ಣಿಸುವಲ್ಲಿ ಆಯಾಮ ಇಂದ್ರಿಯವಿಷಯದ ಸುಖವು ಹೃದಯಸ್ಪರ್ಶಿ ಮಾತ್ರವಲ್ಲದೆ ಮಾರ್ಮಿಕವೂ ಆಗಿದೆಯೆಂಬುದನ್ನು ಓದುಗರಾದ ನಾವು ಮನಗಾಣುವುದಗತ್ಯ. ಹೇಗೆಂದರೆ ತೆಂಕಣದಿಕ್ಕಿನಿಂದ ಬೀಸಿಬರುವ ತಂಪಾದ ಮಂದಮಾರುತದ ಹಿತಸ್ಪರ್ಶದಿಂದ ಬಿಸಿಲ ಬೇಗೆ ಅಡಗಿ ಮೈಮನಗಳಿಗಾಗುವ ತಾಪಶಮನ; ಮನಃಪ್ರೀತಿಯನ್ನು ಹುಟ್ಟಿಸುವ ಒಳ್ಳೆಯ ಮಾತು ಹಾಗೂ ಗಾನಸುಧಾಮೃತಪಾನದಿಂದ ಆಗುವ ಕರ್ಣಾನಂದ; ದಳಗೆದರಿ ಹೊಮ್ಮಿದ ದುಂಡು ಮಲ್ಲಿಗೆಯ ಅಂದದ ನೋಟ; ಪಡೆದ *೧ ಶಯನ ಸೌಖ್ಯದ ಸಖ್ಯ; ವಸಂತಕಾಲದ ಪ್ರಕೃತಿಯ ನವಚೇತನೋಲ್ಲಾಸದ ಸಡಗರ ಹಾಗೂ ಕಡವಾಲದ ಮರ ಇಲ್ಲವೆ ಕದಂಬ ದ್ರುಮವು ಬಿಟ್ಟ ಹೂ ಗೊಂಚಲುಗಳು ಬೀರಿದ ಸುವಾಸನೆಯ ಘ್ರಾಣೇಂದ್ರಿಯ ಸುಖ– ಇವುಗಳಲ್ಲಿ ಯಾವ ಒಂದರ ಅನುಭವವಾದಾಗಲೂ ಮನಸ್ಸು ತನ್ನ ಆ

ಬನವಾಸಿ ದೇಶವನ್ನು ನೆನೆಯತೊಡಗುತ್ತದೆಯೆಂದು ಲೋಕಕ್ಕೆ ಸಾರಿದ ಕವಿಯ ಈ ಉದ್ದಿಷ್ಟಾರ್ಥದ್ಯೋತಕ ಪದ ಪ್ರಯೋಗಗಳಲ್ಲಿ ಒಂದಾದ **ಆರಂ ಕುಸವಿಟ್ಟೊಡಂ** ಎಂಬಲ್ಲಿ ಬಳಸಿರುವ ಬಿಂದು ಪದಾಂತ್ಯವೆಂದು ಗ್ರಹಿಸದೆ ಪದಮಧ್ಯಬಿಂದುವೆಂದು ಭಾವಿಸಿದ ಎಲ್ಲರಿಂದ "ಆರಂಕುಸವಿಟ್ಟೊಡಂ" ಎಂದು ಪದವಿಭಾಗಗೊಂಡು ಯಾರು ಅಂಕುಶವನ್ನು ಹಾಕಿ ತಡೆಗಟ್ಟಿದರೂ ಎಂದರೆ ಅಡ್ಡಿ ಮಾಡಿದರೂ ನನ್ನ ಮನಸ್ಸು ಬನವಾಸಿ ದೇಶವನ್ನು ನೆನೆಯುತ್ತದೆಯೆಂದು ಅರ್ಥೈಸಲು ಎಡೆಗೊಡುವಂತಾಯಿತು.

ಮೇಲೆ ನಿರೂಪಿಸಲಾಗಿರುವ ಎಲ್ಲ ಸುಖಮಯವಾದ ಸನ್ನಿವೇಶಗಳಲ್ಲಿ ಅದರಲ್ಲಿಯೂ ವಸಂತೋತ್ಸವದ ಸಂತೋಷ, ಉಲ್ಲಾಸಗಳ ನಡುವೆ ಇದ್ದಕ್ಕಿದ್ದಂತೆ ಆನೆಗೆ ಬಳಸುವ ಅಂಕುಶವನ್ನು ಸುಖಸಲ್ಲಾಪದ ಪ್ರಕೃತಿ ಸೌಂದರ್ಯದ ಆನಂದಾನುಭವದಲ್ಲಿ ತಲ್ಲೀನನಾದವನ ಮೇಲೆ, ಅವನು ಏನಪರಾಧ ಮಾಡಿದನೆಂದು ಸಂಬಂಧವೇ ಇಲ್ಲದವನ ಪರೋಕ್ಷ ಪ್ರಸ್ತಾಪವನ್ನು ಮಾಡಿ ಅವನಿಂದ ತಾನೆ ತನ್ನ ಮೇಲೆ ಅಂಕುಶದಿಂದ ಪ್ರಯೋಗ ಮಾಡಿಸಿಕೊಳ್ಳುವುದರ ಸಂದರ್ಭವಾಗಲಿ, ಔಚಿತ್ಯವಾಗಲಿ ಕವಿಗೆ ಇಲ್ಲಿ ಕಂಡುಬಂದದ್ದಾದರೂ ಏನುಂಟು? ಕವಿಯ ದೃಷ್ಟಿ ಅದಲ್ಲದಿದ್ದರೂ, ಓದುಗರಾದ ಕೆಲವರ ಮನಸ್ಸಿನ ವಿಚಾರಪರತೆಗೆ ಅಂತಲ್ಲವೆಂದು ಬಹುಶಃ ತೋರಿ ಬಂದಿದ್ದರೂ, ಕಣ್ಣಿಗೆ ಮಾತ್ರ ಹಾಗೆ*[೨] ಅಂಕುಶವನ್ನು ಪ್ರಯೋಗಿಸಿರುವಂತೆ ಕಂಡಂತಾಗಿರುವುದು ಕಾವ್ಯ ಪ್ರಯೋಗದ ವಾಗ್ಯೋಗದಲ್ಲಿಯೋ ಅಥವಾ ಓದುಗರ ಪದಚ್ಛೇದದ ಭೇದದಿಂದ ಆದ ಅರ್ಥೈಸುವಿಕೆಯಿಂದಲೋ ಎಂಬುದು ಇಲ್ಲಿ ನಿರ್ಣಯಿಸಬೇಕಾದ ವಿಷಯ.

ಪ್ರಸ್ತುತ ಪದಪ್ರಯೋಗದ ಮೂಲಪಾಠವನ್ನು 'ಆರ್ ಅಂಕುಸವಿಟ್ಟೊಡಂ' ಎಂದು ಬಿಡಿಸಿಕೊಂಡಲ್ಲಿ ಆರದೊಡನೆ 'ಆರಂ' ಆಗಿ ಸೇರಬೇಕಾದ ಬಿಂದು ಆ 'ಆರ' ಪದಸಮೇತ ಪರಪದದ ಕುಸದೊಡನೆ ಕೂಡಿ ಸಮಸ್ತ ಪದಾಂತರ್ಗತದಿಂದ 'ಆರಂಕುಸ'ವಾಗಿ ಮೂಲಾರ್ಥಕ್ಕೆ ಬಲು ಗೊಂದಲವನ್ನುಂಟುಮಾಡಿರುವುದೂ ಈ ತನಕ ಕೇವಲ ಕೆಲವರು ಸಾಹಿತ್ಯಾಸಕ್ತರ ಗಮನಕ್ಕೆ ಬಂದಿದ್ದರೂ ಅವರಿಂದ ಸಮಂಜಸವೂ ಸಾರ್ಥಕವೂ ಆದ ಪ್ರತಿಪಾದನೆಯಾದಂತೆ ಕಂಡುಬರದಿರುವುದು ಸೋಜಿಗಮಾತ್ರವಲ್ಲ ಕವಿಭಾವಾಭಿವ್ಯಕ್ತಿಯ ದೃಷ್ಟಿಯಿಂದ ಸಮಂಜಸವೆನಿಸದು. ಪಂಪನ ಈ ಪದ್ಯದ ಅರ್ಥ ಹಾಗೂ ಆತನ ಆಶಯವನ್ನು ಇದಮಿತ್ಥಂ ಎಂದು ನಿರ್ಣಯಿಸಿ ಪತ್ರಿಕೆಗಳಲ್ಲಿ ಕೆಲವರ ಹೇಳಿಕೆಗಳಿಗೆ *[೩] ಪ್ರತಿಕ್ರಿಯೆಯನ್ನು ವ್ಯಕ್ತಪಡಿಸಿರುವುದಿದೆ.

ಪಂಪನು ಈ ಮೇಲಣ ಪದ್ಯದಲ್ಲಿ ಮಾರ್ಮಿಕವಾಗಿ ಮನಗಾಣಿಸಿರುವ ಪಂಚ ಜ್ಞಾನೇಂದ್ರಿಯಗಳ ಸ್ಪರ್ಶ ಶಬ್ದಾದಿ ವಿಷಯಗಳ ಸುಖಾನುಭವಸ್ಮರಣೆಯನ್ನು

ತಂದುಕೊಡುವ ತೆಂಕಣ ಗಾಳಿ, ಹಿತವಾದ ಮಾತು, ಗ್ರಾಮ ಮತ್ತು ಅರಣ್ಯಗೇಯ, ಬಿರಿದ ಬಿಳಿಯ ದುಂಡುಮಲ್ಲಿಗೆ, ಶಯನಸುಖ ತನ್ಮಯತೆ, ವಸಂತದ ಮಧು–ಮಹೋತ್ಸವದ ಪರಿಮಳ– –ಭರಿತ ಕದಂಬಕೋರಕಗಳ ಘ್ರಾಣತರ್ಪಣ – ಇವುಗಳ ವರ್ಣನೆಯನ್ನು ಸಾವಧಾನದಿಂದ ಅನುಸಂಧಾನಿಸಿ ಪರಿಭಾವಿಸತೊಡಗಿದಲ್ಲಿ ಕವಿಭಾವದ ಅಂತರಾರ್ಥಗರ್ಭಿತ ಮೂಲ ಆಶಯದ ಸೊಬಗು ಖರ್ಜೂರವನ್ನು ಮೆದ್ದ ಉಣಿಸಿನ ಸವಿಯಂತೆ ಅವರ ಪಾಲಿಗೆ ಸುಲಭಲಭ್ಯ. ಆದರೆ ಅದು ಸಮುಚಿತ ಪದ, ಪದಚ್ಛೇದ, ವ್ಯುತ್ಪತ್ತಿ ಹಾಗೂ ಸಂದರ್ಭೋಚಿತ ಅರ್ಥಗ್ರಹಣ ಮಾತ್ರದಿಂದ ಎನ್ನುವುದನ್ನು ಮರೆಯುವಂತಿಲ್ಲ.

ಪ್ರೌಢವ್ಯಾಸಂಗದ ತರಗತಿಗಳಲ್ಲಿ ಗತಾನುಗತಿಕವಾಗಿ ಓದಿಸುವವರಿಂದ ಆದ ಈ 'ಆರ್ ಅಂಕುಸಂ ಇಟ್ಟೊಡಂ' ಎಂಬ ಪದಚ್ಛೇದದ ದೋಷ, ದೋಷವಾಗಿ ಕಂಡು ಬರದಂತೆಯೇ ಆಗಿ, ಆ ದೋಷಯುಕ್ತ ಪಾಠವನ್ನು ತೇಲಿಸಿಬಿಟ್ಟೇ ಅರ್ಥೈಸುವಂತಾಗಿತ್ತು. ಅಷ್ಟಭಾಷೆಗಳ್ಗಾಗರವಾದ ಕನ್ನಡದ ವ್ಯಾಪಕವಾದ ಪದಪ್ರಯೋಗದ ಮೂಲವನ್ನು ಸಂಸ್ಕೃತ ಮತ್ತು ಸನಾಭಿ ಭಾಷಾವರ್ಗಗಳಲ್ಲಿ ಕಾಣಲು ಯತ್ನಿಸದ ಮನದ ಆಲಸ್ಯ, ಲಿಪಿಕಾರನು ಪದ – ಪದಗಳ ನಡುವೆ ಬಿಡಬೇಕಾದ ಬಿಡುವು ಇಲ್ಲವೆ ಅಂತರವನ್ನು ಬಿಡದೆ ಕೂಡಿಸಿ ಬರೆದ ಹಸ್ತಪ್ರತಿಲೇಖನದ ಲೋಪ, ಆ ಲೋಪ ಮೂಲಪ್ರತಿಯಲ್ಲಾಗಲಿ, ಪೂರ್ವಪ್ರತಿಯಲ್ಲಾಗಲಿ ಬಹುಶಃ ಇಲ್ಲದಿದ್ದರೂ ಓದುಗರ ಅನವಧಾನ, ಆಲಸ್ಯ, ಮರಹುಗಳ ಕಾರಣ ಮೂಲಾರ್ಥದ್ಯೋತಕ ವಾಚನಪಾಠ, ಲಿಖಿತಪಾಠದ ಕಣ್ತಪ್ಪಿನಿಂದಲೂ, ಪರಿಚಿತಪದವೊಂದರ ಸ್ವಕಲ್ಪನೆ ಹಾಗೂ ಸೌಲಭ್ಯಾಕಾಂಕ್ಷೆಯ ಒಲವಿನಿಂದಲೂ ಆದ ಅಸಂಗತ ಪಾಠ ಎಂಬುದರ ಅರಿವನ್ನು ಕವಿಯ ಶುದ್ಧವು ಕಠಿಣವೂ ಆದ ಪಾಠ ಪ್ರಯೋಗದ 'ಆರಂ' ಮತ್ತು 'ಕುಸ' < ಕುಸ್ತ (<ಕುತ್ಸ (ಸಂ) > ಗುತ್ಸ, ಗುತ್ಸಮು (ತೆ) ಕೊತ್ತು (ಕ.ತ) M. cluster, bunch. ನೋ : ಕುಸ್ತುಮ್ಬುರಿ (ಸಂ), ಕೊತ್ತುಂಬರಿ (ಕ) ಎಂಬೀ ಪ್ರತ್ಯೇಕ ಶಬ್ದಗಳ ಅರ್ಥಾನ್ವೇಷಣೆಯಿಂದ ಮಾತ್ರ ಕಂಡುಕೊಳ್ಳಬಹುದಾಗಿದೆ.

"ಆರಮ್" (ತ) ಪದಕ್ಕೆ ತಮಿಳು*[೪] ನಿಘಂಟಿನಲ್ಲಿ ಆರವೆ, ಹೂದೋಟ; ಕಡಂಬ ಇಲ್ಲವೆ ಕದಂಬ ವೃಕ್ಷವೆಂಬ ಅರ್ಥವಿದೆ. ಆ 'ಆರ' ಪದ ಸಂಸ್ಕೃತಪದವೂ ಆಗಿ ಈ ಅರ್ಥಗಳನ್ನುಳ್ಳದ್ದೆಂದು ಸೂಚಿಸಲಾಗಿದೆ. ಕಿತ್ತಳೆಯ ಬಣ್ಣವುಳ್ಳದ್ದಾಗಿ ಸುವಾಸನಾಭರಿತ ಹೂಗೊಂಚಲುಗಳನ್ನು *[೫]ಕದಂಬ ವೃಕ್ಷವು ಮೇಘಗರ್ಜನೆಗೆ ಹೂಗೊಂಚಲುಗಳನ್ನು ಬಿಡುತ್ತದೆಯೆನ್ನುವರು. ಖರ್ಜೂರದಂತಿರುವ ಅದರ ಸಿಹಿಹಣ್ಣನ್ನು ತಿನ್ನುವುದು ಜನಸಾಮಾನ್ಯವಾದ ಅನುಭವ. 'ಆರ' (ಸಂ)/'ಆರಂ' (ತ) ಪದಕ್ಕೆ ದೇವಯೋಗ್ಯವಾದ ಈಚಲುಮರ, ಮಧುಘು, ಮಧುಕ, ಮಧುಪೂರ,

ನೀಪ, *[೬]ಕಡವಾಲ ಹಾಗೂ ಖರ್ಜೂರಿ ಎಂದೂ ಹೆಸರು. 'ಆರಂ' – ಕದಂಬ ವೃಕ್ಷವು, ಕುಸವಿಟ್ಟೊಡಂ–(ಕುತ್ಸ, ಗುತ್ಸ, ಗುತ್ಸಮು (ತೆ) ಗುಚ್ಛ, ಗುಚ್ಚು, ಕುಚ್ಚು, ಗುಂಭ/ಗುಸ, ಕುಸ) – ಹೂ ಗೊಂಚಲುಗಳನ್ನು ಬಿಟ್ಟರೂ, ಕದಂಬಕೋರಕದ ಗೊನೆಬಿರಿದರೂ, ಆ*[೭] ಕದಂಬಾನಿಲದ ಸೌರಭದ ಅನುಭವವೂ ಕದಂಬವನದ ಸಂಪತ್ತಿನಿಂದ ಪ್ರಖ್ಯಾತಿಯನ್ನು ಪಡೆದ ಬನವಾಸಿ ದೇಶವನ್ನು ನೆನಪು ಮಾಡಿಕೊಂಡುವುದೆಂಬ ವಿವರಣೆಯು ಸೂಕ್ತವೂ ಸಮುಚಿತವೂ ಆಗಿ ಕವಿಯ ಉದ್ದಿಷ್ಟಾರ್ಥಕ್ಕೆ ರಸಪುಷ್ಟಿಯನ್ನು ತಂದಿದೆ.

ಈ ಸಂದರ್ಭದಲ್ಲಿ ಕನ್ನಡ ನಾಡಿನ ಪೂರ್ವ ಇತಿಹಾಸದ ಪುಟಗಳಲ್ಲಿ ಆರಂಭ ಕಾಲದ ರಾಜಮನೆತನಗಳಲ್ಲಿ ಒಂದಾದ ವೈಜಯಂತಿ, ಬೈಜಾಂಟಿಯನ್ ಎಂದು ಹೆಸರಾಂತ ಬನವಾಸಿಯ ರಾಜವಂಶಕ್ಕೂ ಕದಂಬವೃಕ್ಷಕ್ಕೂ ಇದ್ದ ಸಂಬಂಧವು ಪೌರಾಣಿಕ ಕಥಾಪ್ರಸಂಗದ ನಿರೂಪಣೆಯಲ್ಲಿ ಮಹಾಭಾರತದ ಅಶ್ವತ್ಥಾಮನ ಪ್ರಾರ್ಥನೆಗೆ ಶಿವನು ಕರೆದ ಕದಂಬ ಪುಷ್ಪವೃಷ್ಟಿಯಿಂದ ಉದ್ಭವಿಸಿದ ಮುಕ್ಕಣ್ಣ ಕದಂಬನೆಂಬ ಮಹಾ ವೀರನೇ ಕದಂಬವಂಶದ ಮೂಲಪುರುಷನೆಂದು ಪ್ರಸಿದ್ಧ. ಆದರೆ ಕಾಕುತ್ಸ್ಥವರ್ಮನ ಶಾಸನದ ಪ್ರಕಾರ ಪಶ್ಚಿಮ ಕರಾವಳಿಯಲ್ಲಿ ಬಹುಕಾಲದ ನಿವಾಸಿಗಳಾಗಿದ್ದ ಸನಾತನ ಬ್ರಾಹ್ಮಣಕುಟುಂಬದವರ ಮನೆಯ ಬಳಿಯಿದ್ದ ಕದಂಬ ವೃಕ್ಷದ ಕಾರಣದಿಂದ ಆ ವಂಶದವರಿಗೆ ಕದಂಬರೆಂಬ ಹೆಸರು ಬಂದಿತೆಂಬುದು ಐತಿಹಾಸಿಕ ಶಾಸನೋಲ್ಲೇಖವಾಗಿದೆ. "ಕದಂಬವನವಾಸಿನಿ ಅಥವಾ ಕದಂಬ ವೃಕ್ಷಗಳ ವನದಲ್ಲಿ ವಾಸಿಸುವವಳಾದ ಲಲಿತೆಯ ಆರಾಧನೆಗೂ ಕದಂಬವೃಕ್ಷಕ್ಕೂ ಸಂಬಂಧವಿದೆ. ಅಂತೆಯೇ, ಅನಂತರದ ಕದಂಬರು ಪೂಜಿಸಿದ ಶಿವನನ್ನು ಮಧುಕೇಶ್ವರ ಅಥವಾ ಮೋಹುವಾವೃಕ್ಷದ ಅಧಿದೇವತೆಯೆಂದು ಕರೆಯಲಾಗಿದೆ. ಆದುದರಿಂದ ಕದಂಬ ವೃಕ್ಷವು ಆ ವಂಶದ ಪವಿತ್ರ ಲಾಂಛನವಾಗಿದ್ದಿರಬಹುದು"*[೮] ಎಂದು ಅಭಿಪ್ರಾಯಪಟ್ಟಿರುವ ಶ್ರೇಷ್ಠ ಸಂಶೋಧನ ತಜ್ಞರೆಂದು ಪ್ರಸಿದ್ಧರಾದ ಪ್ರಾಧ್ಯಾಪಕ ಡಾ.ಎಸ್.ಶ್ರೀಕಂಠಶಾಸ್ತ್ರಿಗಳ ಈ ಐತಿಹಾಸಿಕ ವಸ್ತುನಿಷ್ಠ ನಿಲುವನ್ನು ಮನಗಂಡ ಯಾರಿಗಾದರೂ ಬನವಾಸಿಗೂ ಕದಂಬವೃಕ್ಷಕ್ಕೂ ನಿಕಟ ಸಂಬಂಧವಿದ್ದಿತೆಂಬ ಸಂಗತಿ ವಾಸ್ತವವೇ ಹೊರತು ಕೇವಲ ಊಹಾಸಂಭಾವ್ಯಮಾತ್ರದ ಕಲ್ಪನೆಯಲ್ಲವೆಂಬುದು ನಿಶ್ಚಿತ. ಪಂಪನ ಅನಂತರದ ಶತಮಾನಗಳಲ್ಲಿ ರಚಿತವಾದ 'ಪ್ರಭುದೇವರ ರಗಳೆ'ಯಲ್ಲಿ ಅಲ್ಲಮನು ಮದ್ದಳೆಯನ್ನು ನುಡಿಸಿ, ನಲಿಸಿ, ಒಲಿಸುವ ಸೇವೆಯನ್ನು ಸಲ್ಲಿಸಿದುದು "ಮಧುಕೇಶ್ವರ" ಶಿವದೇವಾಲಯದ ರಂಗಮಂಟಪದಲ್ಲಿ ಎಂಬುದನ್ನು ಕವಿ ಹರೀಶ್ವರನೂ ಸಾರಿದ್ದಾನೆ.

'ಮಧುಘ', 'ಮಧುಕ', ಅರ್ಥಾತ್ "ಮೋಹುವಾ ವೃಕ್ಷ" ದ ಅಧಿದೇವತೆಯಾದ ಮಧುಕೇಶ್ವರನಿಂದಲೂ, ಕದಂಬವನವಾಸಿನೀ ದೇವಿ ಲಲಿತಾಂಬೆಯಿಂದಲೂ ಬನವಾಸಿಯು ಪ್ರಸಿದ್ಧಿ ಪಡೆದಿದ್ದುದರಿಂದಲೇ 'ಆರಂ' ಎಂದರೆ ಕದಂಬವೃಕ್ಷವು

ಕುಸುಮ ಗುಚ್ಛವನ್ನು ಬಿಟ್ಟು, ಅದರ ಪರಿಮಳ ಘ್ರಾಣೇಂದ್ರಿಯಕ್ಕೆ ಬಂದು ತಾಕಿದಾಗಲೂ ತನ್ನ ಮನಸ್ಸು ಸದಾ ಬನವಾಸಿ ದೇಶವನ್ನು ನೆನೆಯುತ್ತದೆ ಎಂಬ ವರ್ಣನೆಯಲ್ಲಿ ಕದಂಬ ವೃಕ್ಷದ ನಾಮ ನಿರ್ದೇಶನದ ಸ್ಪಷ್ಟ ಪದಪ್ರಯೋಗವಿರುವುದನ್ನು ಕಾಣಬಹುದು. ಆ ಕಾರಣ "ಆರಂ ಕುಸವಿಟ್ಟೊಡಂ" ಎಂಬ ಪದಪ್ರಯೋಗವು ಸಾರ್ಥಕವೂ, ಸನ್ನಿವೇಶ ಸಂದರ್ಭಕ್ಕನುಸಾರವಾಗಿ ಸಮಂಜಸವೂ ಆದದ್ದು ಎಂಬುದರ ಮನದ ಎಚ್ಚರ ಓದುಗರಾದ ನಮಗೆ ಇರಬೇಕಾದುದಗತ್ಯವೆಂದು ಬೇರೆ ಹೇಳಬೇಕಾಗಿಲ್ಲ.

"ಆರಮಾಲ್ಯೆಯನ್"[*] ಆದ ಚೋಳರಾಜವಂಶದವರಂತೆ ಬಹುಶಃ ಬನವಾಸಿಯ ಕದಂಬರೂ ಅವರಿಗಿಂತ ಮೊದಲೇ ಪೂರ್ವದಲ್ಲಿ ವಸಂತ ಇಲ್ಲವೆ ಕದಂಬೋತ್ಸವವೇ ಮೊದಲಾದ ಉತ್ಸವಗಳಲ್ಲಿ ಕದಂಬ ಪುಷ್ಪಗುಚ್ಛಗಳನ್ನು ಕೇಶಾಲಂಕಾರದ ಕಿರೀಟವನ್ನಾಗಿ ಧರಿಸುತ್ತಿದ್ದರೋ ಏನೋ ಎಂಬುದು ಸಾಹಿತ್ಯೇತಿಹಾಸಕಾರರ ಸಂಶೋಧನೆಗೆ ತಕ್ಕ ವಿಷಯವೆನ್ನಬಹುದು.

"ಅಂಗುಷ್ಠಮಾತ್ರಂ ಪರಮಂ ಧ್ಯಾಯೇದೋಂಕಾರಮೀಶ್ವರಂ।
ಕದಂಬಗೋಳಕಾಕಾರಂ ತಾರಾರೂಪಮಿವ ಸ್ಥಿತಂ"॥

ಈ ಶಿವಸ್ತುತಿಯಲ್ಲಿ ಧ್ಯಾನಸ್ಥಾನವಾದ ನಾದ ಇಲ್ಲವೆ ಅಜ್ಞಾಚಕ್ರದಲ್ಲಿ ನೆಲಸಿದ ಪ್ರಣವಾತ್ಮಕ ಅಥವಾ ಓಂಕಾರಾತ್ಮಕ ಬಿಂದು ರೂಪ ಶಿವನೆಂದೂ, ಆತನಿಗೂ ಕದಂಬ ವೃಕ್ಷಕ್ಕೂ ಸಂಬಂಧವಿದೆಯೆಂಬುದು ಉದ್ಧೃತ ಸ್ತುತಿಯಲ್ಲಿನ 'ಕದಂಬಗೋಳಕಾಕಾರ' ಎಂಬ ನಿರೂಪಣೆಯಿಂದ ಸುಸ್ಪಷ್ಟವಾಗಿದೆ. ಕದಂಬ ಕುಸುಮಕೋರಕ ಗುಚ್ಛಗಳು ಅರಳಿ ಪರಿಮಳಿಸಿದಾಗ ಆದ ಘ್ರಾಣೇಂದ್ರಿಯದ ಆನಂದಾನುಭವವು 'ಮಧುಕೇಶ್ವರ'ನ ಹಾಗೂ 'ಮಧುಪೂರ' – (ಕದಂಬ)ದ ಸ್ಮರಣೆಯಲ್ಲಿ ತಲ್ಲೀನವಾದುದನ್ನು ಪಂಪನ ಸಬಿಂದುಕ 'ಆರ' ಅರ್ಥಾತ್ ಪದಾಂತ್ಯ ಬಿಂದುಯುಕ್ತ 'ಆರಂ' ಎಂಬ ಕವಿವಿರಚಿತ ಪದಪ್ರಯೋಗದಲ್ಲಿ ಗುರುತಿಸಬಹುದು ಎಂಬುದಕ್ಕೆ ಕದಂಬದ ಅಸ್ತಿತ್ವದ ಐತಿಹಾಸಿಕ ಸಂಬಂಧದ ಹಿನ್ನೆಲೆಯೇ ಸಾಕ್ಷಿ. ಹಸ್ತಪ್ರತಿಲೇಖನದಲ್ಲಿ ಬಿಂದು ಪದಾಂತ್ಯವಾಗುವ ಬದಲು ಲಿಪಿಲೇಖಕರ ಕರವೇಗದ ದೋಷದಿಂದ ಪದಮಧ್ಯವಾಗಿಹೋದರೆ ಅಥವಾ ಓದುಗರು ಲಿಖಿತಪಾಠದ ದೋಷವನ್ನು ಕಂಡುಕೊಳ್ಳಲಾರದೆ ಮಾಡಿಕೊಂಡ ಪದಚ್ಛೇದದ ದೋಷದಿಂದ ವಾಸ್ತವವಾದ ಅರ್ಥ ಅನ್ಯಾರ್ಥವೋ, ಅನರ್ಥವೋ ಆಗಿ ಕವಿಯ ಉದ್ದಿಷ್ಟಾರ್ಥಕ್ಕೆ ಭಂಗ ಬರುವುದರಲ್ಲಿ ಸಂಶಯವಿಲ್ಲ. ಆ ಕಾರಣ ಮ್ಯಾಥ್ಯು ಆರ್ನಾಲ್ಡ್‌ನ " The pursuit of the perfect is the pursuit of sweetness and light" ಎಂಬುದೇ ಸಾಹಿತ್ಯಾರಾಧಕರ, ಸತ್ಯಸಂಶೋಧಕರ ಗುರಿಯಾಗಲಿ ಎಂಬ ಆಶಯವನ್ನು ಹೊಂದಿ ಓದು ವಾದಕ್ಕಾಗಿ ಅಲ್ಲ; ಸಹೃದಯ ಸಂಪನ್ನತೆಯಿಂದ ತನ್ನ ತಾನು ಅರಿತು ಆನಂದಿಸುವುದಕ್ಕೆ ಎಂಬ ಸತ್ಯವನ್ನು ಮನಗಾಣೋಣ.

(ಅಂ) ಶಾಸನದಲ್ಲಿ ಪೂರ್ಣ ವಿರಾಮ ಚಿಹ್ನೆಯಾಗಿ ಬಿಂದು.

ಕ್ರಿ.ಶ.ಸು.೫೦೦ರ ತಮಟ್ಟುಕಲ್ಲು ಶಾಸನದ ಕೋಕಿಲಕಂ, ಸುಮಂಗಲಿ ಎಂಬ ಹೆಸರುಗಳನ್ನುಳ್ಳ ನರ್ದಟಕ, ನತ್ಕುಟಕ ಇಲ್ಲವೆ*[೧೧೦] ನಕ್ಕುಟಕವೃತ್ತವಿದು.

"ಬಿಣಮಣಿಯಂತು ಭೋಗಿ ಬಿಣದುಳ್ಮಣಿವಿಲ್ಮನದೋನ್
ರಣಮುಖದುಳ್ಳ ಕೋಲಂ ನೆರಿಯರ್ಕ್ಕುಮನಿನ್ದ್ಯಗುಣನ್।
ಪ್ರಣಯಿಜನಕ್ಕೆ ಕಾಮನಸಿತೋತ್ಪಲವಣ್ಣನವನ್
ಗುಣಮಧುರಾಂಕ್ಯ ದಿವ್ಯ ಪುರುಷಪ್ರವರನ್"॥

ಈ ಶಾಸನದ ನಾಯಕನ ಹೆಸರು, ಬಿಣಮಣಿ ಭೋಗಿ, ಮಣಿವಿಲ್ಮನದೋನ್, ನೆರಿಯರ್ಕ್ಕುಮನಿಂದ್ಯ ಗುಣಿಯಾದ ಆತನ ವಂಶವಿಚಾರದ ಧ್ವನಿ ಕುರಿತ ವಿವರಣೆಗೆ ಇದೇ ಲೇಖಕರ 'ಗದ್ಯವಾಚನ'*[೧೧೧] ಲೇಖನವನ್ನು ನೋಡಿ. ಪ್ರಸ್ತುತ ಪದ್ಯದ ಎರಡನೆಯ ಪಾದಮಧ್ಯದ 'ಕೋಲಂ' ಪದಾಂತ್ಯಬಿಂದು ಇಲ್ಲವೆ ಸೊನ್ನೆ ವ್ಯವಧಾನ (Period of full stop) ಚಿಹ್ನೆಯೇ ಹೊರತು ಛಂದೋಮೌಲ್ಯದ ಬಿಂದುವಲ್ಲ. ಈ ಶೂನ್ಯದ ಗುರುತು '೦' ಪೂರ್ಣವಿರಾಮದ ಚಿಹ್ನೆಯಾಗಿರುವುದು ತಿಳಿದಮಟ್ಟಿಗೆ ಕನ್ನಡ ಶಿಲಾಲಿಪಿ ಲೇಖದ ಇತಿಹಾಸದಲ್ಲಿಯೇ ಇದೆ ಮೊತ್ತ ಮೊದಲು.

(ಅಃ) ಪರಂ ಬಿಂದುಃ 'ಓಂ' ಶಿವತತ್ತ್ವಬಿಂದುವಾಗಿ ಪರಬ್ರಹ್ಮಸ್ವರೂಪವೂ, ಸೂಕ್ಷ್ಮವೂ, ತೇಜೋಮಯವೂ ಆದುದು. ಅವ್ಯಕ್ತವಾದ ವಿಶ್ವವು ಓಂಕಾರದಿಂದ ವರ್ತನೆಗೊಂಡುದು. ಜಗದಾಸ್ಪದವೂ ಚಿದ್ರೂಪವೂ ಆದ ಶಿವನೆಂಬ ಹೆಸರುಳ್ಳ ಪರಬ್ರಹ್ಮವು ಶಿವ-ಶಕ್ತಿಮಯ ಲಿಂಗವೆಂದು ಬಲ್ಲವರಿಂದ ಹೇಳಲ್ಪಡುವುದು.

ಜ್ಯೋತಿರ್ಮಯಂ ಪರಂ ಲಿಂಗಂ ಶ್ರುತಿರಾಹ ಶಿವಾತ್ಮಕಂ।
ತಸ್ಯ ಭಾಸಾ ಸರ್ವಮಿದಂ ಪ್ರತಿಭಾತಿ ನ ಸಂಶಯಃ॥
ಬಹುನಾತ್ರ ಕಿಮುಕ್ತೇನ ಲಿಂಗಮಿತ್ಯುಚ್ಯತೇ ಬುಧೈಃ।
ಶಿವಾಭಿದಂ ಪರಬ್ರಹ್ಮ ಚಿದ್ರೂಪ ಜಗದಾಸದ್ಪಂ॥

-ಸುಭಾಷಿತ ಸುರದ್ರುಮ.*[೧೧೨]

ಬಿಂದು ಅಥವಾ ಅನುಸ್ವಾರ ಅಣುವಿಗೆ ಅಣು, ಮಹತ್ತಿಗೆ ಮಹತ್ತಾದುದು ಎಂದು ಸ್ತುತ್ಯವಾಗಿದ್ದರೂ ಅದ್ವಯ ಸ್ವರೂಪವುಳ್ಳದ್ದು. "ಪರಬ್ರಹ್ಮಶಕ್ತಿಯು ಮಹತ್ತರವಾದ ಜಗದಾಕಾರವಾಗುವುದು. ಜಗತ್ತು ಲಯವನ್ನು ಅನುಸರಿಸಿ ಅಣುವಿಗೆ ಅಣುವಾದ ಶಕ್ತಿರೂಪವಾಗಿ ಪರಬ್ರಹ್ಮವಾಗುವುದು." ಶಿವಾಭಿದ ಚೈತನ್ಯಾತ್ಮಕ ಬ್ರಹ್ಮವೇ ಆಗಿ ಸೃಷ್ಟಿ ಮತ್ತು ಲಯಸೂಚಕ. ಬಯಲು ಹಾಗೂ ನಿರ್ಬಯಲ ಸಂಕೇತ : ಶಿವತತ್ತ್ವ - ಬಿಂದು. "ಸ್ವಯಂ ಬಿಂದುರೀಶ್ವರಸಂಜ್ಞಸ್ತು ಸತ್ರುಘ್ನಶ್ಚಕ್ರರಾಟ್" - ಸ್ವಯಂ ಬಿಂದು; ಈಶ್ವರನ ಸಂಜ್ಞೆ; ಲಿಂಗರೂಪ; ಶತ್ರುವಿನಾಶಕ; ಚಕ್ರರಾಟ್/ಚಕ್ರರಾಜ ಎನಿಸಿ ಶೂನ್ಯವು ಅಥವಾ ಬಿಂದು ಪ್ರಸಿದ್ಧವಾದುದು.

ಅಡಿಟಿಪ್ಪಣಿ

೧. "ಎಲೆ ಸಂಸಾರದ ಸಾರಸೌಖ್ಯರುಚಿ ಜಿಹ್ವೋಪಸ್ಥಯುಗ್ಮಂ–" ಜ್ಞಾನಸಾರ ೪೪, ವಾಲೆಯಲ್ಲಿ ತುಂಬಿರ್ದ ಬರಹವ

ನಾಲಗೆಗಳಿಂದರಿವರ್ಕೆ

ಆಲಿ ಕಿವಿಗಳು ನುಡಿಯಬಲ್ಲುವೆ ಕಾರ್ಯಲಕ್ಷಣವ॥

೨. ಪಂಪಭಾರತ ದೀಪಿಕೆ – ಪು.೧೪೩

೩. ಪ್ರಜಾವಾಣಿ ೧೯೯೯ ಏಪ್ರಿಲ್, ೧೫, ೧೭, ೨೦ರ ಹೇಳಿಕೆಗಳಿಗೆ ಅದೇ ೨೨ರ ವಾಚಕರ ವಾಣಿ (ಪು.೪) ಪ್ರತಿಕ್ರಿಯೆ.

೪. ನೋ: 'ಅರಮ್' Winslow's A comprehensive Tamil and English Dictionary.

೫. ನೋ: "ಸಮೀರನುದಾರ ಕದಂಬ ಕೇತಕೀ॥ ಪ್ರಸರ ರಜಸ್ವರ ಪ್ರಕಟ ಪಾಂಸುಳಮಾದುದು ಮೇಘಕಾಲದೊಳ್", ಪಂಪ ಭಾರತ ೭–೨೨

೬. ಮಳೆಹನಿಯ ಬಿರುಸಿಂದೆ ಕದಡಿದಾ ಕೆರೆಗಂಪು
ನಸು ಬಿರಿದ ನೀಪಸುಮದೆಲರಿನಿಂಪು
ಇಂಚರದ ನವಿಲುಗಳ ನರ್ತನವ ನೋಡಿ ಮನ
ಮರುಳಾದುದೆನಗಂದು, ಪದ್ಯಗಂಧಿ!
–'ಅಮರವಾಣಿ' ಅವರ 'ಪಕ್ಷಲಾಕ್ಷಿ' – ೧೯೪೭ ಪದ್ಯ ೬೬

೭. ನೋ : 'ಕದಂಬಾನಿಲ', ಆಪ್ಟೆ ಸಂಸ್ಕೃತ – ಇಂಗ್ಲಿಷ್ ಕೋಶ.

೮. ಕರ್ಣಾಟಕದ ಪರಂಪರೆ – ಸಂಪುಟ ೧, ಪು.೧೩೨–೧೩೩

೯. ಇದೇ ೪ 'ಆರಮ್' ನೋಡಿ.

೧೦. ೧೭ನೆಯ ಅತ್ಯಷ್ಟಿಯಲ್ಲಿ "ನಜಭಜಂಲಗಂ ಬರೆ ಸುಮಂಗಲಿ ಯೆಂಬರದಂ"– ಕ, ಕೈಪಿಡಿ, ಪು.೧೦೨

೧೧. "ಗಮಕವಾಹಿನಿ"– ಪು.೬೯, ಗಮಕ ಕಲಾಪರಿಷತ್ತು, ಬೆಂಗಳೂರು.

೧೨. ಬಸವಪ್ಪನಾಯಕ, ಸು.೧೭೦೦ ಕರ್ಣಾಟಕ ಕವಿಚರಿತೆ ದ್ವಿತೀಯ ಸಂಪುಟ, ಪು.೫೫೮/೫೫೭ ಹಾಗೂ ಗ್ರಂಥಗಳ ವರ್ಣಾನುಕ್ರಮವಾದ ಪಟ್ಟಿಯಲ್ಲಿ ಈ ಗ್ರಂಥದ ಉಲ್ಲೇಖವಿಲ್ಲ. ಪೂರ್ಣಗ್ರಂಥ ಅಪ್ರಕಟಿತ.

ಪಾಠಾಂತರ ಪರಾಮರ್ಶೆ/ ಹಸ್ತಪ್ರತಿಲೇಖನದಲ್ಲಿ ಲಿಪಿಕಾರ ಸ್ಖಾಲಿತ್ಯಗಳು

ಸಾಮಾನ್ಯವಾಗಿ ಲಿಪಿಕಾರನು ಕವಿಯ ಸಿದ್ಧಪ್ರತಿಯನ್ನು ಅಥವಾ ಇತರರಿಂದ ಮೊದಲೆ ಲಿಖಿತವಾದ ಪೂರ್ವಪ್ರತಿಯನ್ನು ನೋಡಿಕೊಂಡು ತಾಡೋಲೆಯ ಮರುಪ್ರತಿಯನ್ನು ಮಾಡುವಾಗ ಆತ ನಿಗೆ ತಿಳಿದೋ ತಿಳಿಯದೆಯೋ ಅನೇಕ ತಪ್ಪುಗಳು ಆತನ ಹಸ್ತಪ್ರತಿಯಲ್ಲಿ ತಲೆದೋರುವುದು ಸಹಜ. ಮರಹು, ಆಲಸ್ಯ, ಅನವಧಾನಾದಿ ಕಾರಣಗಳಿಂದ ಕೈತಪ್ಪುಗಳು ನುಸುಳಿಬಿಡುವುವು. ಎಷ್ಟೇ ಜಾಗರುಕನಾದ ಬರವಳನಾದರೂ ಆತನ ಬರಹದಲ್ಲಿ ಕಾಗುಣಿತವೇ ಮೊದಲಾದ ಶಬ್ದದೋಷಗಳು ಕಂಡುಬಂದು ಅವುಗಳ ಅರಿವುಂಟಾದಾಗ ಲಿಪಿಕಾರನು ತಾನೇ ಆ ಅಶುದ್ಧಪಾಠಗಳನ್ನು ತಿದ್ದಿ ಸರಿಪಡಿಸಬಹುದು. ತನ್ನ ಪ್ರತಿಲೇಖನಕ್ಕೆ ಆಧಾರವಾದ ಪೂರ್ವಪ್ರತಿಯಲ್ಲಿ ಗ್ರಂಥಪಾಠ ಮೂಲತಃ ಹೇಗಿವೆಯೋ ಹಾಗೆ ಪ್ರತಿಮಾಡುವ ಗುರಿಯಿಂದ ಯಥಾಪ್ರತಿಯ ಸಿದ್ಧತೆಯೆ ಆತನ ಕರ್ತವ್ಯ. ಜಾಣನಾದ ಓದುಗನು ಲಿಪಿಕಾರನ ಸಾಮಾನ್ಯ ಸ್ಖಾಲಿತ್ಯಗಳನ್ನು ಸರಿಪಡಿಸಿಕೊಂಡು ಓದುವ ಹೊಣೆಗಾರಿಕೆಯನ್ನು ಹೊರಬೇಕಾಗುತ್ತದೆ.

ಗ್ರಂಥಸಂಪಾದನಕಾರ್ಯಕ್ಕೆ ತೊಡಗುವವರು ಮೂಲ ತಾಡೋಲೆಗಳನ್ನು ಓದುವುದನ್ನು ಮೊದಲು ಕಲಿತಿರಬೇಕಾಗುತ್ತದೆ. ಪ್ರತಿಯೊಬ್ಬ ಲಿಪಿಕ ನಿಗೂ ತನ್ನದೇ ಆದ ಲಿಪಿರೇಖಾ ರಚನೆಯ ವಿನ್ಯಾಸ ಇಲ್ಲವೆ ಬರಹದ ಶೈಲಿಯಿರುತ್ತದೆ. ಸದೃಶಾಕ್ಷರಗಳ ಭ್ರಾಂತಿಯನ್ನುಂಟುಮಾಡುವ ಲಿಪಿಗಳ ಹೋಲಿಕೆ ತಾರತಮ್ಯಗಳ ಅಭ್ಯಾಸದಿಂದ ಸರಿಯಾದ ಪಾಠವೇನೆಂಬುದನ್ನು ಖಚಿತಪಡಿಸಿಕೊಳ್ಳುವು– –ದಗತ್ಯ. 'ಒಂದು ಕಣ್ಣು ಕಣ್ಣಲ್ಲ, ಒಬ್ಬ ಮಗ ಮಗನಲ್ಲ' ಎಂಬ ಗಾದೆಯಂತೆ 'ಒಂದು ಪ್ರತಿ ಪ್ರತಿಯಲ್ಲ' ಎಂಬುದನ್ನು ಮನಸ್ಸಿನಲ್ಲಿಟ್ಟುಕೊಂಡು ಪ್ರತ್ಯಂತರಗಳನ್ನು ಪಡೆಯಲು ಯತ್ನಿಸ ಬೇಕಾಗುತ್ತದೆ. ಹಾಗೆ ಪಡೆದ ಪ್ರತಿ ತಾಡೋಲೆಯಾಗಿರಬಹುದು ಇಲ್ಲವೆ ಕಾಗದದ ಅನ್ಯ ಮೂಲದ ಪ್ರತಿಯಾಗಿರಬಹುದು. ಆಧಾರಪ್ರತಿಯ ಪಾಠಗಳೊಡನೆ ಮಿಕ್ಕ ಉಪಲಬ್ಧ ಪ್ರತಿಗಳ ಪಾಠಾಂತರಗಳನ್ನು ಹೋಲಿಸಿ ತನ್ನ ಪಾಠಕ್ಲೇಶಗಳಿಗೆ ತಕ್ಕ ಪರಿಹಾರವನ್ನು ಕೆಲವೊಮ್ಮೆಯಾದರೂ ಕಂಡುಕೊಳ್ಳಲು ಸಾಧ್ಯವಾಗುತ್ತದೆ. ಪ್ರತ್ಯಂತರಗಳೇ ದೊರೆಯದ ವೇಳೆಯಲ್ಲಿ ಮೂಲವನ್ನು ಅದಿರುವಂತೆಯೇ ಅಚ್ಚುಗಾಣಿಸುವುದು ಅನಿವಾರ್ಯವೇ ತಾನೇ.

ಪ್ರಸ್ತುತ ಜ್ಞಾನಸಾರ ಇಲ್ಲವೆ ಚಂದ್ರಚೂಡಾಮಣಿಯ ಶತಕದ ಮೂರು ಓಲೆಯ ಪ್ರತಿಗಳಲ್ಲಿ ತಲೆದೋರಿರುವ ಮುಖ್ಯವಾದ ಸ್ಖಾಲಿತ್ಯಗಳನ್ನು ಉದ್ಧರಿಸಿ ಆ ಶಬ್ದದೋಷಗಳ ಸ್ವರೂಪವನ್ನು ವಿಶದೀಕರಿಸಲು ಯತ್ನಿಸಲಾಗಿದೆ. ಸಂಕ್ಷಿಪ್ತ ಸಂಕೇತಾಕ್ಷರಗಳಿಂದ ಆಯಾ

ಗ್ರಂಥಸ್ಥಭಾಗದಲ್ಲಿಯೇ ಪಾಠ–ಪಾಠಾಂತರಗಳ ವಿವೇಚನೆಯನ್ನು ಅಡಿಟಿಪ್ಪಣಿಯಲ್ಲಿ ಮಾಡಲಾಗಿದೆ. ಲಿಪಿಕಾರ ಸ್ಖಾಲಿತ್ಯಗಳಲ್ಲಿ ಸದೃಶಾಕ್ಷರಭ್ರಾಂತಿಯಿಂದಾಗಿರುವ ಪಾಠವ್ಯತ್ಯಾಸಗಳನ್ನು ಗಮ ನಿಸಬಹುದು.

I **'ಅ'ತ್ವಕ್ಕೆ ಒದಗಿದ 'ಲ' ಕಾರ ಭ್ರಾಂತಿಗೆ:–** sr m 'ಲ' f 'ಅ' ಲದಟಾಯ್ತು ib ೩೪ (a) f

ಅದಟಾಯ್ತು (c), ಹೋ: 'ಅತ್ರೈವ; 'ಅತ್ರಾಹ' ಗಳ 'ಅ' ಕಾರವನ್ನು ಲಕಾರವಾಗಿ ತಪ್ಪಾಗಿ ತಿಳಿದಿರುವುದನ್ನು 'ಛಂದೋವಿಚಿತಿ'ಯೆಂಬ, ಗ್ರಂಥದ ತಾಡೋಲೆ ಅಧ್ಯಾಯ ಒಂದರ ಆದಿಭಾಗದಲ್ಲಿ ಕಾಣಬಹುದು. ಕನ್ನಡ – ಕನ್ನಡ ಶಬ್ದಕೋಶ (ಪು ೫೨೫) ದಲ್ಲಿ ಶಿರೋಲೇಖ 'ಲಜ್ಜಾಲು'ವಾಗಿ ಹೋಗಿದೆ 'ಅಜ್ಜಾಲು'ವಾಗುವ ಬದಲು.

II **ಬದ್ಧರೂಪದಲ್ಲಿ 'ಅ' ತ್ವ 'ಎ'ಕಾರವಾಗಿರುವುದಕ್ಕೆ:–**

1. ಜಲಕ್ಕೆನರಿಗುಂ (a) f 'ಜಲಕ್ಕನಜೆಗುಂ ೪೦ (c),

2. ಪ್ರಳೆಯಾವಸ್ಥೆ ೯ (ac) f ಪ್ರಳಯಾವಸ್ಥೆ (b), ib ೯.

3. ಉಗ್ರಾನಲ ಕುಂಡದೊಳ್ಕೆಡೆದಡಂ (c) ಉಗ್ರಾನಲ ... ನೆಡೆದಡಂ (b) f ನಡೆದಡಂ; ib ೫೩,

4. ಯೆನಗಾವಂ – ya gli – (abc) ತೆಲೆ ದೋರ್ಪ್ಪನ್ (c) ... ತಲೆ (ab) ತೋರ್ಪ್ಪನ್ (ab) f ಎನಗಾವಂ ತಲೆ ದೋರ್ಪನ್ ib ೨೭.

5.ನಿಮಳೆತೆಯಂ – ods – (b) fನಿರ್ಮಳತೆ (=ನಿರ್ಮಲತೆ. ib ೩೧) >

III **'ಇ' ತ್ವ ವಾಗಿರುವುದಕ್ಕೆ:–**

(1)ನಿರ್ಮಳಿತೆ (ac); (2) : ಬಗೆಯಲ್ಲಂ ನಿಜಯೋಗ (= ಬಗೆಯಲ್ಲ ನ್ನಿಜಯೋಗ)–ಮಕ್ಕೆ (ac), ನುಡಿಯಲ್ಲಂ ನಿಂಮ = – ನುಡಿಯಲ್ಲ ನ್ನಿಮ್ಮ – ಮಂತ್ರಾಕ್ಷರಂ ತಗಳಿಕ್ಕೆ (c), ನುಡಿಯಿಲ್ಲಂ ನಿಂಮ (a) = ನುಡಿಯಿಲ್ಲನ್ +ನಿಮ್ಮ .... 'ಅಲ್ಲನ್‌ನಿಮ್ಮ' m ಅಲ್ಲಮನಾದನಿಮ್ಮ 'c' ಪ್ರತಿಯ ಪಾಠ 'a' ಪ್ರತಿಯಲ್ಲಿ 'ಇಲ್ಲನ್ – m ಮನೆದೈವವಾದನಿಮ್ಮ ಎಂಬ ಪಾಠವಾಗಿದೆ. ಪ್ರಸಕ್ತ 'c' ಮತ್ತು 'a' ಪ್ರತಿಗಳಲ್ಲಿ 'ಅ' ತ್ವ , 'ಇ' ತ್ವ ವಾಗಿದ್ದುದಾದರೂ ವಿಶಿಷ್ಟಾರ್ಥಯುಕ್ತವಾದ ಕಾರಣ ಲಿಪಿಸ್ಖಾಲಿತ್ಯದ ಪಾಠಗಳಾಗದೆ

ಪರಸ್ಪರ ಪೂರಕವಾಗಿ ವಿಶಿಷ್ಟಪಾಠಗಳಿಗೆನಿದರ್ಶನವಾಗಿ 'ಅಲ್ಲನ್' ಮತ್ತು 'ಇಲ್ಲನ್' ಪದಗಳ ಪ್ರಯೋಗವಿರುವುದನ್ನು ಗುರುತಿಸಬಹುದು.

IV ಬದ್ಧರೂಪದ 'ಅ' ತ್ವದ ಮುಂದಿನ ಬಿಂದು ಅಥವಾ ಸೊನ್ನೆಯನ್ನುಳ್ಳ ಲೇಖಕ್ಕೆ ಉದಾ: 'ಆತ್ಮಂ ರಾಮ' ='ಆತ್ಮಾರಾಮಂ' ib ೨೦; 'ಭೂರುಹಂ ವಳಿ (೯– a)

= 'ಭೂರುಹಾವಳಿ' (೯–bc)

ನೋ: ಹಸ್ತಪ್ರ.ಬಿಂದು. ದೀರ್ಘಸ್ವರ ಪರ್ಯಾಯ ಬಿಂದುವನ್ನು ದೀರ್ಘೋಚ್ಚಾರದಿಂದ ಓದದೆ ಬಿಂದುವಿನಂತಯೇ ಓದತೊಡಗಿದಾಗ ಅಂತಹ ಪಾಠಕನು ಲಿಖಿತಪಾಠಕಾಧಮನೆ ನಿಸುವನು. ಅದರಿಂದ ಲಿಪಿಕಾರನ ಕಾಲದ ಲೇಖನ ಪದ್ಧತಿಯ ಶುದ್ಧಲಿಖಿತ ಪಾಠವೂ ಕಾಲಾನಂತರದಲ್ಲಿ ಆ ಲೇಖನಪಾಠದ ರಚನಾತಂತ್ರದ ರಹಸ್ಯವನ್ನರಿಯುದವನ ವಾಚನಪಾಠದಲ್ಲಿ ಉಚ್ಚಾರದ ವ್ಯತ್ಯಾಸದಿಂದ ಅಶುದ್ಧವಾಗತೊಡಗಿತು. ಕಾಲಗತಿಯಲ್ಲಿ ವಾಚಕರಿಂದ ಹೀಗೆ ಲೇಖನಪಾಠಕ್ಕೆ ಕಂದುಂಟಾಗ– –ತೊಡಗಿದಾಗ ಲಿಪಿಕರು ವಾಚನಾಭಿನ್ನಲೇಖನ ಪಾಠವನ್ನೆ ಎಂದರೆ 'ಭೂರುಹಂವಳಿ' 'ಆತ್ಮಂರಾಮಂ' ಎಂದು ಪದಮಧ್ಯಬಿಂದುಯುಕ್ತವಾಗಿ ಲಿಖಿಸದೆ ಆ ಬಿಂದುವಿನ ದೀರ್ಘಸ್ವರದ ಆಶಯದಂತೆ 'ಭೂರುಹಾವಳಿ' 'ಆತ್ಮಾರಾಮಂ' ಎಂದೇ ಬರೆಯಲು ಮೊದಲು ಮಾಡಿದರು. ಎಂಬುದಕ್ಕೆ b, c ಪ್ರತಿಗಳ ಈ ಪಾಠಸಾಕ್ಷಿಗಳೇನಿದರ್ಶನ.

V ಬದ್ಧರೂಪದ 'ಅ'ತ್ವದ ಮುಂದಿನ ಬಿಂದು ಆ ಹ್ರಸ್ವಸ್ವರದ ದೀರ್ಘೀಕರಣ ಸೂಚಕಮಾತ್ರವಲ್ಲದೆ ಏಕಕಾಲಕ್ಕೆ ಅನುಸ್ವಾರವಾಗಿಯೂ ಉಚ್ಚರಿಸಲ್ಪಡಬೇಕಾದುದಕ್ಕೆ ಉದಾ:– "ಅಂಣಮಂಕಂ"– (=ಅಣ್ಣಮ+ಅಂಕಂ)> ಅಣ್ಣಮಾಂಕಂ, 'ಅಂಣಮಾಂಕಂ' ಎಂಬುದು 'ಅಂಣಮಾಕ' ಎಂದಾಗದು. ಹಾಗಾದರೆ ಅದು ಅಪಲಿಖಿತವಾಗುತ್ತದೆ. 'ಯೋಗಾರಾಮಂ+ ಅಂಚತ್‌ಪಾದಪದ್ಮಂ' (ಶಬರಶಂಕರವಿಲಾಸ–೧–೧) ಎಂಬ ವಿಗ್ರಹವಾಕ್ಯವನ್ನು ಕೂಡಿಸಿ ಓದಿದಾಗ 'ಪದಂ+ಅಂಘ್ರಿ' > 'ಪದಂಘ್ರಿ' (ಅಮರಕೋಶ) – ಸಮಸ್ತಪದದ ರಚನೆಯ ಕ್ರಮದಂತೆ ತಾಡೋಲೆಯಲ್ಲಿನ ಮೂಲಪಾಠ "ಯೋಗಾರಾಮಂಚತ್ ಪಾದಪದ್ಮಂ" ಎಂದೇ ಲಿಖಿತವಾಗಿರುವುದು ಕಂಡುಬಂದಿದೆ. ಸಂಧಿವೈಭವಕ್ಕೆ ಕಾರಣವಾದ ಬಿಂದು ಗೂಢಲಿಪಿ ಎಂಬುದನ್ನು ಈ ತಾಡೋಲೆಯ ಮೂಲಪಾಠ ದೃಢಪಡಿಸುತ್ತದೆ.

VI ದುಷ್ಪಾಂಕೋಶ – ods – cum – Mer of semb – ib V1 (a) **'a'** ಪ್ರತಿಯ ಈ ಪಾಠದಲ್ಲಿನ ಬಿಂದು ಇಲ್ಲವೆ ಸೊನ್ನೆಯನ್ನು ಗಮನಿಸಿ. ಮೇಲುನೋಟಕ್ಕೆ ದೋಷಯುಕ್ತ, ಆದರೆ ಪಾಠವಿಶ್ಲೇಷಣೆಮಾಡಿದಾಗ ದೋಷಾಭಾಸದ ಪಾಠವಿದೆಂದು ಗ್ರಹಿಕೆಗೆ ಬಾರದಿರದು. ಈ ಸಮಸ್ತಪದಮಧ್ಯದ ಬಿಂದು 'ರ' ಕಾರ ಮತ್ತು

ಅರ್ಕಾವತ್ತುಗಳೆರಡರ ಸ್ಥಾನದಲ್ಲಿ ಪರ್ಯಾಯಲಿಪಿಯಾಗಿ ಬಂದು 'ದುರ್ವಾರ'ವೆಂಬ ವಿಶಿಷ್ಟಪಾಠದೊಡನೆ ವಿಲೀನಗೊಂಡು ವಿಜಾತೀಯ ಸಂಯುಕ್ತದ ಅದ್ವಿತ್ವ ರಚನೆಯ ಪಾಠವಾಗಿದೆ. 'ಕೇಶ' ಶಬ್ದವು 'B' ಪ್ರತಿಯಲ್ಲಿ 'ಕ್ಲೇಶ' ವೆಂಬ ವಾಚನ ಪಾಠವಾಗಿ ಸಿದ್ಧಿಸಿರುವುದನ್ನು ಕಾಣಬಹುದು.

VII ಬದ್ಧರೂಪದಲ್ಲಿ 'ಇ' ತ್ವ 'ಎ' ತ್ವಗಳು ಯ ಶ್ರುತಿಗೊಂಡಿರುವುದಕ್ಕೆ:–

(1) ಯಿದು ಬಂಧಕ್ಕಿದು ib ೬೬ (c), ಯಿ ನಿತಕ್ಕಾಱದೊಱಲ್ದು ib ೯೯ (c), ಗ್ರಂಥಾಂತ್ಯದಲ್ಲಿರುವ ಕವಿಯ ಹಸ್ತಾಕ್ಷರೋಲ್ಲೇಖ ಪಾಠ: 'ಯಿಂತಿ ಚೂಡಮಣಿ' 'ಯಿದನಾವಂನಿಜಭಕ್ತಿ' ib ೧೦೫ (c) – 'ಇ' > ಯಿ ಕಾರವಾಗಿರುವುದರ ಉದಾರಣೆಗಳಿವು. ಮುಂದೆ (2) 'ಎ'ತ್ವದ ಯಶ್ರುತಿಗೆ ನೋಡಿ: (1) ಯೆ ನಿತುಂ ಪೂಸಿಯುಂ (೫) ಯೆರೆಯಂ ನುಂಗಿ (೨೧) ಯೆನಗಾವಂ (೨೭) ಯೆಲೆ ಸಂಸಾರದ (೪೪) ಯೆ ನಿತೋಲಾಡಿಯು (೪೮)

VIII ಬಿಡಿರೂಪದಲ್ಲಿ 'ಉ' ತ್ವವು ವಕಾರವಾಗಿಯೂ, 'ಒ' ತ್ವವು 'ವ' ಕಾರವೊ, 'ವೊ' ಕಾರವೋ ಆಗಿ ವ ಶ್ರುತಿಯಾಗಿರುವುದಕ್ಕೆ:–

(1) ವುಡಿಸುತ್ತೂಡುತ (೧೪) ವುದಬಿಂದುದ್ವಯುವುಂ (೬೩), 'ವುರಿಯೊಳ್ಕೂಡಿದುದಗ್ನಿಯಕ್ಕು' (೮೪), 'ವುದಯಾದಿತ್ಯನ' ೧೦೪ [ಉ] (2) ವಳಕೊಂಡಿಪ್ಪ (a), ವೊಳಕೊಂಡಿರ್ಪ್ಪ(c) ೮೧ [ಒ] (3) ವೊಡಲೊಳ್ತನ್ನೆಲ–ಸಿಪ್ಪುದೆಂತು (b), ವೊಡಲಂ ತಳ್ತಡಗಿಪ್ಪುದೆಂತು ೫೨ (c), ವೊಡಲಿಂತೆಂದಜೀ ಶರೀರಂ (೧೮) ವಡಲಿಂಗಾತ್ಮಭವಂಗೆ (a) [ಒ] ವೊಡಲಿಂಗಾತ್ಮಭವಂಗೆ (೮೯) (c) [ಬ] ಬದ್ಧರೂಪದ ಬದಲು ಬಿಡಿರೂಪದ 'ಬರಹಕ್ಕೆ. ಸಉಖ್ಯಾಧಾರ (b) f ಸೌಖ್ಯಾಧಾರ ib ೩೩

IX ಲಿಪಿಲೇಖರೂಪ ವಿಶಿಷ್ಟಪಾಠ:–

' ನಿ ನೊಳ್' – ೨ (c). 'c' ಪ್ರತಿಯ ಈ ಪದದ ಆದಿಯ 'ನಿ' ಕಾರದ ಗುಡಿಸಿನೊಳಗೆ ದೀರ್ಘಸ್ವರಸೂಚಕ ಸುರುಳಿಯ ಚಿಹ್ನೆ ಇರುವುದಲ್ಲದೆ ಆ ಅಕ್ಷರದ ಮುಂದಿನ ಒಂದಕ್ಷರದಷ್ಟು ತಾಳಪತ್ರದ ಭಾಗವು ನುಣ್ಣನಪ್ಪ ಅಳಕಪತ್ರವಾಗಿದೆ. 'ನಿ' ಕಾರದೊಳಗಿನ 'ಸುರುಳಿ', 'ಅಲೇಖಪತ್ರ ಭಾಗಗಳೆರಡೂ ದೀರ್ಘಸ್ವರಸೂಚಕವಾದ ಕಾರಣ ಲಿಖಿತಪಾಠ 'ನೀನೊಳ್' ಎಂಬುದೆ. ಅದು ವಾಚನಾಭಿನ್ನಲೇಖನ ಪಾಠ. 'ನಿಂನೊಳ್' ಎಂಬ 'a' ಪ್ರತಿಯ ಪಾಠದಲ್ಲಿ 'ನಿ' ಕಾರದ ಬದ್ಧರೂಪದ ಇತ್ವದ ಮುಂದಣ ಬಿಂದು ಅದರ ಹಿಂದಿರುವ ಅಕ್ಷರದ – ಸ್ವರತ್ವದಿಂದ – ಅಂಗೀಕೃತವಾದಾಗ ' ನೀನೊಳ್'– ಎಂಬ ವಾಚನಪಾಠ ಸಿದ್ಧವಾಗುತ್ತದೆ. ಈ ಎರಡು ಪಾಠಗಳೂ

ಹಸ್ತಪ್ರತಿಲೇಖನ ವಿಧಾನವನ್ನರಿತ ಜಾಣನಾದ ಪಾಠಕ ನಿಗೆ ಉಚ್ಚಾರ ಹಾಗೂ ಅರ್ಥದೃಷ್ಟಿಗಳಿಂದ ಸರ್ವಸಮ (≡) ಪಾಠಗಳು. ಅವು ಭಿನ್ನ – ಪಾಠಗಳೂ ಅಲ್ಲ; ಅನ್ಯಪಾಠಗಳೂ ಅಲ್ಲ. ಪ್ರಥಮಾವಿಭಕ್ತ್ಯರ್ಥದ ' ನೀನ್' ಎಂಬ ಸರ್ವನಾಮಪ್ರಕೃತಿಯ ಮೇಲೆ 'ಒಳ್' ಎಂಬ ಪ್ರತ್ಯಯ ಬಂದು ' ನೀನೊಳ್' ಎಂಬ ಸಪ್ತಮ್ಯಾರ್ಥದ ಅಪೂರ್ವಶಬ್ದರೂಪ ತಾಳಿ ವಿಶಿಷ್ಟ ಪಾಠವಾಗಿದೆ. ' ನಿಂನೊಳ್' ಮೂಲತಃ ' ನೀನೊಳ್' ಎಂದೇ ಓದಿಸಿಕೊಳ್ಳಲ್ಪಡುತ್ತಿದ್ದು ಆ ದೀರ್ಘಸ್ವರಸೂಚಕ ಬಿಂದು ಅದರ ಮುಂದಿನ ಅಕ್ಷರ (ಂನೊಳ್) ದ ವ್ಯಂಜನತ್ವದಿಂದ ಸ್ವೀಕೃತವಾದಾಗ ವ್ಯಂಜನಾಂಗವಾಗಿ ' ನೀನ್' (ದೀರ್ಘ) + 'ಒಳ್' ಆಗುವನಿನ್ (ಹ್ರಸ್ವ)+ಅ+ಒಳ್ >ನಿನ್ನೊಳ್ಆಗಿ ಷಷ್ಠೀವಿಭಕ್ತಿಪ್ರತ್ಯಯದ ಮೇಲೆ ಸಪ್ತಮಿವಿಭಕ್ತಿ ಪ್ರತ್ಯಯ ಬಂದು ಸೇರಿದಂತಾಗಿದೆ.

ದೀರ್ಘಸ್ವರಗಳ ಅಧ್ಯಾಹಾರಪಾಠಗಳಂತೆ ಸಂಯುಕ್ತಗಳಿಗೆ ಸೇರಬೇಕಾದ ದ್ವಿತ್ವಾಕ್ಷರವನ್ನು ಕೈಬಿಟ್ಟುಕೊಂಡು ಬರೆಯುವ ತಾಡಪತ್ರದ ಲೇಖನಪದ್ಧತಿಯಿಂದ ಒಮ್ಮೊಮ್ಮೆ ತೊಡಕುಂಟಾಗದೆ ಇಲ್ಲ. ಉದಾಗೆ: "ಎ ನಿತುಂ ಪೂಸಿಯುಮೆಂತು ಕರ್ಚಿಯುಮಿದಂ ತಾನೆಂತು ಕೈಗೆಯ್ದುಮೊಳ್ಪಿನ ಸಂಸಾರಮನೆಂತು ಮಾಡಿಯುಂ" ಎಂಬ ಗ್ರಂಥಪಾಠದಲ್ಲಿ 'ಸಂಸಾರ'ವೆಂಬ ಪದಪಾಠವನ್ನು ಅದಿರುವಂತೆಯೇ ಮಾಡಿದರೆ ಆ ಓದಿ ನಿಂದ ಪದ್ಯದ ಉದ್ದಿಷ್ಟಾರ್ಥಕ್ಕೆ ಕುಂದುಂಟಾಗುತ್ತದೆ. ಆ ಕಾರಣ ಲಿಪಿಕಾರನು ಆ ಲಿಖಿತಪಾಠದಲ್ಲಿ ಬರೆಯದೆ ಬಿಟ್ಟ ದ್ವಿತ್ವಾಕ್ಷರವನ್ನು ಅಧ್ಯಾಹಾರಮಾಡಿಕೊಂಡು ಕೂಡಿಸಿ ಓದಿದಾಗ 'ಸಂಸ್ಕಾರ'ವೆಂಬ ಸಂದರ್ಭೋಚಿತ ಪಾಠ ಸಿದ್ಧಿಸಿ ಮೂಲಾರ್ಥವನ್ನು ಮನಗಾಣಿಸಬಲ್ಲು– –ದಾಗುತ್ತದೆ.

X ಅದ್ವಿತ್ವವಾಗಿ ಬರೆದ ಒಂದು ಪದ ಒಂದೆಡೆ ಹೀಗೆ ಅಧ್ಯಾಹಾರ ಪಾಠವಾದ ಮಾತ್ರಕ್ಕೆ ಅದು ಎಲ್ಲೆಡೆಯೂ ಹಾಗೆ ಆಗಬೇಕಾದುದಿಲ್ಲ. ಅದು ಪದ್ಯದ ಅರ್ಥವನ್ನು ಅವಲಂಬಿಸಿರುತ್ತದೆ. "ಎಲೆ ಸಂಸಾರದ ಸಾರಸೌಖ್ಯರುಚಿ ಜಿಹ್ವೋಪಸ್ಥಯುಗ್ಮಂ"– ಎಂಬಲ್ಲಿ ಪ್ರಯುಕ್ತವಾದ 'ಸಂಸಾರ'ವೆಂಬ ಶಬ್ದ ಕೌಟುಂಬಿಕ ವಿಷಯಕ್ಕೆ ಪ್ರಸಕ್ತವೇ ಹೊರತು 'ಸಂಸ್ಕಾರ'ವೇ ಮೊದಲಾದ ಇತರ ವಿಚಾರಕ್ಕೆ ಸಂಬಂಧಿಸಿದ್ದಲ್ಲ. ಆ ಕಾರಣ ಪ್ರಸ್ತುತ ಉದ್ಧರಣದಲ್ಲಿನ 'ಸಂಸಾರ'ವೆಂಬ ಪದವನ್ನು ಅದಿದ್ದಂತೆಯೇ ಓದಬೇಕಾಗುತ್ತದೆ. ದ್ವಿತ್ವದ ಅಧ್ಯಾಹಾರದ ಶಬ್ದರೂಪದ ಪ್ರಯೋಗವೇನಲ್ಲ. ಸಜಾತೀಯ ಸಂಯುಕ್ತಗಳನ್ನು ಹಲವೊಮ್ಮೆ ಅದ್ವಿತ್ವವಾಗಿಯೇ ಲಿಪಿಕಾರರು ಬರೆಯುತ್ತಿದ್ದುದಕ್ಕೆ ಹೇರಳವಾಗಿ ಉದಾರಣೆಗಳು ತಾಡೋಲೆ ಲೇಖದಲ್ಲಿ ಕಾಣಸಿಗುತ್ತವೆ.

XI ಅದ್ವಿತ್ವಲೇಖಪಾಠದ ದ್ವಿತ್ವದ ಅಧ್ಯಾಹಾರವನ್ನು ಮಾಡಬೇಕಾದ ಪಾಠಸಾಧನೆಯ ಸಂದರ್ಭದಲ್ಲಿ ವಾಚಕನು ಇಲ್ಲವೆ ಪಾಠಕನು ದೀರ್ಘಸ್ವರದ ಅಧ್ಯಾಹಾರವನ್ನು ಮಾಡಿದ್ದೇ

ಆದರೆ ಸಂಭವಿಸಬಹುದಾದ ಪಾಠ ನಿರ್ಣಯದ ಕ್ಲಿಷ್ಟತೆಗೆ ನೋಡಿ ಕನ್ನಡ ಗ್ರಂಥಸಂಪಾದನೆ, ಪು. ೧೨೫.

" ಕಬ್ಬಿಪ್ಪನಾಡಡವಿಯ ಬೆಟ್ಟದ ಮೇಗಣೆಕಸಜೆಯ ಮೇಗಿರ್ದು" ವಡ್ಡಾ: ೮೮–೨೭, "ಇಲ್ಲಿ 'ಣೆಕಸಱು' (ಕಗ), 'ಣೆಕಸಿಲೆ' (ಘ.ಛ), 'ಣೆಕಶಿಲೆ' (ಚ) ಎಂಬ ಪಾಠಾಂತರಗಳಿವೆ. ಸರಿಯಾದ ಪಾಠ 'ಣೇಕಸಜೆ' ಎಂದಿರಬಹುದು, ಆದರೆ ಅದು ಏಕ+ಸಜೆ ಎಂದು ಅರಿ ಸಮಾಸವಾಗುತ್ತದೆ. ಮೇಗಣೆ+ಕಸಜೆ ಎಂದು ಬಿಡಿಸಿದರೆ ತಪ್ಪಾಗುತ್ತದೆ. ಏಕೆಂದರೆ 'ಕಸಜೆ' ಎಂಬ ಶಬ್ದವೊಂದಿದೆ ಎಂದು ಹೇಳಲು ಆಧಾರವಿಲ್ಲ. "ಮೇಗಣ+ಎ ಎಂಬಲ್ಲಿನ ಅವಧಾರಣೆಗೆ ಸಾರ್ಥಕತೆ ಇಲ್ಲ." – ಕನ್ನಡ ಗ್ರಂಥಸಂಪಾದನೆಯಲ್ಲಿ ಮಾಡಿರುವ ಪೂಜ್ಯ ಡಿ.ಎಲ್.ಎನ್ ಅವರ ಈ ಪಾಠ ವಿಮರ್ಶೆಯ ನಿರೂಪಣೆಯಲ್ಲಿ ಪದಚ್ಛೇದದ ತೊಡಕು ಏನು ಎಂಬುದರ ಕಡೆಗೆ ಬೆರಳು ಮಾಡಿ ತೋರಿಸಿರುವುದನ್ನು ಕಾಣಬಹುದು.

ಪ್ರಸ್ತುತ 'ಬೆಟ್ಟದ ಮೇಗಣೆ ಕಸಜೆ' ಎಂಬುದರ 'ಣೆ' ಕಾರಕ್ಕೆ ಏತ್ವದ ದೀರ್ಘಸ್ವರವನ್ನು ಅಧ್ಯಾಹಾರ ಮಾಡಿಕೊಂಡು ಸೇರಿಸಿ ಓದಿದುದರಿಂದ ಆ ಪಾಠ '... ಮೇಗಣೇ ಕಸಜೆ' ಎಂದಾಗಿ ಅರಿಸಮಾಸದೋಷಕ್ಕೆ ಈಡಾಯಿತು. ಹಾಗೆ ಮಾಡುವ ಬದಲು ಇದೇ 'ಮೇಗಣೆ ಕಸಜೆ' ಪಾಠದ 'ಕ' ಕಾರಕ್ಕೆ ಸಜಾತೀಯ ದ್ವಿತ್ವವ್ಯಂಜನವನ್ನು ಅಧ್ಯಾಹಾರ ಮಾಡಿ ಹಿಂದಣ ಪದಾಂತ್ಯದ 'ಣ' ಕಾರದ ಮೇಲಣ ಎಕಾರದೊಡನೆ ಕೂಡಿಸಿ ಓದಿದಲ್ಲಿ 'ಮೇಗಣೆಕ್ಕಸಜೆ' ಎಂಬನಿರ್ದುಷ್ಟಪಾಠ ಸಹಜವಾಗಿಯೇ ಸಿದ್ಧಿಸುವುದು. ಏಕ(ಸಂ)/> ಎಕ್ಕ (ದ್ಭ) ಪದದೊಡನೆ+'ಸಜೆ'–ದೇಶ್ಯ ಪದ ಸೇರಿ ಅರಿಸಮಾಸ ಬಾರದಿರುವುದನ್ನು ಗಮನಿಸಬಹುದು. ವಡ್ಡಾರಾಧನೆಯಲ್ಲಿನ ಗ್ರಂಥಪಾಠಕ್ಕಿರುವ ಉಳಿದ ಪಾಠಾಂತರಗಳ ವಿಮರ್ಶೆಯದ್ವಾರ ಅವುಗಳ ಸಾಧುತ್ವ ಅಸಾಧುತ್ವಗಳನ್ನು ಕುರಿತು ವಿವೇಚಿಸಬಹುದಾಗಿದೆ. ಮೇಲೆನಿರೂಪಿಸಿರುವ ದ್ವಿತ್ವಾಕ್ಷರದ ಅಧ್ಯಾಹಾರದ ಅನ್ವಯದಂತೆ 1 'ಎಕ್ಕಸಱು' 2 'ಎಕ್ಕಸಿಲೆ' 3 'ಎಕ್ಕಶಿಲೆ' ಎಂಬ ಶಬ್ದ ರೂಪತಾಳ ಸಮಸ್ತ ಪದಗಳಾಗುವುವು. ಎಕ್ಕ (=mಏಕ) ದೊಡನೆ ಸೇರಿದ 1 ಸಱು – ಎಂಬ ಪದಕ್ಕಿರುವ ಮುಷ್ಟಿ, ಹಿಡಿತ, ಬೇಂಟೆಯ ಮೃಗಗಳ ದಾರಿ – ಇತ್ಯಾದಿ ಯಾವ ಅರ್ಥವೂ ಪ್ರಸ್ತುತ ಸಂದರ್ಭಕ್ಕೆ ಅನ್ವಯವಾಗದಿರುವುದರಿಂದ ಆ ಪಾಠವನ್ನು ಕೈಬಿಡಬಹುದು. 2 ಎಕ್ಕ + ಸಿಲೆ – ಈ ಎರಡೂ ತದ್ಭವಗಳಾಗಿರುವುದರಿಂದ ಅರಿಸಮಾಸದ ದೋಷಕ್ಕೆ ಎಡೆಯಿಲ್ಲ. 3 'ಎಕ್ಕಶಿಲೆ' ಪಾಠವಂತೂ ಅರಿಸಮಾಸವೇ ಆಗಿ ದೋಷಯುಕ್ತ. ಗ್ರಂಥಸ್ಥ ಪಾಠಭಾಗಕ್ಕೆ 'ಎಕ್ಕಸಱು' ಶಬ್ದರೂಪವೇ ಯುಕ್ತ 'ಎಕ್ಕಸಜೆ' ಶಬ್ದರೂಪವಲ್ಲ ಎಂಬುದಕ್ಕೆ ಆದಿಪುರಾಣದ ಪ್ರಯೋಗ ನೋಡಿ.

"... ವಿಕಸಿತ ಸರಸಿಜಮಂ। ಸಱಿಯೊಳಱಸುವಂತಾಗಿರ್ಕುಂ" ೯-೧೧೩. ..."ವಿಕಸಿತ ಯದಿ ಪದ್ಮಂ ಪರ್ವತಾಗ್ರೇ ಶಿಲಾಯಾಂ ನ ಭವತಿ ಪುನರುಕ್ತಂ ಭಾಷಿತಂ ಸಜ್ಜನಾನಾಂ" ಎಂಬ ಸಂಸ್ಕೃತ ಸುಭಾಷಿತ ಭಾಗದ ಅನುವಾದವೇ ಆದಿಪುರಾಣದ ಈ ಉಕ್ತಿಯಲ್ಲಿ ಮೈದೋರಿರುವುದು ಸುವಿದಿತ. ಶಕಟರೇಫಯುಕ್ತ 'ಸಱಿ' ಶಬ್ದಪಾಠ ಸಾಮಾನ್ಯರೇಫದ 'ಸರಿ' ಪದವಾಗಿ 'ಶಿಲೆ' ಎಂಬ ಅರ್ಥವನ್ನೇ ಹೊಂದಿದುದನ್ನು "ಸತ್ತು ಸರಿಯಹೆನು" ಎಂಬ ಬಸವಪುರಾಣದ (೧೪-೨೦) ಪ್ರಯೋಗದಿಂದ ಅರಿಯಬಹುದು. 'ಸಱಿ' ಪಾಠವೇ ಶುದ್ಧ 'ಸಱು' ಎಂಬುದಲ್ಲ ಎಂಬುದೇ ನಿರ್ಣಯ. ಲಿಪಿಕಾರರ ಬಹುಮುಖವಾದ ಲೇಖನ ಕ್ರಮಗಳ ರೂಢಿಯ ಪ್ರಜ್ಞೆಯ ಜೊತೆಗೆ ಸಮಯಪ್ರಜ್ಞೆಯೂ ಕಾವ್ಯವವನ್ನು ನಡಸುವಾತನಿಗೆ ಇರಬೇಕಾದುದು ಅತ್ಯ ನಿವಾರ್ಯ ಎಂಬುದ ನ್ನಿಲ್ಲಿ ನೆನಪಿನಲ್ಲಿಡಬೇಕಾದುದು ಅಗತ್ಯ. 'ಎಕ್ಕಸಱಿ' ಎಂಬುದು ಏಕಶಿಲಾತಲ' ವೆಂಬುದರ ಕನ್ನಡ ರೂಪ.

XII ಪರಸ್ಪರ ಬಿಂಬ - ಪ್ರತಿಬಿಂಬ ಪಾಠಗಳಾಗಿರುವುದಕ್ಕೆ:-

1 " ಈ ವಸ್ತುವಿಂ ಪರಮಾತಂ ಪೆಱತೊಬ್ಬನಲ್ಲದೊಳರೇ " - ib ೯೫ (c). ಕವಿಯ ಈ ವಾಕ್ಯದಲ್ಲಿನ 'ಪರಮಾತಂ' ಪಾಠ (a)ಪ್ರತಿಯಲ್ಲಿ 'ಪರಮಾರ್ಥಂ' ಎಂಬ ಪಾಠಾಂತರವನ್ನು ಹೊಂದಿದೆ. 'c' ಪ್ರತಿಯ ಪಾಠದಿಂದ ಭಿನ್ನವಾದ ಈ ಪಾಠಾಂತರದ ಸಾರ್ಥಕತೆ 'ಪೆಱತೊಬ್ಬನಲ್ಲದೆ' ಎಂಬ ಪಾಠದೊಡನೆ ಇಲ್ಲವಾದ ಕಾರಣ ಇದು ಸ್ವೀಕಾರಾರ್ಹವಲ್ಲ. 'c' ಪ್ರತಿಯ ಸೀಸದ ಕಡ್ಡಿಯ ಅಧ್ಯಾಹಾರ ಪಾಠ ಲೇಖವಾದ 'ಪರಮಾತ್ಮ' ವೆಂಬ ಪದವೇ 'ಪರಮಾತಂ' ಎಂಬ ಮೂಲಪಾಠಕ್ಕೆ ಪ್ರತಿಬಿಂಬರೂಪದ ವಾಚನ ಪಾಠವೇ ಹೊರತು ತತ್ಕಾಲದ ಬರವಳನ ಲೇಖನ ಪದ್ಧತಿಯ ಸ್ವರೂಪದ ದೃಷ್ಟಿಯಿಂದ ಅದು ಪರಿಷ್ಕೃತಪಾಠವೇನಲ್ಲ. (ii)'ತಲ್ಲಿನನಂಗಿರೆ':- wrt - (a) f ತಲ್ಲೀನ ನಾಗಿರೆ (c) ib 77. ದ್ವಿತ್ವ 'ಲ್ಲಿ' ಕಾರದ ಮೊದಲ ವ್ಯಂಜನದ ಗುಡಿಸಿನ ಸುರುಳಿಯನ್ನು 'c' ಪ್ರತಿಯಲ್ಲಿ ಒತ್ತಿರೇಖಿಸಿರುವುದರಿಂದ ಅದು ದೀರ್ಘಸಂಜ್ಞೆ 'ನಂಗಿರೆ' ಪದದೊಳಗಣ ಬಿಂದು ರೇಖಕಲಿಪಿ 'ಆ' ತ್ವದ ದೀರ್ಘಸ್ವರ ಸೂಚಕ. 'c' ಪ್ರತಿಯಲ್ಲಿ 'ತಲ್ಲಿನನಾಗಿರೆ' - wrt - (c) ಎಂದೇ ಲಿಖಿತವಾಗಿರುವುದರಿಂದ ಈ ಉಭಯಪಾಠಗಳೂ ಪರಸ್ಪರ ಬಿಂಬ-ಪ್ರತಿಬಿಂಬ ಪಾಠಗಳಾಗಿ ಒಂದು ಮತ್ತೊಂದೇ ಹೊರತು ಭಿನ್ನಪಾಠಗಳಲ್ಲ. ಲಿಪಿಕಾರ ಸ್ಖಾಲಿತ್ಯವೆಂದೂ ಎಣಿಸಬಾರದ ಪಾಠಗಳಾಗಿ ಗಣಿಸುವುದಗತ್ಯ.

XIII ದೀರ್ಘಸ್ವರಸೂಚಕ ಪ್ಲುತಾಲೇಖಪಾಠ:-

(1) ಸೌಖ್ಯಾತ್ಮಕನಾಗಿನಿ ನೆ ನಿಸುಗುಂ-wrt-(c), ಸೌಖ್ಯಾತ್ಮಕನಾ ನಿ -srm ಗಿ ನಿ- ನಿ ನೆ ನಿಸುಗುಂ wrt - skip (a) f ಸೌಖ್ಯಾತ್ಮಕನಾಗಿನೀನೆ ನಿಸುಗುಂ ib

೭೮. (2) ಮೊ ಕು (b), ಮೊ ಕ್ಕು (c) f ಮೋಕು, ಮೊಕ್ಕು ೧೩. (3) ಕೊ ಟಲೆ (a) f ಕೋಟಲೆ (c) ib ೭೮. (4) ತಮ್ಮದೆಸೆಗಿರ್ದಾರ್ದೊಯ್ದುನಿಂನಂ–skip–wrt(ac)f ತಮ್ಮ ದೆಸೆಗೀರ್ದಾರ್ದೊಯ್ದುನೀನ್ನಂ।ನಿನ್ನಂ ib ೨೯ ಅಡಿಟಿ. ದೀರ್ಘಸ್ವರಸೂಚಕ ಪ್ಲುತರೂಪದ ಅಲೇಖ ಪಾಠಗಳಾದರೆ ಮುಂದಿನ ಪಾಠಗಳು.

XIV ಅನುಪಲಬ್ಧ ಲಿಪಿ ಸಮಸ್ಯಾ ಪೂರಣಸೂಚಕ ಅಲೇಖ–ಪಾಠಗಳು:–

ಉದಾ:– (1) ತಿ ಬ unlp ೨೭– c ಪ್ರತಿಯ ಪಾಠಕ್ಕೆ a b ಪ್ರತಿಗಳಲ್ಲಿ 'ತಿಂಬ' ಎಂಬ ಪಾಠವೂ (2) ಚಿತ್ತವ ಗಂ ib ೨೮ (c) ಎಂಬುದಕ್ಕೆ 'a' ಪ್ರತಿಯಲ್ಲಿ 'ಚಿತ್ತವಧೆಗಂ' ಎಂಬ ಪಾಠವೂ 'b' ಪ್ರತಿಯಲ್ಲಿ 'ಚಿತ್ರವಳೆಗಂ' ಎಂಬ ಪಾಠವೂ ಲಭ್ಯವಾಗಿರುವುದರಿಂದ 'c' ಪ್ರತಿಯ ಪಾಠಗಳ ಅನುಪಲಬ್ಧ ಲಿಪಿಗಳ ಕೊರತೆ ಪ್ರತ್ಯಂತರಗಳ ಪಾಠಗಳಿಂದ ಹೋದಂತಾಗಿದೆ. 'c' ಪ್ರತಿಯ ಸೂಚಿತಪಾಠಲೇಖನವನ್ನು ಲಿಪಿಕಾರ ಸ್ಖಾಲಿತ್ಯವೆಂದೆನ್ನ– –ಲಾಗದು. ಮೂಲ ಮಾತೃಕಾಪಾಠದ ಯಥಾರ್ಥಲೇಖವೇ ಹೊರತು ಪ್ಲುತದ ಅಲೇಖಪಾಠ (skipped reading) ವೂ ಅಲ್ಲ.

XV ಪದಮಧ್ಯ ಹಾಗೂ ಪದಾಂತ್ಯಗಳಲ್ಲಿ ಉ.ಎ ಸ್ವರಗಳನ್ನು ಬಿಡಿರೂಪದಲ್ಲಿ ಬರೆದಿರುವುದಕ್ಕೆ :– (1) ಪಾಉ (b) ೧೭ (2) ಅಜೀಉದಂ (a) ೬೯ (3) ನೆರಉದೆಂತುಂ ೩೪ (b) ib ೩೫ (4) ಸಉಖ್ಯಾಧಾರ (b) ೩೩ (5) ಅಚ್ಚರಿ ಎ (c) ೧೦, (6) ಆರ್ಕ್ಕಂರ್ಮಿಎ (c) ೬೮.

XVI ಬದ್ಧರೂಪದಲ್ಲಿ 'ಉ' ತ್ವ ಚಿಹ್ನೆ (ು) ಯನ್ನು ಲಕಾರವಾಗಿ ಬರೆದಿರುವುದಕ್ಕೆ :–

(1)"ವೊಡನೊಂ೮ುಂಗು –Mer–cum– Mer or transpl ಕಲಡದಿರ್ದ್ದಮೂಲನ್"–(a) f ಮೊಡನೊಯ್ಯುಂ ಕುಡದಿರ್ದ ಮೂಲನ್ – (c) ib ೮೮ ftn.

XVII ಬದ್ಧರೂಪದಲ್ಲಿ 'ಎ' ಕಾರ 'ಇ' ಕಾರವಾಗಿರುವುದಕ್ಕೆ:–

"ಕಾಮಿ ನಿ ದಾಹ ಳೇಕೆ ಪಡಿಯಲ್ತಂ ನಿಶ್ಚೆಯಾದಲ್ಲಿ" – ib ೬೫ ..... ಪಡೆಯ್ತಂ ನಿಶ್ಚಿಯಾದಲ್ಲಿ (a) ಲ f ಳ (c) ಆಹಳ್ f ಆಗಳ್.

XVIII 'ಕ' ಕಾರ ಲಿಪಿಸಾದೃಶ್ಯಭ್ರಾಂತಿಯಿಂದ 'ತ' ಕಾರ ವಾಗಿರುವುದಕ್ಕೆ:–

(1) ದುರ್ಗಂಧ ಸಂಕುಳತತ್ಕುಟ (c) f . . . ಸಂಕುಳಕತ್ಯುತ್ಕಟ – ೪೬. (2) 'ಕ' ಕಾರ ಡ ಕಾರವಾಗಿರುವುದಕ್ಕೆ:– ಬೆಂಡೆ (c) f ಬೆಂಕೆ (B, p. cor) – ೫೬. (3) h 'ತ' ಕಾರ 'ಕ' ಕಾರವಾಗಿರುವುದಕ್ಕೆ:–

h **XIX** (1) "ಕೀರ್ತಿಲತೆಯಂ ಕಿ ಳ್ತಿಕ್ಕದಾನಂಜುವೆಂ" (a) " . . . . ಕೀಳ್ತಿತ್ತದಾನಂಜುವೆಂ (c) ೩೧. (2) ದಿಕ್ಸಮೂಹಂಗಳಂಕರಮಂ wrt (c) . . . .° ಅಂತರಮಂ ೫೮ – (a) ib ೫೯. (3)ನಿರ್ಮಳತೆ >ನಿರ್ಮಳಿತೆ (ac) ೩೧ /ನಿರ್ಮಳಿಕೆ : ನೋ : ಕಿಟ್ಟಿಲ್‌ಕೋಶದಲ್ಲಿ ಅನ್ಯಪಾಠವೆ ನಿಸಿದೆ. ತಕಾರ – ರಕಾರಕ್ಕೆ : ಸರಿಯಂ ಭಂಜಿಪ wrt (b) f ಸತಿಯಂ ಭಂಜಿಪ ೨೯.

XX ಗ ಕಾರ ದ ಕಾರ ವಾಗಿರುವುದಕ್ಕೆ:– (1) ಮುಳಿಸಿಂದಂ f ಮುಳಿಸಿಂಗಂ ೩೧. (2) ದಣಿದುಮೆ (a) f ದಣಿಗುಮೆ (೩೭). (3) °ಅಂದಾವಯವಂ (ac) f °ಅಂಗಾವಲಿಯಂ ೬೨ (b) ib ೬೩.

XXI 'ಗ' ಕಾರ 'ನ' ಕಾರವಾಗಿರುವುದಕ್ಕೆ:– 'ಜಗದೊಳ್ ಮತ್ತನ್ಯರಾ ನಿಂಗ ಕಾಲ್ವಿಡಿವೆಂ' – wrt – (a) ≡ನೀಂಗ . . . ; . ' ನ್ನಿಂನ ಕಾಲ್ವಿಡಿವೆಂ (c) =ನೀಂನ >ನೀನ್ನ >ನಿನ್ನ ib ೮೯. ಇದೆ **X**iii: ಸೌಖ್ಯಾತ್ಮಕನಾ ನಿ (a) f ... ನಾಗಿ (c). ಘ ಕಾರ ಪಕಾರವಾಗಿರುವುದಕ್ಕೆ:– ಗುರುವಾಕ್ಯಂ ಮೊದಲಾಗಲಂಪುಮೆನೆ ವೇದಂ wrt – (a) f. . . . °ಅಲಂಘ್ಯಮೆನೆ ವೇದಂ (c) ib ೯೧.

XXII 'ಜ' ಕಾರವನ್ನು 'ಬ' ಕಾರವಾಗಿಯೂ ' ನಿ' ಕಾರವನ್ನು 'ಗಿ' ಕಾರವಾಗಿಯೂ ಓದಿರುವುದಕ್ಕೆ:– ಗಿ ಬಾಕ್ಷಿ (a) fನಿ ಜಾಕ್ಷಿ ೨೧ (bc).

ಟ–ಕಾರ ಅಲ್ಪಪ್ರಾಣವನ್ನು ಮಹಾಪ್ರಾಣವಾಗಿ ಉಚ್ಚರಿಸಿದ್ದರಿಂದ ಆದ ಸ್ಖಾಲಿತ್ಯಕ್ಕೆ :– ದಿಠ (ac) f ದಿಟ ib ೩೯;೬೦ (**X** b)

ಡ ಕಾರ 'ರ' ಕಾರವಾಗಿರುವುದಕ್ಕೆ :– ತನುತ್ಯಾಗಮಂ ಮನದೊಳ್ ಮಾಡದರೆಂತು (b) [ಮಾಡದರ್ಗೆ ಂತು], . . . ಮಾಡದಡೆಂತು (c) (a) ib ೩೨.

'ದ' ಕಾರ ಡಕಾರವಾಗಿರುವುದಕ್ಕೆ :– (1) ಡೆಸೆಗೆ (b) f ದೆಸೆಗೆ ib ೩೩; ಸದೃಶಾಕ್ಷರಭ್ರಾಂತಿಯಿಂದಾದ ಲಿಪಿಕಾರಸ್ಖಾಲಿತ್ಯ (2) ಆಸ್ಪಡಂ f ಆಸ್ಪದಂ (೬) (3) ಸಾಲ್ವುಡೀ (c) f ಸಾಲ್ವುದೀ (a) ib೮. (4) ಸ್ಥಿರದರ್ಮಡ್ರುಮ (b) f ಸ್ಥಿರಧರ್ಮದ್ರುಮ (c) ೫೧. (5) ಪೆಚಿರಡಂತೆ (b) f ಪೆರ್ಚಿರದಂತೆ ib ೫೦ (6) ಪಾವನದೊಡು (ac) ವಾದು ib ೯.

ದ ಕಾರ – ಗ ಕಾರಕ್ಕೆ:– ಸಾಧನಗುಪಾದಾನಾರ್ಥ (b) f ಸಾಧನದುಪಾದಾನಾರ್ಥ. (ac), ib ೧೨. ಎಲ್ಲಂನದಿಂ (a) f ಎಲ್ಲಂದದಿಂ (c) ದಕಾರ–ರಕಾರಕ್ಕೆ (1) ಏಕರು (c) f ಏಕದು (೬೩) (2) ಭೇದಿಸರೆ (a) f ಭೇದಿಸದೆ (c) ib ೧೦೦.

ನ–ಸ ಆಗಿರುವುದಕ್ಕೆ:– ನ ಬಾಷ್ಪನಯನಂ (c) ಸ ಬಾಷ್ಪನಯನಂ (೪೫) ನಕಾರವನ್ನು ಲಕಾರವಾಗಿ ಉಚ್ಚರಿಸಿರುವುದಕ್ಕೆ :– (1) ಅಂಗಲೆ (a) ಅಂಗನೆ (c) ೧೦೨. (2) ಜಲ್ಮ (b) f ಜನ್ಮ (c) ೨೨. ನಕಾರ ಶಕಾರವಾಗಿರುವುದಕ್ಕೆ:– ಶಂಭುಮುಪಾಯ (c) f ನಂಬುವುಪಾಯ (b) ೧೨.

'ಪ' – ವಕಾರವಾಗಿರುವುದಕ್ಕೆ (1) ಪದವಿ (c) f ಪದಪಿ (a) ೨೦. (2) ವಿರ್ದೆಡೆಯೊಳ್ (b) f ಪೀರ್ದೆಡೆಯೊಳ್ (c) ೬೧. 'ಯ' ಕಾರದ ಭ್ರಾಂತಿಗೆ ಎಡೆಕೊಟ್ಟಿರುವುದಕ್ಕೆ: ಯೆರೆಯಂ ನುಂಗಿ –ya–gli (b) f ಪೆರೆಯಂನುಂಗಿ (ac) 'ಪೆರೆ' ಪದದ ಕ್ಲಿಷಾರ್ಥ ನಿವಾರಕವಾಗಿ ಸುಲಭಪಾಠದ ಸೃಷ್ಟಿಯಾದಂತಿದೆ.

ಬ, ಭ ಕಾರಗಳ 'ದ' ಕಾರಕ್ಕೆ:– (1) ಕಮಲಂದೊತ್ತಿಪ್ಪ (a) f ಕಮಲಂ[ಬೊ]ತ್ತಿಪ್ಪ. ೭೪ (2) ಪ್ರಾಣದುಕ್ (b) f ಪ್ರಾಣಭುಕ್ (c) ೬೧.

ಮಕಾರ ಉಚ್ಚಾರದೋಷದಿಂದಾದ ವಕಾರಕ್ಕೆ:– (1)ನಿವಿಷ (c),ನಿಮುಸ (b) f¤ಮಿಷ, ೫೮. ಸದೃಶಾಕ್ಷರಭ್ರಾಂತಿಯಿಂದಾದ 'ನು' ಕಾರಕ್ಕೆ ನುನದಿಂ (c)f ಮನದಿಂ (a) ೭೯. 'ಫ್ರಾ' ಕಾರ 'ಶ್ರೇ' ಕಾರದ ಭ್ರಾಂತಿಗೆ: ಫ್ರಾಣಿಪ್ಪ (ac) % ಶ್ರೇಣಿಪ್ಪ (b)

'ಮೆ' ಕಾರ 'ಹೆ' ಕಾರದ ಭ್ರಾಂತಿಗೆ ಕಾರಣವಾಗಿರುವುದಕ್ಕೆ: 'ಮೇಮ್ಮಾಲಿ'–ori–Msr–(b)> ಹೆಂಮಾರಿ (ac) ೨೭. ಮೆ>ಹೆ; ಲಿ>ರಿ.

ಯ:– ವ್ಯಂಜನ ಬಿಡಿಯಾಗಿ ಸ್ವರರೂಪದಿಂದ ಇ,ಎಕಾರವಾಗಿರುವಿಕೆಗೆ:– । ಕಯಿಗೆಇಉತಂ (b) f ಕೈಗೆಯ್ವುತಂ ೧೪. ಅಚ್ಚರಿಏ (b) f ಅಚ್ಚರಿಯೆ. ರಕಾರ: ಲಕಾರಕ್ಕೆ (1) ನೆಲಪಲಕ್ಕುಂ (b) f ನೆರಪಲಕ್ಕುಂ (c) ೫೫. ಅರ್ಕಾವತ್ತಿ (೯) ಗೆ ಬದಲು ರಕಾರಕ್ಕೆ: ಪೀರ್ಚುವಾ (c^1) > ಪೀದ್ರುವಾ ಇಲ್ಲಿ ; 'ಚ' ಕ್ಕೆ ದಕಾರವೂ ಬಂದಿದೆ. ೩೭.

'ಲ' ಕಾರ 'ರ' ಕಾರಕ್ಕೆ:–ನಿರಿಸುವೆಂ (a) X X (b) fನಿಲಿಸುವೆಂ (c) ೨೩. 'ವ'–ಮಕಾರವಾಗಿಯೂ, 'ದ'–ಡಕಾರವಾಗಿಯೂ ಇರುವುದಕ್ಕೆ:– (1) ಆಲಯಮಾಡೆನ್ನ (a) . . ವಾದೆನ್ನ (b) f ಮಾದೆನ್ನ (c) ೨೧. (2) ಜಿಹ್ಮಂ (c) ಜಿಂಹಂ (a) f ಜಿಹ್ವಂ (ಸಂ) ಈ ಪದದ ದ್ವಿತ್ವಾಕ್ಷರ 'ವ' 'ಜಿಂಹಂ' ಎಂಬುದರಲ್ಲಿ ಬಿಂದುವಾಗಿರುವುದನ್ನು ಗಮನಿಸಬಹುದು. ವಿಜಾತೀಯ ದ್ವಿತ್ವದ ಮೊದಲ 'ವ್ಯೊ' ಕಾರ 'ಯೊ' ಕಾರವಾದುದಕ್ಕೆ:– ಯೋಮದನೀಳ್ದನ್ (b) f ವ್ಯೋಮದನೀಳ್ದನ್ (c) ೫೯. 'ಶಕಾರದ ಒತ್ತು ನಕಾರದ ಒತ್ತಕ್ಷರವಾಗಿರುವುದಕ್ಕೆ' ಯೊಳ್ನಘರ f ಯೊಳ್ಶಘರ ೨೨

'ಷ' – 'ಶ' ಕ್ಕೆ:– (1) ದೋಶ (b) ೧೦ f ದೋಷ (2) ವಿಶಯ (b) f ವಿಷಯ ೫೩ (b) ವಿಶಾಪಹಾರಮಣಿ (b) f ವಿಷಾಪಹಾರಮಣಿ ib ೫೪.

'ಸ' – 'ಶ' ಕಾರಕ್ಕೆ : (+) ಶೂಪ್ತನ್ (c) f ಸುಪ್ತನ್ ೫೬. ಶ–ಸಕ್ಕೆ:– ಶುನಕ>ಸುನಕ ೪೬

'ಳ' ಕಾರಕ್ಕೆ ಶ/ಚ ಮತ್ತು ನಕಾರಗಳ ಸದೃಶಾಕ್ಷರಭ್ರಾಂತಿಗೆ:– (1) ಪಯೋಧಿ ಂಯೊಶ್ಚರ– ಜಜಾಲಂ (b) ಪಂಯೋಧಿಂಯೊಳ್ನಶರಜಾಳಂ (a) f ಪಯೋಧೊಯೊಳ್ಮಘರಜಾಲಂ ೨೨.

'ತ' ಕಾರ – ಒತ್ತಕ್ಷರದಿಂದ ಕೂಡಿದ 'ಯ್ತೆ'ಕಾರ (ಯ್ತೆ) ದ ಒತ್ತಕ್ಷರ (ತ) ಸ್ಥಾನಾಂತರಗೊಂಡು, 'ಯೆ' ಕಾರದ ಬದ್ಧರೂಪ 'ಎ' ಸ್ವರ 'ಅ' ಕಾರವಾಗಿ ಅದರ 'ತ' ಕಾರದ ಒತ್ತು 'ನ'ಕಾರವಾಗಿ ಅದರ ಹಿಂದಿನ ಅಕ್ಷರ 'ಳಾ' ಕ್ಕೆ ಸೇರಿದ ಒತ್ತಕ್ಷರವಾದುದರಿಂದ ಆದ ಪದದ ವಿಪರ್ಯಾಸವನ್ನು ಗಮ ನಿಸಿ:–

"ಂ ಏತಱೊಳ್ನಾಯಂದದಱಂದಮಂ" Mer –cum met – (c) ೭ f 'ಏತಱಲಾಯ್ತೆಂದದಱ' ೧ (b) , ಏತರೊಳಾಯ್ತೆಂದದಱಂದಮಂ (a) ib ೭. 'c' ಪ್ರತಿಯ ಇಲ್ಲಿನ ಪಾಠ ಗಣವ್ಯತ್ಯಾಸದಿಂದ ಛಂದೋದೋಷಮಾತ್ರವಾಗದೆ ಹೀನಾರ್ಥದ ಅಶುದ್ಧ ಪಾಠವೂ ಹೌದು. ಇಂತಹ ಪಾಠಗಳ ದೋಷಗಳನ್ನು ತ್ಯಜಿಸಬೇಕಾದುದು ಸಂಪಾದಕನಾಗುವವ ನಿಗಿರಬೇಕಾದನೀತಿ. 'A' ಮತ್ತು 'B' ಪ್ರತಿಗಳಲ್ಲಿರುವ ಮೂಲ ಗ್ರಂಥಪಾಠ 'C' ಪ್ರತಿಯಲ್ಲಿ ಲಿಪಿಕಾರನ ಅವಜ್ಞತೆಯಿಂದಾದ ಶಬ್ದದೋಷ ಹಾಗೂ ಛಂದೋದೋಷಗಳನ್ನು ಪರಿಹರಿಸಲು ನೆರವಾಗಿದೆ.

XXIII ಸದೃಶಾಕ್ಷರ ಭ್ರಾಂತಿಯಿಂದಾದ ಲಿಪಿಸ್ಖಾಲಿತ್ಯಗಳಲ್ಲದೆ ಇ ನ್ನಿತರ ದೋಷಗಳಿಗೆ:–

(1) **ಅಕ್ಷರಚ್ಯುತಿಗೆ** (omis ie omission of a. syllabb)

(2) ಬಿಸುಟ್ಟದಾ (c) f ಬಿಸುಟ್ಟಲ್ಲದಾ (b), ಬಿಸುಟ್ಟೆಟ್ಟದಾ (a) [ಲ್ಲ/ಟ್ಟೆ] ೬.

(3) ಶರಂ –Lap–c–(c) f ಶರೀರಂ (ab) ib ೧೨. [ರೀ] (4)ರಾಗ – ಮವಿತ್ರಂ (a) f ರಾಗಮಪವಿತ್ರಂ – ೪ [ಪ] –bc. (5) ಕಡು (c) f ಕಂಡು ೩೯ [೦] (6) ಸಂತಂ (a) f ಸಂತತಂ (c) [ತ] ib ೩೪. (7) ಪಿಡಿತ್ತಂ (c) f ಪಿಡಿವುತ್ತಂ, p.cor; ಪಿಡಿದೆತ್ತಂ (b) ೫೩ [ವು/ದೆ] (8) ಕರುಣಾಂರಾಸಿ (b) f ಕರುಣಾಂಭೋರಾಶಿ (c) ೫೧ [ಭೋ]. (9) ಪತ್ರದೊಳ್ನೆಸಿ (c) f ಪತ್ರದೊಳ್ನಿಲಿಸಿ (a) ೭೧ [ದೊಳ್ನೆಲಿಸಿ]. (10) "ಕೊಱವಂನಂ ಜಯೋಗ (b) [ನಿಜ], ಪಱವಂ ನಿಜಯೋಗ (c) [ಪಱವಂನಂ] – Lap–c–omis–ib ೫೭.

(2) ಪೂರ್ವಾನ್ವಯ ಲಿಪಿವಿಲೋಪಕಾತ್ಮಕ ಪುನರ್ಲೇಖನಪಾಠ (Error of retrographic Elision). 1. ಆರಾರಾಮಂ (a) f ಆತ್ಮಂರಾಮಂ o – symlv – ಆ = ಆತ್ಮಾರಾಮಂ (c) ೨೦. [ರಾ f ತ್ಮಾ] 2. ಆತ್ಮಾನನಾಪ್ತಾನನೊಳೊಂದಿ ಸಂದಿ ಸಂದಿಸುತಿರಲ್ (a) [ಸಂದಿ–dittog]f ಆತ್ಮನನಾಪ್ತಾ [ತ್ಮ] ನೊಳೊಂದಿ ಸಂದಿಸುತಿರಲ್ (c) ib ೧೬ 3. ಎಂಬಿಸಮುದ್ರಂಮನಾನಾಂತು ಕಟ್ಟಿದವನಂ– cretrog-cum-mer- (a) [ನಾ f ಮ] f ಎಂಬಿಸಮುದ್ರಾರ್ಥಮನಾಂತು "subs-cum-Expn" (c) ib ೩೬ 4. ಗೋಣ್ಮುರಿಗೊಂ –p.dittogr– ಗೊಂಡೊಯಿದ–Mer– ಪುದಾಗಳೆಂದಱಿಯದಾಗಂ – ods (b) [ಗೊಂ] f ಗೋಣ್ಮುರಿ ಗೊಂಡೊಯ –ods– ಪುದಾಗಳೆಂದಱಿಯಲಾರ್ಗ್ಗಂ (c), ೫೯.

(3) 'ಚ್ಛ'ಕಾರ ಸಂಯುಕ್ತವು 'ತ್ಸ' 'ಶ್ಚ' ಸಂಯುಕ್ತಗಳಾಗಿರುವುದಕ್ಕೆ ಉಚ್ಚಾರಣೆಯ ದೋಷವೇ ಕಾರಣವಾದ ಪ್ರಯೋಗಗಳು:– (wrnp written reading due to wrong pronunciation).

(1) ಇಶ್ಚಾವೃತ್ತಿ (ac) ಪ್ರಕರತ್ಸಾವೃತ್ತಿ –wrt-ori-omis [ದಿ] ೧೮ (b), f ಇಚ್ಛಾವೃತ್ತಿ p . cor (2) ತಮ್ಮಿತ್ಸೆಗೆ – wrt (b), ತ ನ್ನಿಚ್ಛೆಗೆ ib ೨೪ (ac) (3) ತ್ಸಿದ್ರಿಪುದನ್ (b) ಚಿದ್ರಿಪುದನ್ (c) f ಛಿದ್ರಿಪುದನ್ ib ೨೪ (4) 'ಚ್ಚ' ಸಂಯುಕ್ತ 'ತ್ಸ' ಆಗಿರುವುದಕ್ಕೆ:– ವಿದ್ಯುತ್ಸಳತ್ಸೌಖ್ಯ (c) f ವಿದ್ಯುಚ್ಚಲತ್ಸೌಖ್ಯ ib ೪೪.

XXIV ಪ್ರಕ್ಷಿಪ್ತಪಾಠಕ್ಕೆ:– (1)ನೀನ ನಿಮಿತ್ತಂ ಪೆರರಾರುಮಿಲ್ಲ (ac) ib ೬೪ fನೀನ ನಿಮಿತ್ತಂ ಪೆಱರಾರುಮಿಲ್ಲ. ಇಲ್ಲಿನ ಅಡಿಗೀಟು ಹಾಕಿರುವ ಪದ ' ನೀನೆ ನಿಮಿತ್ತಂ' ಎಂದೂ (2) "ಮಾತೃಪಿತೃಯೋಗಂ ದಂಪತಿಕ್ರೀಡೆಯೆಂಬ ನೇಮಂ ಸೂತಿಗೆ,ನಿರ್ನಿಮಿತ್ತಮೆನಲೇಂ" (ac) ೬೫ ' ನಿ ರ್ನಿಮಿತ್ತಮ್' ಎಂಬುದುನೀಂನಿಮಿತ್ತಮ್ ಎಂದೂ (3) ಜ್ಞಾ ನಿ ಕರ್ಮಕ್ಕೆ ಮೈಯ್ಯುದ್ಧರಲೇನಾರ್ಪನೆ ಕರ್ಮವಾರ್ಗೆ ಹಿತಮೋ wrt–ori– (c & k c n) ib ೫೫ ಎಂಬುದರ 'ಮೈಯ್ಯುದ್ಧರಲೇನಾರ್ಪನೆ' ಎಂಬ ಪದವು (ಸಾಮಾನ್ಯರೇಫಯುಕ್ತ) 'ಮೆಯ್ದೆಱಲೇನಾರ್ಪನೆ' ಎಂಬ ಶಕಟರೇಫಯುಕ್ತ ಪದವಾಗಿಯೂ ಮಾಡಿ ಮೂಲದಲ್ಲಿಲ್ಲದ ಪಾಠ ಸ್ವಕಲ್ಪಿತ ಪಾಠಗಳನ್ನು ಗ್ರಂಥಸ್ಥಗೊಳಿಸಿರುವುದನ್ನು 'ಪ್ರ' ದಲ್ಲಿ ಕಾಣಬಹುದು. ಮೈ ತರು – ಜನ್ಮವೆತ್ತಿರು, ಮೆಯ್ ತೆಱು – ಮೆಯ್ ಒಪ್ಪಿಸು, ತೆತ್ತುಬಿಡು ಎಂಬುದಕ್ಕೂ ವ್ಯತ್ಯಾಸವನ್ನೇ ಗಮನಿಸದಿರುವುದಲ್ಲದೆ ಪ್ರಾಸಸ್ಥಾನದಲ್ಲಿ ರ – ಱ ಗಳ ಮಿಶ್ರಣ ಮಾಡಿರುವುದು ಕಂಡು

ಬರುತ್ತದೆ. ಭಾಷೆ ಮತ್ತು ಭಾವಗಳೆರಡಕ್ಕೂ ಕಳಂಕ ಹಾಗೂ ಅಶ್ಲೀಲತೆಯನ್ನು ತಂದಿರುವುದು ಶೋಚ ನೀಯ. ಅ ನಿಮಿತ್ತನಾದ ಪರಮಾತ್ಮನನ್ನುನಿಮಿತ್ತನನ್ನಾಗಿ ಮಾಡಿದ ಪ್ರಕ್ಷಿಪ್ತತೆ ಮತೀಯವಲ್ಲವೆ?

(4) " ಈ ತನುವನಾಂನೀ ನಿಪ್ಪ ಮೋಕ್ಷಾಂಗನಾ ಸುಖಮಂ ಮಾಡು" ೧೫- ಎಂಬ ಕವಿಯ ಕೋರಿಕೆಯಲ್ಲಿ ಸಂದೇಹಕ್ಕೆಡೆಯಿಲ್ಲದಂತೆ " ನೀ ನಿಪ್ಪ" ಎಂಬ ಮೂಲ ಪಾಠ ಮಧ್ಯದ ' ನಿ' ಕಾರವನ್ನು ಸ್ವೇಚ್ಛೆಯಿಂದ ಅಡಿಟಿಪ್ಪಣಿಯಲ್ಲಿಟ್ಟು ಆ ಅಕ್ಷರದ ಸ್ಥಾನದಲ್ಲಿ 'ಗಿ' ಕಾರವನ್ನು ತಂದು ಪ್ರಕ್ಷಿಪ್ತಗೊಳಿಸಿರುವುದರಿಂದ ದೇಹಾಂತ್ಯ ಮೋಕ್ಷವನ್ನು ಕವಿ ಪ್ರತಿಪಾದಿಸಿದ್ದಾನೆಂಬ ತಪ್ಪು ಕಲ್ಪನೆಯನ್ನು ಓದುಗರಲ್ಲಿ ಮೂಡಿಸಿರುವುದು ಸುಸ್ಪಷ್ಟವಾಗಿದೆ. ಜೀವ-ಬ್ರಹ್ಮರ ಪ್ರಾಪ್ಯಪ್ರಾಪಕತ್ವದ ಜೀವನ್ಮುಕ್ತ ಸ್ಥಿತಿಯನ್ನು ಪ್ರತಿಪಾದನೆ ಮಾಡುವ ಕವಿಯ ಗ್ರಂಥಸ್ಥ ಮೂಲಪಾಠದಿಂದ ಜೀವವೇ ಬ್ರಹ್ಮವೆಂಬ ತಮ್ಮ ಅದ್ವೈತವಾದಕ್ಕೆ ಖಂಡಿತ ಭಂಗ ಉಂಟಾಗದಿರದೆಂದು ಮಾಡಿರುವ ಈ ಹಸ್ತಕ್ಷೇಪವು ಸ್ವಮತ ಸಿದ್ಧಾಂತದ ಪಕ್ಷಪಾತ ಮಾತ್ರವಾಗದೆ ಅನ್ಯಮತ ಸಿದ್ಧಾಂತದ ಮೂಲೋತ್ಪಾಟನದ ಆಲೋಚನೆಯೂ ಆಗಿಬಿಟ್ಟಿರುವುದನ್ನು ತತ್ತ್ವವಿದರಾದ ವಾಚಕರು ಗಮನಿಸದೆ ಇರರು. ಕೃತಿಯನಿಜಪಾಠವನ್ನು ಕಿತ್ತೊಗೆದು ತಮ್ಮದೇ ಆದ ಪಾಠವನ್ನು ಅದಕ್ಕೆ ಪ್ರತಿಯಾಗಿ ಪ್ರಕ್ಷಿಪ್ತಗೊಳಿಸುವ ಕಾರ್ಯ ಪ್ರದಲ್ಲಿ ನಡೆದಿದೆ. ಕವಿಯ ಪಾಠವನ್ನು ಸಂಪಾದಕನು ಸಂರಕ್ಷಿಸಬೇಕಲ್ಲದೆ ಬೇಲಿ ಹೊಲವನ್ನೇ ಮೇದಂತೆ ಸ್ವಕಲ್ಪಿತ ಪಾಠಗಳಿಂದ ಗ್ರಂಥನಾಶಕ್ಕೆ ಯತ್ನಿಸುವ ಹಕ್ಕನ್ನು ಯಾರೂ ಸಂಪಾದಕನಿಗೆ ಕೊಟ್ಟಿಲ್ಲವೆಂಬುದರ ಪರಿಮಿತಿ ಪ್ರತಿಯೊಬ್ಬ ಸಂಪಾದಕ ಸಂಶೋಧಕನಿಗೂ ಪ್ರಜ್ಞಾಪೂರ್ವಕವಾಗಿರ- ಬೇಕಾದುದು ಅತ್ಯವಶ್ಯ. ಮೂಲಪಾಠ ತಮಗೆ ಅರ್ಥವಾಗದೆ ಇದ್ದ ಸಂದರ್ಭದಲ್ಲಿ ಪ್ರಶ್ನಾರ್ಥಕ ಚಿಹ್ನೆಯನ್ನು ಹಾಕುವುದೊಂದೇ ಮಾರ್ಗ. ಕವಿಯ ಮತ ಅದು ಯಾವುದೇ ಇರಲಿ ಅದರ ಪ್ರತಿಪಾದನೆಯೇ ಸಂಪಾದಕನ ಕರ್ತವ್ಯವಾಗಿರಬೇಕು. ಕವಿಯ ಪಾಠವನ್ನು ಬದಲಾಯಿಸುವುದು ಹಸ್ತಕ್ಷೇಪದ ಅಪರಾಧವನ್ನೆಸಗಿದಂತೆ. ಭಾಷೆಯ ಶುದ್ಧತೆಯ ಸಲುವಾಗಿ ಸಾಮಾನ್ಯ ಲಿಪಿಸ್ಖಾಲಿತ್ಯಗಳನ್ನು ಸರಿಪಡಿಸಬಹುದಲ್ಲದೆ ಕವಿಭಾವ- ಭಾವನೆಗಳಿಗೆ ಸಂಚಕಾರವನ್ನುಂಟು ಮಾಡುವುದು ಯಾವ ಸಂಪಾದಕನಿಗೂ ಗೌರವವನ್ನು ತರದೆಂದು ಹೇಳಬೇಕಾದುದಿಲ್ಲ. ಮೂಲದಲ್ಲಿ ಬಿಟ್ಟ ಒಂದೆರಡು ಅಕ್ಷರಗಳ ಪದಗಳನ್ನು ಊಹಿಸಿ ಚೌಕಕಂಸದಲ್ಲಿ ಸಂಪಾದಕನು ಮೂಲಾರ್ಥದ ಸಮರ್ಥನೆ ಮಾಡಬಹುದಲ್ಲದೆ ವಾಕ್ಯ ವಾಕ್ಯಗಳನ್ನೇ ಕಲ್ಪಿಸುವುದು ಪರಕಾಯ ಪ್ರವೇಶ ಮಾಡಬಲ್ಲೆನೆಂಬ ಸಾಹಸಕ್ಕೆ + ಕೈಹಾಕಿದಂತೆ. ಊಹಾತ್ಮಕ ಪಾದಪೂರಣ ಒಮ್ಮೊಮ್ಮೆ ಸರಿದೋರಿದಂತೆ ಕಂಡುಬಂದರೂ ಅದೇ ಸರಿಯೆಂದು ಸಾರಲಾಗದೆಂಬುದಕ್ಕೆ ನೋಡಿ :- ಉದಾ:- ಒಡಲಂ ತಳ್ತಡಗಿರ್ಪುದೆಂತು ನೆಳಲಂತಾ ಮಾಳ್ಕೆಯಿಂ ತನ್ನ ಪೊಕ್ಕೆಡೆಯಂ

ಪೊಕ್ಕಿಡೆ ಮಾಡುವುದು ಕರ್ಮಂ (c), . . ಯಿಂದೆನ್ನ ಪೊ ।ಕ್ಕಿಡೆ ಮಾಡಿ ದೂಡುವುದು ಕರ್ಮಂ (b) – ಈ ಪಾಠಗಳಲ್ಲೂ ಛಂದೋದೋಷ (Metrical error) ಉಂಟು. ಮೂಲದಲ್ಲಿ ಕೈಬಿಟ್ಟ ಅಕ್ಷರಗಳೆರಡನ್ನು ಊಹಿಸಿ ಕಾಗದದ ಪ್ರತಿಯಲ್ಲಿ ಹೊಸದಾಗಿ 'ಪೊಕ್ಕಿಡೆ' ಪದವಾದ ಮೇಲೆ 'ಗೀಡ' ಎಂಬ ಪದವನ್ನು ಸೇರಿಸಿರುವರು. ಸದೃಶಾಕ್ಷರ ವೃಂದಗಳೆರಡರ ನಡುವಣ ಲೋಪಲೇಖನ (Homoioteleuton) ವನ್ನು 'ಗೀಡ' ಎಂಬೆರಡು ಅಕ್ಷರಗಳನ್ನು ಕೂಡಿಸಿ ಹೋಗಲಾಡಿಸಲಾಗಿದ್ದರೂ ಅರ್ಥದ ಬದಲಾವಣೆಗೆ ಎಡೆಮಾಡಿದೆಯೆಂಬುದನ್ನು b ಮತ್ತು c ಪ್ರತಿಗಳ ಪಾಠಗಳೆರಡರಲ್ಲಿಯೂ ಇರುವ, ಮತ್ತೆ ಬಿಟ್ಟುಹೋಗಿರುವ ಪದಗಳನ್ನು ಗುರುತಿಸಿ ಸಂಯೋಜಿಸಿದ " ತನ್ನ ಪೊಕ್ಕಿಡೆಯಂ ಪೊಕ್ಕಿಡೆಮಾಡಿ ದೂಡುವುದು ಕರ್ಮಂ" ಎಂಬ ಉಭಯ ಪ್ರತಿಗಳ ಉತ್ತಮಾಂಶಗಳನ್ನೊಳಗೊಂಡ ಈ ಆಯ್ದ ಪಾಠ (Electic text) ದಿಂದ ಮನಗಾಣಬಹುದು.

" ಮನದಹಂಕಾರಾದಿಜನ್ಮಾಮಹೀಜಜ ಬೀಜಂ + (ಅಂ)ಗದೆನಿಕ್ಕುಮೆಂಬ ಬಗೆಯಿಂ ಪೊಕ್ಕಾವಗಂ ಮನ್ಮನೋಂಬುಜದೊಳ ಪ್ರಾಕೃತಿಸ್ವಸ್ವಭಾವ ದೆಸಕಂ ಶ್ರೀ . . . ." ib ೪೨ ಎಂದಿರುವುದರ "ಪ್ರಾಕೃತಿ ಸ್ವಸ್ವಭಾವ" ಎಂಬ ಮೂಲಪಾಠವನ್ನು 'ಪ್ರ' ದಲ್ಲಿ "ಪ್ರಾಕೃತಿ [ತ?] ಸ್ವಸ್ಥಭಾವ" ವೆಂದೂ, "ಬೀಜಂಗದೆನಿಕ್ಕುಂ" ಎಂಬುದನ್ನು ಬೀಜಂಗಳೆ ನಿಕ್ಕುಂ ಎಂದು ಮಾರ್ಪಡಿಸಿರುವುದು ಸ್ವ ಇಚ್ಛೆಯಿಂದಲೆ ಹೊರತು ಅದಕ್ಕೆ ಗ್ರಂಥದ ಪಾಠವಾವುದೂ ಆಧಾರವಾಗಿಲ್ಲವೆಂಬುದನ್ನು ಮರೆಯಲಾಗದು. 'ಪ್ರಾಕೃತ' ಪದದ ಪ್ರಕ್ಷಿಪ್ತತತೆಯಿಂದ ಪುರಾಕೃತ ಕರ್ಮತತ್ತ್ವವನ್ನು 'ಸ್ವಸ್ಥ' ಪದದಿಂದ ಅದರ ಫಲಿತಾಂಶವಾದ ಪುನರ್ಜನ್ಮವೆಂಬ ಚಕ್ರಕ್ಕೆ ಬಂಧಿಸಿ ಸುಸ್ಥಿರಗೊಳಿಸುವ ಪ್ರಯತ್ನವಾಗಿದೆ. ಆದಿಯಲ್ಲಿ ಸಮಸ್ತ ತತ್ತ್ವಗಳ ಸೃಷ್ಟಿಯಲ್ಲಿ ಅಧಿಷ್ಠಾತೃವಾದ ಪರಶಕ್ತಿಮಯ ಪರಾಶಿವನ ಆತ್ಮಧರ್ಮವೆಂಬ ಅರ್ಥವನ್ನು ಹೊಂದಿದ ಮೂಲಪಾಠವನ್ನು ಅದರಿಂದ ಎಲ್ಲಿ ಕರ್ಮತತ್ತ್ವದೃಷ್ಟಿಗೆ ಭಂಗವುಂಟಾಗುವುದೋ ಎಂಬ ಅಳುಕಿ ನಿಂದ ಮಾರ್ಪಡಿಸುವ ಮೂಲಕ ಹಸ್ತಕ್ಷೇಪ ಮಾಡಿರುವಂತೆ ತೋರದಿರದು. ಕವಿಯಂತು ಕರ್ಮದಿಂದ ಯಾರಿಗೆ ಹಿತ? ಕರ್ಮ ಖಾಂಡವವೇ ಕಡೆಯಾಗುಳ್ಳ ಜ್ಞಾನಕಾಂಡದಿಂದ ಮುಕ್ತಿಯೂ, ಭಕ್ತಿಭರದಿಂದ ಜೀವನ್ಮುಕ್ತಿಯೂ ಲಭ್ಯವೆಂದಿರುವ ಕವಿಯ ತತ್ತ್ವದೃಷ್ಟಿಗೆ ತದ್ವಿರುದ್ಧವಾದ ಅರ್ಥಕೊಡುವಂತೆ ಮೂಲವನ್ನು ಬದಲಿಸಿರುವ ವಿರೂಪಪಾಠದಿಂದ ಓದುಗರನ್ನು ಬುದ್ಧಿಭ್ರಮಿತರನ್ನಾಗಿ ಮಾಡುವ ಪ್ರಯತ್ನವಿದು ಎಂದು ಹೇಳದೆ ವಿಧಿಯಿಲ್ಲ. ದೇಹಸೌಖ್ಯದ ಸಂತಾನದ ಸವಿಯುಂಡು ಆ ಚರ್ಮಗುಪ್ತವಾದ ತನುವಿನಲ್ಲಿ ಮನ ಮರಳಿ ಬೀಳುತ್ತದೆ. "ಬುದ್ಧಿಯುಳ್ಳಂ ತೊಡಂಕದೆ ಪೋಕುಂ ತನಗಿಚ್ಚೆಯರ್ಗ್ಗಜೀವುದಂ" – ೬೯ ಈ ಪದ್ಯದ ಗ್ರಂಥಸ್ಥ ಭಾಗದ ಅರ್ಥಾವಲೋಕನದ ಹಿನ್ನೆಲೆಯನ್ನರಿಯದೆ,

ಅರ್ಥೈಸುವ ಯತ್ನವನ್ನೂ ಮಾಡದೆ ಸ್ವೇಚ್ಛೆಯಿಂದ ಮೂಲಪಾಠದ ಶಬ್ದಾರ್ಥವನ್ನೇ ಬದಿಗೊತ್ತಿ " ಬುದ್ಧಿಯುಳ್ಳಂ ತೊಡಂಕದೆ ಪೋಕುಂ [ತೆ] ಸಗಿಚ್ಛೆ [ಯಂಗ] ಳಿಪುದೇ" ಎಂದು ಕಾಗದದ ಪ್ರತಿಯಲ್ಲಿ ಮಾರ್ಪಡಿಸಿ ಹೊಸದಾಗಿ ಅಪಪಾಠವನ್ನೇ ಪ್ರಚುರಗೊಳಿಸಲು ಯತ್ನಿಸಿರುವುದರಿಂದ ಇದೊಂದು ಅನ್ಯರ ಕೈವಾಡದಿಂದ ಹೊಸದಾಗಿ ಸೇರಿಸಿದ ಪಾಠವೆಂಬುದು ಅಂಗೈಮೇಲಣ ನೆಲ್ಲಿಯ ಕಾಯಂತೆ ಸುಸ್ಪಷ್ಟ, ಸುಗೋಚರ. ಮೂಲತಃ ಕೆ.ಸಿ.ಎನ್ ಅವರ ಕಾಗದದ ಪ್ರತಿಯಲ್ಲಿ "ಪೋಕುಂ ತನಗಿಚ್ಛೆಯಗ್ಗರಿವುದಂ" ಎಂದೇ ಇದ್ದುದರ ಮೇಲೆ ದ್ವಿತ್ವ 'ಗ್ಗ' ಕಾರದ ಮೇಲಿನ ಪಂಕ್ತಿ ಮಧ್ಯದ ಖಾಲಿ ಜಾಗದಲ್ಲಿ 'ಳಿಪುದೇಂ' ಎಂದು ಸೇರಿಸಿದ ಮೂರು ಅಕ್ಷರಗಳಿವೆ. ಕಾಗದದ ಮೂಲ ಲೇಖಕರು ಬರೆದದ್ದಲ್ಲವೆಂಬುದು ಅಕ್ಷರಗಳ ಹೋಲಿಕೆಯಿಂದಲೇ ತಿಳಿದು ಬರುತ್ತದೆ.

XXV ಕಾವ್ಯ ರಚನಾಕಾಲದ ಗ್ರಂಥಸ್ಥ ಶಬ್ದರೂಪಗಳನ್ನೂ ಅವುಗಳ ಪ್ರಾದೇಶಿಕ ಸ್ವರೂಪದ ವೈಶಿಷ್ಟ್ಯವನ್ನು ಉಳಿಸಿಕೊಂಡು ಬರಬೇಕಾದ ಹೊಣೆ ಹೊತ್ತವನು ಗ್ರಂಥ ಸಂಪಾದಕನೆಂಬುದು ವಿದಿತವಾದುದೆ. ಸಂಪಾದಕನ ಕಾರ್ಯ ನಿರ್ವಹಣೆಯಲ್ಲಿ ಪಾಲಿಸಬೇಕಾದ ಪ್ರಾಥಮಿಕ ಪಾಠ. ಉಚ್ಚಾರಣೆಯಿಂದ ತಪ್ಪಿ ಬರಹದ ಬಳಕೆಯಿಂದ ಜಾರಿ ಹೋಗುತ್ತಲಿದ್ದು ತಾಡ ಪ್ರತಿಯಲ್ಲಾಗಲಿ, ಕಾಗದದ ನಕಲಿನಲ್ಲಾಗಲಿ ತಲೆದೋರದೆ ಎಂದೋ ಮಾಯವಾದಾ 'ೞ' ಕಾರವನ್ನು ಮುದ್ರಣದಲ್ಲಿ ತರುವ ಪ್ರಯತ್ನವೂ ಪ್ರಸ್ತುತವಾಗದು ಎಂಬುದನ್ನೂ ಇಂದಿನ ಗ್ರಂಥಸಂಪಾದಕರು ಅರಿತಿರಬೇಕಾದದೆಂದು ಹೇಳಬೇಕಾಗಿಲ್ಲ. 'ೞ' ಕಾರದ ಅರ್ಥದಲ್ಲಿ ಬಳಸಿದ 'ಳ' ಕಾರದ ಪ್ರಯೋಗವನ್ನು ಒಪ್ಪೋಲೆಯಲ್ಲಿ ತಪ್ಪೆಂದು ಕಾಣಿಸಿರುವ ಔಚಿತ್ಯವಾದರೂ ಏನು? ನೋ: 'ಪ್ರ' ಪುಟ 52. "ಜನಕಂ ಕಾರಣಮಪ್ಪ . . . . ಪೆತ್ತಾಯ್ . . . . ಮನದೊಳ್ ಕಾಮಿಸಿದಾಹಳೇಕೆ ಪಡಿಯಲ್ತಂ ನಿಶ್ಚೆಯಾದಲ್ಲಿ ಪುಟ್ಟಿನೆ ಜೀವಂ" – ೬೫. ಆಹಳ್, ಪಡಿ – ಈ ಎರಡು ಪದಗಳೂ ಕಾಲಾನಂತರದಲ್ಲಿ ಆಗಲ್, ಪಡೆ ಎಂದೇ ಬಳಕೆಗೆ ಬಂದಂತಹವು. ಆದರೆ ಗ್ರಂಥಸ್ಥ ಶಬ್ದರೂಪಗಳನ್ನು ಅವು ಭಾಷಾಚರಿತ್ರೆಯ ಸಾಧನಭೂತವಾದ ಸಾಮಗ್ರಿಯಾದುದರಿಂದ ಅವುಗಳನ್ನು ಉಳಿಸಿಕೊಂಡುಬರುವ ಸಂಪ್ರದಾಯಕ್ಕೆ ಸಂಪಾದಕನು ಬದ್ಧನಾಗುವುದು ತಪ್ಪಾಗದು.

XXVI ಭಿನ್ನ ಸಂಪ್ರದಾಯ ಪಾಠಗಳು:–

I' AC': "ಪರಮಾರಾಧ್ಯರುಮಂ ಪೊರಳ್ಚಿದುದು ಕರ್ಮಂ" ib ೫೪. **'B'** "ಹರಿಬೊ ಮ್ಮಾದಿಗಳಂ ಪೆರಳ್ಚಿದುದು ಕರ್ಮಂ" ೫೩ (b).

II "ಹರಿರ- (m-Q)ನೀಂ ಸಂಹರಿಸಾಂ ಬಳಲ್ದೆನದಱಿಂ" Wrt-ori no (b) fಹರನೀಂ ಸಂಹರಿಸಾಂ ಮಱಲ್ದೆಱದಪೆಂ-wrt-ori (c) ib ೫೧. unlp-from Vs ೪೩ to ೫೭ in (a).'B' ಪ್ರತಿಯಲ್ಲಿ ಲಿಪಿಕಾರನು 'ಹರ' ಪದವನ್ನು ಬರೆಯ ತೊಡಗಿದಾಗ 'ಹ' ಕಾರವನ್ನು ಬರೆದು ಕರವೇಗದಿಂದ 'ರ' ಕಾರವನ್ನು ಬರೆಯುವ ಮೊದಲು ಕೈ ತಪ್ಪಿ ನಿಂದ ಬರೆದ 'ರಿ' ಕಾರದೊಳಗೆ ಅಡ್ಡಗೀಟನ್ನು ಹಾಕಿ, ಆ 'ರಿ' ಕಾರವನ್ನು ಕೈಬಿಟ್ಟುಕೊಂಡು ಮುಂದಿನ 'ರ' ಕಾರದೊಡನೆ 'ಹ' ಕಾರವನ್ನು ಕೂಡಿಸಿ ಓದಬೇಕೆಂಬ ಸೂಚನೆಯನ್ನು ಕೊಟ್ಟಿದ್ದಾನೆ. ಕವಿಯ ಮೂಲಪಾಠ – 'ಹರ' ಎಂದು 'c' ಪ್ರತಿಯ ಉಲ್ಲೇಖವಿದ್ದರೆ 'ಹರ' ಎಂಬ ಪಾಠವೇ ಯಥಾರ್ಥ 'ಹರಿ' ಎಂಬುದಲ್ಲ ಎಂಬುದನ್ನು 'B' ಪ್ರತಿಯ ಲಿಪಿಕಾರನು ತನ್ನ ತಿದ್ದು ಪಡಿಪಾಠದಿಂದ ಸ್ಪಷ್ಟೀಕರಿಸಿದ್ದಾನೆ. ವಸ್ತುಸ್ಥಿತಿಯ ಈ ಹಿನ್ನೆಲೆಯಲ್ಲಿ ಶತಕಕರ್ತ "ಬ್ರಾಹ್ಮಣನಾಗಿರಬೇಕು" ಎಂಬ 'ಪ್ರ' ದ ಎಣಿಕೆಗೆ ಖಚಿತವೂ ಗ್ರಂಥಸ್ಥವೂ ಆದ ವಿರೋಧಕಪ್ರಮಾಣವಿದೆ-ಯೆಂಬುದನ್ನು ಗ್ರಂಥವಿಮರ್ಶಕರಾದವರು ಮರೆಯುವಂತಿಲ್ಲ. ಪ್ರಸ್ತುತ ಶತಕದ ೬೧ನೆಯ ಪದ್ಯದಲ್ಲಿನ "ಕಾಯಲಚ್ಯುತನೀನಾರ್ಪೆ ನಿಮ್ಮನೆ ಮೋಕ್ಷಂಬೆರಸೊಯ್ಯುದ್ಗೆನ್ನಯ ಮನಂ" ಎಂಬಲ್ಲಿ ಬರುವ 'ಅಚ್ಯುತ' ಎಂಬ ಪದ ವಿಶೇಷಣವೇ ಹೊರತು ವಿಶೇಷ್ಯವಲ್ಲದಿರುವಾಗ "ಇದು ವಿಷ್ಣುವಿನ ನಾಮಾಂತರವೂ ಕೂಡ" ಎಂಬ ಮಾತು ಓದುಗರನ್ನು ದಾರಿಹಿಡಿಯುವಂತೆ ಮಾಡಿ ಪದವೀಧರನ್ನಾಗಿ ಮಾಡುವ ಬದಲು ಹಾದಿ ತಪ್ಪಿಸುವ ಪ್ರಯತ್ನವಲ್ಲವೆಂದು ಹೇಗೆ ತಾನೆ ಹೇಳಲಾದೀತು?

III ತನು ದೇಹಾಸ್ಪದ ಮೋಕ್ಷಸಾಧನದುಪಾಯಮಲ್ಲದೊಡೇ ಭಂಡಂ. ಭವಾತತ್ತ್ವಮಂ ..... ಶಂಭುವುಪಾಯಂ. ಮನದೊಳ್ ನಂಬುವು ಪಾಯಮುಳ್ಳೊಡೆ ಶರೀರಂ ಬಾರ್ತೆ ac ib – ೧೨. ಉಪಾದಾನಮುಪಾಯಮಲ್ಲದೊಡೇ ಭಂಡಂ.

IV "ಈ ತನುವನಾಂನೀ ನಿಪ್ಪಮೋಕ್ಷಾಂಗನಾ ಸುಖಮಂ ಮಾಡು" (ac) . . ತನುವನೆಂದುಂತುಂ ನಿನೀ ಮೋಕ್ಷಾಂಗನಾ ಸುಖಮಂ ಮಾಡು (b) ib ೧೨

V ಜ್ಞಾ ನಿ ಕರ್ಮಕ್ಕೆ ಮೈಯ್ದುರಲೇನಾರ್ಪನೆ (c) ಜ್ಞಾ ನಿಗೇಂ ಕರ್ಮವೆ। ಯ್ದಿರಲೇನಕ್ಕುಮೊ ಕರ್ಮಮಾರ್ಗ್ಗಜಿತಮೋ (b) ib ೫೫

VI ಸಲೆ ತನ್ನಿಚ್ಛೆಗೆ ಕೊಂಡು ಪೋದಪುದು ಸಂಸಾರ (c) ಜನ್ಮಸಾಗರದಿಂದಂ ಪೊಱಗಿಕ್ಕು (ac) ib ೫೬

ಸಲೆ ತಮ್ಮಿಚ್ಛೆಗೆ ಕೊಂಡು ಪೋದ ಪಲವುಂ ಸಂಸಾರ (b) ib ೨೪. 'B' ಪ್ರತಿ A,C ಪ್ರತಿಗಳಿಗಿಂತ ಭಿನ್ನವಾದ ಮತಸಂಪ್ರದಾಯದ ಪಾಠಗಳನ್ನು ಹೊಂದಿದ್ದಾಗಿದೆ.

XXVII ವಿಶಿಷ್ಟ ಪದಪ್ರಯೋಗಗಳು (+) ನುಂಗಿಯು ಇದೇ ೩೭. ನುಂಗು (ಕ್ರಿಯಾಪದ). ನುಂಗಿ ಅಪೂರ್ಣಭೂತಕಾಲದ ಕ್ರಿಯಾಪದದೊಡನೆ ಸೇರಿರುವ "ಯು" ಪ್ರತ್ಯಯಕ್ಕೆ ಮತ್ತು 'ನುಂಗಿದಾಗ್ಯೂ' ಎಂಬ ಅರ್ಥ ಹೋಃ ಕೆಡಯು (ಕ್ರಿ . ನಾ ತೆ) m ಕೆಡೆ (ಕ) (ಃ) ಕೂಡ ಆದಾಗ್ಯೂ ಎಂಬ ಅರ್ಥ ತೆಲುಗಿನಲ್ಲುಂಟು. ಕನ್ನಡ ಕ್ರಿಯಾಪದದೊಡನೆ ಸೇರಿರುವ ಈ 'ಯು' ಪ್ರತ್ಯಯ ಸಂಸ್ಕೃತ ಪ್ರತ್ಯಯವಾದಲ್ಲಿ 'ಇಚ್ಛತಿ' ಎಂಬ ಅರ್ಥವೂ ವಿಶೇಷಣಾರ್ಥದಲ್ಲಿ ಎಂದರೆ ನುಂಗಲು ಇಚ್ಛಿಸಿಯೂ ಕೂಡಿಯೂ, ಅನ್ವಿತವಾಗಿಯೂ ಎಂಬ ಅರ್ಥವನ್ನು ಹೊಂದುತ್ತದೆ. ಒಂದು ಭಾಷೆಯ ಪದದೊಡನೆ ಮತ್ತೊಂದು ಸಂಪರ್ಕ ಭಾಷೆಯ ಪ್ರತ್ಯಯ ಸೇರುವುದನ್ನು ಭಿನ್ನಭಾಷೆಯ ಜನರ ಬಾಯಲ್ಲಿಯೂ ಕೇಳಬಹುದು. ಆಂಧ್ರದೇಶದ ಬೆಜವಾಡದ ಬಳಿಯ ಇಂದ್ರಕೀಲ ಪರ್ವತದ 9ನೆಯ ಶತಮಾನದ ತೆಲುಗು ಶಾಸನವೊಂದರಲ್ಲಿ ನಾಮಪದದ ಮೇಲೆ ತೆಲುಗು ಸಪ್ತಮಿವಿಭಕ್ತಿ ಪ್ರತ್ಯಯದ 'ಲೋ' ಬದಲು ಕನ್ನಡವಿಭಕ್ತಿಪ್ರತ್ಯಯ 'ಉಳ್' ಸೇರಿ 'ಸಂವತ್ಸರದುಳ್' ಎಂಬ ಪ್ರಯೋಗವಿರುವುದನ್ನು ಕಾಣಬಹುದು. MER 1923 P 124. ಕನ್ನಡ ಕಾವ್ಯಗಳಲ್ಲಿ ಸಂಸ್ಕೃತ ಪದಗಳ ಭಾವನಾಮ ವಿಭಕ್ತ್ಯಂತ ರೂಪಗಳನ್ನು ಬಳಸಿರುವುದು ಅಲ್ಲಲ್ಲಿ ಕಂಡು ಬರುವುದು. ಉದಾ ಗೆ ನಾಗವರ್ಮನ ಕಾದಂಬರಿಯಲ್ಲಿರುವ ಪ್ರಯೋಗವಿದುಃ " 'ಉದಕಾಂತಃಪಾತಿ' -ಯವೊಲ್ ಸ್ನೇಹದ ಲವಮೆನಸುಂ ಪರ್ವಿ . . ." ಎಂಬುದರ ಅಡಿಗೀಟು ಹಾಕಿರುವ ಪದದೊಳಗಣ 'ಉದಕಾಂತಃಪಾತಿ' ಶಬ್ದವು ಕನ್ನಡ ಪದವಲ್ಲ 'ಪಾತಿ' – 'ಪತ್' ಕ್ರಿಯಾಪದದ ಭಾವನಾಮ ಸೂಚಕವಾಗಿ 'ಬೀಳುವಿಕೆ' ಎಂಬರ್ಥವುಳ್ಳದ್ದಾಗಿದೆ ಯೆಂಬುದನ್ನು ಕಾಣಬಹುದು. ' ನೀರಿನೊಳಗೆ ತೈಲ ಬಿಂದುವೊಂದರ ಬೀಳುವಿಕೆಯ ಹಾಗೆ ಎಷ್ಟೊಂದು ಹರಡಿಕೊಂಡು' ಎಂಬರ್ಥಕೊಡುವ ವಾಕ್ಯ ಭಾಗವಿದು.

ಪಂಪಭಾರತದ 'ಭಗವತಿಯೇಱುವೇವ್ವಿತೆಱನಾಯ್ತಿವರೇಱು' – ಇಲ್ಲಿ ಪ್ರಯೋಗವಾಗಿರುವ 'ಭಗವತಿ' ಪದವು ಭಗವಾನ್ ಶಬ್ದದ ಸಪ್ತಮ್ಯಾರ್ಥದ ರೂಪವುಳ್ಳದ್ದಾಗಿ ಭಗವಂತನಲ್ಲಿ / ಭಗವಂತನ ಮೇಲೆ ಭಾರ ಹಾಕುವ ರೀತಿಯಾಯಿತು, ಇವರ – ಈ ಭೀಷ್ಮಾರ್ಜುರ – ಸಮರಪಟ್ಟಾಭಿಷೇಕದ ರಥಾರೋಹ ಎಂಬರ್ಥ – ವುಳ್ಳದ್ದಾಗಿದೆ. ಇ ನಿತು (ಕ.ತ) initum ಇ ನಿತ್ತದು, ಇ ನಿದು, ನುರ್ಬಿ ೩೭ ತಱುತ್ತು ೨೯, ಸಾಹಸನ್ ೩೬ ಇತ್ಯಾದಿ ವಿಶಿಷ್ಟ ಪದಗಳ ಪ್ರಯೋಗಗಳು ಶತಕದಲ್ಲಿ ಕಂಡು ಬರುವುವು. 'ತಾಕುವುವು' ಎಂಬರ್ಥದಲ್ಲಿ 'ಮುಟ್ಟುವು' ೧೭ (b) ಎಂಬ ವಿರಳ ಹಾಗೂ ಅಪೂರ್ವ ಕ್ರಿಯಾಪದದ ರೂಪವು ಪ್ರಯೋಗವಾಗಿರುವುದು. ಹೋ:– ಬಪ್ಪುದು (ಕ್ರಿ.ಏ.ವ)/ಬಪ್ಪುವು (ಬಹು.ವ)

XXVIII ಶಬ್ದ ಪ್ರತಿ ನಿಧಾನ (Substitution) ಮತ್ತು ವಿವರಣ ಪಾಠ (Explanatory reading)

(1) ಸಮುದ್ರಂಮ (a) = ಸಮುದ್ರಾರ್ಥ (c) ib ೩೬

(2) ಪಟ್ಟನ್ (b) = ಸುಪ್ತನ್ (c) ib ೫೬

(3) ಒರಪು (ಕ) (a) ಉರುಪು (ತ) < ಉ > ಒ ಪರಿವರ್ತನೆ ರೂಪು (b) ಅಡಿಟಿ. 63.

(4) ಮರಳ್ದು = ಬಳಲ್ದು ib ೬

(5) ಜಿನುಗುತ್ತಲ್ತುನಿಲ್ಕೆ (Mer (e) = ಜಿಗುಲ್ತುನಿಲ್ಗೆ (=ಲ್ಗೆ) (a)

(6) ಪೆಡೆ ೩೦. = ಪಡೆ ib ೩೦]. ib ೪೧

XXIX ಮಿಶ್ರಸಮಾಸಕ್ಕೆ:– (1) ಪಲಕಾಲಂ (c) ≡ " ಪಲಕಂಲಂ" – (a) ೯೮. (2) ಒಳ್ಗುಣಂ (೩೧) (3) ತು/ದು – ಗುಣಂ (೩೧) (4) ಎದುರ್ಗತಿ (೬೭) (5) ತತ್ತ್ರಣಮಾಕ್ಷರಾತ್ಮ ಸಹಿತಂ (೭೬).

ಸಮಹಾರದ್ವಂದ್ವ ಪದ ರಚನೆಗೆ:– (ಸ್ವರ್ಗಕ್ಕೆ + ಅಂ/ಮೋಕ್ಷಕ್ಕೆ + ಅಂ> ಸ್ವರ್ಗಮೋಕ್ಷಕ್ಕೆಮ್ ib ೩೨.

XXX ಪರಸ್ಪರ ವರ್ಣಪಲ್ಲಟಕ್ಕೆ:– ಲವಂ (a) fವಲಂ (c) ೯೨ (Metathesis - transposition of Letters, syllables or Sounds)

ದೂರಾಂತರಸ್ಥಾಕ್ಷರ ಪಲ್ಲಟಕ್ಕೆ (Distant Metathesis) ಹಾಗೂ ಸದೃಶಾಕ್ಷರ ಭ್ರಾಂತಿಜನ್ಯ ಸ್ಖಾಲಿತ್ಯಕ್ಕೆ:– ಪೊರ್ರ ನಿಕ್ಕುಗಿಂ – Dis-Met-cum-srm ಗಿಂ fನಿಂ andನಿ f ಗಿ – (h) f ಪೊರಗಿಕ್ಕುನಿಂ (=ನೀಂ) (a), ಪೊಱ – ಗಿಕ್ಕುನಿಂ (=ನೀಂ) (c) ib ೬೦.

XXXI ಸಂಯುಕ್ತ ಪದಾಂತ್ಯದ್ವಿತ್ವದ ಅನುನಾಸಿಕ (ಮ–ಕಾರ) ಪರ್ಯಾಯವಾದ ಬಿಂದುವಿನ ಸ್ಥಾನಪಲ್ಲಟಕ್ಕೆ:–

ವೇದಾತ್ಮ ≡ ವೇದಾಂತ. ಹೋ. ಸಿಹ್ಮ > ಸಿಂಹ, ಆತ್ಮನ್ = ಆಂತ್ಮ > ಆಂತ > ಆತ. ಜಿಹ್ಮಂ > ಜಿಂಹಂ

XXXII ಭಿನ್ನವರ್ಗಾಕ್ಷರ ಪರಿವರ್ತನ ರೂಪ ನಿಷ್ಪನ್ನ ಪಾಠಕ್ಕೆ : ನೋ: ಇದೇ ಉಪೋ Mns & ori and Viii - Lmr f Derived readings of words in which mutually related letters of different catagories are found:-

(1) ಕ > ವ : ಭಕತತ್ತ್ವ (c) = ಭವತತ್ತ್ವ (ab), ೧೪. ಹೋ: ಸೀಕರ > ಸೀವರ; ಉರಕಲು > ಉರವಲು. (2) ಗ > ವ: ಅನ್ನೆಗರಂ (a), ಅನ್ನೆವರಂ (c) ಪಗಲು (ಕ.ತೆ) ಪವಲು (ತೆ) ತೊಗಲು > ತೊವಲು ತೊಗರಿ > ತೊವರಿ (3) ಹ > ಗ: ಆಹಳ್ > ಆಗಳ್ > ಆಗ 65. ಹೋ: ಸಿಂಹ > ಸಿಂಗ. ಅರ್ಹ > ಅರ್ಗ್ಹ –Msr– (c) >ಅರ್ಗ. ಹಂಸ >< ಘಂಸ. (4) ರ್ > ೦: ಇರ್ಪ > ಇಂಪ; ದಿಂಪ > (1) ದೀಪ (2)ದ್ವೀಪ.

XXXIII ದ್ವೈರೂಪಪಾಠಕ್ಕೆ:– (1) ತಂ ನಿಪ್ಪ = ತಾ ನಿಪ್ಪ ೭.

(2)ನೀನೊಳ್ =ನಿಂನೊಳ್ (3) ಪೆಣಱು – ಪೆಣರು ಅಡಿಟಿ ೩೮ A.

(4) ಮಱಲ್ದು – ಮರಲ್ದು (5) ಪೆರಳ್ಚು – ಪೊರಳ್ಚು ೫೪.

(6)ನಿವಂ – ನೆವಂ ೬೪ (7) ಪೊಱಯು – ಪೊರಯು ೪೧.

(8) ಬಂದಡಂ – ಬದ್ದಡಂ ೯೮. (9) ಪೊರೆ – ಪೊಱೆ ೪೧.

(10) ಇ ನಿತು – ಇ ನಿದು (೯೯) (11) ಓವಡೆ – ಆವಡೆ ೩೦ ದಿಟ ೩೯.

XXXIV <u>(1) ವಿಚ್ಛೇದಕಸ್ಖಾಲಿತ್ಯ – ಸಹ = ಛಂದೋದೋಷಕ್ಕೆ:–</u>

ಉದಾ: ಉದ್ಯಂ {ಪ್ರ}ತ್ಯಂತರಿಕ್ಷಾದಿ -sep-c-mer(a) fಉದ್ಯಂತ್ಯಂತರಿಕ್ಷಾದಿ.

(2) ಮೂಲಶಬ್ದವನ್ನು ಪೃಥಕ್ಕರಿಸಿ ರೂಪಿಸಿದ ಪ್ರತ್ಯೇಕ ಪಾಠ (Isolated reading) ಸುಯಿ ೨೧ fr ಶಯು (ಸಂ)

(3) ಸಂರಕ್ಷಿತ ಪ್ರಾದೇಶಿಕ ಶಬ್ದೋಚ್ಚಾರಣೆಯ ರೂಪ

(1) ಬೆಸನ/ಬ್ಯಸನ ೨೬ (2) ಬೆಂಕೆ > ಬೆಂಗೆ/ಬ್ಯಾಗೆ> ಬೇಗೆ ೫೬ (3) ಬ್ಯಾದಿತಂ (a) ವ್ಯಾದಿತಂ ೫೬ (b) fವ್ಯಾಧಿತಂ (ಸಂ) ib ೫೭ (4) ಎಟ್ಟು ೬ (5) ಅಕ್ಕ (೧೦೨) (6) ಪೋಗ (೧೦೨) (7) ಮಾಡ (೧೦೫)

(4) ಪ್ರತಿಲೇಖನ ಸಮಯದಲ್ಲಿ ಮರೆತು ಮಾಡಿದ ಲೇಖನದ ಲೋಪ (Lapsus Memorioe A slip of the memory) : "ಗಜಸ್ಫರುಷದು – ಬ್ರಾಮ್ಯತ್ವತಂಗಂ" [ದ್ಬಾ] ಅಡಿಟಿ 21 – A (a)

(5) ಪೃಥಗ್ವಿಧ ವಿಗ್ರಹವಾಕ್ಯಾತ್ಮಕ ಲೇಖನ ಪಾಠಕ್ಕೆ :–

"ಸಾಮಾರ್ಥರಿಂಲ್ಲ" (a) [=ಸಾಮಾರ್ಥ್ಯರಿಂ + ಇಲ್ಲ] ೬೦ . A . Ftn

(6) ಸನಾಭಿ ಶಬ್ದರೂಪಾ ನ್ವಿತ ಪೂರ್ವ ಪಾಠಕ್ಕೆ:–

ಎಂತ್ತು / longvowed = ಏತ್ತು (ತ) – ಏಂತು > ಎಂತು.

(6) ಅಪಪಾಠಕ್ಕೆ (Wrong form or a word) ಏಚರನೆ –wfw–

(7) ಅನಗತ್ಯ ಅಧಿಕಾಕ್ಷರ ಲೇಖ (unnecessary incertion or addition or a syllable in a word)

ವಪ್ರಭೂತ – unis – (c) f ವಪ್ರಭೂ ೯ (a) f t n. 9 - c

XXXV ಪದಾದಿ ಸ್ವರಗಳ ಪರಿವರ್ತನೆ:–

B C A

ಅ>ಎ ಅಲ್ಲಾಡು ಅಕ್ಕಾಡು ಎಕ್ಕಾಡು ೩೧

ಇ>ಎ ಕಿಡು ಕೆಡು ಕೆಡು ೩೦

ನಿವಂ ೬೪ ನೆವಂ ೬೫

ಉ>ಒ ತುಡಿಸು ತೂಡಿಸು ತೊಡಿಸು ೧೪

ಎ>ಒ ಪೆರಳ್ಚು ಪೊರಳ್ಚು ೫೪

ಪೆಱಗಿಕ್ಕು ಪೊಱಗಿಕ್ಕು ಪೊರಗಿಕ್ಕು ೬೦

ಎ–ಅ ಪೆಡೆ ಪಡೆ ಪಡೆ ೩೦

ಎ–ಇ ಪದಾಂತ್ಯ ಸ್ವರಪರಿವರ್ತನೆಗೆ ಉದಾ:–

ಆವರ್ತದೆ ಆವರ್ತದಿ ಆವರ್ತದಿ ೧೩

ಶಬ್ದರೂಪಗಳು ಕಾಲಗತಿಯಲ್ಲಿ ಜನರ ಬಾಯಲ್ಲಿ ಹೊಂದುವ ಬದಲಾವಣೆಯ ದೃಷ್ಟಿಯಿಂದ ತಾಡಪತ್ರದ ಬರಹದಲ್ಲಿಯೂ ಮಾರ್ಪಡುವುದನ್ನು ಕಾಣುತ್ತೇವೆ. ಈ ಭಾಷೆಯ ಬೆಳವಣಿಗೆಯನ್ನು ಗಮನಿಸಿ ಲಿಖಿತ ಓಲೆಗಳಲ್ಲಿ ಯಾವುದು ಮೊದಲು ಯಾವುದು ಅನಂತರದ ಪ್ರತಿ ಎಂಬುದನ್ನು ಸೂಚಿಸಲು ನೆರವಾಗುವ ಪದಾದಿಯ ಹಾಗೂ ಪದಾಂತ್ಯ ಸ್ವರಪರಿವರ್ತನೆ ಪಟ್ಟಿಯಿದು.

A B C ಪ್ರತಿಗಳಲ್ಲಿ 'B' ಪ್ರತಿಯ ಪಾಠಗಳ ಶಬ್ದರೂಪ ಕಾಲಾನುಕ್ರಮಣಿಕೆಯ ದೃಷ್ಟಿಯಲ್ಲಿ ಉಳಿದೆರಡು ಪ್ರತಿಗಳ ಪಾಠಗಳಿಗಿಂತ ಹಿಂದಿನಕ್ಕೆ ಸೇರಿದೆನ್ನಬಹುದು.

*****

ಲೇಖನ ಚಿಹ್ನೆಗಳು Punctuation mark

. ಚುಕ್ಕಿ (dot) ತಾಡೋಲೆಯ ಲಿಪಿಕಾರನು ತಾನು ಕಂಟದಿಂದ ಕೊರೆದು ಲೇಪಿಸಿದ

ಅಕ್ಷರ ಇಲ್ಲವೆ ಅಕ್ಷರ ಸಮೂಹವನ್ನು ಬಿಟ್ಟು ಓದಿಕೊಳ್ಳಬೇಕೆಂದು ಅವುಗಳ ಮೇಲೆ ಹಾಕಿದ ಗುರುತು. ಅಕ್ಷರವಿಲೋಪ ಸೂಚೀ ಚಿಹ್ನೆಗಳಲ್ಲಿ ಒಂದು.

– ಅಡ್ಡಗೆರೆ : ಓಲೆಯಲ್ಲಿನ ಲಿಖಿತಾಕ್ಷರದ ಮೇಲೆ ಹಾಕಿದ ಈ ಗುರುತೂ ಅಕ್ಷರವಿಲೋಪಕ ಸೂಚಕ.

+ ತಾಳಪತ್ರದಲ್ಲಿನ ಲಿಖಿತಾಕ್ಷರದ ಅಡಿಯಲ್ಲಿ ಗುರುತಿಸಿದ ಈ + ಚಿಹ್ನೆಯಿರುವ ಅಕ್ಷರವನ್ನು ವಿಲೋಪಗೊಳಿಸಿ ಅದರ ಮೇಲೆ ಕಾಣಿಸಿದ ಅಕ್ಷರವನ್ನು ಪದದಲ್ಲಿ ಕೂಡಿಸಿಕೊಂಡು ಓದಬೇಕೆಂಬುದರ ಸೂಚನೆ. Mark of elision - cum - addition. +

ಉದಾ ಗೆ ನೋಡಿ. ಅಡಿಟಿಪ್ಪಣಿ 46 (c) ಪಾತ /ತ್ರ

" ಅಕ್ಷರ ದಿಗ್ಬಂಧನದ ದಾರವಟ್ಟ ಚಿಹ್ನೆ . (Case bracket) ಈ ಕೊಳಗದ ಗುರುತು

ಹಾಕಿದ ಅಕ್ಷರವನ್ನು ಬಿಟ್ಟು ಓದಿಕೊಳ್ಳಬೇಕೆಂಬುದರ ಸೂಚಕ.

ಅಕ್ಷರದ ಸುತ್ತಲೂ ಹಾಕಿದ ಅರಸೊನ್ನೆಯೂ,

( ) ಅಕ್ಷರಸಮೂಹದ ಆದಿ–ಅಂತ್ಯಗಳಲ್ಲಿನ ಅರಸೊನ್ನೆಯೂ, ವಿಲೋಪಸೂಚಕ

ಚಿಹ್ನೆಗಳು. (Mark of deletion: MOQ)

O ಬಟ್ಟರೇಖೆ ಅಥವಾ ಉಂಗುರ ರೇಖೆ (Zero Sign) 'c' ತಾಡಪ್ರತಿಕಾರನು ತನ್ನ ಪ್ರತಿಯ

ಓದುಗನನ್ನು ಉದ್ದೇಶ ಪೂರ್ವಕವಾಗಿ ಎಚ್ಚರಿಸಿ ಕಣ್ತೆರೆಯಿಸುವ ಸಲುವಾಗಿ ಬಳಸಿದ

ವಿಗ್ರಹವಾಕ್ಯ ರಚನಾಸೂಚಕ ಪದಶಿರೋಮಧ್ಯದ ಕಣ್ಮಣಿ : * ಬಿಂದು. Seribe's split word symbolic an eyeopener. 'O'

ಸಮಸ್ತ ಪದದ ಪೂರ್ವಪದಾಂತ್ಯ ಸ್ವರದ ನಿಲುಗಡೆಯನ್ನು ಸೂಚಿಸುವ, ಆ ಪೂರ್ವಪದವನ್ನು ಉತ್ತರಪದದೊಡನೆ ಕೂಡಿಸುವಾಗ ಆ ಸ್ವರವನ್ನು

ವಿಲೋಪಿಸಬೇಕೆಂದು ನಿರ್ದೇಶಿಸುವ ವಿಗ್ರಹ ವಾಕ್ಯರಚನೆಯ ರಹಸ್ಯವನ್ನು ಕಣ್ತೆರೆಯಿಸುವ ಗೂಢಲಿಪಿ ಸಂಕೇತ; ಪದಮಧ್ಯ ಶಿರೋಬಿಂದು.

. . . ಅಧ್ಯಾಹಾರ ಸೂಚಕ ತ್ರಿಬಿಂದು : (Ellipsis) ಅಡಿಟಿಪ್ಪಣಿಯಲ್ಲಿನ . . . ಈ ಹಿಂದೆ ಕೊಟ್ಟಿರುವ / ಇಲ್ಲವೆ . . . „ . . . ಮೇಲಿನ ಗ್ರಂಥಭಾಗದ ಪಾಠವೇ ಮುಂದುವರಿದಿದೆ ಎಂಬುದರ ಅಧ್ಯಾಹಾರ ಸೂಚಕ.

„ ಮೇಲೆ ಕಾಣಿಸಿದಂತೆ ಇದೆ ಎಂಬುದರ ಗುರುತು. (Ditto)

ಇದೇ ಮುದ್ರಿತ ವೃತ್ತ ೩ ರ ಮುಂದಿನ ಬಿಂದು ಚತುಷ್ಟಯ ಪಂಕ್ತಿ ಪ್ರಸ್ತುತ ಶತಕದ ಉಳಿದ ಎಲ್ಲ ಪದ್ಯಗಳೂ ಅದೇ ಛಂದಸ್ಸಿನ ಅದೇ ವೃತ್ತಗಳಲ್ಲಿವೆ ಎಂಬುದರ ಸಂಕೇತ.

û ಸಮಕೋನ ತ್ರಿಬಿಂದು. right angle triperiods ಎರಡು ಅಥವಾ ಹಲವು ಮಾತೃಕೆಗಳಲ್ಲಿರುವ ಅಲ್ಪ ವ್ಯತ್ಯಾಸವನ್ನು ಗಮನಿಸಿಲ್ಲವೆಂಬುದರ ಗುರುತು.

೦ ಬಿಂದು/ಸೊನ್ನೆ (Bindu/ Cipher) ಬೀಜಾಕ್ಷರ ಇಲ್ಲವೆ ಗೂಢಾಕ್ಷರವೆಂಬ ಈ ಬಿಂದು

1. ಅನುನಾಸಿಕಾಕ್ಷರ ಪರ್ಯಾಯ ಸಂಜ್ಞೆ,
2. ಸಜಾತೀಯ ದ್ವಿತ್ವಾಕ್ಷರದ ಮೂಲ ವ್ಯಂಜನಾಂಗದ ಅಕ್ಷರ ಸಂಜ್ಞೆ,
3. ಪ್ರಕೃತಿ - ವಿಕೃತಿ ಸ್ವರಗಳಾದ ಆ ಈ ಊ ಏ ಓ ಗಳ ದೀರ್ಘಸೂಚಕ ಸ್ವರಾಂಗ ಸಂಜ್ಞೆ, Symbol of long vowel sign - ಆ, ಈ etc.
4. ಸ್ವರಾಂಗ, ವ್ಯಂಜನಾಂಗ – ಈ ಎರಡೂ ರೂಪ ತಾಳುವ ಅಕ್ಷರ ಸಂಜ್ಞೆ,

_ ಸಮಸ್ತ ಪದದ ವಿವಿಧ ಭಾಗಗಳ ವಿಂಗಡಣೆಯ ಚಿಹ್ನೆ. ಶಬ್ದರೂಪ, ಅರ್ಥಸ್ವರೂಪ ಇತ್ಯಾದಿ ಉದ್ದೇಶಕ್ಕಾಗಿ ಪದದ ಭಾಗಗಳನ್ನು ಬಿಡಿಸುವ ಸಂದರ್ಭದಲ್ಲಿ ಬಳಸಿದ ಕಿರುಗೀಟು (Hyphen)

–(I) ಅಡ್ಡಗೀಟು (Dash) ಬರವಣಿಗೆಯ ಮಧ್ಯೆ ಒಂದು ಭಾಗವನ್ನು ಮತ್ತೊಂದರಿಂದ ಪ್ರತ್ಯೇಕಗೊಳಿಸುವ ಗೀರು. ಶಬ್ದಕ್ಕೆ ಅರ್ಥಕೊಡುವ ಮುನ್ನ, ಪಾಠಾಂತರ ವಿವರಣೆಯ ನಡುವಣ ಸಂಕ್ಷಿಪ್ತಗಳ ಎರಡೂ ಪಕ್ಕಗಳಲ್ಲಿಟ್ಟ ತಡೆಗಟ್ಟಿನ ಗೆರೆ. ಬೇಕೆಂದೇ ಬಿಡುವ ಅಕ್ಷರದ ಸ್ಥಾನದಲ್ಲಿ ಬಳಸುವ ಗೀಟು.

≈ ಬಹುಮಟ್ಟಿಗೆ ಸಮವೆಂಬ ಗುರುತು. (nearly equal)

= ಸಾಮ್ಯಸೂಚಕ ಸಮಾನಾಂತರ ರೇಖೆ. (equals)

" ಸಮಾನ ಶಬ್ದರೂಪ ಇಲ್ಲವೆ ಸಮಾನಾರ್ಥಕ ಪಾಠವೆಂಬುದರ ಲೇಖನ ಚಿಹ್ನೆ.

ಸಾಟಿಗೀಟು. ೬೧

≡ ತೋರಿಕೆ ಶಬ್ದರೂಪದಲ್ಲಿ ಭೇದ ಕಾಣಿಸಿದರೂ ಸ್ವರೂಪತಃ ತದ್ವತ್ ಎಂಬುದರ ಸೂಚಕ. ಸರ್ವಸಮಾನ ಪಾಠವೆಂಬುದರ ಗುರುತು. (trinomial sign)

। ೧ ನಿಡುಗೀಟು / ಸ್ತಂಭರೇಖೆ (Verticle stroke)

– ೧ ವಿರಾಮ ಸೂಚಕ.

। ೨ ತಾಳೆಗರಿಯ ಲೇಖನದ ಪದಮಧ್ಯೆ ಹಾಕಿದ ಈ ನಿಡುಗೀಟು 'ಆ'ತ್ವದ ದೀರ್ಘಸ್ವರ

ಸೂಚಕ. ಉದಾ " ಕೋಪ । ಧಿಕ." F (for) ಕೋಪಾಧಿಕ.

೩ ವೃತ್ತ ಅಥವಾ ಪದ್ಯದ ಎರಡು ಪಾದಗಳ ಅಂತ್ಯದಲ್ಲಿ ಹಾಕಿದ ಪದ್ಯಾರ್ಧಕ ಸೂಚಕ

ಗೀಟು.

॥ ಜೋಡಿ ನಿಡುಗೀಟು / ದಂಡ ರೇಖಾದ್ವಯ. V. Double bar sign.

1 ಪದ್ಯಾಂತದ / ವೃತ್ತದ ಅಂತ್ಯ ಸಂಖ್ಯೆಯ ಜವಳಿಗೀಟು.

2 ಸಮಸ್ತ ಪದ ಮಧ್ಯದಲ್ಲಿ ಭಿನ್ನ ಪಾಠಾಂತರಗಳ ಗೊಂದಲದಿಂದ ಪ್ರಕ್ಷಿಪ್ತವಾದ ವಿಸರ್ಗದ ಬಳಿಕ ಹಾಕಿದ ಜವಳಿ ದಂಡರೇಖೆ. ಪೂರ್ವ ಪದಾಂತ್ಯದ ಅನಗತ್ಯ ವಿಸರ್ಗವನ್ನು ಬಿಟ್ಟು ಹಾಕಿ ಅದರ ಹಿಂದಿನ ಪದವನ್ನು ಮುಂದಿನ ಪದದೊಡನೆ ದೀರ್ಘಸ್ವರದಿಂದ ಕೂಡಿಸಿಕೊಂಡು ಓದಬೇಕೆಂಬುದರ ಗುರುತು.

ಉದಾ: ದಯ: ॥ ಪಯೋನಿಧಿ Ori . wrt (b) ನೋಡಿ : ಅಡಿಟಿ. ೨೬ ದಯಾಪಯೋನಿಧಿ.

+ (" ಕಾಕಪದ ಇಲ್ಲವೆ ಹಂಸಪಾದದ ಗುರುತು. (+) ಹಾಗೂ ^ (caret) - ಈ ಎರಡು

ಚಿಹ್ನೆಗಳೂ ಲೇಖಕನ ಇಲ್ಲವೆ ಲಿಪಿಕಾರನ ಹಸ್ತ ಪ್ರಮಾದದಿಂದ ಕೈಬಿಟ್ಟುಹೋದ ಭಾಗವನ್ನು ಪಂಕ್ತಿಯ ಮೇಲೆ ಬರೆದು ಅದೇ ಕಡೆ ಸೇರಿಸಬೇಕೆಂದು ಸೂಚಿಸುವ ಚಿಹ್ನೆಗಳು.

XXX ಕತ್ತರಿ ಗುರುತು (Cross) 1) ಗ್ರಂಥಪಾತ ಇಲ್ಲವೆ 2) ತ್ರುಟಿತಪತ್ರ ಸೂಚಕ. (Sign

indicating the Loss/ or the broken palm leaf portion of the text. See Ftn 7-c; 23 c (b)

ಪದ್ಯಭಾಗದಲ್ಲಿ ಕಾಣಿಸಿದ ಈ ಮುಂದಿನ †, ††, * ಓ etc ಗಮನ ಸೆಳೆಯುವ ಚಿಹ್ನೆಗಳಿಗೆ ಆಯಾ ಅಡಿ ಟಿಪ್ಪಣಿಗಳಲ್ಲಿ ಸಾಂದರ್ಭಿಕ ವಿಷಯಗಳ ವಿವರಣೆಯೋ, ಸೂಚನೆಯೋ ಇರುವುದನ್ನು ಕಾಣಬಹುದು.

※ ನಕ್ಷತ್ರ ಚಿಹ್ನೆ (Star mark) ಗ್ರಂಥಸ್ಥ ಪದದ/ಗಳ ಮೇಲೆ ಮಾತ್ರ ಕಾಣಿಸಿದ ಈ ಗುರುತು ಆ ಪದ ಶಿಥಿಲದ್ವಿತ್ವವೆಂಬುದರ ಗುರುತು.

※ ಪರಿವೇಷ್ಟಿತ ನಕ್ಷತ್ರ ಚಿಹ್ನೆ (encircled star) ಶಬ್ದದ ಮೇಲೆ ಕಾಣಿಸಿದ ಈ ಬಿಂದುವಿನೊಳಗಣ ನಕ್ಷತ್ರ ಚಿಹ್ನೆಯು ಉಪಲಬ್ಧಕೋಶಗಳಲ್ಲಿ ದೊರೆಯದೆ ಪುನಾರಚಿತಗೊಂಡ ಶಬ್ದ (Re constructed form of the word) ರೂಪವೆಂಬುದರ ಚಿಹ್ನೆ.

∴ 4" therefore. ಆದುದರಿಂದ. hence – ಆ ಕಾರಣ.

∵ 5" Since , because ಏಕೆಂದರೆ.

> ಬಾಣದ ಮೊನೆ. (Arrow head) ಈ ಗುರುತಿನ ಹಿಂದಿನ ಪಾಠಾದಿಗಳ ಮುಂದುವರಿದ ಭಾಗದ ಸೂಚನೆ.

< ಒಂದು ಶಬ್ದರೂಪಕ್ಕೆ ಅದರ ಇನ್ನೊಂದು ರೂಪ ಮೂಲ ಎಂಬುದರ ಸಂಕೇತ.

< > ವಿರುದ್ಧ ಮುಖದ ಬಾಣದ ಗುರುತುಗಳು. ಊಹೆಯ ಪಾಠದ ಸೇರ್ಪಡೆ ಚಿಹ್ನೆ.

{ } ಪುಷ್ಪಕಂಸ – ಛಂದೋದೋಷ, ಪ್ರನರುಕ್ತ ಇತ್ಯಾದಿ ಕಾರಣಗಳಿಂದ ಬಿಡಬೇಕಾದುದನ್ನು ಸೂಚಿಸುವ ಚಿಹ್ನೆ.

[ ] ಚೌಕಕಂಸ (Square brackets) ಸಂಪಾದಕರು ತಿದ್ದುಪಡಿ ಮಾಡಿದ ಪಾಠ, ಪಾಠಕ್ರಮ, ವಾಚನಪಾಠ, ಸಂಯೋಜಿತ ಪಾಠ, ಅಧ್ಯಾಹಾರ ಇಲ್ಲವೆ ಇತರ ವಿಶೇಷಾಂಶಗಳನ್ನು ಕಾಣಿಸಿರುವುದನ್ನುಳ್ಳ ಚೌಕಹಂಸ. ಉದಾ: 60 A ; 61, 61 –C.

) (ವಿರುದ್ಧ ಪದ ಇಲ್ಲವೆ ಪಾಠ, ಅರ್ಥ ಇತ್ಯಾದಿಗಳನ್ನು ಸೂಚಿಸುವ ಚಿಹ್ನೆ , ವಿರುದ್ಧ ಮುಖದ ದುಂಡುಕಂಸಗಳು.

' ' ಒಂಟಿ ಉದ್ಧರಣೆ ಚಿಹ್ನೆ. Single mark of Quotation

" ಮೇಲ್ಕಂಡಂತೆ ಇದೆ ಎಂಬುದರ ಗುರುತು.

" " ಜೋಡಿ ಉದ್ಧರಣೆ ಚಿಹ್ನೆ. ಮೂಲದ ಯಥಾರ್ಥ ಪಾಠ ಸೂಚಿ.

, ಅಲ್ಪವಿರಾಮ (Comma) ಪ್ರಧಾನ ಅರ್ಥದ ವಿಭಜನೆಗೆ ಬಳಸಿದ ಕಿರುಕೊಂಡಿ, ಕುಣಿಕೆ.

; ಅರ್ಧವಿರಾಮ (Semi colan) ಅಲ್ಪವಿರಾಮ ಹಾಗೂ ಪೂರ್ಣವಿರಾಮಗಳ ನಡುವಣ ಅರ್ಥದ ನಿಲುಗಡೆ ಸೂಚಿ.

:- ವಿವರಣಾತ್ಮಕ ಸೂಚೀ ಗುರುತು.

? ಪ್ರಶ್ನಾರ್ಥಕ ಚಿಹ್ನೆ. Question mark

ಸಂದೇಹ ಅಥವಾ ಅಜ್ಞಾನವನ್ನು ಪ್ರಶ್ನಿಸಲು ಬಳಸಿದ ಚಿಹ್ನೆ, ಖಚಿತಾಭಿಪ್ರಾಯವನ್ನು ಪ್ರಕಟಿಸಲಾಗದಲ್ಲಿ ಬಳಸಿದ ಸಂಶಯದ ಸೂಚನೆಯು ಸಹ.

.) (Full stop) ವಾಕ್ಯಾಂತದ ನಿಲುಗಡೆ ಚುಕ್ಕಿ ಬಟ್ಟು.

Q m . deleted, ತೆಗೆದು ಹಾಕಿದುದು.

www.ingramcontent.com/pod-product-compliance
Lightning Source LLC
LaVergne TN
LVHW041018150826
845672LV00001B/123

* 9 7 9 8 8 9 0 6 6 7 8 9 2 *